தொல்தமிழர் திருமணமுறைகள்

தொல்தமிழர் திருமணமுறைகள்
சமூக மானுடவியல் ஆய்வு

சிலம்பு நா. செல்வராசு (பி. 1955)

புதுச்சேரி மொழியியல் பண்பாட்டு ஆராய்ச்சி நிறுவனத்தில் பணியாற்றி ஓய்வுபெற்றவர். சங்க இலக்கியம், காப்பியங்கள், நாட்டுப்புறவியல் முதலிய துறைகளில் முதன்மையான பங்களிப்பைச் செய்தவர். முப்பத்தெட்டு நூல்கள், எண்பத்தைந்து பதிப்பு நூல்கள், இருநூறு கட்டுரைகளை எழுதியுள்ளவர். பதினான்கு ஆய்வுத் திட்டங்களை நிறைவு செய்துள்ளவர். இவரது ஆராய்ச்சி நூல்களுக்குத் தமிழ்நாடு அரசு, புதுவை அரசு, தமிழ்நாடு கலை இலக்கியப் பெருமன்றம், தமிழ்நாடு முற்போக்கு எழுத்தாளர் கலைஞர்கள் சங்கம் முதலிய நிறுவனங்கள் விருதுகள் வழங்கியுள்ளன. நூற்றுக்கும் மேற்பட்ட கருத்தரங்குகள், பயிலரங்குகள் முதலியவற்றை ஒருங்கிணைத்தவர். சமூகவியல், சமூக மானுடவியல் நோக்கிலான சங்க இலக்கிய ஆய்வுகள் மூலம் தனிக்கவனம் பெற்றிருப்பவர். இதே அணுகுமுறைகளின் வழித் தொல்காப்பியப் புலமையாளராகவும் விளங்குபவர். இவருக்குப் புதுச்சேரி அரசு தமிழ்மாமணி விருதினை வழங்கியுள்ளது.

மின்னஞ்சல்: silampu1955@gmail.com

ஆசிரியரின் பிற நூல்கள்
(காலச்சுவடு வெளியீடு)

- ✧ **கண்ணகி தொன்மம்**: சமூக மானுடவியல் ஆய்வு (2013)
- ✧ **இருபதாம் நூற்றாண்டுச் சிற்றிலக்கியங்கள்** (2018)
- ✧ **தொல்காப்பியம்** (2022)

சிலம்பு நா. செல்வராசு

தொல்தமிழர் திருமணமுறைகள்

சமூக மானுடவியல் ஆய்வு

காலச்சுவடு பதிப்பகம்

அன்பார்ந்த வாசகருக்கு,

வணக்கம்.

காலச்சுவடு நூலை வாங்கியமைக்கு நன்றி.

நூலின் உள்ளடக்கம், உருவாக்கம், அட்டைப்படம் இன்ன பிற அம்சங்கள் பற்றிய உங்கள் கருத்துகளையும் ஆலோசனைகளையும் காலச்சுவடு வரவேற்கிறது. தகவல், எழுத்து, வாக்கியப் பிழைகள் தென்பட்டால் கட்டாயம் தெரிவித்து உதவுங்கள். நூல் தயாரிப்பில் கடும் குறைபாடு இருப்பின் மாற்றுப் பிரதி உங்களுக்குக் கிடைக்கக் காலச்சுவடு ஏற்பாடு செய்யும்.

***மின்னஞ்சல்:* publisher@kalachuvadu.com**

காலச்சுவடு நாகர்கோவில் தலைமையகத்துக்கும் கடிதம் அனுப்பலாம்.

தங்கள்
எஸ்.ஆர். சுந்தரம் (கண்ணன்)
பதிப்பாளர் — நிர்வாக இயக்குநர்

தொல்தமிழர் திருமணமுறைகள் சமூக மானுடவியல் ஆய்வு ❖ ஆய்வு நூல் ❖ ஆசிரியர்: சிலம்பு நா. செல்வராசு ❖ © சிலம்பு நா. செல்வராசு ❖ முதல் பதிப்பு: டிசம்பர் 2016, நான்காம் பதிப்பு: ஆகஸ்ட் 2023 ❖ வெளியீடு: காலச்சுவடு பப்ளிகேஷன்ஸ் (பி) லிட்., 669, கே. பி. சாலை, நாகர்கோவில் 629001

toltamizar tirumaNamuRaikaL ❖ Monograph on ancient Tamil marriages ❖ Author: Silambu N. Selvaraj ❖ © Silambu N. Selvaraj ❖ Language: Tamil ❖ First Edition: December 2016, Fourth Edition: August 2023 ❖ Size: Demy 1 x 8 ❖ Paper: 18.6 kg maplitho ❖ Pages: 416

Published by Kalachuvadu Publications Pvt. Ltd., 669, K.P. Road, Nagercoil 629001, India ❖ Phone: 91-4652-278525 ❖ e-mail: publications@kalachuvadu.com ❖ Printed at Clicto Print, Jaleel Towers, 42 KB Dasan Road, Teynampet Chennai 600018

ISBN: 978-93-5244-079-5

08/2023/S.No. 756, kcp 4640, 18.6 (4) rss

மூத்த தமைக்கையார்
கனகவல்லி கிட்டப்பா
அவர்களுக்கு...

பொருளடக்கம்

முன்னியம்பல்	11
முன்னுரை: தமிழர்க்கான வரலாறு எழுதுதல்	17
வரலாற்றிற்கு முற்பட்ட தமிழ்ச் சமூகமும் தொல் மணமுறைகளும்	21
தமிழ்ச் சமூகத்தின் பரிணாம வளர்ச்சியும் மணமுறைகளின் பரிணாம வளர்ச்சியும்	56
முற்–பருவமணம்: காமம்சாலா இளமை மணம்	83
பொருந்தா மணம்: மடல்மணம் – முதுமை மணம் – வன்புணர் மணம்	103
தொல் மணமுறை: களவு மணம்	135
பெற்றோர் இசைவு மணம்: கற்பு மணம்	179
மண உறவுமுறை	202
மணச்சடங்குகள்	233
கற்பு மரபுகள்	264
கணவனுடன் உயிர்விடுதல்	297
கைம்மை வாழ்வு	331
குடும்பம்	355
குடும்பம்: கட்டமைப்பும் செயற்பாடும்	364
மணமுறை, மணச்சடங்குகள் மாற்றத்திற்கான காரணிகள்	390
துணைநூற் பட்டியல்	405

முன்னியம்பல்

சங்க இலக்கியம் செவ்வியல் தகுதி பெற்றது; தமிழ்ச் சமூகம் தொன்மையும் தொடர்ச்சியும் கொண்டது; தமிழ்ப் பண்பாடு உலகளாவிய பண்பாட்டுப் படிமலர்ச்சியின் அனைத்துப் படிநிலை களையும் கொண்டது. இப்பின்புலத்தில் தமிழ்ச் செவ்வியல் பனுவல்களை மேன்மேலும் பல்துறை அணுகுமுறையுடன் ஆராய்வது தமிழ்ச் சமூகம், பண்பாடு குறித்த நுட்பமான புரிதலுக்கு வழிவகுக்கும். இத்தகையதொரு தடத்தில் நம்மை இட்டுச் செல்வதாகத் 'தொல்தமிழர் திருமணமுறைகள்' ஆக்கப் பெற்றுள்ளது.

இந்நூலாசிரியர் பேராசிரியர் சிலம்பு நா. செல்வராசு சங்க இலக்கிய ஆய்வில் நுண்மாண் நுழைபுலம் மிக்கவர். கடந்த மூன்று தசாப்தங்களாகத் தொடர்ந்து இக்களத்தில் பங்களித்து வருபவர். இவருடைய இலக்கியப் புலமையாக்கங்களில் 'தொல்தமிழர் திருமணமுறைகள்' தனித்துவமானது; கருத்தூன்றி வாசிக்கத் தக்கது; புதிய உள்ளொளிகளை வழங்க வல்லது; மிகவும் பெறுமதியானது. காரணம் தொல்தமிழர் திருமணமுறைகளைச் சமூகவியல், சமூக மானிடவியல் அணுகுமுறைகளோடு இவர் ஆராய்ந்திருக்கிறார்.

தமிழ்ச் சமூகம் போன்ற மிகவும் பழமையான சமூகங்களின் பண்பாட்டு நிறுவனங்கள் கோட்பாட்டு விவாதங்களுக்குப் பெரும் சான்றாதாரங்களாக விளங்குவன. எந்த ஒரு சமூக நிறுவனமும் உலகளாவிய பொதுமைப்பாட்டைக் கொண்டிருக்கும். கூடவே

அதற்கான தனித்துவங்களையும் கொண்டிருக்கும். இந்நூலில் பண்டைத் தமிழரின் திருமணம் ஒரு நிறுவனமாகத் தொடர்ந்து படிமலர்ச்சியடைந்த முறை நுட்பமாக ஆராயப்பெற்றிருக்கிறது.

தமிழ்ச் சமூகம் பழமைச் சமூகம் மட்டுமல்ல; பல்வகைத் திணைகளையும், பல்வகைச் சமூக முறைகளையும் ஒரு நீண்ட நெடிய அறுபடாத தொடர்ச்சியோடு பெற்று வந்திருக்கிறது. இதனூடே மாற்றங்களும் நிகழ்ந்து வந்துள்ளன. உலகளாவிய நிலையில் பார்க்கும்போது மனித குலத்தின் அத்தனை வகையான சமூகப் படிமலர்ச்சியையும் தமிழ்ச் சமூகம் கொண்டிருக்கிறது. கூடவே விரிவு பெற்ற பல்வேறு படிநிலைகளையும் அது வளர்த்துக்கொண்டு வந்திருக்கிறது. ஆதலின் மனிதகுலப் படிமலர்ச்சியை அறியும் போதெல்லாம் பண்டைய தமிழ்ச் சமூகத்தை ஆராய வேண்டியது அவசியமாகிறது. அந்த வகையில் திருமணம் பற்றிய முழுமையான வாசிப்பை இந்நூலில் சிலம்பு செல்வராசு மேற்கொண்டுள்ளார்.

பண்டைத் தமிழர் வாழ்வில் ஆதித் தொல்குடிக் கூறுகள் நிரம்பியுள்ளன. திருமணம் பற்றிய தொல்கூறுகளும் இதிலடங்கும். சங்க இலக்கியங்களில் பெரிதும் இடம் பெற்றுள்ளவை களவியல் பாடல்கள். இவை களவு வாழ்வையே பேசுகின்றன. மனித குலத்தில் தொடக்கத்தில் நிலவிய வரன்முறையற்ற பாலுறவுக்குப் பின்னர்க் களவு வாழ்வே முதன்மையான மணமுறையாக உருவானது. அத்தகைய பண்டைய முறையானது இன்றைய நவீன சமூகத்திலும் பெரிதும் விரும்பக்கூடிய ஒரு முறையாகத் தொடர்ந்து இருந்து வருகிறது. படிமலர்ச்சியின் தொடக்க காலத்தில் ஏற்பட்ட மணமுறையொன்று எண்ணற்ற படிநிலைகளைக் கடந்தும் இன்றும் கோலோச்சி நிற்பது ஒரு 'பரிணாமவியல் வியப்பு' என்று கொள்ளலாம். பண்டைய களவுத் திருமணம் இன்று காதல் திருமணம் என அழைக்கப்படுகிறது.

சங்க காலத்தில் தினை அறுவடைக்குப் பின்னர் இரவுக் குறியில் காதலியைச் சந்திக்க வந்த காதலனைத் தலைவியின் தாய் வெகுண்டு விரட்டாமல் வரவேற்று உபசரித்து மகிழ்ந்தாள் (அகம். 218, 248); அவனுடைய வருகைக்காக நன்றி கூறி முருகனை வணங்கிப் போற்றினாள் (அகம். 272). பண்டைய ஆதித் தமிழ்த் தொல்குடிப் பொதுவுடைமைச் சமூகத்தில் இனக்குழுவாக வாழ்ந்த காலகட்டத்தில் களவு வாழ்வுக்கு எவரும் தடைவிதிக்கவில்லை. இதனைச் சங்க இலக்கியங்கள் விரிவாகக் கூறுகின்றன. பெண்கள் தாங்கள் விரும்பிய இளைஞர்களை மணக்கும் உரிமை இதன் மூலம் வெளிப்படுகின்றது.

ஆதித் தொல்குடிச் சமூகத்தில் பெண் தன்னாட்சியும் தற்சார்பும் தன்னிறைவும் பெற்றிருந்த உரிமைநிலையைக் (matriarchy) களவு மணம் மூலம் காண்கிறோம். அறத்தொடு நிற்றலுக்கடுத்த நிலையில் உடன்போக்கு நிகழ்கின்றது. பண்டைய களவு வாழ்வில் உடன்போக்கு ஒரு புதிய கூறாக இணைகின்றது. களவு வாழ்வுக்குத் தடையாக நிற்கும் தாயின் நிலை 'அல்ல புரிந்து ஒழுகுவோர்' (கலி. 39) எனப்பட்டது. ஊரின் அலரும் அம்பலும் இதற்குத் துணையாகின்றன. சமூகத்தில் உழைக்கும் பிரிவினர், உடைமைப் பிரிவினர் எனும் பாகுபாடு உருவானதன் வெளிப்பாடே உடன்போக்கிற்குக் காரணமாகும்.

காலவோட்டத்தில் சமூக மாற்றத்தின் காரணமாகவும் உடைமைகளின் பெறுமதி கூடுதல் ஆனதாலும் காதலிக்கும் உரிமை பெண்ணுக்கு மறுக்கப்பட்டது. தலைவியின் தாய்தான் (நற்றாய்) இந்த முடிவினை எடுக்கிறாள். பெண் இற்செறிக்கப் பட்டாள். அதுவரை பெண் தலைமைக் குடும்பம் தொடர்ந்து கொண்டிருந்தது எனலாம்.

சிலம்பு செல்வராசு இந்நூலில் தொல்மணமுறைகளின் பல்வேறு பண்புக் கூறுகளைப் படம்பிடித்துக் காட்டுகிறார். தமிழர் பண்பாடு பற்றிப் பேசும்போது அதன் உட்கூறுகளாகிய குடும்பம், திருமணம், உறவுமுறை உள்ளிட்ட ஈட்டங்கள் பற்றிப் பேசுவது அவசியம் என்பதைக் கருத்தூன்றி அறியும் வகையில் ஆராய்ந்துள்ளார். திருமணம் பற்றிய வரைவிலக்கணம் உருவாக்கப்பெறும்போது தொல்குடித் தன்மைகளும் கவனிக்கப்பெறுவது அவசியமென்பதைத் தெளிவுபடுத்துகிறார். ஒரு நல்ல நுட்பமான ஆய்வின் தொடக்கம் இதுவெனலாம். இந்நூல் அத்தகையதொரு புள்ளியில் தொடங்குகிறது. குறிஞ்சித் திணையில் நிகழ்ந்த வேறுபல கூறுகளையும் இவற்றோடு இணைத்துக் காட்டுகிறார் சிலம்பு செல்வராசு.

முல்லைத் திணை சற்று வேறுபட்ட படிமலர்ச்சி நிலையைக் காட்டுகிறது. முல்லையில் ஏற்பட்ட வதுவையில் (திருமணம்) முக்கியமானது ஏறுதழுவி மணமுடித்தலாகும். காளையை அடக்கி வீரத்தை வெளிப்படுத்துபவனைப் பெண்கள் விரும்பி மணந்தனர் என்பதைக் கலித்தொகையின் முல்லைக்கலி (101–107) கூறுகின்றது.

பண்டைய திணை வாழ்வின் அர்த்தத்தைச் சமூக அறிவியலுக்கான அறிவாக உருவாக்குவதே மானிடவியலின் நோக்கமாகும். சமூக நிறுவனங்கள் மனித நடத்தைகளை ஒழுங்குபடுத்துவன மட்டுமல்ல, அவற்றைக் கட்டுப்படுத்தவும்

செய்கின்றன. இதன் மூலம் நிறுவனங்கள் வரலாற்று ரீதியான நினைவூட்டலைச் செய்கின்றன. சிலம்பு செல்வராசுவின் இந்தப் பயன்மிகு ஆய்வு மேற்கூறிய எடுகோள்களை ஆராய்கின்றது. களவு மணம் தொடங்கி ஏறுதழுவுதல் வரையிலான படிமலர்ச்சியை மிக நுட்பமாக அவர் ஆய்ந்திருக்கிறார். பண்டைத் தமிழர் திருமணம் பற்றிய ஆய்வுகளில் இதுவே முதன்மையான ஆய்வு.

மருதத் திணையில் உருவானது பலதார மணம், பரத்தையர் மணம். பண்டைத் தமிழரின் பரத்தமை பற்றிய நுட்பமான ஆய்வு மேற்கொள்ளாதவரை பண்டைய பலதார மணத்தைப் புரிந்துகொள்ள முடியாது என்கிறார் சிலம்பு செல்வராசு. பரத்தையர் விலைமகளிர் இல்லை என்றும், தலைவனின் இன்னொரு மனைவி என்றும் கூறும் சான்றுகளை ஆராய்கிறார். பலதார மணத்தின் குமுறலே ஊடல் எனும் உரிப்பொருள் என்கிறார். பண்டைத் தமிழ்ச் சமூகத்தில் பலதார மணத்திற்கு எதிரான முதல் எதிர்ப்புக் குரல்தான் 'ஊடல்' என்கிறார்.

இந்நூலாய்வு சமூக அறிவியலின் பயனாய் வளர்ந்துள்ளது. இதன் மூலம் பண்பாடு உள்ளார்ந்ததும் அல்ல; இயற்கையினால் தரப்பட்டதும் அல்ல. அது உருவாதலும், மீள–உருவாதலுமான ஒரு தொடர்நிகழ்வாகும். அது மனிதர்கள் பாற்பட்டது. ஆனால் சமூக அசைவியக்கத்தின் அடிப்படையிலேயே நிறுவனத்தன்மை பெறுகிறது. சங்ககாலத் திருமணமுறைகள் அனைத்தும் நிறுவனத்தன்மை பெற்றவை. இலக்கியத்தின் பாடுபொருளாக அமைந்த இக்கூறுகளைச் சமூக மானிடவியலாக இந்நூலாசிரியர் ஆராய்கிறார். வீரயுகப் பாடல்களைக் க. கைலாசபதியும், தமிழ் நாடகங்களைக் கா. சிவத்தம்பியும் ஆராய்ந்த பிறகுதான் அப்பொருளின் வீச்சு உயர்ந்தது. தமிழர் திருமணமுறைகள் பற்றிப் பல ஆய்வுகள் வந்திருப்பினும் அவையனைத்தையும் விஞ்சி நிற்கின்ற ஓர் ஆய்வாக இந்நூல் அமைகிறது. காரணம் இது சமூக மானிடவியலாக ஆராயப்பெற்றிருப்பதே.

பாலைத் திணையிலும் நெய்தல் திணையிலும் கற்பு நெறி உயர்ந்து ஒரு கணவர் மணமுறை வலுப்பெறுகிறது. இது முல்லைத் திணையில் ஆநிரை உடைமைச் சமூகத்தில் ஏற்பட்ட மணமுறையின் தொடர்ச்சியாகும். பண்டைத் தமிழ்ச் சமூகத்தில் பெருவேந்தர்கள் குறுநில மன்னர்களிடமும் முதுகுடி மன்னர்களிடமும் பெண் கேட்டுள்ளனர். தங்கள் இனத்தூய்மையைப் பேணும் பொருட்டு அவர்கள் மகட்கொடை மறுத்துள்ளனர். இதனால் போர்கள் நடந்துள்ளன. இதனை மகட்பாற் காஞ்சி மூலம் விரிவாகவே அறிகிறோம். இவை பின்னாளில் பழங்குடி மக்களிடம் எஞ்சி நிலைத்த கூறுகளாகச்

சடங்குக் களங்களில் சண்டையாக நிகழ்த்தப்படுவதைக் காண்கிறோம்.

பண்டைத் தமிழிலக்கியங்கள் காட்டும் மடல்ஏறி மணம் முடித்தல், திணைக் கலப்பு மணம், நாடறி நன்மணம், கடத்தல் மணம் போன்ற மணமுறைகள் பற்றிய பண்பாட்டியல் ஆய்வும் இந்நூலில் முன்னெடுக்கப்பட்டுள்ளது. இளம்பருவப் பெண்ணை மணக்கும் கைக்கிளை பற்றியும், வயது வேறுபாடும் வன்புணர்வும் கொண்ட பெருந்திணை பற்றியும் இந்நூலாசிரியர் விரிவாக ஆராய்கிறார். தொல்காப்பியம் தொடங்கி, அம்மரபு பின்னர் மாறி, இன்றுவரை அது பழங்குடிப் பண்பாட்டில் எவ்வாறெல்லாம் நிலைபெற்றுள்ளது என்பதையும் நம் கவனத்திற்கு உட்படுத்துகிறார்.

பண்டைத் தமிழரிடம் களவு தொடங்கிக் கற்பு வரை நீளக்கூடிய இந்தப் பெரும் ஆய்வுக் களத்தில் நாம் 14 வகையான மணங்களை இனங்காண முடிகிறது: 1. களவு மணம் 2. உடன்போக்கு மணம் 3. பொருள் மணம் 4. சேவை மணம் 5. ஏறு தழுவல் மணம் 6. மடல் மணம் 7. திணைக் கலப்பு மணம் 8. பரத்தை மணம் 9. கடத்தல் மணம் 10. பலதார மணம் 11. கவர்தல் மணம் 12. போர் மணம் 13. மரபு மணம் 14. சான்றோர் உறுதி மணம்.

இவ்வாறு பன்முகநிலையில் விரிவு பெற்றுவிட்ட பண்டைத் தமிழர் திருமணமுறைகளைத் தொல்காப்பியம் தொடங்கி உரையாசிரியர்கள் ஊடாக இன்றைய பழங்குடி வாழ்வு வரை நீட்டித்து ஒரு நீண்ட காலவெளிக்குள் விவாதிக்கும் ஆய்வு முறையாக இதனை நூலாசிரியர் முன்னெடுத்திருக்கிறார். தொல்காப்பிய மரபு ஒரு கட்டத்தில் அற்றுவிட்டதையும், அங்கிருந்து தொடங்கும் புதுமுறைகளையும் அவர் திறம்பட விவாதித்துள்ளார். சிலம்பு செல்வராசுவின் மூன்று தசாப்த வாசிப்பை இந்நூலில் காணும் வாய்ப்பு நமக்குக் கிடைக்கிறது. இலக்கியப் பனுவல்கள் எல்லாவற்றிலும் பண்பாட்டுக் காரணிகள் செல்வாக்குச் செலுத்துகின்றன. அவற்றை இலக்கியத்திலிருந்து சமூகம் பற்றிய மானிடவியலாக இவர் உருவாக்கி இருப்பதே இந்த ஆய்வின் பெறுமதி எனலாம். பண்டைத் தமிழர்கள் திருமணம் எனும் நிறுவனத்தின் வழிப் பண்பாட்டைக் கற்றுக்கொண்டனர்; பண்பாட்டைப் பேணிவந்தனர்; கூடவே சூழலுக்கேற்ப அதனைத் தகவமைத்து மாற்றிக்கொண்டும் வந்துள்ளனர் என்பதை இந்நூலில் வெகு நுட்பமாக நிறுவியுள்ளார். வதுவைக்கான பண்டைய காரணங்களை அகநானூறு 86, 136 பாடல்கள் வழி அறியமுடிகிறது. மேலும், ‘பொய்யும் வழுவும் தோன்றிய பின்னர்

ஐயர் யாத்தனர் கரணம் என்ப' என்பதையும் அறிய முடிகிறது. இத்தகைய தகவமைப்பு, மாற்றம், தொடர்ச்சி யாவற்றையும் கணக்கில் கொண்டுள்ள ஆய்வாக இது முழுமை பெறுகிறது.

இவ்வாறு நூலாசிரியர் திருமணம் எனும் நிறுவனத்தையும், அது சார்ந்த சமூகவியல் நீட்சிகளான குடும்ப உறவுகள், ஆண், பெண் கருத்துருவாக்கம் உள்ளிட்டவற்றையும் ஒருசேர இணைத்து ஆராய்ந்துள்ளார். இது அவருடைய ஆய்வின் ஆழ்ந்த ஈடுபாட்டையும் பார்வையையும் காட்டுகின்றது. இந்த ஆய்வின் பயன் என்பது அறிவின் பயனாகும். பேராசிரியர் சிலம்பு செல்வராசு அவர்கள் தமிழியல் ஆய்வில் ஏற்கெனவே சமூகவியல், சமூக மானிடவியல் பார்வையில் நல்ல ஆக்கங்களைச் செய்தவர் எனும் அங்கீகாரம் பெற்றவர். அதன் தொடர்ச்சியாகவே இந்த நூலும் அமைகிறது.

புதுச்சேரி
30.11.2016

முனைவர் **பக்தவத்சல பாரதி**
இயக்குநர்
புதுச்சேரி மொழியியல் பண்பாட்டு
ஆராய்ச்சி நிறுவனம்

முன்னுரை

தமிழர்க்கான வரலாறு எழுதுதல்

'தமிழர்க்கான வரலாறு எழுதுதல்' என்பது அண்மைக் காலமாகப் பேசப்பட்டுவரும் ஒரு கருத்தாடல் ஆகும். இந்தத் தொடர் உணர்த்தும் பொருண்மையும் அதனடியாகச் செயல்பட்டு வரும் அரசியலும் மிக நுட்பம் வாய்ந்தவை; கவனமாகக் கையாளப்பட வேண்டியவை. தமிழர்க்கான வரலாற்றை எழுதுதல் எனும்போது இதற்கு முன்னர் எழுதப்பெற்ற வரலாறுகள் பலவற்றின் தன்மைகள் கேள்விக்குள்ளாகின்றன. இத்தகு வரலாறுகளின் வரலாற்று அரசியலை எளிதாக முழுவதுமாக ஒதுக்கிவிடுவதற்கில்லை. அவற்றை மதிப்பீடு செய்வது, அவற்றின் தன்மையை ஆராய்வது இப்போது தேவை இல்லாதது. எனவே அவற்றுள் நுழையாமல் புதிய அகழாய்வுகள், புதிய கண்டுபிடிப்புகள், தரவுகள், புதிய அணுகுமுறைகள், எல்லை தாண்டிய ஆய்வு முன்னெடுப்புகள், அத்தகு முன்னெடுப்புகளின் அடையாள அரசியல் முதலான பல்வேறு நிலை சார்ந்த அடிப்படைகளைக் கொண்டு தமிழர்க்கான புதிய வரலாற்றை, சரியான வரலாற்றை அடையாளப்படுத்தும் முயற்சி காலத்தின் கட்டாயமாகியுள்ளது. சிந்துவெளி பற்றிய புதிய முடிவுகள் தமிழர்க்கான அகண்ட நில எல்லையை அடையாளப்படுத்தியுள்ளன. கடந்த பத்தாண்டுகளில் நடந்த தமிழ்நாட்டு அகழாய்வுத் தரவுகள் தமிழரின் தொன்மை சார்ந்த கால எல்லையை நீட்டித்துள்ளன; தமிழர்க்கான

எழுத்து வரிவடிவம் அசோகர் பிராமியிலிருந்து தோன்றவில்லை என்பதைப் பறைசாற்றி உள்ளன; தமிழர் வரிவடித்திற்கும் சிந்து வெளி குறியீடுகளுக்கும் உள்ள நெருக்கத்தை உறுதி செய்துள்ளன.

கிறித்துப் பிறப்பதற்கும் முந்தைய காலகட்டமாகிய கி.மு. 3க்கும் முந்தைய தமிழ்ச் சமூகம் அடையாளப்படுத்தப்பட்டுள்ளது; அடையாளப்படுத்தப்பட்ட அச்சமூக அமைப்பைத் தொல்லியலாளர் பெருங்கற்படைக் காலம் என வரையறை செய்துள்ளனர்; இலக்கிய ஆராய்ச்சியாளர்கள் அக்காலத்தை ஆநிரை உடைமைச் சமூகம் அல்லது முல்லைச் சமூகம் என்று கட்டமைத்துள்ளனர்.

இவ்வாறான ஆராய்ச்சி முன்னெடுப்புகள் ஒருபுறம் நிகழ்ந்துகொண்டிருக்கும் அதே வேளையில் இவற்றிற்கு எதிர்மறையான ஆய்வுப் போக்குகளும் கூர்மை அடைந்து வருவதை உணரமுடிகின்றது. இவ்வாறான ஆய்வுப்போக்குகள் இன அடையாளங்களை அழிக்கும் அல்லது திரித்துவிடும் தன்மையிலானவை என்பதையும் உணரமுடிகின்றது. சான்றாக ஒன்றிரண்டு ஆய்வுகளைச் சுட்டமுடியும். சிந்துவெளி நாகரிகம் தமிழர் நாகரிகமே என்று உரத்துப் பேசப்படும் வேளையில் ஹரியானா அரசு அது சரஸ்வதி நாகரிகம் எனவும் அது ஆரியர்க்கு உரியது எனவும் பெரும் ஆய்வுத்திட்டம் ஒன்றை ஆயிரம் கோடிகளுக்கு மேல் செலவு செய்து தொடங்கி உள்ளதைச் சுட்டுதல் வேண்டும். இந்த ஆய்வில் வெற்றி பெறுவதற்கு உரிய அரசியல் வல்லாண்மை அந்த அரசிற்கு உண்டு. இதே போல் தமிழ் மண்ணிற்கே உரிய கண்ணகி வழிபாடு பற்றி இலங்கைப் பௌத்த மத ஆய்வாளர்கள் நிகழ்த்தும் ஆய்வுகளையும் சுட்டுதல் வேண்டும். கண்ணகி வழிபாடு பௌத்த மரபிற்கு உரியது என்றும், இராவணன் காலத்திலேயே பத்தினி வழிபாடு இலங்கையில் இருந்தது என்றும், தமிழ்நாட்டிற்குரிய பத்தினி வழிபாடு எகிப்திலிருந்து பரவி இருக்க வேண்டும் என்றும் இந்த ஆய்வுகள் கூறிச் செல்கின்றன. இவற்றிற்கெல்லாம் எதிர்வினை ஆற்ற வேண்டிய தமிழினம் அடிமை மனநிலையில் முடங்கிப்போய் உள்ளது.

உலக மக்கள் இனங்கள் பலவும் தமக்குரிய அடையாளங் களாகச் சிலவற்றைக் கொண்டிருக்கும். அவை புனிதத்திற்குரியவை யாகவும் விமர்சனங்களுக்கு அப்பாற்பட்டவையாகவும் விளங்கும். அவை அந்தந்த இனத்திற்குரிய ஆன்மாக்களாகவும் கருதப் பெறும். இவ்வாறான அடையாளங்களை அந்தந்த இனமக்கள் எக்காலத்திலும் விட்டுக்கொடுப்பதில்லை.

இவ்வாறான ஒரு சமூக உளவியல் தமிழ் இனத்திற்கு இருப்பதாகத் தெரியவில்லை. வரலாற்றுக் காலம் தொடங்கியே இவ்வாறான அடையாள இழப்பு தமிழினத்தில் புரையோடி உள்ளதோ என ஐயுற வேண்டியுள்ளது. மொழி அடையாளம், இன அடையாளம், பண்பாட்டு அடையாளம், சமய அடையாளம் என நாள்தோறும் அடையாள இழப்பு நிகழ்ந்துகொண்டேதான் உள்ளது. இதனை உளப்பூர்வாக ஏற்றுக்கொள்ளும் அடிமை மன உளவியல் தமிழினத்தில் ஆழ வேரூன்றி உள்ளதையும் உணரமுடியும்.

தமிழாய்வுச் சூழலில் மேல் கருத்தாடலை விவாதத்திற்கு உட்படுத்தித் தெளிவகப்படுத்திக்கொள்ள வேண்டிய தேவை அவசியமானதாகத் தோன்றுகிறது. அடுத்து வரும் ஒரு தலைமுறை ஆய்வாளர்கள் இத்தகு கருத்தாடலில் தம் நுண்ணரசியலை வெளிப்படுத்த வேண்டிய கட்டாயமும் உணரப்பட வேண்டும். இந்தக் கருத்தாடலின் ஒரு சிறு துளியாக இந்நூல் அமைந்தால் அது மகிழ்ச்சிக்குரியது. தமிழின அடையாளங்களை மீட்டெடுத்து மீள் உருவாக்கம் செய்யும் பணியில் தொடர்ந்து ஈடுபடவே பெரு விருப்பம்.

* * *

முன்பு வெளியிடப்பட்ட இரண்டு நூல்களின் மறுவடிவமே இந்த நூல். கடந்த பத்தாண்டுகளில் ஏற்பட்ட சிந்தனை வளர்ச்சிக்கு ஏற்பச் சில மாற்றங்கள் செய்யப் பெற்றுள்ளன. பொது வாசகர்களுக்கு ஏற்ப இலக்கண மரபு சார்ந்த விளக்கங்கள் சில நீக்கப்பட்டுள்ளன; சில எளிமைப்படுத்தப்பட்டுள்ளன. வரலாற்றிற்கு முற்பட்ட காலம் தொடங்கிச் சிலப்பதிகார, மணிமேகலை காலம் வரையிலான திருமண வாழ்க்கை முறையைச் சமூக மானுடவியல் அணுகுமுறை வழி மீள்கட்டமைப்புச் செய்துள்ளது இந்த நூல். நூலாசிரியரின் ஒரு முப்பதாண்டுக் கருத்தியலின் ஆக்கமே இந்த நூல் என்று கூறுதல் வேண்டும். இந்நூல் உருவாக்கத்திற்குப் பலரும் பல்வேறு சூழலில் துணை நின்றுள்ளனர். சங்க இலக்கியக் கல்வி வழங்கிய பேராசிரியர் வ.சுப. மாணிக்கனார், பேராசிரியர் க. வெள்ளைவாரணனார், பேராசிரியர் இரா. சாரங்கபாணியார் முதலானோர்க்கு முதல் வணக்கத்தைக் காணிக்கை ஆக்குதல் வேண்டும். பல்துறை அணுகுமுறை வழிச் சங்க இலக்கியத்தை ஆராய்வதற்குக் கற்றுத் தந்ததோடு ஆய்வுலகிற்கு என்னை அறிமுகம் செய்து வைத்தவர் பேராசிரியர் க.ப. அறவாணன் அவர்கள். தம்பியர் இரா. அறவேந்தன், சு. தமிழ் வேலு, அரங்க மு. முருகையன்,

கே. பழனிவேலு, இரத்தின வேங்கடேசன் முதலியோர் பல்வேறு சூழல்களில் துணை நின்றனர். கோவை ஞானி அவர்களோடு நிகழ்ந்த உரையாடல்கள், கடிதப் போக்குவரத்துகள் குறிப்பிடத் தக்கவை. அமரர் தமிழ்நாடன் உடனுக்குடன் விமர்சனம் செய்தவர். அறிஞர் அ.கா. பெருமாள் இந்நூல் வெளிவர உறுதுணை செய்தவர். இவர்களோடு செந்தீ நடராசன் அவர்களையும் நினைவு கூர்தல் வேண்டும். பேராசிரியர் ஆ. சிவசுப்பிரமணியன் அவ்வப்போது ஊக்கம் ஊட்டி வருபவர். கடந்த இருபதாண்டுகளில் நிறுவனத்தில் நிகழ்ந்த தொடர் விவாதங்களில் பங்கேற்றோர் பேராசிரியர் பக்தவத்சல பாரதி, பேராசிரியர் இரா. சம்பத், பேராசிரியர் எல். இராமமூர்த்தி, பேராசிரியர் க. இரவிசங்கர், பேராசிரியர் ச. பிலவேந்திரன் முதலியோர். இவர்கள் அனைவருக்கும் நன்றிகள்.

நிறுவன இயக்குநரும் மானுடவியல் அறிஞரும் தோழரும் ஆன பேராசிரியர் பக்தவத்சல பாரதி அவர்கள் இந்நூலுக்கு மானுடவியல் நோக்கில் அணிந்துரை ஒன்றைத் தந்துள்ளார்கள். அவருக்கும் நூலை வெளியிடும் காலச்சுவடு கண்ணன் அவர்களுக்கும் நன்றிகள்.

புதுச்சேரி
21.12.2016

சிலம்பு நா. செல்வராசு

வரலாற்றிற்கு முற்பட்ட தமிழ்ச் சமூகமும் தொல் மணமுறைகளும்

பகுதி ஒன்று

இந்த ஆய்வைத் தொடங்குவதற்கு முன்பு தொல்காப்பிய உருவாக்கம் பற்றிய கருத்தாக்கங்களை ஆராய வேண்டியது அவசியமாகிறது. தொல்காப்பிய உருவாக்கத்திற்குக் காரணமான சமூக அமைப்புப் பற்றியும் அச்சமூக அமைப்பு வெளிப்படுத்திய கலை, இலக்கிய, பண்பாட்டுச் சூழல்கள் பற்றியும் அறியத் தெளிவான சான்றுகள் இல்லை. அதேபோல் தொல்காப்பியம் சுட்டிச் செல்கின்ற மணமுறைகளைத் தோற்றுவித்த சமூக அமைப்பைப் பற்றி அறியவும் சான்றுகள் இல்லை. என்றாலும் தொல்காப்பியமும் சரி, அது சுட்டும் மணமுறைகளும் சரி திடீர் என்று ஒரு குறிப்பிட்ட சமூக அமைப்பில் குறிப்பிட்ட கால எல்லையில் உருவாக்கம் பெற்றவை என்று கூறிவிட முடியாது. தொல்காப்பியமும் அது சுட்டும் மணமுறைகளும் சமூக அமைப்பின் நீண்ட பரிணாம வளர்ச்சியில் தோற்றம் பெற்றுப் பின்னரே நிறுவன அமைப்பை எய்தி இருக்க வேண்டும் என எண்ணத் தோன்றுகிறது.

இறையனார் அகப்பொருள் உரை (1) தொல்காப்பியத்தை இடைச்சங்க நூலாக விவரித்துள்ளது. தொல்காப்பியத்தின் முதனூல் அகத்தியம் என்பதும் இதன் முடிவு. தமிழிலக்கிய வரலாறும் இவ்வாறே எழுதப்பட்டுள்ளது.

தொல்காப்பியத்தின் முதனூல் அகத்தியமா? அல்லது ஐந்திரமா? அல்லது இரண்டும் அல்லாத வேறு இலக்கண மரபுகளா என்பது இன்னமும் முடிவு காண இயலாத ஆய்வாகும் (சிலம்பு நா. செல்வராசு. 2004). இத்தகு ஆய்வு, மொழி அரசியலை அடிப்படையாக வைத்து நிகழ்த்தப்பட்டிருப்பதையும் உணர்தல் (செ.வை. சண்முகம். 1989; சிலம்பு நா. செல்வராசு. 1997) வேண்டும். தொல்காப்பியத்தின் உருவாக்கம் பற்றியும் அதன் காலம் பற்றியும் பல்வேறு அறிஞர்கள் ஆய்வுகளை நிகழ்த்தி உள்ளனர் (செ.வை.சண்முகம். 1989). தமிழிலக்கிய வரலாற்றில் இன்று கிடைக்கும் நூல்களுள் தொல்காப்பியம் முதல் இலக்கண நூல் என்ற கருத்து எல்லோராலும் ஏற்றுக்கொள்ளப்படுகின்றது. பெரும்பாலான தமிழறிஞர்களும் (மா. இராசமாணிக்கனார். 1963; மு. வரதராசன். 1972) வரலாற்று அறிஞர்களும் (கே.கே. பிள்ளை. 1969) மொழியியல் அறிஞர்களும் (மீனாட்சிசுந்தரன். 1965; ச. அகத்தியலிங்கம். 1983) தொல்காப்பியம் முதல் தமிழ் நூல் என்ற கருத்தை வலியுறுத்தி உள்ளனர். ஆனால் சமூகவியல் நோக்கில் இலக்கியத்தை ஆராய்பவர்களும் (கைலாசபதி. 1968; கா. சிவத்தம்பி. 1987) ஒரு சில தமிழறிஞர்களும் (சிவராச பிள்ளை. 1932; வையாபுரிப்பிள்ளை. 1949) வெளிநாட்டுத் தமிழறிஞர்களும் (சுவலபில். 1973) தொல்காப்பியம் சங்க இலக்கியங்களுக்குப் பின்பு தோன்றியது என்ற கருத்தை முன்வைத்துள்ளார்கள். செல்வநாயகம் (1969) தொல்காப்பிய எழுத்ததிகாரமும் சொல்லதிகாரமும் சங்க இலக்கியத்திற்குக் காலத்தால் முந்தியது என்றும் பொருளதிகாரம் சங்க இலக்கியத்திற்குக் காலத்தால் பிந்தியது என்றும் குறிப்பிட்டார். தெ.பொ. மீனாட்சி சுந்தரனாரும் (1974) ஒன்றுக்கு மேற்பட்ட தொல்காப்பியர் இருந்திருக்க வேண்டும் என்ற கருத்தை முன் வைத்தார். தொல்காப்பியத்தில் இடைச் செருகல்கள் நிகழ்ந்துள்ளன என்பதைச் சோமசுந்தர பாரதியாரும் (1942) வெள்ளை வாரணாரும் (1957) உடன் பட்டுள்ளனர். ஜான்மார் (1958) பொருளதிகாரத்தில் சில இயல்களையே இடைச் செருகல் எனக் குறிப்பிட்டுள்ளார். தொல்காப்பிய நூற்பா சிலவற்றுக்கிடையில் முரண்பாடுகள் காணப்படுவதை அடியொற்றித் தெ.பொ. மீனாட்சி சுந்தரனார் (1982) இரண்டு விளக்கங்களை முன் வைத்துள்ளார்.

ஒன்று : தொல்காப்பியத்தில் சில இடங்களில் தட்டுப்பாடுகள் காணப் பெறுவதாக எண்ணித் தொல்காப்பியத்தைப் பயின்ற மாணவர் சிலர் சில நூற்பாக்களையே சேர்த்து இருக்கலாம்.

இரண்டு : தொல்காப்பியம் என்பது தனிப்பட்ட ஒருவரால் எழுதப்பட்டது என்பதைவிடக் காலப்போக்கில் சில

சிந்தனைப் போக்குகளை வளர்த்துக் கொண்டு வரும் ஓர் இலக்கணக் கோட்பாட்டினரின் கூட்டு முயற்சியால் உருவான ஒன்றாக இருக்கக் கூடும்.

இவ்வாறாக மேலே சுட்டப்பெற்ற பல்வேறு அறிஞர்களின் கருத்துகளையும் சிந்தனைப் போக்குகளையும் விரிவாக ஆராய்ந்த செ.வை. சண்முகம் (1989) முன்வைக்கும் கருத்து ஆழ்ந்த பார்வைக்குரியது. அது வருமாறு:

> தொல்காப்பியத்தைப் பார்க்கும்போது அவர்காலத்தில் பலவித நூலாக்க முயற்சிகள் நடைபெற்றதும் பலதுறை அறிஞர்கள் இருந்திருக்கிறார்கள் என்ற உண்மையும் புலனாகின்றன. இந்நிலையில் தொல்காப்பியம் என்ற மொழி அறிவியல் இலக்கிய அறிவியலில் (இலக்கியவியலில்) இருந்து எழுந்தது என்பது இயல்பாக ஏற்றுக்கொள்ளக்கூடியதே. அதாவது தமிழ்ச் சமூகத்தில் தமிழ ஆராய்ச்சி முளைத்துப் பெரிய மரமாக வளர்ந்துவிட்டதையே தொல்காப்பியம் நேரடியாகவும் குறிப்பாகவும் காட்டுகிறது.

இந்தக் கருத்துரையில் இரண்டு செய்திகள் சுட்டத்தக்கவை. ஒன்று: தொல்காப்பிய உருவாக்கத்திற்கு அதற்கு முந்திய காலத்து இலக்கியங்கள் அடிப்படையானவை. இரண்டு: தொல்காப்பியர் காலத்தில் ‘தமிழ் ஆராய்ச்சி பெரிய மரமாக வளர்ந்து விட்டது’ என்ற தொடரில் உள்ள ‘தமிழ் ஆராய்ச்சி’ என்பது. இதனைத் தமிழிலக்கிய, தமிழிலக்கண, பண்பாட்டு மரபு சார்ந்த ஆராய்ச்சி என்பதாகப் பொருள்கொள்ள முடியும். அப்படி என்றால் இந்த வளமான இலக்கியங்கள் தொல்காப்பியத்திற்கு முன்னர் எந்தச் சமூக அமைப்பில் தோற்றம் பெற்றன? அங்கு வாழ்ந்த சமூக மக்களின் பண்பாட்டு, அரசியல் பின்புலங்கள் எத்தகையவை? இம்மக்களுக்கும் முன்னர் வாழ்ந்த முன்னோர்கள் வழங்கிய இலக்கியக் கொடையின் தன்மை எத்தகையது? என்பவை விரிவான ஆய்வுகளுக்கு உரியவை. ஆனால், வருந்தத்தக்க நிலையில் இந்த ஆய்வை நிகழ்த்துதற்குரிய தரவுகள் இல்லாமையை இங்கே பதிவு செய்தல் வேண்டும்.

தொல்காப்பிய உருவாக்கத்திற்கான காலம் எது என்பது பற்றிய ஆராய்ச்சியின் போக்கினை இத்துடன் நிறுத்திக்கொள்ளலாம். இனித் தொல்காப்பியத்தில் இடம்பெற்றுள்ள இலக்கிய இலக்கண மரபுகளின் காலம் எது என்பதைப் பற்றிக் கவனம் செலுத்துவது இவ்வாய்விற்கு முதன்மையானது. தொல்காப்பியத்தில் இடம்பெற்றுள்ள சில மரபுகள் காலத்தால் மிக முற்பட்டும் சில மரபுகள் காலத்தால் பிற்பட்டும் காணப்படுவதே கால ஆராய்ச்சியில் குழப்பம் ஏற்பட்ட மைக்குக் காரணம் என்பது

மறுக்க முடியாதது. இங்குத் தொல்காப்பியம் சுட்டும் ஓர் இலக்கண மரபினை எடுத்துக் காட்டி அதன் காலம் பற்றி அறிய முற்படலாம்.

ஆயர் வேட்டுவர் ஆடூஉத் திணைப்பெயர்
ஆவயின் வரும் கிழவரும் உளரே (தொல்.பொருள். 23)

ஏனோர் மருங்கினும் எண்ணுங் காலை
ஆனா வகைய திணைநிலைப் பெயரே (தொல்.பொருள்.24)

இந்நூற்பாச் செய்திகளைத் தொல்காப்பியரே ஒரு காலமுறைப்படி தொகுத்து நூற்பா ஆக்கி உள்ளதை அறியமுடிகிறது. ஆண்மக்களின் பெயரைத் திணை அடிப்படையில் வகைப்படுத்தும் இந்நூற்பா முல்லைத் திணைக்கு ஆயர் என்ற பெயரையும், குறிஞ்சித் திணைக்கு வேட்டுவர் என்ற பெயரையும் வகைப்படுத்தி உள்ளது. இப்பெயர்களோடு மருதத்திணைப் பெயராகிய கிழவன் என்பதையும் உடன் வைத்துத் தொல்காப்பியர் எண்ணுகிறார். இதற்கு அடுத்த நூற்பாவில் ஏனைய நெய்தல், பாலைத் திணைப் பெயர்களையும் எண்ணுங்காலை திணைப் பெயர்களாகக் கொள்ள வேண்டும் என்று கூறியுள்ளார். இந்த வகைப்பாட்டில் ஒரு காலப் பரிணாம வளர்ச்சி நிகழ்ந்திருப்பதை உணர்தல் வேண்டும். அதனைப் பின்வருமாறு அறியலாம்.

1. ஆயர், வேட்டுவர் ஆடூஉத் திணைப் பெயர்' என்பது தொல்காப்பியர் காலத்திற்கு முன்பே வகைப்படுத்தப்பட்ட பெயர்களாகும். முன்னோர் வகைப்பாட்டைத் தொல்காப்பியர் அப்படியே ஏற்றுக்கொண்டுள்ளார்.

2. ஏற்றுக்கொண்டு, தம் காலத்தில் வகைப்படுத்தப்பட்ட மருதத்திணைப் பெயராகிய கிழவர் என்பதை அவற்றோடு ஒன்றாக வைத்து நூற்பா ஆக்கி உள்ளார்.

3. அடுத்த நிலையில் தம் காலத்தில் வழக்கில் இருந்தும் வகைப்பாடு பெறாத ஏனைய நெய்தல், பாலைத் திணைப் பெயர்களையும் அவை வகைப்பாடு பெறா நிலையிலும் திணைப் பெயர்களே என்று சுட்டிச் செல்கிறார்.

ஆக, இந்நூற்பாக்களின் ஆக்கத்தில் தொல்காப்பியர் தம் காலத்திற்கு முன்பு உள்ள செய்திகள், தம் காலத்தில் அல்லது தம் காலத்திற்குச் சற்றே முன்பு உள்ள செய்திகள், எதிர்காலத்தில் நிகழ்த்த வேண்டிய செய்திகள் ஆகிய மூன்று கால நிலைகளையும் கருத்தில் கொண்டுள்ளார் என்பது தெரிய வருகின்றது.

தொல்காப்பியத்தினுடைய கால ஆராய்ச்சி என்பது ஒரு மிக நீண்ட சமூகப் பண்பாட்டுப் பின்புலத்தில் நிகழ்த்த வேண்டிய ஆய்வாகும். ஒரு குறிப்பிட்ட கால அளவை

மட்டுமே தொல்காப்பியத்திற்கு வழங்குவது சமூகப் பரிணாம வளர்ச்சிக்கு மாறானதாக அமைந்துவிட வாய்ப்பளித்துவிடும். தொல்காப்பியத்தின் நீண்ட காலப் பரிணாம வளர்ச்சியைப் பின்வருமாறு காட்சிப்படுத்த முடியும் *(காண்க: வரைபடம் – 1).*

வரைபடம்–1

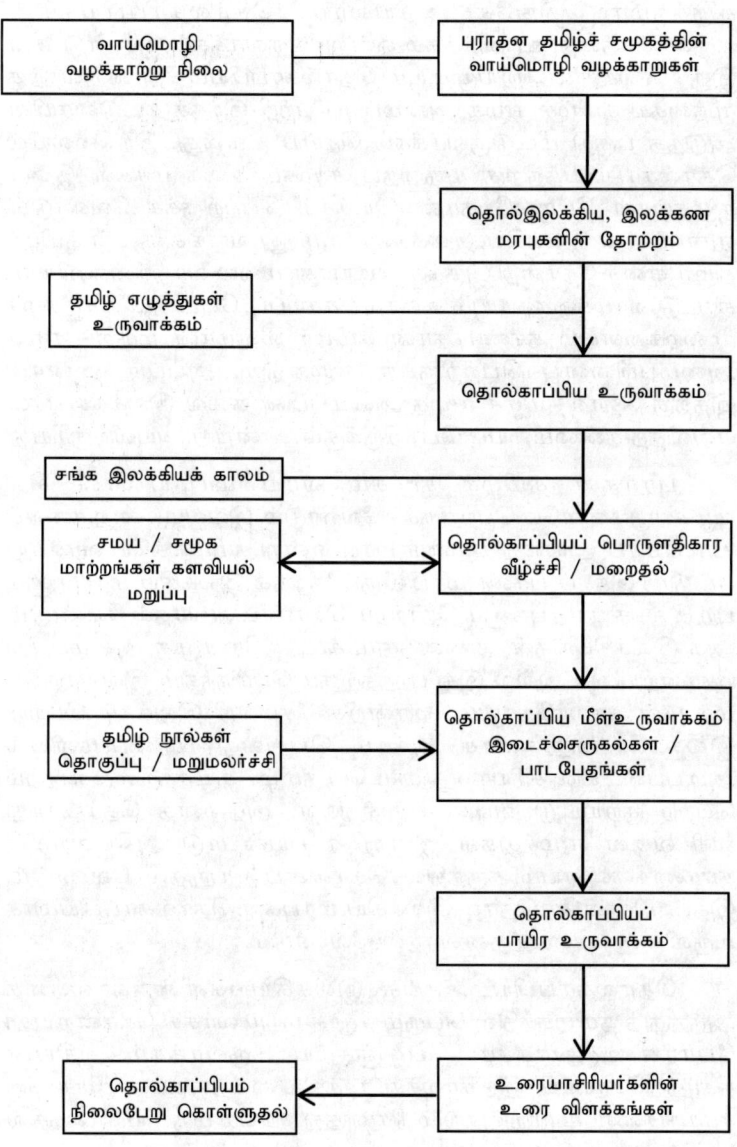

தொல்காப்பியத்தினுடைய கால வரலாறு என்பது மிகப் புராதன தமிழ்ச் சமூகத்தில் தொடங்கிக் கி.பி. 12ஆம் நூற்றாண்டு உரையாசிரியர் காலம் வரையிலான கால வரையறையைக் கொண்டது. சற்றேறக் குறைய ஈராயிரம் ஆண்டுகள் எனப் பொது அளவீட்டு முறையில் இதனைக் குறிப்பிட முடியும். மேலே வரைபடத்தில் கூறப்பட்ட செய்திகளின் விளக்கத்தைச் சுருக்கமாக இங்கே அறியலாம். தொல்காப்பியத்தின் உருவாக்கத்தை, உருவாக்கம் ஒன்று, உருவாக்கம் இரண்டு என இரு நிலைகளில் அறியமுடியும். தொல்காப்பியம் தோன்றுவதற்கு முந்தைய தமிழ்ச் சமூக அமைப்புப் பற்றி இந்தக் கட்டுரையின் அடுத்த பகுதி மீட்டுருவாக்கம் செய்ய உள்ளது. இந்நிலையில் தொல்காப்பியத்திற்கு முந்தைய சமூகம் உலக மக்கள் இனச் சமூகங்கள் போன்றேதான் இயக்கம் பெற்றிருக்க வேண்டும். ஏராளமான இலக்கிய, இலக்கண, எழுத்து வளங்களுடன் தமிழர் திடீர் எனத் தோன்றி இருக்க முடியாது. மலை வாழ்க்கையையும், காட்டு வாழ்க்கையையும், உணவு சேகரிப்பு, வேட்டை வாழ்க்கை முறைகளையும் தாண்டிதான் தமிழர் வளமான மருதச் சமூக அமைப்பினைப் பெற்றிருக்க வேண்டும். அப்படி ஆனால் இத்தகு தொல்தமிழ்ச் சமூக அமைப்பின் கலை இலக்கியங்கள் எவ்விதத் தன்மையைப் பெற்றிருக்கும்? என்பது ஆய்விற்குரியது.

புராதன தமிழ்ச் சமூகம் வாய்மொழியிலான சில வழக்காறுகளையே பெற்றிருக்க வேண்டும். இவ்வழக் காறுகளைப் ‘பாணமரபு’ அல்லது ‘பாணர் மரபு’ என்று தமிழிலக்கிய வரலாறு சுட்டும். இந்தப் பாண் மரபிலிருந்தே அக இலக்கிய மரபுகளும் புற இலக்கிய மரபுகளும் தோற்றம் கொண்டனவாதல் வேண்டும். அக இலக்கியங்கள் அனைத்தும் கூட ஒரே சமூக அமைப்பில் தோன்றியவை அல்ல. இது புறத்திற்கும் பொருந்தும். இவ்வாறான மரபுகள் காலந்தோறும் தோன்றித் தோன்றி இறுக்கம் பெற்று இலக்கண விதிகளாக ஆக்கம் பெறுவது பரிணாமவியல் அடிப்படையில் சரியானது. கூடவே தமிழ்ச் சமூகத்தில் தோற்றம் பெற்ற குறியீட்டு வடிவ எழுத்துகள், அதனைத் தொடர்ந்து வரி வடிவ எழுத்துகள் இவற்றின் பயன்பாடு ஆகியவற்றின் காரணங்களையும் கருத்தில் கொள்ளப் பெறுதல் வேண்டும். இதன் பின்னரே தொல் இலக்கிய மரபுகள் தொல்காப்பியமாக உருவினை அடைந்தனவாதல் வேண்டும்.

தொல்காப்பியம், சங்க இலக்கியங்களின் காலத்தை அடுத்துத் தமிழகத்தில் பெரும் சமூக மறுமலர்ச்சி தோன்றியது. பேரரசு உருவாக்கம், பெருஞ்சமய உருவாக்கம் ஆகியன நிகழ்ந்துகொண்டிருந்த காலக்கட்டத்தில் வைதீக, சமண, பௌத்த சமயங்களின் ஊடுறுவுதலும் நிகழ்ந்தது. சங்கம் மருவிய காலத்தில்

தமிழ்ச் சமூகம் முற்றுமாக மாறி இருந்தது. சங்க காலப் பண்பாட்டு மரபுகள் பெரும் வீழ்ச்சியை அடைந்தன. குடும்ப அமைப்பில் ஏற்பட்ட மாறுதல்கள் களவு வாழ்க்கையை வெளிப்படுத்தும் களவியல் பாடல்களை மறுதலித்தன. சமயங்களின் துறவுக் கோட்பாடும், சிற்றின்ப வெறுப்பும் அக இலக்கிய வீழ்ச்சியை ஊக்கப்படுத்தின. இதன் மறு விளைவாகவே தொல்காப்பியப் பொருளதிகாரத்தின் மறைவை அல்லது அழிவைக் காண வேண்டி உள்ளது. இறையனாரகப் பொருள் உரையிலிருந்து தெரிய வரும் செய்தியும் அவ்வுரை தோன்றிய காலத்து வழங்கிய தொன்மம் தெரிவிக்கும் செய்தியும் பொருளதிகாரம் கிடைக்கவில்லை என்பதை உறுதி செய்கின்றன.

இதன் பின்னர்த் தமிழகத்தில் நிலவிய அரசியல், சமய, பண்பாட்டு மாற்றங்கள் தமிழ்த்தேசிய உணர்வு வாய்ந்த இலக்கிய அரசியலைக் கட்டி எழுப்பின. இதனைப் பல்லவர் காலத்து நிகழ்வாகக் கொள்ளுதல் வேண்டும். இந்த இலக்கிய அரசியல், தமிழ்மொழி வழிச் சிந்தனைகளை ஒருங்கிணைத்தது. சமயம் கடந்த நிலையில் தமிழிலக்கியங்கள் தொகுப்புருப் பெறுவதற்கு இதுவே காரணமாதல் வேண்டும். வீழ்ச்சி பெற்ற தமிழ் இலக்கிய மரபுகள் எடுத்து நிறுத்தப் பெற்றன. அகப்பொருள் மறுப்பினை மாற்றும் எதிர் வினையே, சிவபெருமான் இறையனாரகப் பொருளைப் படைத்தார் எனும் தொன்மம். முச்சங்கம் பற்றிய செய்திகளையும் இந்த இலக்கிய அரசியலின் பின்புலத்தில்தாம் பார்க்க வேண்டி உள்ளது (விரிவிற்கு: சிலம்பு நா. செல்வராசு. 1997).

இத்தகு இலக்கிய அரசியல் நிகழ்ந்த சூழலில்தாம் தொல்காப்பிய மீள் உருவாக்கம் நிகழ்த்தப்பட்டிருக்க வேண்டும். மறைந்துபோன தொல்காப்பியப் பொருளதிகாரம் எவ்வாறு கிடைத்தது என்பது புலனாமாறு இல்லை. அல்லது புதுவதாகப் படைக்கப் பெற்றதா என்பதும் புலனாமாறு இல்லை. ஆனால், தொல்காப்பியம் முழு உருவு வாய்ந்த நிலையில் ஆக்கப்பட்டது என்பதை உணர முடிகின்றது. இவ்வாறான ஆக்கம் நிகழ்ந்தபோதுதான் தேவையாகக் கருதப்பட்ட இடைச் செருகல்கள், மூலபாட வேறுபாடுகள் தோன்றி இருக்க வேண்டும் (செ.வை. சண்முகம். 1989). தொல்காப்பிய மீள் ஆக்கத்தின் நிறைவில் பாயிரம் சேர்க்கப்பட்டிருக்க வேண்டும் (விரிவிற்குக் காண்க: ரகுநாதன். 1984; சிலம்பு நா. செல்வராசு. 2004). தொல்காப்பிய முதல் உரையாசிரியராகிய இளம்பூரணருக்கு முன்பே தொல்காப்பியத்திற்குப் பழைய உரை ஒன்று இருந்ததாகத் தெரிகிறது. ஆனால் அது கிடைக்கவில்லை. இளம்பூரணரே முதல் உரையாசிரியராகக் கருதப்படுகிறார். அவர் தொடங்கிப்

பலரும் தொல்காப்பிய உரை எழுத முற்பட்டனர். தொல்காப்பிய உரைகள், தொல்காப்பிய மூலபாடத்தை நிலைபேறு கொள்ள வைத்தன.

இவ்வாறாக ஒரு நீண்ட காலவெளியை அடிப்படையாகக் கொண்டு தொல்காப்பியத்தை ஆராயும்போது கால ஆய்வில் நேர்ந்த பல்வேறு சிக்கல்களுக்கும் விடை கிடைத்துவிட வாய்ப்பு உண்டு. இந்தக் கால ஆய்வை ஒரு கருதுகோளாகக் கொண்டு மேன்மேலும் ஆய்வு நிகழ்த்திச் சரிபார்க்க வேண்டிய தேவை, எதிர்காலத்தில் முதன்மை பெற்றிடவும் வாய்ப்பு உண்டு.

பகுதி இரண்டு

தொல்காப்பியத்தில் இடம் பெற்றுள்ள மணமுறைகள் பற்றிய தோற்றத்தையும் தோற்றத்தின் வித்தினையும் புராதன தமிழ்ச் சமூகத்தில் கண்டெடுக்க வேண்டும் என்ற கருதுகோளை முன்வைத்தே தொல்காப்பியக் காலம் பற்றிய ஆய்வு இங்கு நிகழ்த்தப் பெற்றது. தொல்காப்பியத்திற்கும் முந்தைய புராதன சமூக அமைப்பைத் தமிழகம் பெற்றிருந்தது என்பதனைக் கருத்தளவிலாவது முதலில் உடன்பட வேண்டும். புராதன தமிழ்ச் சமூகத்தை மீட்டுருவாக்கம் செய்த பின்னரே அதில் நிலவிய மணமுறைகளின் தோற்றத்தைக் கண்டெடுக்க இயலும்.

வரலாற்றிற்கு முந்தைய தமிழ்ச் சமூகத்தின் வரலாற்றை இரண்டு முனைகளில் இருந்து ஆய்வாளர்கள் நிகழ்த்தி உள்ளனர்.

ஒன்று : **குமரிக்கண்ட ஆய்வு**

இரண்டு : **சிந்துவெளி ஆய்வு**

லெமூரியா கண்டம் என்றழைக்கப்படுகின்ற குமரிக் கண்டமே ஆதி தமிழரின் தாயகமாக இருந்தது என்றும் பெரும் கண்ட பிளவு நிகழ்ந்த பின்னர்க் குமரிக் கண்டம் கடலுள் மூழ்கியது எனவும் அதிலிருந்து தப்பித்த தமிழர் வடக்கு நோக்கி நகர்ந்து தம் அரசை அமைத்துக் கொண்டனர் எனவும் ஒரு கருதுகோள் உண்டு. இறையனார் அகப்பொருள் உரை குமரி அழிவை முதன்முதலில் பதிவு செய்துள்ளது (இறை.அகம்.1).

குமரி அழிவு பற்றி உரையாசிரியர் அரசஞ் சண்முகனார் (1905) கூறும் கருத்துகள் வருமாறு:

> தொல்காப்பியம் செய்த பின்னர்ப் பல்யாண்டு கழிந்த பிற்காலத்துத் தென் கடலின் வடபாற் பிறமொழிகள் வழங்கிய நாட்டையும் அதன் வடபால் உள்ள குமரி மலையையும் அதன் வடபால் பாண்டியன் ஆக்கிய பஃறுளி

யாற்றையும் அதன் வடபால் அவன் முன்னோர் முதலாகத் தொன்று தொட்டு வளம் படைத்த எழுநூற்றுக் காவதப் பரப்புடைய நாற்பத் தொன்பது தமிழ் நாடுகளையும் அவற்றின் தலைநகரமாகிய தென் மதுரையையும் கடல் கொண்டது. பின் கபாடபுரம் பாண்டியர்க்குத் தலை நகராயிற்று. பல்யாண்டு கழியப் பின் ஓர் ஊழியிற் கபாடபுரத்தையும் குமரியாற்றையும் இன்னோரன்னயாறு, மலை பிறவற்றையும் அக் கொடுங்கடலே கொண்டது.

மேலே கூறப்பட்ட கருத்தைப் பின்வருமாறு காட்சிப்படுத்த முடியும் (காண்க: வரைபடம் – 2).

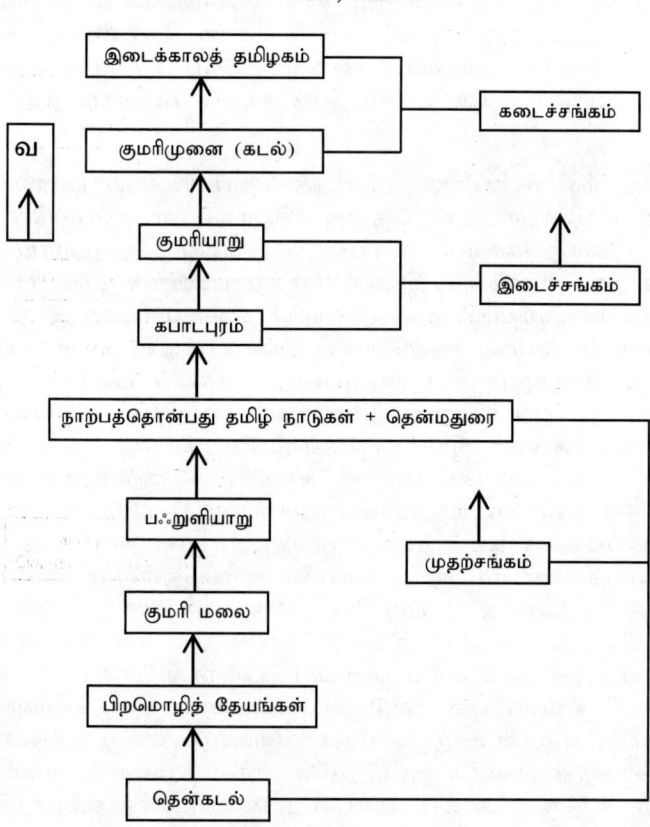

வரைபடம்–2

மாக்கடல் மர்மங்கள் எனும் நூலை எழுதிய அலெக்ஸாந்தர் கோந்த்ரதோவ் (1981) லெமூரியா கண்டம் பற்றி விரிவாக ஆராய்ந்துள்ளார். பல நூறு மில்லியன் ஆண்டுகளுக்கு முன்னர்த்

தென்னமெரிக்கா, ஆப்பிரிக்கா, இந்தியா, ஆஸ்திரேலியா, அண்டார்டிகா ஆகிய கண்டங்களை உள்ளடக்கிய கோண்டுவானா எனும் பெரியதொரு கண்டம் தென் கோளத்தில் இருந்ததாகப் புவி நூலார் கருதுகின்றனர். இந்த நாடுகள் கோண்டுவானா நிலத்தின் பகுதிகளாக மூவாயிரம் ஆண்டுகள் இருந்த பிறகு 150 –180 மில்லியன் ஆண்டு இடைப்பட்ட காலத்தில் கோண்டுவானா நிலம் பிளவுண்டு போயிற்று என்று விஞ்ஞானம் தரும் புள்ளி விவரங்கள் காட்டுகின்றன (அலெக்ஸாந்தர் கோந்த்ரதோவ். 1981).

லெமூரியா கண்ட அழிவை அடியொற்றிக் க.ப. அறவாணன் (1987) எழுதியது தமிழரின் தாயகம் எனும் நூல். இக் கண்டத்தைச் சேர்ந்திருந்ததாகக் கருதப்படும் நாடுகளில் உள்ள பலவேறு ஒற்றுமைக் கூறுகளை மானுடவியல் சான்றுகளோடு விரிவாக ஆராய்ந்து தமிழரின் தாயகம் லெமூரியா கண்டமே என்பதை அவர் நிறுவி உள்ளார். தேவநேயப் பாவாணர் (1967), டி.ஆர். சேசையங்கார் (1993 மொ.பெ) முதலியோரும் இந்த ஆய்வை விரிவுபட நிகழ்த்தி உள்ளனர்.

இனிச் சிந்துவெளி நாகரிகத் தொடர்ச்சியே பண்டைத் தமிழ்ப் பண்பாட்டின் தொடர்ச்சியாகக் காணப்படுகின்றது என்ற கருதுகோளும் உண்டு. சிந்துவெளி அகழ்வாய்வில் கிடைத்த சிதைவுகளில் இருந்து எழுத்து வடிவிற்கு முற்பட்ட பல குறியீடுகள் அறியப்பெற்றன. இக்குறியீடுகளை விரிவாக ஆராய்ச்சி செய்த பி.பி.லால் சிந்துவெளிப் பண்பாட்டில் காணப்படும் எழுத்துகளுக்கும் பெருங்கற்படைக் காலப் பண்பாட்டில் கிடைக்கும் குறியீடுகளுக்கும் இடையே காணப்பெற்ற ஒற்றுமையை ஆராய்ந்துள்ளார். இவர் பெருங்கற்படைக்காலக் குறியீடுகள் 131ஐ 61 வகைகளாகப் பிரித்து அவற்றில் 47 குறியீடுகள் சிந்து வெளிப் பண்பாட்டிலும் பெருங்கற்படைப் பண்பாட்டிலும் காணப்படுவதாகக் கூறியுள்ளார் (கா. ராஜன். 2004). கர்நாடக மாநிலத்தில் காவிரி ஆற்றங்கரையில் அமைந்துள்ள டி. நரசிப்பூர் என்ற இடத்தில் அகழாய்வு செய்த சேஷாத்திரி 186 குறியீடுகளை வெளிக் கொணர்ந்தார். இக்குறியீடுகளை ஆய்வு செய்த சுந்தரா இவை சிந்து சமவெளிப் பண்பாட்டிலிருந்து மத்திய செப்புக் காலப் பண்பாட்டில் ஊடுருவிப் பின்னர்ப் பெருங்கற்காலப் பண்பாட்டிற்குள் ஊடுருவியிருக்க வேண்டும் என்று கருதினார். ஆகச் சிந்து வெளிக் குறியீடுகளே கால நிலையில் வளர்ச்சி பெற்றுச் செப்புக்காலப் பண்பாட்டின் ஊடாகத் தமிழகத்தின் பெருங்கற்காலப் பண்பாட்டை அடைந்தன என்பதையும் இது சிந்துவெளி மக்களின் இடப்பெயர்ச்சியைக் காட்டுகின்றது என்பதையும் அறிய முடிகின்றது (கா. ராஜன். 2004.). கடந்த ஐம்பது

ஆண்டுகளுக்கும் மேலாகத் தமிழகத்தில் வெளிக் கொணரப்பட்ட எண்ணற்ற குறியீடுகளை ஆராய்ந்த எஸ். குருமூர்த்தி இவை சிந்து சமவெளி எழுத்துகளின் வளர்ச்சியே என முடிவுரைத்துள்ளார் (கா. ராஜன். 2004).

சிந்து வெளிப் பண்பாட்டில் கண்டெடுக்கப்பட்ட முத்திரை ஒன்று தொல் முருக வழிபாடாகப் பி.எல். சாமி (1990) அவர்களால் வாசிக்கப் பெற்றுள்ளது. அரச இலைகளுடன் கூடிய ஜாடியும், பூசாரியும், பலி ஆட்டுக்கிடாய் ஒன்றும், சங்க இலக்கியங்களில் அறியப்படும் பிரப்பு எனப்படும் வரைபடம் ஒன்றும் மகளிர் எழுவரும் கூடிய இச்சின்னத்தை வேலன் வெறியாடலாகப் பி.எல். சாமி (1990) விளக்கி உள்ளார். இவ்வழிபாட்டின் தொடர்ச்சியை இக்காலத்து 'சுப்பிரமணிய மோகனம்' 'வசியம்', 'சேட்டம்', 'மாறணம்' முதலிய நாட்டுப்புற மந்திரங்களில் கண்டெடுத்து ஆராயப் பெற்றுள்ளதையும் சுட்டுதல் வேண்டும் (சிலம்பு நா. செல்வராசு. 2001). சிந்து வெளிப் பண்பாட்டின் முருக வழிபாடாகக் கருதப்படும் முத்திரையில் காணப்படும் என்ற குறியீடே நாட்டுப்புற மந்திரங்களில் அட்சரமாக வளர்ச்சி அடைந்துள்ளது என்பதையும் இது சங்க இலக்கியங்களில் 'பிரப்பு' என்று அழைக்கப்பட்டதையும் அறிய முடிகின்றது (பி.எல்.சாமி. 1990). இந்த அட்சர வடிவம் தஞ்சைப் பகுதிகளில் இறந்தோர்க்கான பால்தெளி சடங்கின்போது வரையப்பெற்று அதன்மீது நவதானியத்தையும் பாலையும் தெளிக்கும் சடங்கு நடைபெறுவதை இக்கட்டுரையாளர் கள ஆய்வு மூலம் அறிந்துள்ளார்.

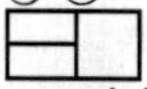

இவ்வாறான ஆய்வுப் போக்குகள் எல்லாம் தொல்தமிழர் வரலாற்றைச் சிந்துவெளிப் பண்பாட்டிலிருந்து தொடங்க வேண்டும் என்பதை வலியுறுத்துவனவாகவே அமைந்துள்ளன.

பகுதி மூன்று

சங்க காலச் சமூகம் பல்வேறு துறைகளில் செழுமை பெற்று விளங்கியதை அவ்விலக்கியங்கள் நன்கு பதிவு செய்துள்ளன. குடும்பம், அரசு, சமயம், வணிகம், அறிவியல், தத்துவம் எனப் பல் நிலைகளில் வளர்ச்சி எய்தியிருந்தது. இவ்வளர்ச்சி திடீரென்று தோன்றியது அன்று. சங்ககாலச் சமூக, பண்பாட்டுக் கட்டமைப்பிற்குக் காரணமாக இருந்தவர்கள் அக்காலத்திற்கு முன்பு வாழ்ந்த மக்களே ஆவர். அவர்கள் பெருங்கற்படைக் காலச் சமூக அமைப்பைச் சேர்ந்தவர்கள் என்று குறிப்பிடுகின்றார் கா. ராஜன் (2004). இது பற்றிய சில செய்திகளை இங்குக் கூறுவது தேவையானதாகும்.

திராவிடப் பண்பாட்டின் முக்கிய கூறாகிய 'இறந்தவர்களைப் புதைத்து வழிபடுகின்ற வழக்கம்' பின்னாளில் பெருங்கற்படைச் சின்னங்கள் உருவாவதற்கு வழிகோலிற்று. நீத்தோர் நினைவாகப் பெரிய கற்களைக் கொண்டு உருவாக்கப்பட்ட நினைவுச் சின்னங்கள் விந்திய மலைக்குத் தெற்கே இந்தியாவின் தீபகற்பப் பகுதியில் நிறைந்து காணப்படுகின்றன. பெருங்கற்களைக் கொண்டு நினைவுச் சின்னங்கள் உருவாக்கப் பெற்றதால் இதனைப் பெருங்கற்படைக் காலம் எனத் தொல்லியலார் அழைக்கின்றனர். இப்பெருங்கற்படைக்காலம் தமிழகத்தில் கி.மு. ஆயிரம் முதல் கி.பி. 100வரை நிலைத்திருந்துள்ளது. இந்தப் பண்பாட்டுக் காலங்களுக்குரிய சில கூறுகள் சங்க இலக்கியங்களில் விரவிக் கிடப்பதால் இதன் இறுதிக் காலம் சங்க காலத்தோடு தொடர்புடையதாய்க் காணப்படுகின்றது. பெருங்கற்படைக் காலத்தின் பண்பாட்டுக் கூறான இறந்தோரை அடக்கம் செய்யும் பரல் உயர் பதுக்கைகள் தகடூர் நாடு, தொண்டை நாட்டின் மேற்குப் பகுதி, கொங்கு நாடு, பாண்டிய நாட்டின் மேற்குப் பகுதி முதலியவற்றில் மிகுதியாகக் காணப்படுகின்றன.

பெருங்கற்படைச் சின்னங்கள் பாறைகள் நிரம்பிய குறிஞ்சி முல்லைப் பகுதிகளுக்கு உரியனவாக இருக்கும்போது மருத நிலத்திற்குரியனவாக முதுமக்கள் தாழிகள் விளங்குகின்றன. இத்தாழிகள் மிகுதியும் காவிரி, தென்பெண்ணை, வைகை, தாமிரபரணி முதலிய பகுதிகளில் காணப்படுகின்றன. இவற்றையும் அறிஞர்கள் பெருங்கற் படைக் காலத்தனவாக உறுதிப்படுத்தி யுள்ளனர். இத்தகு தாழிகளிலிருந்தும் பதுக்கைகளிலிருந்தும் கறுப்பு சிவப்பு மண்பாண்டங்கள், இரும்பு ஆயுதங்கள் எனப் பல கிடைத்துள்ளன. பதிற்றுப்பத்தில் குறிப்பிடப்படுகின்ற கொடுமணம் என்ற சங்க கால ஊரில் நடத்தப்பட்ட அகழாய்வில் இருநூற்றுக்கும் மேற்பட்ட எழுத்துப் பொறிப்புக் கொண்ட பானை ஓடுகளும் வெள்ளி முத்திரை நாணயங்களும், இரும்பு, எஃகு செய்வதற்கான உலைக்கலங்களும், இரும்பு ஆயுதங்களும், வைடூரியம், சூதுபவளம், நீலக்கல், பச்சைக்கல் முதலிய அரிய மணிகளும் என ஏராளமான பொருள்கள் வெளிக் கொணரப்பட்டன. பெருங்கற்படைச் சின்னங்களைப் பற்றிய ஆய்வு 1872இல் தொடங்கப்பட்டது. கொடுமணல், மயிலாடும்பாறை, தாண்டிக்குடி, ஆதிச்சநல்லூர், கொற்கை, மாங்குடி, தேரிருவேலி, கல்லுப்பட்டி, அப்புக்கல், பையம்பள்ளி முதலான பல்வேறு இடங்களில் ஆகழாய்வும் ஆய்வும் செய்யப் பெற்றுள்ளதை அறிய முடிகின்றது. சுமார் 10 முதல் 15 டன் எடை கொண்ட கற்களைக் கொண்டு இப்பெரும்படைச் சின்னங்கள் உருவாக்கப்பட்டுள்ளன. இதனை ஆராயும்போது

இது தனிமனிதரால் உருவாக்கப்படவில்லை என்பதும் ஒரு சமுதாயமே முழுமையாகத் தம்மை ஈடுபடுத்திக் கொண்டிருக்க வேண்டும் என்பதும் புலனாகின்றன.

பெருங்கற்படைப் பண்பாட்டின் ஓர் அங்கமான பதுக்கை களின் வளர்ச்சியை நான்கு கட்டமாகக் கண்டறிந்துள்ளனர் (கா. ராஜன். 2004) அவை வருமாறு:

1. 'வில் இட வீழ்ந்தோர் பதுக்கை' (அகம். 157) 'அஞ்சுவரு பதுக்கை' (அகம். 215) 'மயிர்த் தலைப் பதுக்கை' (அகம். 231) முதலிய சங்கத் தொடர்கள் குறிப்பிடும் பதுக்கைகள் இறந்த வீரர்களுக்கு எழுப்பப்பட்ட பதுக்கைகளைக் குறிப்பிடுகின்றன. இத்தகைய பதுக்கைகள் நிலத்திற்கடியில் அமைக்கப்பட்டுள்ளன. அகழாய்வு மூலம் இவை வெளிக் கொணரப் பட்டுள்ளன. இத்தகு பதுக்கைகளின் காலம் கி.மு. மூன்றாம் நூற்றாண்டிற்கும் முந்தையது என வரையறுக்கப் படுகின்றது.
2. இரண்டாம் நிலையில் பெருங்கற்படைச் சின்னமான கற்பதுக்கையைச் சுற்றி நெடுங்கற்கள் நடப்பட்டன. இவை பெரும்பாலும் ஆநிரைக் கோடல் பூசலில் இறந்தோருக்காக எழுப்பப் பட்டவை. இதனைப் "பரலுடை மருங்கின் பதுக்கை சேர்த்தி . . . பெயர் பொறித்து இனி நட்டனரே கல்லும்" (புறம். 264) என்பன போலும் பாடல்கள் பதிவு செய்துள்ளதை அறிய முடியும். இத்தகைய சின்னங்கள் கி.மு. 3–1 இடைப்பட்ட காலத்தைச் சேர்ந்தனவாகக் கருதப்படுகின்றன.
3. மூன்றாம் நிலையில் பெருங்கற்படைச் சின்னத்தின் முதன்மைக் கூறாக விளங்கிய கற்பதுக்கைகளைத் தவிர்த்து அப்பண்பாட்டின் இறுதிக் கூறாகிய நெடுங்கல்லை மட்டும் ஆநிரைப் பூசலில் மாண்ட மறவர்களுக்கு எழுப்பியுள்ளனர். "நட்டபோலும் நெடுங் கல்" எனும் சங்கத் தொடர்கள் (அகம். 269) இவற்றையே குறிப்பிட்டிருக்க வேண்டும். இவை கி.பி.1, 2ஆம் நூற்றாண்டைச் சார்ந்தவையாக இருக்கலாம்.
4. நான்காம் நிலையில் இந்த நெடுங்கற்கள் அளவில் சிறுத்து நடுகற்களாக மாற்றம் அடைந்ததைக் குறிப்பிட வேண்டும். இது கி.பி. 2, 3ஆம் நூற்றாண்டுகளில் மாறி இருக்க வேண்டும். 'எழுத்துடை நடுகல்' (அகம்.53) 'நடுகல் ஆயினன்' (புறம்.221) போன்ற சங்கத் தொடர்கள் இதனை மெய்ப்பிக்கும். பெருங்கற்படைப் பண்பாட்டில் இறந்தோரை வழிபடும் கூறுகள் சங்க இலக்கியங்களில் விரிவாகப் பதிவுசெய்யப்பட்டுள்ளன.

1. பதுக்கைகள் பற்றிய குறிப்புகளைத் தரும் சங்கத் தொடர்கள்: அகநானூறு: 91:10; 109:7,8; 151:12; 157:5; 215:10; 231:6; புறநானூறு: 3:21; நற்றிணை: 352:8; குறுந்தொகை: 372:5; ஐங்குறுநூறு: 362:1.

2. பதுக்கைகளோடு கூடிய நெடுநிலைக் கற்களைக் கொண்ட ஈம இடங்களைக் குறிப்பிடும் தொடர்கள்: அகநானூறு: 67:9, 15; 35:8, 9; 289: 2, 3; புறநானூறு: 264;13.

3. நெடுநிலைக் கற்கள்: ஓவியத்துடன் கூடிய நெடுநிலைக் கற்கள் பற்றிய குறிப்புகளைத் தரும் தொடர்கள்: அகநானூறு: 53:10,11; 269:6,7; 297:7,8; 343:5,7; 365:4,5; 387:14. புறநானூறு: 261:15.

4. நெடுநிலைக்கற்கள் அல்லது நடுகற்கள் பற்றிய குறிப்புகளைத் தரும் தொடர்கள்: புறநானூறு: 221:13; 223:3; 232:3; 306:4; 314:3; 329:2 மலைபடு கடாஅம். 388

சங்க இலக்கியங்களில் காணப்படுகின்ற இக்குறிப்புகளைக் கொண்டு சங்க இலக்கியங்கள் முழுமையுமே பெருங்கற்படைக் கால இலக்கியங்களாகக் கொள்ளமுடியாது. பெருங்கற்படைக் காலப் பண்பாட்டின் எச்சங்களாகவே இவற்றைக் கொள்ளுதல் வேண்டும் என்பர் (கா. ராஜன். 2004).

அகழாய்வு மூலம் வெளிக் கொணரப்பட்ட தரவுகளிலிருந்து தொல் எழுத்து வடிவங்கள் பற்றிய செய்திகளும் கிடைத்துள்ளன. இந்தியாவில் இதுவரை கிடைத்துள்ள வரிவடிவங்களில் காலத்தால் முந்தியவை சிந்துவெளி எழுத்துகள் ஆகும். இதற்கு அடுத்த நிலையில் கிடைப்பவை "குறியீடுகள்" ஆகும். இவற்றையடுத்து இந்தியாவில் புழக்கத்தில் இருந்த வரிவடிவம் பிராமி ஆகும். இந்த வரிவடிவத்திலிருந்தே அனைத்து வரிவடிவங்களும் தோன்றியமைக்கான சான்றுகள் கிடைப்பதால் இது தாய் வரிவடிவம் என்றழைக்கப்படுகின்றது. ஆனால் இப்பிராமி வரிவடிவம் எதிலிருந்து தோன்றியது என்பதற்கான ஆய்வு இன்னும் முற்றுப்பெறாத நிலையிலேயே உள்ளது.

இரண்டாம் நிலையில் கிடைக்கும் குறியீடுகளுக்கும் சிந்துவெளி எழுத்துக்களுக்கும் இடையே ஒற்றுமைகள் காணப்படுவதால் இக்குறியீடுகள் சிந்துவெளி எழுத்துக்களின் வளர்ச்சியே என்றும் இக்குறியீடுகளே பின்னர்ப் 'பிராமி' வரிவடிவமாக உருவாகின என்றும் அண்மைக்காலங்களில் கருதுகோள்கள் முன்வைக்கப்பெற்றுள்ளன. இதன் தொடர்ச்சி யாகச் சிந்துவெளி எழுத்துகளுக்கும் பெருங் கற்படைப் பண்பாட்டுக் குறியீடுகளுக்குமான ஒற்றுமைகள் ஆராயப் பெற்றன. இதன் முடிவுகளாகக் கா. ராஜன் (2004) கூறுவது வருமாறு:

கி.மு. ஆயிரம் ஆண்டுகளுக்கு முன்பு தமிழகத்தின் தென் பகுதியில் வாழ்ந்த மக்கள் நுண்கருவிகளைப் பயன்படுத்தும் பண்பாட்டிலும் வடபகுதியில் வாழ்ந்த மக்கள் புதிய கற்காலத்திலும் வாழ்ந்துள்ளனர். இவ்விரு பண்பாடுகளும் இரும்பின் பயன்பாடு காரணமாகக் கி.மு. ஆயிரம் வாக்கில் தமிழகத்தில் ஒரு மிகப்பெரிய பண்பாட்டுப் புரட்சிக்கு வித்திட்டன. இரும்புடன் கருப்பு, சிவப்புப் பானை ஓடுகளும் பெருங்கற்படைச் சின்னங்களும் முதுமக்கள் தாழிகளும் தமிழகத்தில் தோன்றிப் பன்முகப் பண்பாட்டு வளர்ச்சிக்கு வித்திட்டன. இப்பண்பாட்டு எச்சங்களாகக் கிடைக்கும் பானை ஓடுகளின் குறியீடுகளில் இருந்து அக்காலத் தமிழ் மக்கள் சுமார் கி.மு. ஆயிரம் ஆண்டு வாக்கிலேயே வரிவடிவத்தைத் தமது கருத்துப் பரிமாற்றத்திற்குப் பயன்படுத்தினர் எனலாம். இம்மக்களே தொழில் நுட்பம் பெருகவும் வாணிபம் செழிக்கவும் எழுத்தறிவு எழவும் அதன்மூலம் சங்க இலக்கியங்கள் உருவாகவும் வித்திட்டவர்கள் எனலாம்.

இம்மக்களின் வழக்காற்றிலிருந்த குறியீட்டு வடிவத்தை அடுத்துத் தோன்றியதே தமிழ்ப்பிராமி வடிவம் என்பதையும் தமிழகத்தில் கிடைக்கும் பழந்தமிழ் வரிவடிவங்களான தமிழ்ப் பிராமிக் கல்வெட்டுக்கள் அசோகர் காலத்திற்கும் முற்பட்டவை என்பதையும் பண்டைய தமிழ்ப்பிராமி வரிவடிவங்களை இன்றைய தரவுகளின் அடிப்படையில் கி.மு. 4ஆம் நூற்றாண்டிற்கும் முன் எடுத்துச்செல்லலாம் எனவும் கா. ராஜன் (2004) விரிவாக ஆராய்ந்து உரைத்துள்ளார்.

இதுகாறும் கூறப்பெற்ற அகழாய்வு பற்றிய செய்திகள், சங்க காலத்திற்கும் முன்பு ஆயிரம் ஆண்டுகள் காலப்பரப்பில் தமிழகத்தில் வாழ்ந்த மக்கள் பற்றிய பண்பாட்டை விவரிப்பனவாக அமைந்துள்ளன. இம்மக்கள் வழக்கிலிருந்தே குறியீட்டு வடிவ எழுத்துகளும் பின்பு தமிழ்ப்பிராமி எழுத்துகளும் உருப்பெற்றன என்பதையும் அறியமுடிகின்றது.

பகுதி நான்கு

தொல்லியல் அகழாய்வுகள் கி.மு. 1000 ஆண்டு வாக்கிலேயே தலை சிறந்த பண்பாட்டைத் தமிழ்ச்சமூகம் பெற்றிருந்தது என்பதையும் அப்பண்பாடே சங்கப் பண்பாட்டிற்கு அடிப்படையாக இருந்திருக்க வேண்டும் என்பதையும் விளக்கியுள்ளன. ஆயின் கி.மு. ஆயிரம் ஆண்டில் வாழ்ந்த மக்களின் பண்பாட்டை அறிய மேலும் சில தரவுகள் தேவைப்படுகின்றன. ஏடறியா

வரலாற்றுக் காலத்துச் சமூகம் இப்படித்தான் இருந்திருக்க வேண்டும் என்ற மீட்டுருவாக்கங்கள் சமூக மானுடவியல் துறைகளில் நிகழ்ந்துள்ளன. இந்த மீட்டுருவாக்கங்கள் தரும் கோட்பாடுகள், எல்லாச் சமூகத்திற்கும் முற்றும் பொருந்துபவை என்று கூறிவிட முடியாது. ஆனால் முற்றும் பொருத்தமற்றவை என்று புறக்கணித்துவிடவும் முடியாது. எங்கெல்ஸ்(1884) எழுதிய ‘குடும்பம் தனிச்சொத்து அரசு ஆகியவற்றின் தோற்றம்’ எனும் நூல் தொல் சமூக மீட்டுருவாக்கத்தில் குறிப்பிடத் தகுந்த நூல் ஆகும். இந்நூல்தரும் பரிணாமவியற் கோட்பாடுகளின் பெரும்பகுதி, சங்க இலக்கிய ஆய்வுகளுக்குப் பொருந்தி இருப்பதை இக்கட்டுரையின் பிற்பகுதியைப் படிப்போர் உணரமுடியும். தொல் சமூகம் பற்றி எங்கெல்ஸ் (1884) தரும் தகவல்கள் வருமாறு:

வெப்பமண்டல, அல்லது அரைவெப்ப மண்டலக் காடுகளில் தான் ஆதிமனிதன் வசித்து வந்துள்ளான். பெரும்பகுதி அவன் மரங்களில் குடியிருந்திருக்க வேண்டும். விலங்குகளுக்கு நடுவே அவன் வாழ்ந்து வந்துள்ளதை இது விளக்குகிறது. பழங்கள், கொட்டைகள், கிழங்குகள் முதலியன அவனுக்கு உணவாயின. ஓசைச் சீருள்ள பேச்சு அமைந்ததே இந்தக் கட்டத்தின் முதன்மையான சாதனையாகும்.

மனிதனின் அடுத்த பரிணாமம் உணவுக்காக மீன்களையும் நெருப்பையும் பயன்கொள்வதிலிருந்து தொடங்குகிறது. இந்தப் புதிய உணவுமுறை மனிதனைத் தட்பவெட்ப நிலையிலிருந்தும் குறிப்பிட்ட ஒரு வட்டாரத்திலிருந்தும் விடுதலை செய்தது. மனிதன் ஆறுகளையும் கடற்கரை ஓரங்களையும் பின்பற்றி உலக நிலப்பரப்பின் பெரும்பகுதியில் பரவிப்படர முடிந்தது. தொடக்கக் கற்காலத்தைச் சேர்ந்த கரடுமுரடான, பட்டை தீட்டப்படாத கருவிகள் இக்காலக் கட்டத்திற்குரியன. மனிதன் புதிதாகக் குடியேறிய பகுதிகளும் இடைவிடாத செயல் வேட்கையும் தீ உண்டாக்கும் திறமையும் புதிய உணவுப் பொருள்கள் கிடைக்க வழிகோலின. மாவு தரத்தக்க கிழங்குகளை வேக வைக்கும் முறை வழக்கில் இருந்தது. குண்டாந்தடி, ஈட்டி முதலிய ஆயுதங்கள் உருவாக்கப்பட்டன. இறைச்சியும் அவ்வப்போது உணவுடன் சேர்த்துக்கொள்ளப்பெற்றன. இந்தக் கட்டத்தில் வேட்டைத் தொழில் முதன்மையான தொழிலாக உருவாக்கப்படவில்லை. உணவுப் பொருள்களுக்குரிய மூலாதாரங்கள் தொடர்ச்சியாகக் கிடைக்காதபோது மனித இறைச்சியை உண்ணும் முறை உண்டாகி இருக்கவேண்டும்.

மனிதனின் அடுத்த பரிணாமம் வில்லும் அம்பும் கண்டு பிடிக்கப்பட்டதிலிருந்து தொடங்குகிறது. இதனால் காட்டு

விலங்கின் இறைச்சி அன்றாட உணவாயிற்று; வேட்டையாடுதலும் இயல்பாயிற்று. வில், நாண், அம்பு ஆகியவற்றை உருவாக்க நீண்ட அனுபவமும் கூர்மையான மதிநுட்பமும் இருந்திருக்க வேண்டும். அதன் விளைவாகப் பல இதரப் புதுப் படைப்புகளையும் அறிந்திருக்க வேண்டும். மரத்தால் செய்த கலயங்கள், நாரிலிருந்து கையால் நெய்த துணிகள், நார் அல்லது நாணல் கொண்டு முடைந்த கூடைகள், பட்டை தீட்டப்பட்ட கற்கருவிகள் ஆகிய வாழ்க்கைத் தேவைகளை உற்பத்தி செய்வதில் தேர்ச்சி பெற்றிருந்ததை அறியமுடிகின்றது. இதுவரை கூறப்பட்ட வாழ்க்கைப் பரிணாமங்களைக் காட்டுமிராண்டி நிலை எனச் சமூகவியலார் குறிப்பிடுகின்றனர்.

இதற்கு அடுத்த பரிணாமம் அநாகரிக நிலையிலிருந்து தொடங்குகிறது. இதன் தொடக்கத்தை மட்பாண்டங்கள் பயன்படுத்தத் தொடங்கிய காலமாக அறுதியிட்டுள்ளனர். கூடைகளும் மரப்பாத்திரங்களும் நெருப்பினால் எரிந்துவிடாமல் இருப்பதற்காக அவற்றின் மீது களிமண்ணைப் பூசியதிலிருந்து இந்தக் கலை தோன்றியது. களிமண்ணைப் பூசப்போய் உள்ளே பாத்திரம் இல்லாமல் உருவமைந்த களிமண்ணே பாத்திரமாகப் பயன்படக் கூடும் என்பது விரைவில் கண்டுபிடிக்கப்பட்டது. பரிணாம வளர்ச்சியில் இந்த முனைவரை ஒரு திட்டவட்டமான காலப் பகுதிக்குப் பிரதேச வித்தியாசம் எதுவுமின்றி எல்லா மக்களினங்களுக்கும் பொதுவாகச் செல்லத்தக்கது எனக் கருதமுடியும். இந்தச் சமூக அமைப்பில் மிருகங்களைப் பழக்குதல், வளர்த்தல், பயிரிடுதல் ஆகியன சிறப்பான இடத்தைப்பெற்றிருந்தன. கிழக்குக் கோளார்த்தத்தில் பாலும் இறைச்சியும் தரக்கூடிய விலங்குகளைப் பழக்குவதிலிருந்து அநாகரிக நிலையின் இடைக்கட்டம் தொடங்குகின்றது. கால்நடைகளைப் பழக்கி வளர்த்தல், பெரிய மந்தைகளைத் திரட்டி அமைத்தல் இந்நிலையின் முக்கிய கட்டங்கள் ஆகும். கால்நடை மந்தைகளை அமைத்தல் வசதியுள்ள இடங்களில் மேய்ச்சல் வாழ்க்கைக்கு இட்டுச் சென்றது. கால்நடைகளுக்குத் தீவனம் அளிக்க வேண்டிய அவசியத்தை முன்னிட்டுதான் தானியச்சாகுபடி அறிமுகப்படுத்தப்பட்டது. பின்புதான் அதுவும் மனிதனுக்கு முதன்மைமிக்க உணவாயிற்று. இந்தக் கட்டத்தில் மனித இறைச்சியைத் தின்னும் பழக்கம் படிப்படியாகக் குறைந்து விட்டது. அது ஒரு மதச்சடங்காகவோ அல்லது மாந்திரீக முறையாகவோ எஞ்சி நின்றது.

இதற்கு அடுத்த நிலை இரும்புக் கனிமம் உருக்கப்படுவதிலிருந்து தொடங்குகின்றது. எழுத்துக்களைக் கண்டுபிடித்தல் இலக்கிய ஆவணங்களுக்கு அவற்றைப் பயன்படுத்துதல் ஆகியவற்றின்

மூலம் இந்தக் கட்டம் நாகரிக நிலையை நோக்கி முன்னேறியது. மாடுகள் இழுத்துச் செல்லும் இரும்புக் கலப்பைக் கொழுவை இக்கட்டத்தில் காண முடிகின்றது. இது பரந்த அளவில் நிலத்தை உழுது பண்படுத்துவதைச் சாத்தியமாக்கிற்று. இது தொடர்பாகக் காடுகள் வெட்டித் திருத்தி வயல்களாகவும் மேய்ச்சல் நிலங்களாகவும் மாற்றப்படுவதை அறியமுடிகின்றது. இரும்புக்கோடாரியும் மண்வெட்டியும் இல்லாமல் விரிந்த அளவில் இதனைச் செய்திருக்க முடியாது. உற்பத்தியின் பெருக்கம், தொழில்நுட்பம், கலை, இலக்கிய, மொழி, பண்பாட்டு நிலைகளில் பெரும் மாற்றங்களைச் செய்திருக்க வேண்டும். இவ்வாறாக மனிதன் நாகரிக வாயிலில் நுழைந்தான் என்று எங்கெல்ஸ் (1884) மார்கனை மேற்கோள் காட்டி விளக்கி இருக்கிறார்.

இவ்வாறான மனித பரிணாம வளர்ச்சியின் சில கூறுகளைச் சங்க இலக்கியங்கள் எச்சங்களாகக் கொண்டு விளங்குவதை அறியமுடிகின்றது. அது பற்றிய சில தரவுகளை இங்கே குறிப்பிடலாம்:

சங்க இலக்கியங்கள் தமிழர் புராதன சமூகத்தின் எச்சங்களாகச் சிலவற்றைப் பதிவுசெய்திருக்கின்றன. வரலாற்றுக்கும் முற்பட்ட உணவு சேகரிப்பு நிலையையும், வேட்டை வாழ்க்கை நிலையையும், கால்நடை வளர்ப்பு நிலையையும் சங்க இலக்கியங்கள் பலவாறாக விளக்குகின்றன. உணவுசேகரிப்பு, வேட்டை வாழ்க்கை நிலையைக் குறிஞ்சித் திணைப்பாடல்கள் பதிவு செய்திருக்கின்றன. இச்சமூக அமைப்பின் திணை வாழ் மக்களைக் குறவர் என்றும் வேட்டுவர் என்றும் அவை குறிப்பிடுகின்றன. மலையும், காடும் சார்ந்த நில அமைப்பைக் குறிஞ்சிப்பாடல்கள் விவரிப்பதை அறிய முடியும். குறவர் தேன் எடுக்கும் நிகழ்ச்சியை இயற்கை வருணனையாகப் பல பாடல்கள் விளக்கியுள்ளன (நற். 292; கலி. 39) மலை உச்சியிலும் உயர்ந்த மரங்களின் கொம்புகளிலும் உள்ள தேனையும், நிலத்தில் விளைந்து கிடக்கும் கிழங்குகளையும் தோண்டியெடுத்து அவற்றை நெய்தல் நிலமக்களிடம் தந்து பதிலியாக மீனையும் மதுவையும் பெற்று மகிழ்ந்துள்ளனர் (பொரு. 214,215). வேங்கை மரத்தின் உச்சிக் கிளையில் உள்ள தேனைக் குறச்சிறுவர்கள் எடுத்துண்ட நிகழ்வுகளும் பரவலாகப் பதிவாகியுள்ளன (நற். 168). கலித்தொகைப் பாடல் ஒன்று (39) உணவுச் சேகரிப்புச் சமூக அமைப்பின் தொன்மம் ஒன்றைப் பதிவு செய்திருக்கிறது.

சிறுகுடியீரே சிறுகுடியீரே
வள்ளி கீழ்வீழா வரைமிசைத் தேன்தொடா
கொல்லை குரல் வாங்கி ஈனா மலைவாழ்நர்
அல்ல புரிந்து ஒழுகலான்

மலையில் வாழும் மக்கள் அல்லனவற்றைச் செய்து வாழ்ந்தால் வள்ளிக்கிழங்குகள் விளையாமல் போகும். அதுபோலவே மலையின் உச்சியில் தேனீக்கள் தேன்கூடு கட்டாமல் போகும் என்பது இப்பாடலின் நம்பிக்கையை வெளிப்படுத்தும் பொருளாகும். தீமைக்கும் சேகரிக்கப்பெறும் உணவுப்பொருள் கிடைக்காமைக்கும் ஆன உறவு விவரிக்கப் பெற்றுள்ளது. மறுபக்கமாக அச்சமூகத்தின் உயிர் நாடியாக உச்சநிலையில் கிழங்கும் தேனும் இருந்தமையை உணரமுடிகின்றது. எனவேதான் உயர் நன்மைக்கும் இப்பொருள்களின் விளைச்சலுக்குமான நம்பிக்கைத் தொடர்புகள் அச்சமூகத்தில் உருவாக்கப்பட்டிருந்தன.

தேன் மட்டுமின்றிப் பல்வேறு கிழங்குகளும் உணவாகப் பயன்பட்டுள்ளதை அறிய முடிகின்றது. பாரிவள்ளல் வாழ்ந்த பறம்பு மலையில் உழவர் உழாது விளையும் நான்கு பொருள்களில் ஒன்றாக வள்ளிக்கிழங்கு குறிப்பிடப்பட்டுள்ளது (புறம். 109). உழவர் உழாது விளையும் பொருள் என்பது இயற்கையாக விளையும் பொருளைக் குறிக்கும். பன்றியானது மண்ணைக் கிண்டிக் கிளைத்த பள்ளங்களில் மகளிர் மீண்டும் கிளைத்து ஆமையின் முட்டையையும் ஆம்பல் கிழங்கினையும் உணவிற்காகச் சேகரித்து உள்ளனர் (புறம். 176). மன்னன் இரும்பொறையை வாழ்த்தும் புலவர், “பழங்களும் கிழங்குகளும் உண்ண உண்ண அறாது எக்காலத்திலும் விளையும்படி வாழ்வாயாக” என்று வாழ்த்தி உள்ளார் (பதி. 89). வள்ளல்களை நாடிச் செல்லும் பாணர்கள் இடைவழியில் பலா, இளநீர், வாழை, பனைநுங்கு, சேம்புக் கிழங்கு முதலியவற்றை உண்டனர் (பெரு. 355–362). நன்னனைக் காணச் செல்லும் பாணர்களுக்கு வேடர் தசைகளையும் கிழங்குகளையும் தந்து விருந்தோம்பியுள்ளனர் (மலை. 422 –426). மலைக் குன்றிடத்தே குழியைத் தோண்டும் வேட்டுவன் கிழங்கோடு நல்ல மணிகளையும் பெற்றுள்ளதைப் பாடல்கள் விவரிக்கின்றன. கானவர் கிழங்கு வேண்டி அகழ்ந்த குழிகளைச் சங்கஇலக்கியங்களில் (ஐங். 208, 270) பரவலாகக் காணமுடியும்.

இதுகாறும் கூறப் பெற்ற செய்திகள் யாவும் உணவு சேகரிப்பு நிலையின் எச்சங்களாகக் கொள்ளத்தக்கவை. இச் செய்திகள் குறிஞ்சித் திணைப் பின்புலத்தில் குறவர், வேடர் வாழ்வியல் நிகழ்வுகளாக அமைந்துள்ளதையும் மிக மிகக் கவனத்தில் கொள்ளுதல் வேண்டும்.

உணவு சேகரிப்பு நிலைச் சமூகத்தில் வில்லும் அம்பும் கண்டுபிடிக்கப்பட்டமை வேட்டை வாழ்க்கைக்கு வழிகோலிற்று. வேட்டை வாழ்க்கை நிலை பற்றியும் வேட்டையாடப்பெற்ற விலங்கின் இறைச்சி உணவு பற்றியும் சங்க இலக்கியங்கள் ஏராளமான தரவுகளைப் பதிவு செய்து உள்ளன.

கானவன் அம்பு எய்து கொன்ற முள்ளம் பன்றியின் இறைச்சியை வெட்டி எடுத்து அவன் மனைவி கொடிச்சி, சிறுகுடியில் வாழ்வோர் அனைவருக்கும் பங்கிட்டுக் கொடுத்த காட்சியை நற்றிணைப் பாடல் ஒன்று (85) விவரித்துள்ளது. இதே தொகுப்பின் 336ஆம் பாடல் கணவன் பன்றி ஏற்றையை வில்லினால் வேட்டையாடிக் கொண்டுவர அவன் மனைவி அதன் தசைகளை அறுத்துத் தன் குடியில் உள்ளோர்க்குக் கொடுத்துள்ளதைக் குறிப்பிடுகின்றது. வேட்டுவன் மானை வேட்டையாடி அதன் தசையைக் கொண்டு வந்து தர உழவர் மகளிர் அதற்குப் பதிலியாக வெண்ணெல்லைக் கொடுத்துள்ளனர் (புறம். 33). மறவர் அம்பு எய்து வேட்டையாடிய பன்றியின் இறைச்சியைச் சுரம் வழி வருவோர் பனை ஓலைக் குடையிலே பெற்று உண்டுள்ளதைப் புறப்பாடல் ஒன்று விவரித்துள்ளது (புறம். 177). கொலை செய்யும் வில்லினை உடைய வேட்டுவர் சிவந்த கோட்டினை உடைய ஆமான் ஊனினையும் யானையின் தந்தத்தையும் கொடுத்துக் கள்ளுண்டு களித்துள்ளனர் (பதி. 30). மான் கூட்டங்களை வேட்டையாடித் தமையர் கொணர்ந்த தசைகளை உண்ணும் பொருட்டுப் பறவைகள் விரும்பி வர, அவற்றை அவர்தம் சகோதரியரான எயிற்றியர் விரட்டி ஊனினைக் காவல் செய்துள்ளனர் (ஐங். 365). இவ்வாறாக வேட்டை வாழ்க்கை நிலை பற்றிய ஏராளமான செய்திகளைச் சங்க இலக்கியங்கள் பதிவு செய்துள்ளதையும் அறிய முடிகின்றது.

இதுகாறும் கூறப்பெற்ற செய்திகளில் இருந்து பெறப்படும் பின்வரும் கருத்துகள் கவனத்திற்குரியன. அவை வருமாறு:

1. இதுகாறும் கூறப்பெற்ற செய்திகள் உணவு சேகரிப்பு நிலைச் சமூக அமைப்பையும், வேட்டைச் சமூக அமைப்பையும் பிரதிபலிப்பனவாக அமைந்துள்ளன.

2. இச்சமூக அமைப்பு, மலை, காடு சார்ந்த இடங்களில் அமைவு பெற்றிருந்ததை அறிய முடிகின்றது.

3. வேட்டைச் சமூக அமைப்பை வெளிப்படுத்தும் செய்திகளில் வில், நாண், அம்பு ஆகிய கருவிகள் இடம் பெற்றிருப்பதையும் கவனத்தில் கொள்ளுதல் வேண்டும்.

4. இத்திணைவாழ் மக்களை வேட்டுவர், கானவர், குறவர் எனும் பெயர் கொண்டு பாடல்களில் குறிப்பிட்டுள்ளனர்.

5. எங்கெல்ஸ் குறிப்பிடும் சமூக பரிணாம வளர்ச்சிக் கருத்துக்களோடு மேற்கூறிய வாழ்க்கை முறை ஒத்து விளங்குவதை உணர முடிகின்றது.

6. எனவே, தமிழரின் புராதன சமூகம், உணவு சேகரிப்பு, வேட்டை நிலையை அடிப்படையாகக் கொண்டு, மலை அடிவாரங்களிலும், காடுகளிலும் அமைக்கப்பெற்ற சமூகமாக இருந்துள்ளதை அறிதல் வேண்டும். இச்சமூக அமைப்பே பின்னாளில் குறிஞ்சிச் சமூகமாகவும் குறிஞ்சித் திணையாகவும் பெயர் பெற்று இலக்கிய மரபாக நிலை கொண்டிருக்க வேண்டும் என்ற கருது கோளை இங்கே முன் வைக்க முடியும்.

உணவு சேகரிப்பு, வேட்டைச் சமூக அமைப்பை மேலும் விளங்கிக் கொள்ளத் தமிழகத்தில் வாழும் ஒரு சில பழங்குடியினர் வழக்காறுகள் துணை செய்கின்றன (இரா. முருகன். 2003).

அந்தமானில் வாழும் ஓங்கி பழங்குடியினரின் முதன்மை யான தொழில் வேட்டையாடுதல் ஆகும். வேட்டைக்கு நாய்களைத் துணை கொள்கின்றனர். காட்டுப் பன்றியை விரும்பி வேட்டையாடுகின்றனர். பழங்கள், தேன், கிழங்கு போன்றவற்றைக் காட்டிலிருந்து பெறுகின்றனர். உணவு சேகரிக்கும் பழங்குடியினரான மலசர்கள் தேன் எடுத்தல், காட்டுப் பொருட்களைச் சேகரித்தல், பன்றி, மான், உடும்பு, அணில் ஆகிவற்றை வேட்டையாடுதல் செய்கின்றனர். வேட்டைத் தொழிலை முதன்மையாகக் கொண்ட காடர் பழங்குடியினர் ஏலக்காய், தேன், தேன்மெழுகு, கூந்தற்பனை, நெல்லிக்காய், கடுக்காய் ஆகியவற்றைச் சேகரித்துச் சமவெளி மக்களிடம் விற்கின்றனர். காடுகளை ஒட்டியே வாழ்க்கை நடத்தும் இருளர்கள் வேட்டையைத் தொழிலாகக் கொண்டுள்ளனர். இவர்கள் கூட்டமாக வேட்டைக்குச் செல்வதைக் ‘கலப்பை வேட்டை’ என்றழைக்கின்றனர்.

புராதன தமிழ்ச் சமூகத்தின் கூறுகள் இன்றளவும் நிலவி வருவதற்கு மேற்கூறிய தரவுகள் எடுத்துக்காட்டுகள் ஆகின்றன. ஆக ஒரு சமூக அமைப்பு அதற்கு அடுத்த நிலையில் பரிணாமம் அடைகிறபோது முந்தைய சமூக அமைப்பு முற்றும் அழிந்து விடுவதோ அல்லது மாறிவிடுவதோ இல்லை. புதிய அமைப்போடு பழைய அமைப்பும் ஏதேனும் ஒரு விதத்தில் உடன் வருவதாகவே கொள்ளுதல் வேண்டும்.

உணவு சேகரிப்பு, வேட்டை நிலையை அடுத்த பரிணாம மாகக் கால்நடை வளர்ப்பு நிலையை எங்கெல்ஸ் (1884) விளக்கி உள்ளார். இக்கால்நடை வளர்ப்புச் சமூகமே ‘ஆநிரை உடைமைச் சமூகமாகச்’ சங்க இலக்கியங்களில் பதிவாகி இருப்பதை அறிய முடிகின்றது.

ஆநிரைகளைக் கவர்ந்து செல்லும் நிகழ்ச்சிகளைத் தொல்காப்பியம் வெட்சித்திணையாக விவரித்துள்ளது. எனவே, தொல்காப்பியருக்கும் முன்னரே ஆநிரை வளர்ப்பு, காப்பு, கவர்வு, மீட்பு முதலிய தொல் சமூக நிகழ்வுகள் நடைபெற்று அவை இலக்கிய மரபுகளாகவும் உருப்பெற்று விட்டமையை அறிய முடிகின்றது. ஆநிரை கவர்தல் மீட்டல் பூசலில் மாண்ட மறவர்களுக்கு நடுகல் எழுப்பும் முறையையும் தொல்காப்பியம் இலக்கண வரையறை படுத்தியுள்ளதை அறிதல் வேண்டும். நடுகல் எழுப்பும் முறை பெருங்கற்படைக் காலத்து நடைமுறை என்பதை இக்கட்டுரையின் முற்பகுதி விளக்கிற்று. எனவே, அக் காலத்திற்கும் முன்பேயே ஆநிரை உடைமைச் சமூகம் உருப்பெற்றுவிட்டதை உணர்தல் வேண்டும்.

ஆநிரை வாழ்க்கை முறை முல்லை நிலத்தில் அதாவது காடு சார்ந்த நிலவெளியில் நிகழ்ந்ததாகச் சங்க இலக்கியங்கள் பதிவு செய்துள்ளன. ஆயர் அல்லது இடையர் ஆநிரைகளை மேய்ப்பவராகத் திகழ்ந்துள்ளனர். புறகள் உடைய அகன்ற இடத்தில் ஆநிரைகளை மேய்த்து மாலை வந்ததும் இருப்பிடத் திற்குத் திரும்பி உள்ளனர் (பதி.21; அகம்.214). கொங்கர், மழவர் ஆகியோருடன் ஆநிரை பெரிதும் இணைத்துப் பேசப்பெற்றுள்ளது. கொங்கர் ஆநிரைகள் நிரம்ப உடையவர் என்றும் (பதி.22) மேட்டு நிலத்தில் கொங்கரது ஆநிரைக் கூட்டம் பரந்து நிற்பது போலச் சேரனது படையில் யானைகள் பரந்து நின்றன என்றும் கூறப்பெற்றுள்ளது (பதி.77). ஆநிரைகளைக் கவர்ந்து வரும் மழவர், தெய்வம் உறையும் வேப்ப மரத்தடியில் ஆவினைப் பலியிட்டுக் குருதியைத் தூவி அதன் ஊனினைப் புழுக்கி உண்டுள்ளனர் (அகம்.309). வெட்சியராகிய மறவர் ஆநிரைகளை விடியற்காலையில் கவர்ந்து சென்றனர். அதனை மீட்பதற்குச் சென்ற கரந்தையார் போரிட்டு வீழ்ந்தனர். அவ்வாறு மாண்ட கரந்தையார் உடல்கள் பாலை வழியில் கிடந்துள்ளதை அகப்பாடல் ஒன்று (அகம். 131) விவரிக்கிறது. இவ்வாறான ஆநிரை கவரும் பாடல்கள் பலவாகச் (புறம். 258, 260, 269; பதி. ப. 5; பெரு. 136–141; அகம். 7, 35, 113, 131, 239, 253, 342, 372. நற். 100) சங்க இலக்கியங்களில் பதிவாகி உள்ளதை அறிய முடிகின்றது. மேலும் ஆநிரை வளர்ப்பு முறைகள், பயன்கொள்ளும் வகைகள் ஆகியனவும் பதிவாகி உள்ளன.

இச்செய்திகளின் பெரும் பகுதியை முல்லைத் திணைப் பாடல்கள் வழி அறிய முடிகின்றது. முல்லைத் திணை ஆயர் வாழ்க்கையையும் காடு சார்ந்த சமவெளிப் பகுதியையும் விவரிப்பது. எனவே, தொல்தமிழரின் சமூகப் பரிணாம வளர்ச்சியைப் பின்வருமாறு பட்டியலிட இயலும்.

உணவு சேகரிப்பு நிலை வேட்டைச் சமூக அமைப்பு	}	குறிஞ்சிச்சமூக அமைப்பு (குறிஞ்சித் திணை)
கால்நடை வளர்ப்பு பராமரிப்புச் சமூக அமைப்பு ஆநிரை உடைமைச் சமூகம்	}	முல்லைச்சமூகஅமைப்பு (முல்லைத் திணை)

ஆநிரைச் சமூக அமைப்பே வேளாண்மை உருவாகவும் நிலைபேறு கொள்ளவும் வழி வகுத்துள்ளது. இந்த வேளாண்மைச் சமூக அமைப்பைச் சங்க மருதத்திணைப் பாடல்கள் வெகுவாக விவரிக்கின்றன. வயலும் வயல்சார்ந்த இடங்களும், நீர் நிலைகளும் சூழ்ந்த மருத நிலம் மருதத்திணையின் அடிப்படையாகும். எனவே, தொல்தமிழர் சமூக அமைப்பின் பரிணாமத்தைச் சங்க அகப் பாடல்கள் வழியே பின்வருமாறு வரிசைப் படுத்த முடியும்.

குறிஞ்சித்திணை	வேடர், கானவர், குறவர் ஆகியோரின் வாழ்க்கை முறை, வேட்டை, உணவு சேகரிப்பு முறையை வெளிப்படுத்தும், புராதன சமூகத்தின் எச்சங்களைக் கொண்டது.
முல்லைத் திணை	இடையர், ஆயர் ஆகியோரின் வாழ்க்கை முறை, ஆநிரை வளர்ப்புப் பண்பாட்டை வெளிப்படுத்துவது.
மருதத்திணை	உழவர், உழத்தியர், கிழவன், கிழத்தி ஆகியோரின் வாழ்க்கை முறை, வயல் சார்ந்த பண்பாட்டை வெளிப்படுத்துவது.

மேற்கூறிய திணை வாழ்க்கையில் மருதத்திணை சங்க காலத்திற்கு உரியதாகவும் முல்லை வாழ்க்கையும் குறிஞ்சி வாழ்க்கையும் சங்க காலத்திற்கு முந்தைய தமிழ்ச் சமூக அமைப்பை விளக்குவனவாகவும் கொள்ளுதல் வேண்டும். இந்தத் திணைவழிப் பரிணாமம் எங்கெல்ஸ் (1884) சுட்டிய மனித பரிணாம வளர்ச்சியோடு பொருந்திப் போதலையும் உணர்தல் வேண்டும்.

பகுதி ஐந்து

இதுகாறும் கூறப்பெற்ற செய்திகள் சங்ககாலத்திற்கும் முந்தைய புராதன தமிழ்ச்சமூக அமைப்பை ஒருவாறு மீட்டுருவாக்கம் செய்வதாக அமைந்தது. இத்தகு சமூக அமைப்பில் நிலவிய மணமுறைகளை மீட்டுருவாக்கம் செய்வதாக இனி வரும் இயல் பகுதி அமையும். சமூகத்தின் பரிணாம வளர்ச்சி போன்றே

மணமுறைகளுக்கும் ஒரு பரிணாம வளர்ச்சி உண்டு. இது ஆண் பெண் உறவை அடியொற்றி நிகழ்ந்துள்ளதையும் அறிய முடியும். மணமுறைகள் பற்றிய பரிணாம வளர்ச்சியை எங்கெல்ஸ் (1884) மிக விரிவாக மார்கனை அடியொற்றி விளக்கிய கருத்துகளை இங்கே சுருக்கமாவது அறிதல் தேவையானது.

அ

1860களின் தொடக்கம் வரை குடும்பம் பற்றிய வரலாறு என்று ஒன்றுமே இருந்ததில்லை என்று எங்கெல்ஸ் கருதுகிறார். இந்த வரலாறு 1861இல் பாஹொஃபென் எழுதிய தாய் உரிமை என்ற நூலிலிருந்துதான் தொடங்குகிறது என்பதும் அவர் கருத்தாகும். இந்நூலில் கூறப்படும் கருத்துகளின் பிழிவுகள் தரப்பெற்றுள்ளன. 1. தொடக்கத்தில் மனித குலம் வரன்முறையற்ற புணர்ச்சியில் ஈடுபட்டிருந்தது. இதற்குப் பொதுமகளிர் முறை என்று பெயரிட்டனர். ஆயின் இப்பெயரீட்டை எங்கெல்ஸ் ஏற்கவில்லை. 2. இந்த வரன்முறையற்ற புணர்ச்சி காரணமாகத் தந்தை யார் என்பதை அறியமுடியாமல் இருந்தது. எனவே சமூகத்தைத் தாய் உரிமைப்படி கணக்கிட வேண்டியிருந்தது. 3. இதன் காரணமாகத் தாய்மார்கள், பெண்கள் உயர் மதிப்புடையவர் களாக நடத்தப்பட்டனர். 4. ஒரு பெண் ஓர் ஆணுக்கு மட்டுமே உரியவள் என்கிற ஒருதார மணத்துக்கு மாறிச் சென்ற நிலையானது பண்டைக்கால மதக் கட்டளையை மீறியதாகவே கருதப்பட்டது. அதாவது பண்டை மத வழக்கப்படி ஒரு பெண்மீது மற்ற ஆடவர்களுக்கும் உரிமை உண்டு என்ற வழக்கம் மீறப்பட்டதை அது குறித்தது. இந்த மதக் கட்டளையை மீறியதற்குக் கைம்மாறு செய்ய வேண்டி இருந்தது. இக் கைம்மாற்றினைப் பெண்கள் ஒப்புக்கொடுத்தல் எனும் மதவழிச் சடங்கு மூலம் தீர்த்தனர்.

இவ்வாறான ஒரு வழக்கம் கிரேக்கர்களிடமும் ஆசிய மக்களிடமும் காணப்பட்டதாகப் பாஹொஃபென் தரவுகள் வழி நிறுவினார்.

> ஒருதார மணத்துக்கு முந்திய அந்த நிலைமையில் ஓர் ஆண் ஒன்றுக்கு மேற்பட்ட பெண்களுடன் பாலுறவு கொண்டது மட்டுமல்ல, ஒரு பெண்ணும் ஒருவனுக்கு மேற்பட்ட ஆண்களுடன் உறவு கொண்டிருந்தாள். இதுவே அக்காலத்திய வழக்கமாக இருந்தது. இந்த வழக்கம் மறைகிற பொழுது தனது எச்சங்களை விட்டுச் செல்லாமல் போய்விடவில்லை. அவை வரம்புக்குட்பட்ட ஒப்படைப்பு எனும் வடிவத்தைப் பெற்றிருந்தன (எங்கெல்ஸ் 1884).

இதன்படி ஒரு பெண் மற்ற ஆண்களிடம் தன்னை ஒப்படைத்த பின்னர்தான் ஒரு கணவனை மணந்து கொள்ளும் உரிமையைப் பெறுகிறாள் என்பதைப் பாஹொஃபென் நிறுவினார்.

தமிழிலக்கியங்கள் களவுப் பாடல்களையும் களவு ஒழுக்கத்தையும் 'அறம்' என்று சுட்டிச் செல்வதை இப்பின்னணி நின்று உய்த்துணர வேண்டி உள்ளது. சங்கக் களவுப்பாடல்கள் சுட்டும் "அறனில்யாய்" "அறனில் அன்னை" "அறனிலாளன்" ஆகிய சொல்லாட்சிகள் வெளிப்படுத்தும் சமூகவியல் செய்திகள் பெரும் பொருள் பொதிந்தவை. களவு வாழ்க்கைக்குத் தடையாக நிற்கும் யாய், அன்னை, தலைவியின் பார்வையில் அறம் அற்றவளாகத் தெரிகிறாள். அதேபோல் சமூகத் தடையை மீறித் தலைவியை உடன்போக்கில் அழைத்துச் செல்லும் தலைவன், அன்னையின் பார்வையில் அறன் இல்லாதவனாகத் தெரிகின்றான். தலைவன், தலைவி களவு வாழ்க்கையை வெளிப்படுத்தும் நிகழ்வைத் தொல் இலக்கணங்கள் 'அறத்தொடுநிற்றல்' என்ற பெயரான் சுட்டுகின்றன. இவ்வாறு அறத்தொடு நிற்கும் தோழி ஒருத்தி, காதலர்தம் களவு வாழ்க்கையை அனுமதிக்காத மலைவாழ்நரை 'அல்ல புரிந்து ஒழுகுவோர்' (கலி. 39) என்று கூறுகின்றாள். களவு வாழ்க்கைக்குக் கேடு விளைவிப்பதன் மூலம் 'வள்ளிக்கிழங்கு விளையாது; மலையில் தேன் கூடு கட்டாது; தினைப்புனத்தில் கதிர்கள் விளையாது' தெய்வக் குற்றம் நேரும் என மறைமுகமாகச் சுட்டுகின்றாள் (கலி. 39). உடன்போக்கு மேற்கொள்ளும் காதலர்தம் களவு ஒழுக்கத்தை முக்கோற் பகவர்கள் (தவமுடையோர்)

இறந்த கற்பினாட்கு எவ்வம் படரன்மின்
சிறந்தானை வழிபடீஇச் சென்றனள்
அறந்தலை பிரியா ஆறு மற்றதுவே (கலி. 8)

என்று களவு ஒழுக்கத்தை 'அறம் தலைபிரியாத ஒழுக்கம்' எனக்கூறிச் செல்வதையும் ஈண்டுச் சுட்டுதல் வேண்டும். தொல்தமிழகத்தின் களவு வாழ்க்கை முறை தடை செய்யப்பட்டபோது (இத்தடை திடீர் என்று தோன்றியது அன்று) அதன் எச்சமாக, தடை என்பது அறமற்றது என்ற நிலையில் இலக்கியங்களில் பதிவாகி உள்ளதை அறியமுடிகின்றது. களவு வாழ்க்கையைத் தொல்காப்பியர் காமக்கூட்டம் (தொல்.கள.1) என்ற பெயரால்தான் அழைத்துள்ளார். 'காமக்கூட்டம்' என்பதற்குக் காமத்தால் ஏற்படும் கூட்டம் என்று பொருள் கொள்ளலாம். ஓர் ஆணோ ஒரு பெண்ணோ தம்முள் விருப்பம் உற்றுக் கூடுதல் இதன் விளக்கம் ஆகலாம். இதனால்தான் இதுபோலும் வழக்குள்ள கந்தருவ மணத்தைத் தொல்காப்பியர் களவு மணத்திற்கு உவமையாகக் கூறி இருக்க வேண்டும். இந்த வழக்கைச் "சுதந்திரமான காதல் உறவு" என்று பொருண்மைப்படுத்தி

உணரமுடியும். இத்தகு களவுக் காதலைப் பரிபாடல் விரிவாக விளக்கி உள்ளது. பரிபாடல் காலத்தால் பிந்தியது என்றாலும் கூட அது குறிப்பிடும் காதல் நிகழ்வுகள், காமச் செய்கைகள் மிகக் கவனத்துடன் மீட்டுருவாக்கம் செய்யத்தக்கவை. ஓர் ஆணுக்கும் ஒரு பெண்ணுக்கும் திருமணத்திற்கு முந்தைய உறவினை அவை விளக்குகின்றன. இந்நிகழ்வுகள் எச்சமூக அமைப்பில், எக்காலத்தில், எந்த உறவு அடிப்படையில் தோற்றங்கொண்டன என்பன விடையறியா வினாக்களாகும். திருமணத்திற்கு முந்தைய ஆண் பெண் உறவு நிலையை 'அறம்' என்று சங்க இலக்கியங்கள் கூறுவது பாஹோஃபென் குறிப்பிடும் "மதக்கட்டளையை மீறுவது" எனும் கருத்தோடு ஒன்றிணைத்து உணரத்தக்கது.

ஆ

பாஹோஃபென்னிற்குப் பிறகு குடும்பத்தைப் பற்றி ஆராய்ச்சி செய்தோருள் ஜா.பெ.மாக்லென்னான் குறிப்பிடத் தக்கவராக விளங்குகிறார் என எங்கெல்ஸ் கருதுகிறார். இவர் 1865இல் தம் ஆய்வை நிகழ்த்தி இருக்கிறார்.

காட்டுமிராண்டிகள், அநாகரிகர்கள், நாகரிகர்கள் ஆகியோரிடம் வழக்கில் இருந்துள்ள திருமணத்தின் ஒரு வடிவத்தை மாக்லென்னான் அடிப்படையாகக் கொண்டுள்ளார். அதன்படி மணமகன் தனியாகவோ அல்லது நண்பர்களுடனோ சென்று மணப் பெண்ணை அவள் உறவினர்களிடமிருந்து வன்முறைவழித் தூக்கி வருவதாகப் பாவனை செய்யவேண்டும். இது திருமணத்தின் ஒரு சடங்காகவும் நிகழ்த்தப்பட்டது. முன் காலத்தில் நிலவிய ஒரு வழக்கமாக இது இருக்க வேண்டும். இவ்வழக்கத்தின் படி ஓர் இனக்குழுவைச் சேர்ந்த ஆண்கள் தமது இனக் குழுவிற்கு வெளியிலிருந்து, மற்ற இனக்குழுவிலிருந்து பெண்களை வன்முறையாகக் கடத்திக் கொண்டுவந்து மனைவிகளாக்கிக் கொண்டனர். இப்படியான ஒரு குழுவிற்குப் புறமணக்குழு என்று மானுடவியலார் பெயரிட்டனர், இன்னும் சில இனக்குழுக்களில் வாழும் ஆண்கள் அந்தக் குழுவிற்கு உள்ளேயே பெண்களை மணம் செய்து கொண்டனர். இக்குழுவை அகமணக் குழு என்றழைத்தனர். இதற்கான காரணங்கள் சிலவற்றையும் மாக்லென்னான் விவரித்து இருக்கிறார். 'புறமணக்குழு' வேறு இனக்குழுவிற்குள்ளும் 'அகமணக் குழு' தம் குழுவிற்குள்ளும் பெண்ணைக்கொள்வது என்னும் உறுதியான முரண்பாட்டை அவர் நிறுவி உள்ளார். அதன்படி புறமணமுறை இனக்குழுக்கள் தமது மனைவியரை மற்ற இனக்குழுக்களிலிருந்துதான் கொள்ளுதல் வேண்டும்.

ஆனால் தொல்காலத்தில் இனக்குழுக்களுக்கு இடையே எப்பொழுதும் போர் நடைபெற்றுக்கொண்டிருப்பது என்பதுதான் காட்டுமிராண்டி நிலையின் பண்பாகும். ஆகவே மற்ற இனக்குழுக்களிலிருந்து மனைவியைப் பெறுவதற்கு வன்முறையாகப் பெண்ணைக் கடத்திச் செல்வதுதான் வழியாக அமைந்தது.

ஓர் இனக்குழு தனக்குள்ளாகவே மனைவியரைத் தேடிக்கொண்டது. இன்னொரு இனக்குழு இந்த முறையை முற்றிலும் தடைசெய்து இருந்தது என்ற முரண்பாடு மறுக்கப்பட முடியாத வேதவாக்காகவே எடுத்துக் கொள்ளப்பட்டது என்ற மாக்லென்னான் ஆய்வை விவரிக்கும் எங்கெல்ஸ் (1884) அவர் கருத்தை மார்கன் கருத்து வழியே வன்மையாக மறுத்திருப்பதையும் அறியமுடிகின்றது.

> அகமணமுறையும் புறமணமுறையும் ஒன்றுக் கொன்று எதிரானவை யல்ல. இந்த நாள்வரை புறமணமுறை இனக்குழுக்கள் எவையும் எங்குமே கண்டுபிடித்துச் சொல்லப்படவில்லை. ஆனால் குழுமணமுறை நிலவிய காலத்தில் – அநேகமாக அது எல்லா இடங்களிலும் ஏதாவது ஒரு காலத்தில் இருக்கவே செய்தது – ஓர் இனக்குழு என்பது சில குழுக்களை, குலங்களைக் கொண்டு அமைந்திருந்தது. அவை தாய்வழியில் இரத்த உறவுகள் கொண்டிருந்தன. இந்தக் குலங்கள் ஒவ்வொன்றும் தனக்குள்ளே மணம் செய்து கொள்ளக் கூடாது என்று கண்டிப்பான தடை இருந்தது. இதன் விளைவாக ஒரு குலத்தைச் சேர்ந்த ஆண்கள் தம் இனக்குழுவைச் சேர்ந்த வேறுஒரு குலத்தைச் சேர்ந்த பெண்களையே மனைவியராகக் கொள்ளமுடிந்தது. ஆகக் குலத்தைப் பொறுத்த மட்டில் அது கண்டிப்பாகப் புறமணமுறையைக் கொண்டிருந்தது. ஆனால் இந்தக் குலங்களைத் தன்னுள் கொண்டிருந்த இனக்குழு கண்டிப்பாக அகமணமுறையைக் கடைப்பிடித்தது.

இவ்வாறு விளக்கம் தந்த எங்கெல்ஸ் மாக்லென்னானின் கோட்பாட்டை மறுத்துள்ளார். இவர் குறிப்பிடும் ‘குழுமணமுறை’ என்பது ‘ஆதி மணமுறை’ என்ற அடிப்படையில் குடும்ப வரலாற்றைக் கட்டமைப்பதற்குப் பயன்பட்டுள்ளதை அறிய முடிகின்றது.

> வளர்ச்சியல்லாத மக்களினங்களில் ஆண்களின் குழு ஒன்று பெண்களின் ஒரு குழுவைப் பொதுவில் அனுபவிக்கிற மணவடிவங்கள் இருக்கின்றன என்ற உண்மை தெரிய வந்தது. இது ஒரு வரலாற்று உண்மையே என்றும் இதற்கு

மேன்மேலும் கூடுதலான ஆதாரங்கள் கண்டுபிடிக்கப்பட்டன என்றும் எங்கெல்ஸ் விவரித்துள்ளார்.

ஆகக் குழுமணம் நிலவிய சமூகங்களில் புறமண அகமணக்குழுக்கள் நிலவி இருந்ததை உணரமுடிகின்றது. புறமணம், அகமணம் தொடர்பான செய்திகள் சங்க இலக்கியங்கள் வழியே பதிவாகி உள்ளதை இங்குக் குறிப்பிடுதல் வேண்டும். ஓர் இனக்குழு பல்வேறு குலங்களைக் கொண்டு அமைவு பெற்றுள்ளதைப் போன்ற அமைப்பைத் தொல்காப்பியம் விளக்கி உள்ளதையும் இங்கே கூறுதல் வேண்டும்.

நாடும் ஊரும் இல்லும் குடியும்
பிறப்பும் சிறப்பும் இறப்ப நோக்கி (தொல். பொருள்)

என்ற தொல்காப்பிய நூற்பாவில் வரும் 'இல்லம்' என்ற சொல் ஓர் இனக்குழுவில் உள்ள குலங்களை அல்லது கணங்களைக் குறித்தது ஆதல் வேண்டும் என்பர் (குணா. 1988). இதற்கு அரணாகத் தற்காலத்து மதுரை, திருநெல்வேலி மாவட்டங்களில் வாழும் தமிழ்ப்பணிக்கர் இனத்திலுள்ள 'மூதில்லம்', 'தோரணத்தில்லம்', 'பள்ளிக்கில்லம்', 'பஞ்சநாட்டில்லம்', 'சோழிய இல்லம்' முதலிய கணங்களை எடுத்துக்காட்டுவர். இக்கணங்கள் யாவும் புறமண உறவு உடையவை என்பர் (குணா.1988). இவ்வாறாக ஓர் இனம், இனத்தில் அமைந்துள்ள குலங்கள் அல்லது கணங்கள் ஆகியவை இன்றைய தமிழகத்திலும் அமைந்துள்ள பாங்கினைக் கொங்கு வேளாளர் இனத்தை முன்வைத்துக் க. கிருட்டினசாமி (1983) மிக விரிவாக விளக்கி இருக்கிறார்.

சங்க இலக்கியங்களும் வேறுவேறு குலத்தைச் சேர்ந்தோர் காதல் புரிவதை, மணம் செய்து கொள்வதை ஆங்காங்கே சுட்டிச் செல்வதை அறியமுடிகின்றது.

யாயும் ஞாயும் யார் ஆகியரோ
எந்தையும் நுந்தையும் எம்முறைக் கேளிர்
யானும் நீயும் எவ்வழி அறிதும்
செம்புலப் பெயல் நீர்போல
அன்புடை நெஞ்சம் தாம் கலந்தனவே (குறு. 40)

என்ற பாடல் வேறுவேறு குலத்தைச் சேர்ந்தோர் மணம் செய்து கொண்டதை விவரிக்கும். தமது தாயரைப் பற்றியும் தந்தையரைப் பற்றியும் தம்மைப் பற்றியும் முன்பின் அறிந்திராத இருவர் மணம் செய்து கொண்டது தெரிய வருகின்றது. ஒரே குலத்தைச் சேர்ந்தவராக இருப்பின் இப்பாடல் எழுப்பும் வினாக்களுக்கு வாய்ப்பில்லை.

அகநானூற்றுப் பாடல் ஒன்றில் தலைவன், தலைவியையும் தோழியையும் பார்த்து "மட நல்லீரே; பகலும் மறைந்தது; இரவும்

வந்தது; நானும் சோர்வு மிக உடையேன் அதனால் இன்று இரவு நுமது ஆரவாரம் மிக்க சிறுகுடியில் விருந்துண்டு தங்கிச் செல்வதற்கு இசைவீரோ" என்று வினவுகின்றான். இதனை,

> தடமென் பணைத்தோள் மட நல்லீரே
> எல்லும் எல்லின்று அசைவு மிக உடையேன்
> மெல்லிலைப் பரப்பின் விருந்துண்டு யானுமிக்
> கல்லென் சிறுகுடித் தங்கின் மற்றெவனோ (அகம். 110)

எனும் பாடலடிகள் விவரிக்கும்.

> மறுகில் தூங்கும் சிறுகுடிப் பாக்கத்து
> இயல்முருகு ஒப்பினை வயநாய் பிறபடப்
> பகல்வரின் கவ்வை அஞ்சுதும் (அகம் 118)

எனும் பாடலடிகள் சிறுகுடிப் பாக்கத்தில் உள்ள மன்றத்திடத்தே பகற்பொழுதில், முருகனைப் போன்ற அழகுடைய நீ வயநாய் பின்தொடர வருவையாயின் ஊரில் அலர் தோன்றும் (எனவே நீ வாரற்க) என்று தோழி தலைவனிடம் கூறுவதை விவரித்துள்ளன. பிறிதொரு பாடல், தலைவியின் வீட்டில் திடுமென யாரும் அறியாது நுழைந்த தலைவனை எதிர்ப்பட்ட தலைவியின் தாய் அவன் அழகு கண்டு முருகன் எனப் பிறழ உணர்ந்து பரவுதல் செய்வதை விளக்கியுள்ளது. இதனை,

> குளவியொடு மிடைந்த கூதளங் கண்ணி
> அசையா நாற்றம் அசைவளி பகரத்
> துறுகல் நண்ணிய கறியிவர் படப்பைக்
> குறியிறைக் குரம்பை நம்மனை வயின்புகுதரும்
> மெய்ம்மலி உவகையன் அந்நிலை கண்டு
> முருகென உணர்ந்து முகமன்கூறி
> உருவச் செந்தினை நீரொடு தூஉய்
> நெடுவேள் பரவும் அன்னை அன்னோ
> என்னாவது கொல் தானே...
> அணிமலை நாடனொடு அமைந்த நம் தொடர்பே (அகம். 272)

எனும் பாடலடிகள் விவரிக்கும். இது போலும் பல்வேறு சான்றுகளைச் சங்கப் பாடல்களிலிருந்து தர இயலுகின்றது. இத்தகு பாடல்கள் வெளிப்படுத்தும் கருத்துக்களின் பிழிவைப் பின்வருமாறு வரிசைப் படுத்த முடியும்.

1. இருவேறு குலங்களைச் சேர்ந்த ஓர் ஆணும் ஒரு பெண்ணும் காதல் கொள்வதை அல்லது மணவினை நிகழ்த்திக் கொள்வதை அறிய முடிகின்றது.

2. தலைவியின் சிறுகுடியில் இரவு தங்குவதற்குத் தலைவன் இசைவு கேட்பதிலிருந்து அவன் அச்சிறுகுடியைச் சேர்ந்தவன் அல்லன் என்பதும் வேறு பகுதியை அல்லது குலத்தைச் சேர்ந்தவன் என்பதும் தெரியவருகின்றன.

3. சிறுகுடிப் பாக்கத்து மன்றத்திடத்தே தலைவன் வருவதால் அலர் தோன்றும் என்பதிலிருந்து அவன் அப்பகுதிக்கு அயலவன் என்பதும் புதியவனைக் கண்ட வழி அலர் தோன்றும் என்பதும் புலனாகின்றன.

4. தலைவியின் வீட்டில் நுழைந்த தலைவன் அவள் குலத்தைச் சேர்ந்தவனாக இருப்பின் அவனைத் தலைவியின் தாய் அறியாமல் இருந்திருக்க இயலாது.

இக்கருத்துகளின் பிழிவாக ஒன்றினைச் சுட்டமுடியும். அது வருமாறு: இத்தரவுகள் யாவும் சங்க அகப்பாடல்களிலிருந்து பெறப்பட்டுள்ளன. தலைவன் தலைவி காதல் உறவை விவரிப்பனவாகவும் அவை அமைந்துள்ளன. இக்காதல், மணவினையில் முடியவேண்டும் என்ற நிலையில் தோழி ஒருபாடலில் அறத்தொடு நிற்கவும் செய்கிறாள். ஆயின் தலைவனும் தலைவியும் ஒரே குடியை அல்லது குலத்தைச் சேர்ந்தவர்கள் அல்லர். வேறுவேறு குலத்தினர். தலைவியின் தமர் அறிந்திராத ஒருவனாகத் தலைவன் சித்திரிக்கப்படுகிறான். இந்நிலையில் இம்மண உறவு புறமண உறவாக வடிவம் கொள்ளக் காண்கின்றோம். ஆனால் தலைவனும் தலைவியும் ஒரே இனக்குழுவைச் சேர்ந்தவரா என்பதை உறுதிப்படுத்த வல்ல சான்றுகள் கிடைக்கவில்லை. அப்படிக் கிடைக்குமாயின் புறமண உறவே இனக்குழுவை நோக்க அகமண உறவாக மாறும். இவ்வாறு காதல் கொள்ளும் காதலர் உறவு பின்பு பெற்றோரால் ஊராரால் ஏற்றுக் கொள்ளப் பெறுவதைச் சங்க இலக்கியங்கள் பதிவு செய்துள்ளன. இதனை அடிப்படையாகக் கொண்டால் தலைவனும் தலைவியும் மணஉறவு கொள்ளும் வேறுவேறு குலத்தைச் சேர்ந்தவராகவும் அதே சமயத்தில் ஒரே இனக்குழு அமைப்பில் இடம் பெற்றவராகவும் இருத்தல் வேண்டும் என்பதை முடிவு செய்ய இயலும்.

இ

புறமணக் குழுவைப் பற்றிய தகவல்களை முதன்முதலில் மாக்லென்னான் அறிந்திருந்தாலும் கூட அதனை அவ்வடிவத்தில் சுட்டவில்லை என்றும் அதனை மாற்றிப் பொருள் கொண்டார் என்றும் எங்கெல்ஸ் விளக்குவர். புறமணக்குழுவை முதலில் விளக்கியவராக மார்கன் திகழ்கிறார் என்றும் அவர் கூறுவர்.

பெண்களை வன்முறையாகக் கடத்தி மணம் செய்து கொள்வது என்பதனை முதலில் கண்டறிந்தவர் மாக்லென்னான் ஆவார். அவ்வாறு கடத்துவதற்கான காரணங்களை மாக்லென்னான் கூறியுள்ளார். ஆனால் அக்காரணங்களை

எங்கெல்ஸ் மறுத்துள்ளதையும் ஈண்டுச் சுட்டுதல் வேண்டும். புறமணக் குழுக்கள் வேறு ஒரு குழுவிலிருந்துதான் பெண்ணைக் கொள்ளுதல் வேண்டும். ஆனால் காட்டுமிராண்டிச் சமூக அமைப்பிலோ இடைவிடாத போர்கள் நடந்து கொண்டிருந்த சூழலில் இயல்பாகப் பெண்களைக் கொள்வது இயலாததாகி விடுகின்றது. எனவேதான் பெண்களைக் கடத்தி மணக்கும் சூழல் உருவானது. இதற்கும் இரத்த உறவுமுறை, முறைகேடான புணர்ச்சி என்ற ஆதிகால நிலைக்கும் தொடர்பு இருப்பதை மாக்லென்னான் அறிந்திருக்கவில்லை என்று எங்கெல்ஸ் வாதிடுவர்.

ஒருத்திக்கு ஒருவன், ஒருவனுக்கு ஒருத்தி என்ற மண வடிவத்தை அடையும் நாகரிக நிலையை அடைவதற்கு முந்தைய மண வடிவங்களை மார்கன் மிக விரிவாக ஆராய்ந்து இருக்கிறார். இந்த மணவடிவத்தின் பின்னோக்கிய நிலையில் மீட்டுருவாக்கம் செய்யப்பட்டதே இரத்த உறவு மணமுறையாகும். பெற்றோர்களுக்கும் பிள்ளைகளுக்கும், பிள்ளைகளுக்குள்ளும் நிகழ்ந்த மண உறவை விவரிப்பது இம்மணமுறைக்கு முந்தைய வடிவம் ஆகும். ஒரு பெற்றோருக்குப் பிறக்கும் சகோதரனும் சகோதரியும் அவர்கள் சகோதரன் சகோதரியாக இருப்பதனாலேயே திருமணம் செய்து கொள்ள முடிந்தது. இது அடுத்தக்கட்ட வளர்ச்சி. இது பற்றி எங்கெல்ஸ் விவரிப்பது வருமாறு:

> வரைமுறையற்ற புணர்ச்சி என்பதற்கு அர்த்தமென்ன? ஆதியில் சகோதரனும் சகோதரியும் கணவன் மனைவியாக வாழ்ந்தது மட்டுமல்ல. பெற்றோர்களுக்கும் பிள்ளைகளுக்கும் உறவுகள் இருந்துள்ளன. இவ்வுறவு பின்னாளில் களையப் பெற்றுள்ளது.... இரத்த உறவுக் குடும்பம் என்பது குடும்பத்தின் முதல் கட்டம் ஆகும். இங்கே திருமணம் புரிகின்ற குழுக்கள் தலைமுறை வரிசையில் வைக்கப் பட்டுள்ளன. குடும்பம் என்ற வரம்புக்குள் அடங்கிய எல்லாத் தாத்தாக்களும் பாட்டிகளும் கணவன் மனைவி ஆவார்கள். இதே போல் இவர்களுக்குப் பிறக்கும் குழந்தைகளும் (தந்தையும் தாயும்) கணவன் மனைவி ஆவார்கள். (இவ்வாறு தாத்தா – பாட்டி, தந்தை – தாய், சகோதரன் – சகோதரி, கொள்ளுப் பேரன் பெயர்த்தி ஆகியோர் கணவன் மனைவி ஆவார்கள்). இம் மணமுறையில் பெற்றோர்க்கும் பிள்ளைகளுக்கும் இடையே மட்டும் மண உறவு விலக்கப்பட்டிருந்தது (எங்கெல்ஸ் 1884).

இதற்கு அடுத்த கட்டமாக வேறொரு மணவடிவம் விளக்கப் பட்டுள்ளது. இதனைப் 'பூனலூவா' என்று கூறுவர். இதன்படி

ஒவ்வொரு சகோதரர் சகோதரிக்கும் இடையில் உள்ள மண உரிமை விலக்கப்பெற்றது. இதன்வழி ஒரு சகோதரர் குழு வேறொரு குழுவில் உள்ள, இரத்தசம்பந்தம் அற்ற பெண்களை (அவர்கள் சகோதரிகளாகவும் இருக்கலாம்) மணந்து கொண்டது. பெற்றோர்க்கும் பிள்ளைகளுக்கும், சகோதரனுக்கும் சகோதரிக்கும் உள்ள மணஉறவுகள் கொஞ்சம் கொஞ்சமாக விலக்கப் பெற்ற வரலாற்றை எங்கெல்ஸ் இவ்வாறாக விவரித்து உள்ளார்.

இவ்வாறான ஒரு பரிணாம வளர்ச்சியில் தோன்றும் இணைமண உறவுக் குடும்ப அமைப்பில் தான் பெண்களைக் கடத்தி வந்து மணக்கும் வழக்கம் தோன்றி உள்ளதாக எங்கெல்ஸ் விளக்குவார்.

> இதற்கு முந்தைய குடும்ப வடிவங்களில் பெண்கள் பஞ்சம் ஆண்களுக்கு ஒரு போதும் ஏற்படவில்லை. மாறாகத் தேவைக்கு அதிகமாகவே பெண்கள் கிடைத்தார்கள். ஆனால் இப்பொழுது பெண்கள் கிடைப்பது கடினமாகி விட்டது. பெண்களைத் தேடிச் செல்ல வேண்டிய நிலை ஏற்பட்டது. எனவே இணைமணமுறையுடன் பெண்களைக் கடத்திச்செல்வதும் பெண்களை விலைக்கு வாங்குவதும் தொடங்குகின்றன (எங்கெல்ஸ். 1884).

பெண்களைக் கடத்திச் செல்வதையும் பெண்களை விலைக்கு வாங்குவதையும் சங்க இலக்கியங்கள் பதிவு செய்து இருப்பதை அறிதல் வேண்டும். தமிழ்ப் பண்பாட்டில் “பரிசம்” எனும் வழக்கு பெண்களை விலைக்கு வாங்குவதையே குறிப்பிடுகின்றது.

பெண்களைக் கடத்திச்செல்வதான ஒரு வழக்கு தமிழகப் பழங்குடி வழக்காற்றில் ஒரு சடங்காகத் திகழ்வதை அறியமுடிகிறது. இதுபற்றிய சில தரவுகள் வருமாறு:

கஞ்சம் மாவட்டத்தைச் சேர்ந்த கோண்டுகளிடம் பெண்களைக் கடத்திச் சென்று மணம்புரியும் நிலை சடங்காக மேற்கொள்ளப் பெறுகின்றது. மணமகளை அவள் தாய்மாமன் தோளில் தூக்கிவர மணமகன் உறவினர் ஊர் எல்லையில் போர் புரிவது போன்று பாவனை செய்து மணமகளைக் கடத்திச் செல்வர். பின்னரே மணவிழா நடைபெறும். தமிழ் நாட்டிலுள்ள முதுவர் இன மக்களிடம் திருமண நிச்சயதார்த்தம் முடிந்த பின்னர் மணமகன், மணமகளை வலுக்கட்டாயமாகத் தூக்கிச் செல்லும் வழக்கம் உள்ளது. மணமகள் விறகு பொறுக்கவோ தண்ணீர் எடுத்துவரவோ செல்லும்போது மணமகன் அவளை இவ்வாறு தூக்கிச் செல்வான். கோயி இன மணமகன் ஏற்றதொரு மணமகளைத் தேர்ந்தெடுத்த பின்னர்த் தம் பெற்றோருடனும் நண்பர்களுடன் கூடி அவள் ஊரைச் சேர்ந்த தலைவனிடம்

அன்பளிப்பு முதலியன தந்து அனுமதியைப் பெறுவான். பின் தக்க சமயம் அறிந்து அப்பெண்ணைக் கடத்திக் கொண்டு வந்து மணம்புரிந்து கொள்வான். ஊராளிகள் என்ற இனத்துத் திருமணத்தில் மணமகனுடைய ஊர்வலம் மணமகள் இல்லத்தை அடைந்த உடன் இரு தரப்பாரிடத்தும் ஒரு சிறு போர் போலியாக நடத்தும் வழக்கம் உள்ளது. விசாகப்பட்டினத்தைச் சேர்ந்த பரெங்க கடபர்களிடம் திருமணத்தின்போது ஒருவரைஒருவர் தாக்கிப் போரிடும் முறை வழக்கமாக உள்ளது. இருவீட்டைச் சேர்ந்த ஆண்கள் இவ்வாறு சண்டையிட்டுக் கொண்டிருக்கும் போது மணமகன் மணமகளைத் தூக்கிச் செல்லவேண்டும். அதன்பின் அனைவரும் ஒன்றாக அமர்ந்து விருந்துண்பர்.

சவரர் என்ற இனத்தாரிடையே கடத்தல் மணம் விரிவாக நிகழ்த்தப்படுகிறது. பெண்கேட்டுச் செல்லும் மணமகன் வீட்டாரிடம் பெண்ணின் தந்தை உடனடியாகச் சம்மதம் தெரிவிப்பதில்லை. இரண்டு மூன்று முறை பெண் வீட்டிற்குச் செல்லுதல் வேண்டும். செல்லும் போதெல்லாம் பெண்ணின் தந்தைக்கும் உறவினர்களுக்கும் கள் வாங்கித் தருதல் வேண்டும். இறுதியில் மணமகன் தன் ஊரைச் சேர்ந்த பத்துப் பேருடன் ஓடைக்குச் செல்லும் வழியில் காத்திருப்பான். தண்ணீர் எடுக்க அப்பெண் வரும்போது மணமகன் அவளைக் கடத்திச் செல்வான். கடத்தும்போது அந்தப் பெண் கூச்சலிடுவாள். அப்போது அவள் ஊரைச் சேர்ந்தவர்கள் ஓடிவந்து அவளை மீட்கப் போராடுவர். எனினும் மணமகன் பக்கத்தைச் சேர்ந்தோர் அவளைக் கடத்திச் செல்வதில் வெற்றி பெறுவர். பின்னர் அவர்களின் வாழ்க்கை தொடங்கும்.

இவ்வாறாகத் தென்னிந்தியாவில் வாழும் பல்வேறு பழங்குடி மக்களிடம் கடத்தல் மணம் சடங்காகவோ வேறு வடிவிலோ இருப்பதை அறியமுடிகின்றது. இவ்வழக்காறுகளைப் பதிவு செய்துள்ள எட்கர் தர்ட்சன், "நாகரிக வளர்ச்சி பெறாத சமுதாயங்களில் பெண்களை வன்முறையில் கைப்பற்றிப் புணரும் வழக்கமே பெரு வழக்கமாக இருந்துள்ளதாகக் கூறப்படுகின்றது; காலப் போக்கில் இவ்வாறு கைப்பற்றுதலை நட்புணர்வுடன் மேற்கொண்டுள்ளனர்; எனினும் அவ்வழக்கு, சடங்கு என்ற நிலையில் மேற்கொள்ளப் பெற்று வருகின்றது" என்று முடிவுரைத்துள்ளார்.

வன்முறையில் பெண்களைக் கைப்பற்றுதல், அல்லது கடத்தி வந்து மணத்தல் பற்றிய செய்திகளைச் சங்க இலக்கியங்கள் இலக்கிய மரபுகளாகப் பதிவு செய்துள்ளதை அறியமுடிகின்றது. ஒருசில சான்றுகள் வருமாறு:

தொல்காப்பியர் அகத்திணையியலுள் பெருந்திணையை விளக்குமிடத்து, "மிக்க காமத்து மிடல்" எனும் துறையை விளக்குவர். இதற்கு உரையெழுதும் நச்சினார்க்கினியர், "காம மிகுதியானே எதிர்பட்டுழி வலிதிற்புணர்தல்" என விவரிப்பார். இதற்குக் கலித்தொகை 62ஆம் பாடலை எடுத்துக் காட்டுவர். இப்பாடலில் வரும் ஒரு குறிப்பு "இவனொருத்தன், தன்னொடு புணர்ச்சிக் குறிப்பின்றி நிற்பாரையும் தான் புணர்ச்சி குறிப்புடையவனாய்க் கையாலே வலிதிற் பிடித்துக் கொள்ளும். ஆதலால் நாண் இலனாய் இருந்தான்" எனத் தலைவி கூறுவதாக அமைக்கப்பட்டுள்ளது. இத்துறைக்கு உரைஎழுதிய பிற்கால உரையாசிரியர் சோமசுந்தரபாரதியார், சீவக சிந்தாமணியில் கட்டியங்காரன் அனங்கமாலையை வலிந்து பற்றிப் புணரும் பகுதியை (சீவக.காந்.685,686) எடுத்துக்காட்டி விளக்கியுள்ளார்.

மையின் மதியின் விளங்கு முகத்தாரை
வெளவிக் கொளலும் அறமெனக் கண்டன்று (கலி. 62)

எனும் கலித்தொகையின் பாடலடிகள், மறுவில்லாத மதிபோல விளங்கும் முகத்தினை உடைய மகளிரை வலிதிற்புணர்தலும் அறம் என்று கூறப்பெற்றதை விவரிக்கிறது. இதன்வழி வன்புணர்மணம், அறம் என்ற வகையில் சுட்டப்பட்டுள்ளதை அறிதல்வேண்டும். இத்தகு மணத்தை இராக்கதம் என்பதாக வடநூலார் எண்வகை மணத்துள் ஒன்றாக வைத்துள்ளனர். தமிழ் இலக்கியப் பரப்பில் மிடல்மணத்தை விவரிக்கும் எடுத்துக் காட்டுப்பாடல்கள் இடம்பெறாமல் போய்விட்டமையைக் குறிப்பிட வேண்டும். தொல்காப்பிய இலக்கணம் இதுபற்றிக் கூறினும் அதற்கு மூலமான இலக்கிய வழக்காறு அற்றுப்போய் விட்டமை வரலாற்று ஆய்விற்குப் பேரிழப்பே.

தொல்காப்பியம் குறிப்பிடும் மகட்பாற்காஞ்சியில் அமைந்த புறநானூற்றுப் பாடல்கள் இங்குக் கவனத்திற்குரியவை. தொல்குடியைச் சேர்ந்த தலைவர்களிடம் வேந்தர்கள் மகள் வேண்டி வருதலும் முதுகுடித் தலைவர்கள் மகள் மறுத்து மொழிதலும் அதனால் ஏற்படும் போர்களும், அழிவும் இப்பாடல்களில் விரிவாக விளக்கம் பெற்றுள்ளன (புறம். 343, 345, 349). பெண்தர மறுப்பதும், போர் அழிவிற்கு இரங்குவதும் மட்டும் இப்பாடல்களில் இடம்பெற்றுள்ளன. போருக்குப்பின் பெண்ணைக் கவர்ந்து செல்லல் முதலான நிகழ்வுகளை விளக்கும் பாடல்கள் கிடைக்கவில்லை. பிற்காலக் காப்பியங்களில் பெணகளைக் கவர்ந்து செல்லும் வழக்கம் இடம் பெற்றுள்ளதை அறிய முடிகின்றது (கடத்தல் மணம் அல்லது மிடல் பற்றி விரிவாக அறிய இந்நூலில் இடம்பெற்றுள்ள பெருந்திணை மணம் எனும் இயலைப் பார்க்கவும்).

தொகுப்புரை

1. தொல்காப்பியத்தின் கால ஆராய்ச்சி, சிந்துவெளி, இலெமூரியா ஆய்வுகள் முதலியன மூலம் சங்க காலத்திற்கும் முந்தைய தமிழ்ச் சமூகத்தை மீட்டுருவாக்கம் செய்யும் முயற்சியை இந்த இயல் மேற்கொண்டது. இம்மீட்டெடுப்பில் பெருங்கற்படைக் காலம் கண்டு பிடிக்கப்பட்டுப் பெருங்கற்படைக் காலம், ஆநிரை உடைமைச் சமூகமாக இருந்துள்ளதை அறிய முடிந்தது.
2. ஆநிரை உடைமைச் சமூகத்திற்கும் முந்தைய வேட்டைச் சமூகம், உணவுச் சேகரிப்புச் சமூகம் ஆகியவற்றைச் சங்கக் குறிஞ்சித் திணைப் பாடல்கள் வழியே அடையாளம் காணமுடிந்தது. ஆநிரை உடைமைச் சமூகத்தை முல்லைத் திணைப் பாடல்கள் வழியே அடையாளம் காண முடிந்தது.
3. வேட்டைச் சமூகம்/உணவு சேகரிப்புச் சமூகம், ஆநிரை உடைமைச் சமூகம் ஆகியவற்றின் எச்சங்களைச் சங்கக் குறிஞ்சித் திணைப் பாடல்கள், முல்லைத் திணைப் பாடல்கள் பதிவு செய்துள்ளன என்பது விளக்கப் பட்டுள்ளது.
4. இவ்வாறு தொல் தமிழ்ச் சமூக அமைப்பு மீட்டுருவாக்கம் செய்யப்பட்ட பின்னர் அச்சமூக அமைப்பில் நிலவி இருந்த மணமுறைகள் அடையாளம் காணும் முயற்சி மேற்கொள்ளப்பட்டது.
5. களவு மணமே ஒரு காலத்துத் தமிழ்ச் சமூகத்தில் அறமாகக் கருதப்பட்ட நிலையும், பிற்காலத்தில் களவு மணம் தடை செய்யப்பட்ட நிலையும் விவரிக்கப்பட்டன.
6. புராதன சமூக அமைப்பில் உருவான இணைமண உறவு பற்றிய சமூகவியல் செய்திகள் விளக்கப்பெற்று இம்மண உறவு வெளிப்படுத்திய புறமணக்குழு, அகமணக்குழு, கடத்தல் மணம், வன்புணர் மணம் முதலியன சங்ககாலப் பாடல்களுடன் எவ்வாறு ஒப்பிடத்தக்கனவாக அமைந்துள்ளன என்பது ஆராயப்பட்டது.
7. இணைமண உறவுச் சமூகம் உருவாக்கியதே உடன்போக்கு, மிடல் மணம், மகட்பாற் காஞ்சி முதலியன என்பதும் இச்சமூகம் தோற்றுவித்த காதல் மணமே களவியல் என்பதும் இனிவரும் நூற்பகுதிகளில் விரிவாக ஆராயப்பெற உள்ளன.
8. மீட்டுருவாக்கம் செய்யப் பெற்ற சமூக அமைப்பில் வழக்கில் இருந்த களவுமணம் எதிர்வரும் இயல்களில் விரிவாக ஆராயப்பெற உள்ளது.

தமிழ்ச் சமூகத்தின் பரிணாம வளர்ச்சியும் மணமுறைகளின் பரிணாம வளர்ச்சியும்

தொல்காப்பியம் அகப்பாடல் மரபு பற்றிய இலக்கண வரையறையில் ஐந்து திணைகள் பற்றிய விவரங்களைத் தந்துள்ளது. குறிஞ்சி முல்லை மருதம் பாலை நெய்தல் ஆகிய ஐந்து திணைகளும் அகப்பாடல் மரபிற்கு அடிப்படைகள் ஆகும். இந்தத் திணை மரபுகள் மனித சமூகப் பரிணாம வளர்ச்சியின் போது வேறு வேறு காலக்கட்டங்களில் தோன்றியவை. எனவே திணை மரபுகளுக்கு என்று ஒரு பரிணாம வளர்ச்சி உண்டு என்பதை அறிதல் வேண்டும். இந்தத் திணைமரபுகள் எத்தகைய மணமுறையைத் தோற்றுவித்தன என்பதை இந்த இயல் ஆராய உள்ளது.

தொல்காப்பியத்தின் அகத்திணையியல் நடுவண் ஐந்திணை பற்றிப் பேசுகிறது.

கைக்கிளை முதலாப் பெருந்திணை இறுவாய்
முற்படக் கிளந்த எழுதிணை என்ப
(தொல்.பொருள்.1)

என்ற நூற்பா கைக்கிளை, ஐந்திணை, பெருந்திணை ஆகிய அடங்கிய அகத்திணையை விவரிக்கிறது. கைக்கிளை, பெருந்திணை பற்றிய விளக்கங்களை இயலின் இறுதியில் பேசும் தொல்காப்பியர் அன்பின் ஐந்திணையையே முதன்மை கொடுத்து இயல் முழுவதும் விரித்துப் பேசுகிறார்.

நடுவணதாகக் கூறப்பட்ட ஐந்திணைகளுள் பாலைத் திணை நீங்கலாக ஏனைய நான்கு

திணைகள் நிலப்பகுதியைப் பெறுகின்றன. உலகம் இந்நான்கு திணைகளுக்குரியதாகப் பகுக்கப்பெற்றுள்ளது என்பது தொல்காப்பியர் கூற்று (தொல்.பொருள்.2).

முல்லை, குறிஞ்சி, மருதம், நெய்தல், பாலை ஆகியன அகன் ஐந்திணை எனப்பட்டன. இவற்றுள் நடுவண் ஐந்திணை நடுவணது பாலை எனப்பட்டது. ஐந்திணையும் முதற் பொருள், கருப்பொருள், உரிப்பொருள் ஆகியவற்றைப் பெற்று முறையே சிறந்திருக்கும்.

முதற் பொருளாவது நிலமும் பொழுதும் ஆகும் (தொல்.பொருள்.3)

மாயோன் மேய காடுறை உலகமும்
சேயோன் மேய மைவரை உலகமும்
வேந்தன் மேய தீம்புனல உலகமும்
வருணன் மேய பெருமணல் உலகமும்
முல்லை குறிஞ்சி மருதம் நெய்த லெனச்
சொல்லிய முறையாற் சொல்லவும் படுமே

எனும் நூற்பா (தொல்.பொருள். 5) நான்கு திணைகளுக்கு உரிய நிலங்களை வரையறை செய்துள்ளது. முல்லை, காடும் காடு சார்ந்த இடத்தையும்; குறிஞ்சி மலையும் மலை சார்ந்த இடத்தையும் ; மருதம், வயலும் வயல் சார்ந்த இடத்தையும்; நெய்தல், மணலும் மணல் சார்ந்த இடத்தையும் பெறுவனவாகும். இந்நூற்பா சுட்டும் மாயோன், சேயோன், வேந்தன், வருணன் ஆகியோர் முறையே அவ்வந்நிலத்திற்குரிய கடவுளாக உரையாசிரியர் உரை வரைவர். பாலைத்திணைக் குரிய தனித்த நிலத்தைத் தொல்காப்பியர் சுட்டவில்லை. என்றாலும் முல்லையும் குறிஞ்சியும் முறைமையிற்றிரிந்து நல்லியல்பு அழிந்து பாலை நிலமாக மாறும். இம்மாற்றம் வேனிற்காலங்களில் நடைபெறும்.

பொழுது இருவகைப்படும். பெரும்பொழுது, சிறுபொழுது என்பன அவை. சிறுபொழுது ஒரு நாட் பொழுதை வகுத்துரைப்பது. பெரும்பொழுது ஓர் யாண்டை வகுத்து உரைப்பது. விடியல், நண்பகல், எற்பாடு, மாலை, யாமம், வைகறை என்பன ஒரு நாளின் பிரிவுகளாகும். கார்காலம், கூதிர்காலம், முன்பனி காலம், பின்பனிகாலம், இளவேனிற்காலம், முதுவேனிற்காலம் ஆகியன ஓர் யாண்டின் பிரிவுகளாகும்.

இவற்றுள் கார்காலமும் மாலைப் பொழுதும் முல்லைத் திணைக்குரியவை. கூதிர்காலமும், முன்பனிக்காலமும் யாமமும் குறிஞ்சித்திணைக்குரியவை. ஆறு பெரும் பொழுதும் வைகறை, விடியல் ஆகிய சிறு பொழுதுகளும் மருதத்திணைக்கு உரியவை. ஆறு பெரும் பொழுதும் எற்பாடும் நெய்தல் திணைக்குரியவை. நடுவுநிலைத் திணையாகிய பாலைத் திணைக்கு இளவேனில்,

முதுவேனில் ஆகிய பெரும் பொழுதுகளும், நண்பகற் பொழுதும் உரியனவாகும். இதற்குப் பின்பனிக்காலமும் உரியது என்பர் தொல்காப்பியர்.

தெய்வம் உணாவே மாமரம் புட்பறை
செய்தி யாழின் பகுதியோடு தொகைஇ
அவ்வகை பிறவும் கருவென மொழிப (தொல்.பொருள்.20)

என்ற நூற்பா ஐந்து திணைகளுக்கும் உரிய கருப்பொருளை விவரிக்கிறது. தெய்வம், உணவு, விலங்கு, மரம், பறவை, பறை, தொழில், பண் முதலியன கருப்பொருள் ஆகும். இவற்றோடு பூவும், நீரும் கருவெனக் கூட்டுவர் இளம்பூரணர். நச்சினார்க்கினியர் இவ்விரண்டுடன் ஊர் என்பதையும் இணைப்பர். இனி ஒவ்வொரு திணைக்குரிய கருப்பொருள்கள் வருமாறு:

முல்லைத் திணை : தெய்வம் மாயோன், உணவு வரகும் பயிறுவகைகளும், விலங்கு மானும் முயலும், மரம் கொன்றையும் குருந்தும் புதலும், பறவை கானாங்கோழி, பறை ஏறுகோட்பறை, தொழில் ஆநிரை மேய்த்தல், பண் சாதாரி (செவ்வழி யாழ்த்திற வகை), பூ முல்லையும் பிடவும் தளவும், நீர் கான்யாறு, ஊர் பாடியுஞ் சேரியும் பள்ளியும்.

குறிஞ்சித் திணை : தெய்வம் சேயோன் (முருகவேள்), உணவு தினையும் ஐவன நெல்லும்வெதிர் நெல்லும், விலங்கு யானையும் புலியும் பன்றியும் கரடியும், மரம் வேங்கையும் கோங்கும், பறவை மயிலும் கிளியும், பறை வெறியாட்டுப் பறையும் தொண்டகப் பறையும், தொழில் தேனழித்தல், பண் குறிஞ்சி, பூ வேங்கைப் பூவும் காந்தட் பூவும் குறிஞ்சிப் பூவும், நீர் சுனை நீரும் அருவி நீரும், ஊர் சிறுகுடியும் குறிஞ்சியும்.

பாலைத் திணை : தெய்வம் கொற்றவை, உணவு வழிப்பறியால் பெறும் பொருள், விலங்கு வலியழிந்த யானையும் புலியும் செந்நாயும், மரம் பாலையும் இருப்பையும் கள்ளியும் சூரையும், பறவை எருவையும் பருந்தும், பறை ஆறலைப் பறையும் சூறை கொண்ட பறையும், தொழில் வழிப்பறி, பண் பாலை, பூ மராம்பூ, நீர் நீரற்ற கிணறு, ஊர் பறந்தலை.

மருதத் திணை : தெய்வம் வேந்தன் (இந்திரன்), உணவு நெல், விலங்கு எருமையும் நீர் நாயும், மரம் மருதும் காஞ்சியும், பறவை அன்னமும் அன்றிலும், பறை நெல்லரி பறை, தொழில் உழவு, பண் மருதம், பூ தாமரையும் கழுநீரும், நீர் ஆற்று நீரும் பொய்கை நீரும், ஊர் ஊர்.

நெய்தற்றிணை : தெய்வம் வருணன், உணவு உப்பு விலையும் மீன் விலையும், விலங்கு முதலையும் சுறாவும், மரம் புன்னையும

தாழையும், பறவை கடற்காக்கை, பறை நாவாய்ப்பறை, தொழில் மீன் படுத்தலும் உப்பு விளைத்தலும், பண் செவ்வழிப்பண், பூ நெய்தல், நீர் கேணி நீரும் கடல் நீரும், ஊர் பட்டினமும் பாக்கமும்

கருப்பொருள் வகையமைப்பில் உரையாசிரியரிடையே வேறுபாடுகள் மிகுதியும் காணமுடியவில்லை. தொல்காப்பியர் கூறியதற்குமேல் இளம்பூரணர் பூவையும் நீரையும் அகப் பொருள் கருவாகக் கொண்டார்; நச்சினார்க்கினியர் இளம்பூரணாரை உடன்பட்டு அவ்விரண்டுடன் ஊர் என்பதையும் கொண்டார். வகையமைப்பில் வேறுபடாத உரையாசிரியர்கள் கருப்பொருள் வரையறையில் வேறுபட்டுள்ளனர். சான்றாகச் சிலவற்றை ஈண்டுச் சுட்டலாம்.

இளம்பூரணர் உணவு வகையில் வரகு, பயறுவகை மட்டும் கூற நச்சினார்க்கினியர் வரகும் சாமையும் முதிரையும் என்று வரையறுப்பர். இளம்பூரணர் நிரை மேய்த்தலை மட்டும் தொழிலாகக் கூற நச்சினார்க்கினியர் நிரை மேய்த்தலும் வரகு முதலியன களைகட்டலும் கடாவிடுதலும் என்று பிறவற்றையும் சேர்த்துக் கூறுவர். இவை முல்லைத் திணைக்கு மட்டுமான வரையறைகள் ஆகும். ஏனைய திணைகளுக்கும் இவ்வாறான வரையறைகளில் வேறுபாடு உண்டு. எனவே, கருப்பொருள் இவைதாம் என்ற வரையறையில் ஒருமித்த கருத்துநிலை தோன்றவில்லை என்பதை உணர முடிகின்றது. நச்சினார்க்கினியர் பாலைக்குத் தெய்வம் இல்லை என்ற கருத்தை விவரித்துள்ளார்.

சங்க அகப்பாடல்களில் முதன்மை பெறுவன உரிப் பொருளே ஆகும்.

புணர்தல் பிரிதல் இருத்தல் இரங்கல்
ஊடல் அவற்றின் நிமித்தம் என்றிவை
தேருங்காலை திணைக்குரிப் பொருளே   (தொல்.பொருள்.16)

என்ற நூற்பா ஐந்து திணைக்குரிய உரிப்பொருளை வரையறை செய்துள்ளது. புணர்தலும் பிரிதலும் இருத்தலும் இரங்கலும் ஊடலும் அவற்றின் நிமித்தமும் என்று சொல்லப்பட்ட இவை ஆராயுங்காலத்து ஐந்திணைக்கும் உரிப்பொருளாம் என்று இளம்பூரணர் உரை விளக்கம் செய்வார்.

நச்சினார்க்கினியர் தேருங்காலை என்றதனாற் குறிஞ்சிக்குப் புணர்ச்சியும், பாலைக்குப் பிரிவும் முல்லைக்கு இருத்தலும் நெய்தற்கு இரங்கலும் மருதத்திற்கு ஊடலும் அவ்வந்நிமித்தங்களும் உரித்தென்று ஆராய்ந்துணர்க என்று எந்த உரிப்பொருள் எந்தத் திணைக்கு உரியது என்பதை விளக்கி உள்ளார்.

வேட்டைச் சமூகம்: குறிஞ்சிப் புணர்தல் உரிப்பொருளும் தொல் மணமுறையும்

தொல்காப்பியம், குறிஞ்சித் திணைக்குரிய உரிப் பொருளாகப் புணர்தல் என்பதைச் சுட்டியுள்ளது என்பது உரையாசிரியர் கருத்தாகும். புணர்தல் நிமித்தமும் புணர்தலின் பாற்படும். ஒத்த கிழவனும் ஒத்த கிழத்தியும் பால்வரைத் தெய்வத்தான் சந்தித்துக் களவில் கூடி மகிழ்வதை விவரிப்பதே புணர்தலின் விளக்கமாக இலக்கண நூல்கள் சுட்டியுள்ளன. இவ்வுரிப் பொருளின் பின்புலமாகக் குறிஞ்சி நிலமும், குறிஞ்சி நில வாழ்க்கையும் சுட்டப் பெற்றுள்ளன. புணர்தல் உரிப்பொருள் வழித் தொல் மணமுறையை மீட்டுருவாக்கம் செய்யச் சங்கக் குறிஞ்சிப் பாடல்களின் துணை மிகுதியும் தேவையாகிறது.

சங்க இலக்கியத்தில் குறிஞ்சித் திணையில் அமைந்த பாடல்கள் யாவும் ஆழ்ந்த கவனத்திற்குரியன.

மாயிதழ் மழைக்கண் மாஅயாளொடு
பேயும் அறியா மறையமை புணர்ச்சி

என்ற அகநானூற்றுப் பாடல் (62) களவுக் காலத்தில் தலைவன் தலைவி இடையே நிகழ்ந்த உடற் புணர்ச்சியை விவரிக்கிறது.

தாரன் கண்ணியன் எஃகுடை வலத்தன்
காவலா் அறிதல் ஓம்பிப் பையென
வீழாக் கதவம் அசையினன் புகுந்து
உயங்கு படா் அகலம் முயங்கித் தோள் மணந்து
இன்சொல் அளைஇ பெயா்ந்தனன் . . . (அகம். 102)

எனும் அகப்பாடல் காவலரும் பெற்றோரும் அறியா நிலையில் நிகழ்ந்த உறவை விளக்குகின்றது. முன்பின் அறியா இருவர் திடீரெனச் சந்தித்து உறவு கொள்வதும் உண்டு என்பதையும் சில பாடல்கள் தெளிவுறுத்துகின்றன.

ஏனல் காவலினிடை உற்று ஒருவன்
கண்ணியன் கழலன் தாரன் தண்ணெனச்
சிறுபுறம் கவையினனாக அதற்கொண்டு
அஃதே நினைந்த நெஞ்ச மொடு
இஃது ஆகின்று யான் உற்ற நோயே

எனும் நற்றிணைப் பாடல் (128) தினைப்புனக் காவலிடையே ஒருவன் வந்து தலைவியைத் தழுவியதை விவரிக்கும். திருமணி ஒளிவிடும் பூணினை அணிந்த தலைவன் ஒருவன், புரவலன் போலும் தோற்றம் மாறுகொள இரவன் மாக்கள் அனையப் பணிமொழி பயிற்றிச் சிறு தினைக்கண் வீழும் கிளிகளைக் கடியும் தலைவியை நோக்கிச் சூரர மகளிரைப் போல் நிற்கும் நீ யாரையோ? எம்மை அணங்கினாய்; நின் நலத்தை உண்குவேன் என்று அவளது சிறுபுறத்தைத் தழுவினான். உடன் தலைவி,

மழையை ஏற்றுக் கொண்டு நெகிழ்ந்த மண்போல உள்ளம் நெகிழ்ந்தாள் (அகம்.32). மந்தியும் அறியா மரம்பயில் ஒருசிறை மருங்கில் தலைவனும் தலைவியும் விளையாடி மகிழ்ந்தனர் (நற்.194). தலைவன் தலைவியை மணந்த காலத்தில் அதனை அறிந்து சான்று கூறுவோர் எவரும் இலர். ஆயின் அங்கு மீனை எதிர்பார்த்து இருந்த குருகு ஒன்று இருந்தது உண்மை என்று குறுந்தொகைப் பாடல் (25) கூறும்.

மேலே காட்டப் பெற்ற சான்றுகளிலிருந்து சில செய்திகளை அறிய முடியும்.

1. தலைவனும் தலைவியும் திருமணத்திற்கு முன்பே கூடிக் களித்து உறவு கொண்டு இருக்கின்றனர்.
2. முன்பின் அறியா வேறுவேறு குழுவைச் சேர்ந்த இருவர் ஓரிடத்தில் சந்தித்துக் காதலும் உறவும் கொண்டுள்ளனர்.

மேலே கூறப்பெற்ற பொருள் அமைந்த பாடல்களின் கருவே புணர்தல் என்று கூறப்பெற்றது. என்றாலும் சங்கக் குறிஞ்சிப் பாடல்களில் பின்வரும் செய்திகளும் இடம் பெற்றுள்ளன. அவை வருமாறு:

1. அலர் தோன்றுதல்
2. அறத்தொடு நிற்றல்
3. வெறியாட்டு
4. உடன்போக்கு
5. பெற்றோர் இசைவைப் பெறுதல்

மேற்கூறப்பெற்ற கூறுகளுள் பெற்றோர் இசைவைப் பெறுதல், அல்லது மணவினை மூலம் காதல் உறுதிப் படுத்தப் பெறுதல் என்பது ஆழ்ந்த கவனத்திற்குரியது.

கழியக் காதலர் ஆயினும் சான்றோர்
பழியொடு வரூஉம் இன்பம் வெஃகார்
வரையின் எவனோ வான்தோய் வெற்ப (அகம். 11)

என்ற அகப்பாடல் களவுக் காதலரே ஆயினும் அவர்கள் வரைவின் மூலம் முறையாக ஒன்று சேர வேண்டும் எனவும் அவ்வாறு சேராதார் இன்பம் பழியொடு வரும் இன்பம் எனவும் விளக்குகின்றது.

இரவின் வரூஉம் இடும்பை நாமுய்ய
வரைய வந்த வாய்மைக்கு ஏற்ப
நமர்கொடை நேர்ந்தனர் ஆயின் அவருடன்
நேர்வர் கொல் வாழிதோழி நம்காதலர்
புதுவர் ஆகிய வரவும் நின்
வதுவை நாண் ஒடுக்கமும் காணுங்காலே

எனும் நற்றிணைப் பாடல் (393) களவுக் காதலில் ஈடுபட்ட தலைவன் இரவில் வந்து தலைவியைக் கூடும் இடும்பையிலிருந்து தலைவி விடுபடுமாறு திருமணம் கைக்கூடிய நிகழ்ச்சியைக் கூறுகின்றது.

பத்துப் பாட்டினுள் ஒன்றாகிய கபிலர் இயற்றிய குறிஞ்சிப் பாட்டு, சங்கக் குறிஞ்சிப் பாடல்களின் ஒட்டு மொத்த கருத்தியலின் வெளிப்பாடாக அமைந்துள்ளது. அக்குறிஞ்சிப் பாட்டு தரும் செய்திகள் வருமாறு:

1. தினை காத்தும் சுனை படிந்தும் பூச்சூடியும் தழையுடுத்தும் அசோகு நிழலில் இருந்த தலைவியைத் தலைவன் எதிர்ப்பட்டு அஞ்சில் ஓதி அசையல் யாவதும்; அஞ்சல் ஓம்பு; நின் அணி நலம் நுகர்வேன் என்று அவளைத் தழுவுதல்.

2. பெற்றோர் பார்த்து வைக்கும் திருமணத்தில் குடி, குலம், பண்பு நலன்களும் ஆராய்ந்து செய்யப் பெறும். இவற்றையெல்லாம் பாராது தலைவி தானே தனியாக நின்று ஏமஞ்சான்ற மணவினையை நிகழ்த்திக் கொள்ளுதல்.

3. தலைவன் தலைவியிடம் உனது கையை உன் தமர் பிடித்து என்னிடம் தரும் திருமணத்தை நாடறியுமாறு செய்வோம்; அதுவரை சிலநாள் கலங்காது இருப்பாயாக என்று தேற்றுதல்.

4. தலைவி, தலைவன் நினைவாக நோயுற்றிருத்தல். சங்க இலக்கியங்களின் அகப்பாடல் அனைத்திலும் தலைவியின் நிலைப்பாட்டை ஒரு பொருண்மையின் கீழ் கொண்டு வந்துவிட முடியும். அது தலைவி தலைவனையே நினைத்து அவனோடு வாழ விழைவதையே மையமிட்டதாக இருப்பது குறிப்பிடத்தக்கது. களவில் கூடினாலும்கூடத் தலைவி ஒருவனுக்காக வாழ்ந்த நிலையை அறிய முடியும். ஆகக் கற்பு எனும் நூலிழை சங்க அகப்பாடல் அனைத்திலும் இழையோடியிருப்பதை உணர முடியும். குறிஞ்சிப் பாடல்களும் கற்பிற்கு முதன்மை அளித்திருப்பது தெளிவு. பல பாடல்கள், தலைவன் தன்னை வரைந்து கொள்ள வேண்டுமே எனும் தலைவியின் தவிப்பை வெளிப்படுத்தியுள்ளன.

மேலே கூறப்பெற்ற அனைத்துச் செய்திகளின் வழியாகச் சங்கக் குறிஞ்சிப்பாடல்கள் மூன்று விதமான கூறுகளை முதன்மைப் படுத்துவதை அறிய முடியும் அவையாவன.

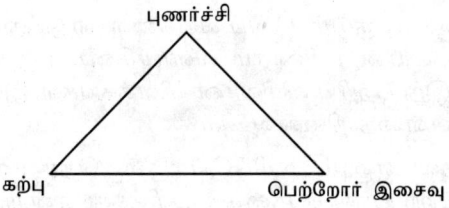

புணர்தல் பரிணாம வளர்ச்சி

மேலே கூறப்பெற்ற சங்கக் குறிஞ்சிப் பாடல்களின் கூறுகளாகிய புணர்ச்சி – கற்பு – பெற்றோர் இசைவு ஆகியன அடங்கிய பாடல்கள் சங்க காலத்தில் பாடப் பெற்றன என்றாலும் அக்கூறுகள் அனைத்தும் ஒரு காலத் தன்மை வாய்ந்தவை அல்ல. அதாவது அக்கூறுகள் அனைத்தும் ஒரே காலத்தில் உருப் பெற்றிருக்க முடியாது. வேறு வேறு காலங்களில் உருப் பெற்றுப் பின்னாளில் ஒன்றாக இணைந்திருக்க வேண்டும். இக் கூறுகள் சமூகப் பரிணாம வளர்ச்சியை அடியொற்றி உருப்பெற்றவை, என்பதை இக்கட்டுரையின் இனிவரும் பகுதி விளக்கும்.

தொன்மைக் காலப் பாலுறவும் புணர்தல் உரிப்பொருளும்

காட்டுமிராண்டி நிலை, அநாகரிக நிலை, நாகரிக நிலை என மனித சமூகத்தின் பரிணாம வளர்ச்சியை வகைப்படுத்துவர். ஆதிமனிதனின் வாழ்க்கை வேட்டைச் சமூகத்தில் மறுமலர்ச்சி அடைந்திருக்க வேண்டும். வேட்டைத் தொழிலும் உணவு சேகரிப்பும் பண்டு தலையாய இடத்தைப் பெற்றிருந்தன. வில், அம்பு முதலிய கருவிகள் கண்டுபிடித்த பின்னர் வேட்டைத் தொழிலில் புதுமை மலரத் தொடங்கியது. ஏறத்தாழ இந்தக் காலக் கட்டத்திலும் இதற்கு முந்தைய உணவு சேகரிப்புக் காலத்திலும் தாய்வழித் தலைமைதான் இருந்திருக்க வேண்டும் என்பதை அறிய முடிகிறது. வேட்டையாடப் பெற்ற உணவுப் பொருள்கள் குழு உறுப்பினர்களுக்குப் பகிர்ந்து அளிக்கப் பெற்றன.

இக்காலக் கட்டத்தில் பாலுறவில் வரன்முறையற்ற தன்மை நிலவியிருக்க வேண்டும் என்ற கருதுகோளை மார்கன் ஏங்கெல்சு முதலானோர் நிறுவி உள்ளனர். தாய்மகன், தந்தைமகள், சகோதரன் சகோதரி ஆகியோர்க்கு இடையேயும் உறவுகள் இருந்தன. வரன்முறையற்ற உறவிலிருந்து மனித சமூகம் படிப்படியாகப் பாலுறவு முறையில் சில தடைகளை விதித்தது. இதனால் பெற்றோர்களுக்கும் பிள்ளைகளுக்கும் இடையேயும் சகோதர சகோதரிகளுக்கு இடையேயும் உள்ள உறவுகள் தடை செய்யப் பெற்றன (எங்கெல்ஸ். 1884). இரத்த உறவுக் குடும்பம், பூனலூவாக் குடும்பம், இணைமணக் குடும்பம், ஒருதாரக்

குடும்பம் ஆகிய குடும்ப வடிவங்களை எடுத்துக் காட்டிப் பாலுறவு நிலையின் பரிணாம வளர்ச்சியை எங்கெல்சு (1884) விளக்குவர். இது பற்றிய விரிவான விளக்கங்கள் இயல் ஒன்றில் கூறப்பெற்றுள்ளதை நினைவு கூர்க.

புணர்தல் எனும் உரிப்பொருள் தொன்மைக் கால வரன்முறையற்ற பாலுறவுகளைக் குறித்தது என்று கூறுவதற்கு நேரடிச் சான்றுகள் கிடைத்தில. சங்கக் குறிஞ்சிப் பாடல்களும் இதற்குத் துணை நிற்கவில்லை. இவ்வாறு துணைநிற்காமைக்குக் காரணம் சங்க இலக்கியங்கள் தோன்றிய சமூகத்தின் நிகழ்காலப் பண்பாடாகும். புணர்தல் தொன்மைக் காலத்துப் பாடுபொருளே ஆயினும் அது நிகழ்காலப் பண்பாட்டை மறுக்க இயலாது; ஏற்றுதான் தீர வேண்டும். சங்க காலத்துப் பண்பாடாகிய கற்பின் ஆதிக்கம் குறிஞ்சிப் பாடல்களிலும் ஊடுருவியிருத்தல் தவிர்க்க இயலாதது. புணர்தல் என்பது விதை நிலையாயின் புணர்தலோடு இணைந்த கற்புநிலை முதலியன அவ்விதை மரமான நிலையை உணர்த்துவதாகக் கொள்ள வேண்டும். ஒரு காலத்து உருவான பாடுபொருள் அது தோன்றி வளர்ந்து வந்த காலக் கூறுகளையும் ஏற்றும் உள்ளடக்கியுமே உருவாக முடியும்.

புணர்தல் என்ற உரிப்பொருள் தோன்றி வளர்ந்து மரமான நிலையைப் பின்வருமாறு காட்சிப்படுத்த இயலும் (காண்க வரைபடம்:3).

வரைபடம்–3

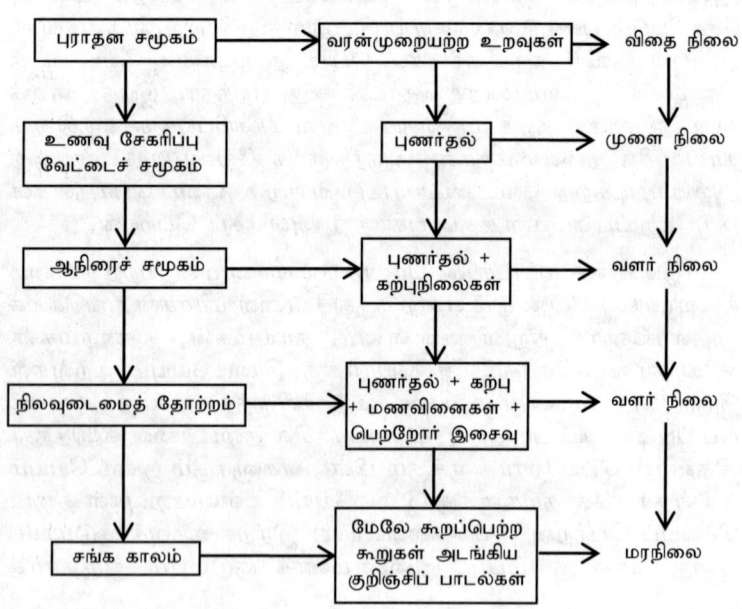

இதுகாறும் கூறியவற்றிலிருந்து புணர்தல் குறித்த சில செய்திகளை அறிய முடியும். அவை வருமாறு:

1. குறிஞ்சிப் பாடல்களின் அடிப்படைக் கருவாகிய புணர்தல் என்பது தொன்மைக் கால வேட்டைச் சமூகத் தமிழர் பண்பாட்டின் மணமுறையின் பாடுபொருள் ஆகலாம். சுதந்திரமான மணமுறையை இது ஆதியில் குறித்திருக்க வேண்டும்.
2. இதேபாடுபொருள் இரண்டாவது நிலையில் தனது பரிணாம வளர்ச்சியை ஆநிரைவுடைமைக் காலத்தில் பெற்றிருக்கலாம். இதனால் புணர்தல் என்பதோடு ஆநிரைச் சமூகத்துக் கற்பு முதலியன இணைந்து புணர்தல் புதிய பரிமாணத்தை அடைந்திருக்கலாம்.
3. மனித சமூகத்தில் பாலுறவு நிலையில் தடைகள் ஏற்பட்டு அவ்வுறவு நிலை பரிணாம வளர்ச்சி பெற்று வளர்ந்து வந்தபோது சரியாக எந்த நிலையில் அல்லது எந்தக் காலக் கட்டத்தில் புணர்தல் பாடுபொருளாகத் தோன்றியிருக்க முடியும் என்பதை அறுதியிட்டுக் கூறமுடியாது.
4. என்றாலும் தொன்மைத் தமிழர் சுதந்திரமாக உறவு கொண்டு வாழ்ந்த ஆதி தொன்மைக் காலத்தில் தம் உறவுகளை (மண உறவுகளை) இலக்கியமாக்க முயன்ற வேளையில் புணர்தல் பாடுபொருளாக உருப் பெற்றிருக்க வேண்டும். இந்நிலை, கற்பு தோன்றிய சமூகத்திற்கு முந்தைய சமூக நிலை என்பதையும் மனத்துள் கொள்ள வேண்டும்.
5. மேல் கூறிய செய்திகள் உண்மையாயின், தமிழரின் முதல் அக இலக்கியம் புணர்தல் என்பதாக இருந்திருக்க வேண்டும்.

ஆகத் தமிழரின் தொல்மணமுறையைக் குறியீடாக்கிய அகப் பாடுபொருள் புணர்தலாகிய குறிஞ்சி ஆகும். இம்மணமுறையைச் சுதந்திரமான மணமுறை என்று குறிப்பிடலாம். இம்மணமுறையை மானுடவியல் குறிப்பிடும் புறமண உறவோடு ஒப்பிட்டு ஆராய்தல் வேண்டும். இதுபற்றிய விரிவான விளக்கங்களைக் களவு மணம் இயலில் காண்க.

ஆநிரை உடைமைச் சமூகம்: முல்லை – இருத்தல் உரிப்பொருளும் தொல் மணமுறையும்

வேட்டைச் சமூகத்தின் மணமுறை பற்றிய பாடுபொருள் புணர்தல் என்பதாக இருந்தமையை முன்னர் அறிய முடிந்தது. புணர்தலில்

உள்ள வரன்முறையற்ற தன்மைகள் நாளடைவில் கடியப் பெற்று இறுதியில் ஒருத்திக்கு ஒருவன் எனும் மணமுறையாக வடிவெடுத்ததைச் சமூகவியல் கோட்பாடுகள் தெளிவுறுத்தின (எங்கெல்ஸ். 1884).

வேட்டைச் சமூகத்தை அடுத்து அமைந்த சமூகம் ஆநிரை உடைமைச் சமூகமாகும். ஆநிரைச் சமூகம் பற்றிய பலவேறு செய்திகளைச் சங்க இலக்கியங்கள் பதிவு செய்துள்ளன. ஆநிரையே இனக்குழுவின் சொத்தாகக் கருதப் பெற்றது. மனிதகுல உணவுத்தேவையின் பெரும்பகுதி ஆநிரைக்குழுவால் நிறைவு செய்யப்பெற்றது. ஆநிரை கவர்தல் என்பது அக்காலத்துச் சொத்துச் சேர்ப்பாக இருந்திருக்க வேண்டும். ஆநிரை கவர்ந்து செல்லுதலையும் அதனை உரியவர் மீட்டு வருதலையும் பாடல்கள் படம் பிடிக்கின்றன. இப்பூசல்கள் அடங்கிய நிகழ்வுகளைத் தொல்காப்பியர் வெட்சித்திணை என்று குறிப்பர். இவ்வெட்சித் திணைப் போரே தமிழரின் ஆதி போர் முறை என்பர் (க.ப. அறவாணன். 1978).

ஆநிரை, பண்டமாற்றாகப் பயன்பட்டுள்ளது; கள்ளுக்கு விலையாக ஆநிரை கொடுக்கப்பெற்றது (பெரு. 136–141). மழவர் ஆக்களைக் கொன்று அதன் ஊனினை உண்டனர் (அகம். 239: 3–6). கொங்கர் மிகுதியான ஆக்களை உடையவர் (பதி. 22:15). பாணன் (அகம். 113), வடுகர் பெருமகன் (அகம். 253), மழவர் (அகம். 309), தென்னன் (அகம். 342), தேர்வண் மலையன் (நற். 100) ஆகியோர் ஆநிரையின் பொருட்டுச் சண்டையிட்டுள்ளமையைச் சங்க இலக்கியங்கள் பதிவு செய்துள்ளன.

ஆநிரைச் சமூகத்திலேயே தனியுடைமை நிலை வலுப்பெற்று விடுகிறது. தனியுடைமை காரணமாக ஒரு தாரமணம் அதாவது ஒரு கணவ மணமுறை வற்புறுத்தப் பெறவே அம்மணத்தின் மறுபக்கமாகிய கற்புக் கோட்பாடுகள் தானாகவே உருப்பெற்றன.

சங்க முல்லைப் பாடல்கள் மேல் கூறப்பெற்ற அனைத்துச் செய்திகளையும் உள்ளடக்கியனவாக எமக்குத் தென்படுகின்றன. மணஉறவு, மணச்சடங்கு, குடும்பம் முதலான சமூக நிறுவனங்களின் தொன்மை நிலைப்பாடுகள் அனைத்திற்கும் அடிப்படையாக அமைந்தது ஆநிரைச் சமூகம். அவற்றைப் பதிவு செய்து வைத்திருப்பது முல்லைப்பாடல்கள். எனவே முல்லைப் பாடல்களின் மையக் கருவாகிய இருத்தல் எனும் உரிப்பொருள் மிகக் கவனமாக ஆராய வேண்டிய ஒன்றாகும். இருத்தல் எனும் உரிப்பொருள் மூலம் வெளிப்படும் தமிழரின் அகவாழ்வு, மணமுறை பற்றிய செய்திகள் மிக விரிவானவை. புணர்ச்சி நிலையிலிருந்து மனிதன் நாகரிக வாழ்வை எட்டிப்பிடித்த

நிலைகளை விளக்குவதுதான் இருத்தலை மையமிட்ட முல்லைப் பாடல்கள் ஆகும்.

ஒரு கணவ மணமும் இருத்தலும் கற்பும்–தொடர்புகள்

ஒரு கணவ மணமுறைக்கும் அதனைத் தூக்கி நிறுத்தும் கற்புக் கோட்பாடுகளுக்கும் இருத்தல் உரிப்பொருளுக்கும் நெருங்கிய தொடர்பு உண்டு. இன்னும் சொல்லப் போனால் கற்பு என்பதின் ஆதி வடிவமே இருத்தல் என்பதாகும். இதனைச் சரிவரப் புரிந்து கொண்டால் இருத்தலின் தொன்மையைக் கணக்கிட்டுவிட முடியும்.

இருத்தல்–கற்பு–தொடர்புகள்

தமிழில் பத்தினித் தன்மையைக் குறிக்கக் கற்பு என்ற சொல் பயன்படுத்தப் பெற்றது; பயன்படுத்தப் படுகிறது. இந்நிலையில் இருத்தல் என்ற உரிப்பொருள் தான் கற்பினைக் குறிக்கத் தமிழில் பயன்படுத்தப்பட்டுள்ளது என்பதை எவ்வாறு நிறுவுவது? இவ்வினாவிற்குரிய விடையை அறிதல் வேண்டும். அவ்வாறாயின் தமிழில் கற்பு என்ற சொல் பொருளின் தன்மையையும் அறிதல் அவசியமாகிறது. கற்பு என்பது எதனைக் குறிக்கிறது? இருத்தல் எவ்வாறு கற்பாக உருப்பெற்றது? இவற்றை இனிவரும் பகுதி ஆராயும்.

கற்பின் தோற்றம்: சமூகவியல் காரணங்கள்

பலகணவ மணமுறையிலிருந்து ஒருகணவ மணமுறை தனியுடைமையால் வற்புறுத்தப் பெற்றது. பொதுச் சொத்துகள் ஒருவனுக்கு உரிமையாகும்போது அந்த உரிமையைத் தக்கவைத்துக் கொள்ளவும் உடைமையைத் தன் வாரிசுக்கு விட்டுச் செல்லவுமான சமூகச் சூழல்கள் உருவாயின. இது பல கணவ அமைப்பு முறையில் ஏலாத ஒன்று. பல கணவ அமைப்பு முறையில் ஒருவனின் மகன் இவன் என்று சுட்டிக் கூறும் தன்மை இல்லாமல் போயிற்று. யாருடைய மகன் என்ற வினாவிற்கு எளிதில் விடை கிடைக்காமலும் போயிற்று. இச்சிக்கலைத் தீர்க்க சமூகமே ஒருத்திக்கு ஒருவன் என்ற கோட்பாட்டை உருவாக்கியது. ஒருத்தியை ஒருவனுக்கு உடைமையாக்குவதில் திருமணச் சடங்குகள் பெரும் பங்காற்றின. ஆயின் ஒருத்திக்கு ஒருவன் எனும் கோட்பாட்டை மணச்சடங்கினால் மட்டுமே காக்க முடியவில்லை. கட்டுப்பாடற்ற உறவு நெறிகள் நிலவிய சமூகத்தில் ஒருத்திக்கு ஒருவன் கோட்பாடு சிதைவிற் குள்ளாயிற்று. இதனை எங்கெல்சு தம் நூலில் தெளிவாக விளக்கி இருக்கிறார் (எங்கெல்ஸ் 1884).

ஒருத்திக்கு ஒருவன் கோட்பாட்டில் ஒருவனுக்குப் பலரை மணம் செய்வித்தல் விலக்கப்பெறவில்லை. எனவே பலதார மணம் பல பெண்களை ஒருவனுக்கு உரிமையாக்கியது. ஆனால் அப்பெண்கள் அவ்வொருவனுக்காகவே வாழ்தல் வேண்டும். எனவே பலதாரமணமுறையும் பரத்தைமையும் உடைய சமூகத்தில் மனைவி சோரம் போதல் என்பது தவிர்க்க இயலாத அம்சமாகி விட்டது. ஒருபக்கத்தில் பெண்ணின் கணவனும் மறுபக்கத்தில் அவளது கள்ளக் காதலனும் சமூகத்தில் உருவாக்கப் பெற்றனர். இப்பொழுது மீண்டும் குழந்தையின் தகப்பன் யார் என்ற வினா ஒரு தார்மீக நம்பிக்கையை ஆதாரமாகக் கொண்டிருக்கும் விடயமாகிவிட்டது. குழுமணம் விட்டுச் சென்ற இக்கள்ளக் காதல் எச்சத்தால் மனைவி சோரம் போதல் கடுமையாகக் கண்டிக்கப் பெற்றாலும் நடைமுறையில் வெற்றிபெற இயலவில்லை. எனவே தீர்வுகாண இயலாத இந்த முரண்பாடுகளைத் தீர்க்க மேலை நாட்டில் ஒரு சட்டம் இயற்றப்பட்டது. நெப்போலியனது சட்டத் தொகுப்பின் 312ஆவது பிரிவு பின் வருமாறு ஆணை இட்டது: மண வாழ்க்கையில் கருக்கொண்ட குழந்தைக்குக் கணவனே தகப்பனாகிறான். அதாவது ஒருத்தியின் கருவுறுதலுக்கு யார் வேண்டுமானாலும் காரணமாகலாம். ஆனால் அக்கருவுக்குத் தந்தை அவள் கணவனே ஆவான். இவ்வாறாக மேலை நாடுகளில் ஒருத்திக்கு ஒருவன் கோட்பாட்டை நிருமாணிக்கப் பலவேறு போராட்டங்களைச் சந்திக்க வேண்டியிருந்தது.

மேலை நாட்டினர் சாதிக்காத ஒன்றை இந்தியச் சமூகம் சாதித்தது. ஒருத்தி ஒருவன் கோட்பாட்டை உருவாக்கி அதில் பெண்கள் சோரம் போதலைத் தவிர்க்கப் பெரும் ஆயுதமாகக் கற்புக் கோட்பாட்டை உருவாக்கியது. அக்கோட்பாட்டிற்குப் பௌராணிகத் தன்மை ஊட்டப்பெற்று வலுவாக்கப்பெற்றது. இக்கோட்பாட்டின் உச்சநிலையின் சமூகவிளைவுகள் உடன்கட்டை ஏறலாகவும் கைம்மை நோன்பாகவும் உருவெடுத்துப் பெண்களை முழுதும் அடிமையாக்கின.

இருத்தல் உரிப்பொருளும் கற்பின் தோற்றமும்

வேட்டைச் சமூகத்தை அடுத்து ஆநிரைச் சமூகம் தோன்றியதும் தனியுடைமை தோன்றியதும் அதன் வழி வாரிசுரிமையும் ஒருதாரமணம் வலியுறுத்தப்பெற்றதும் அதனான் கற்பு நெறிகள் தோன்றியதும் ஆகிய செய்திகளை முன்னரே இவ்வியல் விளக்கியுள்ளது. அச்செய்திகளை மீண்டும் மனத்துள் இறுத்திக் கொண்டு சங்க முல்லைப் பாடல்களை ஆராய்தல் வேண்டும். முல்லைப் பாடல்கள் வெளிப்படுத்தும் சமுதாயம் ஆநிரைச்

சமுதாயம் என்பதில் ஐயமில்லை. முல்லையின் செல்வம் அல்லது உடைமை ஆநிரை என்பதும் அறிந்த ஒன்று.

இச்சமூகத்தின் மணமுறை, பாடுபொருளாக எதனை முன்வைத்துள்ளது? இருத்தல் எனும் உரிப்பொருளை முன்வைத்துள்ளது. இருத்தல் எனும் பொருண்மையின் கனபரிமானம் இருவேறு கூறுகளை உள்ளடக்கியது. ஒன்று ஆண் சார்புடையது; இரண்டு பெண் சார்புடையது. ஆண் சார்புடைய பொருண்மையும் பெண்களையே மையமிட்டதாக இருப்பதை ஆழ்ந்து நோக்குக. பெண் சார்புடைய பொருண்மையின் பொருள் என்ன?

இருத்தல் என்பதற்குக் கணவன் வருந்துணையும் ஆற்றியிருத்தல் என்று பொருள் கூறுவர் இளம்பூரணர். கணவன் மனைவியுமாகிய இல்வாழ்வில் கணவன் பிரிந்திருக்கின்ற காலத்து அவன் வரும் அளவும் தன் உணர்வுகளை ஆற்றியிருத்தலே இருத்தல் என்பதன் நேரடிப் பொருளாகும். அதாவது கணவன் ஆநிரைகளை மேய்க்கும் பொருட்டும் பிறவழியும் பிரிந்து சென்ற காலத்துத் தன் காதல் உணர்வுகளை அடக்க வேண்டுமே ஒழிய அவற்றை வெளிப்படுத்தி உணர்வுகளுக்கு வடிகால்களைத் தேடக்கூடாது என்பது இருத்தலின் மறுப்பக்கப் பொருளாகும். ஆக இதுவே தமிழகத்தில் கிடைக்கக் கூடிய தொன்மைக் கற்பு நெறியாகத் தெரிகிறது.

மேலே கூறப்பெற்ற செய்திகளைப் பின்வரும் சங்கப் பாடல் (அகம்.34) மூலம் நன்கு விளங்கிக் கொள்ள முடியும்.

> செந்தாரப் பைங்கிளி முன்கை யேந்தி
> இன்றுவரல் உரைமோ சென்றிசினோர் திறத்தென
> இல்லவர் அறிதல் அஞ்சி மெல்லென
> மழலை இன்சொல் பயிற்றும்

இப்பாடலில் தலைவனைப் பிரிந்திருந்த தலைவி, பைங்கிளியிடம் தலைவர் இன்றே வருவர் என்று கூறுக என மழலைச் சொல்லைப் பயிற்றுவித்து அக்கிளி திரும்பக் கூறும்போது மனம் ஆறுதல் பெற்றதான செய்தி இடம்பெற்றுள்ளது. இப்பாடலில் வரும் இல்லவர் அறிதல் அஞ்சி எனும் தொடர் உணர்த்தும் பொருள் யாது? தான் பிரிவுத்துயரான் வாடுவதைப் பிறர் அறிதல் ஆகாது என்று அஞ்சிய தலைவியின் மனப்பாங்கையும் இதன்வழித் தலைவன் பிரிந்திருந்த காலத்தில் தலைவி வருந்துவதைக் கூடச் சமூகம் விரும்பவில்லை என்பதையும் தலைவன் பிரிந்தவழி அவன் நினைவைப் போற்றி ஆற்றியிருத்தலே தலைவியின் கடமை என்று வற்புறுத்தப் பெற்றமையையும் இப்பாடலடிகள் மறைமுகமாக உணர்த்தும் மறுப்பக்கச் செய்திகளாகும்.

பெரும் பிரிவுகளைப் பெண்கள் ஆற்றியிருக்கும் தன்மையில் அமைந்த பாடல்கள் பலவாகப் பெருகி அதன்வழிப் பெண்கள் கணவனுடன் மட்டுமே வாழும் மணவாழ்வையும் கற்பையும் நியாயப்படுத்தின. இவ்விருத்தல் உரிப்பொருளின் மேல் கட்டுமானங்களே பிற்காலத்தில் கற்பு நெறிகளாகக் கிளைத்தன.

இருத்தல்: முல்லை சான்ற கற்பு – விளக்கம்

முல்லை என்பதும் கற்பு என்பதும் ஒன்றையொன்று சார்ந்து இருந்தமையைச் சங்க இலக்கியங்கள் விளக்குகின்றன.

முல்லை சான்ற கற்பின் மெல்லியற் குறுமகள் எனவும் (நற்.142; அகம்.274) முல்லை சான்ற கற்பின் மெல்லியள் எனவும் (சிறு.30) வரும் பாடலடிகள் கவனத்திற்குரியன. இப்பாடலில் வரும் முல்லை என்பதற்கும் கற்பு என்பதற்கும் இதுகாறும் கொண்ட பொருள்கள் முறையே முல்லை மலர் என்பதும் பத்தினித் தன்மை என்பதும் ஆகும். கலித்தொகையில் முல்லை மலர் திருமணமான மகளிரைச் சுட்டும் குறியீடாகப் பயன்பட்டுள்ளது. முல்லை சான்ற கற்பு என்பதன் நேரடிப் பொருள் தெரியினும் அதன் உள்ளுறை பொருள் ஆழ்வாய்வுக்குரியது.

இருத்தல் என்ற சொல்லும் முல்லை என்ற சொல்லும் ஒன்றையொன்று சார்ந்தவை. இருத்தல் என்பதன் குறியீடு முல்லை என்பதாகும். தொன்மைக் காலத்தில் இருத்தலும் முல்லையும் ஒரே பொருளில் பயின்று வந்துள்ளன. இதனை முல்லைப் பாட்டிற்கு உரையெழுதும் நச்சினார்க்கினியர் பின்வருமாறு விளக்குவர்.

இப்பாட்டிற்கு முல்லை என்று பெயர் கூறினார் முல்லை சான்ற கற்புப் பொருந்தியதனான். இல்லறம் நிகழ்த்துதற்குப் பிரிந்து வருந்துணையும் ஆற்றியிரு என்று கணவன் கூறிய சொல்லைப் பிழையாது ஆற்றியிருந்து இல்லறம் நிகழ்த்திய இயற்கை முல்லையாம் என்று கருதி இருத்தல் என்னும் பொருள்தர முல்லை என்று பெயர் கூறினார்.

இந்த உரைப்பகுதியுள் ஆற்றியிருந்து இல்லறம் நிகழ்த்திய இயற்கை முல்லையாம் என்ற உரை வரிகள் முல்லையும் ஆற்றியிருத்தலும் ஒரே பொருளை அதாவது இருத்தல் என்ற பொருளைத் தருவனவாக உள்ளமையை அறிக. இந்த அடிப்படையில் முல்லை சான்ற கற்பு எனும் தொடரை ஆராய்தல் வேண்டும்.

1. முல்லை என்ற சொல் மலர், திணை ஆகியவற்றை அன்றி இருத்தல் எனும் ஒழுக்கத்தையும் விளக்குகின்றது.

2. இருத்தல் என்பது தலைவன் நினைவாக அவன் பிரிவை ஆற்றி வருந்தாது இல்லறம் நடத்துவது ஆகும்.

3. தொல்தமிழக மகளிர் இருத்தல் என்பதன் வழிதான் கற்பு வாழ்க்கையை நிகழ்த்தி உள்ளனர். இருத்தல் கற்பு ஆகிப் பின்னர்ப் பத்தினித் தன்மைத்தாகப் பரிணமித்து இருக்க வேண்டும்.

இந்தப் பொருள்கோள் அடிப்படையில் முல்லை சான்ற கற்பு என்பது இருத்தல் பொருந்திய இல்லற வாழ்வு எனும் பொருளைத் தந்து நிற்கிறது.

ஆநிரைச் சமுதாயம் உடைமைச் சமூகமாகப் பரிமாணம் கொண்டபோது அது குடும்ப அமைப்பிலும் பெரும் மாற்றங்களை உண்டாக்கியது. வாரிசு உரிமையும் அதன் வழி ஒரு கணவ மணமுறையும் தோற்றம் கொண்டன. இத்தோற்றம் தொல்தமிழகத்தில் முல்லைப் பாடல்களின் வழியே வெளிப்பட்டுள்ளது. ஒருகணவ மணமுறையினை நியாயப் படுத்துவதாகவும் முறையுறுத்துவதாகவும் இருத்தல் சான்ற முல்லைப்பாடல்கள் பாடப்பட்டன. கணவன் நினைவையே ஏந்தி இருக்கும் மனைவியர் மூலமும் படைப்பாக்கம் மூலமும் ஒரு கணவ மணம் சமூகத்தில் நிலைநிறுத்தப்பட்டது.

ஆக இருத்தல் என்ற உரிப்பொருள் பண்டைத் தமிழகத்து ஒரு கணவ மணமுறையை வெளிப்படுத்தி உள்ளமையை அறிய முடிகின்றது.

நிலவுடைமைச் சமூகம்:
மருதம் ஊடல் உரிப்பொருளும் தொல்மணமுறையும்

வேட்டைச் சமூகத்தின் மணமுறைப் பாடுபொருள் புணர்தல் ஆகும் என்பதையும் ஆநிரை உடைமைச் சமூகத்தின் மணமுறைப் பாடுபொருள் இருத்தல் ஆகும் என்பதையும் அப்பாடுபொருள்கள் சமூகப் பரிணாம வளர்ச்சியை வெளிப்படுத்துவனவாக அமைந்துள்ளன என்பதையும் இதுகாறும் கூறப்பெற்ற செய்திகள் விளக்கின.

இனி ஊடல் என்பது சமூகப் பரிணாம வளர்ச்சியில் எக்காலத்தில் தோன்றியது? அவ்வூடல் பாடுபொருளைத் தோற்றுவித்த சமூகச் சூழல்கள் யாவை? இவற்றை ஆராயின் ஊடல் வெளிப்படுத்தும் தொல்தமிழர் மணமுறையை அறிய முடியும்.

ஆநிரைச் சமூகத்திலிருந்து நிலவுடைமைச் சமூகம் தோன்றல்

ஆநிரைச் சமூக நிலையை இக்கட்டுரையின் முற்பகுதி ஒருவாறு விளக்கியது. ஆநிரை சொத்தாக இருந்ததும், அவற்றால் வெட்சிப் போர் மூண்டதும், ஆநிரை மேய்த்தல் வாழ்வும் ஆநிரை பண்டமாற்றாக விளங்கியமையும் அறிய முடிந்தது.

ஆநிரை பெருகப் பெருக இனக்குழு விரிவடைந்தது. ஆநிரைப் பெருக்கம் புதிய மேய்ச்சல் நிலங்களைத் தேடிச் செல்லுவதற்கு வழிவகுத்தது. நாளடைவில் புதிய மேய்ச்சல் நிலங்களைச் சமூகமே உருவாக்கிற்று. ஆதியில் வேளாண்மை என்பது ஆநிரையின் பொருட்டே உருவாக்கப்பட்டிருக்க வேண்டும். பின்னாளில் உலோகக் கண்டு பிடிப்பும் வேளாண் தொழிலின் பெருக்கமும் புதிய நிலவுடைமைச் சமூகத்தைத் தோற்றுவித்திருக்க வேண்டும்.

சங்க இலக்கியங்களின் பல பாடல்கள் நிலவுடைமைச் சமூகமான மருதநிலச் சமூகத்தைப் பதிவு செய்துள்ளன. நீர்வளமும் நிலவளமும் நெல்வளமும் மிக்க பல ஊர்கள் தமிழகத்தில் அற்றை நாளில் செழிப்புற்று இருந்திருக்க வேண்டும். வளமிக்க மருத நிலத்தில் வாழ்ந்த மக்கள் உழவர், உழத்தியர், கடையர், கடைசியர் எனப்பட்டனர். மருத நிலத்துப் பெருங்குடியிருப்புகள் ஊர் என்று அழைக்கப் பெற்றன.

தொல்பசி யறியாத் துளங்கா விருக்கை மல்லற் பேரூர்

என்று பெரும்பாணாற்றுப்படை *(253,254)* கூறும் அக்காலத்து மன்னர்கள் காடு கொன்று நாடாக்கிக் குளம் தொட்டு வளம் பெருக்கினர். புனல் பாய்ந்து பொன் கொழிக்கும் விளைவு அறாப் பெரும் கழனிகளை உடையது சோழநாடு எனப் பட்டினப்பாலை படம் பிடிக்கிறது.

நீரும் நிலனும் புணரி யோரீண்
டுடம்பு முயிரும் படைத்திசி னோரே

என்று கழனிகளை உருவாக்குவோர் கடவுளர் எனப் பாடல் *(புறம்.18)* மூலம் மன்னர்களுக்கு அறிவுறுத்தப்பட்டது.

பண்டைத் தமிழகத்தில் சிறுசிறு நிலவுடைமையாளர்கள் கிழார் என்ற பெயரிலும் வேளிர் என்ற பெயரிலும் குறுநில மன்னர்களாகவும் பிறராகவும் வாழ்ந்துள்ளனர். சிறுகுடி கிழான் பண்ணன் *(அகம். 54)*, ஒல்லையூர் கிழான் மகன் பெருஞ்சாத்தன் *(புறம். 242)*, மையூர் கிழான் *(பதி.90)*, பிடவூர் கிழான் மகன் பெருஞ்சாத்தன் *(புறம். 395)*, நீடூர் கிழவோன் *(அகம். 266)* முதலிய

பெயர்கள் சங்க காலத்துக் குறுநிலவுடைமையாளர்களைக் குறித்ததாகலாம். இவர்களே அன்றி வேளிர் எனப்பெறும் குறுநில மன்னர்களும் குறிக்கப்பெற்றுள்ளனர். நீர்நில வளங்கள் நிறைந்த முத்தூற்றுக் கூற்றத்தில் வேளிர் வாழ்ந்தனர் என்றும் அவர்கள் நிரம்ப நெல்லை விளைத்துக் குவித்தனர் என்றும் மாங்குடி மருதனார் (புறம்.24) மொழிவர். இவை யாவும் புறச் செய்திகள்.

அகப்பாடல்கள் பல நிலவுடைமையாளர்களைப் பெயர் சுட்டா நிலையில் தலைவராக்கியுள்ளன. தண் துறை ஊரன் (ஐங்.2), கழனி ஊரன் (ஐங்.4), பூக்கஞல் ஊரன் (ஐங்.3), துறைகேழ் ஊரன் (ஐங்.11), அணித்துறை ஊரன் (ஐங்.14), துறை நணி ஊரன் (ஐங்.20), ஊர் கிழவோன் (ஐங்.41), யாணர் ஊரன் (ஐங்.42), பழன ஊரன் (ஐங்.53), பெரும் புனல் ஊரன் (ஐங்.65), புனல் முற்று ஊரன் (ஐங்.95), பொய்கை ஊரன் (ஐங்.97), முதலிய சங்கத் தொடர்கள் அற்றைக் காலத்து நிலவுடைமைத் தலைவர்களைக் குறித்தனவாதல் வேண்டும். இத்தலைமக்களது ஊர்களின் செழிப்பு மருதநில வண்ணனையாக வெளிப்பட்டுள்ளது.

இத்தகு தலைவர்களின் ஊர்களில் நெல் மலைபோல் விளைவித்துக் குவிக்கப் பெற்றிருந்தது. பாணரும் பிறரும் பாடி நெற்குவை பெற்றனர். நெல் பண்டமாற்றாகப் பயன்படுத்தப் பெற்றது. இச்செய்திகள் யாவும் நிலத்தை உடைமையாகக் கொண்ட தனிவுடைமைச் சமூகம் தோன்றிவிட்டமையைத் தெளிவாகத் தெரிவிக்கின்றன எனலாம். ஏகபோக நிலங்களுக்குச் சொந்தக்காரர்களாக இருந்த இம்மருத நிலத் தலைவர்களுள் தனிவுடைமைச் சொத்துப் பெருக்கமும், வருவாய்ப் பெருக்கமும் போட்டியையும் பொறாமையையும் உண்டு செய்தன. விளைவு: பல ஊர்கள் அழிக்கப் பெற்றன; கொளுத்தப் பெற்றன; சில இணைக்கப்பெற்றன.இவற்றைப் பற்றி விரிவாகப் பேச இங்குத் தேவை இல்லை என்றாலும் நிலவுடைமை, தனிவுடைமையாக வளர்ந்துவிட்ட நிலையை அறிதல் வேண்டும்.

இந்த நிலவுடைமையாகிய மருதச் சமூகக் காலத்தில் மணவாழ்க்கை எவ்வாறு இருந்தது? எதனை முன்னிறுத்தியது? முல்லை நில சமூகக் காலத்திலேயே ஒரு கணவ மணமுறை தமிழகத்தில் காலூன்றி விட்டமையை உணரமுடியும்; கற்புநெறிகள் தோன்றிவிட்டமையையும் அறிய முடியும். இந்நிலையில் மருதச் சமூகத்தில் பெண்கள் நிலை மிகக் கட்டுக்கோப்பாக இறுக இறுக ஆண்களின் கட்டுக் கோப்பு விடுவதாயிற்று. ஒருதாரமணமுறை என்று எங்கெல்சு குறிப்பிட்டிருந்தாலும் கூட இம்மணமுறை பெண்களை மட்டும் கட்டுப்படுத்தியது. மாறாக ஆண்கள்

அதிகமான சுதந்திரத்துடன் பலரை மணந்து கொள்ளும் பலதார மண வடிவம் நிலை பெற்றது.

> இது (ஒருதாரமணம்) ஆணின் மேலாதிக்கத்தை அடிப்படையாகக் கொண்டது. அதன் தெளிவான நோக்கம், விவாதத்திற்கு இடமில்லாத தந்தை முறையுள்ள குழந்தைகளைப் பெறுவதுதான். இக்குழந்தைகள் உரிய காலத்தில் தமது தகப்பனாரின் இயற்கையான வாரிசுகள் என்ற முறையில் அவருடைய சொத்தைச் சுவீகரிக்கலாம் என்பதற்காக இந்தத் தந்தைமுறை அவசியமாயிற்று. இப்பொழுது ஆண்மட்டுமே மனைவியைத் தள்ளி வைக்கலாம் என்பது விதியாகிவிட்டது. மண வாழ்வில் உண்மையாக நடந்து கொள்ளாது இருக்கின்ற உரிமை இப்பொழுதும் கூட ஆணுக்கே உண்டு.

என்ற எங்கெல்சுவின் (1884) கருத்து கருதத்தக்கது. ஆக ஆண்வழித் தலைமைச் சமூகமும், ஆணாதிக்கமும், ஆண்வழிச் சொத்துரிமையும், வாரிசு நிலையும் பெண்களை மேலும் மேலும் கற்பு நிலை காட்டிப் பண்டைய பாலுறவு நெறியிலிருந்து அடக்கி வைத்த அதே நேரத்தில் ஆணுக்குப் பெண்கள் பலரை உடைமை ஆக்கின.

மனைவி கணவனுடைய சட்டபூர்வமான வாரிசுகளுக்குத் தாயாகவும் அவனுடைய முக்கிய வீட்டு வேலைக்காரியாகவும் பெண்ணடிமைகளை மேற்பார்வை செய்பவளாகவும் இருந்தாள். கணவன் விரும்புகின்றபோது இந்தப் பெண்ணடிமைகளைத் தன் காமக்கிழத்திகளாக வைத்துக் கொள்ளலாம்; அவ்விதமே வைத்துக் கொள்ளவும் செய்தான் (எங்கெல்ஸ் 1884).

இவ்வாறாகத் தனிவுடைமையின் மணவடிவமான பலதார மணமுறை ஆணுக்குப் பெண்கள் பலரை உடைமையாக்கியது.

இத்தகு நிலையே தமிழகத்து மருதச் சமூக அமைப்பிலும் நிலவியிருந்ததை உணரமுடிகிறது. இதனை இனிவரும் பகுதி விளக்கும்.

பரத்தைமையா? பலதார மணமா?

பரத்தைமை பற்றிய தெளிவான வரையறைகள், விளக்கங்கள் கிடைக்காதவரை சங்க காலத்துப் பலதார மணத்தைப் புரிந்துகொள்ள முடியாது. பரத்தையர் என்பவர் யாவர் என்ற வினாவிற்கு இளம்பூரணர் கூறும் விளக்கம் வருமாறு:

> ஆடலும் பாடலும் வல்லாராகி அழகும் இளமையும்
> காட்டி இன்பமும் பொருளும் வெஃகி ஒருவர்மாட்டும்
> தங்காதவர் (தொல்.பொருள்.147)

இந்த உரை விளக்கப் பகுதி, பரத்தையரை விலை மகளிராகக் காட்ட வல்லது. ஒருவர் மாட்டும் தங்காதவர் எனும் உரைவரி அடிக்கோடிட்டு எண்ணத்தக்கது; தவிர அவ்வரி, பரத்தையர் ஆடவர் பலரோடு கொண்ட உறவுநிலையைப் புலப்படுத்துவது.

ஆயின், சங்க இலக்கியங்கள் காட்டும் பரத்தையர் விலைமகளிரா என்ற வினாவிற்கான தேடலில் மறுதலையான சான்றுகள் கிடைத்துள்ளமையைக் குறிப்பிட வேண்டும். அச்சான்றுகள் பரத்தையரை விலைமகளிராகக் காட்டவில்லை. மாறாகத் தலைவன் ஒருவனின் பலவேறு மனைவியராக இனங்காட்டுகின்றன. சான்றுகள் சில வருமாறு:

1. பரத்தையர் சேரியினின்று வந்த தலைமகன் யாரையும் அறியேன் என்று கூறக் கேட்ட தலைவி தலைவனுக்குப் பதில் கூறும் முகமாக அமைந்த அகநானூற்றுப் பாடல் (16) ஒன்று இங்குச் சுட்டத்தக்கது. தேர் வழங்கு வீதியில் கண்ட புதல்வனைப் பரத்தை விரும்பிச் சென்று வருக என்னுயிரே! என்று தழுவி நின்றதையும் அதனைக் கண்ட தலைவி, குறுமகளே! நீ ஏன் பேதுற்றனை; நீயும் இவனுக்குத் தாய் ஆவாய் என்று கூறித் தழுவியதையும் கூறும் முகமாக இப்பாடல் அமைந்துள்ளது. மேலும் இப்பாடலில் அணங்கரும் கடவுள் அன்னோள் எனப் பரத்தை சுட்டப் பெறுதலும் கவனித்தல் தகும்.

2. தலைவியே அன்றிப் பரத்தையும் தலைமகளைத் தமக்கை முறை கொண்டு அழைப்பதாகப் பிறிதொரு பாடல் சுட்டுகின்றது. அப்பாடலில் பரத்தை தலைவியிடம் மெல்ல வந்து நல்ல கூறி மடவோய்! யானும் நின் சேரியேன்; அயலிலாட்டியேன் (அயலில் வசிப்பவள்); நுங்கை ஆகுவன் நினக்கு எனக் கூறித் தலைவியின் நுதலையும் கூந்தலையும் நீவி விடுவதாகச் செய்திகள் இடம் பெற்றுள்ளன.

3. ஆக, இப்பாடல்கள் பரத்தையரைத் தலைவிக்குத் தங்கையாகவும் புதல்வனுக்குத் தாயாகவும் கடவுள் தன்மை உடையவளாகவும் காட்டுகின்றன. பரத்தையர் விலைமகளிர் எனில் இவ்விதப் புனைவுகள் தமிழ்ச் சமூகத்தில் தோன்றியிருத்தல் கூடுமோ?

4. சங்கப் பரத்தையர் தலைவனோடு கொண்ட உறவு, திருமணம் வழிக் கொண்ட உறவாகும். இதனை, ஒருத்தியை நம்மனைத் தந்து வதுவை அயர்ந்தனை (அகம்.46) எனவும் குறுந்தொடி மடந்தையொடு வதுவை அயர்ந்தனை

(அகம்.36) எனவும் தலைப் புணைத் தழீஇ வதுவை ஈரணிப் பொலிந்து ஆடியோர் (அகம்.166) எனவும் நிரைதார் மார்பன் நெருநல் ஒருத்தியொடு வதுவை அயர்தல் வேண்டி எனவும் வரும் பாடலடிகள் உணர்த்தும். மேலும் பரத்தையைத் தலைவனுக்கு அளித்தலை மகட்கொடை நேர்தல் (நற்.313) என்ற சொல்லால் அகப்பாடல் குறிக்கும்.

5. தலைவிக்கு இணையான பிரிவுத்துயரைப் பரத்தையரும் வெளிப்படுத்தியுள்ளனர் என்பதைச் சங்கப் பாடல்கள் விளக்கியுள்ளன. நம்முறு துயரம் களையார் ஆயினும் இன்னா தன்றே அவரில் ஊரே (நற்.216) எனவும் எம் வயின் பசந்தது நுதலே, குட்டுவன் மாந்தை யன்ன என் நலம் தந்து சென்மே (அகம்.376) எனவும் தொண்டியன்ன என் நலத்தைத் தந்து நினது சூள் மொழியைக் கொண்டு செல்வாயாக (குறு.238) எனவும் அழுதனள் பெயரும் அஞ்சிலோதி (நற்.90) எனவும் வரும் பாடலடிகள் மேல் கருத்தைத் தெளிவுறுத்தும்.

மேல் காட்டப் பெற்ற சான்றுகளிலிருந்து தெரிய வருவன வருமாறு:

1. தலைவன் ஒருத்திக்கு மேற்பட்ட பலரை மணம் செய்து வாழ்ந்துள்ளான்.

2. பரத்தையர் விலைமகளிர் அல்லர் மாறாகத் தலைவியின் தங்கையாகவும் புதல்வனின் தாயாகவும் கருதத்தக்கவர்.

3. பரத்தையரையும் தலைவன் வதுவை (திருமணம்) வழிக் கூடியுள்ளான்.

4. பரத்தை தெய்வாம்சம் பொருந்தியவளாகவும் குறிக்கப்பெற்றுள்ளாள்.

ஆக, மேலே கூறப் பெற்றவையிலிருந்து பரத்தையர் என்ற சொல் சங்க காலத்தில் தலைவனின் மனைவியர் பலரைக் குறித்துள்ளதை அறிய முடிகிறது. இதன்வழி மருத நிலத்து மண வாழ்வு என்பது பலதார மணத்தை அடிப்படையாகக் கொண்டது என்ற முடிவிற்கு வர முடிகிறது. பலதார மணத்தின் நுண்ணிய காதல் வெளிப்பாடே ஊடல் என்பதாகும். மனைவியர் பலருக்குள் ஏற்படும் போட்டியும் பொறாமையும் தலைவனை மையமிட்டு ஊடல் என்பதாக இலக்கிய வடிவம் கொண்டன.

பலதார மணத்தின் குமுறலே ஊடல் எனும் உரிப்பொருள்

நிலவுடைமையாளரின் செல்வ வளம் ஏராளமான மனைவியரைச் சேர்த்தது. இம்மனைவியர், ஒரு கணவ மண அமைப்பு முறையில் தம் கணவன் ஒருவனையே அனைத்து நிலையிலும் எதிர்நோக்க வேண்டியிருந்தது. கணவன் ஒருவனே அனைத்து நிலைகளிலும் மனைவியரை நிறைவடையச் செய்தல் என்பது ஏலாத ஒன்று. எனவே மனைவியருள் போட்டியும் பொறாமையும் தோன்றுதல் தவிர்க்க முடியாதது. இதனைப் பண்டைத் தமிழகம் ஊடல் என்ற உரிப்பொருள் மூலம், அழகிய இன்பம் தரத்தக்க கவிதைகள் மூலம் படைத்து உணர்த்தியது.

உண்மையில் ஊடல் என்ற உரிப்பொருள் உணர்த்துவது எதனை? பெண்ணியல் அணுகுமுறையின்படி ஊடல் என்பது பண்டைச் சமூகத்தில் பெண்ணிடமிருந்து வெளிப்பட்ட பலதாரமணத்திற்கு எதிரான முதல் எதிர்ப்புக் குரலாகும். என்னை யன்றி வேறொருத்தியிடம் நீ தொடர்பு கொள்ளக் கூடாது என்ற பெண்களின் மென்மையான எதிர்ப்புக் குரலையே ஊடல் என்ற உரிப்பொருள் உணர்த்துகின்றது. ஆயின் ஆளும் வர்க்கத்திற்கு எதிரான எந்த ஒரு தத்துவமும் எடுபடாமல் போவது போல ஆண் வழித் தலைமைச் சமுதாயத்தில் பெண்களின் எதிர்ப்புக் குரல் எடுபடாமலேயே போய்விட்டது; அவ்வெதிர்ப்புக் குரல் இலக்கிய இன்ப முலாம் பூசப்பெற்றுச் சக்களத்தியர் (சககிழத்தியர்)சண்டையாகத் திரிபுற்றது.

ஊடல் உரிப்பொருளின் வளர்ச்சி நிலைகள்

ஊடல் உரிப்பொருள் கூடுதலான இலக்கிய இன்பம் தரத்தக்க பாடுபொருளாய் உருவானது சிலப்பதிகாரக் காலத்தில்தான் எனலாம். சிலப்பதிகாரக் குன்றக் குரவைப் பகுதியில் மகளிரின் கூற்றாக வரும் சில பாடலடிகள் கவனத்திற்குரியன. தலைவி தோழியை நோக்கி, அவர் மலைமீதிருந்து இழிந்து வரும் இப்புதுப்புனல் மீது யான் வெறுப்புக் கொண்டு ஊடுவதற்கான தீய தன்மை எதனையும் காணேன் ஆயினும் பொன்னைப் போன்ற பூந்தாதுகளை அளைந்து வரும் இப்புதுப்புனலில் மற்றைப் பெண்கள் நீராடினால் என் நெஞ்சம் நோகின்றதே! அஃது ஏனடி தோழி என்று வினவுகின்றாள். இக்கருத்தில் மூன்று பாடல்கள் அமைந்துள்ளன. தலைவனுக்கு உரிமை உடைய மலையைத் தீண்டி வந்த புதுப்புனலில் கூட மற்றைப் பெண்கள் நீராடக் கூடாது என்ற தலைவியின் நெஞ்சப்பாங்கு

நோக்கற்பாலது. புனலில் கூட நீராடக் கூடாது எனக் கருதும் தலைவி தலைவனை எவ்வாறு பங்கு போட்டுக் கொள்ள இசைவாள்?

பின்னாளில் ஊடுதல் காமத்தின் கூறாக இடம்பெறலாயிற்று. ஊடுதல் காமத்திற்கு இன்பம் அதற்கின்பம் கூடி முயங்கப் பெறின் என்று ஊடலின் வெகுளித் தன்மை நீர்த்துப் போயிற்று.

ஆக ஊடல் என்ற உரிப் பொருள் தொல்தமிழகத்தில் தோன்றிய நிலவுடைமைச் சமூகத்தின் மேல் கட்டப்பட்டது என்பதும் இச் சமூகத்தின் மண வெளிப்பாடாகிய பலதார மணத்தின் மறுபக்கமே ஊடல் என்பதும் தெரிய வருகின்றன.

வணிகச் சமூகம்: பாலை நெய்தல்–பிரிதல் இரங்கல் உரிப்பொருள்களும் தொல் மணமுறையும்

புணர்தல், இருத்தல், ஊடல் ஆகியன தமிழக மனித சமூகத்தின் பரிணாம வளர்ச்சியைக் காட்டுவனவாக அமைந்திருந்தமையை இதுகாறும் அறிய முடிந்தது. புராதன மனித சமூகத்தின் கூறுகளை ஆராயும் ஆய்வாளர்கள் மனித சமூகம் இவ்வாறுதான் பரிணமித்திருக்க முடியும் என்பதையும் பரிணாம வளர்ச்சிக் கட்டங்களில் இந்த இந்தக் கட்டத்தில் இந்த இந்த மணமுறைகள் அல்லது காதல் வாழ்வு நிலைகள் இருந்திருக்க வேண்டும் என்பதையும் கோட்பாடாக விளக்கிய விளக்கங்கள் தமிழில் மூன்று காலக் கட்டத்திற்கு முழுவதும் பொருந்தி வந்துள்ளதை இதுவரையும் அறிய முடிந்தது. அதாவது வேட்டைச் சமூகத்தில் புணர்தலும் ஆநிரைச் சமூகத்தில் இருத்தலும் நிலவுடைமைச் சமூகத்தில் ஊடலும் காதல் பொருளாக இருந்தமையை அறிய முடிந்தது.

ஆயின் பிரிதல், இரங்கல் ஆகிய உரிப்பொருள்களுக்குரிய சமூகப் பின்புலங்களைத் தெளிவாக அறிய முடியவில்லை. என்றாலும் வணிகச் சமூகத்திற்குரிய காதல் மணஉறவுப் பாடுபொருள்களே பிரிதலும் இரங்கலும் என்பதை இந்நூல் கருதுகோளாகக் கொள்கிறது.

இருத்தல் பிரிதல் இரங்கல்–சில கருத்துகள்

இருத்தல் என்ற உரிப்பொருள் அடியாகத் தோன்றிய சங்கப் பாடல்கள் இருவேறு சமூகத்தைப் பிரதிபலிப்பனவாகக் காட்சி தருகின்றன. ஒன்று: ஆநிரைச் சமூகம். ஆநிரைச் சமூகத்தை

அடியொற்றிய பாடல்களில் சிக்கல் ஏதும் இல்லை. இரண்டாவது: வணிகச் சமூகம். பொருள் வயிற்பிரிந்து வருவான் திறம் கூறுவன முல்லைப் பாடல்கள் என்று கருத்து உரைக்கப் பெற்றது. ஆநிரைச் சமூகத்தில், பொருள் தேடுவதற்காக மொழிபெயர் தேயம் செல்ல வேண்டிய சூழல்கள் உருவாயினவா என்பதை அறிதல் வேண்டும். வணிகச் சமூகம் என்பது மருதநிலச் சமூகத்தின் மீது கட்டப்பெற்றது என்பதில் ஐயமில்லை. மருதநில உற்பத்தி பெருக்கமே, உபரி உற்பத்தியே வணிகச் சந்தையைத் தேடச் செய்தது. தவிர மருத நிலக் குழுக்கள் பெரும் போராட்டத்திற்குப் பின்னர் இணைந்து அரசு உருப்பெற்ற பிறகே வணிக வாழ்க்கை சிறக்க முடியும். அரசின் தோற்றத்தால் எல்லைப் பிரச்சனைகள் நீங்கின, நாட்டின் மூலை முடுக்கெல்லாம் வியாபாரம் செய்ய வணிக எல்லை விரிவாயிற்று.

எனவே பெரும்பொருள் ஈட்டித் திரும்பும் தலைவனைப் பற்றிய செய்திகள் ஆநிரைச் சமூகக் காலத்தனவாக இருத்தல் இயலாது. இச்செய்திகள் வணிகச் சமூகத்தில் பாடப்படும் போது 'இருத்தல்' என்ற ஆநிரைச் சமூகப் போர்வையைப் போர்த்திக் கொண்டிருக்க வேண்டும். உண்மையில் இச்செய்திகள் வணிகச் சமூகத்தனவாக இருக்க வேண்டும். மீண்டும் இவ்விடத்தில் உரிப்பொருள்களின் பரிணாம வளர்ச்சியை நினைவு கூர்க. எப்படிப் புணர்தல் என்ற உரிப்பொருள் வேட்டை, ஆநிரை, நிலவுடைமைச் சமூகங்களைப் பிரதிபலித்ததோ அவ்வாறே இருத்தல் என்ற உரிப்பொருளும் வணிகச் சமூகத்தைப் பிரதிபலித்தது எனக் கொள்ளுதல் வேண்டும்.

ஆயின் ஆநிரைக் காலப் பிரிவிற்கும் வணிகக் காலப் பிரிவிற்கும் என்ன வேறுபாடு? ஆநிரைக் காலப் பிரிவு அண்மைக் காலத்ததாகவும் வணிகக் காலப் பிரிவு சேய்மைக் காலத்ததாகவும் இருந்திருக்கலாமோ என்ற ஐயம் எழுகிறது. ஆநிரைக் காலச் சமூகம் நிலையான இருப்பிடத்தைப் பெற்றிருந்ததா என்பதையும் சிந்தித்தல் வேண்டும்.

பாலைப் பிரிவு நிலப்பிரிவாகவும் நெய்தற்பிரிவு கடற் பிரிவாகவும் இருக்க இயலுமா? நிலப்பிரிவு அண்மைக் காலத்ததாகவும் நெய்தற் பிரிவாகிய கடற் பிரிவு சேய்மைக் காலத்ததாகவும் இருக்க வாய்ப்புண்டா? கடற்பிரிவின் கால நீட்சியே இரங்கலாக உருவாயிற்றா? என்பன விரிவான ஆய்விற்குரியன.

அகமாந்தர் வணிகர் ஆவாரா

பாலை, நெய்தல், முல்லைத்திணைப் பாடல்களில் வரும் தலைமக்களுள் சிலர் வணிக நோக்கத்தினரா என்பது ஆய்விற்குரிய ஒன்று. ஓதற் பிரிவு, தூதிற்பிரிவு, பகைவயிற் பிரிவு, பொருள்வயிற் பிரிவு எனப் பிரிவு வகைகளைத் தொல்காப்பியம் பட்டியலிட்டுள்ளது. இவற்றுள் ஓதலும் தூதும் பெரும்பான்மை அந்தணர்க் குரியதாகவே தெரியவருகிறது. எஞ்சிய பிரிவுகளுள் பகைவயிற் பிரிவு மிகக் குறைவாகவே தென்படுகிறது. முல்லைப் பாட்டு, நெடுநல் வாடையைத் தவிர எஞ்சிய பிரிவுப் பாடல்களில் மிகமிக அருகிய நிலையிலேயே பகைவயிற் பிரிவு காணப்பெறுகின்றது. போர் மேல் செல்வது என்பது அரசு என்ற நிறுவனம் உருப்பெற்ற பின்னரே மிகுதியாகி இருக்க வேண்டும். அதுவும் படை அமைப்பு நிறுவனமாக ஆக்கப் பெற்ற பின்னரே பகைவயிற் பிரிவில் கால நீட்சி ஏற்பட வாய்ப்புண்டு. குழு வாழ்க்கையில் இராணுவ அமைப்பு இல்லை என்பதும் திடீரென ஒன்று கூடித் தாக்கும் முறையே இருந்திருக்க முடியும் என்பதும் திட்டமிட்ட பயிற்சிகள் இருந்திருக்க முடியாது என்பதும் அறிஞர்தம் கருத்துகள் ஆகும் (க.ப.அறவாணண். *1988*). எனவே பகைப்பிரிவு காரணமாக நீண்ட தொலைவு பிரிந்து செல்லும் நிலை பிற்காலத்தது ஆகலாம்.

பொருட்பிரிவு பற்றிய அகப்பாடல் மாந்தர்கள் எப்பொருளைத் தேடிச் சென்றனர், எவ்விதம் பொருளைப் பெற்றனர் என்பதற்கான சான்றுகள் கிடைக்கவில்லை. பின்வரும் சில சான்றுகளைச் சுட்டுவது நன்று.

1. வெல்போர்ச் சோழனுடைய இடையாற்றை ஒத்த பெரிய புகழையுடைய செல்வத்தை ஈட்டும் பொருட்டு வேங்கடத்திற்கு அப்பால் தலைவன் சென்றான் *(141)*.

2. அரிதாக ஈட்டத்தக்க விழுமிய பொருளை எளிதாகப் பெறினும் தலைவியைப் பிரிந்து வாரேன் என்பது தலைவன் கூற்று *(149)*.

3. அரிய பொருளீட்டத் தலைவன் தலைவியைப் பிரிதல் *(161, 171, 187, 191, 247)*.

4. களங்காய்க் கண்ணி நார்முடிச் சேரல் வென்ற நாட்டை ஒத்த வளத்தைப் பெறினும் தலைவியைப் பிரிந்து வாரேன் என்பது தலைவன் கூற்று *(199)*.

5. பொய்வலாளராகிய நம் தலைவர் பெரிய வழிகளில் உள்ள குன்றங்களைக் கடந்து சென்று முயன்று செய்யும் பெரிய பொருள் நாம் இல்லாமல் போனாலும் விரைந்து முடிக என்பது தலைவி கூற்று *(229)*.

6. தலைவன் உயிரினும் சிறந்த ஒள்ளிய பொருளைத் தருவதற்குக் கானகத்தைக் கடந்து செல்லுதல் *(245)*.

7. வேங்கட மலையைச் சார்ந்துள்ள அரிய சுரத்தைக் கடந்து சென்று நம்மினும் சிறந்ததாக எண்ணித் தலைவர் ஈட்டும் பொருள், நந்தர் கங்கையில் கரந்து வைத்த நிதியங்கொல் என்று தலைவி தோழியை வினவினாள் *(265)*.

மேல் காட்டிய சான்றுகள் யாவும் தலைமக்கள் பெரும் பொருள் தேடி அயலகம் சென்றமையை உணர்த்துகின்றன. வேங்கடத்திற்கு உம்பர் உள்ள பகுதிகளை நோக்கித் தலைமக்கள் சென்றுள்ளனர். அகத்திணை மாந்தர்கள் அனைவரும் மேட்டுக் குடியினர் என்ற கருத்தை ஏற்கனவே பலர் எடுத்துக் கூறியுள்ளனர். இம்மாந்தர்கள் மன்னர் குலத்தினராகவோ வேறுவகைத் தலைவர்களாகவோ இருந்ததாகக் கூற முடியாது. ஏனெனில் இவர்கள் மன்னர் குலத்தினராயின் பெரும் பொருள் தேடிச் செல்ல வேண்டியதில்லையே. எனவே இம்மக்கள் வணிக நிமித்தமாய்ப் பொருள் திரட்டும் மரபைச் சேர்ந்தவர்கள் என்று கூறுவது தவறாகாது.

இவ்வணிக மக்கள் என்ன பொருளை ஈட்டினர் என்பது தெளிவாகத் தெரியவில்லை என்றாலும் தமிழகத்தைத் தாண்டி வடக்கே சென்றுள்ளனர் என்பதை இலக்கியங்கள் குறிப்பிட்டுள்ளன. ஏறத்தாழக் கி.மு.வில் வட இந்தியப் பகுதியில் வணிகம் செழித்திருந்தமையை அறிய முடிகின்றது. தமிழகத்துக் கடல் வணிகம் குறித்தும் அயலகப் பயணியர் பலர் குறிப்புகளைத் தந்துள்ளனர்.

ஆக வணிக நிமித்தமாய்க் கடல் வழியும் தரை வழியும் பிரிந்து சென்ற வணிகச் சமூகத் தலைவர்கள் குறித்தே இரங்கலும் பிரிதலும் பாடப்பெற்றிருக்க வேண்டும் என்பதை உய்த்துணர முடிகின்றது.

வணிக நிமித்தமாய் நெடும் பிரிவைக் கணவன் மேற்கொள்ள மனைவியர் கற்பு நோன்பு நோற்றனர். இவ்வாறு நோற்றலே அறமாகக் கருதப்பட்டது. எந்தப் பிரிவு ஆயினும் மனைவி கணவனையே நினைத்து போற்றுதல் வேண்டும். சிலப்பதிகாரக்

கண்ணகி கதையும் ஏழுபத்தினியர் வரலாறும் இதற்கு நல்ல சான்றுகள்.

கணவன் வணிகம் மேற்கொண்டு பிரிந்து சில ஆண்டுகள் வரை திரும்பானாயின் மனைவி மறுமணம் கொள்ளலாம் என்பது வடவர் வழக்கு (கௌடலியம்). இதற்கு மறுதலையான சிந்தனையையே பாலை, நெய்தற் திணைப் பாடல்கள் வழங்கி உள்ளன. ஒரு கணவ மணமுறையின் உச்சமும் கற்புக் கோட்பாடுகளின் உச்சமும் இத்திணைப் பாடல்களின் ஊடு பாவாகும்.

ஆகப் பாலைத் திணைப் பாடல்களும் நெய்தற் திணைப் பாடல்களும் வணிகச் சமூகத்தில் நிலவிய கற்பு நெறிமேலோங்கிய ஒருகணவ மணத்தை வெளிப்படுத்து வனவாகக் கொள்ளமுடியும்.

இதுகாறும் கூறியவற்றிலிருந்து

குறிஞ்சி – சுதந்திர மணமுறையையும்
முல்லை – ஒருகணவ மணமுறையையும்
மருதம் – பலதார மணமுறையையும்
நெய்தல் – கற்பு நெறி வழிப்பட்ட ஒருகணவ மணமுறையையும்
பாலை – கற்பு நெறி வழிப்பட்ட ஒருகணவ மணமுறையையும்

வெளிப்படுத்தி உள்ளன என்பதை அறிய முடிகின்றது.

முற்—பருவமணம்: காமம்சாலா இளமை மணம்

தொல்காப்பியர் அகத்திணை ஏழு என்றும் அவற்றுள் முதலாவது கைக்கிளைத்திணை என்றும் வரையறுப்பர். கைக்கிளை முதலாப் பெருந்திணை யிறுவாய் முற்படக் கிளந்த எழுதிணை என்ப என்று கைக்கிளையை அகத்திணை இயலின் முதற் சூத்திரத்தில் சுட்டும் தொல்காப்பியர் அதற்குரிய இலக்கணத்தை அவ்வியலின் இறுதியில்தாம் எடுத்து மொழிந்துள்ளார். அந்த இலக்கணமாவது:

காமஞ்சாலா இளமை யோள் வயின்
ஏமஞ்சாலா இடும்பை எய்தி
நன்மையும் தீமையும் என்றிரு திறத்தால்
தன்னொடும் அவளொடும் தருக்கிய புணர்த்துச்
சொல்லெதிர் பெறான் சொல்லி இன்புறல்
புல்லித் தோன்றும் கைக்கிளைக் குறிப்பே (தொல். அகம்.53)

காமம் அமையாத இளையாள் மாட்டு ஏமம் அமையாத இடும்பை எய்திப் புகழ்தலும் பழித்தலும் ஆகிய இரு திறத்தால் தனக்கும் அவளுக்கும் ஒத்தன புணர்த்துச் சொல் எதிர் பெறானாய்த் தானே சொல்லி இன்புறுதலில் பொருந்தித் தோன்றும் கைக்கிளைக் குறிப்பு என இளம்பூரணர் விளக்கவுரை தந்துள்ளார்.

இனி, நச்சினார்க்கினியர், காமக் குறிப்பு அமைதி இல்லாத இளமைப் பிராயத்தாள் ஒருத்திகண்ணே ஒரு தலைவன் இவள் எனக்கு மனைக்கிழத்தியாக யான் கோடல் வேண்டுமெனக் கருதி மருந்து

பிறிதில்லாப் பெருந்துயர் எய்தித் தனது நன்மையையும் அவளது தீங்கையும் என்கிற இரண்டு கூற்றான் மிகப் பெருகிய சொற்களைத் தன்னொடும் அவளோடும் கூட்டிச் சொல்லி எதிர்மொழிபெறாதே பின்னும்தானே சொல்லி இன்புறுதல் பொருந்தித் தோன்றும் கைக்கிளைக் குறிப்பு என்று உரை விளக்கம் தந்துள்ளனர்.

கைக்கிளைக் காதல் : உரை விளக்கங்கள்

கைக்கிளை என்பதன் பொருள் விளக்கத்தை முன்வைக்கும் இளம்பூரணர்,

> கைக்கிளை என்ற பொருண்மை யாதோ எனின் கை என்பது சிறுமை பற்றி வரும். அது தத்தம் குறிப்பிற் பொருள் செய்வதோர் இடைச்சொல். கிளை என்பது உறவு; பெருமையில்லாத தலைமக்கள் உறவு என்றவாறு; கைக்குடை, கையேடு, கைவாள், கைஒலியல், கைவாய்க்கால் எனப் பெருமை யில்லாதவற்றை வழங்குப ஆகலின்

என்று உரைப்பர். இவர்தம் உரையிலிருந்து இரண்டு கருத்துகள் அடிக்கோடிட்டுச் சுட்டத் தகுவன. ஒன்று கைக்கிளை பெருமையில்லாத சிறுமைப் பொருண்மையை உடையது; இரண்டு: பெருமையில்லாத தலைமக்கள்தம் உறவு – என்பதாகும். உரையாசிரியர் நச்சினார்க்கினியர் ஒரு மருங்கு பற்றிய கேண்மை எனவும் இஃது ஏழாவதன் தொகை(கைக்கண் கிளை – சிறுமைக்கண் தோன்றும் உறவு) எனவே ஒருதலைக் காமமாயிற்று எனவும் விளக்கம் கூறினர்.

கைக்கிளை என்பதில் கை என்பது சிறுமையுணர்த்தும் இடைச்சொல். அது சிறுமையாகிய உறவு எனப் பண்புக்கு ஏற்ப விரிக்கப் பெறும். உறவிற் சிறுமையாவது ஒருவனும் ஒருத்தியும் ஒத்த அன்பினராய் உறுதலின்றி ஒருவன் மட்டில் ஒருத்தியின் கருத்தறியாது அல்லது அவள் காமம் சாலாதவள் என்பதறியாது அவளுடன் உறவு கொள்ளக் கருதும் நிலையாகும். இவன் அவன் கைக்குப் போனான் என்றவிடத்துக் கை என்பது பக்கம் எனப்பொருள்படும். அதுபோலக் கைக்கிளை என்பதிலும் கை என்பது பக்கம் என்னும் பொருள்படும் எனக்கொண்டு கைக்கிளையாவது ஒரு பக்க உறவு எனக் கொள்வது சிறக்கும் என்று சிவலிங்கனார் *(1991:21)* விளக்கம் கூறுவர்.

> அடியோர் பாங்கினும் வினைவலர் பாங்கினும்
> கடிவரை யிலபுறத் தென்மனார் புலவர் (தொல். அக. 25)

என்ற நூற்பாவிற்கு உரை எழுதும் இளம்பூரணர், இது நடுவணைந் திணைக்குரிய தலைமக்களைக் கூறி அதன் புறத்தவாகிய

கைக்கிளை பெருந்திணைக்குரிய மக்களை உணர்த்துதல் நுதலிற்று என்று விளக்குவர். அடித்தொழில் செய்வார் இடத்தும் வினை செய்வார் இடத்தும் கடிந்து நீக்கும் நிலை இல்லை, ஐந்திணைப் புறத்தவாகிய கைக்கிளை, பெருந்திணைக்கண் என்று சொல்லுவர் புலவர் என்று கூறும் இளம்பூரணர் இவர்கள் அகத்திணைக்கு உரியரல்லரோ எனின் அகத்திணையாவன அறத்தின் வழாமலும் பொருளின் வழாமலும் இன்பத்தின் வழாமலும் இயலல் வேண்டும். அவையெல்லாம் பிறர்க்குக் குற்றேவல் செய்வார்க்குச் செய்தல் அரிதாகலானும் அவர் நாணுக் குறைபாடுடையர் ஆகலானும் குறிப்பறியாது வேட்கை வழியே சாரக் கருதுவர் ஆகலானும் இன்பம் இனிது நடத்துவார் பிறரேவல் செய்யாதார் என்பதானலும் இவர் புறப்பொருட்குரியராயினார் என்க. எனவே இவ்வெழுவகைத் திணையும் அகம் புறம் என இருவகையாயின என விளக்குவர்

நச்சினார்க்கினியர் பிறர்க்குக் குற்றேவல் செய்வோ ரிடத்தும் பிறர் ஏவிய தொழிலைச் செய்தல் வல்லோரிடத்தும் தலைமக்களாக நாட்டிச் செய்யுட் செய்தல் நீக்கப்படாது நடுவணைந்திணைப் புறத்து நின்ற கைக்கிளை பெருந்திணைகளுள் என்றவாறு – என்று உரைவரைவார். மேலும் ஏஎ யிஃதொத்தன் எனும் குறிஞ்சிக் கலிப்பாடலை எடுத்துக்காட்டித் தீய காமம் இழிந்தோர்க்கு உரிமையின் இதுவும் அடியோர் தலைவராக வந்த கைக்கிளை என்று விளக்கம் கூறினர்.

ஆக இதுகாறும் கூறப்பெற்ற செய்திகளிலிருந்து பின்வரும் கருத்துகள் பெறப்படுகின்றன.

1. கைக்கிளை இழிந்த பொருண்மையுடைய காதல் நிலையை விளக்குவது.
2. கைக்கிளைப் பாடலில் உயர்ந்த தலைமக்கள் இடம் பெறார். அடியோர், வினைவலரே தலை மக்களாக இடம்பெறுவர்.
3. கைக்கிளை ஐந்திணைக்குப் புறம்பானது.

ஆயின் பிற்காலத் திறனாய்வாளர்கள் (சோமசுந்தர பாரதியார், ஆ.சிவலிங்கனார்(1991)) இவ்வாறு பொருள் கொள்வார் அல்லர். அடியோர் பாங்கினும் எனும் நூற்பா ஐந்திணைக்குரிய தலைமக்களையே குறிப்பிடுகின்றது என்பது அன்னோர் கருத்து.

இச்சூத்திரம் ஐயவினா ஒன்றிற்கு விடை கூறுகின்றது. பாடலுட் பயிலும் கிளவித் தலைமக்கள் ஆயர் வேட்டுவர் முதலியவரே அன்றி அடிமைத் தொழில் செய்பவரும் ஊரவர்க்குப் பொதுவாய் நின்று பொன் இரும்பு முதலிய தொழிலும் ஆடை தோய்த்தல் முதலிய தொழிலும் செய்யும்

வினைவலரும் அகன் ஐந்திணைக்கு உரியவரோ அல்லரோ எனும் ஐய வினாவுக்கு அவரும் உரியர் ஆவர் என விடை கூறுகின்றது. அடிமைத் தொழில் செய்வார் பக்கத்தும் ஊர்க்குப் பொதுவாய் நின்று ஊரவர்க்கு வேண்டிய தொழில்களைச் செய்வார் பக்கத்தும் இதுகாறும் கூறிவந்த முதல் கரு உரிப்பொருள்களும் கிளவித் தலைமக்கள் பெயரும் அகன் ஐந்திணைக்குப் புறத்தேயாம் என நீக்கப்படா; அகனைந்திணைக்கு உரியவாகக் கொள்ளப்படும் என்பதே இச் சூத்திரத்துப் பொருள்.

கைக்கிளை இழிந்த காமத்தின் பாற்பட்டது என்ற கருத்து உருப்பெற்றமையாலும் உயர்ந்தோர் காதல் ஐந்திணைக்கண் மட்டுமே அடக்கல் வேண்டும் என்ற வேட்கையாலும் பண்டை உரையாசிரியர்கள் உரை வரைந்தனர் போலும். ஆயின் தொல்காப்பியத்தில் இந்நூற்பாவிற்கு முன்பின்னாக அமைந்த நூற்பாக்கள் பண்டை உரையாசிரியர்தம் கருத்தை அரண் செய்வதாக இல்லை. இதனைப் பின்வருமாறு புரிந்து கொள்ள முடியும். உரையாசிரியர் சோமசுந்தர பாரதியார் தம் உரையில் கூறுவது வருமாறு:

ஈண்டுப் புறத்தென்பது மேற் சூத்திரங்களில் கூறப்பட்ட நானில மக்கள் வகுப்புகளின் ஐந்திணைக்குப் புறத்தே எனப் பொருள் கொண்டு பழைய உரைகாரர் இச்சூத்திரம் அடியோர் வினைவலர் போன்றோர்க்கு ஐந்திணை ஒழுக்கம் உரித்து அன்று எனவும் அவற்றின் புறத்தவாகிய கைக்கிளை, பெருந்திணைகளே அத்திறத்தார்க்குரியன எனவும் கூறுவாராயினர். அவர் கூற்றுகள் சூத்திரச் சொற்றொடர்களுக்கு அமையாமையொடு முன்னுக்குப்பின் அவ்வுரையாளர் கூறுவனவற்றிற்கே மாறாக முரணுதலாலும் அவை பொருளின்மையறிக. இளம்பூரணர் இச்சூத்திரத்தின் கீழ், இது நடுவணைந்திணைக்குரிய தலை மக்களை (முன்) கூறி அதன் புறத்தவாகிய கைக்கிளை பெருந்திணைக்குரிய மக்களை உணர்த்துதல் நுதலிற்று என்று குறிக்கிறார். அன்பின் ஐந்திணையான ஒத்த காமம் மேற்கூறிய நானிலமக்களுக்கு மட்டும் அமையும் அன்றி இச்சூத்திரம் கூறும் அடியோர் முதலியோர்க்கு இல்லை என்பதே இளம்பூரணர் கருத்தென்பதைக் குறிப்பால் உணர்கிறோம். மேன்மக்களே என்றும் அன்பினைந்திணைக்குரியர் மற்றையோர் இழிதகவுடைய கைக்கிளை, பெருந்திணைக்கு உரியராவர் என்பது இவர் கருத்தாயின் முன் முதல் சூத்திர உரையில் பிரமம் முதல் தெய்வம் ஈறாக நான்கு மணமும் மேன்மக்கள் மாட்டு நிகழ்தலானும் இவை உலகினுள் பெரு வழக்கெனப் பயின்று வருதலானும் அது பெருந்திணை எனக் கூறப்பட்டது என்று இவரே கூறுதல் முரணாகும். அன்றியும் ஏவன் மரபின்

எனும் அடுத்த சூத்திரத்தின் கீழ் ஏவுதல் மரபை உடைய ஏனையோரும் கைக்கிளை, பெருந்திணைக்குரியர் என்று இவரே கூறுகின்றார். எனவே இச்சூத்திரத்திற்கு முன்னும் பின்னும் இவ்வுரையாசிரியர் கைக்கிளை, பெருந்திணைகளுக்கு மேன்மக்கள் பெரும்பாலும் தலைமக்கள் ஆவதற்குரியர் என்று தம் கருத்தை வலியுறுத்துபவர் இச்சூத்திரத்தின் கீழ் அதற்கு மாறாகக் கீழ்மக்களே கைக்கிளை, பெருந்திணைகளுக்குரியர் என்று கூறுவது மாறுகொளக் கூறல் என்னும் குற்றத்திற்கு அவரை உள்ளாக்குகின்றது. இவ்வாறே நச்சினார்க்கினியரும் இச்சூத்திரத்திற்குப் பொருள் கூறுவதும் பொருந்தாது. கைக்கிளை, பெருந்திணைகளை ஆசிரியர் இவ்வியலின் இறுதியில் நிறுத்தி 50, 51ஆம் நூற்பாக்களாக நிறுத்தி அவற்றிற்கு முன்னெல்லாம் இச்சூத்திரத்திற்கு முன்னும் பின்னும் அன்பின் ஐந்திணைப் பகுதிகளையே கூறிச் செல்வதால் இதில் அவர் கருத்து வேறுபாடு சுட்டப்பெறாத நிலையில் ஐந்திணைகளுக்கு வேறான கைக்கிளை, பெருந்திணைகளை அவர் கூறுவதாகப் பொருள் காண முயல்வது அமைவுடையதாகாது. இனிக் கைக்கிளை, பெருந்திணை போலவே இழிதக உடைய பொருந்தாக் காமம் என்று இவ்வுரையாளர் கருதுவதால் ஈண்டுக் கூறப்படும் அடியோர் வினைவலர் ஆகிய மேன்மக்கள் அல்லாதார் இழிதகவுடைய அப்பொருந்தாக் காமத்திற்கு உரியர் என்று இவர்கள் பொருள் கூறுகின்றனர் போலும். தொல்காப்பியர் பெருந்திணை ஒன்றையே பொருந்தாக் காமமெனக் கூறிக் கைக்கிளையைக் குற்றமற்ற ஒருதலைக்காதல் என வேறுபடுத்தி விளக்குகின்றார். ஒருதலைக்காதல் கைக்கிளைக் காதலித்தோரைக் காதலிக்கப்பட்டோரும் காதலித்தால் அது ஒத்த காமத்தின்பால் அடங்கும். அவ்வாறு அடக்காமல் பொருந்தாக் காமமான பெருந்திணையும் ஒத்த காமமான அன்பின் ஐந்திணையும் வெவ்வேறு கூறி அவற்றின் வேறுபட்டதாய்க் கைக்கிளை அன்பொத்த இருதலைக் காமம் அன்றாயினும் அன்பற்ற பெருந்திணையுமாகாமல் குற்றமற்ற ஒருதலைக் காமமாய் எல்லோர்பாலும் கடியப்படாத நல்லொழுக்கம் என்பதே தொல்காப்பியர் கருத்தென்பது தெளிவாகும். பாங்கரும் பட்டாங்காற் கன்றொடு செல்வோம் என்னும் முல்லைக் கலியும் என்னோற்றனை கொல்லோ என்னும் மருதக்கலியும் அணிமுகமதி யேய்ப்ப என்னும் குறிஞ்சிக்கலியும் அடியோர் வினைவலர் அகத்திணைத் தலைமக்கள் ஆதற்கு உதாரணமாகும். அவை தலைமகளின் அன்பு உடன்பாடு சுட்டலின் பெருந்திணையும் கைக்கிளையுமாகா; இருவரும் ஒத்த அன்புத் திணையேயாம்.

மேலே காட்டப்பெற்றுள்ள சோமசுந்தர பாரதியாரின் உரைக் குறிப்பில் மூன்று செய்திகள் கவனத்துள் கொள்ளத் தக்கவை.

1. வினைவலர், அடியோர் ஆகியோரும் அகன் ஐந்திணைப் பாடலுள் தலைமக்கள் ஆவதற்குத் தகுதி உடையோர் ஆவர்.

2. இந்நூற்பாவின் முன்னும் பின்னும் அமைந்துள்ள நூற்பாக்களின் கருத்துப்போக்குகள் மேல் கருத்தையே வலியுறுத்துவனவாக அமைந்துள்ளன. மாறாக இழிந்தோரின் இழிதிணைக்காதல் எனப் பொருள் கொள்வது முரண்பட்ட கருதுகோளைச் சமைப்பதாக அமையும்.

3. உரையாசிரியர் காலத்தில் அடியோர் வினைவலர் ஆகியோர் குறித்த சமூகப் பார்வையும் கைக்கிளை, பெருந்திணைக் குறித்து வளர்ந்து வந்த வரலாற்று நிலைப்பட்ட கருத்துருவாக்கங்களும் உரையாசிரியர்களை வேறுவிதமாகப் பொருள் கொள்ள வைத்துவிட்டன.

கைக்கிளை உரைகள்: பரிணாம வளர்ச்சி

இதுகாறும் கைக்கிளை பற்றி உரையாசிரியர்கள் கூறிய விளக்கங்களின் வழியே பின்வரும் கருத்துகளைப் பெறமுடியும் அவை:

1. கை என்பது சிறுமை என்று பொருள்படும். இப்பொருளின் வழியே பெருமையற்ற சிறுமையுடைய மக்களின் உறவு என்று கைக்கிளைக்குப் பொருள் கொள்ளப்பெற்றுள்ளது.

2. ஒரு மருங்கு பற்றிய கேண்மை அல்லது ஒருதலைக்காமம் என்பது கைக்கிளையின் பாடு பொருள். கை என்பதற்குப் பக்கம் எனப் பொருள் கொண்டு ஒருபக்க உறவு என விளக்கம் தரப் பெற்றுள்ளது.

3. அடியோர், வினைவலர் முதலிய ஏவன்மாக்களே கைக்கிளைக்குரிய பாட்டுடை மக்கள் ஆவார்.

4. அகத்திணை ஏழும் அகம், புறம் என்று பிரிக்கப் பெற்றுக் கைக்கிளை அகப்புறம் என வகைப்படுத்தப்பெற்றது.

5. அடியோர், வினைவலர் முதலியோரும் அகனைந்திணைக் குரியவரே என்ற விரிவான விளக்கமும் தரப்பெற்றுள்ளது.

கைக்கிளை தொடர்பாகத் தொல்காப்பியர் யாத்த நூற்பா தொடங்கி உரையாசிரியர் காலம் வரை ஏறத்தாழ ஆயிரம் ஆண்டுகள் இடைவெளியில் நிகழ்ந்த பரிணாம வளர்ச்சியும் உட்கொள்ளப் பெறுதல் வேண்டும். கைக்கிளைப் பரிணாம வளர்ச்சியில் கருத வேண்டிய செய்திகளைப் பின்வருமாறு பட்டியலிடலாம்.

1. புறநானூற்றுக் கைக்கிளைச் செய்திகள்

2. புறப்பொருள் வெண்பா மாலைப் பகுப்பு

3. இறையனார் அகப்பொருள் விளக்கம்

4. நம்பி அகப்பொருள் விளக்கம்

கைக்கிளைப் பரிணாமவளர்ச்சியின் நான்கு நிலைகளில் நிகழ்ந்தவற்றைக் க.ப. அறவாணன்(1978) விவரிப்பது வருமாறு:

கைக்கிளைத் திணை காலப்போக்கில் இரு கூறாகியது. பெண்ணைக் கண்டு ஆண் மோகித்துக் கூறுவது ஆண்பாற் கைக்கிளை என்றும் ஆணைக் கண்டு பெண் மோகித்துக் கூறுவது பெண்பாற் கைக்கிளை என்றும் அழைக்கப்பட்டன. இக்கூறு, புறநானூற்றுத் தொகுப்புக் காலத்திலேயே உருப்பெற்றுவிட்டது. புறநானூற்றில் கைக்கிளை எனத் திணைக் குறிப்புடன் இடம் பெற்றுள்ள பாக்கள் மூன்று (புறம். 83,84,85). இம்மூன்றும் பெருநற்கிள்ளிபால் காதலுற்றுப் பெருநாய்கன் மகள் நக்கண்ணை, சொல்எதிர் பெறாது சொல்லி இன்புறுவனவாக அமைந்தன. பெருநற்கிள்ளி என்ற குறிப்பு, பாக்களில்இல்லை. தொல்காப்பியர் குறிப்பிடும் காமஞ்சாலா இளமை இல்லை. பின் ஏன் புறநானூற்றில் இடம்பெற்றது. மாறாக அகப்பாடலுள் ஒன்றாகக் கொள்ளத்தக்க வகையிலேயே நக்கண்ணையார் பாடல்கள் அமைந்துள்ளன. இவ்வாறு விவரிக்கும் அறவாணன்(1978) நிறைவாகப் பின்வரும் கருத்தை முடிவாக உரைத்துள்ளார்.

> இப்பாடல்களில் கைக்கிளைத்திணை அமைவதாக யார் கூறினர்? கைக்கிளைத்திணைக்கெனத் தொல்காப்பியர் கூறிய காமஞ்சாலா இளமை இருவரிடத்தும் இல்லை. பெண்ணைப்பார்த்து ஆண் மொழிகுவதும் இல்லை. புறம் எனக் கூறுவதற்கு ஏது இருப்பினும் கைக்கிளை எனக் கூறற்கு ஏது யாதும் இல்லை. எனவே இஃது ஏது இன்றிப் புறநானூற்றுத் தொகுப்பாசிரியர் இழைத்த வழு.

புறநானூற்றுக் கைக்கிளைக் கோட்பாட்டை அடிப்படையாகக் கொண்டு புறப்பொருள் வெண்பாமாலை ஆசிரியர் ஆண்பாற் கைக்கிளை பெண்பாற் கைக்கிளை எனக் கைக்கிளையை இரண்டாக்கினர். தொல்காப்பியர் அகத்திணையுள் ஒன்றாகக் கூறிய கைக்கிளையைப் புறத்திணையுள் ஒன்றாக வகைப்படுத்தினர்; காமஞ்சாலா இளமை மோகம் என்ற தொல்காப்பிய வரன்முறையை அடியோடு கைவிட்டனர்.

கைக்கிளை, சிறுமை உறவு என்ற வரையறை உருமாறி ஒருவர் மேல் ஒருவர் அவர் இணக்கம் இன்றிக் காட்டும் தனி

ஒழுக்கம் அதாவது ஒருதலைக்காமம் என்ற கருத்து வளர்ந்தது. இது இறையனார் அகப்பொருள் உரையில் வெளிப்பட்டுநின்றது. காட்சி, ஐயம், தெளிதல், தேறல் என்பன கைக்கிளை இலக்கணமாம். அவற்றை அகத்திணையுள் உரைப்பது திணை மயக்கம் என்றே களவியல் உரை விவரித்தது.

இக்கருத்தையே நம்பியகப்பொருளின் கைக்கிளை உடையது ஒருதலைக்காமம் என்ற நூற்பா விளக்கி உள்ளது. இது காமஞ்சாலா இளமை என்பதை மாற்றி

காமஞ் சான்ற இளமையோள் வயின்
குறிப்பறி காறும் குறுகாது நின்று
குறிப்பிடு நெஞ்சொடு கூறல் ஆகும் (118–122)

என்று உரைத்தது. தலைவியை முதன் முதல் கண்டு நிற்கும் தலைவனின் காட்சி, ஐயம், துணிவு, குறிப்பறிதல் ஆகியனவே கைக்கிளை என்பது மேல் நூற்பாவின் பொருள் ஆகும்.

இவ்வாறு தொல்காப்பியர் கூறிய கைக்கிளை விளக்கங்கள் பின்நாளில் பலவாகக் கிளைத்துப் பரிணமித்து மூல விளக்கங்களிலிருந்து திரிபுற்று விளங்கியதை அறிய முடிகின்றது. இவையாவும் பிற்காலத்து உருப்பெற்ற கைக்கிளை விரிவுகளே அன்றி வேறில்லை. மூல தொல்காப்பிய நூற்பா கூறும் விளக்கத்தை அவை அடிப்படையாகக் கொள்ளவில்லை என்பது தெரிய வருகின்றது. இக்காரணம் பற்றியே வ.சுப. மாணிக்கனார்(1962).

> தமிழிலக்கியத்தில் அகத்தும் புறத்தும் வரும் பல்வேறு கைக்கிளைகளை உரையாசிரியர்கள் தொகுத்துக் காட்டியுள்ளனர். நம்பியகப் பொருளும், புறப்பொருள் வெண்பா மாலையும் கைக்கிளை பற்றி விரித்துரைக்கின்றன. அவற்றையெல்லாம் ஈண்டு ஆராய்வது நமக்குப் பயனில்லை

என்று விளக்கியுள்ளார்.

காமஞ்சாலா இளமைக்காதல் இல்லை

காமஞ்சாலா இளமைப்பருவம் எது என்பதுபற்றி ஆராய்ச்சியாளர் இடையே கருத்து வேறுபாடுகள் காணப் படுகின்றன (வ.சுப. மாணிக்கம். 1962; க.ப.அறவாணன். 1978). காமக்குறிப்பில்லாப் பேதைப் பருவத்தாள் இடத்து நிகழும் கைக்கிளையைத் தொல்காப்பியர் முதலில் கூறுவதனால் தமிழ்நாட்டில் சிறுமிகளை விரும்பி வந்த வழக்கம் முன்பு இருந்தது போலும் என்பார் கூற்றை வ.சுப. மாணிக்கனார் (1962) பின்வருமாறு மறுப்பர்:

காமஞ்சாலா இளமையோள் என்பதற்கு இதுகாறும் பேதைச் சிறுமி என்று பொருள் கண்டனர். அப்பொருள் பொருளாயின் (பொருளில்லை) பேதைப் பெண்ணைக் காதலிக்கும் மணநெறி தமிழ்ச்சமுதாயத்தில் இருந்ததாகவே கொள்ளுதல் வேண்டும். அவ்வாறு வழக்கு இருந்திருப்பின் அவ்விளைஞன் ஏமஞ்சாலாக் காமத் துன்பம் அடையவேண்டாம்; நன்மைதீமை தொடுத்துக் கூறவேண்டாம்; சொல்லெதிர் பெறாது சொல்லி இன்புற வேண்டாம். பேதைக் காதல் வழக்கில் இருந்திருப்பின் அது ஆசிரியர் கூறும் கைக்கிளைத் தன்மைக்குப் பொருந்தி வாராமை காண்க. வழக்கு இருந்திருக்குமேல் அதற்குத் தனித்திணை கண்ட ஆசிரியர் துறைபல வகுத்துப் பேதைப் பெண்ணை வரையுங்காறும் முறையாக மொழிந்திருப்பார்.

இவ்வாறு விவரித்துச்செல்லும் வ.சுப.மாணிக்கனார்(1962) நிறைவாக, குமரியாகதவளை வரைந்து கொடுக்கும் சிறுமணம் தமிழ்ச் சமூகத்தில் இல்லை எனத் தெளிக என்றும் சங்க இலக்கியம் முழுவதும் ஏன் தமிழிலக்கியத்தில் யாண்டுமே இச்சிறுமணம் பற்றிய செய்தி குறிப்பாகக் கூட இல்லை என்றும் முடிவுரைப்பர்.

இவ்வாறு ஆராய்ந்து செல்லும் அவர் கைக்கிளை என்பதற்குச் சிறிய உறவு என்று பொருள் கொள்வர். சிறிய என்றால் இழிந்த என்ற பொருள் அன்று. அவ்வுறவு நிற்கும் காலம் சிறியது என்பது கருத்து. கிளை என்பது ஓர் உருவகச் சொல். இச்சொல்லாலும் விரிவற்ற வளராத நிலைபெறப்படும். கை என்பதற்குத் தனிமைப் பொருளும் உண்டு. கைம்பெண் என்ற தொடரைக் காண்க. ஆகலின் கைக்கிளை என்பதற்குச் சிறிய தனித்த உறவு எனப்பொருள் கொள்ளமுடியும்.

கைக்கிளை என்பது வயது வந்த ஓர் இளைஞனுக்கும் ஏழோ எட்டோ வயதுடைய மிகச்சிறுமிக்கும் இடையே நிகழும் காதல் நிகழ்ச்சியைக் கூறும் திணை அன்று என்று கூறும் வ.சுப.மாணிக்கனார்(1962) காமஞ்சாலா இளமைப்பருவம் எது என்பதைப் பல்வேறு சங்கப் பாடல்களின் வழியே விளக்கி உள்ளார். கைக்கிளைத் தலைவி இன்னும் பூப்பெய்தாதவள் என்பது உண்மையே ஆயினும் அவள் பேதைப் பெண் அல்லள். இன்றோ நாளையோ இன்னும் ஓரிரு திங்களிலோ அண்மையில் ஆளாகத் தக்க பெரும்பெண் ஆவாள். இத்தகு இளையவளையே காமஞ்சாலா இளமையோள் என்றார் தொல்காப்பியர்.

அண்மையில் ஆளான கன்னிக்கும் ஆளாக இருக்கும் பெண்ணுக்கும் மெய்வேறுபாடு பெரிதும் இருப்பதில்லை. புற

அடையாளம் இல்லாததாலும் மேனி வேறுபாடு இல்லாததாலும் ஆளாகாத ஒரு பெண்ணைக் குமரிஎனக் கொண்டு ஒருவன் காதல் கொள்கின்றான். அவளது கோதி நெளிந்த கூந்தலையும், பருத்த மெல்லிய தோளினையும் மலர்போலும் குளிர்ந்த கண்ணினையும் மான்போலும் மருண்ட பார்வையினையும் மழைபெற்ற தளிர்போலும் மேனியினையும் ஒளிவிளங்கும் நெற்றியினையும் முகைபோலும்கூரிய பல் வரிசையையும் கொடி போலும் துவளும் இடையினையும்

> வாருறு வணரைம்பால் வணங்கிறை நெடுமென்றோள்
> பேரெழில் மலருண்கண் பிணையெழில் மானோக்கின்
> காரெதிர் தளிர்மேனிக் கவின்பெறு சுடர் நுதல்
> கூரெயிற்று முகை வெண்பல் கொடிபுரை நுசுப்பினாய் (கலி.58)

என்று பாராட்டி மகிழ்கின்றான். இந்த இளைஞனது காதற் பதிவை அவள் உணரவில்லை; துயரை அறியவில்லை. காரணம் அக்காதல் உணர்வுகளை உணரும் செவ்வியை அவள் அடையவில்லை என்பதே. இவன் மயக்கத்திற்கு ஒரே காரணம் கண்டபெண் குமரிபோலும் தோற்றம் உடைமைதான். இம்மயக்கத் தோற்றத்தின் நிலைக்களத்தில் கைக்கிளைக்காதல் உருவாகின்றது.

எனவே அகத்திணைக் கைக்கிளைக்காதல் என்பது காமப்பருவத்தை இன்னும் எய்தாத (அண்மையில் எய்தக் கூடிய) பெதும்பைப் பெண்ணைத் தோற்றத்தால் குமரி என மயங்கிப் பருவம் வந்த இளைஞன் அறியாதே தன்னுட் புலப்படுத்திய காதல் முகிழ்ப்பை மட்டும் கூறியமைவது என்று வ.சுப. மாணிக்கனார்(1962) முடிவுரைப்பர்.

காமஞ்சாலா இளமைக் காதல் உண்டு

காமஞ்சாலா இளமைக் காதல் சமூக வழக்கில் உண்டு என்றும் அறிஞர் கூறுவர் (க.ப.அறவாணன். 1978). காமஞ்சாலா இளமை மணம் தமிழகத்தில் எக்காலத்தும் இல்லை எனவும் அவ்வாறு இருந்திருப்பின் அது பற்றிச் சங்க இலக்கியமோ ஏனைய இலக்கியங்களோ கூறி இருக்கும் எனவும் அம்மணம் வழக்கிலிருப்பின் அது அறம் என்றோ அல்லது அறக்கழிவு என்றோ அவ்விலக்கியங்கள் பதிவு செய்திருக்கும் எனவும் அறிஞர் கூறுவர் (வ.சுப. மாணிக்கனார். 1962).

இதற்கு மறுதலையாக காமஞ்சாலா மணம் வழக்கில் இல்லை என்று கூறுவது தொல் சமூகத்தின் பரிணாம வளர்ச்சியை மறுப்பது ஆகும் என்று விவரிப்பர் (க.ப.அறவாணன். 1978).

பழமை வாய்ந்த நாகரிக நாடுகள் அனைத்திலும் நெறிப்படா ஒழுக்கங்கள் சில இருந்தன. அவ்வாறு இருத்தல் இயற்கை. தமிழகம் பழைய நாகரிக நாடுகளில் ஒன்று. இங்கும் காமம் சாலா இளமையோள் நேசிப்பு இருந்தது என்பதே மனித இன வரலாற்றின் படிக்கட்டுகளை ஒப்புக்கொள்வதாகும். சங்க இலக்கியம் முழுதும் ஏன் தமிழிலக்கியத்து யாண்டுமே இச்சிறு மணம் பற்றிய செய்தி குறிப்பாகக் கூட இல்லை என்பார் கூற்று, தமிழ்க் கைக்கிளைத் திணையின் வரலாற்றை மறுப்பதாகும்.

காமம் சாலா இளமையோள் வயின் காதல் நிகழ்த்துதல் பண்டைத் தமிழகத்தில் இருந்துள்ளது. பூப்புப்பருவம் நோக்கி நிற்கும் சிறுமியை நோக்கிய காதல் என்பது இதன் கருத்து. இத்தகு காதல்கள் பண்டைக் காலத்தில் அருகிய வழக்காக இருந்துள்ளன.

முதுக் குறைந்தனளே முதுக்குறைந்தனளே
மலையன் ஒள்வேல் கண்ணி
முலையும் வாரா முதுக் குறைந்தனளே

என்ற பாடல் காமஞ்சாலா இளமைக் காதலுக்குத் தக்க எடுத்துக்காட்டாகக் காட்டப்பெறுகின்றது. இப்பாட்டு எந்த நூலைச் சேர்ந்தது என்பது தெரியவில்லை. எனினும் இப்பாடல் பத்தாம் நூற்றாண்டிற்கு முற்பட்டது என்று கூறப்படுகின்றது. தொல்காப்பிய அகத்திணை இயல் மூன்றாம் நூற்பாவிற்கு நச்சினார்க்கினியரால் மேற்கோளாகக் காட்டப்பட்ட பாடல் இது. இப்பாடலுக்கு உரை எழுதும் நச்சினார்க்கினியர் முதலும் கருவும் இன்றி வந்த குறிஞ்சி என்று விவரிப்பர். குறிஞ்சி என்று குறிப்பதால் இது புணர்தலைக் குறிக்கின்றது.

இப்பாடல் வெளிப்படுத்தும் செய்தி வருமாறு: ஓர் இளைஞன் சிறுமி ஒருத்தியை நேசித்தனன்; அவளையே நினைந்து உருகினன்; ஆனால் அவளோ பருவம் எய்தினாள் இல்லை. ஒரு நாள் அவள் பருவம் எய்திய செய்தியைக் கேட்டு மகிழ்ந்தான். என் காதலி பருவம் ஆகிவிட்டாள்; என் காதலி பருவம் ஆகிவிட்டாள்; மலையமானின் ஒளி படைத்த வேலினைப் போல் கூரிய விழிகளை உடைய என் காதலி பருவம் ஆகிவிட்டாள்; இன்னும் அவளுக்கு முலைகளும் வளரவில்லை; எனினும் பருவம் ஆகிவிட்டாள் என்று கூறி மகிழ்ந்தான்.

மேலே காட்டப்பெற்ற செய்திகள் பண்டைக்காலத்தில் பருவம் எய்துவதற்கு முன்பும் காதல் களவொழுக்கங்கள் நிகழ்ந்துள்ளன என்பதைக் குறிப்பாக வெளிப்படுத்துகின்றன

(முதுக்குறைந்தனள் = முதுக்கு + உறைந்தனள்; முதுக்குறைவு – பெண் திரளுகை).

தென்னிந்தியப் பழங்குடி மக்களிடையே காமஞ்சாலா இளமைமணம் வழக்கில் இருந்துள்ளது. தமிழகத்து நீலகிரியில் வாழ்பவர் தோடர் என்ற பழங்குடியினர் ஆவர். தோடர்கள் பெண்குழந்தை பிறந்தஉடனே அப்பெண்ணுக்கென ஒரு பையனை அமர்த்தி விடுகின்றனர். இப்பையன் ஆண்டுதோறும் அப்பெண்ணுக்குக் கையுறை கொடுப்பான். அப்பெண பருவம் அடைந்தவுடன் அப்பையனை மணந்து கொள்ளலாம். விரும்பாவிட்டால் வேறு ஆடவனையும் மணக்கலாம்.

இவ்வினத்துப் பெண் ஒருத்தியுடன் அவள் பருவம் அடைவதற்கு முன்பே உடல் திண்மை வாய்ந்த ஆடவன் ஒருவன் உறவு கொள்ளும் வழக்கம் இருந்துள்ளது. இவ்வினத்தார் முறைப்படி ஒவ்வொரு பெண்ணிற்கும் முற்பருவ உறவு நடந்தாக வேண்டும். இதே போல் ஆனைமலை மலசர் பழங்குடியினரிடமும் காமம் சாலா மணம் வழக்கில் இருந்துள்ளது.

மெகஸ்தனீஸ் என்ற கிரேக்கத் தூதன் தான் எழுதிய இந்திகா என்ற நூலில் பாண்டிய நாட்டு வழக்காறுகள் சிலவற்றைக் குறிப்பிட்டுள்ளான். பாண்டிய நாட்டில் ஆறு வயது பெண்கள் கூடக் குழந்தைகள் பெறுகின்றனர் என்பது அவன் தரும் குறிப்பு. பாண்டிய நாட்டில் மணப்பெண்ணின் வயது ஏழாக இருந்தமை தெரிய வருகின்றது. பருவம் வருவதற்கு முன்பே மணம் முடிக்கப்பெறாமை பாவமாகக் கருதப்பட்டது.

வைகாநசன், பராசரன், சம்வர்த்தன், வியாசன் முதலானோர் பருவத்திற்கு முற்பட்ட திருமணத்தை வற்புறுத்தினர் (க.ப. அறவாணன். 1978) பன்னிரண்டு வயது முடிவதற்குள் தம்பெண்ணைப் பெற்றோர் மணம் செய்து கொடுத்துவிடவேண்டும். தராவிட்டால் பெண்ணின் பெற்றோரும் தமையரும் நரகத்திற்குப் போக நேரிடும் என்பர் பராசரன். பன்னிரண்டு வயதிற்கு மேற்பட்ட பெண்ணை மணத்தல் ஆகாது என்ற தடையும் இருந்துள்ளது (தரவுகள்: க.ப.அறவாணன். 1978).

இந்தச் சான்றுகள் யாவும் சாமஞ்சாலா இளமை மணம் வழக்கில் இருந்திருக்க வேண்டும் என்பதை உறுதி செய்கின்றன. வழக்கில் இருந்துள்ள இம்மணம் பற்றிய இலக்கண வரையறை தொல்காப்பியத்தில் இடம் பெற்றுள்ளது. ஆனால் இலக்கணம் உருவாவதற்குக் காரணமான காமஞ்சாலா இளமைக் காதல் பாடல்கள் மட்டும் வழக்கற்றுப் போய்விட்டதோடு கிடைக்காமலும் போய்விட்டமையை இங்கே சுட்டிக் கூறுதல் வேண்டும். இதற்கான காரணங்கள் ஆராயத் தக்கவை.

காமஞ்சாலா இளமை மணம்: சமூகவியல் ஆய்வு

தொல்காப்பியப் பொருளதிகாரத்தின் முதற்சொல்லே கைக்கிளைதான். கைக்கிளை முதலாப் பெருந்திணை இறுவாய் என்று அகத்திணைகளை ஏழாக வகைப்படுத்தி ஏழுனுள் முதலாவது கைக்கிளை எனத் தொல்காப்பியர் குறிப்பிடுவர். அவ்வாறு தொல்காப்பியர் குறிப்பிட்டதற்கு இரண்டு காரணங்கள் இருப்பதாக ஊகிக்க முடிகின்றது.

1. கைக்கிளை மிகு தொன்மை வாய்ந்தது அல்லது புராதன சமூகத்தைச் சேர்ந்தது என்பதைக் குறிப்பதற்காக இருத்தல் வேண்டும்.

2. இளமை மணம் பருவமணம் முதுமைமணம் எனப் பருவத்தை அடியொற்றி வரிசைப் படுத்தப் பெற்ற முறைமை காரணமாக இருத்தல் வேண்டும்.

கைக்கிளையைத் தொல்காப்பியர் முதலில் குறிப்பிட்டாலும் அதற்கு முதன்மை தரவில்லையோ என்று வாசகர் எண்ணும் அளவிற்கு அதற்கான விளக்கத்தை இயலின் இறுதியில் அமைத்துள்ளதை உணரமுடிகின்றது. கைக்கிளை என்றால் என்ன என்பது பற்றிய பொருள் விளக்கத்தைத் தொல்காப்பியத்தில் காண இயலவில்லை. பெருந்திணைக்குக் கூறிய துறை வகுப்பைக்கூட மேற்கொள்ளவில்லை.

இவ்வாறான போக்குத் தொல்காப்பியர் காலத்திலேயே கைக்கிளை சமூக மதிப்பிலிருந்து வீழ்ச்சி பெறத் தொடங்கி விட்டது என்பதைப் புலப்படுத்துகின்றது. எனவேதான் கைக்கிளைக்குத் தொல்காப்பியத்தில் ஒருவித ஒதுக்கம் இடம்பெற்றுள்ளதை உணரமுடிகின்றது.

தொல்காப்பியத்தில் தொடங்கிய இவ்வொதுக்கம் படிப்படியாக வளர்ச்சியடைந்து உரையாசிரியர் காலத்தில் உச்ச நிலையை அடைந்துள்ளது. புறநானூற்றுத் தொகுப்பில் இடம்பெற்றுள்ள கைக்கிளைப் பாடல்களுக்கு எழுதப்பெற்ற குறிப்புகள், இறையனார் அகப்பொருள் உரை விளக்கப் பகுதிகள், புறப்பொருள் வெண்பா மாலை விளக்கங்கள், உரையாசிரியர்தம் திறனாய்வு விளக்கங்கள் ஆகியவை கைக்கிளைத் திணை வீழ்ச்சியை எவ்வாறு பட்டியலிட்டுள்ளன என்பதைப் பின்வருமாறு வரிசைப்படுத்தமுடியும்.

1. ஒருதலைக் காதல்.
2. ஆண்பாற் கைக்கிளை, பெண்பாற் கைக்கிளை வகைமை வளர்ச்சி.

3. அகத்திணைத் தலைவர்களை விலக்கி அடியோர், வினைவலர் ஆகியோரைக் கைக்கிளைக்குரிய தலைமக்கள் ஆக்கியமை.

4. கைக்கிளையை அகத்திணையிலிருந்து பிரித்துப் புறத்திணை ஆக்கியமை.

மேற்கூறிய விளக்கங்கள் தொல்காப்பியத்தில் இடம் பெறாதவை ஆகும். இவை கைக்கிளைப் பொருள் விளக்கத்தின் பரிணாம வளர்ச்சியாகக் கொள்ளத் தக்கவை.

பின்னாளில் இருபதாம் நூற்றாண்டில் வாழ்ந்த திறனாய்வாளர்கள் இத்தகு பரிணாம வளர்ச்சி தொல்காப்பிய மூல நூற்பா விளக்கத்திலிருந்து விலகி நிற்பதை உணர்ந்தார்கள். தொல்காப்பிய விளக்கத்திற்கும் பிற்காலக் கைக்கிளை விளக்கத்திற்கும் இடையேயான இடைவெளியை நிரப்புவதற்கான முயற்சியை மேற்கொண்டனர். சோமசுந்தர பாரதியார் (1972 மறு.ப) ஆ. சிவலிங்கனார் (1991) வ.சுப. மாணிக்கனார் (1962) ஆகியோரின் விளக்கங்களும் ஆய்வுகளும் இத்தகு முயற்சியையே வெளிப்படுத்திக் கைக்கிளையை அகத்திணையில் சேர்க்கும் சிந்தனை ஆக்கத்திற்கு வழி வகுத்தன.

இந்த இருவேறுபட்ட தளத்தில் நிகழ்ந்த திறனாய்வுப் போக்குகளின் எதிர்மறைப் பண்புகளை,

கைக்கிளையை
அகத்திணையிலிருந்து பிரித்துப் புறத்திணை ஆக்கல்

X

புறத்திணையிலிருந்து பிரித்து அகத்திணை ஆக்கல்

என்று வாய்பாடாக்கிக் காட்சிப்படுத்த முடியும்.

கைக்கிளையை அகத்திணையிலிருந்து பிரிக்கும் நோக்கு தொல்காப்பியருக்கு இல்லை. ஆனால் ஒதுக்கும் நோக்கு இருந்துள்ளது. இந்த ஒதுக்கும் நோக்கமே பிற்காலக் கைக்கிளைக் கோட்பாடாக வளர்ச்சியைப் பெற்றுள்ளது. இவ்வாறான வளர்ச்சிக்குரிய சமூகவியல் சிந்தனைகள் ஆழ்ந்த கவனத்திற்குரியன.

களவு மணம் என்ற தலைப்பில் கூறப்பட்டுள்ள செய்திகளை இங்கே ஒருமுறை பொருத்திப் பார்த்தல் வேண்டும். களவு வாழ்க்கையும் களவு மணமும் தொல்தமிழர் சமூகத்தில் ஏற்றுக்கொள்ளப்பட்ட பண்பாட்டு வழக்காறாக விளங்கிய

காலக்கட்டம் உண்டு. தாய்வழித் தலைமை உச்சம் பெற்ற சமூக அமைப்பில் களவு வாழ்க்கை ஏற்புப் பெற்றிருந்தது. பின்னாளில் தாய்வழித் தலைமை வீழ்ந்து கொஞ்சம் கொஞ்சமாகத் தந்தைவழித் தலைமையிலான சமூகம் கட்டமைப்பைப் பெற்றது. இம்மாற்றமும் ஒரு நீண்ட காலநீட்சியில் நிகழ்ந்தேறியது. தந்தை வழிச்சமூகம் தந்தையின் ஒப்புதல் பெற்ற அல்லது ஏற்புப் பெற்ற மணவடிவமான கற்பு மணத்தை முன்னிலைப்படுத்தியது. முன்னிலைப் படுத்தவே கற்புமணமும் கூடவே களவுமணமும் ஒரு முரண்பாடாய்ச் சமூகத்தின் முன்பு தோற்றம் அளிக்கத் தொடங்கின. எனவே களவு மணம் என்பதைச் சிறிது சிறிதாக ஒதுக்குவதற்குச் சமூகம் முற்பட்டது. இதற்குப் பக்கத் துணையாக அற்றைநாள் சமணபௌத்தத் துறவுச் சமயங்களும் அணிவகுத்து நின்றன. ஒரு கட்டத்தில் முற்றுமாகவே அகத்திணைக் கோட்பாடுகளுக்கு எதிர்வினைகள் நிகழத் தொடங்கின. தொல்காப்பியப் பொருளதிகாரம் கிடைக்காமல் போனதாக இறையனார் களவியல் உரை கூறும் தொன்மம் மேல்கருத்தை உறுதிப் படுத்தும்.

இத்தகு எதிர்வினைகளுக்கு எதிரான நிகழ்வுகளும் இடம்பெறத்தான் செய்தன. அவை களவியலுக்குப் புனிதத்தை உண்டாக்கும் முயற்சியில் ஈடுபட்டன (விரிவான விளக்கங்களுக்குக் காண்க: களவு மணம்). இவ்வாறான வினைகள் தொழிற்பட்ட சமூக அமைப்பில்தான் கைக்கிளைத்திணையும் புறக்கணிக்கப்பட்டுப் புறத்திணையில் சேர்க்கப் பெற்றிருக்க வேண்டும்.

இத்தகு சமூக அமைப்பில் ஐந்திணைக் காதலைப் புனிதப்படுத்தும் ஒரு முயற்சி தொழிற்பட்டுள்ளதை அறிதல் வேண்டும். இத்தொழிற்பாடு சங்க அகக்கவிதைகளின் தொகுப்புப் பணியிலும் தம் ஆதிக்கத்தைச் செலுத்தி இருக்க வேண்டும். எனவேதான் பல துறைகளுக்கான பாடல்கள் கிடைக்காமல் போயிருக்க வேண்டும். இப்புனிதப்படுத்தும் முயற்சியில் கழிக்கப் பெற்றவை அல்-புனிதமாகக் கருதப்பெற்றன. இவற்றையே அறக்கழிவு என்று தொல்காப்பியம் சுட்டிச் செல்கின்றது. கைக்கிளைத் திணையும் அல்-புனிதத்தை நோக்கிய ஒரு பயணத்தை மேற்கொண்டது. என்றாலும் பின்னாளில் எழுந்த ஆய்வுப் போக்குகள் கைக்கிளையை அல்-புனிதத்திலிருந்து மீட்டுப் புனிதமாக்கும் பணியில் ஈடுபட்டுள்ளன. இதனையே கைக்கிளை பற்றிய உரை விளக்கங்கள் ஆய்வு விளக்கங்கள் வெளிப்படுத்தி உள்ளன.

காமஞ்சாலா இளமை மணம் : மீட்டுருவாக்கம்

காமஞ்சாலா இளமைக்காதல் அல்லது மணம் ஒரு காலத்தில் சமூக வழக்கமாகத் தமிழகத்தில் இடம் பெற்றிருக்க வேண்டும். இவ்வழக்கை அடியொற்றிய இலக்கியங்கள் உருப்பெற்று அவற்றின் அடிப்படையில் கைக்கிளைத்திணை உருவாக்கம் நிகழ்ந்திருக்க வேண்டும். என்றாலும் பின்னாளைய சமூக அரசியல் காரணமாகக் கைக்கிளைத் திணை பற்றிய தரவுகள் அழிந்தன. எனவே கைக்கிளைத்திணை பற்றிய துறை விளக்கங்கள், கூற்று விளக்கங்கள் என எவற்றையுமே அறிய இயலாமல் போயிற்று.

பின்னாளில் புறப்பொருள் வெண்பாமாலை கைக்கிளைத் துறைகளாகச் சிலவற்றைப் பட்டியலிட்டுள்ளது இப்பட்டியலுக் கான தரவுகள் எங்கிருந்து பெறப்பட்டன என்பதை அறிய இயலவில்லை. மேற்கோள் பாடல்கள் பலவும் நூலாசிரியரால் படைக்கப்பெற்றவை. இத்துறைகள் வருமாறு:

ஆண்பாற் கைக்கிளைத் துறைகள்

1. காட்சி
2. ஐயம்
3. துணிவு
4. உட்கோள் (மனஉறுதி)
5. பயந்தோர் பழிச்சல் (பெற்றோரை வாழ்த்தல்)
6. நலம்பாராட்டல்
7. நயப்புற்று இரங்கல்
8. புணரா இரக்கம்
9. வெளிப்பட இரத்தல்

பெண்பாற் கைக்கிளைத் துறைகள்

1. காண்டல்
2. நயத்தல்
3. உட்கோள்
4. மெலிதல்
5. மெலிவொடு வைகல்
6. காண்டல் வலித்தல்

7. பகல் முனிவுரைத்தல்

8. இரவு நீடு பருவரல்

9. கனவின் அரற்றல்

10. நெஞ்சொடு மெலிதல்

இந்தப் பத்தொன்பது துறைகளுமே காமஞ்சாலா இளமைக் காதலுக்குரிய துறைகள் அல்ல. மாறாக ஒருதலைக்காதல் எனும் பொருண்மை பற்றிய துறைகள் ஆகும். பருவம் எய்திய ஆணோ அல்லது பெண்ணோ ஒருதலையாகக் காதல் கொண்டு தம் வேட்கையை வெளிப்படுத்தும் துறைகளாகவே இவை அமைந்துள்ளன. எனவே இவை தொல்காப்பியர் குறிப்பிடும் கைக்கிளைக்குரிய துறைகளாகக் கொள்ள இயலாதவை ஆகும்.

இனி வ.சுப.மாணிக்கனார் (1962) ஊகித்தல் அடிப்படையில் சில துறைகளாகக் கைக்கிளையை விரிவு படுத்தலாம் என்றுரைப்பர். அவை வருமாறு:

> ஒருறுப்பு நாடகம் போல ஒரு துறை கொண்ட திணை கைக்கிளை. இதனை விரித்துப் பலதுறையாக்க முயலலாம். 1. காமஞ்சாலா இளையவள் முன்னின்று விளம்பினான் என்று கூறலாம். 2. தான்இன்னும் பருவம் வாயாதவள் என்று சொல்லெதிர் மொழிந்ததாகக் கூறலாம். 3. அவள் நேரே மொழிந்ததாகக் கூறலாம். 4. என் உள்ளம் முதற்கண் சென்ற உன்னை ஆளாகிய பின் மணப்பேன் என உறுதி செய்தான் என்று கூறலாம். 5.அதன்பின் அவள் பெற்றோரை அணுகி உறுதி கேட்பன் என்று கூறலாம்.

ஊகித்தல் அடிப்படையில் இவை அமைவு பெற்றதால் இவற்றுக்கான இலக்கியங்களை அறிய இயலவில்லை.

கைக்கிளை சமூக வழக்காக இருந்தபோது எழுந்த இலக்கியங்களை அறிவது ஒன்றுதான் மூல கைக்கிளைத் திணை பற்றிய விளக்கங்களை அறிவதாக அமையும். ஆயின் அதற்கான சாத்தியப்பாடுகள் மிக மிகக்குறைவு. தமிழில் முற்றுமே அதற்கான தடயங்கள் இல்லை. என்றாலும் சங்க மரபுகள் வாழ்ந்து வரும் தமிழ்நாட்டின் எல்லைக்கு அப்பால் உள்ள சில வழக்காறுகள் மூல கைக்கிளையை மறுகட்டமைப்புச் செய்திட உதவி செய்வதாக உள்ளன. இந்த வகையில் ஆந்திரநாட்டு அகநானூறு என்று புகழப்படும் காதாசப்தசதி எனப்படும் சத்தசாயி பாடல்கள் கவனத்திற்குரியவை ஆகின்றன. இப்பாடல்களுள் ஒரு சிலவற்றின் விளக்கங்கள் வருமாறு:

ஊரவர் தலைவன் சீரமர் சிறுமகள்
பேதை யாயினும் பெருமயக் குறுத்தும்
நஞ்சுக் கொடியென நாளை வளர்ந்தே
அஞ்சு மாறே அமைதற்கென் னென்பாம் (காதா.332)

பிருதிவிநந்தன் இயற்றிய இப்பாடல் பேதைப் பருவத்தாளின் அழகில் ஈடுபட்ட தலைவனைப் பார்த்து அவள் அழகைப் பாராட்டும் பாங்கன் கூறியதாக அமைந்துள்ளது. ஊர்த் தலைவனின் சிறப்புப்பெற்ற சிறுமகள் அவள். இன்னமும் பருவம் அடையாத பேதைப் பருவத்துப்பெண். அவள் அழகைக் கண்டாலே அனைவரும் மயக்கம் அடைகின்றனர். இத்தகையவள் நாளை பருவம் அடைந்து வளர்ந்துவிட்டால் அது பெரிய ஆபத்தாக முடியும். நஞ்சுச்செடி வேகமாக வளர்வது அச்சத்தைத் தருவதுபோல இவள் எழில் வளர்வது அச்சத்தைத் தருகின்றது என்று பாங்கன் தலைவனிடம் கூறுவதாக இப்பாடல் அமைந்துள்ளது.

பிறிதொரு பாடல் பேதைப் பருவத்துத் தலைவியைக் கண்டு தோழி கேலி செய்வதாக அமைந்துள்ளது.

துடைக்கும் ஒருமுறை கழுவும் ஒருமுறை
வழிக்கும் ஒருமுறை வளரிள முலையில்
காதலன் இட்ட நகக்குறி தோராப்
பேதை யவள்தான் பேதுறு கின்றாள் (காதா. 346)

தலைவி பேதைப் பருவத்தாள். தலைவன் கூடிச் சென்றபின் தன் முலைமீதுள்ள நகக்குறியைக் கண்டாள். நகக்குறி என்று தெரியாத அந்தப்பெண் ஏதோ கறை என்று கருதித் துணியால் துடைத்தாள்; நீர் கொண்டு கழுவினாள்; கையால் வழித்து எறிந்து பார்த்தாள். கறை போவதாக இல்லை. என்ன கறை இது என்று மயங்கும் பேதையைக் கண்டு தோழி கேலி செய்கின்றாள்.

தோழியின் கூற்றாக அமைந்த பிறிதொரு பாடல் வருமாறு:

தன்மென் சிறகில் தன்சுமை ஏற்றித்
திறனுடன் மலர்த்தித் தேன்சுவைத்து உண்டு
மாலதி மொட்டினில் மகிழ்ந்திடும் வண்டு
பாவாய் நீயேன் பயப்படு கின்றாய் (காதா. 355)

முக்தன் இயற்றிய இப்பாடலின் பொருள் வருமாறு:

மாலதிக் கொடியில் அழகிய மொட்டு அரும்பி உள்ளது. இன்னமும் மலரவில்லை. வண்டு ஒன்று பறந்து வந்து தன் உடற்சுமை முழுவதும் தன் சிறகினில் ஏற்றி மென்மையாக

மொட்டில் படிந்து இதழை விரியச் செய்து தேனை மாந்தி மகிழ்கின்றது என்று பருவம் அடையாத தலைவியிடம் தோழி கூறுவதாக இப்பாடல் அமைந்துள்ளது. இப்பாடலில் சங்க இலக்கிய உள்ளுறை உவம மரபு பயின்றுள்ளதை அறிதல் வேண்டும். வண்டு திறமையுடன் பறந்து வந்து அமர்ந்து மொட்டின் தேனைச் சுவைத்தல் போலத் தலைவனும் மென்மையுடன் கூடி இன்புறும் திறமை உடையவன்; ஆதலின் காதற் கூட்டத்திற்கு நீ அஞ்சுதல் வேண்டாம் என்று தோழி பேதைப் பருவத் தலைவியிடம் கூறுகின்றாள்.

இவ்வாறான பாடல்களைத் தமிழில் மொழி பெயர்த்திருக்கும் மு.கு. ஜகந்நாதராஜா(1981) இப்பாடலும் இதுபோன்று இன்னும் சில பாடல்களும் உள்ளுறை உவமமாகப் பூப்பெய்தாத மொட்டு நிலையிலுள்ள பூவையரைப் புணர விரும்பும் தலைவர்தம் செயற்பாடுகளைக் காட்டுகின்றது என்று கூறியுள்ளது குறிப்பிடத்தக்கது. என்றாலும் இப்பாடல்கள் அனைத்தும் தமிழில் மொழிபெயர்க்கப்பெறவில்லை என்பதையும் அவர் சுட்டிச் சென்றுள்ளார். மேலும் அவர் கூறுவதாவது: தெலுங்கில் சுமதிசதக ஆசிரியர் கனியிருப்பக் காய் கவர்ந்தற்று என்று கூறி இத்தகையர் விலங்கிற்குச் சமானமானவர் என்று கண்டித்துள்ளார். ரிக் வேதத்தில் பருவம் அடையாத பெண்ணைப் புணரும் அரசனைப் பற்றிய குறிப்பு கிடைத்துள்ளது. மகாபாரதத்தில் பேதையைப் பராசர முனிவன் புணர்ந்த கதை கூறப்பட்டுள்ளது எனப் பேதைப் பருவ மணம் பற்றிய செய்திகளை விரிபுபட விளக்குவர்.

காதாசப்த சதியில் மொழிபெயர்க்காமல் விடப்பட்ட பாடல்களின் தன்மைகளை அறிய இயலவில்லை. அப்பாடல்களும் மொழிபெயர்க்கப்பட்டிருப்பின் கைக்கிளைத் திணை பற்றிய கூடுதல் செய்திகளை அறிய வாய்ப்பு நேரிட்டிருக்கும்.

சங்க அகமரபுகளோடு மிக நெருங்கிய தொடர்புடைய காதாசப்த சதிப் பாடல்களின் அகமரபுகளை எளிதில் ஒதுக்கி விடுவதற்கில்லை. ஏனெனில் இப்பாடல்களின் விளை நிலமாகிய கிருஷ்ணா நதிப் பகுதிகள் வரையும் அதற்கு அப்பால் வடக்கேயும் அங்கேயுள்ள பழங்குடிகள் வழக்காறுகள் பலவற்றிலும் சங்கமரபுகளை இனம் காணும் ஆய்வுகள் உருவாக்கம் பெற்றுள்ளன. இந்த ஆய்வு முடிவுகள் வெளிவரும் போது தொல்காப்பியத்திற்குக் கூடுதலான பொருள் விளக்கங்கள் கிடைக்க வாய்ப்புகள் உண்டு.

தொகுப்புரை

ஆக இதுகாறும் கூறப்பெற்ற செய்திகளைப் பின்வருமாறு தொகுத்துக் கூறமுடியும்

1. கைக்கிளைத் திணை பற்றிய உரைவிளக்கங்கள் உரைகளின் பரிணாம வளர்ச்சி ஆகியன விரிவாக விளக்கப் பெற்றன.

2. உரை விளக்கங்களில் காணப்பெற்ற வேற்றுமை கள் சுட்டிக் காட்டப் பெற்றன.

3. பிற்காலத் திறனாய்வாளர்தம் கருத்துகளை அடியொற்றிக் காமஞ்சாலா இளமை மணம் இல்லை என்பதையும் உண்டு என்பதையும் விளக்கி முடிவுகள் தரப்பெற்றன.

4. உரையாசிரியர் உரை வேறுபாடுகள், திறனாய் வாளர் கருத்துகள் ஆகியவற்றைச் சமூகவியல் அணுகு முறையில் ஆராய்ந்து விளக்கங்கள் கூறப்பெற்றன.

5. நிறைவாகக் காமஞ்சாலா இளமை மணத்தைக் காதாசப்த சதிப் பாடல்களின் வழியே மீட்டுரு வாக்கம் செய்யும் முயற்சி மேற்கொள்ளப்பெற்றது.

பொருந்தா மணம்: மடல் மணம் – முதுமை மணம் – வன்புணர் மணம்

அ

கைக்கிளை முதலாப் பெருந்திணை இறுவாய் எனத் தொல்காப்பியர் பெருந்திணையை அகத் திணையின் இறுதியில் வைப்பர். பெருந்திணை நடுவண் ஐந்திணையாகிய ஒத்த காமத்தின் மிக்கும் குறைந்தும் வருதலானும் எண்வகை மணத்தினும் பிரம்மம், பிரசாபத்தியம், ஆரிடம், தெய்வம் என்பன இத்திணைப்பாற் படுதலானும் இந்நான்கு மணமும் மேன்மக்கள் மாட்டு நிகழ்தலானும் இவை உலகினுள் பெரு வழக்கு எனப் பயின்று வருதலானும் அது பெருந்திணை எனக் கூறப்பட்டது என்று இளம்பூரணர் பெயர்க் காரணத்தை விளக்குவர். இவ்வுரையிலிருந்து பெறப்படும் கருத்துக்களாவன:

1. பெருந்திணை அகனைந்திணைக் காமத்தின் குறைந்தும் மிக்கும் வரும்
2. ஆரியர் மணத்துள் பிரமம் பிரசாபத்தியம் ஆரிடம் தெய்வம் ஆகியவற்றை ஒக்கும்
3. பிரமம் முதலியன உலகியலில் மேன்மக்கள் மாட்டு நிகழ்தலான் பெருந்திணையும் மேன்மக்களுக்குரியது.
4. உலகில் பெரு வழக்காய் உள்ளது இவ்வொழுக்கம்.

உரையாசிரியர் நச்சினார்க்கினியர் எல்லாவற்றினும் பெரிதாகிய திணையாதலின் பெருந்திணையாயிற்று என்பர். மேலும் அவரே 'என்னை? எண்வகை மணத்தினுள்ளும் கைக்கிளை முதல் ஆறுதிணையும் நான்குமணம் பெறத் தானொன்றும் நான்கு மணம் பெற்று நடத்தலின் என்று கூறுவர். இளம்பூரணர் உலகில் பெருவழக்கு என்று கூற நச்சினார்க்கினியர் ஆரிய மணத்துள் மிகுதியான மணத்தை ஒப்ப நடத்தலின்' பெருந்திணை எனப் பெயர் பெறுவதாயிற்று என்று பெயர்க்காரணம் கூறி விளக்குவர்.

ஏறிய மடல்திறம் இளமைதீர் திறம்
தேறுதல் ஒழிந்த காமத்து மிகுதிறம்
மிக்க காமத்து மிடலொடு தொகைஇ
செப்பிய நான்கும் பெருந்திணைக் குறிப்பே (அகம்.54)

என்று தொல்காப்பியர் பெருந்திணைக்குரிய விளக்கங்களைத் தந்துள்ளார். ஆனால் பெருந்திணை என்றால் என்ன என்பது பற்றிய விளக்கத்தை அவர் தரவில்லை.

மடல் ஏறுதலும், இளமை தீர்திறமும், தெளிவு ஒழிந்த காமத்தின் மிகுதியும், மிக்க காமத்து மாறாய திறனும் என்று உரை கூறும் இளம்பூரணர் மேலும் சில விளக்கங்களைக் கூறுவர். இளமை தீர் திறமாவது மூவகைப்படும். தலைமகன் முதியனாகித் தலைமகள் இளையளாதலும் தலைமகள் முதியளாகித் தலைமகன் இளையனாதலும் இவ்விருவரும் இளமைப்பருவம் நீங்கியவழி அறத்தின்மேல் மனம் நிகழ்தலன்றிக் காமத்தின்மேல் மனம் நிகழ்தலும் என மூவகைப்படும்.

மிக்க காமத்து மிடலாவது ஐந்திணைக்கண் நிகழும் காமத்தின் மாறுபட்டு வருவது. அஃதாவது வற்புறுத்துந் துணையின்றிச் செலவழுங்குதலும் ஆற்றாமை கூறுதலும், இழிந்திரந்து கூறுதலும், இடையூறு கிளத்தலும், அஞ்சிக் கூறலும், மனைவி விடுத்துப் பிறள் வயிற் சேறலும் இன்னோரன்ன ஆண்பாற் கிளவியும்; முன்னுறச் செப்பலும், பின்னிலை முயறலும், கணவன் உள்வழி இரவுத்தலைச் சேறலும், பருவம் மயங்கலும் இன்னோரன்ன பெண்பாற் கிளவியும், குற்றிசையும் குறுங்கலியும் இன்னோரன்ன பிறவுமாகிய ஒத்த அன்பின் மாறுபட்டு வருவன எல்லாம் கொள்ளப்படும் என்று இளம்பூரணர் விரிஉரை கூறுவர்.

மேல் நூற்பாவிற்கு உரை எழுதும் நச்சினார்க்கினியர் உரையில் தேறுதல் ஒழிந்த காமத்து மிகுதிறத்திற்கும் மிக்க காமத்து மிடலுக்கும் கூறப்பெற்ற உரை குறிக்கத் தக்கது. தேறுதல் ஒழிந்த காமத்து மிகுதிறம் – இருபத்து நான்காம் மெய்ப்பாட்டில் நிகழ்ந்து ஏழாம் அவதி முதலாக வரும் அறிவழி குணன் உடையளாதலும்; மிக்க காமத்து மிடல் – காம மிகுதியானே எதிர்ப்பட்டுழி வலிதிற் புணர்தல் – என்று விளக்குவர்.

பெருந்திணை வகை நான்கனுள் மடலேறுதலும் விரும்பாரை வலிந்து கூடலும் ஆடவர்மாட்டே நிகழும். இளமை தீர் திறமும் தேறுதலொழிந்த காமும் ஆண் பெண் இருபாலார்க்கும் உரியதாகும்.

ஆ

ஏறிய மடற்றிறத்திற்குக் கலித்தொகை 139ஆம் பாடல் சான்றாகி உள்ளது. மடல் ஏறுவேன் என்ற நிலை மட்டு மல்லாது மடல் ஏறுதல் ஒன்றே பெருந்திணையின் பாற்படும்.

சான்றவீர் உமக்கொன் றறிவுறுப்பென் மன்ற
துளியிடை மின்னுப்போற் றோன்றி யொருத்தி
யொளியோ டுருவென்னைக் காட்டியளிய ளென்
நெஞ்சாறு கொண்டா ளதற்கொண்டு துஞ்சே
னணியலங் காவிரைப் பூவோ டெருக்கின்
பிணையலங் கண்ணி மிலைந்து மணியார்ப்ப
வோங்கிரும் பெண்ணை மடலூர்ந்தெ னெவ்வநோய்
தாங்குத றேற்றா விடும்பைக் குயிர்ப்பாக
வீங்கிழை மாதர் திறத்தொன்று நீங்காது
பாடுவென் பாய்மா நிறுத்து...
உய்யா வருநோய்க் குயவாகு மையல்
உறீஇயாள் ஈத்தஇம் மா
காணுந ரெள்ளக் கலங்கித் தலைவந்தெ
னாணெழின் முற்றி யுடைத்துள் ளழித்தரு
மாணிழை மாதரா ளேஎரெனக் காமன
தாணையால் வந்த படை (கலி.139)

இப்பாடலில் சான்றோரை நோக்கித் தலைவன் கூறும் தலைவி மீதான காதல் வருத்தங்களும் அதனால் மடலேறும் நிலையும் மடல் ஏறும் தலைவன் ஆவிரைப் பூக்களோடு எருக்கங்கண்ணி சூடியதையும் பனையால் செய்த குதிரைமேல் தலைவன் ஊர்ந்ததும் மையலைத் தந்தவள் தந்த மடல்மா என்று தலைவன் கூறுவதுமான செய்திகளை அறியமுடிகிறது.

இப்பாடலை உரையாசிரியர் நச்சினார்க்கினியர் கலித்தொகையிலிருந்து மேற்கோளாகக் காட்டி இருக்கிறார். இப்பாடலே அன்றிக் கலித்தொகையின் 140ஆம் பாடலும் இங்குச் சுட்டுவதற்குரியது. அது வருமாறு:

கண்டவிர் எல்லாம் கதுமென வந்து ஆங்கே
பண்டு அறியாதீர் போல நோக்குவீர் கொண்டது
மா என்று உணர்மின் மடல் அன்று மிற்றிவை
பூ அல்ல பூளை உழிஞையொடு யாத்த
புனவரையிட்ட வயங்கு தார்ப் பீலி
பிடியமை நூலொடு பெய்ம்மணி கட்டி
அடர் பொன் அவிர் ஏய்க்கும் ஆவிரங்கண்ணி

நெடியோன் மகன் நயந்து தந்து ஆங்கனைய
வடிவ வடிந்த வனப்பின் என்னெஞ்சம்
இடிய இடைக்கொள்ளும் சாயல் ஒருத்திக்கு
அடியுறை காட்டிய செல்வேன் மடியன்மின்
அன்னேன் ஒருவனேன் யான்
என்னாளும் பாடு எனில் பாடவும் வல்லேன் சிறிதாங்கே
ஆடெனில் ஆடலு மாற்றுகேன் பாடுகோ
என்னுள் இடும்பை தணிக்கும் மருந்தாக
நன்னுதல் ஈத்த இம்மா

என்ற பாடல் மடல் ஏறுகின்ற தலைவன் கண்டார்க்குக் கூறியதாக அமைந்துள்ளது. இதற்கு அடுத்தபாடலும் மடல் ஏறித் தலைவியைப் பெற்ற தலைவன் நிலை கூறுவது.

இனித் தேறுதல் ஒழிந்த காமத்து மிகுதிறம் என்பதற்கு இளம்பூரணர் தெளிவு ஒழிந்த காமத்தின் கண்ணே மிகுதலும் என்று உரைவிளக்கம் தருவர். மேலும் இது பெரும்பான்மை தலைமகளுக்கே உரியது என்றும் கூறுவர். என்றாலும் இது இருபாலார்க்கும் உரியதாகவே உரையாசிரியர்கள் கருதி உள்ளனர். நச்சினார்க்கினியர் இருபத்து நான்காம் மெய்ப்பாட்டில் நிகழ்ந்து ஏழாம் அவதி முதலாக வரும் அறிவழிகுணன் உடையள் ஆதல் என்று விளக்குவர்.

இருபத்து நான்காம் மெய்ப்பாடாவது ஆறாம் அவத்தையாகிய புறஞ்செயச் சிதைத்தல் என்னும் மெய்ப்பாட்டில் கையறவுரைத்தல் என்பதாகும். இதற்கு மேற்பட்ட மெய்ப்பாடுகள் பெருந்திணையின் பாற்படும்.

இனிச் சோமசுந்தர பாரதியார், தேறுதல் ஒழிந்த காமத்து மிகுதிறம் பெருந்திணைக் குறிப்பாதற்குத் தன்னை விரும்பாத பிறன் மனையாளைப் பெட்டொழுகும் பேதையான தென்னிலங்கை அரக்கன் காமக்கதை சாலும் என்று மேற்கோள் காட்டுவர். இராவணன் சீதையின் மேல் கொண்ட காதலை இறுதிவரை உள்ளத்தில் வைத்து வளர்த்ததை இணைத்துக் காட்டுவர்.

இனி மிக்க காமத்து மிடல் என்பதைப் பொருள் கொள்வதிலும் எடுத்துக்காட்டுத் தருவதிலும் உரையாசி ரியரிடை சிறு வேறுபாடுகள் காணப்படுகின்றன. மிக்க காமத்து மிடலாவது வற்புறுத்துந் துணையின்றிச் செலவழுங்குதல் முதலியன என்பர் இளம்பூரணர்.

நடுங்கி நறுநுதலாள் நன்னலம்பீர் பூப்ப
ஒடுங்கி உயங்கல் ஒழியக்–கடுங்கணை
வில்லோர் உழவர் விடரோங்கு மாமலைச்
செல்லேம் ஒழிக செலவு

எனும் புறப்பொருள் வெண்பா மாலைப் பாடலை (இருபாற் பெருந்திணை –1) எடுத்துக்காட்டுவர். இப்பாடலில் தலைவியின் நலம் கெடப் பிரிவுத்துயர் வருத்துமே என்று தலைவன் பொருள் வயிற் பிரியாமல் செல்லுதலைத் தவிர்த்த நிகழ்ச்சி மட்டுமே விவரிக்கப்பட்டுள்ளது. இதற்கு நச்சினார்க்கினியர் தரும் எடுத்துக் காட்டுப் பாடல் வருமாறு

ஏஎ யிஃதொத்தன் நாணிலன் தன்னொடு
மேவேமென் பாரையு மேவினன் கைப்பற்று
மேவினு மேவாக் கடையு மவையெல்லா
நீயறிதி யானஃ தறிகல்லேன் பூவமன்ற
மெல்லிணர் செல்லாக் கொடியன்னாய் நின்னையான்
புல்லினி தாகலிற் புல்லினெ னெல்லா
தமக்கினி தென்று வலிதிற் பிறர்க்கின்னா
செய்வது நன்றாமோ மற்று (கலி.62)

இப்பாட்டிற்கு நச்சினார்க்கினியர் உரை எழுதி உள்ளார். இவனொருத்தன் தன்னோடு புணர்ச்சிக் குறிப்பின்றி நிற்பாரையும் தான் புணர்ச்சிக் குறிப்புடையனாய்க் கையாலே வலிதிற் பிடித்துக் கொள்ளும். ஆதலால் நாண் இலனாய் இருந்தான் எனத் தலைவி கூறினாள். அதுகேட்ட தலைவன் அப்புணர்ச்சிக் குறிப்பினது பகுதியாகிய மெய்ப்பாடு எல்லாம் நின்னிடத்துப் பொருந்துதலைச் செய்யினும் பொருந்தாத இடத்திலும் உள்ள நன்று தீது நீ அறியக்கடவை யான் புணர்ச்சிக் குறிப்பை அறிதலைச் செய்யேன்; பூ நெருங்கின மெல்லிய கொத்து நீங்காத கொடியை ஒப்பாய்! நின் மேனி புல்லுதற்கு இனிதா யிருக்கையினாலே நின்னை யான் புல்லினேன் என்றான். அது கேட்ட தலைவி ஏடா தமக்கு இனிதாயிருக்குமென்று கருதிப் பிறர்க்கு இன்னாதனவற்றை வலிதிற் செய்வது இன்பத்தைத் தருமோ என்றாள். இப்பாடலில் விரும்பாத மகளிரை வலிதிற் பிடித்துக் கூடுதலாகிய மிக்க காமத்து மிடல் பயின்று வந்தமையை நச்சினார்க்கினியர் எடுத்துக் காட்டுவர். இளம்பூரணர் தரும் விளக்கமும் அதனின் வேறான நச்சினார்க்கினியரின் விளக்கமும் மாறுபட்டு விளங்குவதை அறிய முடிகின்றது.

மிக்க காமத்து மிடல் என்பதற்குச் சோமசுந்தர பாரதியார் சீவக சிந்தாமணியிலிருந்து எடுத்துக் காட்டுகளைத் தருவர்

என்றவ ளரசன் தன்னை நோக்கலன் இவன் கணார்வஞ்
சென்றமை குறிப்பேறறிக் கூததெலா மிறநத பினறை
நின்றது மனத்திற் செற்றம் நீங்கித்தன் கோயில் புக்கான்
மன்றல மடந்தை தன்னை வலிதிற்கொண்டொலி கொடாரான்

(சீவக. காந். 685)

தேனுடைந் தொழுகும் செவ்வித் தாமரைப் போதுபுல்லி
ஊனுடை உருவக் காக்கை இதழுகக் குடைந்திட்டாங்கு
கானுடை மாலை தன்னைக் கட்டியங்காரன் சூழ்ந்து
தானுடை முல்லையெல்லாம் தாதுகப் பறித்திட்டானே

(சீவக. காந்.686)

சீவக சிந்தாமணியில் கட்டியங்காரன் அனங்கமாலை இடையே நிகழ்வுறும் வலிந்த காமம் பற்றிய செய்திகளை இப்பாடல்கள் தந்துள்ளன. மணத்திற்குரிய அனங்கமாலையை அவள் விருப்பமின்றி வலிந்து பற்றி யிழுத்துக் கொண்டு கூத்து அரங்கை விட்டு அரண்மனை சென்றடைந்தான். அரும்பலரந்த தேன் பிலிற்றும் அழகிய தாமரை மலரைத் தழுவி ஊன் வற்றி உருவம் மெலிந்த காக்கை அதன் இதழ்கள் உதிருமாறு குடைந்ததைப் போல வாசனை பொருந்திய அனங்க மாலையைக் கட்டியங்காரன் நெருங்கி அவள் அணிந்திருந்த முல்லையை எல்லாம் பூந்தாதுகள் உதிரப் பற்றி இழுத்தான் என்ற சீவகசிந்தாமணிக் குறிப்பு வலிந்த காதல்பற்றி விவரிக்கிறது.

மிக்க காமத்து மிடல் என்பதற்குக் காம மிகுதியால் வலிதிற் பற்றிப் புணர்தல் என்பதே பொருத்தமான பொருளாக நச்சினார்க்கினியரும் பிற்கால உரையாசிரியரும் கொண்டு கூட்டி உரைத்தனர். ஆனால் இளம்பூரணர் அவ்வாறு கொள்ளவில்லை. இத்துறைக்கான ஆண்பாற் கிளவிகள், பெண்பாற் கிளவிகள் ஆகியவற்றை விவரிக்கும் இளம்பூரணர் மனைவி விடுத்தலிற் பிறள்வயிற் சேறலும் கணவன் உள்வழி இரவுத்தலைச் சேறலும் என்ற இரு கிளவிகளை முறையே ஆண்பாற்கு உரியதாகவும் பெண்பாற்கு உரியதாகவும் கூறியுள்ளார். இக்கிளவிகள் இல்வாழ்க்கையின் புற உறவாக அமையுமே அன்றி வன் காம உறவாக அமையாது; மிகுகாமமாக அமையும் என்பதையும் குறிப்பிட வேண்டும்.

புறப் பொருள் வெண்பா மாலை இரவுத்தலைச் சேறல் என்ற துறையைப் பெருந்திணையுள் சுட்டியுள்ளது.

காண்டல் வேட்கையொடு கனையிருள் நடுநாள்
மாண்ட சாயல் மனையிறந் தன்று

என்ற நூற்பாவழியே மாட்சிமையுடைய சாயலையுடைய தலைவி, செறிந்த இருளை உடைய நடு யாமத்தே தலைவனைக் காண வேண்டும் என்னும் விருப்பத்தோடே தன் இல்லினின்றும் சென்றது பற்றிய செய்திகள் தெரிய வருகின்றன. ஆனால் இளம்பூரணர் கணவனுள் வழி இரவுத்தலைச் சேறல் என்று குறிப்பிட்டுள்ளமை நோக்கத் தக்கது. இளம்பூரணர் சுட்டியுள்ள இத்துறை அல்லாத ஏனையன தேறுதல் ஒழிந்த காமத்து

மிகுதிறத்தின் பாற்படுவனவா என்பதை விரிவாக ஆராய்தல் வேண்டும்.

இனிச் சோமசுந்தர பாரதியார் குறித்தனவாய சீவகசிந்தாமணிப் பாடல்கள் மிக்க காமத்து மிடலுக்காக நேரடி எடுத்துக்காட்டுகள் அல்ல. காப்பிய ஓட்டத்தில் வருகின்ற வன்புணர்ச்சி நிகழ்ச்சியையே அப்பாடல்கள் விவரிக்கின்றன. மிடல் குறித்த தனித்த இலக்கியமாக அப்பாடல்களைக் கொள்ள முடியாது.

நச்சினார்க்கினியர் காட்டும் கலித்தொகைப்பாடல்(62) ஒன்றே இத்துறையோடு பொருந்தி நிற்கிறது என்றாலும் அதிலும் சிக்கல் இல்லாமல் இல்லை. அப்பாடலுக்கு உரையாசிரியர் நச்சினார்க்கினியர் தரும் உரைவிளக்கம் வருமாறு:

இஃது ஏறிய மடற்றிறம் என்னும் (க) சூத்திரத்து மிக்க காமத்து மிடல் என்றதனால் தலைவனும் தலைவியும் உறழ்ந்து கூறித் தலைவி கூடக் கருதிய பெருந்திணை என்று குறிப்பு எழுதியுள்ளார்.

இப்பாடல் பெருந்திணையின் பாற்படுமா அல்லது குறிஞ்சிக்கலியுள் இடம்பெற்றிருப்பதால் குறிஞ்சித் திணையின் பாற்படுமா? என்ற ஐயம் நச்சினார்க்கினியர்க்கும் இருந்திருக்குமோ என்ற எண்ணத்தை இத்துறைக் குறிப்பு வெளிப்படுத்துகிறது.

இப்பாடலில் ஏஎ இஃது ஒத்தன் நாணிலாதவன் அவன் தன்னோடு பொருந்தாதார் எனினும் அவன் வலிந்து மேவிக் கைப்பற்றுவான்; ஆதலின் அவன் நாணமில்லாதவன் ஆகின்றான் என்பது படக் கூறும் தலைவி இறுதியில் தமக்கு இனிதாக இருக்குமென்று கருதிப் பிறர்க்கு இன்னாதனவற்றை வலிதிற் செய்வது இன்பத்தைத் தருமோ என்று மொழிவதாகக் கூறப்பட்டுள்ளது. இதன் வழியே ஒரு தலைவன் முதலில் ஒருத்தியை வலிந்து பற்றியமையும் அதற்கு அவள் உடன்படாமையும் ஆகிய செய்திகள் தெரிய வருகின்றன. என்றாலும் இப்பாடலின் இறுதிப்பகுதிகள் வேறுவிதமாக அமைந்துள்ளன.

> மையின் மதியின் விளங்கு முகத்தாரை
> வெளவிக் கொளலு மறனெனக் கண்டன்று

எனும் பாடலடிகள் மறுவில்லாத மதிபோல விளங்கும் முகத்தினை உடைய மகளிரை வலிதிற் புணர்தலும் ஒரு மணமென நூல் கண்டது என்ற குறிப்பைத் தருகின்றன. வடநூலார் கூறும் இராக்கத மணம் பற்றிய செய்தியே இது. இச்செய்தியைத் தலைவன் தலைவிடம் கூறுகிறான். இதனைக் கேட்ட தலைவி கூறுவது வருமாறு:

நூல் நுவலும் அந்த மணத்தைக் கூறப்பட்டு உலக ஒழுக்கமும் அத்தன்மைத்தாயிருக்குமாயின் அவனும் யான் மறுத்துக் கூறுஞ் சொல்லைக் கொள்ளாது திறனன்றி நலியுமாயின் அவையேயன்றி அவன் மனத்து முற்பிறப்பில் யானும் அவளும் வேறல்லமென்பதொன்று அவனிடத்துண்டாயிருக்குமாயின் நெஞ்சே, அவனோடு நமக்கு இனி மாறுபாடுண்டோ எனப் புணர்ச்சிக்கு உடம்பட்டுக் கூறினாள்

இக்கூற்று இறுதியில் தலைவி இப்பாடலின் தலைவனோடு புணர்ச்சிக்கு உடம்பட்டமையைத் தெரிவிக்கிறது. தவிர முற்பிறவி முதலிய பாலது செயற்பாடுகளும் ஈண்டு மறைமுகமாகப் புனையப்பட்டுள்ளன. எனவே இப்பாடல் குறிஞ்சித் திணைக்குரிய உரிப்பொருளையும் பெற்று விளங்குவதைக் காணமுடிகின்றது.

ஆயின் வலிந்து பற்றிப் புணரும் பண்பு ஐந்திணைத் தலைவனுக்குரிய பண்பாகாது. எனவே இப்பாடல் குறிஞ்சிக்குரிய உரிப்பொருளைப் பெற்று வந்த போதும் கூட இது பெருந்திணையிற்படும் என்பதே பொருத்தமுடைய தாகும்.

பெருந்திணையிற்படின் இப்பாடலைக் குறிஞ்சிக்கலியுள் சான்றோர் சேர்த்தது எவ்வாறு என்னும் வினா எழுகின்றது. குறிஞ்சிக்கலியுள் இருப்பதனானும் சங்கச் சான்றோர் இப்பாடலை அதனுள் சேர்த்ததனாலும் இப்பாடல் குறிஞ்சித் திணைக்குரியதே என்று கூறுதல் பொருந்துமா என்பதை ஆராய்தல் வேண்டும். இச்சிக்கலுக்கு உரையாசிரியர் நச்சினார்க்கினியர் எளிதாக விடைகண்டு விடுகிறார்.

> இது தீதாம் ஆதலான் அடியோர் தலைவராக
> வந்த பெருந்திணை

என்பது நச்சினார்க்கினியர் முடிவு. ஆக இப்பாடல் முழுக்க முழுக்கப் பெருந்திணைப்பாற்படாமலும் குறிஞ்சித் திணைப்பாற்படாமலும் விளங்குவதை உணரமுடிகின்றது.

இ

இளமைதீர் திறமாவது தலைவனும் தலைவியும் பருவம் கழிந்த பின்றை கொள்ளும் காம வேட்கையாம்.இதற்கு இளம்பூரணர் தரும் மேற்கோளாவது வருமாறு:

> ஆண்டலைக் கீன்ற பறழ்மகனே நீயெம்மை
> வேண்டுவல் என்று விலக்கினை நின்போல்வார்
> தீண்டப் பெறுபவோ மற்று

எனவும்

உக்கத்து மேலும் நடுஉயர்ந்து வாள்வாய
கொக்குரித்தன்ன கொடுமடாய் நின்னை யான்
புக்ககலம் புல்லினெஞ்சூன்றும் புறம்புல்லின்
அக்குளுத்துப் புல்லலும் ஆற்றேன் அருளீமோ
பக்கத்துப் புல்லச் சிறிது (கலி.மருதம்.29)

எனவும் வரும் பாடலடிகளில் தலைமகன் தலைமகள் ஆவார் இருவர் இளமைதீர் திறம் வந்தவாறு காண்க என்று இளம்பூரணர் கூறுவர்.

ஆண்தலைப் புள்ளுக்கு ஏற்ற பறழ்த்தலையுடைய மகனே என்றதனால் தலைவன் இளமைதீர் திறமும் கொக்குரித்தன்ன கொடுமடாய் என்றதால் தலைவி இளமைதீர் திறமும் கொள்க என்பது இளம்பூரணர் கருத்து.

ஆயின் ஆண்டலைக் கீன்ற பறழ்த்தலை மகனே என்ற தொடர் எவ்வகையில் தலைவனின் இளமைதீர் திறத்தைக் குறித்து நிற்கிறது என்பது புலனாகவில்லை. உரையாசிரியர் நச்சினார்க்கினியர் இக்கலிப்பாடலைத் தலைமகளின் இளமைதீர் திறத்திற்கு மட்டுமே எடுத்துக்காட்டுவர். இப்பாட்டிற்கு உரையெழுதும் நச்சினார்க்கினியர்,

> இதனுள் கோனடி தொட்டேன் எனவும் கோவிலுள் கண்டார் நகாமை வேண்டுவல் எனவும் கூறலின் அடியோர் என்பது பெறுதும். கொக்குரித்தன்ன எனத் தோல் திரைந்தமை கூறலின் இளமைதீர் திறமாகிய பெருந்திணையாயிற்று. இது வேட்கை மறுத்தது என்னும் பொருளியற் சூத்திரத்தால் வேட்கை மறுத்துக் கூறிய பெருந்திணை. இஃது ஊடற் பகுதியாகலின் மருதத்துக் கோத்தார்.

இவ்வுரையுள் கொக்கை உரித்தது போன்ற உருவம் தலைவிக்கு உவமிக்கப்பட்டுள்ளது. இவ்வுருவம் வயது முதிர்ந்த நிலையில் தோலில் ஏற்படும் சுருக்கத்தைப் புலப்படுத்துவது. எனவே தலைவியின் இளமைதீர்திறம் குறிப்பாகச் சுட்டப்பட்டுள்ளது. அடியோர் தலைமக்களாக இடம் பெற்றிருப்பதால் நச்சினார்க்கினியர் கருத்துப்படி அகப்புறமாகிய பெருந்திணைக் குரியது இப்பாடல். என்றாலும் ஊடல் எனும் உரிப்பொருளை வெளிப்படுத்துவதால் இது மருதக்கலியுள் கோக்கப்பட்டது என உரையாசிரியர் விளக்கம் தந்துள்ளார்.

மிக்ககாமத்துமிடல் துறைக்கு நேரடிச் சான்றுகள் கிடைக்காதது போலவே இளமைதீர்திறத்திற்கும் உரையாசிரியர்களுக்கு நேரடிச்சான்றுகள் கிடைக்கவில்லை போலும். ஊடல் உரிப்பொருளை உடைய மருதப்பாடலாகவே மேல் பாடலைச்

சங்கச் சான்றோர் கோத்துள்ளனர். பிற்காலத்து உரையாசிரியர் இப்பாடலைப் பெருந்திணைக்குரியதாக எண்ணினராதல் வேண்டும். சங்கச் சான்றுகள் கிடைக்காத நிலையிலேயே ஏனைய இளமைதீர் திறப்பகுதிக்கு உரையாசிரியர்கள் புறப்பொருள் வெண்பாமாலையிலிருந்து சான்றுபாடல்களைத் தந்துள்ளதையும் ஈண்டுச் சுட்டுதல் வேண்டும்.

இனிச் சோமசுந்தர பாரதியார் இத்துறைக்குத் தரும் பாடலும் கவனத்திற்குரியது.

மின்சாயன் மார்பன் குறிநின்றேன் யானாகத்
தீரக்குறைந்த தலையுந் தன் கம்பலுங்
காரக் குறைந்து கறைப்பட்டு வந்துநம்
சேரியிற் போகா முடிமுதிர் அவனாங்கே
பாராக் குறழாப் பணியாப் பொழுதன்றி
யாரிவள் நின்றீர் எனக்கூறிப் பையென
வைகாண் முதுபகட்டிற் பக்கத்திற் போகாது
தையா றம்பலந் தின்றியோ வென்றுதன்
பக்கழித்துக் கொண்டீ யெனத்தரலும் யாதொன்றும்
வாய்வாளேன் நிற்ப கடிதகன்று கைம்மாறிக்
கைப்படுக்கப்பட்டாய் சிறுமிநீ மற்றியா
னேனைப் பிசாசருள் என்னை நலிதரின்
இவ்வூர்ப் பலிநீ பெறாஅமற் கொள்வேனெனப்
பலவுந் தாங்காது வாய்பாடி நிற்ப
முதுபார்ப்பான் அஞ்சினனாதல் அறிந்தியா னெஞ்சே
தொருகை மணற்கொண்டு மேற்றூவக் கண்டே
கடிதாற்றிப் பூசற் றொடங்கினான் ஆங்கே
யொடுங்கா வயத்திற் கொடுங்கேழ்க் கடுங்கண்
இரும்புலி கொண்டார் நிறுத்த வலையுளோர்
ஏதில் குறுநரி பட்டற்றாற் காதலன்
சாட்சி யழுங்க நம்மூர்க் கெலாஅம்
ஆகுலமாகி விளைந்ததை யென்றுந்தன்
வாழ்க்கை யதுவாகக் கொண்ட முதுபார்ப்பான்
வீழ்க்கை பெருங்கருங் கூத்து (கலி.குறி.29)

இப்பாடல் இளமைதீர் திறத்திற்குச் சான்றாகக் காட்டப்பட்டுள்ளது. இப்பாடலுக்கு உரை எழுதும் நச்சினார்க்கினியர் இஃது அல்லகுறி பட்ட தோழி படைத்துமொழிக் கிளவியால் ஒரு பொய்யைப் புனைந்துரை செய்து தலைவன் சிறைபுறத்தானாகத் தலைவிக்குக் கூறியது என்று விளக்கம் கூறுவர். முதுபார்ப்பான் ஒருவனின் காமமிக்க செயலை இப்பாடல் புனைந்துரைக்கிறது. தலைவன் குறியிடத்தே நின்ற தோழியிடம் ஒரு முதுபார்ப்பான் சிறுமி நீ என்னால் கையகப்படுத்தப்பட்டாய் என்று பலபட மொழிந்து நிற்கிறான். இப்பாடலின் இறுதியில் எந்நாளும் தன் தொழில் அவ்வாறு தனிநிற்கும் மகளிரைக் கண்டால் தன் காம வேட்கையாலே மேல் விழுதலாகக் கொண்ட முதுபார்ப்பானுடைய நாடகம் நம் காதலர் நம்மைக் குறியிடத்து

வந்து காணும் காட்சி கெடும்படியாக நமக்கு வருத்தமாய் முடிந்தது என்று முடிகிறது.

இப்பாடல் குறிஞ்சிக்கலிக்குரியதாகச் சங்கச் சான்றோர் சேர்த்துள்ளனர். ஆயின் உரையாசிரியர் பெருந்திணைக் குரியதாகச் சான்று காட்டியுள்ளார். பாடலின் போக்கு தலைவி கூற்றாகவே கொள்ளத்தக்க வகையில் அமைந்துள்ளது. ஆயின் தலைவி தாமே தமியளாய்த் தலைவனைத் தேடிச் செல்லும் மரபை உரையாசிரியர்கள் உடன்பட்டிலர். வெளிப்படையாகக் கூறுவது ஒழித்து மறைமுகக் குறிப்புக் காட்டுவதே சங்கத் தலைவியது இலக்கிய மரபாகும். இம்மரபினால் பல பாடல்கள் தலைவி கூற்றிலிருந்து தோழி கூற்றுக்கு இடம் மாற்றம் செய்யப்பட்டன. அத்தகு பாடல்களுள் இப்பாடலும் ஒன்றாகும். அல்லகுறி பட்ட நிகழ்வைப் பாடும் குறிஞ்சித்திணைப்போக்கே இப்பாடலுள் அமைவு பெற்றுள்ளது.

முதுபார்ப்பான் குறித்த நிகழ்வுகள் இப்பாடலின் தலைமைப் பொருளனவல்ல. அல்லகுறிபடுதலே தலைமைப் பொருளாம். எனவே இளமைதீர் திறத்தை மையப் பொருளாகக் கொண்ட பாடலன்று இஃது. என்றாலும் முதுமையுற்றவனின் மிகுகாமம் பற்றிய நிகழ்ச்சி இப்பாடலில் குறிஞ்சித்திணை உரிப்பொருள் பாடு பெறுவதற்குரிய சூழலை அமைத்துள்ளது என்பது மட்டுமே பொருத்தமுடையதாகும்.

எனவே இளமைதீர் திறம் பற்றிப் பேசும் நேரடியான, தொன்மை மிக்க சான்றுகள் ஏதும் கிடைக்கவில்லை என்ற முடிவிற்கு வரமுடியும். கிடைக்கும் சான்றுகள் மிகுபொருத்தம் இல்லாதனவாகவும், பொருத்தமுடையன பிற்காலத்தவை யாகவும் அமைந்துள்ளதைச் சுட்டுதல் வேண்டும்.

தலைமகனுக்கும் தலைமகளுக்கும் மணப் பருவம் முறையே பதினாறு ஆண்டும் பன்னீராண்டும் என வரையறுக்கப் பெற்றுள்ளது. இவ்வயது வரம்பு சிலப்பதிகாரம் கோவலன் கண்ணகி வயதோடு பொருந்தும். ஆயின் இருபாலார்க்கும் முதுமைப் பருவம் எது என்பதைத் தமிழ் முன்னோர்கள் வரையறுத்துக் கூறினாரல்லர். பேதை, பெதும்பை, அரிவை, தெரிவை, மங்கை, மடந்தை, பேரிளம்பெண் என்று பெண்களுடைய பருவம் வயதை அடிப்படையாகக் கொண்டு வரையறுக்கப்பட்டுள்ளது. அதேபோல் பாலகன், மீளி, மறவோன், திறலோன், காளை, விடலை, முதுமகன் என ஏழு பருவங்கள் ஆண்களுக்குரியதாகச் சுட்டப் பெறுகின்றன. இவற்றுள் பேரிளம் பெண் பருவமும் முதுமகன் பருவமும் முறையே ஆணுக்கும் பெண்ணிற்கும் இளம்பருவம் கழியும் காலமாகக் கொள்ள

இயலும். ஆக முதுமைப்பருவம் தொடங்கும் காலம் முப்பது வயது என்பது தமிழ் இலக்கிய இலக்கண நூலார் கருத்தாகும். முப்பது வயதிற்கு மேற்பட்டோர் காமத்தையே இளமைதீர் திறம் விளக்குகின்றது என்ற முடிவிற்கு வரமுடிகின்றது. ஆயின் இத்துறைக்கான நேரடிச் சான்று கிடைக்காமையான் இதனை உறுதிப்படுத்த இயலவில்லை.

ஈ

பெருந்திணை குறித்து நிகழ்ந்த சில ஆய்வுகளையும் இங்கே சுட்டுவது பொருத்தமுடையது.

> ஏறிய மடற்றிறத்தைப் போலவே ஏனைய மிகுவயதாகி மனைவி மாட்டும் மற்றோர் மாட்டும் இன்பம் துய்த்தல் அளவிற்கு அடங்காக் காமம், காம வெறியால் வலிதிற் புணர்தல் ஆகியனவும் மணத்திற்குப் பின் நிகழும் இவை அனைத்தும் ஆடவர் பக்கமே நிகழ்வன. உணர்வுகள் இருபாலார்க்கும் பொதுவாயினும் உணர்த்துதல் இருபாலார்க்கும் பொது அன்று... இருபாற்கும் உரியது என்று உரையாசிரியர் கூறுவது பொருந்துவது அன்று. பெண்டிர்தம் காமமிகுதி காட்டுவனவாகக் காட்டப்படும் கலிப்பாடல்கள் பொருந்துவன அல்ல.

என்ற அறிஞர்தம் கூற்று (க.ப.அறவாணன்.1978) இரண்டு செய்திகளை வலியுறுத்தி உள்ளது. 1. பெருந்திணை, திருமணத்திற்குப் பின் நிகழும். 2. பெருந்திணைத் துறைகள் ஆடவர்க்கு மட்டுமே உரியவை.

மிகு காமத்தைப் பண்டையோர் பாடினதாகக் கொள்ள வைத்தோர் நச்சினார்க்கினியர், ஐயனாரிதனார், நாற்கவிராச நம்பி ஆகியோர். ஐயனாரிதனார் பெண்பாற் பெருந்திணை என்ற ஒன்றை அமைத்தார். இத்திணையுள் அமைந்த துறைகளுள் ஒன்று இரவுத்தலைச் சேறல் என்பதாகும். இதற்கான பாடல் ஒன்றில் தலைவி செறிந்த இருளைஉடைய நடுயாமத்தே தலைவனைக் காணவேண்டும் என்ற விருப்பத்தோடே தன்வீட்டை விட்டு வெளியேறித் தலைவன் இடத்துச் செல்வாள் என்ற செய்தி இடம் பெற்றுள்ளது இது பற்றிக் கருத்துரைக்கும் அறிஞர் (க.ப.அறவாணன்.1978),

> தன்வீடு விட்டுத் தலைவன் வீடு போகிறாள் என்பதால் களவுக்காலக் காமம் என்பது தெரிகிறது. களவில் அவள் வீடு ஓடிச் செல்லல் ஒல்லுமோ? பண்டை இலக்கியத்தில் ஒரு சான்று உண்டோ? எந்நிலையிலும் எந்நிலத்திலும்

பெண் மடல் ஊராள் என்ற தொல்காப்பியக் காதலியா இவ்வாறு ஓடுவாள். இது தமிழர் உலக இயல்பிற்கும் ஒவ்வாது, தொல்காப்பிய நூல் இயல்பிற்கும் ஒவ்வாது முன்னைய இலக்கிய இயல்பிற்கும் ஒவ்வாது என்று கூறுவர். இக்கூற்றின் வழிக் களவுக் காலத்தில் காமம் மிக்குத் தலைவி தலைவனை நாடிச் செல்லும் மரபு பற்றிப் புறப்பொருள் வெண்பாமாலையார் கூறும் கூற்று மறுக்கப் பெற்றுள்ளதை அறியமுடிகின்றது.

கைக்கிளை, பெருந்திணை ஒழுக்கங்கள் போர் ஒழுக்கங்களே என்பதும் இத்திறனாய்வாளர் கூற்றாகும் (க.ப.அறவாணன். 1978). பிறநாடுகளின் மேல் போர் தொடுக்கும் அரசரும் மறவரும் போர் வெற்றிக்குப் பின்னர் வறிதே திரும்புவதில்லை. பகைவர் ஊரைக் கொள்ளையிட்டும் எரியூட்டியும் அழிக்கும்போது பகைவர் நாட்டு மகளிரையும் கைப்பற்றித் திரும்புவர். இம்மகளிருடன் ஆன உறவு பெருந்திணை முதலிய ஒழுக்கங்களுக்கு வழிகோலியது என்பர்:

> போர்ப்படை எடுப்பே ஒழுங்கின்மையின் அடிப்படை என்பர். பகைநாடு வென்ற மறவர் அங்குள்ள இளம்பெண்களை நுகரத் துடிப்பர்; குதிரையில் ஏறிச் சிலரைத் தம் வயப்படுத்துவர், இளையோர் முதியாள் எனப்பாராது அவர்களை நுகர விழைவர். ஒறுப்பாள் வெறுப்பாள் என்றும் பாராது மகளிரை வலியப் புணர்வர். இவை முறையா அல்லவா என்பது வினா அன்று. இவை பண்டைய போர்ச் சமூக விளைவுகள் என்பதே எண்ணத்தக்கது. கைக்கிளை, பெருந்திணை ஒழுக்கங்கள் பண்டைய போர்த்திணை ஒழுக்கங் களுடன் பொருத்தி நினைக. இவ்விரு திணைகளும் ஆண்பாலாரின் கூடா ஒழுக்கம் காட்டுவன.

ஆகப் போர்ச்சமூகத்தில் பகைவர் நாட்டு மகளிரைக் கைப்பற்றித் தம் நாட்டிற்குக் கொண்டுவரும் முறைமையே பெருந்திணை முதலிய ஒழுக்கங்களுக்குக் காரணமாகியது என்பதை மேல் அறிஞர் விவரிப்பதை அறியமுடிகின்றது.

இவ்வறிஞரின் (க.ப. அறவாணண். 1978) பெருந்திணை ஆய்வில் ஆரிய மணமுறைக்கும் பெருந்திணைக்கும் தொடர்பு ஏதும் இல்லை என்பதும் கைக்கிளை, பெருந்திணை ஆகியவற்றை அகத்திணைகளாகவே கொள்ளுதல் வேண்டும் என்பதும் விரிவாக விளக்கம் பெற்றுள்ளன.

பெருந்திணை பற்றி ஆராய்ச்சி மேற்கொண்ட வ.சுப. மாணிக்கனார்(1980) பெருந்திணைக்கண் எவ்வகை யானும்

வலிந்த காமத்திற்கு இடனில்லை என்று கூறுவர். உள்ளப்புணர்ச்சி என்னும் அகத்திணைப் பண்பிற்கு ஒத்ததுவே பெருந்திணை என்பதும் தொல்காப்பியரும் சங்கப்புலவர்களும் பெருந்திணையை அன்புக்காமமாகவே வகுத்துப்பாடியுள்ளனர் என்பதும் அவரது அதிகாரத் துணிபு.

> பெருந்திணைக்கண் ஒவ்வாத் தலைவியை உடன்படுத்துதற்காக மடலேற்றம் நிகழ்வதில்லை காண். விரும்பாத பெண்ணை வேண்டி ஒருவன் மடலேறி வருவானாயின் அவன் வீதி வரவைச் சமுதாயம் ஒப்புங்கொல்? அவன் பேச்சைப் பெரியவர்கள் ஏற்பர்கொல்? அத்தகைய ஒரு போக்கிற்கு இடம்கொடுத்தால் எப்பெண்ணையும் மடலேறிப் பெறச் சில காமுகர்கள் முனைய மாட்டார்களா? ஆதலின் விருப்பமில் கன்னியை வணக்குவதற்கு ஒருவன் மடலூரான் மடலேற்றம் ஒத்தகாமம் உடையார் மாட்டே நிகழ்வது.

என்று கூறும் அறிஞர் (வ.சுப.மாணிக்கனார்.1980) இயற்கைப் புணர்ச்சி அளவில் இடையூறுப்பட்ட காதலர்களின் உறவை மேம்படுத்தவும், இடையூற்றினைக் களையவுமே தலைவன் மடலேறினான் என்று முடிவு உரைப்பர். இவரது கூற்றுப்படி மடலேற்றம் என்பது ஐந்திணைக் காதலர் இடையே நிகழ்வது என்பது தெளிவாகின்றது.

இளமைதீர்திறம் என்னும் பெருந்திணைத் துறைக்குக் கூனும் குறளும் முடமும் செய்த சில காதற் காட்சிகளைக் (கலி.94,65) சான்று காட்டுவர் உரையாசிரியர். ஒரு குட்டையனுக்கும் ஒரு கூனிக்கும் நிகழும் காதற் பேச்சினையும் காதல் ஒழுக்கத்தினையும் பற்றி மருதன் இளநாகனார் கலித்தொகையில் பாடியுள்ளதைக் காட்டுவர். அவ்விருவரும் அரண்மனையில் குற்றேவல் செய்பவர் தனிவீடு இல்லாதவர். கூனி குறளன் குற்றேவலாளர் என்பதற்காக இவர்தம் காதல் பெருந்திணை ஆகாது என்பர்(வ.சுப. மாணிக்கனார்.1980).

> இல்வாழ்க்கையில் காதல் நுகர்ச்சிக்கு ஒத்த மதிப்புக் கொடாது, இளமையை வேண்டுமளவு நுகராது, பொருள் முதலாயவற்றில் நாட்டம் கொண்டு ஒழுகுவது இளமைதீர் திறமாயிற்று

என்று விளக்கும் வ.சுப.மாணிக்கனார்(1980) பொருள் வேண்டிப் பிரிவு நிகழ்தலின் காதல் நுகர்ச்சிக்குரிய பருவம் கழிந்து இளமை தீர்ந்த காலத்தில் காதல் கொள்ளுவது நிகழ்வதாயிற்று என்றும் இதுவும் அகத்திணை மாந்தரிடையேதாம் நிகழ்வதாயிற்று என்றும் விவரிப்பர். இளமை தீர் திறம் என்ற தொடர்க்குத்

தலைவியின் இளமையும் தன் இளமையும் வறிதே தீரும்படி, கழியும்படி தலைவன் நடந்து கொள்ளும் முறை என்பது பொருள். பொருள் வயிற் பிரிந்தானாயினும் பிற பிரிவு மேற்கொண்டான் ஆயினும் காலம் நீட்டியாது தலைவியொடு இளம் காமப் பயன் நுகர வேண்டும் என்பது இதன் கருத்து என்று வ.சுப. மாணிக்கனார்(1980) விவரிப்பர்.

தேறுதல் ஒழிந்த காமத்து மிகுதிறம் என்பது ஐந்திணைத் தலைவியின் காமமிகுதியையே குறிப்பிடுகின்றது என்பர்.

> காமம் சுரந்து நெஞ்சிற்பரவி அலைத்தாலும் தலைவி நாண் விடாள்; ஊரறிய உணர்ச்சியைக் காட்டாள்; தனக்குத்தானே ஆறுதல் அடைவாள். அல்லது தோழியால் ஆற்றுவிக்கப்படுவாள். இது ஐந்திணை நெறி. இந்நெறி வழுவிக் காதலனைப் பிரிந்த தலைவி தனைமறந்து துயர் கொண்டு ஊர் அறிய வந்து புலம்பும் போது நாண் நீங்குகின்றது; பெருந்திணை தோன்றுகின்றது (வ.சுப. மாணிக்க னார். 1980).

நாணமும், காம அடக்கமும் ஐந்திணைப் பண்பு எனவும் நாணாமையும் அடங்காமையும் பெருந்திணைப் பண்பு எனவும் இத்துறை பற்றிய விளக்கங்களை அறியமுடிகின்றது. இளமனைவியின் பெருந்திணைக் காமத்தை, தேறுதற்கரிய மிகுகாமத்தைக் குற்றமாகவும் பழியாகவும் தமிழ்ச்சமுதாயம் கருதவில்லை என்பதும் காம வேட்கையை அரைகுறையாகத் தணித்துப் பிரியும் போக்கைத்தான் குற்றமாகக் கருதிற்று என்பதும் மனைவியின் காம நாடியைக் கண்டு ஒழுகல் வேண்டும் என்பதும் இதனைக் கணவன் உணர வேண்டும் என்பதே இத்துறையின் அறிவுரை என்பதும் அறிஞரின் முடிவுகள் ஆகும்.

இனி மிக்க காமத்து மிடல் எனும் தொடருக்கும் காம மிகுதியானே எதிர்ப்பட்டுழி வலிதிற் புணர்ந்த இன்பம் என்று நச்சினார்க்கினியரும் கரை கடந்த காமத்தால் விரும்பாரை வலிதிற் புணரும் வன்கண்மை என்று பாரதியாரும் உரை செய்துள்ளதைச் சுட்டும் வ.சுப.மாணிக்கனார்(1980) கட்டாயப்படுத்திப் புணர்தல் என்று கருத்துக் கொள்வதற்கு மிக்க காமத்து மிடல் என்ற தொடர் எப்படி இடம் கொடுக்கின்றது என்ற வினாவை எழுப்பி உள்ளார். மேலும் இவர்

> மிடல் என்ற சொல்லுக்கு இப்பொருள் உண்டு என்று பலர் கருதலாம். பொதுக்கருத்து, முன்னும் பின்னும் வரும் கருத்துத் தொடர்ச்சி, சொல்லின் இயல்பான பொருள் என்ற அடிப்படையிற்றான் ஒரு தொடரின் பொருளைக் காண

> வேண்டும். இவ்வியலின்கண் ஓடிவரும் பொதுக்கருத்து அகத்திணையாம். தேறுதல் ஒழிந்த காமத்து மிகுதிறம் என்ற முன் தொடரின் பொருள் தெளிவானது. தலைவனது பிரிவில் தலைவி படும் ஆறாத்துயரை அத்தொடர்குறிக்கும். மிடல் என்ற சொல்லுக்கு வலி/பேராற்றல்/துணிபு என்பதே இயல்பான பொருள். வலியினாற் செய்தல் என்பது வேறு; வலிந்து செய்தல் என்பது வேறன்றோ? மிக்க காமத்து அடல் என்றிருப்பின் பிறரை வருத்தி வலிந்து வம்பு செய்தல் என்ற பொருள் படுமன். பெருந்திணை அகத்திணை ஏழனுள் ஒன்றாதலானும் அகத்திணை அன்புத்திணை ஆதலானும் அகத்துறை எதற்கும் அன்பிற்கு உள்ளப் புணர்ச்சிக்கு முரணாக உரை காணல் அடித்தவறாகும். பெருங்காமத்தால் தலைவி செய்யும் துணிவுச் செயல் என்பது மிக்க காமத்து மிடல் என்ற தொடரின் பொருள். கழிகாமுகன் ஒரு பெண்ணை வம்பு செய்து கூடுதல் என்ற உரைமரபு என்னானும் பொருந்தாது

என்று கூறும் அறிஞர் பெருங்காமத்தால் வசப்பட்ட தலைவியின் துணிவுச் செயல்களே மிடல் ஆகும் என்று விவரிப்பர். ஆக இதுகாறும் கூறப்பெற்ற செய்திகளைப் பின்வருமாறு வகைப்படுத்தி அறியமுடியும். அவை வருமாறு:

ஏறிய மடல்திறம்

மடல் ஏறுவேன் என்று கூறுவதோடு நிற்பது ஐந்திணைத் தலைவன் செயற்பாடு ஆகும். கூறுவதோடு நில்லாது மடல் ஏறிச்சென்று செயற்படுவது பெருந்திணைத் தலைவனின் செயல் ஆகும். மடல் ஏற்றம் ஆடவர்க்கு மட்டுமே உரியது என்பதும் பெண்மடல் ஊராள் என்பதும் இலக்கண ஆசிரியர்தம் கூற்றுகள் ஆகும். யார் வேண்டுமானாலும் மடல் ஏறி எந்தப் பெண்ணை வேண்டுமானாலும் அடைய இயலுமா? என்ற வினாவையும் திறனாய்வாளர் எழுப்பி உள்ளனர். அவ்வாறு அடைவதற்குத் தமிழ்ச் சமூக மரபு இடந்தராது என்றும் காதலர் இடையே மணம் நிகழ்வதில் தடை நேரிடும் போதுதான் மடல் ஏற்றம் நிகழும் எனவும் முடிவு கூறப்பட்டுள்ளது.

இளமை தீர் திறம்

இளமை நீங்கிய பருவத்தில் மணத்தல் என்பது இதன் பொருளாகக் கூறப்பட்டுள்ளது. இது மூவகைப்படும் என்பர் இளம்பூரணர்

1. தலைமகன் முதியவனாகி இளைய பருவத்தள் ஆகிய தலைவியை மணத்தல்

2. தலைமகள் முதியவளாகி இளைய பருவத்தன் ஆகிய தலைவனை மணத்தல்

3. தலைமகனும் தலைமகளும் இளமைப்பருவம் கழிந்த பின்பும் காமத்தின் மீது மனம் செலுத்துதல்

இளமைதீர் திறம் பகுதிக்கு நேரடிச்சான்றுகள் கிடைக்கவில்லை என்பது திறனாய்வாளர்கள் கருத்து. மேலே கூறியவை பெருந்திணைக் காதலர் என்ற வகைப் பாட்டிற்குரியவர். ஆயின் ஐந்திணைக் காதலர் இடையேயே இளமைதீர் திறம் நிகழும் எனவும் இளமை வறிதே கழியும்படி பொருள் வேண்டித் தலைவன் பிரிந்து சென்று நடந்து கொள்வதே அது எனவும் திறனாய்வாளர் கருதுவர்.

தேறுதல் ஒழிந்த காமத்து மிகுதிறம்

தேற்றுதற்கு அரிய காமத்தின் மிகுதி என்பது இதன் பொருள் ஆகலாம். தெளிவு ஒழிந்த காமம் எனவும் அறிவு அழிந்த குணம் எனவும் உரையாசிரியர் விளக்கம் கூறுவர். இத்துறை, தலைவிக்கு மட்டுமே உரியது என்று இளம்பூரணர் விளக்குவர். இருபாலார்க்கும் உரியது என்றும் திறனாய்வாளர் கூறுவர். தேறுதல் ஒழிந்த காமத்து மிகுதியால் அழிந்த இராவணன் வரலாற்றை எடுத்துக்காட்டுவர். நாணமும் காம அடக்கமும் உடையவள் ஐந்திணைத் தலைவி எனவும் அவ்வாறு கொள்ளாதவள் பெருந்திணைத் தலைவி எனவும் அறிஞர் விவரிப்பர்.

மிக்ககாமத்து மிடல்

மிக்க காமத்து மிடல் எனும் வகைப்பாட்டில் ஆண்பாற் கிளவிகள், பெண்பாற் கிளவிகள் என்று இரு நிலைகளை இளம்பூரணர் சுட்டுவர்.

ஆண்பாற் கிளவிகள் ஆவன:

1. வற்புறுத்துந் துணை இன்றிச் செலவு அழுங்கல்
2. ஆற்றாமை கூறல்
3. இழிந்து இரந்து கூறல்
4. இடையூறு கிளத்தல்
5. அஞ்சிக் கூறல்
6. மனைவி விடுத்துப் பிறள் வயின் சேறல் – முதலியன

பெண்பாற் கிளவிகள் ஆவன:

1. முன்னுறச் செப்பல்
2. பின்னிலை முயறல்
3. கணவன் உள்வழி இரவுத்தலைச் சேறல்
4. பருவம் மயங்கல் – முதலியன.

இளம்பூரணர் மிக்க காமத்து மிடலின் உட்கூறுகளை மேல் காட்டியவாறு வகைப்படுத்தி உள்ளார்.இவ்வகைப்பாடுகளை அவர் புறப்பொருள் வெண்பா மாலையிலிருந்து பெற்றிருக்கக் கூடும் என்பதை அவ்விலக்கணப் பகுதியைப் படிக்கும்போது அறியமுடிகின்றது. இளம்பூரணர் இருபாற் கிளவிகளைக் காட்ட நச்சினார்க்கினியர் மிடல் என்பது ஆடவர் மாட்டே நிகழும் என்று உரை கூறியுள்ளார். வன்புணர்ச்சி, வன்காமம் என்றும் அவர் பொருள் கொண்டு உள்ளார். உரையாசிரியர் இருவருக்கும் இடையே பொருள் கொள்வதில் உள்ள வேறுபாட்டை உணரமுடிகின்றது. மிடல்பற்றிய தனி இலக்கியப்பாடல்கள் எதுவும் தமிழில் கிடைக்கவில்லை என்பதும் திறனாய்வாளர்தம் கருத்து ஆகும்; மேலும் தலைவியின் காமம் மிக்க செயற்பாடுகள் எனவும் விளக்கம் கூறுவர்.

சங்க இலக்கியங்களில் பெருந்திணை குறித்த பாடல்கள் புறநானூற்றிலும் கலித்தொகையிலும் இடம் பெற்றுள்ளன. கலித்தொகைப்பாடல்கள்138,139,140,141,142,143,144,145,146,147 ஆகப் பத்து. புறநானூற்றுப்பாடல்கள் 143,144,145,146,147 ஆக ஐந்து. புறநானூற்றுப் பாடல்கள் பரத்தை காரணமாகப் பிரிந்திருந்த கண்ணகி பேகன் நிலையினைப் பேசுவன. பரத்தையிடமிருந்து பேகனை மீட்டெடுக்கும் நோக்கில் புலவர்கள் பாடியவை. நேரடியாகப் பெருந்திணைப் பொருண்மை பெற்றவை இல்லை. கலித்தொகையில் 138–141 வரையிலான நான்கு பாடல்கள் ஏறிய மடல் திறத்துப்பாடல்கள் ஆகும். 142 முதல் 147 வரையிலான பாடல்கள் பெண்டிரின் மிகுகாமம் பேசும் நெய்தற்கலிப்பாக்கள் ஆகும். அப்பாக்கள் தலைவனை நினைந்து இரங்குகின்றன. இரங்கல் நெய்தலின் உரிப்பொருள். நெய்தற்பா இரங்காமல் என் செய்யும். எனவே நச்சினார்க்கினியர் காட்டிய பெண்பாற் பெருந்திணைப் பாடல்கள் 142முதல் 147 வரை நெய்தற்பாடலாகவே கொள்ள இயலும் (க.ப.அறவாணன், 1978).

இளமைதீர் திறத்திற்குக் கலித்தொகை மருதம் 29 ஆம் பாடல் காட்டப்பட்டுள்ளது.

நல்லாய் கேள்! உக்கத்து மேலும் நடுஉயர்ந்து வாள்வாய
கொக்கு உரித்தன்ன கொடுமடாய் நின்னையான்
புக்கு அகலம் புல்லின் நெஞ்சு ஊன்றும் புறம் புல்லின்
அக்குளுத்து புல்லலும் ஆற்றேன் அருளீமோ
பக்கத்துப் புல்லச் சிறிது   (கலி.94)

என்ற மருதப்பாடலில் வரும் கொக்கு உரித்தன்ன என்ற தொடர் தோல் சுருங்குதலைக் காட்டும் என்றும் தோல் சுருங்கவே முதுமைப் பருவம் காட்டி இப்பாடல் இளமைதீர் திறமாயிற்று என்றும் கூறுவர். ஆனால் இத்தொடர் அப்பாடலில் வரும் கூன் இளைஞன் ஒருவனுக்கு உவமையாகக் கூறப்பட்டதே அன்றி முதுமையைக் காட்டக் கூறியதாகக் கொள்ள இயலாது. கூனும் குறளும் கொள்ளும் காதல் நிலையையே இப்பாடல் விவரித்துள்ளது. எனவே இப்பாடலையும் பெருந்திணையாகக் கொள்வதற்கு இயலாது.

ஆக, ஏறியமடல் திறம் தவிர ஏனைய இளமைதீர்திறம், தேறுதல் ஒழிந்தகாமம், மிடல் ஆகியவற்றிற்குச் சங்க இலக்கியக் காட்டுகள் இல்லை என்றே கொள்ள வேண்டி உள்ளது.

நச்சினார்க்கினியர் தொல்காப்பியம் சங்க இலக்கியக் கலித்தொகை இரண்டிற்கும் உரை எழுதினார். தொல்காப்பிய நூலைச் சங்க இலக்கியப் பார்வையில் பார்ப்பது அவர் முறை. இரண்டிற்கும் முரண்வராமல் உரை எழுதுவது அவர் பாங்கு. பெருந்திணைக்குச் சான்றுகளை நச்சினார்க்கினியர் வேண்டுமென்றே தேடிக் காட்டினார் என்று கூறலே தகும். கைக்கிளை, பெருந்திணை ஒழுக்கங்கள் வேண்டாதன; சமூகத்திற்குத் தேவை இல்லாதன. எனவே அப்பாடல்களைப் பாடுவது ஊக்குவிக்கப்பட வில்லை (க.ப.அறவாணன்.1978).

எனவே சங்க காலத்திற்கு முன்பேயே கைக்கிளை, பெருந்திணை ஒழுக்கங்களை வேண்டாதன என்று தமிழ்ச் சமூகம் ஒதுக்கி விட்டதை அறிய முடிகின்றது.

தொல்காப்பியர் அகத்திணை ஏழு என்று கைக்கிளையையும் பெருந்திணையையும் உட்படுத்திக்கூறினர். என்றாலும் ஐந்திணைகளை விரித்து ஓதியது போல அவற்றை விவரித்துக் கூறவில்லை. மாறாகக் கைக்கிளையை அகத்திணையின் முன் பகுதியில் அமைத்தவர் அது பற்றிய விளக்கங்களை இறுதியில் தான் கூறியுள்ளார்.

இன்பமும் பொருளும் அறனும் என்றாங்கு
அன்பொடு புணர்ந்த ஐந்திணை மருங்கு   (தொல்.பொருள்.களவு.1)

என்று அறவழிப்பட்டதாக ஐந்திணைகளை மட்டுமே கூறினார். எனவே தொல்காப்பியருக்குக்கூட இத்திணைகள் சமூக நோக்கில் விலக்கத் தக்கவை என்ற எண்ணம் இருந்திருக்க வேண்டும் என்பதை உய்த்தறிய முடிகின்றது.

மடல் மணம்

மடல் ஏறி மணம் முடிக்கும் நிகழ்ச்சியை விவரிக்கும் கலித்தொகைப் பாடல்களில் ஒன்று இங்குக் குறிப்பிடத்தக்கது. அதுவருமாறு:

எழில் மருப்பு எழில் வேழம் இகுதரு கடாஅத்தால்
தொழில் மாறித் தலைவைத்த தோட்டி கைநிமிர்ந்தாங்கு
அறிவும் நம் அறிவு ஆய்ந்த அடக்கமும் நாணொடு
வறிதாகப் பிறர் என்னை நகுபவும் நகுபு உடன்
மின்அவிர் நுடக்கமும் கனவும் போல் மெய்காட்டி
என்நெஞ்சம் என்னொடு நில்லாமை நனி வெளவி
தன்நலம் கரந்தாளைத் தலைப்படும் ஆறு எவன்கொலோ
மணிப்பீலி சூட்டிய நூலொடு மற்றை
அணிப்பூளை ஆவிரை எருக்கொடு பிணித்து யாத்து
மல்லல் ஊர் மறுகின்கண் இவட்பாடும் இஃது ஒத்தன்
எல்லீரும் கேட்டீமின் என்று
படரும் பனையீன்ற மாவும் சுடரிழை
நல்கியாள் நல்கியவை
பொறை எனவரைத்து அன்றிப் பூநுதல் ஈத்த
நிறையழி காமநோய் நீந்தி அறை உற்ற
உப்பு இயல்பாவை உறை உற்றது போல
உக்குவிடும் என்னுயிர்
பூளை பொலமலர் ஆவிரை வேய்வென்ற
தோளாள் எமக்கு ஈத்தபூ
உரிது என் வரைத்தன்றி ஒள்ளிழை தந்த
பரிசு அழி பைதல் நோய் மூழ்கி எரிபரந்த
நெய்யுள் மெழுகின் நிலையாது பை பயத்
தேயும் அளித்தென் னுயிர்
இளையரும் ஏதிலவரும் உளைய யான்
உற்றது உசாவும் துணை
என்று யான் பாடக்கேட்டு
அன்புறு கிளவியாள் அருளி வந்தளித்தலின்
துன்பத்தில் துணையாய மடல் இனி இவள்பெற
இன்பத்துள் இடம்படல் என்று இரங்கினள் அன்புறு
அடங்கரும் தோற்றத்து அருந்தவம் முயன்றோர் தம்
உடம்பு ஒழித்து உயர் உலகு இனிது பெற்றாங்கே (கலி.138)

இப்பாடலின் பொருள் வருமாறு: ஒரு யானை மதம் கொண்டு செய்யும் தொழில்களையும் செய்யாமல் அந்த யானையை நல் நெறியில் செலுத்தும் தோட்டி என்னும் கருவியையும் மதியாது செல்வது போல ஒரு தலைவன் காமநோயால் பீடிக்கப்பட்டான். இதனால் அறிவும் அடக்கமும் நாணமும் அவனை விட்டு

நீங்கின. பார்த்தவர் பழித்து நகைத்தனர். மின்னல் ஒளியும் கனவுக் காட்சியும் போன்ற தன் வடிவத்தைக் காட்டிய தலைவி, தலைவன் நெஞ்சைக் கவர்ந்து சென்றனள். தன் நலத்தைத் தாராது மறைத்துக் கொண்டவளை அடையும் வழி யாது என ஆராய்ந்த தலைவன் ஊர்ப்பொதுமன்றத்தில் மடல் ஏறினான். பனை மடலால் குதிரையை உருவாக்கி மயிற்பீலிகையைச் சூட்டிப் பூளை, ஆவிரை, எருக்கம் மலர்களைக் கொண்டு மாலை சூடித் தலைவி பற்றி மல்லலூர் மறுகின்கண் எல்லோரும் கேட்பப் பாடத் தொடங்கினான்.

என்னால் காதலிக்கப்பட்டவள் எனக்களித்தவை இக்காமநோயும் பனைமடலால் ஆன குதிரையுமே ஆகும்.

என் நிறை எனும் பண்பு அழிவதற்குக் காரணமானதும் இப்பூநுதலாள் அளித்ததுமான காமநோயாகிய கடலில் என் உயிர் வீழ்ந்து அழிந்தது. அவ்வாறு அழிந்தது உப்பாலான ஒரு பாவை மழையில் நனைந்து கரைவது போன்றது ஆகும்.

வேய் போன்ற தோளாள் எனக்கு அளித்தவை இப்பூளைப் பூவும் பொன்னிற ஆவிரை மலருமே ஆகும். ஒள்ளிழையாள் தந்ததும் என் பண்புகள் எல்லாம் பாழாவதற்குக் காரணமானதுமான காமநோயிடையே என் உயிரானது நெருப்பில் வீழ்ந்த மெழுகு போல வீழ்ந்து அழிந்தது.

காமநோயால் நான் வருந்த என் வருத்தத்தை வினவி நிற்கும் நல்ல துணைவர்கள் இந்த இளைஞர்களும் ஏதிலவர்களுமே ஆவர்.

இவ்வாறு தலைவன்பாட அன்புறு மொழியாள் ஆகிய தலைவி அருளும் அன்பும் கொண்டு தலைவனை அளி செய்தாள். ஆசை அடங்கிய அறிவு வாய்க்கப்பெற்ற அருந்தவத்தைச் செய்து முடித்தவர்கள் தம் உடம்பை இங்கே ஒழித்து வீட்டுலக இன்பத்தைப் பெறுவது போல இவன் துன்பத்திற்குத் துணையாய் நின்ற இம்மடல் இவன் இன்ப காலத்தில் இடம் பெறாது ஒழிக என்று கூறிய தலைவி தலைவனை ஆட்கொண்டாள் என்பது இப்பாடலின் பொருள் ஆகும்.

இப்பாடல் வெளிப்படுத்தும் பொருள் சமூகவியற் பார்வையில் மிகப்பொருள் பொதிந்தது. ஏறிய மடல் திறம் என்பது ஐந்திணைக் காதலர் இடையேதாம் நிகழும் என்ற கருத்தும் உண்டு. விரும்பாத பெண்ணைப் பெற மடல் ஏறி வருவதைச் சமுதாயம் ஒப்புமோ? எனவும் அங்ஙனம் ஆயின் எவரும் எப்பெண்ணையும் மடலேறி அடையலாம் என்ற நிலை தோன்றும் எனவும் இது காமுகர்களுக்கு ஏற்பாக அமையும்

எனவும் வ.சுப.மாணிக்கனார்(1980) கருதுவர். எனவே மடல் ஏற்றம் என்பது ஒத்த காமம் உடையார் மாட்டே நிகழ்வது என்ற முடிவிற்கு அவர் வந்தார். நச்சினார்க்கினியரும் மேல் பாடலுக்கான தமது உரையில் முன்பு தம் நலம் தந்து பின் மறைத்தவள் என்ற பொருள்பட உரை வரைந்தனர். ஆனால் இப்பாடலில் தலைவன் தலைவி புணர்ச்சி நிகழ்ந்துள்ளது என்பதற்கு எந்த இடத்தும் குறிப்பில்லை என்பது குறிப்பிடத்தக்கது. நச்சினார்க்கினியர் இக்கருத்தைக் கூடுதல் விளக்கமாகவே தந்துள்ளாரே தவிர மூலப்பாடலுக்கான விளக்கமாக இல்லை. தலைவன் தலைவியைக் கண்டு காமநோய் வயப்படுகின்றான். அவளை அடைவதற்கான வழிகள் புலனாகாத நிலையில் இறுதியில் மடல் ஏறி மணமுடிக்க முடிவு எடுக்கிறான் என்ற நிலையில் மட்டுமே பொருள் கொள்ள வேண்டி உள்ளது.

தலைவனுக்குத் தலைவியை மணமுடிக்க அவள் பெற்றோர் மறுக்கவே தலைவன் மடல் ஏறினான் என்ற ஒரு அகப்பொருள் வரலாறு காலம் காலமாகக் கூறப்படுகின்றது. ஆனால் மேல் பாடலில் தலைவியின் பெற்றோர் பற்றிய எந்தவித குறிப்பும் இடம்பெறவில்லை என்பதும் குறிப்பிடத்தக்கது (வேறு சில பாடல்களில் பெற்றோர் பற்றிய குறிப்புகள் உண்டு). மாறாக மடலேறி மன்றத்திடத்து வந்த தலைவன் மீது அருள் கொண்டு தலைவியே அவனுக்கு அளி செய்கிறாள் என்ற செய்தி இடம் பெற்றுள்ளது. தலைவியின் திருமண விடயத்தில் அவள் பெற்றோரின் பங்கு என்ன என்பதை மேல் பாடல் மௌனமாகவே விட்டுவிடுகின்றது. சமூகவியல் பார்வையில் இதற்கு வேறு விளக்கம் தர வேண்டி உள்ளது. இப்பாடலின் உள்ளடக்கம் அல்லது கருத்துச் சமூகவியல் பார்வையில் தாய்வழிச் சமூகத்திற்கு உரியதாகக் கருத வாய்ப்பு உள்ளது. தலைவியை அடைவதில் உள்ள கடுமையும் தனது மணத்தைத் தலைவியே முடிவு செய்வதும் மேல் கருத்தை அரண் செய்வனவாக உள்ளன.

மடல் ஏற்றம் என்பது எளிய நிகழ்வு அன்று. உடலிற்கும் உள்ளத்திற்கும் மிக மிகத் துன்பம் தரும் கொடுமை உடையது. மதம் பிடித்த யானை போன்று தலைவன் காமநோயால் துன்பம் அடைகின்றான். அவன் அறிவு, அடக்கம், நாணம் முதலிய சமூகப்பண்புகள் அதனால் அழிகின்றன. பார்ப்பவர் பழித்து நகைக்கின்றனர். உப்புப்பாவை நீரில் வீழ்வது போலவும், மெழுகு நெருப்பில் வீழ்வது போலவும் அவன் உயிர், காமநோயில் வீழ்கின்றது. இவ்வாறான வருணனைகள் ஒருவன் பெருமை முற்றும் அழிந்துவிட்ட நிலையை விவரிக்கின்றன. அதே போல் ஆவிரை, பூளை, எருக்கம் மாலை அணிவது சமூகத்தில் எதிர்நிலைப் பண்பைக் கொண்டது. இம்மலர்களை அணிவது

விலக்கத் தக்கதாகக் கருதப்பட்டிருக்க வேண்டும். இவற்றை அணிவது மூலம் ஒருவனின் தன்நிலைத் தாழ்ச்சி விவரிக்கப் படுகின்றது.

பனங்கருக்கால் ஆன குதிரைமேல் ஏறிவருவது உடல் துன்பத்தை ஏற்படுத்துவது. பனங்கருக்கு உடலைக் கிழித்துக் காயங்களை ஏற்படுத்தும்; குருதி பெருகும்; இக்குதிரை மீது ஏறுவது மனத்துணிவு மிக்க செயலாகும்.

எனவே மடலேற்றம் என்பதை எளிய நிகழ்வாக எண்ணிவிட இயலாது; இயல்பான நிகழ்வாகவும் எண்ணிவிட இயலாது. ஒரு போராட்டத்தின் உச்ச நிகழ்வாகவே இதனைக் கருதவேண்டும். முன்பு கூறியது போலவே தாய்வழிச் சமூகத்தின் ஒரு நிகழ்வாகவும் மடல் ஏற்றத்தைக் கருதமுடியும். ஓர் ஆடவனின் மிகப்பெரிய போராட்டத்திற்குப் பின் ஒருபெண் அவனைக் கணவனாக ஏற்க இசைகின்றாள். இம்மடல் ஏற்றத்தின் பரிணாம வளர்ச்சியையும் கலித்தொகைப்பாடல்கள் தெரிவிக்கின்றன. தாய்வழிச் சமூகத்தில் மடல் ஏற்றத்திற்குப் பின்னர்ச் சம்மதம் தெரிவிப்பது தலைவியைச் சேர்ந்ததாக உள்ளது. தந்தைவழிச் சமூகத்தில் இச்சம்மதம் தந்தை தமையரைச் சேர்ந்ததாக உள்ளது. தாய்வழிச் சமூக அமைப்பைப் பிரதிபலிக்கும் பாடல்களில் காதலை நிராகரிப்பது அல்லது காதல் நிறைவேறாமல் இருப்பதற்குக் காரணமானவராக விளங்குவது தலைவியே என்ற தகவல் விவரிக்கப்பட்டு இருக்கும். இதுவே தந்தைவழிச் சமூக அமைப்பில் தலைவியின் பெற்றோர் என்பதாக விவரிக்கப்பட்டு இருக்கும்.

பெண்கள் மடல் ஏறுவது இல்லை என்பது தொல்காப்பியரின் கூற்று (தொல்.பொருள்.அகம்.38). திருவள்ளுவரும் இதனை உடன்படுவர். தொல் சமூகத்தில் இவ்வழக்கு அறவே இல்லை எனில் எதற்காக மீண்டும் ஒருமுறை இல்லை என்று இலக்கணம் கூறுதல் வேண்டும். இல்லாத ஒன்றைப் பற்றிப் பேசுவதன் காரணம் புலனாகவில்லை. ஆயின் பின்னாளில் மடல் ஏற்றம் சமூகத்தில் நடைமுறை அற்று இலக்கியமரபாகப் போற்றப் பெற்ற கால கட்டத்தில் பெண்கள் மடல் ஏறியதாகப் புனைந்ததை அறியமுடிகின்றது. சிறிய திருமடல், பெரிய திருமடல் முதலிய வைணவ இலக்கியங்கள் இதனைத் தெளிவுறுத்துகின்றன.

ஆக ஏறியமடல் திறம் என்ற பெருந்திணை நூற்பா வழியே தொல்தமிழர் சமூகத்தில் மடல் ஏறி மணம் முடிக்கும் ஒரு வழக்கு இருந்துள்ளதை அறியமுடிகின்றது. இதனை மடல் மணம் என்று குறிப்பிட இயலும். இது பின்நாளில் வழக்கற்றது; இலக்கிய மரபாக உருப்பெற்றது என்பதையும் அறிய முடிகின்றது.

முதுமை மணம்

பெருந்திணையின் இரண்டாவது கூறாகத் தொல்காப்பியர் கூறுவது இளமைதீர் திறம் என்பது ஆகும். இது பற்றி உரையாசிரியர்களும் திறனாய்வாளர்களும் கூறிய கருத்துகள் முன்பு விளக்கி உரைக்கப்பட்டன. என்றாலும் இதனுடைய நேர்ப் பொருளை அறிவதும் தேவையானதே. இத்தொடரில் இளமை என்பது இளம் பருவத்தைக் குறிப்பிடுகின்றது. தீர் என்பது வினையடியாக நின்று வினைத்தொகையாகத் தொழிற்பட்டுள்ளது. தீர்ந்த, தீரும், தீருகின்ற எனும் பொருளைத் தரவல்லது. திறம் என்பதற்கு வகைப்பாடு, கூறுபாடு எனப் பலபொருள்கள் கூறப்பட்டுள்ளன. ஆக இளமைதீர் திறம் என்பதற்கு இளம்பருவம் கழிந்த வகை அல்லது நிலை என்பதாகப் பொருள் கொள்ள முடியும்.

இளமைதீர் திறம் பற்றிய சங்கப் பாடல்கள் ஏதும் கிடைக்கவில்லை. நச்சினார்க்கினியர் காட்டிய மருதக்கலி 29ஆம் பாடலும் இளமைதீர் திறத்திற்குத் தக்க சான்று ஆகாது என்பது முன்பு கூறப்பட்டது. ஆயின் சங்க மரபுகளை அடிப்படையாகக் கொண்ட காதா சப்த சதியில் வரும் சில பாடல்கள் இங்கே குறிப்பிட்டுக் கூறப்படுதல் வேண்டும். இப்பாடல்களில் முதுபருவத்தினர் தம் இளம் பருவக்காதலை எண்ணிப் பேசுவதான பகுதி இடம் பெற்றுள்ளது.

சாவினை மேவும் சமய முற்றேன்
மெய்யே யானும் விளம்பு கின்றேன்
புனித தாபிப் பூம்புதல் இன்றும்
இனிதே கண்களை ஈர்க்கும் அன்றெனவே (காதா. 202)

முதியவர் ஒருவரின் கூற்றாக இப்பாடல் அமைந்துள்ளது. என் வயது கடந்து சாவினை எதிர்நோக்கும் நிலை வந்து விட்டது. என்றாலும் உண்மையைச் சொல்கின்றேன். புனிதமான தாபி நதிக்கரையில் உள்ள பூம்புதர்களைக் காணும்தோறும் அன்று பார்த்தாற் போலவே இன்றும் மனம் ஈர்க்கப்படுகின்றது. அன்று அந்தப் பூம்புதர்களில் குறியிடமாகக் கொண்டு களவியற்படி கலந்து மகிழ்ந்த காதல் நினைவுகளால் இன்றும் அதைக் காணும்போது அதே மனநிலைதான் உண்டாகிறது என்பதாக இப்பாடலின் பொருள் அமைந்துள்ளது. இது முதியவர் ஒருவரின் காதல் நினைவுகளை அசைபோடுவதாக அமைக்கப்பெற்றுள்ளதை அறியவேண்டும்.

சென்றனர் தோழியர் செறிபுதர் அழிந்து
நின்றன வற்றல் நெடுமரத் தூண்கள்
யாமும் முதுமை யடைந்தோம் வேருடன்
காமம் அதுவே கழிந்ததொழிந் ததுவே (காதா.195)

இப்பாடல் பேரிளம்பெண் ஒருத்தியின் கூற்றாக அமைந்துள்ளது. முதுமையில் தான் அனுபவித்த இளமை நினைவுகள் நிழலாடப் பெருமூச்செறிவது இயல்பு. முதுமையுற்ற பெண்ணிடம் பழைய காதல் கதையைக் கிளறினர் குறும்புக்கார இளம் மகளிர். அதற்கு அவள் கூறினாள்: என் தோழிகள் இன்றில்லை. செறிந்த புதர்களும் அழிந்து காய்ந்த கட்டைகளே என் போல் நிற்கின்றன. நானோ முதுமையுற்று விட்டேன். எமது காதல் உணர்வுகள் வேரோடழிந்து விட்டன என்று சலிப்புடன் கூறுவதாக இப்பாடல் அமைந்துள்ளது.

இவ்வாறு முதுமைக் காலத்தின் காதல் பற்றிய உணர்வுகளை வெளிப்படுத்தும் பாடல்கள் தமிழில் கிடைக்கவில்லை. இப்பாடல்கள் யாவும் இளம்பருவக் காதல் நிலைகளை முதுமைப் பருவத்தில் எண்ணி இரங்குவதாக உள்ளதை உணரவேண்டும். தவிர முதுமைக் காலத்துக்காதல் உணர்வுகளை இவை விளக்கவில்லை என்பதையும் உணர வேண்டும்.

உரையாசிரியர் இளம்பூரணர் இளமைதீர்திறம் மூவகைப் படும் என்று உரை வரைந்தனர்.

1. தலைமகள் இளையாள் ஆகித் தலைமகன் முதியன் ஆதல்
2. தலைமகன் இளையன் ஆகித் தலைமகள் முதியள் ஆதல்
3. இருவரும் முதியர் ஆகி அறத்தின் மேல் மனம் செலுத்தாது காமத்தின் மீது மனம் செலுத்துதல்

இளம்பூரணர் கூறிய இம்மூவகையில் முதல் இருவகை மணமுறையைக் குறிப்பிடுவதாக உள்ளதை அறியவேண்டும். இவ்வாறான வயது வேறுபாட்டோடு கூடிய மணமுறைகள் பற்றிய சான்றுகள் தமிழில் இல்லை. ஆனால் இந்திய மரபில் தலைமகன் முதியவனாகித் தலைமகள் இளையவாய் மணந்து கொள்ளும் மணமுறை இடம்பெற்றுள்ளது. இதனைப் பிரம்மம் என்று கூறுவர். இது ஆரியரின் எண்வகை மணங்களுள் ஒன்று. நாற்பத்து எட்டு ஆண்டு பிரமச்சரியம் காத்த ஒருவனுக்கு பன்னிரண்டு வயது பெண்ணை அவள் முதல் பூப்பு எய்தி மறு பூப்பு எய்தா முன்பு மணம் செய்து கொடுப்பது பிரம்மம் ஆகும். இதில் 48 வயது ஆண் 12 வயது பெண்ணை மணந்து கொள்கிறான். இவ்வாறான மணமுறை பற்றிய இலக்கியச் சான்றுகளைத் தமிழில் பெற இயலவில்லை.

தென்னிந்தியப் பழங்குடிகளின் மணமுறைகள் சில கவனத்திற்கு உரியன. இம்மணமுறைகள் இளமைதீர்திறம் எனும் துறைக்கு எடுத்துக்காட்டாகத் தரத் தக்க வகையில்

அமைந்துள்ளதையும் உணர வேண்டும். ஒரு சில சான்றுகள் வருமாறு (க. ரத்னம்.2001):

சேலம் மாவட்டத்தைச் சேர்ந்த மலையாளி எனும் பழங்குடி மக்களிடையே சிறுவனுக்கு வயது வந்த பெண்ணை மணம் செய்து வைக்கும் வழக்கம் உள்ளது. அச்சிறுவனின் தந்தை மணமகளோடு உறவு கொள்வார். சிறுவனின் தந்தை அவனின் மனைவியோடு அவன் பருவம் வரும்வரை உறவு கொள்ளும் வழக்கம் இருந்துள்ளது. தமிழ் நாட்டைச் சேர்ந்த கம்மர் என்ற இனத்தாரிடையே மணமகன் மணமகளைவிட வயதில் மிக இளையவனாக இருப்பது உண்டு. இருபத்தேழு வயதான ஒருத்தி சிறுவனான தன் கணவனை இடுப்பில் ஒருதாய் குழந்தையைத் தூக்கிச் செல்வது போலத் தூக்கித் திரிந்த செய்தி பதிவாகி உள்ளது. மதுரை மாவட்டத்தைச் சேர்ந்த பழநி மலையில் உள்ள குன்னுவர் இடையே ஆண் வாரிசு இல்லாத நிலையில் கணவனை ஒரு பெண் இழப்பாளானால் அவள் அந்த வீட்டில் உள்ள ஒரு சிறுவனையோ அல்லது குழந்தையையோ மணந்து கொள்ளும் வழக்கம் இருந்துள்ளது.

தமிழ் நாட்டைச் சேர்ந்த கொங்கர் இனத்தாரிடையே உள்ள ஏழெட்டே வயதான சிறுவன் தன்னைவிட இரண்டு மடங்கு வயதுடைய பெண்ணை மணந்து கொள்கிறான். சிறுவனுக்கு மனைவியாகும் பெண்கள் தன் கணவன் பருவம் அடையும்வரை மாமனாரோடு உறவு கொண்டு பிள்ளைகளைப் பெற்றுக் கொள்கிறாள். திருநெல்வேலியிலுள்ள தெலுங்குச் செட்டிகளிடையே இருபது வயது நிரம்பிய ஒருத்தியை ஐந்து வயது சிறுவனுக்கு மணம் முடிக்கும் வழக்கம் உள்ளது. திருமணத்திற்குப் பின் அவள் தன் தந்தைவழி உறவு உடைய முறைப் பையனோடு வாழ்க்கை நடத்துவாள். இவ்வாழ்க்கை முறையில் பிறக்கும் குழந்தைகள் சிறுவனான கணவனின் குழந்தைகளாகவே கொள்ளப்பெறும். அச்சிறுவன் பருவ வயதை அடையும்போது அவன் மனைவி முதுமை அடைந்து இருப்பாள். எனவே அவன் வேறொரு சிறுவனின் மனைவியுடன் உறவு கொள்வான். இதே போன்ற வழக்கம் கோண்டு, கள்ளர், வலம்பர், கம்பளத்து நாயக்கர் முதலிய இன மக்களிடமும் வழக்கில் உள்ளதை அறிய வேண்டும்.

பலமனைவி மணமுறையில் பெரும்பாலும் அடுத்தடுத்து மணந்து கொள்ளும் பெண்கள் ஆணைவிடச் சிறியவளாகவே இருப்பது வழக்கம். இம்மணமுறையில் முதல் மனைவி வயது பொருத்தம் உடையவளாக இருப்பாள் அடுத்தடுத்து மணக்கப்பெறும் மனைவியர் வயது கணவன் வயதை விடக்

குறைந்து கொண்டே செல்லும். தமிழ்நாட்டில் வாழும் வலையர் என்ற இனத்து ஆடவன் ஒருவன் தன் சகோதரி, தந்தையின் சகோதரி, தாயின் சகோதரர் இவர்களின் மகளை மணக்கும் உரிமை உடையவன் ஆவான். இதே பெண்களை அவன் தந்தையும் உறவு கொள்ளும் உரிமை உடையவர் ஆகிறார் (E.D. Setty 1990).

இவ்வாறாகப் பழங்குடிமக்களின் வாழ்க்கை முறையை ஆராயும்போது வயது வேறுபாட்டோடு நடக்கும் மணமுறைகளை அறியமுடிகின்றது. இளம்பூரணர் குறிப்பிடும் தலைவன் இளையனாகத் தலைவி முதியவளாக இருத்தல், தலைவி இளையவளாகத் தலைவன் முதியவனாக இருத்தல் நிலைகளுக்குப் பழங்குடிமக்களின் வாழ்க்கை முறைகள் சான்றுகளாகின்றன.

இவ்வாறான ஒருமுறைமை தொல்தமிழகத்தில் வரலாற்றுக் காலத்திற்கு முன்பு வழக்கில் இருந்திருக்க வேண்டும். இவ்வழக்கமே இலக்கிய மரபாக உருவாகி இருக்க வேண்டும். ஆனால் இம்மரபு தொல்காப்பியர் காலத்திலேயே சமூக மறுதலிப்புக்கு உட்பட்டுவிட்டதையும் உணரமுடிகின்றது.

தேறுதல் ஒழிந்த காமத்துமிகுதி

ஆற்ற முடியாத காமத்தின் மிகுதியைப் பற்றிப் பேசுவது தேறுதல் ஒழிந்த காமத்து மிகுதிறன் என்பது ஆகும். அறிவு, பண்பு நலன் ஆகியவற்றை அழித்து அடக்க இயலாத காம வெளிப்பாடு இதன் இயல்பாகும். இதற்கு இராவணன் வரலாற்றை எடுத்துக்காட்டி விளக்குவர். இளமை தீர் திறம் போன்றே இதற்கும் சங்க இலக்கியச் சான்றுகள் கிட்டவில்லை என்றே கூறவேண்டும். இது தலைவிமாட்டே நிகழும் என்று இளம்பூரணர் கூறுவர். இத்துறையோடு இணைத்து எண்ணத்தக்கவையாகச் சில பாடல்கள் காதாசப்தசதியில் உள்ளன. அவை வருமாறு:

> அவன் எழிற்சிறப்பும் அருங்குண நலனும்
> மகளிர்க் கியலரும் தகைய என் துணிபும்
> விரிதிரை கோதாவிரி நீர்ப் பெருக்குடன்
> பெருமழை இரவின் நடுநிசி யறியும் (காதா.194)

விரிந்த திரைகளை உடைய கோதாவரியின் வெள்ளப் பெருக்கையும் பொருட்படுத்தாது மழைபெய்யும் நடுநிசி இரவில் தலைவி தலைவனைச் சந்திக்கச் சென்றாள். தலைவன் மேல் உள்ள ஈடுபாடு தலைவிக்கு இந்த உறுதியைத் தந்து உள்ளது. இந்த இரகசியம் நடுநிசிக்கும் கோதாவிரி வெள்ளத்திற்கும் மட்டும்தான் தெரியும். பொதுவாகப் பெண்கள் மிகவும் அச்சம் உடையவர்களாகவும் இரவில் தனிவழிச் செல்ல

அஞ்சுபவராகவும் புனைவது இயல்பு. ஆனால் காதல் வேகம் எல்லாவற்றையும் மீறுவதாகப் புனையப் பெற்றுள்ளது. காதல் வேகத்தால் தலைவி பெருமழை பெய்யும் இரவில் கோதாவிரி நீர்ப்பெருக்கைக் கடந்து தலைவனைச் சந்திக்கச் செல்கிறாள். இது காம மிகுதியின் செயல்திறன். இது போன்றே வேறொரு பாடலையும் இங்கே சுட்டுதல் வேண்டும்.

தேள் கடித்ததெனத் தோள்கள் உதறும்

மங்கையைக் காதல் மருத்துவன் பாலே
செங்கை பற்றித் திறன்மிகு தோழியர்
கணவன் கண்முன் கடத்திச் சென்றனர் (காதா.200)

ஒருத்தி மருத்துவனிடம் மையல் கொண்டாள். காமம் கட்டுக்கடங்காதாயிற்று. அவளை அவனிடம் சேர்ப்பதற்காகத் தோழியர் சாகசம் இயற்றி அவள் கணவன் முன்னாலேயே கடத்திச் செல்கின்றனர். தேள் கடித்துவிட்டது என்று அவள் நடித்துக் கையும் காலும் உதறத் தோழியர் காதல் மருத்துவனிடம் கடத்திச் சென்று சேர்த்தனர்.

இவ்வாறு மிகு காமத்தால் வசம் இழந்த தலைவியர் பற்றிய பாடல்கள் பலவற்றைக் காதாசப்தசதியில் காணமுடிகின்றது. ஆயின் இது தமிழ் மரபிற்கு முற்றும் வேறானது. காம அடக்கமும் நாண ஒடுக்கமுமே தலைமகளின் பண்பாக அகன் ஐந்திணை விவரித்துச் செல்லும். மிகுகாமம் பற்றிய புனைவுகள் சங்ககாலத்திற்கு முன்பேயே வழக்கு ஒழிந்து விட்டதை அறிய முடிகின்றது. மிகுகாமத்தால் மணம் நிகழ்ந்ததற்கான சான்றுகளை அறிய இயலவில்லை. எனவே இத்துறையை ஒரு மண வகையாகக் கொள்வதில் தயக்கம் நேர்ந்துள்ளது.

வன்புணர் மணம்

மிக்க காமத்துமிடல் என்பதற்குப் பொருள் கொள்வதில் இளம்பூரணரும் நச்சினார்க்கினியரும் வேறுபட்டுள்ளதை முன்பு கூறியவழி அறியமுடியும். இளம்பூரணர், புறப்பொருள் வெண்பாமாலைத் துறைகளை அடியொற்றிப் பொருள் கண்டனர். தொல்காப்பியக் காலம் தொடங்கிப் புறப்பொருள் வெண்பாமாலைக்காலம் வரையிலும் இலக்கணமரபில் குறிப்பாகப் பொருள் இலக்கணமரபில் நிகழ்ந்த மாற்றங்களை அறிய இயலவில்லை. தொல்காப்பியர் குறிப்பாகக் கூறிய பெருந்திணைச் செய்திகளைப் புறப்பொருள் வெண்பாமாலை விரிவாக்கிக் கூறியதற்கு இம்மாற்றங்களே காரணங்களாக இருத்தல் வேண்டும். புறப்பொருள் வெண்பாமாலையார் பெருந்திணையை விரிவாக்கியதற்குத் தக்க சான்றுகள் இல்லாமல்

இருக்காது. என்றாலும் அத்தகு சான்றுகள் கிடைக்காமல் போனமை இழப்பே. இளம்பூரணரும் நச்சினார்க்கினியரும் பெருந்திணையின் மிடல் பற்றிப் பொருள் கொள்வதில் நேர்ந்த வேறுபாடு இரண்டு விதச் சிந்தனைமரபுகள் அன்று இருந்துள்ளதை விளக்குகின்றன.

நச்சினார்க்கினியர் குறிப்பிடும் வன்புணர்ச்சி என்பது தமிழ் இலக்கிய மரபில் இடம் பெறாத ஒன்று. சமூக நடைமுறையில் இடம் பெற்றிருப்பினும், அதனை இலக்கிய மரபாகப் பிற்காலத்தார் ஏற்கவில்லை என்றே தெரிகின்றது. வடமொழி மரபில் வன்புணர்ச்சி ஏற்கப்பெற்றிருந்தது.

> மையின் மதியின் விளங்கு முகத்தாரை
> வெளவிக் கொளலும் அறனெனக் கண்டன்று (கலி.62)

என்ற பாடலடிகள் மறுவில்லாத மதிபோலும் விளங்கும் முகத்தையுடைய மகளிரை வலிதிற் புணர்தலும் ஒரு மணம் என்று நூல் கண்டது என்ற பொருளைத் தருகின்றன. இம்மணமுறை இராக்கதம் என்று அழைக்கப்படும். ஆதி காலத்தில் வீரமிக்க ஆண்கள் ஒருத்தியின் அழகில் மயங்குவார்களாயின் அவளை வன்முறையில் கவர்ந்துவர முற்படுவர். இராமாயணத்தில் இராவணன் சீதையைக் கவர்ந்து வந்தமை தக்க எடுத்துக்காட்டு. நாகரிக வளர்ச்சிபெறாத சமுதாயங்களில் பெண்களை வன்முறையாகக் கைப்பற்றிப் புணரும் வழக்கமே பெரு வழக்காக இருந்ததாகக் கூறப்படுகின்றது என்பர் எட்கர் தர்ஸ்டன் (க.ரத்னம்.2001). காலப் போக்கில் இவ்வாறு கைப்பற்றுதல் என்ற வழக்கம் சடங்காக உருப்பெற்றுவிட்டதையும் அறியமுடிகின்றது. திருமணக் காலங்களில் நடைபெறும் இத்தகு வன்புணர் பேராட்டச் சடங்குகள் பல்வேறு பழங்குடி மக்களிடம் இன்றும் வழக்கில் உள்ளதை உணரமுடிகின்றது.

கோண்டுகள் என்ற பழங்குடி இனத்தாரின் மணமுறையை இங்குச் சுட்டலாம். மணமகளை மணமகன் ஊருக்கு அழைத்துச் செல்வதற்காக அவள் தாய்மாமன் அவளைச் சிவப்புப் போர்வையால் போர்த்தித் தன் தோள்மீது சுமந்து செல்வான். உடன் ஊர் இளம் பெண்கள் சிலர் அவளைச் சூழ்ந்து வருவர். ஊர் எல்லையில் மணமகனும் அவன் தோழர்கள் சிலரும் தம்மைப் போர்வையால் போர்த்தி மறைந்து வந்து சந்திப்பர். அவர் கைகளில் நீண்ட தடிகளை ஏந்தி இருப்பர். மணமகள் ஊரைச் சேர்ந்த குழுவினர் இவர்களைச்(மணமகன் குழுவினர்) சந்தித்த உடன் கழிகள், கற்கள் கொண்டு தாக்குவர். இது மணமகன் வீடு செல்லும் வரை நீடிக்கும். கூம் சூரைச் சேர்ந்த கோண்டுகளிடம் இத்தகு வழக்கம் உள்ளது. மணமக்களின்

உறவினர்களும் நண்பர்களும் பொதுவான ஓர் இடத்தில் கூடுவர். இரு குழுவினரும் பின்னர்க் கற்கள், கழிகள் கொண்டு போலியாகச் சண்டை இடுவர். இந்தப் போராட்டத்தின் இடையே தாக்குதலுக்கு உள்ளான மணமகன் வீட்டார் மணமகளைத் தங்கள் வசப்படுத்திக் கடத்திச் செல்வர்.

தமிழ் நாட்டிலிருந்து திருவாங்கூருக்குச் சென்று குடியேறிய முதுவர்களின் வழக்கம் ஒன்றும் சுட்டத் தக்கது. இவர்களிடையே திருமண நிச்சயம் முடிந்தபின் மணமகளை, மணமகன் வலுக்கட்டாயமாகத் தூக்கிச் செல்லும் வழக்கம் உள்ளது. மணமகள் விறகு பொறுக்கவோ தண்ணீர் எடுக்கவோ செல்லும்போது மணமகள் கடத்தப்படுவாள். கோதாவிரி மாவட்டத்தைச் சேர்ந்த கோயிகள் பழங்குடி மக்களில் ஏழையாக இருப்போருக்கு எளிதில் மணம் நிகழ்வது இல்லை. அப்படிப் பட்டவர்கள் தங்கள் பெற்றோருடனும் நண்பர்களுடனும் கலந்துபேசி ஏற்றதொரு மணமகளைத் தேர்ந்தெடுத்தவர்களாக அவள் ஊரைச் சேர்ந்த தலைவனிடம் இதனைத் தெரிவிப்பர். தலைவனுக்குச் சில அன்பளிப்புகளைத் தந்து அவன் அனுமதியைப் பெறுவர். பின்னர் மணமகள் வீட்டில் தனித்து இருக்கும் போதோ அல்லது விறகுக்காகவோ அல்லது தண்ணீருக்காகவோ வெளியே வரும்போது அவளைக் கடத்திச் செல்வர். கோயிகளில் திருமணம் ஆன ஒருவன் இறந்து விட்டால் இறந்த ஓரிரு நாட்களுக்கு உள்ளாகவே அவன் மனைவியை மணந்து கொள்ளக் கடத்திச் செல்வது உண்டு.

கோதாவரி மாவட்டத்தைச் சேர்ந்த மாலர் என்ற இனத்தில் அண்மையில் பூப்பு எய்தி இருந்த சிறுமி ஒருத்தியை அவள் தண்ணீர் கொண்டு வர ஓடைக்குச் சென்றபோது கடத்தி வந்து திருமணம் முடித்த செய்தி ஒன்று பதிவாகி உள்ளது. கோவையைச் சார்ந்த ஊராளிகள் என்ற இனத்தினரின் மணச் சடங்கின் போது ஊர்வலமாக வரும் மணமகன் மணப்பந்தலின் உள்ளே நுழைய முடியாதவாறு கம்பி ஒன்று குறுக்கே நிறுத்தப்பெறும். அப்போது போலியாக ஒரு சண்டைநிகழும். சண்டையின் இடையே மணமகன் வீட்டார் மணமகள் வீட்டினுள் நுழைய வழி காண்பர்.

மேலே கூறப்பெற்ற தென்னிந்தியப் பழங்குடிகளின் மணச்சடங்கு பற்றிய விவரங்கள் ஒரு காலத்தில் இப்பகுதிகளில் வன்மணம் நிகழ்ந்துள்ளது என்பதற்கான எச்சங்கள் ஆகலாம். ஒரு காலத்து நிகழ்ந்த இச்சமூக நிகழ்வுகள் படிப்படியாக மாற்றம் கொண்டு சடங்கு வடிவிலான ஓர் உருவத்தைப் பெற்றுள்ளன. மிகு தொல்தமிழகத்திலும் இத்தகு மணங்கள் நிகழ்ந்திருக்க

வேண்டும். நாகரிகம் அடைய அடைய அவை சமூகத்தால் நிராகரிக்கப்பட்டன போலும். இத்தகு சமூக நிகழ்வுகளின் இலக்கிய வடிவமே மிடல் பற்றிய இலக்கியங்கள் ஆகும். இத்தகு இலக்கியங்கள் சங்க காலத்திலேயே வழக்கு ஒழிந்தன என்று கூறுதல் வேண்டும். என்றாலும் சங்கச் சமூகத்திற்கு முந்தைய வழக்காறாக, இலக்கிய மரபாக மிடல் தொல்காப்பியரால் சுட்டப் பெற்றுள்ளது என்று முடிவு உரைக்கலாம்.

தமிழ் இலக்கிய மரபில் மிடல் பற்றிய இலக்கியப் பாடல்கள் கிடைக்காமல் போனாலும் இவ்வகையை அடியொற்றிச் சிலபாடல்கள் காதாசப்தசதியில் காணப் படுவதை அறியமுடிகின்றது.

பாமரன் நகத்தாற் பறித்த மாவின்
பூங்கொத்தினைத் தலைப் புனைந்து செல்ல
வண்டின் கூட்டம் மண்டித் தொடர்தல்
பெண்டிர் சிறைப்படக் கொண்டு செல்தல்
கண்டுபின் தொடரும் காளையர் போலும் (காதா.275)

என்ற பாடலில் பாமரன் ஒருவன் பறித்துச் சூடிச் சென்ற மலரைப் பின் தொடர்ந்து வண்டுகள் செல்வது சிறையெடுத்துச் செல்லும் மகளிரை மீட்கப் பின்தொடரும் காளையர் போன்று உள்ளதாகப் புனையப் பெற்றுள்ளது.

உருமினும் கடிதாய்ப் பெருமுழக் கிடுவில்
நாணொலி கேட்ட மாணிழை நல்லாள்
தன்னுடன் சிறையிற் றவிக்கும் மகளிர்
கண்ணீர் துடைத்தாள் கேள் வரவுணர்ந்தே (காதா.51)

என்ற பாடலும்

சிறைபட்டிருக்கும் பிறைநுதற் செல்வி
வம்ப மழைமுகிற் றெம்புறும் இடிக்குரல்
நாயகன் வில்லின் நாணொலி என்றே
மயங்கிப் புளகுடன் மகிழ்தல் ஏனோ (காதா.52)

என்ற பாடலும் கடத்தப்பட்ட மகளிரை மையமாக வைத்துப் புனையப்பட்டவை. ஒருபாடலில் சிறைப்பட்டிருக்கும் பெண் தன் கேள்வனின் வில் நாணொலி கேட்டு ஏனைய மகளிரின் கண்ணீரைத் துடைக்கிறாள். பிறிதொரு பாடலில் மழை இடியோசையைத் தன் நாயகன் வில்லொலி எனப் பிறழ உணர்கிறாள்.

இத்தகு பாடல்களை நோக்கத் தொல்தமிழகத்திலும் இத்தகு பாடல்கள் இருந்து பின்பு வழக்கற்றுப் போயிருக்க வேண்டும் என்பதை உணரமுடிகின்றது.

தொகுப்புரை

ஆக இதுகாறும் கூறப்பெற்ற செய்திகளில் இருந்து பின்வரும் முடிவுகளைப் பெற இயலும்.

1. தொல்காப்பியர் பெருந்திணை என்றால் என்ன என்றோ, அதன் துறை பற்றிய கூடுதலான புரிதல் சார்ந்த விளக்கத்தையோ அளிக்கவில்லை.

2. பெருந்திணை பற்றிய பிற்கால வாசிப்பில் நிறைய வேறுபாடுகள் காணப்படுகின்றன. உரையாசிரியர், இலக்கண ஆசிரியர் எனப் பலரும் பல்வேறு நோக்கில் வாசித்து முடிவுகள் கொண்டுள்ளனர்.

3. இந்த ஆய்வுரை பெருந்திணைத் துறைகளை மணமுறையாகக் கொள்கின்றது.

    ஏறியமடல் திறம் — மடல் மணம்

    இளமைதீர் திறம் — முதுமை மணம்
                              (வயது வேறுபாட்டு மணம்)

    மிக்க காமத்து மிடல் — மிடல் மணம் அல்லது வன்கண் மணம் என்பதாக மணமுறைகள் அறியப் பெற்றுள்ளன.

4. தேறுதல் ஒழிந்த காமத்து மிகுதிறம் என்பதை மணமுறை யாகக் கொள்ளச் சான்றுகள் கிட்டவில்லை. என்றாலும். காம மிகுதியால் மணம் புரிந்து கொள்வது என்ற ஒரு முறையை இதன்மூலம் உய்த்துணர முடிகின்றது.

தொல் மணமுறை: களவு மணம்

களவு மணம் வழக்கிலிருந்த சமூகத்தில் இருந்து களவு இலக்கியங்கள் தோன்றின. களவு இலக்கியங்களில் இருந்து களவியல் உருவாக்கம் பெற்றது. இந்த இயல் களவு மணத்தைத் தொல் மண வடிவமாக மீட்டுருவாக்கம் செய்ய முயலுகின்றது. இம்முயற்சியின் ஊடாக,

அ. களவியல் பற்றிய உரை விளக்கங்கள், திறனாய்வாளர் கருத்துகள்

ஆ. உடன் போக்குப் பற்றிய ஆய்வு

இ. மகள் மறுத்தல் தொடர்பான ஆய்வு

ஆகியன நிகழ்த்த வேண்டி உள்ளது. இவ்வாய்வை நிகழ்த்திய பின்னர்க் களவு மணம், தனி மணமுறை என்பதையும் அதனைத் தோற்றுவித்த சமூக அமைப்பையும் இந்த இயல் கண்டுரைக்கிறது.

| அ |

களவியல் கருத்துருவாக்கம்

தொல்காப்பியம் களவு கற்பு எனும் இரண்டு அகவாழ்க்கை நிலைகளைச் சுட்டியுள்ளது. இரண்டும் ஒன்றைத் தொடர்ந்து ஒன்றாக நிகழ்வு பெற்றனவா அல்லது இரண்டும் வேறுவேறு மணவடிவங்களைப் பிரதிபலிக்கின்றனவா எனும் வினாக்கள் விரிவாக ஆராயத்தக்கவை. களவு வாழ்க்கை, கற்பு வாழ்க்கை

ஆகியவற்றைப் பேசும் தொல்காப்பியம் உடன்போக்குப் பற்றிய வாழ்க்கை நிலையைத் தனியே அகத்திணையியலில் பேசியுள்ளது. களவிற்கும் கற்பிற்கும் இடைப்பட்டதாக உடன்போக்கைப் பிற்கால அகநூலார் கொள்வர்.

களவு கற்பு ஆகியவற்றை வாழ்க்கை முறையாகக் கொள்வதா அல்லது மணமுறையாகக் கொள்வதா எனும் வினாக்களுக்கு எளிதாக விடை கண்டறிந்துவிட முடியாது. களவு கற்பு ஆகியவற்றை வாழ்க்கை முறையாகக் கொண்டால் அகவாழ்க்கையின் முற்பகுதி களவாகவும் பிற்பகுதி கற்பாகவும் அமையும். அவற்றை மணமுறையாகக் கொண்டால் களவு மணம் வேறு கற்புமணம் வேறு என இரண்டாக அமையும்.

களவியலை விவரிக்கும் தொல்காப்பியர் முதற்கண் களவு என்பதை விளக்கும் இடத்து

இன்பமும் பொருளும் அறனும் என்றாங்கு
அன்பொடு புணர்ந்த ஐந்திணை மருங்கின்
காமக் கூட்டங் காணுங் காலை
மறையோர் தேஎத்து மன்றல் எட்டனுள்
துறையமை நல்லியாழ்த் துணைமையோர் இயல்பே (தொல்.கள.1)

என்று கூறுவர். இந்நூற்பாவிற்கு உரையெழுதும் இளம்பூரணர், இன்பமும் பொருளும் அறனும் என்று சொல்லப்பட்டு அன்பொடு புணர்ந்த நடுவண் ஐந்திணையிடத்து நிகழும் காமக் கூட்டத்தினை ஆராயுங்காலத்து மறையோரிடத்து ஓதப்பட்ட மணம் எட்டனுள்ளும் துறையமை நல்யாழினை உடையவராகிய துணைமையோர் நெறி என்றவாறு என்று பொருள் கூறுவர்.

இனிக் கற்பு என்றால் என்ன என்பதை விளக்க வரும் தொல்காப்பியர்

கற்பெனப் படுவது கரணமொடு புணரக்
கொளற்குரி மரபிற் கிழவன் கிழத்தியைக்
கொடைக்குரி மரபினோர் கொடுப்பக்கொள் வதுவே (தொல்.கற்.1)

என்று கூறுவர். இதற்கு உரை எழுதும் இளம்பூரணர் கற்பென்று சொல்லப்படுவது கரணத்தொடு பொருந்திக் கொள்ளுதற்குரிய மரபினை உடைய கிழவன் கிழத்தியைக் கொடுத்தற்குரிய மரபினையுடையார் கொடுப்பக் கொள்வது என்றவாறு எனப் பொருள் விளக்கம் கூறினர்.

உரையாசிரியர்கள் பலரும் களவின் வழித்தே கற்பு என்ற கொள்கையை உடையராயினர். களவொழுக்கம் கற்பில் கரணம் வழிச் சேருவதே தமிழரின் பண்பாடு என விளக்கம் அளித்தனர்

களவின்கண் ஒத்தார் இருவர் வேட்கை மிகுதியாற் கூடி ஒழுகியவழிக் கரணத்தின் அமையாது இல்லறம் நடத்தலாமோ எனின் அஃது ஆகாது என்றற்குக் கரணமொடு புணர என்றார். கரணம் என்பது வதுவைச் சடங்கு... கொடுப்பக் கொள்வது கற்பு என்றமையால் அது கொடுக்குங்கால் களவு வெளிப்பட்ட வழியும் களவு வெளிப்படாத வழியும் மெய்யுறு புணர்ச்சியின்றி உள்ளப் புணர்ச்சியின் உரிமை பூண்ட வழியும் கொள்ளப் பெறும் என்க

என்ற இளம்பூரணர் உரையும் (தொல்.கற்பு.1) இவ்வுரையை அடியொற்றிச் செல்லும் நச்சினார்க்கினியர் உரையும் களவு வாழ்க்கை கற்பில் கரணம் வழி நிறைவு பெறவேண்டும் என்ற செய்தியை அழுத்தமாகப் பதிவு செய்துள்ளன. வெறும் களவு ஒழுக்கம் மட்டுமே தமிழ்ச் சமூகத்தால் ஏற்கப்பெற்ற அகவாழ்க்கை அன்று. அவ்வொழுக்கம் கற்பாகச் சடங்குகள் வழி உறுதிசெய்யப்பெறும் நிலையில்தான் சமூக ஏற்புடைமை கிட்டும் என்பதை அறிய முடிகின்றது.

களவு வெளிப்பட்ட பின்னர்த் திருமணச் சடங்குகள் நிகழ்வது வெளிப்படா முன்னர்த் திருமணச் சடங்குகள் நிகழ்வது உடல் புணர்ச்சி அன்றி உள்ளப் புணர்ச்சி நிகழ்ந்த வழியும் திருமணச் சடங்குகள் நிகழ்வது என்று களவு வாழ்க்கையின் பல்வேறு படி நிலைகளை இளம்பூரணரும் நச்சினார்க்கினியரும் வரையறை செய்துள்ளனர்.

களவை மணமுறையாகக் கொள்வதா? அல்லது மண வாழ்க்கையின் ஒரு பகுதியாகக் கொள்வதா? இவ்வினாக்களுக்கு உரையாசிரியர்களின் விடைகள் எவ்வாறு அமைந்துள்ளன என்பதை அறிவது அவசியமானது. களவு, கற்பு ஆகிய கைக்கோள்களுக்கு உரையெழுதிய இளம்பூரணர், நச்சினார்க்கினியர் ஆகியோருக்கு மூல உரை, முன்னோர் உரை என்று கூறத்தக்க வகையில், அமைந்தது இறையனார் அகப்பொருள் உரை ஆகும். இந்த உரையே பிற்காலத்து உரையாசிரியர்களுக்கு முன்மாதிரியாக அமைந்தது. அவ்வுரை வருமாறு:

"இது களவியலன்றே இது கற்க வீடுபேறு பயக்குமாறு என்னை, களவு, கொலை, காமம், இணைவிழைச்சு என்பன அன்றோ சமயத்தாரானும் உலகத்தாரானும் கடியப்பட்டன. அவற்றுள் ஒன்றனன்றாலோ இது எனின் அற்றன்று. களவு எனும் சொற்கேட்டுக் களவு தீது என்றலும் காமம் என்னுஞ் சொற்கேட்டுக் காமம் தீது என்பதூஉம் அன்று; மற்று அவை

நல்ல ஆமாறும் உண்டு; என்னை, ஒரு பெண்டாட்டி தமரொடு கலாய்த்து நஞ்சுண்டு சாவல் என்னும் உள்ளத்தளாய் நஞ்சு கூட்டி வைத்து விலக்குவாரை இல்லாதபோழ்து உண்பல் என்று நின்றவிடத்து அருளுடையான் ஒருவன் அதனைக் கண்டு இவள் இதனை உண்டு சாவாமற்கொண்டு போய் உகுத்திட்டான்; அவளும் சன நீக்கத்துக்கண் நஞ்சுண்டு சாவாள் சென்றாள்; அது காணாளாய்ச் சாக்காடு நீங்கினாள். அவன் அக்களவினான் அவளை உய்யக் கொண்டமையின் நல்லூழிற் செல்லும் என்பது மற்றும் இது போல்வன களவாகா, நன்மை பயக்கும் என்பது.

இனிக் காமம் நன்றாமாறும் உண்டு. சுவர்க்கத்தின்கண் சென்று போகந்துய்ப்பல் என்றும், உத்தரகுருவின்கண் சென்று போகந்துய்ப்பல் என்றும், நன் ஞானம் கற்று வீடு பெறுவல் என்றும், தெய்வத்தை வழிபடுவல் என்றும் எழுந்த காமம் கண்டாயன்றே? மேன்மக்களாலும் புகழப்பட்டு மறுமைக்கும் உறுதிபயக்கும் ஆதலின் இக்காமம் பெரிதும் உறுதி உடைத்து என்பது.

உறுதி உடைத்தாமாறு: அறுவகைப்பட்ட பாசாண்டிகளும் இணை விழைச்சுத் தீதென்ப. அஃது உண்டாமிடத்துச் சுற்றத் தொடர்ச்சி உண்டாம்; உண்டாகவே கொலையே களவே வெகுளியே செருக்கே மானமே என்று இத்தொடக்கத்துக் குற்றம் நிகழும் என்பது. அது கேட்கவே தலையாயினார் அதன்கணின்று நீங்குவர்.

இனி இடையாயினார் பெண் என்பது ஏற்புச் சட்டகம், முடைக்குரம்பை, புழுப்பிண்டம், பைம்மறியா நோக்கப் பருந்தார்க்குந் தகைமைத்து, ஐயும் பித்தும் வளியும் குடரும் கொழுவும் புரளியும் நரம்பும் மூத்திரபுரீடங்களும் என்று இவற்றது இயைபு பொருளன்று; பொருளாயின் பூவே, சாந்தே, பாகே, எண்ணெயே, அணிகலனே என்றிவற்றாற் புனைய வேண்டா தான் இயல்பாகவே நன்றாயின் என்று அதன் அசுபத்தன்மை உரைப்பக் கேட்டு நீங்குவர்.

கடையாயினார் எத்திறத்தானும் நீங்கார்; என்னை பல்பிறப்பிடை ஆணும் பெண்ணுமாய்ப் பயின்று போகந் துய்த்து வருகின்றமையின். அவர்க்கு இது காட்டப்பட்டது. என்னை, பேதையைக் காதல் காட்டிக் கைவிடுக்க என்பதனால், அவன் தாழப்பட்ட இணை விழைச்சினுள்ளே மிக்கதொன்று காட்டப்பட்டது. எஞ்ஞான்றும் மூப்புப் பிணி சாக்காடு இல்லது, நிச்சநிரப்பு இடும்பை இல்லது, இவனும் பதினாறாட்டைப் பிராயத்தானாய் இவளும் பன்னீராட்டைப் பிராயத்தாளாய், ஒத்த செல்வமும் ஒத்த கல்வியும் உடையராய்ப் பிறிதொன்றுக்கு

ஊனமின்றிப் போகம் துய்ப்பர் என்று காட்டப்பட்டது என்பது... காட்டவே கண்டு இது பெறுமாறு என்னை கொல்லோ என்னும்; எனவே, மக்கட் பாட்டினானும் வலியானும் வனப்பானும் பொருளானும் பெறலாவது அன்று, தவஞ் செய்தாற் பெறல் ஆம்; என்னை

> வேண்டிய வேண்டியாங் கெய்தலாற் செய்தவ
> மீண்டு முயலப் படும்

என்பதாகலான் என்பது. அது கேட்டு இனியானும் தவஞ்செய்து இதனைப் பெறுவல் என்று அதன்மாட்டு வேட்கையால் தவஞ் செய்யும்.

செய்யா நின்றானைப் பாவீ இதன் பரத்ததோ வீடு பேற்றின்பம் என்று வீடு பேற்றின்பத்தை விரித்து உரைக்கும். அதுதான் பிறப்புப் பிணி மூப்புச் சாக்காட்டு அவலக் கவலைக் கையாற்றின் நீங்கி... உண்ணின்று எழுதரும் ஒரு பேரின்ப வெள்ளத்தது என்புது கேட்டு அதனைவிட்டு வீடுபேற்றின் கண்ணே அவாவி நின்று தவமும் ஞானமும் புரிந்து வீடு பெறுவானாம் என்பது; அவனை வஞ்சித்துக் கொண்டு சென்று நன்னெறிக்கண் நிறீஇயினமையின் களவியல் என்னும் குறி பெற்றது". (இறையனார். களவியல்.1).

மேலே கூறப்பெற்ற இறையனார் அகப்பொருள் உரை பல அரிய கருத்துகளை வழங்கியுள்ளதை அறியமுடிகின்றது. முதலாவதாகக் களவு என்ற சொல்லாட்சியை இவ்வுரை விரிவாகப் பொருள் விளக்கம் செய்துள்ளது. களவு என்பது திருட்டு என்று பொருள் தருவதையும் களவு கடியத்தக்க ஒன்று என்பதையும் விலக்கிக் களவில் நல்லனவும் உண்டு என்பதை எடுத்து மொழிகிறது. இந்தப் பின்னணியில் இளம்பூரணர், நச்சினார்க்கினியர் ஆகியோர்தம் களவு எனும் சொற்குறித்த விளக்கத்தைப் புரிந்து கொள்ளுதல் வேண்டும். இளம்பூரணர்.

> களவு என்பது அறம் அன்மையின்(எனில்) அற்றன்று; களவு எனும் சொற் கண்டுழி எல்லாம் அறப்பாற் படாதென்றல் அமையாது. களவாவது பிறர்க்குரிய பொருளை மறையிற் கோடல். இன்னதன்றி, ஒத்தாருக்கும் மிக்காருக்கும் பொதுவாகிய கன்னியரைத் தமர் கொடுப்பக் கொள்ளாது கன்னியர் தம் இச்சையினால் தமரை மறைத்தும் புணர்ந்து பின்னும் அறநிலை வழாமல் நிற்றலால் இஃது அறமெனப்படும்.

என்று கூறும் விளக்கத்தை மேல் இறையனார் அகப்பொருள் உரையின் பின்னணியில் புரிந்து கொள்ள வேண்டியுள்ளது.

மேலும் இளம்பூரணர் உரை கன்னியரைத் தமர் கொடுப்பதே முறையான உலக வழக்கு என்பதை அழுத்தமாக எடுத்துரைக்கிறது. இம்முறையிலிருந்து பிறழ்ந்தாலும் களவு அறத்தின்பாற்படும் என்பதையும் சமூக வழுவமைதியாக எடுத்துரைக்கிறது. இக்கருத்தை அடியொற்றி நச்சினார்க்கினியர் தரும் பொருள் விளக்கமும் ஈண்டுச் சுட்டுதல் வேண்டுவது, அது வருமாறு:

பிறர்க்குரித்தென்று இருமுதுகுரவராற் கொடை யெதிர்ந்த தலைவியை அவர் கொடுப்பக் கொள்ளாது இருவரும் கரந்த உள்ளத்தோடு எதிர்ப்பட்டுப் புணர்ந்த களவாதலின் இது பிறர்க்குரிய பொருளை மறையிற் கொள்ளும் களவு அன்றாயிற்று. இது வேதத்தை மறைநூல் என்றாற் போலக் கொள்க.

மேல் நச்சினார்க்கினியர் விளக்கம் களவு என்பதை மறைநூலாகிய வேதத்தோடு ஒருபுடை ஒப்புமைப்படுத்தி உள்ளது. வேதத்தை மறைநூல் என்று கூறுவது எவ்வாறு நற்பொருளைத் தருகின்றதோ அவ்வாறே களவு என்பதும் நற்பொருளைத் தரவல்லது என்பது நச்சினார்க்கினியர் வாதம். மேலும் பிறர்க்கு உரித்தென்று முன்பே இருமுதுகுரவரால் நிச்சயக்கப்பெற்ற தலைவியும் தலைவனும் அவர் கொடுப்பக் கொள்ளாது தாமே கூடுதலின் இது வேறு ஒருவரின் பொருளைக் களவாடும் களவிலிருந்து வேறுபட்டது என்ற கருத்தையும் நச்சினார்க்கினியர் கூறியுள்ளார்.

இரண்டாவது கருத்து வருமாறு: களவு ஒழுக்கத்தின் மீது சமயங்களின் செல்வாக்கு குறிப்பிடத்தக்க வகையில் அமைந்துள்ளது. கி.பி. தொடக்க நூற்றாண்டுகளில் களவு என்பது விலக்கக் கூடியது என்ற கருத்துத் தமிழகத்தில் நிலவவில்லை. களவு சமூகத்தால் ஏற்கப்பெற்ற நடைமுறையாகவும் ஒரு காலத்தில் இருந்திருக்க வேண்டும். சங்க காலத்திற்குப் பின்பு தமிழகத்தில் பெரு வீச்சில் வளர்ச்சி பெற்ற சமண பௌத்த சமயங்கள் காமத்தைப் பெரிய அளவில் கண்டித்து ஒதுக்கி வைத்தன. காமமே குற்றங்களுக் கெல்லாம் தலையானதும் அடிப்படையானதும் ஆகும் என்பது சமயச் சிந்தனைகளாகக் கருதப்பெற்றன.

இணை விழைச்சு தீதாகும். அஃது உண்டாமிடத்துச் சுற்றத் தொடர்ச்சி உண்டாகும். உண்டாகவே கொலை, களவு, வெகுளி, செருக்கு என்று இத்தொடக்கத்துக் குற்றங்கள் நிகழும். எனவே இதனை அறிந்த தலையாய மக்கள் காமத்திலிருந்து நீங்குவர்.

என்ற இறையனார் அகப்பொருள் உரை(1) மேல் கருத்தை உறுதி செய்யும்.

துறவறம் ஏற்கப்பெற்று இல்லறம் வெறுக்கப்பெற்ற அக்காலக்கட்டத்தில் சங்ககால இலக்கியப் பாடுபொருளாகிய களவு என்பதற்குச் சமயப் பின்னணியில் புதுவிதமான விளக்கம் தரவேண்டி இருந்தது.

> தாழ்வான இணைவிழைச்சியின் உள்ளே மிக்கதான சிறப்பான காதலைக் காட்டி இக்காதல் மக்கள் பாட்டினாலும் வலியானும் வனப்பானும் பொருளானும் பெறுதல் இயலாது, அதனைத் தவத்தால் மட்டுமே அடையமுடியும் என்று கூறி அவ்வுயர்ந்த காதல் மீது வேட்கையை உண்டாக்கி அதனால் அதனைப் பெறத் தவம் செய்யும் ஒருவனைப் பிறப்பு பிணிமூப்பு சாக்காடு அற்ற வீடுபேற்றை அடையுமாறு அத்தவத்தை மாற்றியமைப்பதற்குக் களவு எனும் காதல் வழிவகுக்கும். இவ்வாறு ஒருவனைக் களவைக் காட்டி வஞ்சித்துக் கொண்டு சென்று நன்னெறிக்கண் நிறீஇ யினமையின் களவியல் எனும் குறி பெற்றது.

என்ற உரை விளக்கம், களவு என்பதற்குப் புதிய விளக்கத்தைத் தந்துள்ளது. களவு காமத்தினைக் காட்டி அதிலிருந்து மீட்டு வீடுபேற்றிற்கு ஆற்றுப்படுத்தலே களவியல் என்ற விளக்கம் முழுக்க முழுக்கச் சமயப் பின்னணியைக் கொண்டதாகும்.

இதன்வழிக் களவு என்பது உயர்ந்த குறிக்கோள் உடைய காதல் என்னும் கருத்துருவாக்கம் நடைபெற்றது.

> இஃது(களவியல்) இல்லது இனியது நல்லது என்று புலவரால் நாட்டப்பட்டதோர் ஒழுக்கம் ஆகலின் இதனை உலக வழக்கத்தினோடு இயையான் என்பது (இறையனார் அகப்பொருள் உரை.1)

என்ற களவியல் உரை களவியலை உலக வழக்கு அன்று என்று மறுத்துரைக்கிறது. உலகில் இல்லாத வழக்கம் ஆயின் அது இனிமையும் நன்மையும் நிறைந்த வழக்கம் என்ற கருத்துகளை இவ்வுரை விளக்கி உள்ளது. இவ்வாறு உரை எழுதுவதற்குக் காரணமும் உண்டு. இதனை ஓர் எடுத்துக்காட்டு மூலம் விளக்கலாம். அது வருமாறு:

ஐம்பெரும் காப்பியங்களில் ஒன்றாகிய மணிமேகலை சுட்டும் தருமதத்தன் விசாகை வரலாறு குறிப்பிடத்தக்கது. இவர்கள் மணஉறவு கொள்ளத்தக்க வகையில் உறவுமுறை அமைந்திருந்தது என்றாலும் இவர்கள் திருமணத்திற்கு முந்தைய களவு மணம் புரிந்து கொள்ளுதலைச் சமூகம் ஏற்றுக் கொள்ளவில்லை. மாறாக அவர்களைச் சமூகம் கடுமையாகக் கண்டித்துத் தண்டனையும் வழங்கியது. இதனை மணிமேகலை (22:86–90) தெளிவாகப் பதிவு செய்துள்ளது.

உரையாசிரியர் காலத்திலும் அதற்கு முந்தைய காலத்திலும் களவு மணம் என்பது புலவர்தம் பாடுபொருளாக ஏற்கப்பட்டதே அல்லாமல் வாழ்க்கை நடைமுறையாக ஏற்கப்படவில்லை. இச்சமூக வரலாற்றின் தொடர்ச்சியையே இல்லது இனியது நல்லது என்று உரையாசிரியர் களவு குறித்து விளக்கங்களைக் கூறவைத்தது. ஆக இதுகாறும் கூறிய செய்திகளில் இருந்து பின்வரும் கருத்துகள் பெறப்படுகின்றன.

1. களவு என்பது திருட்டு என்பதினின்றும் வேறானது.
2. களவு திருட்டு என்றாலும் கூட நன்மை தரும் செயலில் இது தீய திருட்டினின்றும் வேறுபட்டது. தீய திருட்டே விலக்கத்தக்கது.
3. களவு வீடுபேற்றிற்கு வழிவகுக்கும்.
4. களவு ஒரு குறிக்கோள் பாடுபொருள்; இல்லது இனியது நல்லது என்று புலவோரால் நாட்டப்பெற்றது.
5. தலைவன் தலைவி இருவரின் மறை ஒழுக்கமே களவு என்பது ஒருபொருள்.
6. மாந்தருக்கு உயர்ந்த காதலைக் காட்டித் தவம் மேற்கொள்ளச் செய்து வீடுபேற்றிற்கு ஆற்றுப் படுத்துவது களவியல் என்ற குறியீட்டைப்பெறும்.
7. களவு வேத நூலுக்கு இணையானது.

தொல்காப்பியத்தில் களவு: சொற்பொருள் விளக்கம்

களவு என்பதன் பொருள் பற்றிய உரையாசிரியர்தம் கருத்துகள் இதுகாறும் விவாதிக்கப்பட்டன. இனித் தொல்காப்பியர் களவு என்ற சொல் பற்றி என்ன கருத்தைக் கொண்டுள்ளார்; அது பற்றிய உரையாசிரியர் சிந்தனைகள் எவ்வாறு அமைந்துள்ளன என்பது பற்றி ஆராயலாம்.

1. வேந்து விடு முனைஞர் வேற்றுப்புலக் களவின் ஆதந்து ஓம்பல் மேவற்றாகும்(தொல்.பொ.60).
2. வரைவு தலை வரினும் களவு அறிவுறினும் (தொல். பொ.109:25).
3. களவு அலராயினும் காமம் மெய்ப்படுப்பினும் (தொல். பொ.113:1)
4. ஆம்பலும் அலரும் களவு வெளிப்படுத்தலின் ஆங்கதன் முதல்வன் கிழவனாகும்.(தொல்.பொ. 137).

5. களவினுள் நிகழ்ந்த அருமையைப் புலம்பி அலமரல் உள்ளமொடு அளவிய இடத்தும் (தொல்.பொ. 144:18,19).

6. வேட்கை ஒருதலை உள்ளுதல் மெலிதல் ஆக்கம் செப்பல் நாணுவரை இறத்தல் நோக்குவ எல்லாம் அவையே போறல் மறத்தல் மயக்கம் சாக்காடு என்றிச் சிறப்புடை மரபினவை களவென மொழிப (தொல். பொ.97).

7. களவும் கற்பும் அலர் வரைவின்றே (தொல்.பொ. 160).

8. ஆம்பலும் அலரும் களவெளிப் படுக்குமென்று அஞ்ச வந்த ஆங்கிரு வகையினும் (தொல்.பொ. 221:3,4).

மேலேகாட்டப்பெற்ற நூற்பாக்களில் களவு என்ற சொல்லைத் தொல்காப்பியர் கையாண்டுள்ளார். ஆயின் களவியல் பற்றிய அறிமுக நூற்பாவிலோ அல்லது களவியல் பற்றிய பொருள் விளக்க நூற்பாவிலோ களவு என்ற சொல்லைத் தொல்காப்பியர் குறிக்கவில்லை. மாறாக,

இன்பமும் பொருளும் அறனும் என்றாங்கு
அன்பொடு புணர்ந்த ஐந்திணை மருங்கின்
காமக் கூட்டம் காணும் காலை (தொல்.பொ.89)

என்று காமக்கூட்டம் என்றே குறிப்பிட்டுள்ளார். காமக் கூட்டம் என்பதற்கு நச்சினார்க்கினியர் புணர்தலும் புணர்தல் நிமித்தமும் எனப்பட்ட காமப்புணர்ச்சியை ஆராயும் காலத்து என்று உரைவரைந்துள்ளார்.

ஆகத் தலைவனும் தலைவியும் இயற்கையாக எதிர்ப்பட்டுக் காமம் காரணமாகக் கூடும் கூட்டம் என்று தொல்காப்பியர் கூறியுள்ளாரே தவிர அது களவு என்ற பெயரைப்பெறும் என்று எவ்விடத்தும் கூறவில்லை.

காமப்புணர்ச்சியும் இடந்தலைப் படலும்
பாங்கொடு தழாஅலுந் தோழியிற் புணர்வுமென்று
ஆங்கநால் வகையினும் அடைந்த சார்வொடு
மறையென மொழிதல் மறையோர் ஆறே (தொல்.செய்.178)

என்ற தொல்காப்பிய நூற்பா காமப்புணர்ச்சியும் இடந்தலைப்பாடும் பாங்கற்புணர்ச்சியும் தோழியிற் புணர்ச்சியும் மறை என்று கூறுவர் என்பதை விளக்குகின்றது. இதனுள் கூறப்படுகின்ற காமப்புணர்ச்சி இயற்கைப்புணர்ச்சியென்றும் முன்னுறு புணர்ச்சியென்றும் தெய்வப்புணர்ச்சி என்றும் கூறப்படும். இவற்றை மறை அதாவது இரகசியமானது என்ற பொருளிலேயே தொல்காப்பியர் கூறியுள்ளதையும் அறியவேண்டும்.

தொல்காப்பியர் களவு என்ற சொல்லைக் கையாண்ட இரண்டு இடங்கள் (தொல்.பொருள்.97,144) தவிர ஏனைய இடங்களில் களவு அலரோடு சேர்த்தே கூறப்பட்டுள்ளது. அலர் அம்பல் மூலம் களவு வெளிப்பட்ட விதத்தைத் தொல்காப்பியர் விளக்கி இருக்கிறார். ஓரிடத்தில் ஆநிரை கவர்தலோடு களவு எனும் சொல் தொடர்புப்படுத்தப்பட்டுள்ளது.

ஆயின் பிற்கால அகப்பொருள் நூல்கள் யாவும் வெளிப்படையாகக் களவியலை விளக்கி இருப்பதைக் காணலாம்.

தமிழியல் வழக்கமெனத் தன்னன்பு மிகைபெருகிய களவெனப்படுவது கந்தருவ மணமே என்று அவிநயமும் (யா.வி.ஒழிபியல் 96) அன்பின் ஐந்திணைக் களவெனப்படுவது என்று இறையனார் அகப்பொருளும் (1) உளமலி காதற் களவெனப்படுவது... யாழோர் கூட்டத்து இயல்பினது என்ப என்று நம்பியகப்பொருளும்(117) அவற்றுள் களவு அந்தணர்மறை மன்றல் எட்டனுள் யாழோர் இயல்பினதாகும் என்று முத்துவீரியமும்(830) களவியல் என்பதை வெளிப்படை யாகவே ஏற்றுக்கொண்டு விளக்கியுள்ளன.

களவுக்காதல் தெய்வத்தன்மை சார்ந்தது என்பதைத் தொல்காப்பியரே விளக்கி உள்ளார். இன்பமும் பொருளும் அறனும் என்றாங்கு என்ற நூற்பாவழி (தொ.பொ.89) இக்காதல் வாழ்க்கை அறத்தின்பாற்பட்டது என்பதை விளக்கி உள்ளார். மேலும்

ஒன்றே வேறே என்றிரு பால்வயின்
ஒன்றி உயர்ந்த பாலது ஆணையின்
ஒத்த கிழவனும் கிழத்தியும் காண்ப
மிக்கோ னாயினும் கடிவரை இன்றே (தொல்.பொ.90)

என்ற நூற்பாவின் வழியே இக்காதல் ஊழ்த்தெய்வத்தால் கூட்டுவிக்கப்படுகிறது என்ற கருத்தைத் தொல்காப்பியர் தெரிவித்துள்ளார். இந்நூற்பாவிற்கு உரை எழுதும் இயம்பூரணர்,

ஒருவனும் ஒருத்தியும் ஆக இல்லறஞ் செய்துழி அவ்விருவரையும் மறுபிறப்பினும் ஒன்றுவித்தலும் வேறாக்குதலுமாகிய இருவகை ஊழினும்; இருவர் உள்ளமும் பிறப்புத்தோறும் ஒன்றி நல்வினைக் கண்ணே நிகழ்ந்த ஊழினது ஆணையினால் (தலைவனும் தலைவியும் காண்பர்)

என்று உரை வரைந்துள்ளார். நச்சினார்க்கினியர்,

இருவர்க்கும் ஓரிடமும் வேற்றிடமும் என்று கூறப்பெற்ற இருவகை நிலத்தின்கண்ணும் உம்மைக்காலத்து எல்லாப்

பிறப்பினும் இன்றியமையாது உயிரொன்றி ஒருகாலைக்கு ஒருகால் அன்பு முதலியன சிறத்தற்கு ஏதுவாகிய பால்வரை தெய்வத்தின் ஆணையாலே ஒத்த தலைவனும் தலைவியும் எதிர்ப்படும்.

என்று விளக்கம் கூறியுள்ளார். இருவரது உரையுமே களவில் தலைவனும் தலைவியும் எதிர்பட்டுக் கூடினும் அவர்கள் பிறவிதோறும் ஒத்த உள்ளத்தினராய் ஒன்றுபட்டு வாழ்ந்தவர்கள் என்றும் அவர்களையே பால்வரை தெய்வம் திருமணத்திற்கு முன்னாகக் கூட்டுவிக்கிறது என்றும் எடுத்து மொழிந்துள்ளன. தொல்காப்பியர் ஊழால் தலைவனும் தலைவியும் எதிர்ப்பட்டுக் கூடுவர் என்று கூறுவதோடு அவ்வொழுக்கம் மறையோர் தேஎத்து மன்றல் எட்டனுள் யாழோராகிய காந்தருவ மணத்தை ஒத்தது என்றும் கூறியுள்ளார்.

ஆக இதுகாறும் கூறியதிலிருந்து பெறப்படும் கருத்துகள் வருமாறு: முதலாவது களவு மணம் என்ற குறியீடு பிற்காலத்தேதான் பெருவழக்குப் பெற்றுள்ளது. தொல்காப்பியர் களவு என்ற குறியீட்டை இயற்கைப் புணர்ச்சி முதலாக வரைதல் ஈறாக உள்ள ஒழுக்கத்தைக் குறிக்கப் பயன்படுத்தி உள்ளாரா என்பதை மேலும் விரிவாக ஆராய வேண்டும். இரண்டாவதாக, களவு என்பதற்கு மாறாகத் தொல்காப்பியர் காமக்கூட்டம் என்ற தொடரையே பயன்படுத்தி உள்ளார். களவு என்பது இரகசியம் என்ற பொருளில் அலர் தோன்றும் நேரங்களில் பயன்படுத்தப் பட்டுள்ளது. மூன்றாவதாக உரையாசிரியர்களே களவுமணம் என்ற பெயரீட்டை மிகுதியும் பயன்படுத்தி வழக்கிற்குக் கொண்டுவந்துள்ளனர். இதனைப் பிற்கால அக இலக்கண நூல்கள் வெளிப்படுத்தியுள்ளன. நான்காவதாகப் பாலது ஆணை என்பதன் வழிக் களவில் கூடும் தலைமக்கள் பிறவிதோறும் கணவன் மனைவியராக வாழ்ந்தவர் என்ற கருத்தை உரையாசிரியர்கள் தம் உரைவழிப் புலப்படுத்தி உள்ளனர்.

காமக்கூட்டம்: பொருள் விளக்கம்

இக்கட்டுரையின் தொடர்ச்சியாக இரண்டு செய்திகளைக் குறிப்பிடவேண்டும்.

1. காமக் கூட்டம் என்பது பற்றி விளக்கங்கள்.

2. களவு காந்தருவம் – உவமையாக்க விளக்கங்கள்.

காமக்கூட்டம் என்பதற்கு இளம்பூரணர் ஒத்தார் இருவர் தாமே கூடும் கூட்டம் என்று பொருள் விளக்கம் தருவர். மேலும் இவரே, காமப்புணர்ச்சி எனினும் இயற்கைப்புணர்ச்சி எனினும்,

முன்னுறு புணர்ச்சி எனினும், தெய்வப் புணர்ச்சி எனினும் ஒக்கும் என்று விவரிப்பர். ஆகக் காமக்கூட்டம் என்பது காமப் புணர்ச்சி முதலான நான்கு விளக்கங்களைத் தன்னகத்தே கொண்டுள்ளது. ஐந்திணை மருங்கிற் காமக்கூட்டம் என்பது புணர்தல் முதலாகிய உரிப்பொருளும் அந்நிலமும் காலமும் கருப்பொருளும் களவினும் கற்பினும் அவை ஒரோவொன்று இருவகைப்படும். அவற்றுள் (களவுப்புணர்ச்சி, கற்புப்புணர்ச்சி) ஆகிய இருவகையினும் களவாகிய காமக்கூட்டம் எனக் கொள்க என்று இளம்பூரணர் விவரித்து உள்ளார்.

காமக்கூட்டம் என்பதற்கு நச்சினார்க்கினியர் புணர்தலும் புணர்தல் நிமித்தமும் எனப்பட்ட காமப்புணர்ச்சியை ஆராயும் காலத்து என்று பொருள் கூறினர். இனிச் சிவலிங்கனார் *(1994:17)* தரும் விளக்கம் வருமாறு:

> ஒருவனும் ஒருத்தியும் ஊழ்வயத்தால் ஓரிடத் தெதிர்ப் பட்டுப் பிறரறியாமல் காமம் காரணமாகக் கூடும் கூட்டம் காமக்கூட்டம் எனப்படும். அது பிறரறியாமல் மறைவில் கூடுதலின் களவுப்புணர்ச்சி எனப்படும்; ஊழ் (இயற்கை) வயத்தாற் கூடுதலின் இயற்கைப் புணர்ச்சி எனப்படும்; பின்னர் நிகழவிருக்கும் இடந்தலைப்பாடு, பாங்கற்கூட்டம், தோழியிற் கூட்டம் ஆகியவற்றுக்கு முன்னர் நிகழ்தலின் முன்னுறு புணர்ச்சி எனப்படும்.

என்று விளக்கம் தரும் அவர் புணர்தல் ஒழுக்கம் இங்கே காமக்கூட்டம் எனப்பட்டது என்றும் கூறுவர்.

> காமத் திணையிற் கண்ணின்று வரூஉம்
> நாணும் மடனும் பெண்மைய ஆகலின் (தொல்.பொருள்.106)

எனும் நூற்பாவில் வரும் காமத்திணை எனும் தொடர் இங்குச் சுட்டத்தக்கது. காமத்திணை என்பதற்குக் காம ஒழுக்கம் என்று இளம்பூரணர் உரை எழுதி உள்ளனர். நச்சினார்க்கினியரும் இவ்வாறே உரை கூறினர். கூறி மேலும் அஃதாவது இடந்தலைப்பாடும், பாங்கொடு தழாஅலும், தோழியிற் புணர்வுமாம் என்றும் விளக்கம் கூறினார். ஆகக் காமத்திணை என்பது இயற்கைப் புணர்ச்சி, இடந்தலைப்பாடு, பாங்கொடு தழாஅல், தோழியிற் புணர்வு ஆகிய நான்கையும் உள்ளடக்கிய களவியல் கலைச் சொல்லாக விளங்குவதை உணர வேண்டும். இந்நூற்பாவிற்கு உரைவரையும் வெள்ளை வாரணனார், காமத்திணை–காமப்புணர்ச்சி; அன்பின் ஐந்திணை ஒழுகலாறு என்று விளக்கி உள்ளதும் சுட்டத்தக்கது. ஆக அன்பினைந்திணையையே காமத்திணை என்று அழைக்கும் வழக்காறு இருந்தமை புலனாகும்.

காமக் கூட்டம் தனிமையிற் பொலிதலின்
தாமே தூதுவர் ஆகலும் உரித்தே   (தொல்.பொருள்.117)

எனும் நூற்பாவில் வரும் காமக்கூட்டம் என்ற தொடரும் இங்கே சுட்டத்தக்கது. இதற்கு நச்சினார்க்கினியர் இயற்கைப் புணர்ச்சியும் இடந்தலைப்பாடும் என்று பொருள் கூறியுள்ளார். சிவலிங்கனார் (1994:433) காமக்கூட்டம் என்பது இயற்கைப் புணர்ச்சியை மட்டுமே குறிக்கும் என்பர்.

ஆக இதுகாறும் கூறிய செய்திகளிலிருந்து தொல்காப்பியர் களவியல் என்ற சொல்லாட்சியை ஆளாதது மட்டுமின்றி அதற்கு இணையாகக் காமக் கூட்டம், காமத்திணை என்ற சொல்லாட்சிகளைக் கையாண்டுள்ளமையை அறியமுடிகிறது.

காமம் என்ற சொல் தூய தமிழ்ச் சொல்லே ஆகும். தர்மார்த்த காமமோட்சம் எனும் தொடரில் வரும் காமம் என்பது வடசொல்லாகும். காமம் என்பது தமிழ்ச் சொல் என்றும் அது தமிழிலிருந்து வடமொழியில் வழங்கியது எனவும் துரை அரங்கசாமி (1969) கூறுவர். மேலும் அவர் கூறுவதாவது:

காமம் என்ற சொல் நிறைவு என்ற பொருளைக் குறிப்பது என்று எண்ணுவதற்கே உரியதாகின்றது. அங்ஙனமாயின் காமம் என்பது தூய தமிழ்ச் சொல்லேயாகும் எனலாம். தமிழிலிருந்து இச்சொல் வடமொழிக்குச் சென்றதெனலாம். அன்றி வடமொழியில் வழங்கும் காமம் என்ற சொல் வடமொழிக்கே உரியதாய் இன்பம் ஒன்றே கருதி ஆண்மகன் பெண்களிடத்தும் பெண்மகள் ஆண்மகனிடத்தும் கொள்ளும் விழைவு அல்லது ஆசை என்ற பொருளை உணர்த்தி நிற்கின்றதெனக் கொள்ளலாம். தமிழ் மொழிக்கே உரிய காமம் என்னும் தூய தமிழ்ச் சொல், காமம் நிறைந்தியலும் என்று தொல்காப்பியரால் பொருள் உணர்த்தப்பட்ட கமம் என்ற சொல், முதல் நீண்டு வழங்கு சொல்லாகும். காமம் என்பதன் பொருளும் நிறைவு எனப்படும். அங்கு, இங்கு, அது, இது முதலான சொற்கள் முதல் நீண்டு ஆங்கு, ஈங்கு, ஆது, ஈது என்றாயினும் பொருள் மாறாதிருத்தல் போன்று கமம் நீண்டு காமம் என்றாயினும் பொருள் மாறாதிருக்கப் பெறுவதேயாம் (துரை அரங்கசாமி. 1969:332).

ஆகக் காமம் என்பது தமிழ் வழக்காற்றில் இருந்த தமிழ்ச்சொல் என்ற முடிவிற்கு வரமுடிகிறது. உள்ளம் நிறைவு பெற்ற தன்மையை மன நிறைவு என்ற பொருளில் வழங்கியது இச்சொல். மனநிறைவைத் தரும் உறவு என்ற பொருண்மையில் காமக்கூட்டம் என்ற சொல்லாட்சி ஆளப்பெற்றுள்ளது.

கூட்டம் என்ற சொல்லாட்சி கூடு, கூடுதல் என்ற விரிவாக்க அடிப்படையில் புணர்ச்சியைச் சுட்டியதாகக் கருதமுடியும். மற்றுமொரு நிலையில் குழுவாக இயங்கிய ஓர் கூட்டத்தையும் கூட்டம் என்ற சொல் குறித்திருக்கலாம். பழங்குடியினர்தம் இளையோர் கூடத்தில் ஆண்களும் பெண்களும் குழுவாகக் கூட்டமாகத் தங்கி உறவு கொண்டமையை இங்கே சுட்டுதல் வேண்டும். இந்த அடிப்படையில் காமக்கூட்டம் என்பது காமக்குழு என்ற பொருளிலும் வழங்கி இருக்க வாய்ப்புண்டு.

இனிக் காமக் கூட்டத்திற்கும் காந்தருவத்திற்கும் இடையேயான உறவுநிலையை அறிய இக்கட்டுரை முற்படுகின்றது.

களவும் கந்தருவமும்

களவியல் முதல் நூற்பா காமக் கூட்டமாகிய மணமுறையைக் குறிப்பிட்டுள்ளது. இம்மணமுறை காந்தருவம் எனப்படும் மறையவர் மன்றல் எட்டனுள் ஒன்றுடன் ஒப்ப வைத்து எண்ணத்தக்கது என்பதும் தொல்காப்பியர் கருத்து (தொல். கள.1). மன்றல் எட்டாவன: பிரமம், பிராசாபத்தியம், ஆரிடம், தெய்வம், காந்தருவம், அசுரம், இராக்கதம், பைசாசம் என்பன.

பிரம்மாவது: ஒத்த கோத்திரத்தானாய் நாற்பத்தெட்டியாண்டு பிரமசரியம் காத்தவனுக்குப் பன்னீராட்டைப் பருவத்தாளாய் முதல் பூப்பு எய்தி இரண்டாம் பூப்பு எய்தா நிலையில் அணிகலம் அணிந்து தானமாகக் கொடுப்பது

கயலே ரமருண்கண் கன்னிப் பூப்பெய்தி
யயல் பேரணிகலன்கள் சேர்த்து – யியலி
னிர லொத்த வந்தணற்கு நீரிற் கொடுத்தல்
பிரமமண மென்னும் பெயர்த்து.

பிராசாபத்தியமாவது: மகட்கோடற்கு உரிய கோத்திரத்தார் கொடுத்த பரிசத்து இரட்டித் தம் மகட்கு ஈந்து கொடுப்பது.

அரிமத ருண்கண் ஆயிழை யெய்துதற்
குரியவன் கொடுத்த வொண்பொரு ளிரட்டி
திருவின் றந்தை திண்ணிதிற் சேர்த்தி
யரியதன் கிளையோ டமைவரக் கொடுத்தல்
பிரித லில்லாப் பிரசா பத்தியம்

ஆரிடமாவது: தக்கான் ஒருவற்கு ஆவும் ஆனேறும் பொற்கோட்டுப் பொற்குளம்பினவாகச் செய்து அவற்றிடை நிறீஇப் பொன் அணிந்து நீரும் இவை போற் பொலிந்து வாழ்வீரென நீரிற் கொடுப்பது.

தனக்கொத்த வொண்பொருளுடன் மகளைச் சேர்த்தி
மனைக்கொத்த மாண்புடையாற் பேணியினக் கொத்த

ஈரிடத் தானவ நீறீஇயிடை யீவதே
ஆரிடத்தார் கண்டமண மாம்

தெய்வமாவது: பெரு வேள்வி வேட்பிக்கின்றார் பலருள் ஒத்த ஒருவற்கு அவ்வேள்வித் தீமுன்னர்த் தக்கிணையாகக் கொடுப்பது.

நீளி நெடுநகர் நெய்பெய்து பாரித்த
வேள்வி விளங்கழன் முன்னிறீஇக்–கேள்வியாற்
கைவைத்தாம் பூணாளைக் காமுற்றாற் கீவதே
தெய்வ மணத்தார் திறம்

அசுரமாவது: கொல்லேறு கோடல், திரிபன்றியெய்தல், வில்லேற்றுதல் முதலியன செய்து கோடல்.

முகையவிழ் கோதையை முள்ளெயிற் றரிவையைத்
தகை நலங் கருதுந் தருக்கின ருளரெனி
னிவையிவை யுரைத்த பின்றைப் பகைவலித்
தன்னவை யாற்றிய வளவையிற் றயங்க
றொன்னிலை யசுரந் துணிந்த வாறே

இராக்கதமாவது தலைமகள் தன்னினுந் தமரினும் பெறாது வலிதிற் கொள்வது.

மலிபொற்பைம் பூணாளை மாலுற்ற மைந்தர்
வலிதிற் கொண டாள்வதே யென்ப–வலிதிற
பராக்கதஞ் செய்துழலும் பாழி நிமிர்தோ
ளிராக்கதத்தார் மன்ற வியல்பு

பைசாசமாவது: மூத்தோர், களித்தோர், துயின்றோர் புணர்ச்சியும், இழிந்தோளை மணம் செய்தலும் ஆடைமாறுதலும் (ஒருவன் காதலியை அவன் போல் ஆடை உடுத்திச் சென்று அவளைச் சேர்வது) பிறவுமாம்.

எச்சார்க் கெளிய ரியைந்த காவலர்
பொச்சாப் பெய்திய பொழுதுகொ ளமையத்து
மெய்ச்சார் பெய்திய மிகுபுகழ் நணபி
னுச்சாவார்க் குதவாக் கேண்மை
பிசாசர் பேணிய பெருமைசா லியல்பே

இடைமயக்கஞ் செய்யா வியல்பினி னீங்கி
யுடைமயக்கி யுட்கறுத்த லென்ப–வுடைய
துசாவார்க் குதவாத வூனிலா யாக்கைப்
பசாசத்தார் கண்ட மணப்பேறு

இனிக் கந்தருவமாவது: கந்தருவ குமாரருங் கன்னியரும் தம்முள் எதிர்ப்பட்டுக் கண்டு இயைந்தது போலத் தலைவனும் தலைவியும் எதிர்ப்பட்டுப் புணர்வது.

அதிர்ப்பில் பைம் பூணாரு மாடவருந் தம்மு
ளெதிர்ப்பட்டுக் கண்டியைத லென்ப–கதிர் பொன் யாழ்
முந்திருவர் கண்ட முனிவறு தண்காட்சிக்
கந்தருவர் கண்ட கலப்பு.

இவ்வாறாக எட்டுவகை மணங்கள் பற்றியும் உரையாசிரியர் நச்சினார்க்கினியர் குறிப்பிட்டுள்ளார். மேலும் அவர் கூறுவதாவது: களவொழுக்கம் பொதுவாகலின் நான்கு வருணத்தார்க்கும் ஆயர் முதலியோர்க்கும் உரித்து. மாலை சூட்டுதலும்(சுயவரம்) இதன்பாற்படும். வில்லேற்றுதல் முதலியன பெரும்பான்மை அரசர்க்குரியது. அவற்றுள் ஏறுதழுவல் ஆயர்க்கே சிறந்தது. இராக்கதம் அந்தணர் ஒழிந்தோர்க்கு உரித்து. வலிதிற் பற்றிப் புணர்தலின் அரசர்க்கு இது பெருவரவிற்றன்று. பேய்(பைசாசம்) இழிந்தோர்க்கு உரித்து.

எண்வகைத் திருமணங்கள் தமிழ் வகுத்த திருமணங்களே ஆகும் என்று சிவலிங்கனார் (1994:18) கூறியுள்ளார். மறையோர் என்ற சொல்லுக்கு நூலோர் என்று அவர் பொருள் கொண்டுள்ளார்.

> நூலோர் வகுத்த தமிழர் திருமணம் எட்டு. அவையாவன: அந்தணர் திருமணம், அரசர் திருமணம், வணிகர் திருமணம், வேளிர் திருமணம், கைக்கிளைத் திருமணம், பெருந்திணைத் திருமணம், ஏறுதழுவல் திருமணம், யாழோர் திருமணம் என்பன. முதல் நான்கு திருமணங்களும் குலமுறைத் திருமணங்களாம். கொடுத்தற்குரியவர் கொடுப்பக் கொள்ளும் மணங்கள் அவை. அவரவர் குலத்தளவில் அமைவன. பின்னர் உள்ள மூன்றும் அவரவர் குலத்தளவிலும் வேற்றுக் குலத்தளவிலும் நிகழ்வன. யாழோர் திருமணம் என்பது பாணர் திருமணம். கைக்கிளைத் திருமணமாவது: ஒருவன் ஒருத்தியைக் கண்டு விரும்பி அவள் விருப்பம் அறியுமுன்னே அவளைத் தக்கார் மூலம் மணந்து கொள்வது. காமம் சாலா இளையாளை விரும்பி மணப்பதும் கைக்கிளையாம். ஒருவன் தன்னின் வயதில் மூத்தாளை மணப்பதும், தான் விரும்பியவளை அடைய இயலாவிடின் மடலேறுதல், தன் காமத்தைப் பிறர்க்குப் புலப்படச் செய்தல் முதலியவற்றால் ஊர்ப் பெருமக்கள் துணையால் மணப்பதும் பெருந்திணை மணமாம். ஏறுதழுவல் முதலிய வீரம் காட்டி அதன் பரிசாக ஒருத்தியை மணப்பது ஏறுதழுவல் திருமணமாம். இதில் வில்லேற்றுதல் திரிபன்றியெய்தல் முதலிய வீரச் செயல்களும் அடங்கும். யாழோர் கூட்டம் என்னும் திருமணமாவது: வெவ்வேறு திசைகளில் இருந்து வரும் யாழோர் ஒரு பொழிலகத்துத் தங்க அவருள் ஒரு கூட்டத்தாருள் ஓர் இளைஞனும் பிறிதோர் கூட்டத்து ஓர் இளையாளும் தனித்து எதிர்ப்பட்டுத் தம் உடம்பால் கூடிப் பின்னர்ப் பெற்றோர் முறையாக மணந்து செய்ய மணப்பது... மறை என்பது நூல். நரம்பின் மறைய எனப் பிறிதோர் இடத்தும் ஆசிரியர் ஆண்டார். மறையோர் தேளத்து மன்றல் எட்டு

என்பதற்கு ஆரியமணம் எனக் கொண்டு இளம்பூரணர் முதலியோர் கூறுவது பொருந்தாது.

என்று சிவலிங்கனார்(1994) உரை வரைந்துள்ளார். ஆக இவ்விரண்டு உரைகளுமே இருவேறு திருமணமுறைகளை அடிப்படையாகக் கொண்டுள்ளன. ஒன்று ஆரியர் மணமுறை. மற்றொன்று தமிழர் மணமுறை. இவ்விரண்டு உரைகளுக்குமே சமூக அரசியல் பின்னணி உண்டு. தொல்காப்பியர் ஒப்புமை கருதியே ஆரிய மணமுறைகளை இங்குச் சுட்டினராதல் வேண்டும். அம்மணமுறை தமிழர் மணமுறை என்றோ அம்மணமுறைகள் தமிழரால் பின்பற்றப்பட வேண்டும் என்றோ கூறினாரல்லர். பிரமம் முதலிய மணவகைகள் சில தமிழர்க்கு முற்றும் பொருந்துவது அன்று. நாற்பதாண்டு பிரமசரியங் காத்தவனுக்குப் பன்னீராண்டு பருவ மகளை மணமுடிப்பது தமிழர் வழக்கன்று. ஆயின் பெண்களின் இளமை மணம் வழக்கில் இருந்துள்ளது.

பெரு வேள்வியின் போது வேள்வி வேட்பிப்பான் தக்கான் ஒருவனுக்குத் தட்சணையாக மகளைக் கொடுப்பதும் தமிழர் வழக்கன்று; வேள்வி முறையே தமிழ் வழக்கன்று. அசுரம் வகையைச் சார்ந்ததாகக் கொல்லேறு கோடல், திரிபன்றி எய்தல், வில்லேற்றல் முதலியவற்றைக் குறிப்பர். கொல்லேறு கோடல் தமிழர் வழக்காகும். கலித்தொகை முல்லைப்பாடல்கள் இதற்குத் தக்க சான்றுகள். திரிகின்ற பன்றி வடிவிலான சின்னத்தை எய்தலாகிய திரிபன்றி எய்தல், வில்லேற்றல் ஆகியன தமிழர் வழக்காற்றில் இருந்தமைக்கான சான்றுகள் இல்லை. இவை மகாபாரதம் போலும் நூல்களில் அமைந்து கிடக்கின்றன. வில்லேற்றல், வில் ஆற்றல் முதலியன சங்கக் கவிதைகளில் விரவி கிடப்பினும் அதுபற்றி மணவினைகள் நிகழ்ந்ததாகச் சான்றுகள் இல்லை.

பெண்ணை வலிந்து பற்றுதலாகிய இராக்கதம் தொல் பழங்குடிச் சமூக அமைப்பின் வெளிப்பாடாகும். இதே போல் யாழோர் கூட்டமும் தொல் சமூக மணமுறையாகும். பரிசம் கொடுத்தும் தலைவியை மணக்கும் பிரசாபத்தியம் மணமுறைக்கு இணையான மணமுறை தமிழில் உண்டு. இதனைச் சேவை மணம் என்றும் கூறுவர் (சசிவல்லி. 1985).

நச்சினார்க்கினியர் தமது களவியல் உரையில்(1) குறிப்பிட்டுள்ள எண்வகை மணங்கள் பற்றிய விளக்கமும் வடநூல் சிலவற்றில் (கௌடலியம்) கூறப்பட்டுள்ள விளக்கமும் சில வகைகளில் வேறுபட்டுள்ளன. கௌடலியர் எண்வகை மணங்களைக் குறிப்பிட்டிருக்கிறார். பிரமம் எனப்படும் மணம் பிரமமணம் என்ற பெயரில் பெண்ணை அலங்கரித்துத்

தானம் செய்தல் என்ற பொருளில் கூறப்பட்டுள்ளது. இதில் நாற்பத்தெட்டியாண்டு பிரமசரியம் காத்தலோ பன்னீராட்டை பெண்ணோ குறிக்கப்படவில்லை.

உடனிருந்து அறமியற்றல் பிராசாபத்தியம் எனப்படும். உடனிருந்து அறம் இயற்றுக எனக் கூறி மந்திரத்துடன் கன்னிகையைக் கொடுத்தல் என்பது இதன் கருத்து. இதில் பரிசம் பற்றிய குறிப்பு வரவில்லை. ஆவும் ஆனேறும் கோடல் ஆரிடம் எனப்படும். மணமகனிடம் இருந்து ஆவும் ஆனேறும் பெற்றுக் கொண்டு பெண்ணைத்தானம் செய்வது ஆரிடமணம் எனப்படும் என்பது கருத்து.

வேள்வியின் இடையே வேட்பிப்போனுக்கு ஈதல் தெய்வம் எனப்படும். தலைவனும் தலைவியும் தம்முள் இயைவது கந்தருவம் எனப்படும். தம்முள் இயைவதாவது: கொடுப்பாரும் அடுப்பாரும் இன்றித் தலைவனும் தலைவியும் தாமே எதிர்ப்பட்டுத் தம்முள் மனம் ஒத்துப் புணர்வது. கந்தருவமாவது: கந்தருவ குமாரரும் கன்னியரும் தம்முள் எதிர்ப்பட்டு இயைந்தது போலத் தலைவன் தலைவியும் எதிர்ப்பட்டுப் புணர்வது.

பரியம் பெறுதல் அசுரம் எனப்படும். ஈவோன் தனக்கும் தன் பெண்ணிற்கும் பரியப் பொருள் பெற்றுக் கொண்டு பெண்ணை ஈதல். இதன் இயல்பை நச்சினார்க்கினியர் கொல்லேறு கோடல், திரிபன்றி எய்தல், வில்லேற்றுதல் முதலியன செய்து கோடல் என்று கூறுவர். வலிதிற் கொள்வது இராக்கதம் எனப்படும் துயில்வாளை வெளவுதல் பைசாசம் எனப்படும் (கௌடலியம். அதி.3: அதி.59)

பிரம்மம், பிரசாபத்தியம், ஆரிடம், தெய்வம் முதலிய நான்கு மணங்களும் கன்னிகா தானம் ஆதலின் அவற்றிற்குப் பரியப் பொருள் இல்லை. ஏனைய நான்கிற்கும் மணம் நிகழ்ந்த பின்னர்ப் பரியப் பொருள் பெறுவது உண்டு.

மேலே கூறப்பெற்ற எண்வகை வடவர் மணமுறை பற்றிய விளக்கங்கள் ஒருபுறம் நிற்க, இவற்றுள் கந்தருவ மணமுறையானது காமக் கூட்ட மணமுறையோடு ஒத்துள்ளமையைத் துறையமை நல்லியாழ்த் துணைமையோர் இயல்பே (தொல். பொருள்.89) எனும் நூற்பாவடி தெளிவுறுத்தும். இதற்கு உரையாசிரியர் இளம்பூரணர், துறையமை நல்யாழ்த் துணைமை யோராவார் கந்திருவர். அவர் இருவராகித் திரிதலின் துணைமையோர் என்றார். துணைமையோர் இயல்பாவது அவர் ஒழுகலாறோடு ஒத்து மக்கண்மாட்டு நிகழ்வது என்று விளக்கம் கூறினார். நச்சினார்க்கினியர் தம் விளக்க உரையில், கந்தருவர்க்குக் கற்பின்றி அமையவும் பெறும், ஈண்டுக் கற்பின்றிக் களவே

அமையா தென்றற்குத் துறையமை என்றார் என்று குறிப்புரை எழுதுவர். துணைமையோர் இயல்பு என்பதற்குச் சிவலிங்கனார் *(1994:11)* கந்தருவ ஆண் ஒருவனும் பெண் ஒருத்தியும் வேறு வேறிடத்திலிருந்து வந்தவர்கள் ஓரிடத்து எதிர்ப்பட்டபோதே உடலுறவு கொள்வது என்று விளக்கம் தருவர்.

தமிழர் மணமுறையை விளக்கவந்த தொல்காப்பியர் கந்தருவ மணமுறையோடு உவமைப்படுத்திக் கூறி இருப்பதை எளிதாக ஒதுக்கிவிட இயலாது. கந்தருவர் மணமுறை பற்றி நன்கு அறிந்திருந்த பிற்காலத்து இலக்கண நூலாரும் உரையாசிரியர்களும் திறனாய்வாளர்களும் இந்த உவமைக்குப் பல்வேறு கோணங்களில் விளக்கம் கூற முனைந்துள்ளதையும் அறியமுடிகின்றது. இவ்விளக்கங்களுக்குப் பின்னால் நிகழ்ந்த சமூக அரசியல் சூழலையும் கணக்கில் கொள்ளுதல் வேண்டும். களவு மணத்திற்கும் கந்தருவ மணத்திற்கும் இடையே தொல்காப்பியர் கண்டுரைத்த ஒப்புமைப் பகுதியைக் கண்டறிவது எளிதான செயலன்று.

ஆ

உடன்போக்கு

களவு மணமுறையைப் பற்றி ஆராய்வதற்குக் களவியலின் முதன்மைப்பகுதியாகிய உடன்போக்கு பற்றியும் விரிவாக ஆராயவேண்டி உள்ளது. அவ்வாய்வை இனிவரும் ஆய்வுப் பகுதி மேற்கொள்ளும்.

தொல்காப்பியர் உடன்போக்கு பற்றிய செய்திகளை அகத்திணை இயலுள் கூறியுள்ளார் *(தொல்.பொருள். 39–44).*

தன்னும் அவனும் அவளும் சுட்டி
மன்னு நிமித்தம் மொழிப் பொருள் தெய்வம்
நன்மை தீமை அச்சம் சார்தல் என்று
அன்ன பிறவும் அவற்றொடு தொகைஇ
முன்னிய காலம் மூன்றுடன் விளக்கி
தோழி தேஎத்தும் கண்டோர் பாங்கினும்
போகிய திறத்து நற்றாய் புலம்பலும்
ஆகிய கிளவியும் அவ்வழி உரிய (தொல்.பொருள்.39).

எனும் நூற்பா உடன்போக்கில் நற்றாய் கூற்று நிகழ்த்தும் பாங்கினை எடுத்து மொழிகிறது. இந்நூற்பாவிற்குக் குறிப்பு எழுதும் இளம்பூரணர் இது மேற்கூறப்பட்ட இருவகைப் பிரிவினுள் தமரைப் பிரிதலாகிய உடன்போக்கில் நிகழ்ந்த நற்றாய் மாட்டுளதாய கிளவி உணர்த்துதல் நுதலிற்று என்று கூறுவர்.

இளம்பூரணரின் குறிப்பு இருவகைப்பிரிவு பற்றிப் பேசுகிறது. இருவகைப் பிரிவுகளாவன: தலைவன் தலைமகளைப் பிரிதலும், தலைமகளை உடன் கொண்டு தமரைப்பிரிதலும் ஆகும் என்பது இளம்பூரணர் உரை. இவ்விருவகைப் பிரிவுகளுள் உடன்போக்காகிய தலைமகளை உடன் கொண்டு தமரைப்பிரிதலும் ஒன்றாகும்.

ஆயின் இப்பிரிவு பற்றிய நச்சினார்க்கினியர் கருத்து வேறொன்றாகும்.

நான்கு வருணத்தார்க்கும் காலிற்பிரிவும் வேளாளர்க்குக் கலத்திற்பிரிவும் தத்தம் நிலைமைக் கேற்பத் தோன்றினும் பின்பனிக்காலம் அவ் விரண்டிற்கும் உரிமை பூண்டு நிற்குமென்று கூறுவர்.

எனும் நச்சினார்க்கினியரின் கருத்து மேல் இளம்பூரணர் கருத்தோடு முற்றிலும் வேறானது ஆகும்.

இளம்பூரணர் இது பாலைக்கு உரிய பொருளாம் ஆறு உணர்த்துதல் நுதலிற்று என்றுகூற நச்சினார்க்கினியர் இது பாலைப்பகுதி என்று உரைத்தனர். ஆக உரையாளர் இருவரும் உடன்போக்கு பாலைத்திணைக்குரிய பொருள் என்றே முடிவு கூறினர். ஆயின் தொல்காப்பியர் பாலையின் உரிப்பொருள் பிரிவு என்று சொல்லியுள்ளார். பிரிவாவது தலைவனும் தலைவியும் பிரிவதே ஆகும். இப்படி இருக்கத் தலைமகனும் தலைமகளும் புணர்ந்து உடன்போகும் நிலை எவ்வகையில் பாலையாகும் என்பது புலனாமாறு இல்லை. இதுபற்றிப் பாரதியார் கூறுவது ஈண்டுச் சுட்ட வேண்டுவது:

தலைமகளைப் பிரிதலும் அவளையும் உடன் கொண்டு தமர்வரைப் பிரிதலும் என்று பிரிவு இருவகைத்தாம் என்பது இளம்பூரணர் கூற்று. இது தொல்காப்பியர் நூலில் யாண்டும் ஆதரவு பெறவில்லை. தலைமகன் தலைமகனுடன் கூடி உடன்போதலில் தம்முள் கூடிப் பிரியாமல் ஒருங்கு செல்வர் ஆதலின் அஃதவர் காதற்றிணையில் பாலையாமாறு இல்லை. காதலர் கூடி இருக்கவும் தலைவி தலைவனுடன் செல்லும் பொருட்டுத் தன்தமரைப் பிரிந்து செல்லல் பாலை எனில் தலைவியைக் காணவரும் தலைவன் தன் தமரையும் பாங்கரையும் பிரிந்து வரலும் பாலை ஆதல் வேண்டும். இவ்வாறு யார் யாரைப் பிரிந்தாலும் பாலை என்று கொள்வதற்கு இலக்கண நூல் இடந்தரவில்லை. அகவொழுக்கம் அனைத்தும் காதல் தலைமக்கள் தம்முள் நிகழும் அன்பு ஒழுக்கம் பற்றியதே ஆகும். அன்றி அவருள்

> ஒருவர்க்கும் அயலவர்க்கும் இடைப்பட்ட ஒழுக்கத்தையும் தொடர்புகளையும் கூறுவதன்று.

என்று கூறும் சோமசுந்தரப் பாரதியார் இளம்பூரணர் கருத்தை மறுத்துரைப்பர். மறுத்துரைத்த இவர் இருவகைப் பிரிவுகளாக வேனிற்காலப் பிரிவையும் பின்பனிக் காலப் பிரிவையும் சுட்டுவர். முதுவேனில் காலத்தில் பிரிந்த தலைவன் கார் காலத்தில் வந்து தலைவியைக் கூடுதலும், பின்பனிக் காலத்தில் பிரிந்த தலைவன் இளவேனில் காலத்தில் வந்து தலைவியைக் கூடுதலும் மரபு ஆகும் என்பது பாரதியார் உரை. இவ்வாறு பொருள் கொள்வதை விடவும் இருவகைப் பிரிவு என்பதற்குக் களவுப்பிரிவு, கற்புப்பிரிவு எனப் பொருள் கொள்வது சிறந்ததாக உள்ளது எனச் சிவலிங்கனார்(1991) கூறுவர்.

> களவில் நிகழும் பிரிவும் கற்பில் நிகழும் பிரிவும் ஆகிய இருவகைப் பிரிவுகளும் செய்யுளில் நிலை பெறுமாறு தோன்றினும் அவை பாலைத்திணைக்கு உரியவாகும்.

என்று அவர் பொருள் கூறுவர். களவில் நிகழும் பிரிவகளாவன: ஒருவழித்தணத்தல், வரைவிடை வைத்துப் பொருள் வயிற்பிரிதல், உடன்போக்கு ஆகியனவாகும். கற்பில் நிகழும் பிரிவுகளாவன் ஓதற்பிரிவு, தூது, பகை, நாடு, காவற்பிரிவுகள், பரத்தையிற் பிரிவு ஆகியனவாகும்.

> ஒருவழித்தணத்தல் என்பது களவில் தலைவன் வந்து கூடிச் சென்று சிறிது இடையீடு நிகழ்வதைக் குறிப்பதாகலின் அஃது வருந்தத்தக்க பிரிவாகக் கருதப்படாது. பரத்தையிற் பிரிவு ஊடலுக்கு ஏதுவாகலின் பிரிவால் தலைவனுக்கு வரும் ஏதம் இன்மையின் தலைவி அது குறித்து இரங்கல் இன்மையின் ஏனைப்பிரிவுகள் போல் கருதப்பட மாட்டா(ஆ. சிவலிங்கனார்.1991).

ஆகவே வரைவிடை வைத்துப் பொருள் வயிற் பிரிதல், உடன்போக்கு ஆகியனவே களவுக்காலப் பிரிவாகக் கருதத்தகுவனவாகும். இவற்றுள் வரைவிடை வைத்துப் பொருள் வயிற்பிரிதல் ஒன்றே தலைவி வருந்தத் தலைவன் பிரிவதாக அமையும்.

உடன்போக்கில் கூற்று நிகழ்த்துவோரில் முதன்மை யானவராக நற்றாயைத் தொல்காப்பியர் சுட்டியுள்ளார். தலைவியும் தலைவனும் உடன்போய காலத்து நற்றாய் வருந்திக் கூற்று நிகழ்த்துவார். தன்னையும் தலைவனையும் தன்மகளையும் குறித்து மூன்று காலத்தும் நிலைபெற்றுவரும் நல்வினை தீவினை பற்றித் தன்னெஞ்சோடு கூறிப் புலம்புவாள்; தன் மகளைக்

குறித்துப் புள் நிமித்தங்கள் கேட்டவழியும் விரிச்சி முதலிய நற்சொல் கேட்டவழியும் தெய்வத்தைப் பரவிய வழியும் கூற்று நிகழ்த்துவாள்; தலைவி உடன் போய வழித் தனித்து நிற்கும் தோழியையும் தோழியர் கூட்டத்தையும் பார்த்தவழியும் தலைவியைத் தேடிப்போய்க் காணாது வந்தாரைப் பார்த்த வழியும் நற்றாய்ப் புலம்பிக் கூற்று நிகழ்த்தற்குரியள்.

நற்றாய் கூற்றுகள் அனைத்தும் தலைவியின் வீட்டைச் சுற்றியும் வீட்டில் உள்ளவர் இடத்தும் வீட்டின் புறப்பகுதியில் உள்ளவர் இடத்தும் நிகழ்த்துமாறு அமைந்திருப்பதைக் கவனத்தில் கொள்ளுதல் வேண்டும். ஆயின் செவிலிக்குரிய கூற்றுகள் வீட்டையும் ஊரையும் தாண்டி நிகழ்த்துவதற்கு ஏற்ற களத்தைப் பெற்றிருப்பதை

ஏமப் பேரூர்ச் சேரியும் சுரத்தும்
தாமே செல்லும் தாயரும் உளரே (தொல்.பொருள்.40)

எனும் நூற்பாவிற்கு உரை எழுதிய இளம்பூரணர் கருத்து வழியும் நச்சினார்க்கினியர் கருத்து வழியும் உணரமுடியும்.

> தாமே செல்லுந் தாயர் என்பதனால் செவிலி என்பது பெற்றாம்; தாயரும் என்று கூறியதனால் கைத்தாயர் பலர் என்று கொள்ளப்படும்.

என்று இளம்பூரணர் விளக்குவர். நற்றாய் சுரம் சென்று தேடுதல் வழக்காறில்லை. செவிலித்தாயர் சுரத்தும் தேடிச் செல்வர். இதுவே பண்டைய ஆன்றோர் வழக்கு எனப் பாரதியார் விளக்குவர்.

அயலோ ராயினும் அகற்சி மேற்றே (தொல்.பொருள்.41)

என்ற நூற்பாவும் உடன்போக்கு நிகழ்வை விவரிப்பதாகும். இதற்கு இளம்பூரணர், சேரியினும் சுரத்தினும் பிரிதலன்றித் தமது மனையயற்கண் பிரிந்தாராயினும் பிரிவின்கண்ணதே எனப் பொருள் கூறி ஓர் ஊரகத்து மனையயற்கண்ணும் பரத்தையிற் பிரிவு பாலையாம் என்பதூஉம் உய்த்துணர்ந்து கொள்ளப்படும் என விளக்குவர். மருதத்திணைக்குரிய ஊடற் பொருளாம் பரத்தையிற் பிரிவைப் பாலைத்திணைக்குள் அடக்கும் முயற்சியே இதுவாகும்.

இனிப் பாரதியார் இந்நூற்பாவிற்கு, உடன் போயவரைத் தேடிச் சுரம் செல்லும் செவிலித்தாயரன்றித் தமர், ஏவலர் முதலிய பிறரேயாயினும் அவர் தேடுதல் அண்மைச் சேரியன்றி அகன்ற சேய்மைச் சுரத்தின்கண்ணதேயாகும் என்று பொருள் கூறுவர். உடன் போன தலைமக்களைத் தமர் தேடிச் செல்லும் வழக்காற்றிற்குச் சங்க இலக்கியங்களில் சான்று உண்டு.

உடன்போகும் தலைமக்கள் மனை அயலில் தங்கியதற்குப் பண்டைச் செய்யுளில் சான்றில்லை. தாமே செல்லும் தாயரும் எனும் நூற்பாவை அடுத்து அமையும் இந்நூற்பா தேடிச் செல்லும் தாயர் அல்லாத பிறரையே குறிக்கும். இந்நூற்பாவில் வரும் அகற்சி என்பதைத் தொலைதூரம் எனக் கொள்ளாது நீங்குதல் எனப்பொருள் கொண்டு இது பாலைத் திணையைக் குறித்தது என்று இளம்பூரணரும் நச்சினார்க்கினியரும் உரை கூறினர். அகற்சி என்பது சேய்மையை உணர்த்துவதாகும். தலைவியின் தமர் தேடிச் சுரஞ் செல்வதற்கு நற்றிணை *48,362* முதலிய பாடல்கள் தக்க சான்றுகளாகும்.

எனவே உடன்போக்கு நிகழ்விற்குப்பின் நற்றாய், செவிலி, தலைவியின் தமர், ஏவலர் முதலியோர் தலைவியைத் தேடிச் சென்றுள்ளனர் என்பதை இந்த நூற்பாக்கள் *(39,40,41)* உணர்த்துவதாகக் கொள்ளல் வேண்டும். உடன்போக்கில் தோழி கூற்றாக வருவனவற்றைத் தொல்காப்பியர் அடுத்து வரும் நூற்பா வொன்றின் மூலம் சுட்டியுள்ளார் அது வருமாறு:

தலைவரும் விழும நிலையெடுத்து உரைப்பினும்
போக்கற கண்ணும் விடுததற கண்ணும்
நீக்கலின் வந்த தம்முறு விழுமமும்
வாய்மையும் பொய்ம்மையும் கணடோர் சுட்டித்
தாய்நிலை நோக்கித் தலைபெயர்த்துக் கொளினும்
நோய்மிகப் பெருகித் தன்னெஞ்சு கலுழ்ந்தோளை
அழிந்தது களையென பொழிந்தது கூறி
வன்புறை நெருங்கி வந்ததன் திறத்தோடு
என்றிவை யெல்லாம் இயல்புற நாடின்
ஒன்றித் தோன்றும் தோழிமேன (தொல்.பொருள்.42)

உடன்போக்கின்கண் தோழி கூற்று நிகழ்த்தும் முறையை மேல் நூற்பா சுட்டுகின்றது என்பர் நச்சினார்க்கினியர். ஆயின் இளம்பூரணரும் பாரதியாரும் உடன்போக்கின்கண்ணும் பொருள் வயிற்பிரிவின்கண்ணும் தோழி கூற்று நிகழுமாறு கூறுகின்றது எனக்கொண்டனர்.

தலைவர் விழுமநிலை எடுத்துரைத்தல் முதலாக நீக்கலின் வந்த தம்முறு விழுமம் ஈறாக உள்ள பகுதிகள் உடன்போக்கில் தோழி கூற்று நிகழும் இடங்கள் எனவும் அதன் பின்வருவன பொருள் வயிற்பிரிவுக்குரியன எனவும் இளம்பூரணர் பிரித்து விளக்கினர். இதனால் நோய் மிகப் பெருகி நெஞ்சு கலுந்தோளை அழிந்தது களையென மொழிந்தது கூறி என்பதற்குத்

> தலைமகன் பிரிதலால் வந்துற்ற நோய் மிகவும் பெருகித் தன் நெஞ்சு கலங்கியவளை அழிந்தது களைதல் வேண்டுமெனத் தலைமகன் சொன்ன மாற்றத்தைக் கூறி

என்று இளம்பூரணர் உரை வரைய வேண்டியதாயிற்று.

ஆயின் நச்சினார்க்கினியர் இப்பகுதியை உடன்போக்கில் தோழி நிகழ்த்தும் கூற்றாகவே கொள்வர். இந்நூற்பாவின் பொருள் வருமாறு:

1. தலைவன் தலைவியை உடன் கொண்டு செல்லாவிடில் தலைவியிடத்துத் தோன்றும் துன்பநிலையை விளக்கமாகக் கூறும் இடத்தில் தோழிக்குக் கூற்று நிகழும்.
2. அவற்றைக் கேட்ட தலைவனும் தலைவியும் உடன் போக்கிற்கு உடன்பட்ட காலத்திலும் கூற்றுநிகழும்.
3. தலைவன் தலைவியை உடன் கொண்டு போகவிடும் காலத்திலும் கூற்று நிகழும்.
4. தலைவியைத் தலைவனோடு கூட்டி உடன்போக விட்ட காலத்தும் கூற்று நிகழும்.
5. தலைவி நீங்கிச் செல்வதால் தமக்கு உற்ற வருத்தத்தைக் கூறுமிடத்தும் கூற்று நிகழும்.
6. மெய்யும் பொய்யும் உணர்ந்த அறிவரது தரும நூலில் கூறியவை இவை எனக் கூறித் தலைவியை மீட்கச் செல்லும் தாயரைச் செல்லவிடாது தடுத்த காலத்திலும் கூற்று நிகழும்.
7. தலைவியைப் பிரிந்ததால் பிரிவு நோய் பெருகி நெஞ்சம் கலங்கிய தாயை நின் வருத்தம் களைக என்று கூறி ஆற்றுவிக்கும் காலத்திலும் கூற்று நிகழும்.

மேலே கூறப்பட்ட நூற்பா பொருள் நச்சினார்க்கினியரின் உரையை அடிப்படையாகக் கொண்டு வகைப்படுத்தப் பட்டது. இந்நூற்பாவில் பொழிந்தது என்று இளம்பூரணர்பாடம் அமைய ஒழிந்தது என்று நச்சினார்க்கினியரின் பாடம் அமைந்துள்ளது. ஒழிந்தது என்பதற்கு நச்சர் நேரடியான பொருளைக் கூறாது உழுவல் அன்பு காரணத்தாற் பிரிந்தாள் என்பது உணரக் கூறி – என்று உரை எழுதி உள்ளனர். பொழிந்தது எனும் பாடத்திற்கு இளம்பூரணர் நெஞ்சு வருந்திய தலைவியை நோக்கித் தலைவன் வருந்தற்க என்பனவாகப் பொழிந்தவற்றைக் கூறி எனப் பொருள் கொள்வர். இளம்பூரணர் பொருள் நேரியதாக இருப்பினும் அவர் கொண்ட முழுப்பொருளும் பொருள் வயிற்பிரிவு நோக்கி அமைவதால் நேரியதன்று.

நோய்மிகப் பெருகித் தன் னெஞ்சு கலுழ்ந்தோளை அழிந்தது களையென ஒழிந்தது கூறி வன்புறை நெருங்கி வந்ததன் திறத்தோடு எனப் பாடங்கொள்வதன் மூலம் இப்பகுதியை உடன்போக்கோடு ஒன்ற வைப்பர் பாரதியார்.

மகட்பிரிவு ஆற்றாது அரற்றும் தாயை அவள் வருத்தம் தீர்த்தல் கருதித் தலைவியும் தலைவனும் கூறியனவும் செய்தனவும் எடுத்துச் சொல்லி விரைவில் மீள்வர் என வற்புறுத்தித் தேற்றும் கூற்றோடே.

எனப் பொருள் கொள்வதும் பொருந்துவதாகும் என்பது பாரதியார் கூற்று.

இந்நூற்பாவை அடுத்து உடன்போக்கில் கண்டோர் கூற்று நிகழ்த்தும் இடங்களைத் தொல்காப்பியர் குறிப்பிட்டுள்ளார்.

பொழுதும் ஆறும் உட்குவரத் தோன்றி
வழுவின் ஆகிய குற்றங் காட்டலும்
ஊரது சார்பும் செல்லும் தேயமும்
ஆர்வ நெஞ்சமொடு செப்பிய வழியினும்
புணர்ந்தோர் பாங்கின் புணர்ந்த நெஞ்சமொடு
அழிந்தெதிர் கூறி விடுப்பினும் ஆங்கத்
தாய்நிலை கண்டு தடுப்பினும் விடுப்பினும்
சேய்நிலைக் ககன்றோர் செலவினும் வரவினும்
கண்டோர் மொழிதல் கண்ட தென்ப   (தொல்.பொருள்.43)

உடன்போகிய வழித் தலைமக்களை இடைச்சுரத்துப் பார்த்த மக்களே கண்டோர் எனக் குறிக்கப்பெறுகின்றனர்

1. தலைமகனும் தலைமகளும் உடன்போய வழி இடை வழியில் கண்டோர் ஞாயிறு மறையும் மாலைப் பொழுதினையும் இனிச் செல்லவிருக்கும் வழியினையும் காட்டி மேற்செல்வதால் நேரும் தீங்கினை அவர்க்கு எடுத்துக் கூறும் காலத்துக் கூற்று நிகழும்.

2. உடன்போவோரைக் கண்டு நீவிர் செல்லும் ஊர் மிக சேய்த்து என்றும் மாலைப் பொழுது ஆனமையாலும் வழியின் அருமையினாலும் இரவிடைச் செல்லற்க எனக் கூறி நீவிர் தங்கிச் செல்லும் வகையில் எம் ஊர் பக்கத்தே உள்ளது எனவும் அன்புடை மனத்தராய்க் கூறுமிடத்தும் கூற்று நிகழும்.

3. புணர்ந்த நெஞ்சத்தோடு உடன்போவோர் மீது அன்புடையராகி மனம் வருந்தி அவரிடம் எதிர் மொழி கூறி அவர்களைப் போக விட்டவிடத்தும் கூற்று நிகழும்.

4. உடன்போய்த் தலைவியைத் தேடிச் செல்லும் தாயரைக் கண்டு அவர் நிலை எண்ணி அவளைத் தடுத்தவிடத்தும் காதலர் இந்த இடத்தில் சென்று கொண்டிருப்பர் என்று கூறி அவளை விடுத்த இடத்தும் கூற்றுநிகழும்.

5. தலைமக்களின் உடன்போக்கிலும் அவர்கள் மீண்டு வருதல் இடத்திலும் கண்டோர் கூற்று நிகழும்.

இந்நூற்பாவில் சேய்நிலைக்ககன்றோர் செலவினும் வரவினும் என்பதற்கு இளம்பூரணர் சேய்மைக்கண் அகன்றோர் செல்லுதற்கண்ணும் வரவின்கண்ணும் என்று பொருள் கூறியுள்ளார். நச்சினார்க்கினியர் சேய்த்தாகிய நிலைமைக்கண்ணே நீங்கின அவ்விருவருடைய போக்கிடத்தும் செவிலியது வரவிடத்தும் என்று பொருள் கூறியுள்ளார் செலவினும் வரவினும் என்பதற்குத் தலைமக்கள் செல்லுதல் செவிலி வருதல் எனப் பொருள் கண்டனர் பண்டை உரையாசிரியர். ஆயின் இந்த நூற்பாவின் போக்கு அவ்வாறு கொள்தற்கு இடந்தரவில்லை. காதல் உடன் போனதைக் கண்டோர் விடுப்பினும் என்று செல்லுதலை உடன்பட்டனர். செவிலித்தாயர் வரவும் முன்பே கூறப்பட்டது. எனவே வரவினும் என்பதற்குச் செவிலியது வருகை எனப் பொருள் கொள்ளவும் ஏது இன்று.

தலைமக்களைத் தேடிச் சென்ற செவிலியின் மறுவரவை நச்சினார்க்கினியர் குறிப்பிட்டனரோ என்ற ஐயம் எழுந்தது. ஆயின் அதற்கு அவர் எடுத்துக்காட்டிய பாடல் அவ்வாறு பொருள்கொள்ளும் பொருள் நிலையை உடையதன்று. அப்பாடல் வருமாறு:

அறம்புரி யருமறை நவின்ற நாவிற்
நிறம்புரிக் கொள்கை யந்தணீர் தொழுவலென்று
ஒண்டொடி வினவும் பேதையம் பெண்டே
கண்டென னம்ம சுரத்திடை யவளை
யின்றுணை யினிது பாராட்டக்
குன்றுயர் பிறங்கல் மலையிறந் தோளே (ஐங்.387)

அரிய மறையாகிய வேதங்களைக் கூறும் நாவினையும் கொள்கையினையும் உடைய அந்தணர்களே உங்களைத் தொழுகின்றேன் என்று கூறி ஒள்ளிய தொடி அணிந்த தலைமகளைப் பற்றி வினவும் பேதையம் பெண்டே! அவர்களை யாம் சுரத்திடை கண்டனம்; தனது இனிய துணைவனாகிய தலைமகன் தன்னை இனிது பாராட்டக் குன்று உயர்ந்த இம்மலையைக் கடந்து சென்றனள் என்று தலைமகளைத் தேடிவரும் செவிலித்தாயரிடம் ஆற்றிடை அந்தணர் கூறுவதாக இப்பாடல் அமைவு பெற்றுள்ளது. எனவே தேடிச் சென்ற செவிலியின் மறுவரவு பற்றியதாக இப்பாடல் இல்லை என்பதையும் ஈண்டுச் சுட்டுதல் வேண்டும்.

இனிப் பாரதியார் செலவினும் வரவினும் என்பதற்குத் தலைமக்களின் உடன் போக்கிலும், அவர் மறுவரவிலும் கூற்றுநிகழும் என்று பொருள் கண்டனர். உடன்போக்கு மேற்கொண்ட தலைமக்கள் மீண்டும் திரும்புதலையே வரவு எனும் சொல் குறித்திருக்க வேண்டும். எனவே நச்சினார்க்கினியர்

தாய்நிலை கண்டு தடுப்பினும் விடுப்பினும் எனும் தொடர்வழிச் செவிலித்தாயின் வரவைக் கூறி மீண்டும் அடுத்த அடியில் செலவினும் வரவினும் என மீண்டும் செவிலியின் வரவைக் கூறியிருப்பதன் பொருத்தப்பாட்டை விடப் பாரதியார் கூறிய தலைமக்களின் மீள்வரவு என்பது பொருத்தமுடையதாகத் தெரிகிறது.

அடுத்ததாகத் தொல்காப்பியர் தலைமகன் கூற்றுகள் நிகழும் இடங்கள் குறித்து நூற்பா யாத்திருக்கிறார்.

ஒன்றாத் தமரினும் பருவத்தும் சுரத்தும்
ஒன்றிய மொழியொடு வலிப்பினும் விடுப்பினும்
இடைச்சுர மருங்கின் அவள்தமர் எய்திக்
கடைக்கொண்டு பெயர்தலின் கலங்கஞர் எய்திக்
கற்பொடு புணர்ந்த கௌவை உளப்பட
அப்பாற்பட்ட ஒருதிறத் தானும்
நாளது இன்மையும் இளமையது அருமையும்
தாளாண் பக்கமும் தகுதியது அமைதியும்
இன்மையது இளிவும் உடைமையது உயர்ச்சியும்
அன்பினது அகலமும் அகற்சியது அருமையும்
ஒன்றாப் பொருள் வயின் ஊக்கிய பாலினும்
வாயினும் கையினும் வகுத்த பக்கமொடு
ஊதியம் கருதிய ஒரு திறத் தானும்
புகழும் மானமும் எடுத்துவற் புறுத்தலும்
தூதிடை யிட்ட வகையி னானும்
ஆகித் தோன்றம் பாங்கோர் பாங்கினும்
மூன்றன பகுதியும் மண்டிலத்து அருமையும்
தோன்றல் சான்ற மாற்றோர் மேன்மையும்
பாசறைப் புலம்பலும் முடிந்த காலத்துப்
பாகனொடு விரும்பிய வினைத்திற வகையினும்
காவற் பாங்கின் ஆங்கோர் பக்கமும்
பரத்தையின் அகற்சியின் பரிந்தோட் குறுகி
இரத்தலும் தெளித்தலும் எனவிரு வகையொடு
உரைத்திற நாட்டம் கிழவோன் மேன (தொல்.பொருள்.44)

மேல் நூற்பா உடன்போக்கில் தலைமகன் கூற்று நிகழ்த்தும் இடங்கள் அன்றி ஏனைய பிரிவுகளிலும் கூற்று நிகழ்த்தும் முறையை விளக்கி நிற்கிறது.

இந்நூற்பாவிற்கு உரை எழுதும் இளம்பூரணர் இது பிரிவின்கண் தலைமகற்குக் கூற்று நிகழும் இடன் உணர்த்துதல் நுதலிற்று என்று கூறினார். நச்சினார்க்கினியர் இஃது உடன் போக்கினுள் நற்றாயும் தோழியும் கண்டோரும் கூறுவன கூறித் தலைவன் ஆண்டும் பிராண்டும் கூறும் கூற்றும் கூறுகின்றது என விளக்கம் கூறினர்.

இந்நூற்பாவில் தலைவன் உடன்போக்கின்கண் மட்டும் இன்றி அறுவகைப் பிரிவுகளிலும் கூற்று நிகழ்த்தும் பாங்கினை

விவரித்துள்ளார். இதன்வழி உடன்போக்கு என்பதும் பிரிவின்கண் பட்டுப் பாலைத் திணையாக்கப் பெற்றுள்ளது என்பது குறிப்பிடத்தக்கது.

உடன்போக்கு	:	ஒன்றாத் தமரினும் முதல் ஒரு திறத்தானும் ஈறாக.
பொருட்பிரிவு	:	நாளது இன்மை முதல் ஊக்கிய பாலினும் ஈறாக.
ஓதற்பிரிவு	:	வாயினும் கையினும் முதல் வற்புறுத்தலும் ஈறாக.
தூதிற்பிரிவு	:	தூது இடையிட்ட வகை என்பது.
பகைவயிற்பிரிவு	:	மண்டிலத்தருமை முதல் வினைத்திற வகை ஈறாக.
நாடுகாவற்பிரிவு	:	காவற்பாங்கின் ஆங்கோர் பக்கம் என்பது.
பரத்தையற் பிரிவு	:	பரத்தையின் அகற்சி என்பது

மேலே சுட்டப் பெற்ற பிரிவின்கண் தலைமகன் கூற்று நிகழ்த்தும் பாங்குகள் விவரிக்கப்பட்டுள்ளன. இங்குச் சில ஐயப்பாடுகள் தோன்றுவதைத் தவிர்க்க இயலவில்லை.

உடன்போக்கு எவ்வாறு பிரிவு எனும் பொருண்மைக்குள் அடங்கும் என்ற வினாவிற்கான விடையே தெளிவுப்படுத்தப் பெறவில்லை. அவ்வாறு இருக்க உடன்போக்கினை எவ்வாறு அறுவகைப் பிரிவினுள் அடக்கினார் என்பது புலனாமாறு இல்லை. தொடர்ந்து உடன் போக்குப் பற்றிய தோழி, செவிலி முதலியோர் கூற்றுகளை விரிவாக விவரித்துவந்த தொல்காப்பியர் இதே முறையில் தலைவன் கூற்றுகளை மட்டுமே விவரித்து இருக்கலாமோ? என்ற ஐயமும் எழுகின்றது. உடன்போக்கில் ஏனையோர் கூற்றுகள் விரிவான விளக்கங்களைப் பெறத் தலைவன் கூற்றுமட்டும் சுருக்கப்பட்டமை ஏன் என்பதும் தெளிவுபெறவில்லை. அறுவகைப் பிரிவின்கண் தலைமகன் கூற்றுமட்டுமே சுட்டப்பெற்றுள்ளது. இப்பிரிவுகளில் ஏனையோர் நிகழ்த்தும் கூற்றுகள் சுட்டப்பெறாமை புலனாமாறு இல்லை. தவிரத் தூது இடையிட்ட வகையினானும் எனவும் காவற் பாங்கின் ஆங்கோர் பக்கமும் எனவும் வருவன துறை விளக்கங்களைப் பெற்றிருக்கவில்லை.

இனி உடன்போக்குப் பற்றித் தலைவன் நிகழ்த்தும் கூற்றுகளாக வருவன பற்றிய விளக்கங்கள் வருமாறு: வரைவு உடன்படாத தமர்கண்ணும், பருவத்தின் கண்ணும், சுரத்தின்

கண்ணும் பொருந்திய சொல்லொடு தலைமகளை உடன் கொண்டு போகத் துணிந்தாலும் அல்லது விடுத்துப்போகினும் தலைவனுக்குக் கூற்றுநிகழும். உடன்போக்கில் தலைமகள் செல்கின்ற இடைச்சுரத்திடை அவள் தமர் எய்தி மீட்டுக் கொண்டு பெயர்தல் மரபாதலின் அங்ஙனம் பெயர்வர் எனக்கலங்கி வருத்தமுற்றுக் கற்பொடு புணர்ந்த அலர் உட்பட அப்பகுதிபட்ட உடன்போக்கின் கண்ணும் தலைவனுக்குக் கூற்று நிகழும்.

உடன்போக்கு: சமூகவியல் ஆய்வு

உடன் போக்கு என்பது தொல் தமிழ்ச் சமூகத்தின் மண வடிவங்களில் ஒன்றாகும். இதனைத் தொல்காப்பியரே ஓரிடத்தில் சுட்டக் காணலாம்.

> கொடுப்போர் இன்றியும் கரணம் உண்டே
> புணர்ந்துடன் போகிய காலையான (தொல்.கற்பு.2)

கொடைக்குரிய மரபினோர் பெண்ணைக் கொடுப்பக் கொளற்குரிய மரபினோர் பெண்ணைக் கொண்டு சடங்கு வழி உறுதி செய்யப்பெறும் பெற்றோர் இசைவு மணம் கற்பு என்பதாகத் தொல்காப்பியம் சுட்டும். இவ்வாறு இல்லாமல் உடன்போக்கு மேற்கொண்ட விடத்தும் அதனையும் கரணம் வழி உறுதிப்படுத்துதல் உண்டு எனத் தொல்காப்பியர் விவரிப்பர். ஆகப் பெற்றோர் பார்த்துச் சடங்குவழி நிகழும் திருமணங்களும் உண்டு. அவ்வாறு இல்லாமல் உடன்போக்கு மேற்கொண்டு சடங்குகள் நிகழ்த்தி மணம் செய்வதும் உண்டு என்பது தெரிகின்றது. பெற்றோர் இசைவு மணம் வழக்கத்திற்கு வந்த போது உடன்போக்கு மணம் அருகிய வழக்காகச் சமூகத்தில் வழக்குப் பெற்றிருந்தமை இதன் மூலம் தெரிய வருகின்றது.

பண்டைக் காலத்தில் உடன்போக்கு மணம் பெரு வழக்காக இருந்திருக்க வேண்டும். உடன்போக்கு மணத்தை நியாயப் படுத்தும் சங்கப் பாடல் ஒன்று இதனை விளக்க வல்லது(குறு.44). அப்பாடலின் பொருள் வருமாறு: உடன்போக்குப்போன மகளைத் தேடி அலையும் செவிலித் தாய் ஒருத்தி இடைவழியே இணை இணையாகப் பலர் வருவதைக் காணுவாள். அவர் சேய்மையில் வரும்போது தம் மகளும் அவள் காதலனும் ஆக இருக்கலாம் என்று எண்ணுவாள். வந்தவரோ அவள் மக்கள் அல்லர் வேறு வேறு உடன்போக்கு இணைகள் என அறிந்து வருந்துவள். தன் மகள் போல உடன்போக்குச் செல்லும் காதல் இணைகள் விண்மீன்கள் போல எண்ணிக்கையில் அடங்கார்; பலர் போலும் என்று மொழிகுவள்.

அகலிரு விசும்பின் மீனினும் பலரே மன்ற
இவ்வுலகத்துப் பிறரே (குறு.44)

என்பது அவள் மொழிவு.

உடன்போக்குச் சங்க இலக்கியத்தில் மட்டும் இன்றித் திராவிடப் பழங்குடியினர் பலரிடமும் வழக்குப் பெற்றிருப்பதை அறவாணன் (1978) விவரிப்பர். உலகப் பழங்குடியினர் பலரிடமும் உடன்போக்கு மரபாக உள்ளதை மானுடவியல் சான்றுகள் மெய்ப்பிக்கும்.

கர்நூல் நெல்லூர் மாவட்டத்தில் வாழும் செஞ்சு என்ற பழங்குடிமக்களிடம் உடன்போக்கு மணமுறை இயல்பாக உள்ளது. ஆடவன் ஒருவன் தான் விரும்பும் பெண்ணை அழைத்துக்கொண்டு ஓடி விடுவான். ஓர் இரவு ஊரார் அறியாமல் சேர்ந்து இருந்துவிட்டு ஊர் திரும்புவான். திரும்பும் இருவரையும் அவர்தம் பெற்றோர் மகிழ்வுடன் வரவேற்பர். நண்பர்கள் உறவினர்கள் எனப் பலரை அழைத்து மணமக்கட்குப் புத்தாடை நல்கி மணவினை நிகழ்த்துவர்.

சோழகர் என்ற பழங்குடியினரிடமும் உடன்போக்கு வழக்கில் இருந்துள்ளது. உளமார விரும்பும் ஓர் ஆணும் பெண்ணும் ஒருநாள் காட்டுக்குள்ளே ஓடிவிடுவர். மூன்று நாட்கள் கானகத்துள் தங்கிக் களிப்பர். நான்காம் நாள் ஊரார் பறையடித்து வரவேற்பர். அனைவரும் திரளுவர்; கானகத்துள் செல்வர்; காதலரைத் தேடுவர்; பல இசைக் கருவிகளை முழக்குவர். காதலர் இருவரையும் கண்டறிந்து மணம் முடிப்பர் (அறவாணன்.1978).

மேலே பழங்குடியினர்தம் உடன்போக்கு வழக்காறுகள் சில எடுத்துக்கூறப்பெற்றன. இது பண்டைய சமூக நடைமுறையின் தொடர்ச்சியாகவோ அல்லது எச்சமாகவோ இருக்கலாம். பழங்குடியினர் உடன்போக்குக் காதலரை மீண்டும் ஏற்றுக் கொண்டதைப் போலவே சங்கச் சமூகத்திலும் காதலரைச் சிலபோது ஏற்றுள்ளனர். உடன்போக்கு மேற்கொண்டு மீளும் தலைவி ஒருத்தி முன்னே விரைந்து செல்வோரே! என் ஆயத்தாருக்கு யான் திரும்பி வருதலைத் தெரிவிப்பீராக என்று கூறி உள்ளாள் (ஐங்.397). வெஞ்சினக் காளையொடு என்மகளும் திரும்பி வருமாறு கரைவாயாக என்று மகட்போக்கிய தாயொருத்தி காகத்தைப் பார்த்துக் கூறுகின்றாள் (ஐங்.391). இச்சான்றுகள் யாவும் உடன்போன காதலர் மீண்டும் தம் உறவினரை அடைந்தமையைத் தெரிவிக்கின்றன.

சமூக நடைமுறையில் உடன்போக்குத் தடை செய்யப்பட்ட போது உடன்போக்குத் தலைவன்மீது போர் தொடுத்தமையையும்

அறிய முடிகின்றது. இதனை ஒரு பழங்குடி வழக்காறு மூலம் விவரிக்கலாம். உறவு முறைகளைத் தீவிரமாகக் கொண்ட குருநாய் என்ற இனத்தவரிடையே உடன்போக்கு உள்ளது. இவர்கள் உடன்போகும் காதலரைத் துரத்திச் சென்று அவர்கள் பிடிபட்டால் கொன்றுவிடுகின்றனர். ஆயின் அவர்கள் பிடிபடாமல் தப்பிச் சென்று அச்சமற்றதாகக் கருதப்பெறும் ஒரு தீவில் ஒரு குழந்தை பிறக்கும் கால அளவிற்குத் தங்கி மீண்டும் வந்தால் அவர்களுக்குச் சிறிய அளவு தண்டனை வழங்கி மீளவும் அவர்களை ஏற்றுக் கொள்கின்றனர் (ரூத்பெனிடிக்(மொ.பெ) 1964). உடன்போக்குக் காதலர் மீது தலைவியின் தமர் போர் மேற்கொண்டமையை அரிய நிலையில் சங்க இலக்கியங்கள் பதிவு செய்துள்ளன. உடன்போகும் போது தலைவியின் தமர் வரத் தலைவன் குன்றத்தில் மறைகின்றான். பின்பு தலைவனை மறைத்த குன்றத்தைத் தலைவி வாழ்த்துகின்றாள்(ஐங்.312). நீண்டு அகன்ற கண்ணை உடையவளைத் தலைவன் உடன்கொண்டு போகின்றான். அவளது சுற்றம் இடைச்சுரத்தில் தலைவன்மீது போர் தொடுக்கின்றது (பரி. 11:46–48).

இத்தகு இலக்கியப் பதிவுகள் யாவும் அற்றைச் சமூகம் உடன்போக்கினை மறுதலித்தமையை வெளிப்படுத்துகின்றன. இதனை அடிப்படையாகக் கொண்டு சங்க இலக்கிய உடன்போக்குப் பாடல்கள் சமூகத்தின் எதிர்நிலை உணர்வை எவ்வாறெல்லாம் பிரதிபலிக்கின்றன, அவற்றிற்குரிய காரணிகள் எவை என்பதை இனி ஆராயலாம். இவற்றின் கூடவே உடன்போக்கைப் புனிதப்படுத்தும் பிற்கால நிகழ்வுகள் சிலவற்றையும் இனி அறியலாம்.

உடன்போக்குப் பாடல்களைப் பாலைத்திணையுள் சேர்த்தமைக்கும் அப்பாடல்களில் கொடும் பாலை நில வண்ணனைகளை இடம் பெறச் செய்தமைக்கும் ஆழமான சமூகவியல் காரணங்கள் இருத்தல் வேண்டும். சங்க இலக்கியத்தில் இடம் பெற்ற 122 உடன்போக்குப் பாடல்களும் துயரத்தை வெளிப்படுத்துவனவே, ஒரு பாடலில் கூட மகிழ்ச்சி ததும்பும் கூறு இடம் பெறாதது கவனிக்கத் தக்கது. களவுப்பாடல்களில் விறுவிறுப்பு தரும் இத்துறையை வள்ளுவர் கவனிக்காமல் விட்டதையும் கவனத்தில் கொள்ளுதல் வேண்டும்.

தலைவியை உடன் அழைத்துச் செல்லும் தலைவன் பாலை நிலத்தின் வழியே செல்கிறான். பாலையின் வழி எவ்வாறு உள்ளது. ஓங்கி உயர்ந்த மலைகள் காடுகள் சூழ்ந்தது; வழிச்செல்வோரின் தலையை மோதியதால் புலிக்குட்டிகள் குருதி தோய்ந்த தலையுடன் காட்சி அளிக்கின்றன. இத்தகைய கொடிய வழியிலேயே நள்ளிரவில் அழைத்துச் செல்கிறான்

(நற்.2). அந்த வழியில் புலியின் கொடூரத் தாக்குதலில் இருந்து கலைமான் தப்பித்து விடுகிறது. தான் பிழைத்ததைத் தெரிவித்துப் பெண்மானைக் குரல் எழுப்பி அழைக்கிறது(ஐங்.373). அந்த வழியில் தீயைப் போல ஞாயிற்றின் வெம்மை விளங்குகிறது (ஐங்.388). தலைவன் தலைவியை அழைத்துச் செல்லும் வழியில் உண்ணுவதற்குக் கூடத் தண்ணீர் இல்லை. செந்நாய் மண்ணைத் தோண்டி நீர் உண்கிறது. அப்பள்ளத்தில் எஞ்சியது அழுக்குநீர். அதில் மல்லிகையின் இலையும் பூவும் விழுந்து அழுகிக் கிடக்கின்றன. அந்த நீரையே தலைவிக்குத் தரவேண்டும்(குறு.56). தலைவனும் தலைவியும் உடன்செல்லும் வழியில் வழிப்போக்கர் வாடுவர். அம்புகள் தைப்பதால் உலர்ந்து வாடும் நாவினுக்குத் தண்ணீர் பெறாமல் தடுமாறுவர்; அந்தக் கொடிய துன்பத்தை அவர்தம் கண்ணீர் வடிந்து தணிக்கும்(கலி.5).

இவ்வாறாகத் தலைவன் தலைவி உடன்போக்கு மேற்கொள்ளும் வழியின் இயல்பு கொடுமை நிறைந்த ஒன்றாகவே புனையப் பெற்றுள்ளமையை அறிய முடிகின்றது. உடன்போக்கு மேற்கொள்ளும் காதலர் மீது போர் தொடுத்த நிகழ்ச்சியை நற்றிணை புனைந்து உரைத்துள்ளது(நற்.262). கயமனார் பாடிய புறநானூற்றுப் பாடல் ஒன்றை (புறம்.245) வ.சுப.மாணிக்கனார்(1980:418) உடன்போக்குத் துறையாகக் கொண்டு விளக்குவர். உடன்போக்கில் தலைவன் இறந்து விடுகிறான். தலைவி நின்னை இங்கே மாளவிட்டுவிட்டு யான் தனித்து எப்படி ஊர் செல்வேன்? நின் இறப்பை நின் தாயிடம் எப்படி உரைப்பேன் என்று புலம்புகிறாள் (புறம்.245). இது உடன் போக்கில் நிகழ்ந்த இறப்பு, அகமாகாது புறமாய் முதுபாலை ஆயிற்று என்றும் விவரிப்பர்.

சங்க இலக்கிய உடன் போக்குப் பாடல்களை அலசிப் பார்த்தால் பின்வரும் ஒரு வாய்ப்பாட்டை உருவாக்க முடியும்.

நிகழ்வுகள்	**உணர்வுகள்**
தலைவி பெற்றோரைப் பிரிதல்	இழத்தல்
காதலர் பாலை வழியே செல்லுதல்	இரங்கல்
போர்	துயரம்
மரணம்	துயரம்

ஆகச் சங்க கால உடன்போக்குப் பாடல்கள் இழத்தல், இரங்கல், துயரம் ஆகிய உணர்வுகளை வெளிப்படுத்தி உள்ளன என்ற முடிவிற்கு வரமுடியும்.

தலைவனும் தலைவியும் உடன்போகுதல் என்பதும் அவர் மண வாழ்க்கையின் தொடக்கத்தில் நிற்பவர் என்பதும் மகிழ்ச்சிக்குரிய ஒன்றாகும். வாழ்க்கையைத் தொடங்குவது மகிழ்ச்சியில் நிறைந்து இருக்க வேண்டும். ஆனால் சங்க இலக்கியங்கள் இவற்றைத் துயரம் மிக்கதாகவே புனைந்துள்ளன. இயற்கைப்புணர்ச்சி தொடங்கிக் களவுப் பாடல்கள் அனைத்தும் குறிஞ்சித்திணைக்கு உரியனவாக இலக்கணங்கள் கூறும்.

உடன்போக்கு உள்ளிட்ட சுதந்திரகாதல் அல்லது களவுக்காதல் பிற்காலத் தமிழகத்தில் தடை செய்யப்பட்டது. ஆண்தலைமைச் சமூக மாற்றமும், வாரிசுரிமையும், ஒரு தாரமணமுறையின் ஆதிக்கமும் களவுக்காதலை முற்றும் தடைசெய்தன. சமணபௌத்த சமயங்களின் வரவும் உறவும் இதற்குப் பெரிதும் துணை நின்றன. சுதந்திர காதல் வாழ்க்கை முறையைக் களவு என்று பெயர் சூட்டி விலக்கிப் பெற்றோர் இசைவுடன் கூடிய கற்பு மண வாழ்க்கை வற்புறுத்தப் பெற்றது.

சமுதாய மதிப்புகள் களவு வாழ்க்கையைத் தமிழ்ச் சமூக அமைப்பில் இருந்து முற்றும் துடைத்தெறிந்தன. இந்நிலை திடீரென ஏற்பட்டது அன்று. ஒரு நீண்ட காலப்பரிணாமத்தில் இது நிகழ்ந்திருக்க வேண்டும். இப்படிப்பட்ட காலப்பரிணாமத்தில் உடன்போக்கு மறுதலிக்கப்பெற்ற ஆரம்பகட்ட சமூக அமைப்பில் பாடப்பட்டதே சங்க இலக்கிய உடன்போக்குப் பாடல்கள் எனலாம். உடன்போக்கை மகிழ்ச்சியாக விவரிக்கும் பாடல்கள் இருந்தனவா என்பது தெரியவில்லை. இருந்து பின்னாளில் அவை நீக்கப்பெற்றனவா என்பதும் தெரியவில்லை. ஆனால் உடன்போக்கைத் துயரமாக விவரித்தமையை ஒருவகையான சமூக எதிர்ப்புணர்வாகத்தான் கொள்ளுதல் வேண்டும். உடன்போக்கை உடன்பாட்டு முறையில் பாடாமல் எதிர்மறை நிலையில் துயரம் நிறைந்ததாகப் பாடியமைக்கும் இதுவே காரணமாதல் வேண்டும்.

சங்க காலம் முடியும் தறுவாயில் பாடப்பட்டதாகக் கருதப்பெறும் கலித்தொகை உடன்போக்குப் பற்றிக் கூறியுள்ளதை இங்கு நிறைவாகச் சுட்ட வேண்டும். உடன்போக்கு மேற்கொள்ளும் தலைவியை இறந்த கற்பினாள் என்றும் தலைவனைச் சிறந்தான் என்றும் உடன்போக்கு முறையை அறம் தலைபிரியா ஆறு என்றும் கலித்தொகை(8) கூறும். உடன்போக்குத் தலைவியைக் கற்புடையவளாகவும் அம்முறையை அறமாகவும் கொள்ளாத ஓர் இயக்கச் சிந்தனைப் போக்கு நிலவியதை அப்பாடலடிகள் எதிர் மறையாக உணர்த்துகின்றன. இதற்குப் பதில் கூறும் முகமாக அமைந்த கலித்தொகைக் கருத்துப் பிறிதொரு சிந்தனைக் குழுவை உணர்த்துகிறது. இது பண்டைக் களவு இலக்கிய மரபை

ஏற்றுக் கொண்ட குழு ஆகும். உடன்போக்குத் தலைவி சிறந்த கற்பினள் எனவும் உடன்போக்கே ஒருவகை அறம் எனவும் கூறும் முறையானது உடன்போக்கைப் புனிதப்படுத்தும் அல்லது நியாயப்படுத்தும் நிலையினவாகவே கொள்ள வேண்டி உள்ளது. சங்க காலத்திற்குப் பின்னர்ப் புனையப் பெற்ற உடன்போக்குப் பாடல்கள் யாவும் இலக்கிய இன்பம் கருதியனவாகக் கொள்ள முடியும்.

தொல்காப்பியர் அகத்திணை பற்றிய பொது இலக்கணங்களை வரையறைகளையே அகத்திணை இயலில் பெரும்பகுதி பேசி உள்ளார். முதல், கரு, உரி, திணை பற்றிய விளக்கங்களாக இவற்றைக் கொள்ளலாம். இவற்றுடன் உடன்போக்குப் பற்றிய செய்திகளை ஏன் சேர்த்தார் என்பது விவாதத்திற்குரியது. பிரிவு பற்றிய விளக்கங்களைக் கூறும் பகுதி ஆதலால் அப்பகுதியில் உடன்போக்கையும் பிரிவாகக் கருதிச் சேர்த்தாரா? என்பது புலனாமாறு இல்லை. உடன்போக்கு எவ்வாறு பிரிவு என்னும் வகையில் அடங்கும் என்பதும் ஆய்விற்குரியது. உடன்போக்கு இலக்கணங்கள் களவியல் பகுதியில் கூறப்பெற்றால் வரும் வழு யாது என்பதும் புலனாமாறு இல்லை. உடன்போக்கில் தந்தை, தமையன், தலைவி கூற்றுகள் என்னாயின என்பதும் தெரியவில்லை. இவை எல்லாம் விடை காண இயலா வினாக்களாகவே எஞ்சி நிற்கின்றன. இவற்றைப் பற்றிய பண்டைய உரையாசிரியர் கொண்ட கவனமும் அவர்தம் அமைதிகளும் அமைதிகளாகவே கொள்ளத்தக்கவை.

தென்னிந்திய உலகப் பழங்குடிகளிடம் காணப்படும் காதல் வழக்காறுகளை ஆராயும் போது உடன்போக்கு ஒருமண வடிவமாகவே கொள்ள வேண்டி உள்ளது. அவ்வகையில் உடன் போக்கையும் தொல்தமிழகத்தின் மணவடிவமாகவே கொள்ளுதல் வேண்டும். தொல்காப்பியரும் கற்பியல் இரண்டாம் நூற்பா வழி இதனை உறுதிப்படுத்துகிறார்.

பின்னாளில் தந்தைவழிச் சமூகம் அமைந்து தந்தை இசைவு மணம் வழக்கில் வந்தபோது உடன்போக்கு மறுதலிக்கப் பெற்றது. இந்த மறுதலிப்பின் பரிணாமவளர்ச்சியில் உடன்போக்கு இலக்கிய வழக்காக நிலைபெற்றது.

இ

மகட்பாற்காஞ்சி

களவு வாழ்க்கை முறையின் ஒருபகுதி உடன்போக்கு என்றால் இன்னொரு பகுதி மகள் மறுத்து மொழிதல் ஆகும். ஒரு

நாணயத்தின் இரு பக்கங்கள் போல இவற்றை எண்ணுதல் வேண்டும். இதனை ஆராய்வது களவுமணம் பற்றிய ஆராய்ச்சிக்கு முதன்மையானது.

தொல்காப்பியம் மகட்பாற்காஞ்சி என்னும் துறையைக் காஞ்சித் திணையில் அமைத்துள்ளது. பாங்கரும் சிறப்பின் பன்னெறி யானும் நில்லா உலகம் புல்லிய நெறித்தே என்ற நூற்பா வழித் தொல்காப்பியர் காஞ்சித்திணையை நிலையாமைத் திணையாகப் படைத்துள்ளமையை அறிய முடியும். தமிழகத்தின் பண்டைய முதுகுடி மக்களுக்கும் புதிதாக அரசு அமைப்புத் தோன்றியதன் மூலம் உருவெடுத்து வந்த புதிய மன்னர்களுக்குமான ஒரு போராட்டத்தை மகட்பாற் காஞ்சி எனும் துறை வெளிப்படுத்தி நிற்கிறது.

நிகர்த்துமேல் வந்த வேந்தனொடு முதுகுடி
மகட்பாடு அஞ்சிய மகட்பா லானும் (தொல்.பொருள்.77)

என்பது தொல்காப்பிய விளக்கம். இதற்கு இளம்பூரணர் ஒத்து மாறுபட்டுத் தன்மேல் வந்த வேந்தனொடு தன் தொல்குலத்து மகட்கொடை அஞ்சிய மகட்பாற் காஞ்சியும் என்று உரை வரைந்துள்ளார். நச்சினார்க்கினியர், பெண்கோள் ஒழுக்கத்து ஒத்து மறுத்தல் பற்றிப் பகைவனாய் வலிந்து கோடற்கு எடுத்து வந்த அரசனோடு முதுகுடித் தலைவராகிய வாணிகரும், வேளாளரும் தத்தம் மகளிரைப் படுத்தற்கு அஞ்சிய மகட்பாற் காஞ்சி என்று உரை வரைந்துள்ளார்.

இளம்பூரணர் உரையும் நச்சினார்க்கினியர் உரையும் தம்முள் சில வேறுபாடுகளைக் கொண்டுள்ளன. நிகர்த்து என்பதற்கு இருவருமே ஒத்து மாறுபட்டு எனவும் பெண்கோள் ஒழுக்கத்தின் ஒத்து மறுத்தல் எனவும் உரை எழுதி உள்ளனர். முதலில் பெண்தர இசைந்து பின் மறுத்தல் என்பது இவ்வுரையின் பொருளாகும். சிவலிங்கனார்(1996) இவ்வுரையின் பொருளையே பெண்கொடுக்க அஞ்சி மறுத்தல் என விரிவாக்குவர். முதலில் இசைந்தாலும் பின்பு அஞ்சி மறுத்தல் என்பதே இவ்வுரைகளின் கருத்துரை ஆகும். ஆனால் மகட்பாற் காஞ்சி மகண்மறுத்து மொழிதல் ஆகிய துறைகளில் அமைந்த சங்கப் பாடல்கள் எதிலும் கொடுக்க இசைந்தமைக்கான குறிப்புகள் எதுவும் இல்லை.

புறநானூற்று 343,345 ஆகிய மகட்பாற்காஞ்சிப் பாடல்கள் தரும் செய்திகள் கவனத்திற்குரியன. தலைவியின் ஐயன்மார் செல்வம் வேண்டார்; போர் வேண்டி நின்றார்; மேலும் நிரல் அல்லோர்க்குப் பெண் தருதல் இல்லை என்று வஞ்சினம் கூறி நின்றார் (புறம்.345). வேந்தர் நலஞ்சான்ற விழுமிய பொருள்களைப் பணிந்து வந்து கொடுப்பினும் புரையர் அல்லோர்க்குப் பெண்

தருதல் இல்லை என்று தந்தை கூறி நின்றான்(புறம்.343). மேல் பாடற் செய்திகளில் வரும் நிரல் அல்லோர் புரையர் அல்லோர் ஆகிய சொல்லாட்சிகள் பெரிதும் பொருள் பொதிந்தவை. பெண்கேட்டு வந்தோர் வேந்தர் நிலையினர்; பெருஞ் செல்வந்தர்; புகழ் மிக்கவர். இந்நிலை உடையாரும் நிரல் அல்லர் – இணையானவர் அல்லர் என்றால் நிரலானவர் யார் என்ற வினா இயல்பாக எழும். நிரல் உடையவர் புரையோர் என்ற சொல்லாட்சிகள் பெண் கொள்வோரைக் குறித்தனவாகக் கொள்ளலாம். பெண் கொள்வதில் கொடுத்தலில் நிரல் உடையவர் என்று பொருள் கொள்வது பொருத்தம் உடையது. இச்சொல்லாட்சிகள் தொல் காலத்து மண உறவு நிலையை வெளிப்படுத்தும் சொல்லாட்சிகள் ஆகும். இம்மண உறவு முறையையே தொல்காப்பியர் கற்பியலில்(1) கொடைக்குரிய மரபு(பெண் தருவதற்கு உரிய மரபினோர்) கொளற்குரிய மரபு(பெண்ணை எடுப்பதற்குரிய மரபினோர்) என்று கூறியுள்ளார் (தொல்.பொருள்.140). எனவே நிகர்த்து மேல் வந்த என்ற நூற்பாவிற்குத் தொல்குடியோடு நிகரானவர் என்றும் மணவினை நிகழ்த்த நிகரானவர் என்றும் கூறி வந்த வேந்தர்கள் என்று பொருள்கொள்வது பொருத்தமுடையது. இந்நூற்பாவில் வரும் அஞ்சிய என்பது மகள் தர மறுப்பதால் புது வேந்தர்களால் தம் குடிக்கு வரும் அழிவை அஞ்சிய என்று பொருள்தரும்.

இனி நச்சினார்க்கினியர், அரசனோடு முதுகுடித் தலைவராகிய வாணிகரும் வேளாளருந் தத்தம் மகளிரைப் படுத்தற்கு அஞ்சிய மகட்பாற்காஞ்சி என்று பொருள் கூறியுள்ளார். இவ்வுரை பொருத்தமுடையது அன்று. சோழர் காலத்தில் வாழ்ந்த நச்சினார்க்கினியர் தமது கால ஆரியப்பண்பாட்டு ஆதிக்கத்தின்பாற்பட்டு இவ்வுரையை வரைந்தனரே அன்றி அஃது தொல்காப்பியர் கால சமுதாய நிலை அன்று. அரசர், அந்தணர், வணிகர், வேளாளர் என்ற பாகுபாடு என்றுமே தமிழகத்தில் இருந்தது இல்லை; வடமொழி வருணக் கோட்பாட்டைத் தமிழில் புகுத்தி உரைகாணும் மரபே அன்றி வேறில்லை; தமிழகம் சாதியால் பாகுபட்டதே அன்றி வருணத்தால் அன்று. மேலும் மனுதர்மம் அந்தணர் தமக்குக் கீழே உள்ள மூன்று வருணப் பெண்களையும் மணந்து கொள்ளலாம் என்றும் அரசர் தம் குலப் பெண்ணே அன்றி வைசியர், சூத்திரர் குலப் பெண்களையும் மணந்து கொள்ளலாம் என்றும் விதி வகுத்துள்ளது. நச்சினார்க்கினியரின் உரை மனுவிதியை அடியொற்றியே அமைக்கப்பெற்றுள்ளது.

நுதிவேல் கொண்டு நுதல் வியர் துடையாக்
கடிய கூறும் வேந்தே தந்தையும்
நெடிய வல்லது பணிந்து மொழியலனே

> யிஃதிவர் படிவ மாயின் வையெயிற்
> றரிமதர் மழைக்கண் அம்மா வரிவை
> மரம்படு சிறுதீப் போல
> அணங்கா யினள் தான் பிறந்த வூர்க்கே

என்ற புறப்பாடல் (புறம்.349) மகட்பாற் காஞ்சித் துறைக்கு எடுத்துக்காட்டப்பெற்ற சங்க இலக்கியப் பாடலாகும். மேலும் புறநானூற்று 338, 342, 343, 345 ஆகிய பாடல்களும் இத்துறையில் அமைந்தவை. இப்பாடல்கள் யாவும் தலைவியின் தந்தையும் தமையரும் மகட்கொடை நேராது வேந்தர்க்கு மறுதலைப்பட்டுப் போர் வேண்டி நின்றதையும் போரின் அழிவு கடுமையாக இருக்கும் என்று புலவர்கள் அஞ்சியதையும் வெளிப்படுத்தியுள்ளன. மரத்திலே பற்றிய சிறுதீயானது எவ்வாறு ஊரையே அழிக்குமோ அவ்வாறே தலைவியும் ஊருக்குத் தீமை செய்பவள் ஆனாள் என்று ஊர்மக்கள் அஞ்சுகின்றனர். வேந்தன் குறை வேண்டி நின்றபோதும் மகட்கொடை நேரான் தந்தை; மறலிய சினத்தன் ஆகிப் போர் வேண்டி நின்றான்; களிறு பொரக் கலங்கிய குளம் போல இவ்வூர் வனப்பு இழக்கும் என்று புலவர் பாடுகின்றார் (புறம்.341). மகட்கொடை நேராத மன்னர் பெரும் போர் புரிந்தனர்; களத்தில் வீழும் பிணங்களைக் களிறாகிய எருது கொண்டு போர் உழவு செய்தனர் தலைவியின் தமையன்மார் (புறம்.342).

மகள் மறுத்து மொழிதல் எனும் பாடல்போக்கு பற்றிச் சமூகவியல் அணுகுமுறையில் கைலாசபதி(1966) சில விளக்கங்களைக் கண்டுரைத்துள்ளார். கிறித்துச் சகாப்தம் தொடங்குவதற்கு முன்பு தமிழக வரைப்பிலே நூற்றுக்கணக்கான குலமரபுக் குழுக்கள் சிதறிக் கிடந்தன. ஒவ்வொரு சிறுகுழுவிலும் அடங்கிய யாவரும் இரத்த உறவினால் பிணைக்கப்பட்டவர்கள்; புராதன பொதுவுடைமை அமைப்பு நிலவிய காலம் அது; ஒளியர், ஆவியர், கோசர், அதியர், அருவர், மழவர், வழுதியர் முதலிய இனங்களெல்லாம் குலமரபு இனங்களே. நாளடைவில் இக்குலங்களிடையே உலோகக் கண்டுபிடிப்புப் பொருளாதாரப் புரட்சியை உண்டாக்கியது. இதனால் ஏற்றத்தாழ்வுகள் உண்டாயின. இதன் விளைவாகச் சிதறிக் கிடந்த குலங்கள் ஒன்றுடன்ஒன்று மோதின; சில அழிந்தன; சில தாழ்ந்தன. இந்நிலைமையிலிருந்தே காலப் போக்கில் தமிழகத்தில் மூன்று அரசுகள் உருவாகின. முடிவுடை வேந்தர் தோன்றினர். அழிந்த பழைய குலங்கள் பன்னெடுங் காலம் மரபு முறைப்படி வாழ்ந்தவை; அவற்றிற்குக் குலப் பெருமை இருந்தது. புதிய வேந்தர் மரபினர்க்கு அது இல்லை. கொலை, கொள்ளை முதலியவற்றால் முன்னுக்கு வந்தவர் புதிய மன்னர்கள். புதிய மன்னர்கள் என்பதை வம்ப வேந்தர் என்ற

சொல்லாட்சி (புறம்.345) குறிப்பிடும். எனவேதான் பெண்கொடை மறுக்கப்படுகின்றது. செல்வம் அதிகாரம் மிக்கவர்கள் ஆனாலும் பெருமையும் ஆண்மையும் அற்ற அன்னோரைக் குலமரபினர் ஏற்க மறுத்துப் போர் வேண்டினர் என்று கூறும் கைலாசபதி (1966:26,27) வெறும் குலப்பெருமை மட்டுமே மகட்கொடை மறுத்தலுக்குக் காரணமாக்கி விடுகின்றார். குலமரபுக் குழுக்களின் பண்பாட்டைக் கூர்ந்து நோக்கும்போது வேறுசில காரணங்களும் தென்படுவதை அறியமுடியும்.

அமெரிக்காவின் வடமேற்குக் கடற்கரைப் பகுதியைச் சேர்ந்த க்வாக்யூட்ல் (KWAKIVTL) என்ற இனக்குழு மக்களின் பண்பாட்டுச் செய்தி ஒன்று இங்குச் சுட்டத்தக்கது. இவர்களின் திருமணம் ஒரு போர் முறையாக நடத்தப்பெறுகின்றது. திருமணம் செய்து கொள்பவன் போருக்கு அழைப்பது போலத் தம்முடைய உறவினர், நண்பர் முதலியோரைக் கூட்டிக் குடிகளின்மீது இப்பொழுது நாம் போர் துவங்குவோம்; என் மனைவியை வீட்டிற்குக் கொண்டு வர எனக்கு உதவி செய்யுங்கள் என்று வேண்டுவான். உடனே அதற்கான ஏற்பாடுகள் நடைபெறும். இது ஒரு பாவனைச் சடங்காக நிகழ்த்தப்படும். மணமகன் பக்கத்துச் சடங்குகள் இவ்வாறு இருக்க மணமகள் பக்கத்துச் சடங்குகள் வேறு மாதிரியாக இருந்தன. இவ்வினத்தில் சில குடும்பங்கள் தீ வளர்க்கும் உரிமையைப் பெற்றிருந்தன. மணமகள் குடும்பத்தின் புனித சின்னமாகக் கருதப்பெறும் ஒரு கடல் இராட்சதப் பதுமையின் வாயிலிருந்து ஏழு மண்டை ஓடுகள் கீழே தள்ளப்பெறும். மணமகள் தந்தை, மணமகளது கூட்டத்தைப் பார்த்து, எச்சரிக்கை! இவை என் பெண்ணை மணம் செய்து கொள்ள வந்து என் நெருப்பின் அருகிலிருந்து ஓட்டம் பிடித்தவர்களின் எலும்புகள் என்று கேலி செய்வான் (ரூத்பெனிடிக்.1964).

இந்தச் சடங்குகள் போலியாக நிகழ்த்தப் பெற்றாலும் கூட இவை ஒரு காலத்து உண்மை நிகழ்வுகளின் தேய்மானமாகவே கருத வேண்டும். இந்தச் சடங்குமுறையும் மகள்மறுத்து மொழியும் சங்கப் பாடல்களும் பல நிலைகளில் ஒத்துப்போவதை எளிதாக உணரமுடியும். தமிழ் நாட்டுப் பழங்குடியினர் பலரிடம் பெண்ணைக் கடத்திச் சென்று மணம் புரியும் மரபு காணப்படுவதை இந்த ஆய்வின் முதல் இயல் விவரிக்கும். வடமொழி மணவகைகளில் ஒன்றான இராக்கத மணம் உடன் வைத்து எண்ணத்தக்கது.

இவை அனைத்தையும் தொல் மணஉறவு முறையின் ஒரு பகுதியாகவே வைத்து எண்ணுதல் வேண்டும். மகள் மறுத்து மொழிதலில் பெரும் வேந்தர்கள் வேண்டினாலும் கூட மகள்

மறுத்தமைக்குக் காரணம் பெருமைக்குறைவு மட்டுமன்று; வேந்தர் மணஉறவு மரபுக்குள் இடம் பெறாததே தலைக் காரணம். அதாவது தொல்காப்பியர் கூறும் கொளற்குரிய மரபினராக அன்னோர் இல்லாததே காரணம்.

இதனை நன்றாகப் புரிந்து கொள்ளத் தொன்மைக்காலத்து மண உறவு முறைகள் பற்றியும் தடைகள் பற்றியும் அறிய வேண்டியுள்ளது. இதனைக் கட்டுரையின் இனிவரும் பகுதி ஆராயும்.

ஈ

புறமணச் சமூக அமைப்பும் களவு மணமும்

புறமணச் சமூக அமைப்பே களவியல் இலக்கியங்கள் உருவாகக் காரணமாக இருந்துள்ளது. இந்நூலின் முதல் இயலில் புறமணச் சமூக அமைப்பு விரிவாக விளக்கம் பெற்றுள்ளதை மீண்டும் இங்கே நினைவு கொள்ளுதல் வேண்டும். அவற்றுள் ஒரு சில கருத்துகள் இந்த இயலின் இப்பகுதிக்குத் தேவையாக இருப்பதால் மீண்டும் இங்கே தரப்பட்டுள்ளன.

சங்க அக இலக்கிய வரலாற்றில் களவு மணம் அங்கீகரிக்கப்பட்ட மணமாக இல்லை. களவுப்பாடல்கள் வெளிப்படுத்தும் மனிதமனப் பதற்றங்களும் அச்சங்களும் இதனை வெளிப்படுத்தும். அலர்தூற்றல், வெறியாடல், உடன்போக்கு என்று ஒவ்வொரு அகப்பொருட்கூறுள்ளும் ஓர் எதிர்நிலை உணர்வு செயல்படுவதை உணரவேண்டும். இவற்றிற்கெல்லாம் காரணம் ஆடவன் ஒருவன் தன் குலம் அல்லாத வேறு குலத்தில் பெண்ணைத் தேடுவதுதான். இவ்வாறு தேடுவதான மரபு உலக மனித சமூகத்தில் எப்போது தோன்றியது? ஏன் தோன்றியது எனும் வினாக்களுக்கான விடையை மார்க்சிய அறிஞர்கள் ஆராய்ந்துள்ளனர். மாக்லென்னான், மார்கன் ஆகியோரின் ஆய்வுகளை அடியொற்றி எங்கெல்ஸ் மேற்கொண்ட ஆய்வு இந்த ஆய்வுப் போக்கிற்கு வலுவான அடிப்படையாகிறது. இது பற்றிய சில செய்திகள் இங்கே விளக்கம் பெறுகின்றன.

பாஹொஃபென்னிற்குப் பிற குடும்பத்தைப் பற்றி ஆராய்ச்சி செய்தோருள் ஜா.பெ.மாக்லென்னான் குறிப்பிடத் தக்கவராக விளங்குகிறார் என எங்கெல்ஸ் (1884) கருதுகிறார். காட்டுமிராண்டிகள், அநாகரிகர்கள், நாகரிகர்கள் ஆகியோரிடம் வழக்கில் இருந்துள்ள திருமணத்தின் ஒரு வடிவத்தை மாக்லென்னான் அடிப்படையாகக் கொண்டுள்ளார். அதன்படி மணமகன் தனியாகவோ அல்லது நண்பர்களுடனோ சென்று

மணப் பெண்ணை உறவினர்களிடமிருந்து வன்முறைவழித் தூக்கி வருவதாகப் பாவனை செய்ய வேண்டும். இது திருமணத்தின் ஒரு சடங்காகவும் நிகழ்த்தப்பட்டது. முன் காலத்தில் நிலவிய ஒரு வழக்கமாக இது இருக்க வேண்டும். இவ்வழக்கத்தின் படி ஓர் இனக்குழுவைச் சேர்ந்த ஆண்கள் தமது இனக் குழுவிற்கு வெளியிலிருந்து, மற்ற இனக்குழுவிலிருந்து பெண்களை வன்முறையாகக் கடத்திக் கொண்டு வந்து மனைவிகளாக்கிக் கொண்டனர். இப்படியான ஒரு குழுவிற்குப் புறமணக்குழு என்று பெயரிட்டனர். இன்னும் சில இனக்குழுக்களில் வாழும் ஆண்கள் தம் குழுக்குள்ளேயே பெண்களை மணம் செய்து கொண்டனர். இக்குழுவை அகமணக் குழு என்றழைத்தனர். இதற்கான காரணங்கள் சிலவற்றையும் மாக்லென்னான் விவரித்து இருக்கிறார். புறமணக்குழு வேறு இனக்குழுவிற்குள்ளும் அகமணக்குழு தம் குழுவிற்குள்ளும் பெண்ணைக் கொள்வது என்னும் உறுதியான முரண்பாட்டை அவர் நிறுவினார். அதன்படி புறமணமுறை இனக்குழுக்கள் தமது மனைவியரை மற்ற இனக்குழுக்களிலிருந்துதான் கொள்ளுதல் வேண்டும். ஆனால் தொல்காலத்தில் இனக்குழுக்களுக்கு இடையே எப்போதும் போர் நடை பெற்றுக் கொண்டிருப்பது என்பதுதான் காட்டுமிராண்டி நிலையின் பண்பாகும். ஆகவே மற்ற இனக் குழுக்களிலிருந்து மனைவியைப் பெறுவதற்கு வன்முறையாகப் பெண்ணைக் கடத்திச் செல்வதுதான் வழியாக அமைந்தது.

மாக்லென்னான் ஆய்வை விவரிக்கும் எங்கெல்ஸ் (1884) அவர் கருத்தை மார்கன் கருத்து வழியே வன்மையாக மறுத்திருப்பதோடு வேறு வகையில் அதனை விவரிப்பதையும் அறிய முடிகின்றது.

> அகமணமுறையும் புறமணமுறையும் ஒன்றுக் கொன்று எதிரானவையல்ல. ஓர் இனக்குழு என்பது சில குழுக்களை, குலங்களைக் கொண்டு அமைந்திருந்தது. அவை தாய்வழியில் இரத்த உறவுகள் கொண்டிருந்தன. இந்தக் குலங்கள் ஒவ்வொன்றும் தனக்குள்ளே மணம் செய்து கொள்ளக் கூடாது என்று கண்டிப்பான தடை இருந்தது. இதன் விளைவாக ஒரு குலத்தைச் சேர்ந்த ஆண்கள் தம் இனக்குழுவைச் சேர்ந்த வேறு ஒரு குலத்தைச் சேர்ந்த பெண்களையே மனைவியராகக் கொள்ள முடிந்தது. ஆகக் குலத்தைப் பொறுத்த மட்டில் அது கண்டிப்பாகப் புறமணமுறையைக் கொண்டிருந்தது. ஆனால் இந்தக் குலங்களைத் தன்னுள் கொண்டிருந்த இனக்குழு கண்டிப்பாக அகமணமுறையைக் கடைப்பிடித்தது.

இவ்வாறு விளக்கம் தந்தார்.

புறமணம், அகமணம் தொடர்பான செய்திகள் சங்க இலக்கியங்கள் வழியே பதிவாகி உள்ளதை இங்குக் குறிப்பிடுதல் வேண்டும். ஓர் இனக்குழு பல்வேறு குலங்களைக் கொண்டு அமைவு பெற்றுள்ளதைப் போன்ற அமைப்பைத் தொல்காப்பியம் விளக்கி உள்ளதையும் இங்கே கூறுதல் வேண்டும்.

நாடும் ஊரும் இல்லும் குடியும்
பிறப்பும் சிறப்பும் இறப்ப நோக்கி (தொல்.பொருள்)

என்ற தொல்காப்பிய நூற்பாவில் வரும் இல்லம் என்ற சொல் ஓர் இனக்குழுவில் உள்ள குலங்களை அல்லது கணங்களைக் குறித்தது ஆதல் வேண்டும் என்பர் (குணா.1988). இதற்கு அரணாகத் தற்காலத்து மதுரை, திருநெல்வேலி மாவட்டங்களில் வாழும் தமிழ்ப்பணிக்கர் இனத்திலுள்ள மூதில்லம், தோரணத்தில்லம், பள்ளிக்கில்லம், பஞ்சநாட்டில்லம், சோழிய இல்லம் முதலிய கணங்களை எடுத்துக் காட்டுவர். இக்கணங்கள் யாவும் புறமண உறவு உடையவை என்பர் (குணா.1988). இவ்வாறாக ஓர் இனம், இனத்தில் அமைந்துள்ள குலங்கள் கணங்கள் ஆகியவை இன்றைய தமிழகத்திலும் அமைந்துள்ள பாங்கினைக் கொங்கு வேளாளர் இனத்தை முன்வைத்துக் கிருட்டினசாமி (1983) மிக விரிவாக விளக்கி இருக்கிறார்

சங்க இலக்கியங்களும் வேறுவேறு குலத்தைச் சேர்ந்தோர் காதல் புரிவதை, மணம் செய்து கொள்வதை ஆங்காங்கே சுட்டிச் செல்வதை அறிய முடிகிறது.

யாயும் ஞாயும் யார் ஆகியரோ
எந்தையும் நுந்தையும் எம்முறைக் கேளிர்
யானும் நீயும் எவ்வழி அறிதும்
செம்புலப் பெயர் நீர்போல
அன்புடை நெஞ்சம் தாம் கலந்தனவே. (குறு.40)

என்ற பாடல் வேறுவேறு குலத்தைச் சேர்ந்தோர் மணம் செய்து கொண்டதை விவரிக்கும். தமது தாயரைப் பற்றியும் தந்தையரைப் பற்றியும் தம்மைப் பற்றியும் முன்பின் அறிந்திராத இருவர் மணம் செய்து கொண்டது தெரிய வருகின்றது. ஒரே குலத்தைச் சேர்ந்தவராக இருப்பின் இப்பாடல் எழுப்பும் வினாக்களுக்கு வாய்ப்பில்லை.

அகநானூற்றுப் பாடல் ஒன்றில் தலைவன், தலைவியையும் தோழியையும் பார்த்து மட நல்லீரே! பகலும் மறைந்தது, இரவும் வந்தது, நானும் சோர்வு மிக உடையேன், அதனால் இன்று இரவு நுமது ஆரவாரம் மிக்க சிறுகுடியில் விருந்துண்டு தங்கிச் செல்வதற்கு இசைவீரோ என்று வினவுகின்றான் (அகம்.110).

மறுகில் தூங்கும் சிறுகுடிப் பாக்கத்து
இயல்முருகு ஒப்பினை வயநாய் பிறபடப்
பகல்வரின் கவ்வை அஞ்சுதும் (அகம்.118)

எனும் பாடலடிகள் சிறுகுடிப் பாக்கத்தில் உள்ள மன்றத்திடத்தே பகற்பொழுதில், முருகனைப் போன்ற அழகுடைய நீ வயநாய் பின்தொடர வருவையாயின் ஊரில் அலர் தோன்றும் (எனவே நீ வாரற்க) என்று தோழி தலைவனிடம் கூறுவதை விவரித்துள்ளன. பிறிதொரு பாடல், தலைவியின் வீட்டில் திடுமென யாரும் அறியாது நுழைந்த தலைவனை எதிர்பட்ட தலைவியின் தாய் அவன் அழகு கண்டு முருகன் எனப் பிறழ உணர்ந்து பரவுதல் செய்வதை விளக்கியுள்ளது *(அகம் 272).*

இதுபோலும் பல்வேறு சான்றுகளைச் சங்கப் பாடல்களி லிருந்து தர இயலுகின்றது. இத்தகு பாடல்கள் வெளிப்படுத்தும் கருத்துக்களின் பிழிவைப் பின்வருமாறு வரிசைப்படுத்த முடியும்.

1. இருவேறு குலங்களைச் சேர்ந்த ஓர் ஆணும் ஒரு பெண்ணும் காதல் கொள்வதை அல்லது மணவினை நிகழ்த்திக் கொள்வதை அறிய முடிகின்றது.

2. தலைவியின் சிறுகுடியில் இரவு தங்குவதற்குத் தலைவன் இசைவு கேட்பதிலிருந்து அவன் அச்சிறுகுடியைச் சேர்ந்தவன் அல்லன் என்பதும் வேறு பகுதியை அல்லது குலத்தைச் சேர்ந்தவன் என்பதும் தெரிய வருகின்றன.

3. சிறுகுடிப் பாக்கத்து மன்றத்திடத்தே தலைவன் வருவதால் அலர் தோன்றும் என்பதிலிருந்து அவன் அப்பகுதிக்கு அயலவன் என்பதும் புதியவனைக் கண்ட வழி அலர் தோன்றும் என்பதும் புலனாகின்றன.

4. தலைவியின் வீட்டில் நுழைந்த தலைவன் அவள் குலத்தைச் சேர்ந்தவனாக இருப்பின் அவனைத் தலைவியின் தாய் அறியாமல் இருந்திருக்க இயலாது.

இக்கருத்துகளின் பிழிவாக ஒன்றினைச் சுட்ட முடியும். அது வருமாறு: இத்தகவல்கள் யாவும் சங்க அகப்பாடல்களிலிருந்து பெறப்பட்டுள்ளன. தலைவன் தலைவி காதல் உறவை விவரிப்பனவாகவும் அவை அமைந்துள்ளன. இக்காதல், மணவினையில் முடிய வேண்டும் என்ற நிலையில் தோழி ஒரு பாடலில் அறத்தொடு நிற்கவும் செய்கிறாள். ஆயின் தலைவனும் தலைவியும் ஒரே குடியை அல்லது குலத்தைச் சேர்ந்தவர்கள்

அல்லர். வேறுவேறு குலத்தினர். தலைவியோ அவன் தமரோ அறிந்திராத ஒருவனாகத் தலைவன் சித்திரிக்கப்படுகிறான். இந்நிலையில் இம்மணஉறவு புறமண உறவாக வடிவம் கொள்ளக் காண்கின்றோம். ஆனால் தலைவனும் தலைவியும் ஒரே இனக்குழுவைச் சேரந்தவரா என்பதை உறுதிப்படுத்த வல்ல சான்றுகள் கிடைக்கவில்லை. அப்படிக் கிடைக்குமாயின் புறமண உறவே இனக்குழுவை நோக்க அகமண உறவாக மாறும்.

வேறொரு குழுவில் அல்லது குலத்தில் பெண்ணைக் காதலித்து மணத்தல் என்பதே களவியலாகத் தமிழிலக்கியத்தில் இடம்பெற்றுள்ளது. இவ்வாறான களவு மணம் பலநேரம் சாத்தியப்படவில்லை. பெரும்பாலான மணங்கள் கடத்தல் மணங்களாகவோ அல்லது வன்முறை மணமாகவோதான் பண்டைநாளில் நடைபெற்றிருக்கவேண்டும். கடத்தல் மணங்கள் எளிதில் நிகழ்வது அன்று. அது ஒரு போராட்டம் ஆகும். இதனால் இன அழிவும் பல நேரங்களில் நிகழ்ந்துள்ளது. இத்தகு அழிவையே மகட்பாற்காஞ்சிப் பாடல்கள் வெளிப்படுத்துகின்றன.

இவ்வாறான போராட்டங்கள் காலம் செல்லச் செல்லச் சடங்குகளாக மாறியுள்ளதை அறிஞர்கள் விளக்கி உள்ளனர். தென்னிந்தியப் பழங்குடியினர் மணமுறையில் இவ்வாறான சில சடங்குகளைக் காண முடிகின்றது. இவ்வழக்காறுகளைப் பதிவு செய்துள்ள எட்கர் தர்ட்சன் நாகரிக வளர்ச்சி பெறாத சமுதாயங்களில் பெண்களை வன்முறையில் கைப்பற்றிப் புணரும் வழக்கமே பெருவழக்கமாக இருந்துள்ளதாகக் கூறப்படுகிறது. காலப்போக்கில் இவ்வாறு கைப்பற்றுதலை நட்புணர்வுடன் மேற்கொண்டுள்ளனர். எனினும் அவ்வழக்கு, சடங்கு என்ற நிலையில் மேற்கொள்ளப் பெற்று வருகின்றது என்று முடிவுரைத்துள்ளார்.

இவ்வாறாக வேறு குழுவில் பெண் எடுப்பு என்பது கடத்தல் மணமாக ஒரு பக்கம் நிகழும் போது மறுபக்கம் களவு மணமும் தோற்றம் கொண்டது. பெண் விரும்பாத போது நிகழும் கடத்தல் மணம் பெண் விரும்பும் போது களவு மணமாக உருவாக்கம் பெற்றது. காதலர் விருப்பம் மறுக்கப்படும் போது அது உடன்போக்காக மாறியது. மனித சமுதாயத்தில் காதல் எனும் தத்துவம் உருப்பெற்ற காலமாக இத்தகு காலத்தையே கூறுதல் வேண்டும். கடத்தலின் போது ஏற்பட்ட போராட்டமே களவு மணத்துள்ளும் ஏற்பட்டது. பின்னாளில் பெண்ணை முன்னிறுத்திய போராக, இனக்குழுவின் அழிவாகப் பரிணமித்தது.

தொகுப்புரை

இதுகாறும் ஆராய்ந்ததிலிருந்து பின்வரும் முடிவுகளைப் பெற முடியும். அவையாவன

1. தொல்காப்பியர் காலத்திலேயே களவியல் பற்றிய எதிர் உணர்வுகள் இருந்துள்ளதை அவரது நூற்பா விளக்கத்திலிருந்தும் பின் நாளில் உரையாசிரியர் தந்த விளக்கங்களில் இருந்தும் அறிய முடிகின்றது.

2. உரையாசிரியர்கள் களவியலைப் புனிதப்படுத்தும் நோக்கில் விளக்கங்களைத் தந்துள்ளதையும் அறிய முடிகின்றது.

3. களவு, காமக்கூட்டம், கந்தருவம் ஆகிய விளக்கங்கள் களவியலை மேலும் புரிந்துகொள்ளத் துணை செய்துள்ளன.

4. உடன்போக்கும், மகள்மறுத்து மொழிதலும் புராதன சமூகத்தின் வழக்காறுகள் ஆகும். இவற்றுள் உடன்போக்கு களவியலில் இடம் பெற்றது.

5. களவு என்பது ஒரு மண வடிவம். அது கற்பு வாழ்க்கையின் முன் வாழ்க்கை முறை அன்று.

6. புறமணச் சமூக அமைப்பே களவு வாழ்க்கைக்கு அடிப்படையானது. புறமணச் சமூக அமைப்புப் பற்றிய விரிவான விளக்கங்கள் இயல் ஒன்றில் தரப்பட்டுள்ளன.

7. புறமணச் சமூக அமைப்பின் களவு வாழ்க்கையில் உடன்போக்கும், மகள்மறுத்து மொழிதலும் நாணயத்தின் இருபக்கங்கள் போல இடம் பெற்றன.

8. சமூக அமைப்பு மாற்றம் பெற்றபோது களவியல் வீழ்ச்சி பெற்றது. தடை செய்யப் பெற்றது.

9. சங்க காலக் களவுப் பாடல்கள் சமூக எதிர்ப் புணர்வின் தொடக்க நிலையை வெளிப்படுத்தி உள்ளன.

10. பின்னாளில் களவியல் சிந்தனைகளில் ஒரு மறுமலர்ச்சி ஏற்பட்டது. வாழ்க்கை நடைமுறையாக இருந்த வழக்கம் இலக்கிய நடை முறையாக ஏற்கப்பட்டது.

11. இந்த ஏற்பின் பிரதிபலிப்பையே உரையாசிரியர் தம் உரைகளில் காணமுடியும்.

பெற்றோர் இசைவு மணம்: கற்பு மணம்

அ

தொல்காப்பியப் பொருளதிகாரத்தின் நான்காவது இயலாக அமைவது கற்பியல். இவ்வியலின் முதல் நூற்பா 'கற்பு' என்றால் என்ன என்பதை விளக்குகின்றது.

கற்பெனப் படுவது கரணமொடு புணரக்
கொளற்குரி மரபிற் கிழவன் கிழத்தியைக்
கொடைக்குரி மரபினோர் கொடுப்பக்கொள் வதுவே
(கற்பு.1)

இந்நூற்பாவிற்கு விளக்கம் சொல்லும் இளம்பூரணர், "கற்பென்று சொல்லப்படுவது கரணத்தொடு பொருந்திக் கொள்ளுதற்குரிய மரபினை உடைய கிழவன் கிழத்தியைக் கொடுத்தற்குரிய மரபினையுடையோர் கொடுப்பக் கொள்வது" என விவரித்தனர்.

நச்சினார்க்கினியர் கற்பென்று சிறப்பித்துக் கூறப்படுவது வேள்விச் சடங்கோடே கூட ஒத்த குலத்தோனும் மிக்க குலத்தோனும் ஆகிக் கொள்ளுதற்குரிய முறைமையினை உடைய தலைவன், ஒத்த குலத்தாளும் இழிந்த குலத்தாளும் ஆகிய தலைவியைக் கொடுத்தற்குரிய முறைமையினையுடைய

இருமுதுகுரவர் முதலாயினர் கொடுப்பக் கோடற்றொழில் என்றவாறு என்று விளக்கம் கூறியுள்ளார்.

இளம்பூரணர் உரையும் நச்சினார்க்கினியர் உரையும் கருத்தளவில் ஒன்றுபட்டாலும் கூடப் பண்பாட்டு அடிப்படையில் வேறுபட்டுத் திகழ்வதை அறிய முடியும். இளம்பூரணர் கரணம் என்பதற்குக் 'கரணம்' என்றே விளக்கம் தந்தனர். நச்சினார்க்கினியர் இதற்கு 'வேள்விச் சடங்கு' எனப் பொருள் கூறியுள்ளார். இதேபோல் 'கொடைக்குரிய மரபு', 'கொளற்குரிய மரபு' ஆகிய தொடர்களுக்கும் 'ஒத்த' 'மிக்க' 'இழிந்த' குலங்கள் பற்றிய விளக்கங்களும் இடம் பெற்றுள்ளன. இவை இளம்பூரணர் உரையுடன் வேறுபடுவதோடு தொல்காப்பியர் கூறாத ஒன்றும் ஆகும் என்பதையும் இங்கே சுட்டப்பெறுதல் வேண்டும். நச்சினார்க்கினியர் உரை முழுக்க வேத, ஆரியப் பண்பாட்டு மரபினை அடியொற்றி எழுதப்பட்டுள்ளது என்பதையும் அறிதல் வேண்டும்.

கொடைக்குரிய மரபு
கொளற்குரிய மரபு
கரணம்

எனும் மூன்று தொடர்கள் வழியே 'கற்பு' என்றால் என்ன என்பதைத் தொல்காப்பியர் விவரித்துள்ளார். மேல் நூற்பாவின் நேரடிப் பொருளாக அறிய வருவது வருமாறு: 'கற்பு என்ற சொல்லப்படுவது கரணத்தோடு கூடியதாகக் கொடைக்குரிய மரபினர் தலைவியைத் தர, கொள்ளுதற்குரிய மரபினைஉடைய தலைவன் பெற்றுக் கொள்வது' ஆகும். இந்நூற்பா பொது நிலையில் மூன்று கூறுகளை வெளிப்படுத்தி உள்ளது.

1. கரணம் என்பது சடங்கு என்ற பொருளைத் தருகின்றது. ஆயின் சடங்கின் வழிமுறைகள் விளக்கங்கள் ஏதும் இடம்பெறவில்லை.

2. கொடைக்குரிய மரபு என்பது பெண்ணை ஓர் ஆணுக்குத் திருமணம் செய்து கொடுக்கும் முறையுடைய ஒரு குழுவைக் குறிப்பிடுகின்றது. பெண்ணைத் தருவது அல்லது பெறுவது என்பது கொடையாகக் கருதப்பட்ட நிலையை இத்தொடர் வெளிப்படுத்துகின்றது. ஆரியப் பண்பாட்டு வழிப் பெண்ணைத் தானமாகப் பெறுவது என்பதனோடு ஒப்ப வைத்து நோக்குதற் குரியது. வெளிப்படையாக ஆண்வழித் தலைமைச் சமூகத்தில் பெண் ஒரு 'பொருள்' நிலைக்குத் தள்ளப் பெற்றதை ஆளானதை இத்தொடர் விளக்குகின்றது.

3. கொளற்குரிய மரபு என்பது ஒரு குழுவில் உள்ள ஓர் ஆடவன் எக்குழுவைச் சேர்ந்த பெண்ணைப் பெற்று மணக்கலாம் என்ற மரபினை விவரிக்கின்றது. பெண் எடுத்தல், பெண் கொடுத்தல் என்ற மணவினை நிகழ்வு மரபுகள் ஒரு வரையறைக்குட்பட்டு விட்ட நிலையினை மேல் நூற்பா எடுத்துமொழிகின்றது.

இனி இளம்பூரணர் இந்நூற்பாவிற்கு எழுதும் விரிவுரை தரும் குறிப்புகள் சிலவும் கவனத்திற்குரியவை. அவை வருமாறு: "களவின்கண் ஒத்தார் இருவர் வேட்கை மிகுதியாற் கூடி ஒழுகியவழிக் கரணத்தின் அமையாது இல்லறம் நடத்தலாமோ எனின் அஃது ஆகாது என்றற்குக் கரணமொடு புணர என்றார். கரணம் என்பது வதுவைச் சடங்கு... கொடுப்பக் கொள்வது கற்பு என்றமையால் அது கொடுக்குங்கால் களவு வெளிப்பட்ட வழியும் களவு வெளிப்படாத வழியும் மெய்யுறு புணர்ச்சியின்றி உள்ளப் புணர்ச்சியான் உரிமை பூண்ட வழியும் 'கொள்ளப்பெறும்' என்க. களவியற் சூத்திரத்துள்,

இன்பமும் பொருளும் அறனு மென்றாங்
கன்பொடு புணர்ந்த

என்பதனைத் தந்துரைத்து ஐந்திணை மருங்கிற் கற்பெனப்படுவது எனக் கூட்டுக."

மேலே சுட்டப்பெற்ற இளம்பூரணரின் விரிவுரை கவனமாக ஆராயத்தக்கது. இவ்வுரை கற்பு என்பதைத் தனித்த நிலையில் நோக்காமல் களவு என்பதன் தொடர்ச்சியாகவே நோக்குகின்றது. களவுக்காதல் கற்பில் இணைதல் வேண்டும் அல்லது களவின் தொடர்ச்சியே கற்பு என்பதான கருத்து இவ்வுரை வழியே உருப்பெறுகின்றது. களவு வெளிப்பட்ட வழியும் வெளிப்படா வழியும், உடல் புணர்ச்சி ஏற்பட்ட வழியும், ஏற்படாவழியும் என்ற உரை விளக்கங்கள் கற்புக்கு முன்பு களவு எந்த அளவிற்கு முதன்மை பெற்றிருந்தது என்பதை உய்த்துணர வைக்கின்றன. இதன் உச்சமாகக் களவிற்கான இலக்கண நூற்பாவின் முதல் இரு அடிகளைத் தந்துரைத்துக் கற்பிற்கான இலக்கணத்தின் முன்பாகச் சேர்த்ததைக் கூறுதல் வேண்டும். இஃது களவழின் வழித்தே கற்பு அல்லது களவின் ஒரு பக்கம் கற்பு என்பதை வலிமைப் படுத்துகின்றது.

இனி இளம்பூரணர் உரைவிளக்கத்தில் வடமொழிப் பண்பாட்டுச் சிந்தனையும் ஊடுருவி உள்ளதை அறிதல் வேண்டும். அவ்விளக்கம் வருமாறு: "கொளற்குரிய மரபிற்

கிழவோன் என்றதனால் ஒத்த குலத்தானும் உயர்ந்த குலத்தானும் என்று கொள்க. கொளற்குரி மரபிற் கிழத்தி என்றதனால் ஒத்த குலத்தாளும் இழிந்த குலத்தாளும் என்று கொள்க... கொடுப்பக் கொள்வது கற்பாயின் பிரமம் முதலிய எண்வகையும் கொள்க... அவையும் கற்பாதல் ஒக்குமேனும் கந்திருவம் போல ஒத்த அன்புடையராதல் ஒருதலையன்மையின் கைக்கிளை பெருந்திணைப்பாற்படும். ஈண்டு ஐந்திணை தழுவிய அகத் திணையே களவு கற்பு எனப்பகுத்தார் என்று கொள்க"

இளம்பூரணரின் மேல் விளக்கஉரையில் ஒத்தகுலம், மிக்க குலம், இழிந்த குலம் ஆகியன முன்பே சுட்டப்பெற்றது போன்று வருணத்தை அடிப்படையாகக் கொண்டு விளக்கப் பெற்றவை ஆகும். மேலும் பிரம்மம் முதலிய ஆரிய மணங்களும் 'கொடுப்பக் கொள்வதன்' அடிப்படையில் நிகழ்தலின் அவை கற்பின்பாற்படுபவையா எனும் வினாவை எழுப்பி உள்ளார். ஆனால் எண்வகை மணங்களில் காந்தருவம் தவிர ஏனைய மணங்களில் ஒத்த அன்பு நிகழாமையின் கற்பில் அடக்காமல் அவற்றைக் கைக்கிளை, பெருந்திணையின்பாற்படுத்துவர்.

இனிக் கொடைக்குரிய மரபினோர் என்று பொது நிலையில் தொல்காப்பியர் கூறியதை விரித்து அம்மரபி லுள்ளோர் இவரிவர் என்பதையும் இளம்பூரணர் சுட்டுவர். அவராவர்: தந்தையும் தாயும் தமையரும் மாதுலனும் (மாமனும்) இவரில்லாத வழிச் சான்றோரும் தெய்வமும்.

இதுகாறும் விவரிக்கப்பெற்ற இளம்பூரணர் உரையிலிருந்து 'கற்பு' என்பது திருமண நிகழ்ச்சியைக் குறித்தபொருள் விளக்கமாக இருப்பதை அறியமுடிகின்றது. இதனையே இளம்பூரணர் கற்பின் இலக்கணமாகக் குறித்துள்ளார் என்பதையும் உணரமுடிகின்றது.

இனி இந்நூற்பாவிற்கு விரிவுரை எழுதும் நச்சினார்க் கினியர் கருத்துகளை ஆராய்வதும் தேவையாகின்றது.

> "இவ்வோத்துக் களவு கற்பென்னும் கைகோளிரண்டினுள் கற்புணர்த்தினமையின் கற்பியல் என்னும் பெயர்த்தாயிற்று. கற்பியல் கற்பினது இயல் என விரிக்க. இயல்=இலக்கணம். அஃது ஆகுபெயராய் ஓத்திற்குப் பெயராயிற்று. அது (அவ்விலக்கணம்) கொண்டானிற் சிறந்த தெய்வம் இன்றெனவும் அவனை இன்னவாறே வழிபடுக எனவும் இருமுது குரவர் கற்பித்தலானும், அந்தணர் திறத்தும் சான்றோர் தேஎத்தும் ஐயர் பாங்கினும் அமரர்ச்சுட்டியும் ஒழுகும் ஒழுக்கம் தலைமகன் கற்பித்தலானும் கற்பாயிற்று."

மேலே உள்ள நச்சினார்க்கினியரின் உரைவிளக்கம் கற்பு என்றால் என்ன என்பதை விவரிக்கிறது. கற்பித்தலின் கற்பு என்பது நச்சரின் கருத்து. இருமுது குரவரும் தலைவனும் தலைவிக்குக் கற்பிக்கின்றனர். கணவனே தெய்வம்; அவனை இன்னவாறு வழிபடவேண்டும். அந்தணர், சான்றோர், ஐயர், அமரர் ஆகியோரையும் இன்னின்னவாறு வழிபட வேண்டும் எனத் தலைவிக்குக் கற்பித்தலே கற்பாயிற்று என்று விளக்கம் தரப்பெற்றுள்ளது. 'கொடுத்தலே கற்பு' என்பது தொல்காப்பியர் விளக்கம். 'கற்பித்தலே கற்பு' என்பது நச்சினார்க்கினியரின் விரிவுரை. இவர் மேலும் விளக்குவதாவது:

> இதனாற் கரணம் பிழைக்கில் மரணம் பயக்கும் என்றார். அத்தொழிலின் நிகழுங்கால் இவளை இன்னவாறு பாதுகாப்பாயாக எனவும் இவற்கு இன்னவாறே நீ குற்றேவல் செய்து ஒழுகெனவும் அங்கியங்கடவுள் அறிகரியாக மந்திரவகையாற் கற்பிக்கப்படுதலின் அத்தொழிலைக் கற்பென்றார்.

நச்சினார்க்கினியரின் இவ்வுரைப்பகுதி இரண்டு முதன்மையான கருத்துக்களை வெளிப்படுத்துவதாக அமைந்துள்ளதை அறியமுடிகின்றது. ஒன்று: 'கரணம் பிழைக்கில் மரணம் பயக்கும்' என்பது. 'கரணம் தப்பினால் மரணம்' என்ற வழக்கு நாட்டுப்புறங்களில் இன்றும் வழங்குவதை உணரமுடியும். களவுக்காதல் கரணத்தில் முடியவில்லை எனில் அது மரணத்தை உண்டாக்கும் என்பது இத்தொடரின் நேரடிப் பொருள் ஆகலாம். இதனை விரிவாகப் புரிந்து கொள்ளச் சங்க இலக்கியப் பாடல் ஒன்று சான்றாகக் கூடும்.

> தொல்புகழ் நிறைந்த பல்பூங் கழனிக்
> கரும்பல் படப்பைப் பெரும்பெயர்க் கள்ளூர்த்
> திருநுதற் குறுமகள் அணி நலம் வவ்விய
> அறனி லாளன் அறியேன் என்ற
> திறனில் வெஞ்சூள் அறிகரி கடாஅய்
> முறியார் பெருங்கிளை செறியப் பற்றி
> நீறுதலைப் பெய்த ஞான்றை
> வீறுசால் அவையத்து ஆர்ப்பினும் பெரிதே (அகம்.265)

கள்ளூர் எனும் ஊரில் வாழ்ந்த பெண் ஒருத்தியின் நலம் துய்த்த ஒருவன் அவள் யார் என்று தெரியாது எனப் பின்னாளில் பொய்ச்சூள் உரைத்து நின்றான். ஊர்ச் சான்றோர் இவர்தம் காதலைத் தக்கபடி விசாரித்து அறிந்து உறவு உண்டு எனவும் இவன் அறனிலாதவன் என்பதையும் அறிந்தனர். காதலறம் பொய்த்த அவனை மரத்தில் கட்டி வைத்துத் தலையில் நீற்றினைக்

கொட்டித் தண்டித்தனர். இந்நிகழ்ச்சியைப் புலவர் கடுவன் மள்ளனார் உவமை வழியாக மேல்பாடலில் பதிவு செய்துள்ளார். உடன் போக்கு மேற்கொண்ட காதலர்மீது போர் தொடுத்த நிகழ்ச்சியை ஐங்குறு நூற்று 312 ஆம் பாடல் பதிவு செய்துள்ளது.

அறம் சாலியரோ அறம் சாலியரோ
வறன் உண்டாயினும் அறம் சாலியரோ
வாள் வனப்புற்ற அருவிக்
கோள்வல் என்னையை மறைத்த குன்றே (ஐங்.312)

இப்பாடலுக்குரிய அடிக்குறிப்புத் தரும் செய்தியும் கவனத்திற்குரியது. "உடன் போயின தலைமகள் மீண்டு வந்துழி நின் ஐயன்மார் பின் தொடர்ந்து வந்த இடத்து நிகழ்ந்தது என்னை என்ற தோழிக்கு நிகழ்ந்தது கூறித் தலைமகன் மறைவதற்கு உதவி செய்த மலையை வாழ்த்தியது" எனும் அடிக்குறிப்பில் உடன் போன காதலரைத் தலைவியின் தமையர் துரத்திச் சென்றுள்ளனர் எனும் செய்தி அமைந்து கிடப்பதை அறிய முடிகின்றது.

கடை அழிய நீண்டு அகன்ற கண்ணாளைக் காளை
படையொடும் கொண்டு பெயாவானைச் சுற்றம்
இடைநெறித் தாக்குற்றது ஏய்ப்ப (பரி.11:46–48).

எனும் பரிபாடல் பாடலடிகள் உடன்போக்குக் காதலர் மீது/ தலைவன் மீது தலைவியின் சுற்றத்தார் தாக்குதல் நடத்திய நிலையை விவரிக்கின்றன. உலகப் பழங்குடி இனங்கள் பலவற்றில் உடன்போக்கு வழக்கமாக உள்ளது. அவற்றுள் ஒன்று குருநாய் *(Kurnai)* என்ற இனம். இவ்வினத்தவர் உடன்போக்கு மேற்கொள்ளும் காதலரைத் துரத்திச் செல்கின்றனர். அவர்கள் பிடிபட்டால் கொன்று விடுகின்றனர்.

மேல் சான்றுகள் யாவும் கரணம் இல்லாமல் ஒழுகும் ஒழுக்கம் மரணத்தை உண்டாக்கும் என்பதை மெய்ப்பிப்பதாகவே உள்ளன. எனவேதான் உடன்போக்குக் காதலர் கூட வேற்றூரில் கரணத்தை நிகழ்த்தி இருக்கின்றனர். அல்லது சுற்றத்தார் அமைதி அடையத் தம் ஊரில் மீண்டு வந்து கரணத்தை நிகழ்த்தி இருக்கின்றனர். எனவே மனித வாழ்வில் கரணம் என்பது மிக இன்றியமையாத சடங்காக மாறிவிட்டதை மேலே கூறப்பெற்ற கருத்துகள் உறுதிப்படுத்தக் காணலாம்.

இத்தகு கரணம் அங்கியங்கடவுள் (தீக்கடவுள்) அறிகரியாக (சாட்சியாக) மந்திர வகையால் நிகழ்த்தப்பட்டதை நச்சினார்க்கினியர் அடுத்ததாகக் குறிப்பிட்டுள்ளார். அக்னி சாட்சியாக வேதமந்திரங்கள் முழங்கக் கரணம் நிகழ்ந்துள்ளது என்பது இதன் உட்பொருள் ஆகும். இவையாவும் தொல்காப்பியர்

கூறிய கற்பெனப்படுவது எனும் நூற்பாவின் நேரடிப் பொருள் ஆகாமையை நன்கு உணர்தல் வேண்டும். மேலும் முதல் உரையாசிரியராகக் கருதப் பெறும் இளம்பூரணரும் கூறாதவை ஆகும்.

> இனித் தலைவனும் களவின்கண் ஓரையும் நாளும் தீதென்று அதனைத் துறந்தொழுகினாற் போல ஒழுகாது ஓத்தினும் கரணத்தினும் யாத்த சிறப்பிலக்கணங்களைக் கற்பித்துக் கொண்டு துறவறத்திற் செல்லுந் துணையும் இல்லறம் நிகழ்த்துதலிற் கற்பாயிற்று.

என்று நச்சினார்க்கினியர் கற்பு என்பதற்கு மேலும் ஒரு விளக்கத்தைத் தந்துள்ளார். ஓரை, நாள் முதலியவற்றைக் கணித்து இது தீயவோரை இது தீயநாள் என்று அறிந்து அன்றைய தினம் தலைவியோடு கூட்டம் நிகழ்த்தாது ஒழியும் நெறி களவுக் காலத்தில் தலைவனுக்கு இல்லை. இயற்கைப் புணர்ச்சியன்று இருவரும் ஒருவரை ஒருவர் காணவேண்டும் என்ற உணர்வு இன்றித் தற்செயலாய் ஒரு பொழிலகத்து எதிர்பட்டு ஒழுகுதலின் தலைவனுக்கு அன்று ஓரையும் நாளும் கருதும் எண்ணமே இல்லை. இயற்கைப் புணர்ச்சிக்குப் பின்னர்த் தொடர்ந்து இடந்தலைப்பாடு முதலியன நிகழ்தலின் இருவருக்கும் ஒருவரையொருவர் கண்டு அளவளாவுதலையே நாட்டம் உண்மையின் ஆங்கும் ஓரையும் நாளும் நினைத்தற்கில்லை. எனவே களவொழுக்கத்தில் யாண்டும் அவற்றை நினைத்தற்கு இடம் இல்லை (சிவலிங்கனார். 1994).

ஆயின் கற்புக்காலத்தில் அவ்வாறு தலைவன் ஒழுகுவான் அல்லன். ஓத்திலும் கரணத்திலும் கூறப்பட்டுள்ள சிறப்பிலக்கணங்களைக் கற்பித்துக் கொண்டு இல்லறம் நிகழ்த்துவான். துறவறம் செல்லும் துணையும் அவ்வாறே கற்பித்துக் கொண்டு இல்லறம் நிகழ்த்துவான். இவ்வாறு கற்பித்துக் கொண்டு இல்லறம் நிகழ்த்துதலின் அது கற்பியல் எனும் பெயரைப் பெற்றது என்பர் நச்சினார்க்கினியர். ஓத்து என்பது எது? கரணம் என்பது எது? அவை கூறும் சிறப்பிலக்கணங்கள் யாவை? இவற்றை அறிந்திடச் சான்றுகள் கிட்டவில்லை. பொது நிலையில் ஓத்து என்பது வேதத்தைக் குறித்து நிற்கின்றது. நச்சினார்க்கினியரின் இக்கூற்றுப்படி கரணம் என்பது வெறும் சடங்காக மட்டும் அல்லாமல் ஓரை நாள் முதலியன பற்றியும் ஏனைய வாழ்க்கை முறைமை பற்றியும் விவரிக்கும் இலக்கணங்களை அது பெற்றிருந்தது என்பதை அறியமுடிகின்றது. ஆயின் இவை யாவும் அடங்கிய எடுத்துக் காட்டுப் பாடல் இல்லாமை குறிப்பிடத்தக்கது.

இனி இந்நூற்பாவிற்குத் தொல்காப்பிய உரைவளம் கண்ட சிவலிங்கனார் *(1994)* தரும் விளக்கமும் இந்த ஆய்வுப் போக்கிற்குத் துணை செய்வது ஆகும். அது வருமாறு:

> கற்பு என்பது கற்றலையும் கற்பித்தலையும் குறிக்கும். எனவே கற்பு என்பது கிழவனும் கிழத்தியும் தாம் கற்றவாறும் பிறர் தமக்குக் கற்பித்தவாறும் ஒழுகும் ஒழுக்கம் ஆகும். தாம் கற்றவாறு ஒழுகலாவது நூலைக் கற்றவாறும் பிறர் வாழ்க்கையைக் கண்டு கற்றவாறும் ஒழுகல். பிறர் கற்பித்தவாறு ஒழுகலாவது கிழவன் கற்பித்தவாறு கிழத்தி ஒழுகலும் இருவரும் தந்தையர் தன்னையர் சான்றோர் கற்பித்தவாறு ஒழுகலும் ஆம்.
>
> கிழவனும் கிழத்தியும் தாம் கற்றவாறும் பிறர் கற்பித்தவாறும் ஒழுகுவது இல்லிலிருந்து ஆதலின் இல்லிலிருந்து அவ்வாறு ஒழுகும் வாழ்க்கை இல்வாழ்க்கை எனப்படும். அதனால் கற்பொழுக்கம் என்பது இல்வாழ்க்கையைச் சிறப்பாகக் குறிக்கும். எனவே இல்வாழ்க்கை நிகழ்ச்சிகளே கற்பியலிற் கூறப்படும் என்க.

உரைவள ஆசிரியர் சிவலிங்கனார் *(1994)* கருத்துப்படி கற்பு என்பது 'இல்வாழ்க்கை' என்ற பொருளைத் தருவதாக உள்ளதை உணர்தல் வேண்டும். ஆக இதுகாறும் கண்டவற்றில் இருந்து 'கற்பு' என்பதற்குப் பின்வரும் பொருள்கள் கொண்டவற்றை அறியமுடியும்

கற்பு – கொடுப்பக் கொள்வது

கற்பு – கற்பித்தல், கற்றல்

கற்பு – கற்பித்த வழி நிகழ்த்தும் இல்வாழ்க்கை

இனிக் 'கற்பு' என்ற சொல்லாட்சியைத் தொல்காப்பியர் கையாளும் இடங்களை அறிவதும் ஆராய்வதும் இந்த ஆய்வுப் போக்கிற்குத் துணை செய்வன ஆகும்.

தொல்காப்பியர் 'கற்பு' என்ற சொல்லைப் பதினான்கு இடங்களில் பயன்படுத்தி உள்ளார். அவை வருமாறு:

1. காப்பின் ஒப்பின் ஊர்தியின்...
   செறலின் உவத்தலின கறபின் என்றா (சொல்.73:4)
2. இடைச்சுர மருங்கின் அவள்தமர் எய்திக்
   கடைக் கொண்டு பெயர்தலின் கலங்கஞர் எய்திக்
   கற்பொடு புணர்ந்த கௌவை உட்பட
   அப்பாற்பட்ட ஒருதிறத்தானும் (பொருள்.44:5)

3. உயிரினும் சிறந்தன்று நாணே நாணினும்
செயிர்தீர் காட்சிக் கற்புச் சிறந்தன்று (பொருள்.112:2)

4. தோழியை வினவலும் தெய்வம் வாழ்த்தலும்
போக்குடன் அறிந்தபின் தோழியொடு கெழீஇக்
கற்பின் ஆக்கத்து நிற்றற் கண்ணும் (பொருள்.114:9)

5. வெளிப்பட வரைதல் படாமை வரைதல் என்ற
ஆயிரண்டு என்ப வரைதல் ஆறே
வெளிப்படை தானே கற்பினொடு ஒப்பினும் (பொருள்.139)

6. கற்பெனப்படுவது கரணமொடு புணர (பொருள்.140:1)

7. கற்பும் காமமும் நற்பால் ஒழுக்கமும்...
பிறவுமன்ன கிழவோள் மாண்புகள் (பொருள்.150:1)

8. வடுவறு சிறப்பின் கற்பின் திரியாமை (பொருள்.145:39)

9. களவும் கற்பும் அலர் வரைவு இன்றே (பொருள்.161)

10. நிகழ்தகை மருங்கின் வேட்கை மிகுதியின்
புகழ்தகை வரையார் கற்பினுள்ளே (பொருள்.224)

11. கற்புவழிப்பட்டவள் பரத்தையை ஏத்தினும்
உள்ளத்து ஊடல் உண்டென மொழிப (பொருள்.229)

12. ஒப்பும் உருவும் வெறுப்பும் என்றா
கற்பும் ஏரும் எழிலும் என்றா...
காட்டலாகாப் பொருள என்ப (பொருள்.243)

13. மறை வெளிப்படுதலும் தமரின் பெறுதலும்
இவை முதலாகிய இயல்நெறி திரியாது
மலிவும் புலவியும் ஊடலும் உணர்வும்
பிரிவொடு புணர்ந்தது கற்பு எனப்படுமே (பொருள்.488)

14. பாணன், கூத்தன், விறலி, பரத்தை...
முன்னுறக் கிளந்த அறுவரொடு தொகைஇ
தொன்னெறி மரபின் கற்பிற்கு உரியர் (பொருள்.491)

மேலே சுட்டப்பெற்றுள்ள தொல்காப்பிய நூற்பாக்கள் கற்பு என்பதற்கு நான்கு நிலைகளில் நின்று பொருள் தந்துள்ளதை அறிய முடிகின்றது. அவை

1. மண நிகழ்வு
2. வாழ்க்கை முறை
3. பெண்களுக்குரிய பண்பு, ஒழுக்கம்
4. கைகோள் இரண்டினுள் (களவு,கற்பு) ஒன்று.

'கற்பின் ஆக்கத்து நிற்றற்கண்ணும்' என்னும் களவியல் நூற்பா அடிக்கு உரையெழுதும் இளம்பூரணர், "தலைவனுடன்

போயினாள் என்று அறிந்தவழித் தானும் (செவிலி) தோழியொடு பொருந்தி இல்லறத்தின்கண் நிறுத்தற்கண்ணும்" என்று விளக்கம் கூறியுள்ளார்.

கற்பு என்பதற்குப் 'பத்தினித் தன்மை' எனப் பொருள் கொள்ளத்தக்க நூற்பாக்கள் இரண்டு உள்ளன. 'கற்பும் காமமும் நற்பால் ஒழுக்கமும்' என்ற நூற்பா தலைவியின் மாண்புகளைக் குறிப்பிடுகின்றது. காட்டலாகாப்பொருள் என்று தொல்காப்பியர் பட்டியலிடுவதில் கற்பும் ஒன்றாகும். இதற்கு நச்சினார்க்கினியர், "தன் கணவனைத் தெய்வம் என்று உணர்வதோர் மேற்கோள்" என்று விளக்கம் தந்து உள்ளார். 'உயிரினும் சிறந்தது நாணே, நாணினும் செயிர்தீர் காட்சி கற்புச் சிறந்தன்று' என வரும் நூற்பாவும் கற்பினைப் பெண்களின் ஒழுக்கமாக, பண்பாகக் குறிப்பிடுகின்றது. ஆயின் ஆண்களுக்குரிய தலைமைப் பண்புகளைப் பட்டியலிட்டுப் பெண்களுக்குரிய பண்புகளைப் பட்டியலிடும் தொல்காப்பியர்

அச்சமும் நாணமும் மடனும் முந்துறுதல்
நிச்சமும் பெண்பாற் குரிய என்ப (தொல்.பொருள்.96)

என்று கூறிக் கற்பினை விடுத்துள்ளது ஆழ்ந்த கவனத்திற்குரியது. கற்புப் பெண்களின் பண்பாகக் கருதப்பட்டாலும் கூடத் தலைமைப் பண்பு நிலைக்கு அது உயர்த்தப் பெறவில்லை என்பதையும் உணரமுடிகின்றது. இனி

மறைவெளிப்படுதலும் தமரின் பெறுதலும்
இவை முதலாகிய இயனெறி திரியாது
மலிவும் புலவியும் ஊடலும் உணர்வும்
பிரிவொடு புணர்ந்தது கற்பு எனப்படுமே

என்ற நூற்பா கற்பு என்பது ஒரு வாழ்க்கை முறைமை என்பதைத் தெளிவாக உணர்த்துகின்றது.

களவு வாழ்க்கை வெளிப்படுதல், தலைவியின் தமர் அவளைக் கொடுக்க மணத்தல், மணந்தபின் வாழ்வில் தோன்றும் புலவி, ஊடல், பிரிவு முதலிய அடங்கிய வாழ்க்கை முறையைக் கற்பு என்பதாக மேல் நூற்பா விவரித்துள்ளது.

ஆக இதுகாறும் கூறப்பெற்ற செய்திகளிலிருந்து கற்பு என்பது தொடர்பான நீண்ட விளக்கங்கள் தெரிய வந்தன. பிற்காலத்தில் 'கற்பு' என்பது பத்தினித் தன்மை என்ற பொருளில் பயிலுவதாயிற்று. கற்பு வாழ்க்கை முறையிலிருந்து பத்தினித்தன்மை எனும் கற்பு உருவான பரிணாம வளர்ச்சியைப் பின்வருமாறு காட்சிப்படுத்த முடியும்.

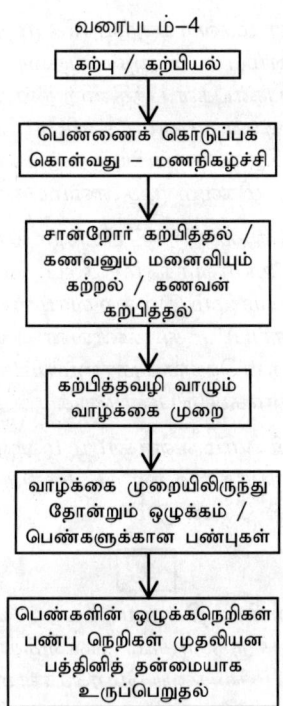

வரைபடம்–4

கற்பு என்பதன் பரிணாம வளர்ச்சியை இவ்வரைபடம் ஒருவாறு விளக்கவல்லது.

கற்பு என்றால் என்ன என்பது பற்றித் தொல்காப்பியர் தெளிவாகவே கொடுப்பக் கொள்வது என்றுதான் கூறியுள்ளார். என்றாலும் தொல்காப்பியத்தின் ஏனைய இடங்களில் கற்பு என்பது ஒரு வாழ்க்கை முறையாகவும் பெண்களுக்குரிய பல பண்புகளில் ஒன்றாகவும் அவர் குறித்துச் சென்றுள்ளார். ஆகக் கொடுக்கக் கொள்வது என்ற பொருள்கோடல் தொல்காப்பியருக்கும் முந்தைய சமூகத்தது என அறியமுடிகின்றது.

கரணம் வழிக் கூடும் தலைவனும் தலைவியும் வாழும் வாழ்க்கைமுறைக்குரிய நியதிகள் அவர்களுக்குச் சான்றோர்களால் கற்பிக்கப்பெற்றுள்ளன. அதன்வழி வாழும் வாழ்க்கை பெண்களுக்கு இயல்பாகவே சில ஒழுக்க நெறிகளை, பண்புகளை உருவாக்கி விடுகின்றது. அவ்வாறு உருவாகுமாறே சான்றோர் கற்பித்தனர் என்று கொள்ளுதல் பொருத்த முடையது. இவ்வாறான பண்புகள் எல்லாம் ஒன்று சேர்ந்தே பிற்காலத்தில் பத்தினிக் கோட்பாடு உருவாகக் காரணிகளாக மாறி இருக்க வேண்டும்.

தொல்காப்பியர் மகளிர்க்குரிய மிக முதன்மையான பண்புகளாக அச்சம், நாணம், மடம் ஆகியவற்றைக் குறிப்பிடுகின்றார். இம்முதன்மையான பண்புகள் பத்தினித் தன்மையின் அடிப்படை அலகுகள் ஆகும். என்றாலும் தனியே பத்தினித் தன்மை என்ற பொருளில் தொல்காப்பியர் கற்பினைச் சுட்டியதாகத் தெரியவில்லை. இது மிகவும் முதன்மையாகக் கருதுதற்குரியது.

தொல்காப்பியர் காலத்திற்குப் பின்னர் வந்த சமூக அமைப்பில் பத்தினித் தன்மை உயர்வாக மதிக்கப் பெற்றது. கணவனும் மனைவியும் சேர்ந்து வாழும் இல்லற வாழ்வில் கற்புநெறி பத்தினி நெறியாக வலியுறுத்தப்பட்டது. ‘கணவன் அன்றி வேறு தெய்வம் இல்லை’ எனவும் ‘பிறன்நெஞ்சு புகாமையும்’ கற்பு வாழ்க்கையின் உயர் குறிக்கோள்களாகப் பெண்களுக்குக் கற்பிக்கப்பெற்றது.

இவ்வாறான பரிணாம வளர்ச்சி முழுவதையும் உள்வாங்கியே பண்டை உரையாசிரியர்கள் உரை வரைந்துள்ளனர் என்பதையும் இங்குக் குறிப்பிடுதல் வேண்டும்.

ஆ

களவு ஒழுக்கம் கற்பில் நிறைவு பெற வேண்டும் என்பதே உரையாசிரியர்தம் கருத்தாகும். களவுக்காதலர் பெற்றோர் இசைவுடன் கற்பு வாழ்க்கையை மேற்கொள்ளவேண்டும் என்பது இதன் உட்பொருள். எனவே கற்பு வாழ்க்கையின் முன்பகுதியாகக் களவு வாழ்க்கையைப் பின்னாளைய இலக்கண, இலக்கிய ஆசிரியர்கள் அமைத்துக் கொண்டனர்

கற்பெனப்படுவது களவின் வழித்தே (இறையனார். 15).

என்பது இறையனார் அகப்பொருள் ஆசிரியரின் கருத்தாகும். ‘களவின்கண் ஒத்தார் இருவர் வேட்கை மிகுதியான் கூடி ஒழுகியவழிக் கரணத்தின் அமையாது இல்லறம் நடத்தலாமோ எனின் அஃது ஆகாது என்றற்குக் கரணமொடு புணர என்றார்; கரணம் என்பது வதுவைச் சடங்கு’ என்று இளம்பூரணர் களவு வாழ்வின் இறுதிப்பகுதி கற்பு வாழ்க்கையே என உறுதிப்படக் கூறினார். மேலும் தொல்காப்பியர் கூறிய கற்பு பற்றிய நூற்பாவினைக் களவு பற்றி உரைத்த நூற்பாவினைக் கொண்டு கூட்டிப் பொருள் விளக்கம் தந்தார்.

> பிற்காலத் தமிழ்ப்புலவர்கள் களவு நெறிக்கு ஓர் ஏற்றமும் முதன்மையும் கொடுத்து விட்டனர். களவு நெறிதான் கற்புக்கு முன் நிகழும் தமிழ்நெறி என்ற எண்ணத்தை விதைத்து விட்டனர். திருத்தக்கதேவர் சீவகனின் மணங்களைப் புனையும் போதெல்லாம் களவினையும் காட்சி, ஐயம் முதலான துறைகளையும் வைத்துப் பாடத் தவறுவது இல்லை.

மணத்திற்குமுன் காதலர்தம் கண்கள் கவ்விக் கொண்டன என்று கற்பிக்கும் ஓர் இலக்கியப் பேராசை தேவருக்கு இருக்கக் காண்கின்றோம். தேவர் வழி வந்த கம்பரும் மிதிலைக் காட்சிப்படலத்தில் இராமனும் சீதையும் உள்ளம் ஒன்றிய களவுப் புணர்ச்சியைச் சுவையூற அமைத்துக் காட்டுவார். அண்ணலும் நோக்கினான் அவளும் நோக்கினாள் என்று கண்வழிக் காதலைப் புனைவர் (வ.சுப.மாணிக்கம், 1962).

மேலே கூறப்பெற்ற காட்டுகள் யாவும் களவு வாழ்க்கை இன்றிக் கற்பு வாழ்க்கை இல்லை என்பதை வலியுறுத்துகின்றன. தமிழ்நாட்டுக் காதலர் யாவரும் களவு மேற்கொண்டபின்னரே கற்பு வாழ்க்கையை மேற்கொள்ள வேண்டும் என்ற பண்டைநெறி வழக்கில் இருப்பதான தோற்றம் உருக்கொள்கின்றது. இந்நிலையில் களவிற்கும் கற்பிற்குமான உறவு, அல்லது தொடர்பு பற்றி ஆராய வேண்டுவது அவசியமாகிறது.

மாமயிலன்னார் மறையிற் புணர்மைந்தர்
காமம் களவிட்டுக் கைக்கொள் கற்புறறென (பரி.11)

என்று களவிற்கும் கற்பிக்கும் உள்ள உறவை ஆசிரியர் நல்லந்துவனார் சுட்டுவர். களவுக்காமம் கைக்கொண்டு பின்னர் விடுவதற்குரியது. கற்புக் காமம் கைக்கொள்வதற்கு உரியது. களவு நிலையாமை உடையது. கற்பு நிலைபேறு உடையது. கற்பு வாழ்க்கைக்குக் களவு வாழ்க்கை ஒரு தோற்றுவாயாக அமையும். அன்றிக் களவு இல்லாமல் கற்பு அமையாது, சிறவாது என்பது பொருள் அன்று. களவு இல்லாமலும் கற்பு வாழ்க்கை அமைவது உண்டு. இதற்குத் தக்க எடுத்துக்காட்டு வருமாறு:

தமர்நமக் கீத்த நலைநாள் இரவின்
உவர்நீங்கு கற்பின் எம்உயிருடம் படுவி
முருங்காக் கலிங்கம் முழுவதும் வளைஇப்
பொரும்புழுக் குற்றநின் பிறைநுதற் பொறிவியர்
உறுவளி யாற்றச் சிறுவரை திறவென
ஆர்வ நெஞ்சமொடு போர்வை வவ்வலின்
உறைகழி வாளின் உருவுபெயாந் திமைப்ப
மறைதிறன் அறியாளாகிப் பையென
நாணினள் இறைஞ்சி யோளே...
இரும்பல் கூந்தல் இருள்மறை ஒளித்தே (அகம்.136)

என் உயிர்படு மெய்யாளே! புதிய ஆடையால் முழுவதும் போர்த்த நின் உடல் புழுக்கம் நீங்கிடவும் காற்று பணி செய்யவும் சிறிது திறப்பாயாக என்று தலைவன் கூறித் தலைவியின் போர்வையை விலக்க உறை கழித்த வாள்போல் உருவு ஒளிரக் கூந்தலால் அற்றம் மறைத்து நாணி இறைஞ்சினள் என்பது மேல் பாடலின் கருத்தாகும். இப்பாடல் களவின்வழி வாராக் காதலர்தம் இன்ப நிலையை விவரித்துச் செல்வது ஆகும். பெற்றோர் இசைவு தந்திட உற்றார் சான்றோர் முன்னிலையில்

மணமுடித்து வாழ்க்கையைத் தொடங்கும் காதலர் நிலையையே மேற்பாடல் விளக்கிச் செல்கின்றது.

வ.சுப.மாணிக்கனார் (1962) களவுமணத்தைக் ‘களவு நெறி’ என்றும் கற்புமணத்தை ‘மரபு நெறி’ என்றும் குறிப்பிட்டுள்ளார். இந்த இரண்டுமே சங்க இலக்கியத்துள் பயின்றுள்ளன என்றாலும் மரபுநெறிக்கு முன்னர்க் களவுநெறி நிகழ்ந்துதான் ஆகவேண்டும் என்ற கட்டாயம் இல்லை. களவுநெறி சங்க இலக்கியத்துள் பெரிதும் பயின்றுள்ளது. களவு நெறியின் முதன்மை நோக்கம் அது மரபுநெறிக்குட்பட்ட கற்பு நெறியில் முடிவடைய வேண்டும் என்பதுதானே ஒழியக் களவு இன்றிக் கற்பு இல்லை என்பது கிடையாது என்பர்.

> கற்பு வாழ்க்கைக்குக் களவு நல்ல தோற்றுவாய் எனப்படுமே அன்றி இத்தோற்றுவாயின்றிக் கற்பியல் அமையாது சிறவாது எனப்படாது. நல்ல காதல் வாழ்க்கை களவானே முகிழ்க்கும் என்றல் பொருளன்று. ‘கற்பெனப்படுவது களவின் வழித்தே’ என்பது இறையனார் அகப்பொருள். இக்கருத்து அகத் தமிழ் நெறியன்று. ஒவ்வொரு கற்பியலுக்கு முன்னும் களவியல் நிகழ்ந்தாதல் வேண்டும் எனவும் திருமணம் கூட்டும் ஒரே நெறி களவுதான் எனவும் கூறுவார் கூற்று அல்தமிழ் என அகற்றுக. இறையனார் யாத்த இவ்விலக்கணம் அக இலக்கியத்திலும் தமிழ்மன்பதையின் வாழ்க்கை யிலும் காணாத கட்டுரை ஆகும் (வ.சுப. மாணிக்கனார். 1962:134)

கற்பு மணம் நிகழ்வதற்கு முன்னர்க் களவு வாழ்க்கை மேற் கொள்வதை அற்றைச் சமூகம் ஒப்புக் கொண்டதாகத் தெரியவில்லை. களவு காதலரிடையே நிகழும் ஒருவிதப் பதற்றமும் தலைவி, தோழியிடையே காணப்பட்ட ஒருவித அச்சமும் களவிற்குத் தொல் சமூகம் ஏற்புரிமை அளிக்கவில்லை என்பதையே மறைமுகமாக வெளிப்படுத்துகின்றன.

கற்புமணம் சமூக வழக்கில் உச்சநிலையில் இருந்தபோது உடன் களவு மணமும் வழக்கில் இருந்தது. இது சங்க சமூகத்தின் நிலை. ஆயின் களவும் கற்பும் இரு எதிர் முனைகளில் முரண் பண்புகளைக் கொண்டனவாகச் செயற்பட்டன. கற்பு, பெற்றோர் பேசி முடிவு செய்யும் மணமாக இருந்தது. களவு காதலர் தாமே முடிவு செய்யும் மணமாக இருந்தது. கற்பு சமூக வழக்கில் உச்சநிலையை அடைந்தபோது களவு கொஞ்சம் கொஞ்சமாகச் சமூக ஏற்புரிமையிலிருந்து விலகிச் சென்றது. களவு, இன்பத்தை ஒரு சங்கப்பாடல் “பழியொடு வரூஉம் இன்பம்” (அகம்.112) என்று எடுத்து மொழிகிறது. சான்றோர் பழிக்கும் ஒழுக்கமாகக் களவு மாறிக்கொண்டிருக்கும் நிலையை இப்பாடல் வெளிப்படுத்துகின்றது. எனவேதான் தலைவியும்

தோழியும் பழியிலிருந்து மீளக் கற்பு வாழ்க்கையை மேற்கொள்ளத் துடிக்கின்றனர்; பதட்டப்படுகின்றனர்.

கழியக் காதல ராயினும் சான்றோர்
பழியொடு வரூஉம் இன்பம் வெஃகார்
வரையின் எவனோ வான்தோய் வெற்ப
கணக்கலை இருக்கும் கறியிவர் சிலம்பின்
மணப்பருங் காமம் புணர்ந்தமை யறியார்
தொன்றியல் மரபின் மன்றல் அயர (அகம்.112)

இப்பாடல் 'தொன்றியல் மரபின் மன்றல்' எனக் கற்பு மணத்தைப் பெற்றோர் கூட்டுவிக்கும் மணமாகச் சுட்டுகின்றது. மிளகுக் கொடி படர்ந்த மலைச்சாரலில் நிகழ்த்திய காமக் களவினைத் தலைவியின் பெற்றோர் அறியாத நிலையிலேயே கற்புமணம் செய்துவிட வேண்டும் என்று தோழி ஆசைப்படுகின்றாள். காதலர்களுக்குள் எவ்வளவு அன்பிருந்தாலும் நீடித்த களவுஇன்பம் பழி தருவது என்று தலைவனை இடித்துரைக்கின்றாள். களவுக்கு அஞ்சுகின்றனர் என்பதே இதன் உட்கிடை. இந்த அச்சமே "படாமை வரைதல்" என்று தொல்காப்பியர் (1085) கூறுவதற்குக் காரணமாக இருந்திருக்க வேண்டும். சங்க அகப்பாடல்களை விரிவாக ஆய்வு செய்த வ.சுப. மாணிக்கனார் (1962) களவு, கற்புப் பற்றிப் பின்வரும் முடிவிற்கு வருகின்றார்.

> களவொழுக்கம் இன்றியே தனிக்கற்புமுறை முன்பு வழங்கியது இல்லை என்று தொல்காப்பியப் பொருளதிகார ஆராய்ச்சி என்னும் நூலாசிரியர் மொழிகுவர். இக்கருத்துக்கு இறையனார் அகப்பொருள் நூற்பாவை ஏதுக் காட்டுவர். களவு நெறி அல்லது கற்புக்கு வேறு நெறி தமிழகத்து இல்லையா? எல்லாத் திருமணங்கட்கும் முன்னும் காதலரிடையே களவு நிகழ்ந்தது கொல்? இன்னவர் கருத்து உண்மையாயின் மகள் தன் களவைப் பெற்றோர்க்கு ஏன் மறைத்தல் வேண்டும்? களவறிந்த பெற்றோர் குடிமைக்கு இழுக்கென வெகுள்வானேன்? பின்னர் உடன்போதல் எற்றுக்கோ? கற்புக்குக் களவு இன்றியமையா இயல்பு நெறியாயின் களவுக்கு மறை என்ற பெயர் பொருந்துமோ? களவுத் தேர்ச்சி சமுதாயம் உடன்பாடளித்த நெறியாயினும் களவாளர்கள்தம் ஒழுக்கம் புலனாகிவிடுமோ என்று சமுதாயத்திற்கும் குடும்பத்திற்கும் அஞ்சினார்கள். வெறியாட்டு, அறத்தொடு நிற்றல் என வரும் ஒவ்வொரு கட்டத்திலும் இந்த அச்ச உணர்ச்சியை அறிகின்றோம். மறை வெளியாவதற்கு முன்னரே மறையென ஒன்று நிகழ்ந்தது என்று தெரியாதபடியே மணம் நடந்துவிடவேண்டும் என்று தோழி தலைவனை வரைவு முடுக்குகின்றாள்; அரும்பாடுபடுகின்றாள் (1962:137,138)... எனவே தமிழர்

> திருமணத்திற்குத் தாமே தேரும் களவொன்றுதான் நெறியாக இருந்தது என்பதில்லை. தமர் கொடுப்பக் கொள்ளல் என்னும் மற்றொன்றும் நெறியாக இருந்தது என்று தெளிகின்றோம் *(1962:142).*

மேலே கூறப்பெற்ற அறிஞர்தம் கருத்துப்படி களவுநெறி என்பதும் கற்பு நெறி என்பதும் தனித்தனியாகத் தொல்தமிழகத்தில் வழக்கில் இருந்த நெறிகளாக அறியக் கிடக்கின்றன. கற்பியலின் முன் வாழ்க்கை களவொழுக்கம் என்பதும் மறுக்கப் பெற்ற கருத்துரையாகக் கிடைத்துள்ளது. எனவே களவு என்பது தனி வாழ்க்கை முறை என்பதும் அது கற்பு வாழ்க்கை முறை உருப்பெற்று உச்சம் பெற்ற காலத்தில் தன் மதிப்பினை இழந்ததோடு சான்றோர் பழிக்கும் ஒழுக்கமாக இருந்தது என்பதும் களவு தம்மை நிலைபெறுத்திக் கொள்ளக் கற்பு முறைக்கு மாறவேண்டி இருந்தது என்பதும் தெரிய வருகின்றன. களவு வாழ்க்கைமுறையும் கற்பு வாழ்க்கை முறையுமே வேறுவேறு காலத்தில் தோற்றம் பெற்றவை. களவு வாழ்க்கை முறை தாய்வழிச் சமூகத்தின் உருவாக்கம். கற்பு வாழ்க்கை முறை தந்தைவழிச் சமூகத்தின் உருவாக்கம். இந்த இரு வாழ்க்கை நிலைகளையுமே தொல்காப்பியம் பதிவு செய்திருக்கிறது. இதுபற்றி அறிஞர்தம் கருத்துரை ஒன்று ஈண்டுச் சுட்டுவதற்குரியது.

> தொல்காப்பியத்துள் கூறப்பட்ட அனைத்தும் தொல்காப்பியர் காலத்தன மட்டுமே என்று வரையறுத்தற்கு இல்லை. அவர் காலத்திற்கு முற்பட்ட தமிழகத்தில் வழங்கிய கருத்துகளையும் அவர் தொகுத்து வழங்கினார் என்றே கருதுதல் வேண்டும். இவ்வாறு கருதவே தொல்காப்பியம் ஒரு கால நூல் அன்று; பல காலக் கருத்துகளின் தொகுதி என்பது பெறப்படும். சான்றாகத் தொல்காப்பியர் காலம் கற்பு மணமே மேம்பட்ட காலம். சங்க காலமும் இத்தகையதே. களவுமணம் மேம்பட்ட காலம் தொல்காப்பியருக்கு முற்பட்ட காலம். எனவேதான் களவு மணத்தை விரித்துக் கூறி அது கற்பு மணமான காரணத்தையும் தொல்காப்பியர் விளக்குவர். வெட்சிப் போர் தொல்காப்பியர் காலப் போர்முறை அன்று. அவருக்கு முற்பட்ட வீர ஊழிக்காலப் போர் முறை. தொல்காப்பியர் காலம் வீரமும் காதலும் கொடையும் நிலையாமையும் ஒரு சேரப் பேசப்பட்ட காலம். எனினும் களவைப் போற்றியது போலவே வரலாற்று முறைப்படி வெட்சியையும் பழைமை கருதி முதலில் போற்றுவர் *(க.ப.அறவாணன் 2002:43).*

ஆகத் தொல்காப்பியர் கூறிய அனைத்துச் செய்திகளுமே அவர்காலத்து வழக்கில் உருப்பெற்று வழங்கப் பெற்றவையாகக் கொள்ளுதல் வழு என்பது புலனாகும். தொல்தமிழக வரலாற்று

நிகழ்வுகளையும் தமக்கு முந்தைய சமூக நிகழ்வுகளையும் தொல்காப்பியர் இணைத்தே இலக்கணம் செய்துள்ளார் என்ற கொள்கை ஏற்புடைத்து. இதன் வழிக் களவு என்பது தொல்காப்பியர் காலத்திற்கும் முந்தைய சமூக வழக்காகும். பெண் வழித் தலைமைச் சமூகம் நிலவிய சமூக அமைப்பில் வழக்குப் பெற்றிருந்த நெறியாகும். திருமண வாழ்வில் கணவனைத் தேர்வு செய்யும் உரிமை பெற்றிருந்த காலம் அது. களவு வாழ்வில் தகப்பன், தமயன் முதலானோருக்குரிய பங்கேற்பு இல்லாமையை இது உறுதி செய்யும். அதே நேரம் செவிலி, நற்றாய், தோழி ஆகியோரின் மிகு பங்கேற்பும் இதனை உறுதிப்படுத்தும்.

பின்னாளில் உற்பத்தி உறவுகள் மாற ஆண்வழித் தலைமைச் சமூகம் நிறுவப்பெற்றது. இது குடும்ப அமைப்பில் பெரும் மாறுதல்களைத் தோற்றுவித்தது. கணவனைத் தெரிவு செய்யும் உரிமை மகளிடம் அல்லது தாயிடம் இருந்து தந்தையிடம் மாற்றம் கொண்டது. தனியுடைமைச் சொத்துச் சேர்க்கை வாரிசுரிமையை உருவாக்கப் பெண் மணநிகழ்வுகள் இறுக்கம் பெற்றன. இன்னார் இன்னாரை மணப்பதன் மூலம் உறவு முறைகள், சொத்துச் சேர்க்கைகள் நியாயப்படுத்தப்பட்டன. இந்த உறவுமுறை சமூகச் சான்றோர்களாலும் மணச்சடங்குகளாலும் அங்கீகரிக்கப்பட்டது. நாள் ஆக ஆக கற்புமணமுறை மிக இறுகிய சமூக உறுப்பாக மாற்றம்பெற்றது.

இவை ஒருபுறம் நிற்க, முந்தைய சமூக அமைப்பில் உருவான களவுநெறி முழுதும் அழிந்தொழியவில்லை. கற்பு நெறிக்கு இணையாகக் களவு நெறியும் வழக்குப்பெற்றிருந்தது. ஆனால் அது(களவு) சான்றோர்களால் பழிக்கும் ஒன்றான நிலையை எய்தி இருந்தது. களவு நெறியில் ஒழுகும் காதலர்கள் பலராக இருந்தனர். சமூக நெறிகளால் அவர்களைக் கட்டுக்குள் கொண்டு வருமாறு இல்லை. இந்நிலையில் களவு நெறி பன்முகங்களில் நெருக்குதல்களுக்கு உள்ளானது. களவு என்ற பெயரீடே இதற்குத் தக்க சான்று. சங்கக் களவுப்பாடல்கள் காதலர்தம் செயல்களை விவரித்து வாசகனுக்கு மகிழ்ச்சியைத் தந்திருக்க வேண்டும். ஆனால் நிகழ்ந்தது என்ன? களவுப் பாடல்கள் காதலர்தம் வருத்தத்தையும் பதற்றத்தையும் அச்சத்தையுமே மிகுதிப்படுத்துமாறு புனையப்பெற்றன. இது களவுமண நிராகரிப்பின் மறுபக்கமாகும்.

களவு கற்பு என்ற இருமுனைப்பட்ட மண வழக்காற்றில் இறுதியில் ஒரு சமரசப் போக்குத் தோற்றம் கொண்டது. களவு வாழ்க்கைக் காதலர்கள் மணச்சடங்கின் மூலம் பெற்றோர் இசைவுடன் கற்பு வாழ்க்கைக்கு மாறுவதன் மூலம் களவுக் காதலருக்குச் சமூக ஏற்புரிமை வழங்கப்பெற்றது. களவுக்

காதலர்தம் பாடல்கள் யாவும் கற்பினை அவாவி நிற்பதற்கான காரணம் இதன்வழிப் புலனாகும்.

இதுகாறும் கூறப்பெற்ற திருமணம் (களவு/கற்பு) பற்றிய பரிணாமவியல் கருத்துகளைப் பின்வருமாறு காட்சிப்படுத்தி அறியமுடியும் (காண்க வரைபடம்: 5).

வரைபடம்–5

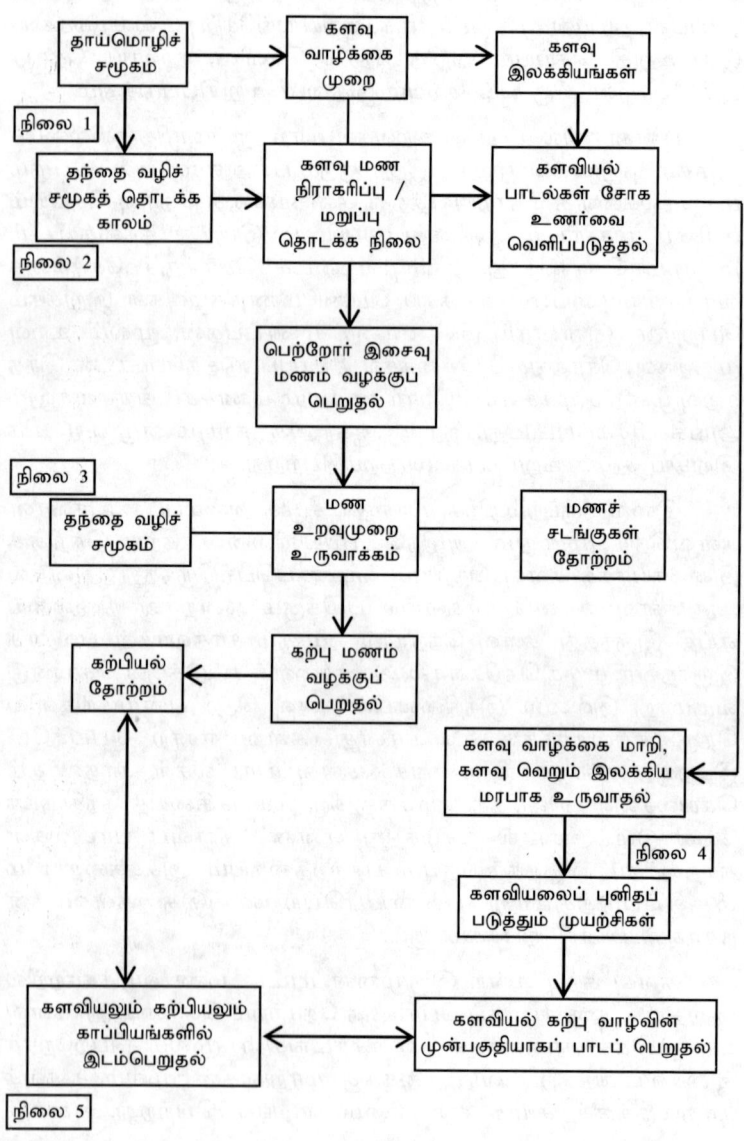

களவு, கற்புப் பற்றிய பரிணாமவியல் தரும் செய்திகளை ஐந்து நிலைகளாகப் பிரித்து அறியமுடியும்.

நிலை ஒன்று: தாய்வழிச் சமூக அமைப்பில் பெண் சுதந்திரமாகக் காதல் கொள்ள உரிமை பூண்டிருந்தாள். கணவனைத் தெரிவு செய்யும் உரிமை பெற்றிருந்தாள். இத்தகு மணவாழ்க்கை முறையைத் தொல்காப்பியர் “காமக்கூட்டம்” எனும் பெயரால் சுட்டி உள்ளார். பின்னாளில் இது ‘களவியல்’ எனும் பெயரைப் பெற்றது. இத்தகு வாழ்க்கை முறையைப் பற்றி இவ்வாய்வேட்டின் களவுமணம் எனும் பகுதி விரிவாக விளக்கியுள்ளது.

நிலை இரண்டு: தாய்வழிச்சமூகம் வீழ்ச்சியுறத் தொடங்கிய தொடக்க காலமும் தந்தைவழிச் சமூகம் தோற்றம் கொண்ட தொடக்க காலமும் இப்பகுதியில் கவனம் பெறுவன. தனியுடைமை, வாரிசுரிமை காரணமாகப் பெண்களின் சுதந்திரக்காதல் தடை செய்யும் நிலை தோற்றம் பெறுகின்றது. ஒருத்தி ஒருவனை மட்டுமே மணக்க வேண்டும் என்பதும் அவ்வொருவன் யார் என்பதை முறைப்படுத்துவதுமான நெறிகள் தோற்றம் கொள்ளத் தொடங்கின. தந்தையர் பெண்ணின் மணத்தை முடிவு செய்வதில் தலைமை இடம் பெறத் தொடங்கினர். இந்நிலையில் அதே சமூக அமைப்பில் ஒரு முரண் நிகழ்வாகக் களவியல் வழக்குப் பெற்றிருந்தது என்றாலும் சமூக அதிகாரம் களவியலைக் கட்டுப்படுத்தியது.

நிலை மூன்று: தந்தைவழிச்சமூகம் நன்கு கால்கொண்டு நிறுவனவயப்பட்ட நிலையில் இம்மூன்றாவது பரிணாமம் நிகழ்ந்திருக்க வேண்டும். இம்மூன்றாம் நிலையில் பெற்றோரின் இசைவு, சான்றோர் இசைவு கட்டாயப்படுத்தப்படுதல், மண உறவு முறைகள் இறுக்கம் அடைதல், மணச்சடங்குகள் நிறுவனவயப்படுதல் ஆகியன நிகழ்ந்து முடிந்தன. இவை யாவும் அடங்கிய மணமுறை கற்பியலாக உருவாக்கம் பெறுதல். கற்பு இறுக்கம் அடைந்த அதே சமூக அமைப்பில் களவியல் பெற்ற அல்லது அடைந்த வீழ்ச்சியையும் இக்காலக்கட்ட அமைப்பில் பார்க்க முடிகின்றது. களவு என்ற பெயரீடு, களவியல் பாடல்கள் துயரம் நிறைந்ததாகப் பாடப்பட்டமை, களவுக் காதலர்க்குத் தோன்றிய இன்னல்கள், போர்கள், காதலரின் பதற்றமும் அச்சமும் ஆகியன களவியல் பரிணாமத்தில் சுட்டத் தகுவன.

நிலை நான்கு: களவு வாழ்க்கை முறை தடை செய்யப்பெற்ற சமூக அமைப்பில் அவ்வாழ்க்கை முறை வெறும் இலக்கிய மரபாக மாற்றம் பெறுகிறது. ‘களவு இல்லது இனியது’ என எடுத்துரைக்கப் பெறுகிறது. மறுபக்கத்தில் களவியலைப் புனிதப்படுத்தும் நிகழ்வுகள் தோற்றம் கொள்கின்றன. ‘களவியல் வீடுபேற்றைத்

தரும்' என்ற நியாயப்படுத்தப்படுகின்றது. வெறும் இலக்கிய இன்பம் தரத்தக்க ஒன்றாகக் களவியல் மாற்றம் பெறுகின்றது.

நிலை ஐந்து: 'இல்லது இனியது நல்லது' என்று புலவரால் நாட்டப்பெற்ற களவியல், இலக்கிய வரலாற்றில் கற்பியலின் முன் வாழ்க்கையாக அமைக்கப்படுகிறது. சீவக சிந்தாமணி, கம்பராமாயணம் முதலிய காப்பிய நாயகர்கள் கற்புமணம் பூண்டாலும் அதற்கு முன்பு அவர்களிடையே உள்ளப் புணர்ச்சி களவியலால் நிகழ்ந்ததாகப் படைக்கப்பட்டது. பின்னாளில் தொல்காப்பிய உரையாசிரியர்கள் கற்புக்கு முன்பு களவு நிகழ்ந்ததாக விரிவான முறையில் உரை வரைந்தமைக்கு இதுவே காரணம் ஆதல்வேண்டும்.

இ

இனிக் கற்புப் பற்றிய நூற்பா தரும் சில தொடர்களின் பொருள் விளக்கம் குறித்துச் சில முடிவுகளுக்கு வரலாம். இந்நூற்பாவில் சுட்டப் பெற்றுள்ள

கொளற்குரிய மரபு
கொடைக்குரிய மரபு

என்றால் என்ன என்பது பற்றிய விரிவான விளக்கங்கள் கிடைக்குமாறு இல்லை. என்றாலும் சங்கப் பாடல் சிலவற்றின் வழி இவற்றின் பொருண்மையை அறிய இயலும்.

யாயும் ஞாயும் யார் ஆகியரோ
எந்தையும் நுந்தையும் எம்முறைக் கேளிர்
யானும் நீயும் எவ்வழி அறிதும்
செம்புலப் பெயல்நீர் போல
அன்புடை நெஞ்சம் தாம் கலந்தனவே (குறு.40)

செம்புலப் பெயல் நீரார் பாடிய இப்பாடல் மகட்கோடல் முறைமையில் முதன்மையான சில தகவல்களைத் தந்துள்ளது.

இப்பாடலில் வரும் 'எந்தையும் நுந்தையும் எம்முறைக் கேளிர்' எனும் அடியும் 'யானும் நீயும் எவ்வழி அறிதும்' எனும் அடியும் குறிக்கத் தகுவன. முறை, வழி ஆகியன குடிவழியைக் குறிப்பன ஆகும். இவ்வுறவு முறை உடையோர், இந்தக்குடிவழி வந்தோர் எனும் பொருள் விரிவைக் கொண்டவை. இன்னார் இன்னாரைத்தான் மணந்து கொள்ள வேண்டும் எனும் முறைமையை மண உறவு நெறியை விளக்குவன ஆகும். இந்த முறை, வழி ஆகியவற்றையே தொல்காப்பியர் கொடைக்குரிய மரபு, கொளற்குரிய மரபு என்று குறித்தனராதல் வேண்டும். மேல் சுட்டிய பாடல் கற்புமணம் வழக்குப்பெற்ற காலத்தில்

பாடப்பெற்ற களவு மணப்பாடல் ஆகும். கற்பு மண உறவு முறையிலிருந்து மீறி எக்குடிமரபு என்பதை அறியாது அல்லது உணராது காதல் வயப்பட்ட காதலர்தம் காதல் செவ்வியை விவரித்து உரைப்பது. இம்முறையில் இவ்வழியில்தாம் பெண் எடுத்தல் வேண்டும். ஆயின் இம்மரபு இன்றித் தம்முடைய மனங்கள் ஒன்று கலந்தன என்று காதலர் மகிழ்கின்றனர்.

தமிழில் புறஇலக்கியங்கள் சுட்டும் மகள்மறுத்து மொழிதல் மகட்பாற்காஞ்சி முதலிய துறைசார்ந்த பாடல்களை இங்கே சுட்டுதல் வேண்டும். மணமகன் வீட்டார் பெண்கேட்டு வருதலையும் மணமகள் வீட்டார் பெண் தர மறுத்து மொழிதலையும், போர்க் கோலம் பூணுதலையும் மேல்சுட்டப் பெற்ற துறைப் பாடல்கள் விளக்குகின்றன. மண்ணை ஆளுகின்ற செல்வந்தரே ஆயினும் பெண் மறுக்கப் பெற்றுள்ளமை தெரிய வருகின்றது (புறம்.336, 337, 338, 341, 342, 343, 345, 353). பெண்கேட்டு வந்தாரோடு போரிட்டுப் பஞ்சும் களையாப் புண்ணினராய்த் தலைவியின் ஐயன்மார் காட்சியளிக்கின்றனர் (புறம்.353). போரினால் களிறு கலக்கிய தண்கயம் போல ஊர் கவின் இழந்து காணப்படுகின்றது (புறம்.241). இவ்வாறு மகள் மறுத்து மொழிவதால் உண்டான போர் நிகழ்வுகளை விவரிக்கும் புறப்பாடல்கள் தலைவியின் தமர் கூறுவதாக விளக்கும் செய்திகள் கவனத்திற்குரியவை.

முழங்கு கடல் முழவின் முசிறியன்ன
நலஞ்சால் விழுப்பொருள் பணிந்து வந்து கொடுப்பினும்
புரையர் அல்லோர் வரையலள் இவள் எனத்
தந்தையும் கொடாஅன்   (புறம்.345)

என்ற பாடலும்,

நிரல் அல்லோர்க்குத் தரலோ இல்லெனக்
கழிப்பிணி பலகையர் கதுவாள் வாளர்   (புறம்.345)

என்ற பாடலும் சுட்டும் 'நிரல் அல்லோர்' 'புரையர் அல்லோர்' எனும் சொல்லாட்சிகள் பெரிதும் பொருள் பொதிந்தவை. பெண்கேட்டு வந்தோர் வேந்தர் நிலையினர்; பெருஞ் செல்வந்தர்; புகழ்மிக்கவர்; முசிறி நகர் போன்ற வளமார்ந்த செல்வத்தையும் தரத்தக்கவர். இந்நிலை உடையாரும் புரையர் அல்லர், நிரல் அல்லர் என்றால் நிரல் உடையரின் அல்லது புரையரின் தன்மை யாது என்ற வினா இயல்பாக எழும். நிரல் உடையோர், புரைஉடையவர் என்ற சொல்லாட்சிகள் பெண் கொள்ளுவோரைக் குறித்தனவாகக் கொள்ளலாம். பெண் கொடுப்பதில், பெண் கொள்வதில் நிரல் உடையவர், புரையுடையவர் என்று பொருள் கொள்வது பொருத்தமாகலாம்.

அணிற்பல் லன்ன கொங்கு முதிர் முண்டகத்து
மணிக்கேழ் அன்ன மாநீர்ச் சேர்ப்ப
இம்மை மாறி மறுமை ஆயினும்
நீயாகியர் எம் கணவனை
யானாகியர் நின்னெஞ்சு நேர்பவளே   (குறு.49)

எனும் பாடல் பெண்கோடல் மரபு பௌராணிகத் தன்மை பெற்றுவிட்டதை உய்த்துணர வைக்கின்றது. இப்பிறப்பு மாறி மறுபிறப்பிலும் நீயே என் கணவன்; யானே நின் நெஞ்சில் உறைபவள் என்று தலைவி கூறுவதாக இப்பாடல் அமைக்கப் பெற்றுள்ளது. ஒரு முறைக்குட்பட்ட உறவு முறைப்படி மணம் புரிந்தவர் பிறவிதோறும் பிரியாது உடனுறைதல் வேண்டும் என்ற சிந்தனை மரபு வெளிப்பட்டுள்ளது. இம்மணவாழ்க்கை இப்பிறவியில் மட்டும் இன்றிப் பிறவிதோறும் தொடர்ந்து வரும் எனக்கூறப்பட்டது, மணஉறவு முறையின் இறுக்கம் பெற்ற நிலையை விவரிக்கிறது.

தொல்காப்பியர் தலைவனுக்கும் தலைவிக்கும் கூறிய பத்து வகை ஒப்பு இங்குக் குறிக்கத்தக்கது. இது கற்புமணத்தின் குறிக்கோள் காதலரை முன்னிலைப்படுத்துகிறது.

பிறப்பே குடிமை ஆண்மை யாண்டொடு
உருவு நிறுத்த காம வாயில்
நிறையே யருளே உணர்வொடு திருவென
முறையுறக் கிளந்த ஒப்பினது வகையே   (தொல். மெய்.25).

பிறப்பாவது அந்தணர் அரசர் வணிகர் வேளாளர் ஆயர் வேட்டுவர் குறவர் நுளையர் என்றாற் போல வரும் குலம் என இளம்பூரணர் விவரிப்பர். குடிமை என்பது ஒழுக்கம். ஆண்மையாவது ஆளும் தன்மை. ஆடவர்க்கு ஆள்வினை உடைமை. பெண்டிர்க்குப் பெண்மைத் தன்மையை ஆளுதல் அது பெண்டிர்க்கு இயல்பாகிய நாணம் முதலியனவும் பெண் நீர்மையும் ஆகும். ஆண்டு என்பது ஒத்த பருவத்தர் ஆதல். உரு என்பது வனப்பு. நிறுத்த காமவாயில் என்பது நிலை நிறுத்தப்பட்ட புணர்ச்சிக்கு வாயில் என்று உரைகூறுவர் இளம்பூரணர். நிறை – அடக்கம், அருள் – பிறர் வருத்தத்திற்குப் பரியும் கருணை. உணர்வு – அறிவு. திரு என்பது செல்வம் இப்பத்துவகைப் பொருத்தமும் உடைய தலைமகனும் தலைமகளும் நிகழ்த்தும் காதல் நிகழ்வுகள் அகப்பாடல்களாய்ப் பாடுதற்குரியவை என்பது தொல்காப்பியர் கருத்து.

இந்நூற்பாவில் முதல் ஒப்பு என்பதே பிறப்பாக அமைந்து விடுதலை உணரவேண்டும். ஒத்த குடியில் ஒரே குலத்தில் பிறந்த ஒரு பெண்ணும் ஓர் ஆணும் மட்டுமே தலைமக்களாகக் கருதப்படவேண்டும் என்ற கருத்துரையின் மறுபக்கமாக ஒரே குலத்திற்குள் தான் மணவினை நிகழ்த்த வேண்டும் என்னும்

செய்தியும் புதையுண்டு கிடத்தலை உணரமுடிகின்றது. இவை எல்லாம் கற்பு மணம் ஆதிக்கம் பெற்ற சமூகத்தின் வெளிப்பாடுகள் ஆகும்.

ஆக இதுகாறும் கூறப்பெற்ற செய்திகளில் இருந்து பெண் கோடல் மரபு பற்றிய கருத்துக்களை ஒருவாறு உணரமுடிகின்றது. பல்வேறு குடிகள்/குலங்கள் நிலவிய தமிழக வரைப்பில் அந்தந்தக் குலத்திற்குள் மணவினை நிகழ்தல் வேண்டும் என்பது அகமணமுறையைச் சார்ந்ததாக மானுடவியல் அறிஞர் குறிப்பிடுவர். இந்த அகமணமுறை தந்தைவழிச் சமூக அமைப்பில் தந்தையின் அதிகாரத்தின் கீழ் முடிவு செய்யப்பட்டுள்ளது. இந்த அமைப்பினையே தொல்காப்பியர் கொடைக்குரிய மரபு என்றும் கொளற்குரிய மரபு என்றும் குறித்தனராதல் வேண்டும்.

ஈ

இதுகாறும் ஆராயப்பெற்ற செய்திகளிலிருந்து பின்வரும் கருத்துகளைப் பெறமுடியும். அவையாவன:

1. கற்பியல் தொடர்பாக உரையாசிரியர் தந்த விளக்கங்கள் யாவும் ஆராயப்பட்டன.

2. 'கற்பு' என்பதன் பொருள் குறித்து உரையாசிரியர் கொண்ட விவரங்கள் விரிவாக ஆராயப்பட்டன.

3. கற்புப் பொருள் கோடலில் காணப் பெற்ற பரிணாம வளர்ச்சி காட்சிப் படுத்தப்பெற்று விளக்கம் தரப் பெற்றது.

4. கற்பியலின் முன் நிகழ்வு களவியல் என்ற கோட்பாடு விரிவாக ஆராயப்பட்டது. கற்பு, களவின் தொடர்ச்சி அன்று என்பது நிறுவப்பெற்றது. களவு வாழ்க்கை வேறு கற்பு வாழ்க்கை வேறு என்ற கருத்துச் சமூகவியல் அடிப்படையில் விளக்கம் பெற்றது.

5. கொடைக்குரிய மரபு, கொளற்குரிய மரபு என்பவை பற்றிய விளக்கங்கள் தரப்பெற்றன.

நிறைவாக இதுகாறும் ஆராயப் பெற்ற செய்திகளின் பிழிவாகப் பின் வரும் கருத்துப் பெறப்படுகின்றது.

கற்பு என்பது களவியலின் தொடர்ச்சி அன்று என்பதும் கற்பு தனி வாழ்க்கை முறை என்பதும் பெற்றோர்கள் முடிவு செய்து இசைவு அளித்த மண நிகழ்வின் மூலம் கற்பு வாழ்க்கை தொடங்கியது என்பதும் இந்த வாழ்க்கை அமைப்பிலிருந்து இல்லற நெறிகள் தோற்றம் கொண்டன என்பதும் ஆய்வு முடிவுகளாகக் கொள்ளப்பெறுகின்றன.

மண உறவுமுறை

முகப்புரை

குடும்பத்திற்கு அடிப்படை திருமணம். திருமணத்திற்கு அடிப்படை, இன்னார் இன்னாரைத் தான் மணம் செய்து கொள்ளவேண்டும் எனும் மணஉறவுமுறை. சமுதாயத்தால் ஏற்படுத்தப்பெற்ற இம்மண உறவுமுறை, வரன்முறையற்ற பாலுறவு நிலைகளில் தோற்றம் கொண்டு, அவற்றைக் கடிந்து கணவன், மனைவி அமைந்த குடும்ப அமைப்பிற்கு வித்திட்டது. இவ்வுறவுமுறை தோன்றிய நிலையையும், குறிப்பாகத் தமிழரிடையே உருப்பெற்ற நிலையையும் அம்முறை எவ்விதம் இறுக்கம் பெற்று நிலையானது என்பதையும் இப்பகுதி விளக்கும்.

மணஉறவு முறையின் தோற்றம்

உலக நாகரிக இனங்கள் அனைத்தும் மணஉறவு கொள்வதில் ஓர் அடிப்படையான விதியைப் பின்பற்றி வருகின்றன. இவ்வினங்கள், எல்லாப் பெண்களையும் திருமண உறவுமுறை உடையவர்களாகக் கருதுவதில்லை. ஒவ்வோர் இனமும் சில குறிப்பிடத்தக்க பெண்களை மணஉறவு முறையிலிருந்து விலக்கி வைக்கின்றது. இவ்வாறு விலக்கி வைக்கப்பெற்ற பெண்களைத் திருமணம் செய்து கொள்வது தகாப்புணர்ச்சியாக எல்லா மக்களின் பண்பாடுகளும் பேசுகின்றன. மணஉறவு முறையிலிருந்து விலக்குப் பெற்ற பெண்கள் சகோதரியாகவோ, அத்தை மகளாகவோ, மாமன் மகளாகவோ, அண்ணன் மகளாகவோ இருக்கலாம்.

சிலம்பு நா. செல்வராசு

இவர்கள் இனத்திற்கு இனம் வேறுபடுவர். ஆனால் இந்த உறவு விலக்கு மட்டும் கடுமையாக விதிக்கப்பெறும்; விதிக்கப்பெற்றது. இத்தகு மணஉறவு முறை, தொன்மைப் பாலுறவு நிலையிலிருந்து படிப்படியாக உருப்பெற்று வளர்ந்தது. இதனைப் பின்வருமாறு அறியலாம்.

தொன்மைப் பாலுறவு முறைகள்

மணஉறவில் இன்னாரைத்தான் மணக்கலாம், இன்னாரை மணத்தல் கூடாது என்ற தடைகள் தோன்றுவதற்கு முன்பு பொதுமை உறவு நிலவியிருந்தது. வரன்முறையற்ற பாலுறவு நிலவிய இக்காலக் கட்டத்தில் பொதுவான ஓர் ஆண்கூட்டம் முழுவதும் பொதுவான ஒரு பெண்கூட்டம் முழுமைக்கும் கணவனாக அல்லது பாலுறவு கொள்ள உரிமை உடையதாக அமைந்திருந்தது. இதுபோன்றே பெண் கூட்டமும் அமைந்தது. இக்காலக் கட்டத்தில் மணஉறவு முறைகள் தோற்றம் கொள்ளவில்லை. பாலுறவு முறைகளில் தடைகளும் தோன்றவில்லை.

இந்தியாவில் தொன்மைப் பாலுறவு முறைகள்

பண்டை இந்தியாவில் வரன்முறையற்ற பாலுறவு முறைகள் இருந்தமையை இலக்கியங்கள் விளக்குகின்றன. கணவன் மனைவி என்ற அமைப்புப் பெயரளவுக்கு இருந்ததன்றி மனைவி எவருடனும் உறவுகொள்ள அனுமதிக்கப்பட்டிருந்தாள். இதனைப் பின்வரும் சான்றுகள் மெய்ப்பிக்கும்.

பதஞ்சல் காப்பியரின் மனைவியைக் கந்தர்வன் ஒருவன் விரும்பிப் பிடித்திருந்ததாகப் பிரக தாரண்ய உபநிடதம் கூறுகின்றது (ராகுல் சாங்கிருத்யாயன்.1985). சாந்தோக்ய உப நிடதத்தில் வரும் சத்யகாம ஜாபாலரின் வரலாறு குறிப்பிடத்தக்கது. இவரது தாய், இளமையில் ஆடவர் பலருடன் வாழ்ந்து ஜாபாலரைப் பெற்றதாக இவ்வரலாறு கூறுகின்றது (ராகுல் சாங்கிருத்யாயன்.1985). பஞ்சபூதங்களில் ஒருவனாகிய அக்கினி, அவுரவ மகரிசியினுடைய மனைவியின் தொடையில் நெடுநாள் மறைந்திருந்தான் (அபிதான சிந்தாமணி. 1983). ஆதி சங்கராச் சாரியார், காமநூல் நுணுக்கம் உணர்தற் பொருட்டு அமருகன் என்னும் மன்னன் உடலில் கூடுவிட்டுக் கூடுபாய்ந்து அவன் மனைவியுடன் போகம் துய்த்துக் காமக்கலை நுட்பம் தேர்ந்தார் (காதாசப்தசதி.1982). புராதன காலத்தே மாதவிடாயின்போது பெண்ணொருத்தி எந்த ஆடவனையும் உறவுகொள்ள அழைக்கலாம். ஹர்மிஷ்டா இதேபோல் யயாதியை உறவுகொள்ள வேண்டினாள் (ராகுல் சாங்கிருத்யாயன். 1985)

அர்ச்சுனனை உறவு கொள்ளுமாறு வேண்டும்போது உலூபி, 'பெண்ணொருத்தியின் விருப்பத்திற்கிணங்கி அவளுடன் ஓர் இரவைக் கழிப்பது அதர்ம மன்று' என்று அறிவுறுத்தினாள் (ராகுல் சாங்கிருத்யாயன். 1985) உத்தங்கன் தனது குருவின் மனைவியுடன் அவளது மாதவிடாய்க் காலங்களில் உறவு கொண்டான் (ராகுல் சாங்கிருத்யாயன்.1985) சந்திரன் தனது குரு பிரகஸ்பதியின் மனைவி தாராவைக் கூடினான் (ராகுல் சாங்கிருத்யாயன்.1985) குந்தியின் சக்களத்தியான மாத்ரியின் 'மத்ர' நாட்டில் கட்டுப்பாடற்ற பாலுறவு நிலை காணப்பெற்றது. தந்தை மகள், தாய் மகன், மாமனார் மருமகள், மாமியார் மருமகன், சகோதரன் சகோதரி, விருந்தாளி அடிமை ஆகிய அனைவருமே உறவு கொள்வதில் இரண்டறக் கலந்து இருந்தனர் (ராகுல் சாங்கிருத்யாயன்.1985) இஷ்வாகு மன்னனால் நாடு கடத்தப்பெற்ற இளவரசர்கள் தமது சகோதரிகளை மணம் செய்துகொண்டு சாக்கிய வம்சத்திற்கு அடிகோலினர் என்று புத்திசர்யா எனும் நூல் கூறும் (ராகுல் சாங்கிருத்யாயன்.1985).

இச்செய்திகள் யாவும் பண்டை இந்தியாவில் இருந்த வரன்முறையற்ற பாலுறவு நிலையினை விளக்கவல்லன (வரன்முறையற்ற என்ற தொடர் இன்றைய கண்ணோட்டத்தின் பொருளைப் பெறும்). மேல் கூறப்பெற்ற செய்திகளிலிருந்து தெரியவரும் கருத்தொன்று கவனத்திற்குரியது. கணவன் மனைவி என்ற அமைப்பு இருந்தபோதும் கூடப் பாலுறவு கொள்வதில் நெகிழ்ச்சி மிகுந்த விதிகள் உருப்பெற்றிருந்தமையை அறிய முடிகிறது. இவை, பொதுமைப் பாலுறவு நிலையிலிருந்து ஒருத்தி ஒருவன் குடும்ப அமைப்பை நோக்கிய சமூக வளர்ச்சிப் பாதையின் தொடக்க கால மணஉறவு முறைகள் ஆகலாம். பொதுமைப் பாலுறவு நிலையிலிருந்து விடுபெற்றமையைக் கணவன் மனைவி அமைப்புக் காட்டுகின்றது. பொதுமைப் பாலுறவு நிலையிலிருந்து முழுவதும் விடுபெறாமையை மனைவி, ஆடவர் பலருடன் உறவு கொண்டமை விளக்குகின்றது. இந்த நிலை சிறிது சிறிதாக வளர்ந்து பின்னர்தான் மணஉறவு முறை இறுக்கம் பெற்று வலுவாகியிருக்க வேண்டும்.

தமிழகத்தில் தொன்மைப் பாலுறவு முறைகள்

தமிழகத்தைப் பொறுத்தவரையில் கிடைத்த நூல்களுள் மிகப் பழையவை சங்க இலக்கியங்கள் ஆகும். இவ்விலக்கியங்கள் தரும் சான்றுகள், நேரடியாகத் தமிழரது தொன்மைப் பாலுறவு முறைகளை விளக்கும் என்று கூற இயலாது. என்றாலும் இவ்வுறவு முறைகளின் எச்சங்களைச் சங்க இலக்கியங்கள் பதிவு செய்துள்ளன. அவ்வெச்சங்களை மீட்டுருவாக்கம் செய்வதன்

மூலம் தமிழகத்தின் தொன்மைப் பாலுறவு முறைகளை அறிய இயலும். இதனைப் பின்வருமாறு உணரலாம்.

தொல்காப்பியர் கூறிய குறிஞ்சி, முல்லை, மருதம் முதலியன தமிழகத்தின் நிலப்பாகுபாடுகள் எனவும் அந்த நிலத்து மக்களின் காதல் வாழ்வே புணர்தல், ஊடல், இருத்தல் முதலியனவாக அமைந்தன எனவும் கருதப்பெற்றன. தொல்காப்பியர் கூறும் குறிஞ்சி, முல்லை, மருதம் போன்ற காதல் வாழ்க்கைகள் தமிழகத்தின் வெவ்வேறு காலகட்டத்தில் வழக்கிலிருந்த காதல்சமுதாயத்தை விளக்குவனவாக அமையலாம். சான்றாகப் பேராசிரியர் ஒருவரின் கருத்து ஈண்டுச் சுட்டற்பாலது.[1]

தொல்காப்பியர் மேற்கொண்ட பணி, தம் காலத்தும் அதற்கு முந்தைய காலத்ததுமாகிய சமுதாய வழக்கங்களைத் தொகுத்தளிக்கும் முயற்சியாகும். களவு, கற்பு என்பன இருவேறு மணமுறைகள். களவு என்பது தொன்மைக்கால மணமுறையைக் குறிப்பது. மேலும் இப்பேராசிரியரின் ஆய்வேட்டினுள், கைக்கிளை, வெட்சி போன்றவற்றிற்குக் கூறப்பெற்ற விளக்கங்களும் மேல் கருத்தை அரண் செய்வன (அறவாணன் க.ப. 1978). ஆகத் தமிழகத்தின் தொன்மைக் காலம் தொடங்கி நிலவி வந்த பண்பாட்டை வரலாற்று முறையாகத் தொகுத்து அளிப்பதாகவே தொல்காப்பியம் அமைந்துள்ளதை உணரமுடிகிறது.

இச்சிந்தனையின் அடிப்படையில் குறிஞ்சி, முல்லை, மருதம் என்பன ஒவ்வொரு காலகட்ட சமுதாயத்தின் காதல் வாழ்க்கைகள் என்று கூற இயலும். இதனை அறிஞர் தம் கருத்தொன்றும் அரண் செய்யும்.

ஆதிகாலத்திய கூட்டுச் சமுதாய வாழ்க்கை குறிஞ்சி நிலத்தில் நிலவியிருந்தது. அதனை அடுத்த முல்லை நிலத்தில் உருவான வாழ்க்கை முதல் வர்க்கப் பிரிவினையை வெளிப்படுத்திய வாழ்க்கை. அது அடிமைச் சமுதாயத்தை விளக்குவது. அச்சமுதாயம் சிதைந்து மருதநிலத்தில் மிக விரிவான அளவில் உருவான சமுதாயம், நிலப் பிரபுத்துவச் சமுதாயமாக அமைந்தது (பாலசுப்பிரமணியன், கு.ம.1987).

இக்கருத்தின்படி ஆதிகாலத் தமிழ்ச் சமுதாயம் குறிஞ்சி என்று குறிக்கப்பெற்றிருக்க வேண்டும். இங்குச் சமூகவியல் அறிஞர்களின் கருத்தொன்று சுட்டப்பெறுதல் நன்று. உலகின் தொன்மைச் சமூகங்களில் பொதுமை நிலவியதையும் அங்கு வரன்முறையற்ற பாலுறவுகள் நிலவியதையும் நினைவுகூர்தல்

---

1. நேரடிக் கலந்துரையாடல் மூலம் பெற்ற கருத்து: க.ப. அறவாணன் அவர்களுடன், நாள்.14.02.1989

வேண்டும். இதனடிப்படையில் தமிழரின் தொன்மைச் சமூகத்தில் நிலவிய புணர்வு நிலைகளைத் தொல்காப்பியரின் 'புணர்தல்' என்ற உரிப்பொருள் குறிப்பதாகலாம். புணர்தலும் புணர்தல் நிமித்தமுமாகிய உரிப்பொருளைக் கொண்ட குறிஞ்சிச் சமுதாயம் தமிழரின் தொன்மைச் சமூகக் காதல் வாழ்வை விளக்குவதாகக் கருதலாம். ஆயினும் 'புணர்தல்' என்ற சொல் 'வரன்முறையற்ற புணர்வு நிலைகளை'க் குறித்தது என்று கூறுவதற்கு நேரடிச் சான்றுகள் இல்லை.[2]

தொன்மைப் பாலுறவு முறையில் தடைகள்

தொன்மைப் பாலுறவு முறையாகிய வரன்முறையற்ற புணர்ச்சியில் தடைகள் தோன்றியது, குடும்பம் எனும் சமூக நிறுவனம் உருப்பெறுதற்கு அடிப்படையாக அமைந்தது. குறிப்பாக இன்னார் இன்னாரைத்தான் கூடவேண்டும் என்ற நெறிமுறை பின்னாளில் மண உறவுமுறையாக மலர்ந்தது. ஆக மண உறவு முறையின் தோற்றத்திற்குத் தொன்மைப் பாலுறவில் விதிக்கப்பெற்ற தடைகள் அல்லது கட்டுப்பாடுகள் காரணங்களாயின.

முதல் தடை

வரன்முறையற்ற உறவு நிலையிலிருந்து குடும்ப அமைப்பை நோக்கிய வளர்ச்சிப் பாதையில் முதல் தடை விதிக்கப்பெற்றது. அது இரத்த உறவுக் குடும்பமாக அமைந்தது இக்குடும்பத்தில் ஒவ்வொரு சகோதர சகோதரியும் கணவன் மனைவியாயினர். இதனை,

> சகோதரர்களும் சகோதரிகளும், ஒன்றுவிட்ட, இரண்டு விட்ட, மூன்றுவிட்ட சகோதர சகோதரிகளும் எல்லோரும் பரஸ்பரம் சகோதர சகோதரிகளாவர். அந்த ஒரே காரணத்தை வைத்துதான் அவர்கள் பரஸ்பரம் கணவன் மனைவியரும் ஆவார்கள்.

என அறிஞர் விளக்குவர். (எங்கெல்ஸ்.1884) ஆக இந்தக் குடும்ப அமைப்பில் இரண்டு செய்திகள் குறிப்பிடத்தக்கன.

அ. பெற்றோர் பிள்ளைகள் இடையே இருந்த திருமண உறவு தடை செய்யப்பெற்றது.

---

2. குறிஞ்சி ஒரு காலத்தில் சுதந்திரப் புணர்வுகளைப் பாடும் பாடல்களைப் பெற்றிருக்க வேண்டும். காலவளர்ச்சியில் இலக்கியக் கொள்கையாகச் சங்க காலத்தின் பாடுபொருளாக அது ஆட்சி பெற்றபோது அந்த நிகழ்காலத்துச் சமூக அமைப்பை ஒட்டிக் கற்பு முதலியனவும் சேர்த்துப் பாடப்பெறும் தன்மையைப் பெற்றிருக்க வேண்டும்.

ஆ. ஒரு பெற்றோருக்குப் பிறந்த பிள்ளைகள் என்ற காரணத்திற்காகச் சகோதர சகோதரிகள், கணவன் மனைவி ஆயினர்.

இரண்டாவது தடை

பெற்றோர்களுக்கும், பிள்ளைகளுக்கும் இடையே இருந்த பாலுறவில் தடை ஏற்பட்டது முதல் முன்னேற்றமாக இருந்தால் சகோதர சகோதரிகளின் பாலுறவில் தடை ஏற்பட்டது இரண்டாவது முன்னேற்றமாகும். இதனைப் பூனலூவா குடும்பம் என்று கூறுவர் (எங்கெல்ஸ்.1884) இந்தக் குடும்ப அமைப்பில் சகோதரிகள் முழுவதும் மணந்துகொண்ட கணவர்கள் அவர்களது சகோதரர்கள் அல்லர். ஆனால் அக் கணவன்மார் அனைவரும் அனைத்து மனைவியருக்கும் பொதுவானவர். இந்தக் குடும்ப அமைப்பில் ஒன்றுவிட்ட, இரண்டுவிட்ட, மூன்றுவிட்ட சகோதர சகோதரிகளின் மணஉறவிலும் தடை ஏற்பட்டது. இந்தக் குடும்ப அமைப்பு உருப்பெற்ற பின்னர் இரத்த உறவில் திருமணம் செய்வது முழுவதும் தடை செய்யப்பெற்றது. இதனால் தந்தை மகள், மகன் தாய், அண்ணன் தங்கை பால் உறவுகள் அறவே கடியப்பெற்றன.

கடியப்பெறவே தாய் தந்தை, மகன் – மகள் அடங்கிய குழுவிற்குப் புறத்தே மணஉறவு கொள்ளவேண்டியிருந்தது. இவர்கள் அடங்கிய குழுவைக் கணம் என்ற நிறுவனமாகச் சமூகவியல் அறிஞர்கள் குறிப்பிட்டனர். இந்தக் ‘கணம்’ என்ற அமைப்புதான் பிந்தைய நாகரிகக் குடும்ப வளர்ச்சிக்கு அடிகோலியது எனவும் அறிஞர்கள் குறிப்பிட்டனர் (எங்கெல்ஸ்.1884) மேலும் மணஉறவுமுறை நெறிகள் தோன்றவும் வளர்ந்து வலுப்பெறவும் கணம் அடிப்படையாக அமைந்தது. இந்தக் கணத்திற்குள் திருமணம் செய்து கொள்வது சில இனங்களில் தடை செய்யப்பெற்றிருந்தது.

தடைகளுக்குரிய காரணங்கள்

பெற்றோர்கள், பிள்ளைகள் இடையே இருந்த மணஉறவில் தடைகள் தோன்றுவதற்குரிய காரணங்களைக் கண்டறிதல் எளிதானதன்று. இவற்றை அறிவியல் நோக்கில் அறிதற்குச் சான்றுகளில்லை. எனினும் ஊகத்தால் கண்டறிய இயலும். இந்த ஊகத்தின் அடிப்படையில் பின்வருவன தடைக்குரிய காரணிகளாக அமையலாம்.

புணர்ச்சிப் போராட்டங்கள்

பெண்ணை முன்னிறுத்தித் தோன்றிய போராட்டங்களும், அழிவுகளும் வரலாற்றில் பதிந்துள்ளன. பெண்ணொருத்திக்காக நடந்த பெரும் போரையும் அதனால் விளைந்த அழிவையும் மகாபாரதம் கூறும். சீதையின் பொருட்டு இலங்கை இனமே அழிந்ததை இராமாயணம் விளக்கும். தமயந்தியின் சுயவரத்தில் தோன்றிய போராட்டம் நளனை நாடிழக்கச் செய்தது. பெண்ணொருத்திக்காக அகிலிஸூம் அகமெம்னானும் சண்டையிட்டுக் கொள்வதை இலியத் காவியம் காட்டுகின்றது (எங்கெல்ஸ்.1884) பெண்ணிற்காகத் தோன்றிய பூசலின் விளைவுதான், பிறன்மனை நயவாமை எனும் அறக்கோட்பாடாக உருவாயிற்று. இவ்வாறான புணர்ச்சிப் போராட்டங்கள் தொன்மைக்கால மனித வாழ்க்கையை அலைக்கழித்திருக்க வேண்டும். தந்தை – மகன் இடையே ஒரு பெண்ணிற்காகப் போட்டியும், போர்களும் தோன்றியிருக்கலாம். போர்க்குணம் ஒன்றே இனக்குழு மனித நிலையின் மையக்குணமாக விளங்கிய காலத்தில் தந்தை – மகன் அழிவும் சமூக அழிவும் ஏற்பட்டிருக்க வேண்டும். இவற்றிலிருந்து மனித இனத்தைக் காப்பதற்குத் தொன்மைப் பாலுறவில் தடைகள் தோன்றியிருக்க வேண்டும். தடைகள் தோன்றியதற்கான காரணத்தை அறிஞர்கள் (பக்தவத்சல பாரதி.1989) பின்வருமாறு விளக்குவர்

உடன்வளர்ந்த அன்பு

தாயொருத்தியின் வயிற்றில் பிறந்த சகோதர, சகோதரிகள் பிறந்தது முதல் ஒன்றாக வளரும் இயல்பினர்; வாழும் இயல்பினர். ஒன்றாக வளர்ந்த இவர்களிடையே மணஉறவு எண்ணம் தோன்றாமல் இருந்திருக்க வாய்ப்புண்டு. இன்றும் கூட மணஉறவு முறை கொண்ட முறைப்பெண், முறைப்பையன் இருவரும் சிறுவயதிலிருந்து ஒன்றாகப் பழகுவாராயின் அவரிடையே திருமண எண்ணம் தோன்றாமல் இருப்பதைக் காணமுடிகின்றது. இத்தகு பழக்கமும் பால்உறவில் தடைகள் தோன்றக் காரணமாக அமைந்திருக்கலாம். இந்தக் கருத்தை வெஸ்டர் மார்க் 'இளம்பருவம் முதல் ஒன்றாயிருத்தல் கொள்கை' மூலம் விளக்கியுள்ளார்.

எதிர்த் தாக்குணர்வு

இரத்த உறவுடையோர் ஒரு குடும்பமாக நெருங்கி வாழும் காலத்தில் அவர்களுக்குள் நனவிலி மனத்தில் ஏற்படும் தகாப்புணர்ச்சி விருப்பங்கள் அக்குடும்பத்தில் உள்ளோரின்

எதிர்த்தாக்குணர்வால் நிறைவேறாமல் போய்விடுகின்றன. இதுவே பின்னர்த் தடையானதற்குக் காரணமாக அமைந்திருக்க வேண்டும். இதனைப் பிராய்டு உளப்பகுப்பாய்வுக் கொள்கை மூலம் விளக்கியுள்ளார்.

சமூக உறவு எண்ணம்

சமூகத்தில் ஒரு குடும்பத்தைச் சேர்ந்தவர்கள் மட்டும் தனித்து வாழ முடியாது. ஒரு குடும்பத்தினர் அடுத்த குடும்பத்தினரோடு உறவு கொள்ளும்போதுதான் வாழ்க்கைத் தேவைகளை ஈட்டவும், பாதுகாப்பாக வாழவும் முடியும். இந்த எண்ணத்தின் அடிப்படையில் ஆதி மனிதன் தன் குடும்பத்திற்குள் மணஉறவை ஏற்படுத்திக் கொள்ளாமல் வேற்றுக் குடும்பங்களோடு மணஉறவை ஏற்படுத்திக் கொண்டான். இதனால் தடைகள் தோன்றியிருக்கக் கூடும். இதனை மணஉறவுக் கொள்கை என்று டைலர் விளக்குவர்.

வயது இணையின்மை

ஆதி மனிதன் குடும்பங்களில் புணர்ச்சி கொள்ளலாம் என நினைத்தாலும் கூட அவர்களுக்கு ஈடான வயதுடையவர்கள் கிடைக்கவில்லை. அதனால் ஒருகுடும்பத்தைச் சேர்ந்தோர் வேறு குடும்பத்தைச் சேர்ந்த இணை வயதுடையாரை மணக்கும் நிலை தோன்றியது. இதனாலும் தடைகள் தோன்றியிருக்கலாம். இதனைக் 'குடித்தொகையியல் கொள்கை' என மாரியம் சிலாட்டர் விளக்குவர்.

தடைகள் மணஉறவு முறையாதல்

வரன்முறையற்ற தொன்மைப் பாலுறவில் தோன்றிய தடைகளே பின்னாளில் மணஉறவு முறையாக உருப்பெற்றன. தந்தை மகள், தாய் மகன், சகோதரன் சகோதரி உறவில் தடை ஏற்படவே இவர்கள் அனைவரும் சேர்ந்து மணத்தடை செய்யப்பெற்ற கணமாக உருப்பெற்றனர். எனவே இவர்கள் இடம்பெறாத வேறொரு கணத்தில் மணஉறவு கொள்வது நெறியாக்கப்பெற்றது. இந்நெறி புறமண உறவு என்றும் அகமண உறவு என்றும் பிரிந்தது. ஓர் இனக்குழு பலகணங்களாகப் பிரிந்து நிற்கும். இக்கணங்கள் தம்முள் மணம் புரிதலைத் தடை செய்தன. தம்கணம் அல்லாத வேறொரு கணத்தில் மணம் செய்து கொள்வது, புறமண உறவு என்றழைக்கப்பெற்றது. இக்கணங்கள் தம் இனக்குழுவை விட்டு வேறோர் இனக்குழுக் கணத்தோடு மணஉறவு கொள்ளாத நிலையில் புறமண உறவு அகமண உறவாக மாறும். ஆகப் புறமணஉறவு கணத்தை நோக்கப் புறமண உறவாகவும் அதுவே

இனக்குழுவை நோக்க அகமண உறவாகவும் விளங்குகின்றது (எங்கெல்ஸ்.1984) தம் கணத்திற்குள்ளே மணம் செய்து கொள்வது அகமண உறவாகும்.

புறமண உறவு முறையையும், அகமண உறவு முறையையும் சங்க இலக்கியங்கள் பதிவு செய்துள்ளன. இவ்விரு மணமுறையை அடியொற்றித் தமிழரின் மணஉறவு முறைகளை இனிவரும் பகுதி விளக்க முற்படுகின்றது.

மணஉறவு முறையின் வகைகள்

இரட்டைக் காப்பியக் காலத்திற்கு முந்தைய தமிழகத்தைப் பொறுத்த வரையில் மணஉறவு முறை, மூன்று கட்ட நிலைகளை உடையதாகக் காணப்பெறுகின்றது. அவை வருமாறு:

முதல் கட்ட மணஉறவு முறை: முன் பின் அறியாத அல்லது வேறு குழுவைச் சேர்ந்த பெண்களை மணம் செய்து கொள்வது. இதனைக் களவு மணமுறை என்று கூறலாம்.

இரண்டாம் கட்ட மணஉறவு முறை : மேல்கூறியதற்கு மாறாகத் தன்னுடைய இனம், அல்லது பிரிவில் மணம் செய்து கொள்வது. இதனைப் பெற்றோர் இசைவு மணமுறை என்று கூறலாம்.

மூன்றாம் கட்ட மணஉறவு முறை : சாதியில் நெருக்கமான உறவில் மணம் செய்து கொள்வது.

இம்மூன்று நிலைகளையும் சங்க இலக்கியங்களும் இரட்டைக் காப்பியங்களும் பதிவு செய்துள்ளன.

முதல் கட்ட மணஉறவு முறை

கிழக்கு நியூகினியாவில் தென்கடற்கரைக்கு அப்பால் உள்ள 'தோபு' என்ற இனம் நாலிலிருந்து இருபது கணங்களாகப் பிரிந்து வாழ்கின்றது. ஒவ்வொரு கணமும் தம்முள் மணம் செய்து கொள்வதைத் தடை செய்துள்ளது (ரூத்பெனிடிக்.1964). இது போன்ற கண அமைப்புப் பண்டைத் தமிழ்ச் சமுதாயத்தில் இருந்தமைக்குச் சான்றுகள் உள்ளன.

> நாடும் ஊரும் இல்லும் குடியும்
> பிறப்பும் சிறப்பும் இறப்ப நோக்கி

என்ற தொல்காப்பிய நூற்பாவில்(1060) வரும் 'இல்லம்' என்ற சொல் ஓரினத்திற்குள் இருந்த கணங்களைக் குறித்தது என்பர் (குணா.1988). இதற்கு அரணாகத் தற்காலத்து மதுரை, திருநெல்வேலி மாவட்டங்களில் வாழும் தமிழ்ப்பணிக்கர்

இனத்திலுள்ள 'மூதில்லம்', 'தோரணத்தில்லம்', 'பள்ளிக்கில்லம்', 'பஞ்ச நாட்டில்லம்', 'சோழிய இல்லம்' முதலிய கணங்களை எடுத்துக்காட்டுவர் (குணா.1988). இக்கணங்கள் அகமணக் கட்டுப்பாடு உடையவை ஆகும். இத்தகு கணங்கள் யாவும் தம்முள் மணம் செய்வதைப் பண்டைச் சமுதாயங்கள் சில திட்டமாகத் தடைசெய்திருக்க வேண்டும். இத்தடைகள் பற்றிய செய்திகளைச் சங்க இலக்கியங்கள் கூறவில்லையாயினும் வேறு கணத்தில் மணஉறவு கொண்ட அதாவது புறமண உறவு கொண்ட செய்திகளைக் கூறுகின்றன. அவை வருமாறு:

(அ) 'யாயும் ஞாயும் யாராகியரோ' என்ற குறுந்தொகைப் பாடல்,[3] முன்பின் அறியாத இருவர் திருமணம் செய்து கொண்டதை விளக்கும். தமது தாயரைப் பற்றியும், தந்தையர் பற்றியும் முன்பின் அறிந்திராத இருவர் மணம் ஒன்றியிருந்த நிலையை இப்பாடல் விளக்குகின்றது.

(ஆ) அகநானூற்றுப் பாடல் ஒன்றில்[4] தலைவன், தலைவி தோழியரைப் பார்த்து, "மடநல்லீரே! பகலும் மறைந்தது; இரவும் வந்தது; நானும் சோர்வு மிகவுடையேன்; அதனால் இன்று இரவு நுமது ஆரவாரம் மிக்க சிறுகுடியில் விருந்துண்டு தங்கிச் செல்வதற்கு இசைவீரோ" என்று வினவுகின்றான்.

(இ) "சிறுகுடிப் பாக்கத்திலுள்ள மன்றத்திடத்தே பகல் நேரத்தில் அழகுடைய நீ, வயநாய் பின்வர வருவையாயின் அலர் தோன்றும்" என்று தோழி ஒருத்தி தலைவனிடம் கூறுகின்றாள்.[5]

(ஈ) தலைவியின் வீட்டில் திடுமென யாரும் அறியாது நுழைந்த தலைவனை எதிர்ப்பட்ட தலைவியின் தாய் அவன் அழகு கண்டு முருகனெனப் பிறழ உணர்ந்து பரவுதல் செய்ததாக ஓர் அகப்பாடல் அமைந்துள்ளது.[6]

மேல்கூறிய சான்றுகளிலிருந்து பின்வரும் கருத்துகள் உருப்பெறுகின்றன.

---

3. குறு. 40

4. எல்லும் எல்லின்று அசைவு மிக உடையேன்
மெல்லிலைப் பரப்பின் விருந்துண்டு யானுமிக்
கல்லென் சிறுகுடித் தங்கின் மற்று எவனோ (அகம்.110)

5. மருங்கில் தூங்கும் சிறுகுடிப் பாக்கத்து...
பகல்வரின் கவ்வை அஞ்சுதும் (அகம்.118)

6. குறி இறைக் குரம்பை நம்மனைவயின் புகுதரும்
மெய்ம்மலி உவகையன் அந்நிலை கண்டு
முருகென உணர்ந்து முகமன் கூறி...
நெடுவேள் பரவும் அன்னை (அகம்.2721)

(அ) முன்பின் அறிமுகம் இல்லாத இருவர் திருமணம் செய்துகொள்வது.

(ஆ) தலைவியின் சிறுகுடியில் இரவு தங்குவதற்குத் தலைவன் இசைவு கேட்பதிலிருந்து அவன் அந்த ஊரைச் சார்ந்தவன் அல்லன் என்பது தெரிய வருகின்றது.

(இ) சிறுகுடிப்பாக்கத்து மன்றத் திடத்தே தலைவன் வருவதால் அலர் தோன்றும் என்பதிலிருந்து அவன் அப்பகுதிக்கு அயலவன் என்பதும் புதியவனைக் கண்டவழி அலர் தோன்றும் என்பதும் புலனாகின்றன.

(ஈ) தலைவியின் வீட்டில் நுழைந்த தலைவன் அவ்வூரைச் சார்ந்தவனாயின் அவனைத் தலைவியின் தாய் அறியாமல் இருந்திருக்க இயலாது.

இந்த நான்கு கருத்துகளிலிருந்து ஒரு கருத்துத் தெளிவாகின்றது. மேற்கூறிய சான்றுகள் யாவும் அகப்பொருள் பற்றியன. திருமண உறவு தமது கணம் அல்லது ஊரைச் சாராத வேறுபகுதியில், தலைவி முன்பின் அறிந்திராத பகுதியில் கொள்ளப்பெற்றது என்பது தெரிய வருகின்றது. இந்த மணஉறவு முறையே தமிழில் கிடைத்த சான்றுகள் மூலம் அறியவரும் முதல்கட்ட மணஉறவு முறை எனலாம்.

இரண்டாம் கட்ட மணஉறவு முறை

வேறுவேறு கணங்களுக்குள் மணஉறவு கொள்வது முதல் நிலையானால் தம் கணத்திற்குள் மணஉறவு கொள்வதை இரண்டாம் நிலையாகக் கொள்ளலாம். இக்காலக் கட்டத்தில் தொழில் அடிப்படை அல்லது வேறொன்றின் அடிப்படையில் ஒன்றுபட்டு அமைந்த ஒரு குழுவுக்குள் மணஉறவு கொள்வது மரபாக்கப் பெற்றது. மரபாக்கவே பழைய புறமண உறவுகள் தடை செய்யப்பெற்றன. இந்த இரு நிலைகளையும் சங்க இலக்கியம் தெளிவாக உணர்த்துகின்றது. புறமண உறவுகள் தடைசெய்யப் பெற்ற பின்னர்ப் பெற்றோர் இசைவு மணம் வழக்கத்தில் வந்துவிடுகின்றது. புறமண உறவுகளைத் தடைசெய்யும் நிலைகளை அறிவதன் மூலம் இரண்டாம் கட்ட மணஉறவு முறையின் தோற்றத்தை அறியலாம்.

புறமண உறவில் தடை

தாய்வழித் தலைமை இருந்தபோது இயல்பாக வழக்கிலிருந்த புறமண உறவுகள் ஒருகால கட்டத்தில் தடை செய்யப்பெற்றன. இத்தடைகளைச் சங்க இலக்கியம் மூன்று வகைகளில் பதிவு செய்துள்ளது. அவை வருமாறு.

(அ) உடன்போக்கும் உடன்போக்கில் போரும்

(ஆ) இற்செறித்தல்

(இ) மகள்மறுத்து மொழிதல்

உடன்போக்கு

புறமண உறவில் தடைவிதிக்கப் பெற்ற தொடக்ககால நிலையை உடன்போக்குப் பாடல்கள் விளக்கவல்லன. காதலர்கள், பெற்றோர்களின் இசைவின்மையால் உடன்போக்கு மேற்கொண்டமையைப் புலப்படுத்தும் இப்பாடல்கள் மகட் போக்கிய செவிலி அல்லது நற்றாய் கூற்றில் அமைந்தன. தாயரின் வருத்தம் பொதிந்த பாடல்களே மிகுதி. 'ஏதிலான் பொய் மொழி நம்பிப் போயினாள்' எனவும்[7] செறிந்த காப்பினைக் கடந்து போயினாள் எனவும்[8] 'தமர் வதுவை அயரவும் அதனை உடன்படாது காளையோடு அருஞ்சுரம் கடந்தனள்' எனவும்[9] வரும் பாடல்கள் உடன்போக்கினை விளக்குகின்றன. இப்பாடல்களிலிருந்து தெரியவருபவை வருமாறு:

(அ) புறமண உறவில் எழுந்த கட்டுப்பாடுகளின் தொடக்க நிலை தெரிய வருகின்றது.

(ஆ) பெற்றோர்கள் பார்த்து முடிவுசெய்யும் திருமணத்தின் தொடக்க நிலையையும் உணரமுடிகின்றது.

(இ) பெற்றோர்கள் பார்த்து முடிவுசெய்யும் திருமணம் ஒருபுறம் நிற்க, பண்டை மணஉறவின் எச்சம் தீர்ந்த பாடில்லை. எனவே தமக்கு விருப்பமான காதலர்களைத் தேர்ந்தெடுத்தனர். பெற்றோர்கள் எதிர்க்கவே உடன்போக்கினை மேற்கொண்டனர்.

(ஈ) ஆக, ஒருபுறம் புறமண உறவில் தடைவிதிக்கப்பெறுதலும் மறுபுறம் அதனை மீறலும் சமுதாயத்தில் நிகழ்ந்தன.

உடன்போக்கில் போர்

புறமண உறவில் கட்டுப்பாடு விதிக்கப்பெற்று அது மரபாக இறுகிய பின்னர், உடன்போக்கு, மரபு மீறலாகக் கருதப்பெற்றது. எனவே உடன்போக்கு மேற்கொள்ளும் காதலரோடு தமர் போர்

---

7. ஏதிலன் பொய்ம்மொழி நம்பி ஏர்வினை
வளங்கெழு திருநகர் புலம்பப் போகி (அகம்.2721)

8. அகம்.145

9. பொம்மல் ஓதி எம்மகள் மணன் என
வதுவை அயர்ந்தனர் நமரே அதனால்... அவனொடு...
அருஞ்சுரம் சேறல் அயர்ந்தனென் யானே (அகம்.221)

தொடுத்தனர்; சில இனங்களில் அவர்களைக் கொன்றொழித்தனர். இதனைப் பல பழைய இனங்கள் வழக்கமாகக் கொண்டிருந்தன. உறவு முறைகளைத் தீவிரமாகக் கொண்ட குருநாய் *(Kurunai)* என்ற இனத்தவர், உடன்போகும் காதலரைத் துரத்திச் சென்று அவர்கள் பிடிபட்டால் கொன்றுவிடுகின்றனர். ஆயின் அவர்கள் பிடிபடாமல் அச்சமற்றதாகக் கருதப்பெறும் ஒரு தீவில் ஒரு குழந்தை பிறக்கும் கால அளவிற்குத் தங்கி மீண்டும் வந்தால் அவர்களுக்குச் சிறிய அளவு தண்டனையே வழங்கப் பெற்றது (ரூத்பெனிடிக்.1964).

இச்செயல் உணர்த்தும் கருத்து நோக்கற்பாலது. தடை செய்யப்பெற்ற ஒரு குழுவிலிருந்து பெண்கொள்வது ஒரு காலத்தில் உடன்பாடான ஒன்றாக இருந்திருக்க வேண்டும். அந்த உடன்பாட்டின் பழமையை அடியொற்றியே காதலர்கள் உடன் போக்கினை மேற்கொண்டிருக்க வேண்டும். அப்பழமையைக் கருதியே அவர்களின் தண்டனையும் குறைந்திருத்தல் வேண்டும்.

உடன்போக்கில் போர் ஏற்பட்டதைச் சங்கப் பாடல்கள் தெரிவிக்கின்றன. தலைவன், தலைவி உடன்போக்கிடையே தலைவியின் தமர் போர் தொடுத்து வருவர். உடன்போக்கின்போது தலைவியின் தமர் வரத் தலைவன் குன்றத்தில் மறைகின்றான். தலைவனை மறைத்த குன்றத்தைத் தலைவி வாழ்த்துகின்றாள்.[10] நீண்டு அகன்ற கண்ணை உடையாளைத் தலைவன் கொண்டு பெயரச் சுற்றம் இடைநெறியில் போர்தொடுக்கின்றது.[11] இப்பாடற் செய்திகள் யாவும் மரபு மீறி மணஉறவு கொண்டோர் மீது தமர் போர்தொடுத்த செய்தியினைத் தெரிவிக்கின்றன.

காதலர் மீது போர்தொடுக்கப் பெற்றாலும் சில காலத்திற்குப் பிறகு அவர்கள் தமரால் ஏற்கப் பெற்றனர். “முன்னே விரைந்து செல்வோரே, என் ஆயத்தார்க்கு யான் திரும்பி வருதலைத் தெரிவிப்பீராக” என்று உடன்போய்மீளும் தலைவி கூறுவதாக ஓர் அகப்பாடல் அமைந்துள்ளது.[12] “வெஞ்சினக் காளையோடு என்மகளும் திரும்பி வருமாறு கரைவாயாக” என்று மகட்போக்கிய

10. அறம் சாலியரே அறம் சாலியரே...
வாள் வனப்புற்ற அருவிக்
கோள்வல் என்ஐயை மறைத்த குன்றே (ஐங்.312)

11. கடை அழிய நீண்டகன்ற கண்ணாளைக் காளை
படையொடும் கொண்டு பெயர்வானைச் சுற்றம்
இடைநெறித் தாக்குற்றது... (பரி.11:46–48)

12. சுரம்நனி வாரா நின்றனள் என்று
முன்னுற விரைந்து நீர் உரைமின் (ஐங்.397)

தாயொருத்தி, காகத்தைப் பார்த்துக் கூறுகின்றாள்.[13] இச்செய்திகள் உடன்போக்கினை உடன்படாமையையும் சிறிது காலத்திற்குப் பிறகு அக்காதலரை ஏற்றுக்கொண்டமையையும் தெரிவிக்கின்றன.

இற்செறித்தல்

உடன்போக்குப் போன்ற நிகழ்வுகள் அறவே கடிதற்கு வேண்டி அற்றைச் சமுதாயம் சில நடைமுறைகளை மேற்கொண்டது. அவற்றுள் ஒன்று, பெண்களை வெளியேவிடாது இல்லத்தில் வைத்துக் காத்தல் ஆகும். இதனை அகப்பாடல்கள் 'இற்செறித்தல்' என்ற பெயரில் பதிவு செய்துள்ளன. இற்செறித்தல், புறமண உறவில் தடை ஏற்பட்டதன் வளர்ந்த நிலையைக் காட்டுகின்றது எனலாம்.

'காப்பும் பூண்டிசின்' என்ற அகப்பாடல்[14], தலைவி வீட்டில் காவல் வைக்கப்பெற்றதை விளக்குகின்றது. நன்னது பாழியின் காவலைப் போன்ற செறிந்த காவலை உடைய வீட்டிலிருந்து தலைவி, காவலையும் மீறித் தலைவனோடு செல்வதை ஓர் அகப்பாடல் கூறுகின்றது[15]. தலைவியின் தந்தையினுடைய பெரிய காவலை உடைய இல்லத்தில், தாய் தலைவியைக் காவல் காத்து உறைவதாக ஒரு பாடல் அமைந்துள்ளது[16]. மகட்போக்கிய செவிலித்தாய், தனது அறியாமையால் தலைவியை இற்செறிக்காமல் விட்டதை எண்ணிப் புலம்புகின்றாள்[17].

இச்செய்திகள், தலைவி தனது விருப்பத்திற்கு ஏற்ப மணஉறவு கொள்ள இயலாததையும், இயலாதவாறு தடை செய்யப் பெற்றதையும், ஆடவன் ஒருவன் எளிதில் தலைவியைச் சந்திக்க இயலாதவாறு காவல் செறிக்கப்பெற்றதையும் விளக்குகின்றன.

---

13. மறுவில் தூவிச் சிறுகருங் காக்கை...
வெஞ்சின விறல் வேற் காளையொடு
அஞ்சில் ஓதியை வரக் கரைந்தீமே (ஐங்.391)

14. காப்பும் பூண்டிசின் கடையும் போகலை
பேதையல்லை பேதையம் குறுமகள்
பெதும்பை பருவத்து ஒதுங்கினை புறத்து (அகம்.7)

15. சூழி யானைச் சுடர்ப்பூண் நன்னன்
பாழி யன்ன கடியுடை வியன்நகர்ச்
செறிந்த காப்பு இகந்து அவனொடு போகி (அகம்.15)

16. எந்தை, கடியுடை வியன்நகர் ஓம்பினள் உறையும்
யாய் அறிவுறுதல் அஞ்சி (அகம்.298)

17. அறியாமையின் செறியேன் யானே (அகம்.315)

மகள் மறுத்து மொழிதல்

மகள் மறுத்துமொழிதல், புறமண உறவில் ஏற்படுத்தப்பெற்ற தடையின் உச்சநிலை எனலாம். தமிழர்தம் மகள் மறுத்து மொழிதலை விளக்குவதற்கு முன்பு அமெரிக்காவின் வடமேற்குக் கடற்கரைப் பகுதியைச் சேர்ந்த க்வாக்யூட்ல் *(Kwakivtl)* என்ற இனக்குழு மக்களின் பண்பாட்டுச் செய்தி ஒன்று ஈண்டுச் சுட்டற்பாலது (ரூத்பெனிடிக்.1964).

இவர்களின் திருமணம் ஒரு போர்முறையாக நடத்தப் பெறுகின்றது. திருமணம் செய்துகொள்ள விரும்பும் ஒருவன் போருக்கு அழைப்பது போலத் தன்னுடைய உறவினர், நண்பர் முதலியோரை ஒன்றுகூட்டிக் "குடிகளின் மீது இப்பொழுது நாம் போர்துவங்குவோம்; என் மனைவியை வீட்டிற்குள் கொண்டுவர எனக்கு உதவி செய்யுங்கள்" என்று வேண்டுவான். உடனே அதற்கான ஏற்பாடுகள் நடைபெறும். ஆனால் இது ஒரு பாவனைச் சடங்கு என்பது குறிப்பிடத்தக்கது.

மணமகன் பக்கத்துச் சடங்குகள் இவ்வாறு இருக்க, மணமகள் பக்கத்துச் சடங்குகள் வேறு மாதிரியாக அமைந்தன. இவ்வினத்தின் சில குடும்பங்கள் தீ வளர்க்கும் உரிமையைப் பெற்றிருந்தன. மணமகளது குடும்பத்தின் உரிமைச் சின்னமாகக் கருதப்பெறும் ஒரு கடல் இராட்சதப் பதுமையின் வாயிலிருந்து ஏழு மண்டையோடுகள் தள்ளப்பெறும். மணமகளின் தந்தை, மணமகனது கூட்டத்தைப் பார்த்து, "எச்சரிக்கை! இவை என் பெண்களை மணம்செய்து கொள்ள வந்து என் நெருப்பின் அருகிலிருந்து ஓட்டம் பிடித்தவர்களின் எலும்புகள்" என்று கேலி செய்வான்.

இச்சடங்குகள், ஒருகாலத்து உண்மை நிகழ்ச்சியின் எச்சங்கள் எனக் கருத இயலும். உடன்போக்கு என்பது பெண்ணைக் கவர்ந்து செல்லுதல் என்பதாக உருமாறிய காலத்துத் தோன்றிய போராட்டமும் அதனால் ஏற்பட்ட உயிரிழப்புகளும் தெரிய வருகின்றன. இவையாவும் புறமண உறவுக் கட்டுப்பாட்டை மீறிய செயலை விளக்குகின்றன.

இவை ஓரோவழித் தமிழிலுள்ள மகள் மறுத்து மொழிதலோடும் மகட்பாற் காஞ்சி என்னும் துறைகளோடும் தொடர்புடைய தாகலாம். மணமகன் வீட்டார் பெண்கேட்டு வருதலையும் மணமகள் வீட்டார் பெண் மறுத்து மொழிதலையும், போர்க் கோலம் பூணுதலையும் மேல் சுட்டப் பெற்ற துறைப்பாடல்கள் விளக்குகின்றன. மண்ணை ஆளுகின்ற செல்வந்தரே ஆயினும் பெண் மறுக்கப்பெற்ற செய்தியைப்

புறப்பாடல்கள் தெரிவிக்கின்றன[18]. பெண்கேட்டு வந்தாரோடு பொருது பஞ்சும் களையாப் புண்ணினராய்த் தலைவியின் ஐயன்மார் காட்சியளிப்பதையும்[19] போரினால் களிறு கலக்கிய தண்கயம் போல ஊர் கவின் இழப்பதையும்[20] பாடல்கள் விளக்குகின்றன. இப்பாடல்கள் தரும் செய்திகளுள் கீழ்வருவன இன்றியமையாதன எனலாம். அவை வருமாறு:[21]

(அ) தலைவியின் ஐயன்மார் செல்வம் வேண்டார், போர் வேண்டி நின்றார். மேலும் 'நிரல் அல்லோர்க்குப் பெண் தருதல் இல்லை' என வஞ்சினம் கூறி நின்றார்.

(ஆ) வேந்தர் நலஞ்சான்ற விழுமிய பொருள்களைப் பணிந்து வந்து கொடுப்பினும் 'புரையர் அல்லோர்க்குப் பெண் தருதல் இல்லை' என்று தந்தை கூறிநின்றான்.

இவ்விரண்டு செய்திகளில் வரும் 'நிரல் அல்லோர்' 'புரையர் அல்லோர்' என்ற சொல்லாட்சிகள் பெரிதும் பொருள் பொதிந்தன. பெண் கேட்டு வந்தோர், வேந்தர் நிலையினர்; பெருஞ்செல்வந்தர்; புகழ் மிக்கவர். இந்நிலை உடையாரும் நிரல் அல்லர் என்றால் நிரல் உடையாரின் தன்மை யாது என்ற வினா இயல்பாக எழும். நிரல் உடையோர், புரையோர் என்ற சொல்லாட்சிகள் பெண் கொள்ளுவோரைக் குறித்தனவாகக் கொள்ளலாம். பெண் கொள்வதில், கொடுப்பதில் நிரல் உடையோர், புரையுடையவர் என்று பொருள் கொள்வது பொருத்தமாகலாம். இவ்வேந்தர்கள் பெண் எடுக்கும் உறவு முறை உடையவர் அல்லர் என்ற கருத்து இச் சொல்லாட்சிகளின் உள்ளே உறைந்து கிடப்பதை உணர முடிகின்றது. இச்சொல்லாட்சிகள் மணஉறவுமுறையின் இறுகிய நிலையினைக் காட்டுகின்றன. அகமண உறவுமுறை நிலைபெற்ற சமுதாயத்தில் புறமண உறவு முறையின் மேல் தடை விதிக்கப்பெற்றுக் கட்டுப்படுத்தப் பெற்ற தன்மையைக் காட்டுகின்றன எனலாம்.

புறமணத் தடைகளுக்குரிய காரணிகள்

புறமண உறவாகிய முதல்கட்ட மணஉறவு முறை தடை செய்யப் பெற்றதற்கு மூன்று காரணிகளைக் கூற இயலும். அவை வருமாறு:

---

18. புறநானூறு: 336, 337, 338, 341, 342, 343

19. பஞ்சியும் களையாப் புண்ணர்
அஞ்சுதகவு உடையர் இவள் தன்னைமாரே (புறம்.343)

20. களிறு பொரக் கலங்கிய தண்கயன் போலப்
பெருங் கவின் இழப்பது கொல்லோ
மென் புனல் வைப்பின் இத்தண்பணை ஊரே (புறம்.341)

21. புறம்.345, 343

(அ) குடும்பத் தலைமை

(ஆ) சொத்துரிமை

(இ) தொழிலுரிமை

இம்மூன்று காரணங்களும் வேறுவேறாகத் தோன்றினாலும் ஒன்றையொன்று சார்ந்து ஒருகாலத்தில் மணஉறவு மாற்றத்தை விளைவித்தன.

குடும்பத் தலைமை

தாய்வழித் தலைமையுடைய குடும்ப அமைப்பில் பெண்கள் சொத்துக்கு உரிமையுடையராய் இருந்தனர். மணம் செய்துகொள்ளும் ஆடவர் மனைவியின் வீட்டில் தங்கி இருந்து மனைவியின் செல்வச் சேர்க்கைக்காகப் பாடுபட வேண்டியிருந்தது. இதனைப் பின்வரும் இனக் குழுவின் பண்பாட்டுச் செய்தி தெளிவுறுத்தும். கிழக்கு நியூகினியாவிலுள்ள 'தோபு' என்ற இனக்குழுவினைச் சேர்ந்த ஆடவன், மாமியாரின் மேற்பார்வையில் தோட்டம் போட வேண்டியிருந்தது. மாமியாரும் மனைவியும் உணவு உண்ணும்போது கூட அவன் வேலை செய்து கொண்டிருக்க வேண்டும். ஏனென்றால் அவர்கள் முன்னிலையில் அவன் உணவருந்தக் கூடாது. ஏறத்தாழ ஒரு பணியாள் போலக் கணவன் வேலை செய்ய வேண்டியிருந்தது (ரூத்பெனிடிக், 1964).

இதனைப் போன்ற வழக்கம் தமிழரிடத்தே இருந்தமையைச் சங்க இலக்கியம் பதிவு செய்துள்ளது. தலைவியின் தந்தையைப் பணிந்தும், ஏவல் கேட்டும், கடல்மேல் வினை மேற்கொண்டு உழைத்தும் அவனுக்குத் தகுவன செய்யின் தலைவியைத் தருவானோ என அமைந்த தலைவன் கூற்றுப் பாடல் ஒன்று[22] மேல் கூறியதை அரண் செய்யும். இந்தப்பாடல் தந்தைவழித் தலைமை அமைப்பில் பாடப்பெற்றது என்றாலும், ஒரு காலத்தில் தலைவன், தலைவியின் இல்லத்திற்கு உழைத்ததின் எச்சமாகக் காணப்பெறுகின்றது. அந்தப் பழமையின் எச்சமே தலைவனை இவ்வாறு பேச வைத்திருக்க வேண்டும். இந்த நிலை தாய்வழித் தலைமை அமைப்பு நிலவி இருந்தவரை எந்தவிதச் சிக்கலுக்கும் உள்ளாகவில்லை.

ஆயின் ஒரு காலகட்டத்தில் சமூக அமைப்பில் குடும்பத்தின் தலைமை, தாய் வழியிலிருந்து தந்தை வழிக்கு மாறுகின்றது. தந்தை வழியின் தோற்றம் மணஉறவில் மாற்றத்தை ஏற்படுத்துகின்றது.

---

22. இருநீர்ச் சேர்ப்பின் உப்புடன் உழுதும்
பெருநீர்க் கோட்டம் புணையொடு புக்கும்
படுத்தனம் பணிந்தனம் அடுத்தனம் இருப்பின்
தருவன் கொல்லோ (அகம்.280)

புறமணத்தடைகளும், உடன்போக்குகளும் பெண்களைப் பாவனையாகக் கவர்ந்து செல்வது போன்ற சடங்குகளும் தந்தை வழித் தலைமையில்தான் தோன்றின எனும் அறிஞர்தம் கருத்தும் ஈண்டுச் சுட்டற்பாலது (எங்கெல்ஸ்.1884).

தமிழ்நாட்டில் உடன்போக்குக் காலத்தில் குடும்பத் தலைமை மாறிவிட்டதை அப்பாடல்களே விளக்குகின்றன. இதனைப் பின்வரும் சான்றுகள் மெய்ப்பிக்கும்.[23] மகட்போக்கிய செவிலித்தாய் புலம்பும் பாடலொன்றில் 'கல்கெழு சிறுகுடிக் கானவன் மகள்' என்று தலைவி குறிக்கப் பெறுகின்றாள். உடன்போக்கின்போது தலைவன் தலைவியைப் பார்த்துக் 'களிறுபோலத் தோன்றும் நின் தந்தையின் குன்றத்தைக் காண்பாயாக' என்று கூறுகின்றான். மகட்போக்கிய செவிலி, கூழுடைய தந்தையின் வீட்டில் தலைவி இருந்தபோது நடந்த நிகழ்ச்சியை எண்ணிப் புலம்புகின்றாள். இச்சான்றுகள் தந்தைவழித் தலைமை நிலவியதையும் அத் தலைமையில்தான் உடன்போக்குகள் ஏற்பட்டதையும் தெரிவிக்கின்றன.

இதுவரையும் கூறப்பெற்ற செய்திகளிலிருந்து குடும்பத் தலைமையின் மாற்றம், புறமண உறவில் தடை ஏற்படக் காரணமாக அமைந்ததை அறிய முடிகின்றது. குடும்பத் தலைமையின் மாற்றத்திற்குத் தனியுடைமைச் சொத்தும் வாரிசுரிமையும் காரணங்களாயின.

சொத்துரிமை

தந்தை வழித்தலைமை மாற்றம் புறமண உறவில் தடை ஏற்படுத்தியது ஏன் என்ற வினாவிற்குச் 'சொத்துரிமைச் சிக்கல்கள்' என்பதனை விடையாகக் கூறலாம்.

தாய்வழித் தலைமை அமைப்பில் சொத்து, பெண்களுக்கு உரிமையுடையதாயிருந்தது. திருமண உறவினால் வரும் ஆண்கள், பெண்களுக்கான சொத்தினை வளப்படுத்துவோராக இருந்தனர். ஆனால் தாய்வழித் தலைமை தந்தைவழித் தலைமையாக மாறும்போது சொத்துரிமையும் தந்தைவழிக்கு மாறவேண்டும். இந்த மாற்றம் எளிதில் திடீரென்று ஏற்பட்டதன்று. இம்மாற்றத்திலும் பல படிநிலைகள் உண்டு. சொத்து, தந்தை வழிக்கு மாறின தொடக்க காலத்தில் தந்தைவழியின் தலைமை இறுக்கமாக நிலைபெறவில்லை. எனவே பெண், கணவனோடு மணஉறவு கொள்ளும்போது, சொத்து, பண்டை மரபின் தொடர்ச்சியாகக் கணவனைச் சென்று சேர்கின்றது. இதனைச் சங்கப் பாடலொன்று விளக்கவல்லது.

23. அகநானூறு 7, 99, 145, 298

'பிரசம் கலந்த வெண்சுவைத் தீம்பால்' எனத்தொடங்கும் நற்றிணைப் பாடலொன்று[24] கொழுநனது குடி வறுமை உற்றதால் தந்தை கொடுத்த கொழுஞ் சோற்றை நினையாளாய் ஒருபொழுது விட்டு ஒருபொழுது உண்ணும் தலைவியின் நிலையைக் குறிப்பிடுகின்றது. இப்பாடலில் வரும், 'கொடுத்த தந்தை கொழுஞ்சோறு' எனும் பாடலடி மிகவும் பொருள் பொதிந்தது. மகளுக்குத் தந்தை பொருள் கொடுக்கும் செய்தியை இப்பாடல் விளக்குகின்றது. இச்செய்தி, ஒரு காலத்தில் சொத்து முழுமையும் மகள் வழியாகக் கணவனைச் சென்று சேர்ந்தது என்பதன் எச்சமாகலாம். நாளடைவில் முழுச்சொத்தும் சென்று சேர்வது தேய்ந்து சொத்தின் சிறுபகுதி மகளைச் சேர்ந்திருக்கவேண்டும்.

ஆக, தலைமை தந்தையுடையது என்றாலும் சொத்துப் பழைய மரபு காரணமாக வேறொருவனை அடைகின்றது. இதனால் தந்தை, தலைமையேற்றும் பயனில்லாமல் போகிறது. எனவே சொத்துத் தம்மைவிட்டுப் போகாமல் இருக்கப் புறமணத்தின் மீது தடைவிதிக்க வேண்டிய சூழல் தந்தை வழித் தலைமைக்கு உருவாகின்றது. இந்தத் தடையைக் கொண்டு வரும்போது எந்தக் குழுவோடு மணஉறவு கொள்வது என்ற வினா எழும். தம்முடைய சொத்தும் தம்மைவிட்டு அல்லது தமது நெருங்கிய உறவைவிட்டுச் செல்லக் கூடாது. அதே நேரத்தில் மகளுக்கும் திருமணம் நடைபெற்றாக வேண்டும். இந்தச் சிக்கல்களை அகமண உறவுமுறை தீர்த்து வைத்தது. ஒரே குழுவில் பெண் கொள்வது, கொடுப்பது என்றபோது சொத்துப் பரிமாற்றத்தின் சிக்கல் தீர்க்கப்பெற்றது.

தொழிலுரிமை

புறமண உறவைத் தடை செய்யவும் அகமண உறவை நிலைநிறுத்தவும் தொழில் அடிப்படையிலான சாதிப்பிரிவுகள் துணைநின்றன. புறமண உறவைத் தடைசெய்யும் போதுதான் தொழில்வழிச் சாதிப்பிரிவுகள் கால் கொள்கின்றன. சொத்துரிமை பெற்ற குடும்பத் தலைமை, சொத்துரிமைக்கு அடிப்படையாகிய தொழில் மந்தணங்களைக் காக்க விரும்பியது. புறமண உறவினால் இம்மந்தணங்கள் வேறு இனத்தை அடையும் சூழல் தோன்றவே இதனைத் தடுக்க அகமண உறவு முறை கால்கொண்டது. இதனைப்

> பெண் வழியிலான புற மண உறவின் மீது (ஆண் வழியிலான)
> அகமணத்தைத் திணித்து உருவாக்கிய சூழல்தான் சாதிகள்
> தோன்றுவதற்குக் காரணமாக அமைந்தது

---

24. கொண்ட கொழுநன் குடி வறனுற்றென
    கொடுத்த தந்தை கொழுஞ் சோறு உள்ளாள் (நற்.110)

என்ற அறிஞர்தம் கருத்து அரண் செய்யும் (குணா.1988). இவ்வாறு அகமண உறவு முறை நிலை பெறுவதற்குத் தொழில் வழிச் சாதிப்பிரிவுகளும் தொழில் மந்தணம் சார்ந்த உரிமைகளும் பெரிதும் துணைநின்றன.

புறமண உறவில் தடை ஏற்பட்டு உறவுமண உறவுமுறை தோன்றவே, வேளிர், ஆயர், வணிகர் போலும் தொழில் வழிப்பிரிவுகள் தோன்றின. இப்பிரிவுகளுக்குள் மணஉறவு கொள்ளுதல் நெறியாக்கப்பெற்றது. இந்நிலையினை இரண்டாம் கட்ட மணஉறவு முறை என்று கூறலாம்.

மூன்றாம் கட்ட மணஉறவு முறை

மூன்றாம் கட்ட மணஉறவு முறையில் நெருங்கிய உறவிற்குள் திருமண உறவு தோன்றி விடுகின்றது. அகமண உறவுமுறை விளைவித்த தவிர்க்க இயலாத ஒருசெயல் முறைப்பையன், முறைப்பெண் மணஉறவாகும். அகமண உறவில் இது இயல்பாகத் தோன்றிவிட்டது. இக்காலக் கட்டத்தில் தந்தை வழியிலான குடும்ப அமைப்பு உருப்பெற்று நிலைபெற்றது. தந்தையும், மகன்களும், மகனது ஆண்பிள்ளைகளும், தந்தையின் சகோதரர்களும், இவர்களின் ஆண்வழி வாரிசுகளும் ஓர் இனமாக அமைகின்றனர். இவ்வினத்தில் பெண்வழி வாரிசுகள் உரிமை பெறார்.

இவ்வாறான அமைப்புகள் தொழில்வழியில் ஒன்று சேர்கின்றன. சாதி என்ற பெயரைப் பெறுகின்றன. தந்தை வழியிலான பெண்கள் வேறொரு தந்தை வழியிலான ஆண்களுக்கு மனைவி ஆகின்றனர்.

இவ்வாறான மணஉறவு, குறுகிய காலத்திற்குள் அந்தச் சாதி முழுவதையும் நெருங்கிய உறவினர்களாய் ஆக்கிவிடுகின்றது. மீண்டும் மீண்டும் அந்தச் சாதிக்குள்ளேயே பெண் எடுத்தலையும் பெண் கொடுத்தலையும் மேற்கொள்கின்றனர். இந்த நிலையில் ஒருசாதிக்குள் இருபது குடும்பங்கள் அதாவது ஆண்வழித் தலைமைக் குடும்பங்கள் இருந்தால் அதில் சுமார் பத்துக் குடும்பங்கள் தமக்குள் மணஉறவை ஒழித்துவிடும். ஏனெனில் இவர்கள் அனைவரும் தந்தைவழிப் பங்காளிகள். மீதமுள்ள பத்துக் குடும்பங்கள் பெண்ணை எடுக்கவும், கொடுக்கவுமாகப் பிரிந்து நிற்கின்றன. இம்முறை மிக எளிதாக அத்தை மகன், மாமன் மகள் போன்ற மணஉறவு முறைகளைத் தோற்றுவிக்கின்றது. இதனை மணிமேகலை தெளிவாக உணர்த்தும். இது தமிழரின் மூன்றாம் கட்ட மணஉறவு முறை எனலாம்.

இம்மண உறவு முறையில் களவுமணமாகிய சுதந்திர மணம் அறவே கடியப்பெற்றது. பெற்றோரும், உறவினரும் இசைவளிக்கும் திருமணமே வலுப்பெற்றது.

இரட்டைக் காப்பியங்களில் மணஉறவு முறைகள்

இரட்டைக் காப்பியக் காலத்தில் மணஉறவு முறைகள் இறுக்கமாகி ஒரு வடிவம் பெற்றுவிட்டதை உணரமுடிகின்றது. சங்க காலத்துத் தொடக்கத்தில் இருந்த முதல்கட்ட மணஉறவு முறையாகிய களவுமணம் அறவே கடியப்பெற்றது. பெற்றோர் இசைவு மணம் நிலைபெறுத்தப் பெற்றது; முறையுறுத்தப் பெற்றது. என்றாலும் களவு மணத்தினுடைய எச்சங்கள் ஆங்காங்கே இல்லாமல் இல்லை. களவு மணம் இலக்கிய மரபாகப் போற்றப் பெற்றதே அன்றி நடைமுறையில் கடுமையாகத் தடைசெய்யப் பெற்றது. இரட்டைக் காப்பியங்களில் பயின்றுள்ள களவு மணக் கண்டிப்பின் அளவும், தன்மையும் மேல் கருத்தை உறுதி செய்யும் என்றாலும் சமூகப் புற ஒழுக்கமாகக் களவுமணம் காலந்தோறும் தமிழ்ச் சமுதாயத்தில் இடம் பெற்றுள்ளதும் தெளிவு.

முதல் கட்ட மணஉறவு முறைத் தடைகள்

சங்க காலத்திலேயே பெற்றோர்கள் பார்த்து முடிவு செய்யும் திருமணம் வழக்கில் வந்துவிட்டது. ‘அணிகலன்களின் பாரத்தினால் மணமகளுக்கு ஏற்பட்ட வியர்வையை ஆற்றிச் சுற்றத்தார் அவளைக் கணவனிடம் கொடுத்தனர்’ என்ற அகநானூற்றுப் பாடல்[25] பெற்றோர் நடத்தி வைத்த திருமணத்தை விளக்கி நிற்கின்றது. ‘நேரிறை முன்கைப் பற்றி நுமர்தர நாடறி நன்மணம் அயர்கம்’ என்னும் குறிஞ்சிப் பாட்டின் அடிகள்[26], திருமணத்தில் பெற்றோரின் தலையீட்டை விளக்குகின்றன; காதல் மணமாயினும் அது பெற்றோர்களின் இசைவினைப் பெறவேண்டும் எனும் சமூகக் கட்டுப்பாட்டை உணர்த்துகின்றது. சான்றோர்கள் சென்று மணவினைப் பேச்சுகள் நடத்தினர். தண்டுடைய கையராய் வெள்ளிய தலைமயிருடைய சான்றோர்கள் சென்று மணம்பேசி முடித்ததைச் சங்கப்பாடல் தெரிவிக்கின்றது.[27] பிற்காலத்தில் கற்றார், கட்டுரை வல்லார், கவி,

---

25. இழையணி சிறப்பின் பெயர் வியர்ப்பு ஆற்றி
 தமர் நமக்கு ஈத்த தலைநாள் இரவு (அகம்.136)

26. நேரிறை முன்கை பற்றி நுமர்தர
 நாடறி நன்மணம் அயர்கம் சின்னாள்
 கலங்கல் ஓம்புமின் இலங்கிழையீர் (குறி.233–235)

27. அம்மவாழி தோழி நம்மூர்ப்
 பிரிந்தோர்ப் புணர்ப்போர் இருந்தனர் கொல்லோ
 தண்டுடைக் கையர் வெண்டலைச் சிதலவர்
 நன்று நன்று என்னும் மாக்கள் (குறு.146)

மேலோர் ஆகிய நால்வர் சென்று மணம்பேசி முடித்தமையைச் சீவகசிந்தாமணி விளக்கும்.[28] இச்சான்றுகள், சங்க காலத்திலேயே பெற்றோர் இசைவு மணமாகிய இரண்டாம் கட்ட மணஉறவு முறை வழக்கில் வந்து விட்டமையைத் தெரிவிக்கின்றன. புறமணத் தடைகள் நாளடைவில் மண உறவு முறை கொண்டோர் கூடக் காதல் செய்வதைத் தடுத்து நிறுத்தின. இதனைப் பின்வரும் சான்று தெளிவுறுத்தும்.

தருமதத்தனும் அவனுடைய மாமன்மகளாகிய விசாகையும் கண்கவர் வனப்பினை உடையவர். 'விசாகை, தன் மைத்துனன் என்ற முறைமையால் யாழோர் மணத்திற்கு உடன்பட்டனள்' என்று ஊர் முழுவதும் அலர் எழுந்தது. விசாகையும் வீட்டை விட்டு வெளியேறினாள். உலகவறவியின் ஊடே சென்று 'கந்தில் எழுதிய பாவாய்! உலகர் பெரும்பழி ஒழிப்பாய்' என வேண்டினாள். வேண்டவும் கந்திற்பாவை, "மழைதரும் கற்பினை உடையவள் இவள்" என மாநகர்க்கு அறிவித்தது. விசாகையும் தெய்வம் வந்து தெளிவிக்காது போயின் மயக்கமுடைய இவ்வூர் மனந்தெளியாது என்று கூறி 'மைத்துனனுக்கு மறுபிறப்பில் மனையாட்டி யாவேன்; இப்பிறப்பில் இவனொடும் கூடேன்' என்று நற்றாய்க்குத் தன்திறம் சாற்றிக் கன்னி மாடத்தை அடைந்தாள். தருமதத்தனும் அவன் பெற்றோரும் புகார் நகரை விட்டு நீங்கி 'யாங்கள் அழுந்தி வருந்துகின்ற துன்பத்திலிருந்து எங்களைக் கைத்தூக்கிவிட்டனை' என்று கந்திற்பாவையை வாழ்த்தி மதுரையை அடைந்தனர். தருமதத்தனும் தன்மாமன் மகள் அல்லது பெண்டிர் பிறரைப் பேணேன்; இப்பிறப்பு அழிக என்று விரதம் தன்னுள் கூறி வணிகன் ஆயினான்.[29]

இவ்வரலாறு தரும் செய்தி மிகப் பெரிய சமுதாய மாற்றத்தைக் காட்ட வல்லது. முன்பின் அறியாத இருவர் மணத்திற்கு உடன்படுவது முதல்கட்ட மணமுறையின் இயல்பாகும். இது ஒரு காலத்தில் சமுதாய மதிப்பைப் பெற்றிருந்தது. யாழோர் மணவினை என வடமொழி இலக்கியங்கள் பேசின. ஒரு காலத்துத் தமிழர்களால் ஏற்றுக் கொள்ளப் பெற்ற இம்மணவினை இரட்டைக் காப்பியக் காலத்தில் கடுமையாக மறுக்கப்பெற்றதை விசாகை வரலாறு காட்டுகின்றது. மணஉறவு முறை கொண்ட அத்தை மகன், மாமன் மகள் கூடக் களவு உறவைக் கொள்ளல்

28. சீவகசிந்தாமணி.1054

29. தரும தத்துனுந் தன்மா மன்மகள்
பெருமதர் மழைக்கண் விசாகையும் பேணித்
தெய்வங் காட்டுந் திப்பிய வோவியக்
வைவினை கடந்த கண்கவர் வனப்பினர்
மைத்துனன் முறைமையால் யாழோர் மணவினைக்
கொத்தன ளென்றே யூர்முழு தலரெழ (மேகலை.22:80–110)

ஆகாது என்று தடை விதித்து இருப்பது முதல்கட்ட மணஉறவு முறைத் தடையின் உச்சநிலை எனலாம். பெற்றோர் இசைவன்றி அல்லது உற்றார் உறவினர் இசைவன்றி மனமொத்துத் திருமணம் செய்து கொள்வதினால் வரும் இடையூறுகளை விசாகையின் வரலாறு பட்டியலிட்டுக் காட்டுகின்றது. அவை வருமாறு:

(அ) களவுக் காலத்தில் அலர் எழுவது இயல்பு. இதனைச் சங்கப் பாடல்கள் பெரிதும் விளக்கும். அவ்வாறு அலர் எழுந்தாலும் அதனைக் காதலர் பொருட்படுத்துவதில்லை உடன்போய் மணப்பர். மணவினைக்குத் துணை செய்யுமாறும் அலர் அமைவதுண்டு. இந்நிகழ்வுகளும் களவுமணத் தடையின் தொடக்க காலத்தில் நிகழ்ந்தவை ஆகலாம். ஆயின் விசாகை பற்றி அலர் எழுந்த போது அதனைத் தெளிவிக்கத் தெய்வமே வரவேண்டிய தாயிற்று. அலர் எழுவதே தவறு என அற்றைச் சமுதாயம் கருதி இருக்க வேண்டும். எதிர்மறையாக, அலர் எழுவதற்குக் காரணமான களவு மணம் தவறு என்று சமுதாயம் தடைவிதித்திருக்க வேண்டும்.

(ஆ) கடவுள் தோன்றி அலரைத் தெளிவித்தாலும் விசாகை, மணம் துறந்து துறவுபோலும் மனநிலை எய்திக் கன்னிமாடம் சேர்கின்றாள். மறுபிறவியில்தான் தருமதத்தனை மணப்பேன் என்று உறுதி பூணுகின்றாள். இவ்வாறு தன்னைத் தண்டித்துக்கொள்வது எதனால்? தண்டித்துக் கொள்ளும் அளவிற்கு என்ன பழி வந்துற்றது. களவு மணத்தில் கூடினர் என்ற ஓர் அலர்ச்சொல்லே இத்தகு தண்டனைகளை வழங்கியது என்றால் களவு மணம் எந்த அளவிற்குத் தடை செய்யப் பெற்றிருக்க வேண்டும் என்பதை உய்த்துணரலாம்.

(இ) தருமதத்தனும் அவன் பெற்றோரும் ஊரைவிட்டே செல்கின்றனர். மேலும் கந்திற்பாவையை அணுகி, ‘அழுந்தி வருந்துகின்ற துன்பத்திலிருந்து எங்களைக் கைத்தூக்கி விட்டனை’ என்று போற்றுகின்றனர். ஆக, பெற்றோர் இசைவின்றிக் களவு மணம் நிகழின் அது அழுந்தி வருந்துகின்ற துன்பத்தைப் பெற்றோர்க்குச் சமுதாயம் அளிக்கும் என்பதும் அத்துன்பம் தரும் பழிச் சொல்லிலிருந்து மீளப் பெற்றோர் ஊரைவிட்டே செல்வர் என்பதும் தெரியவருகின்றன.

கந்தர்வ மணமும் பிழைமணமாகும்

கந்தர்வ மணம், மறையோர் தேயத்தார் மணவகை எட்டனுள் என்று என்பது தெளிவு. ஆயின் இரட்டைக் காப்பியக் காலத்தில்

கந்தர்வ மணத்தையும் பிழைமணமாக அந்தணர் சமுதாயம் கருதியது. இதனைச் சுதமதி வரலாறு விளக்கும்.

சுதமதியின் தந்தை, பழவினையின் காரணமாகப் பிழைமணம் எய்திய சுதமதியின் பொருட்டுக் குமரியம் பெருந்துறை ஆடச் செல்கின்றான்.[30] இச்செய்தியில் வரும் பிழை என்ற தொடர் குறிப்பிடத்தக்கது. இது சுதமதியும் மாருதவேகனும் கூடிய கந்தர்வ மணத்தைக் குறிப்பதாகும். இப்பிழை மணமும் விதியின் காரணமாக நிகழ்ந்தது எனக் கூறப்பெற்றிருப்பதும் நோக்கற்பாலது. மேலும்,

ஓதல் அந்தணர்க்கு ஒவ்வேன்

என்ற தொடர்,[31] இம்மணம் புரிவோரை அந்தணர் தம் இனத்தில் சேர்த்தல் இல்லை என்பதைக் குறிப்பிடுகின்றது. இவை யாவும் பெற்றோர் இசைவு மணத்தை நியாயப்படுத்தி முதல்கட்ட மணஉறவு முறையின் மீது விதித்த தடைகளை விளக்கவல்லன.

முதல்கட்ட மணஉறவு முறை கற்பு ஆகாமை

முதல்கட்ட மணமுறை கற்பு ஆகாமையும் பெற்றோர் இசைவு மணத்தை ஏற்றலே கற்பாகப் போற்றப் பெற்றமையையும் சிலப்பதிகாரம் விளக்கும். அது வருமாறு:

சிறுவயதில் வண்டல் இழைத்து விளையாடும் ஒருத்தி, தன் தோழியிடம் "ஒண்டொடி யான் மகள் ஒருத்தியைப் பெற்றேனென்றால் நீயும் மகன் ஒருவனைப் பெற்றனை ஆயின் என்மகளுக்கு நின் மகனே கணவனாவான்" என்றுரைத்தாள். அன்று உரைத்த சொற்களை அவள் தோழி உண்மையாகக் கொண்டு பின் நாளில் வந்து சொல்ல அதனைக் கேட்டு, "செல்வமற்ற யான் துன்பத்தால் சிந்தையிலே அவலம் மிகுந்தவளானேன்" என்று அவள் தன் கணவனிடம் கூறினாள். தந்தைக்குத் தன் தாய் கூறியதைக் கேட்ட ஆடகப் பூம்பாவை, அவ்வளவிலே தன் தாய் குறிப்பிட்ட வனை மணக்க முற்பட்டாள்.[32]

30. பழவினைப் பயத்தாற் பிழைமண மெய்திய
எற்கெடுத் திரங்கித் தற்றக வுடைமையின் (மேகலை.5:35, 36)

31. ஓதல் அந்தணர்க் கொவ்வேன் (மேகலை5:43)

32. வண்ட லயர்விடத் தியானோர் மகட்பெற்றால்
ஒண்டொடி நீயோர் மகற்பெறிற் கொண்ட
கொழுந னவளுக்கென் றியானுரைத்த மாற்றம்
கெழுமி யவளுரைப்பக் கேட்ட விழுமத்தாற . . .
கோடிக் கலிங்கம் உடுத்துக் குழல் கட்டி
நீடித் தலையை வணங்கித் தலைசுமந்த
ஆடகப் பூம்பாவையவள் (சிலம்பு. 21 : 26–34)

ஏழு பத்தினிமார் வரலாற்றில் ஏழாவதாகக் குறிக்கப்பெற்ற பத்தினியின் வரலாறே மேல் சுட்டப்பெற்றுள்ளது. இவ்வரலாற்றில் கற்பென்று சுட்டப்பெறுவது எதனை?

தாய் முடிவு செய்த ஆடவனை மறுக்காமல்
மணத்தலே கற்பாகும்

என்ற கருத்தை மேல் பத்தினி வரலாற்றால் அறிய முடிகின்றது. இந்நிகழ்ச்சி, முதல் கட்ட மணமுறைத் தடைக்கும் பெற்றோர் இசைவு மணத்தொடக்கத்திற்கும் இடைப்பட்ட காலத்தில் நிகழ்ந்த நிகழ்ச்சியாகலாம். பெற்றோர் இசைவு மணமே வழக்கில் இருந்திருப்பின் தாய் வருந்திட வாய்ப்பில்லை. தான் கூறியவாறு தன் தோழியின் மகனுக்கு மணம் முடித்து இருப்பாள். ஆனால் இந்நிகழ்வு நடந்த காலத்து முதல்கட்ட மணஉறவு முறையும் வழக்கில் இருந்திருக்க வேண்டும். எனவேதான் தாய் முன்பு கூறியவாறு திருமணம் நடத்த மகள் தடையாக இருந்திருக்க வேண்டும்.

ஆண்வழித் தலைமைச் சமுதாயம் பெற்றோர் இசைவு மணத்தை நிலைபெறுத்தவும், முறையுறுத்தவும் இப்பத்தினி வரலாற்றைத் துணை கொண்டதுபோலும். பெற்றோர் பார்த்து முடிக்கும் திருமணத்தைச் செய்து கோடலே கற்பாகும் என்ற தத்துவத்தைப் பரப்ப இது பயன்பட்டிருக்க வேண்டும். இவ்வரலாற்றைப் படிக்கும் பெண்கள் பிற்காலத்தில் பெற்றோர் இசைவுமணத்தை ஏற்றனர்.

முதல்கட்ட மணஉறவுமுறை எச்சங்கள்

சங்க காலத்தில் களவு மணத்தைப் பெற்றோர் இசைவு மணமாக மாற்றும் ஒரு முயற்சியும் மேற்கொள்ளப்பெற்றது. 'நேரிறை முன்கை பற்றி" என வரும் குறிஞ்சிப்பாட்டின் அடி[33], தலைவன் தலைவி கொண்ட களவு மணத்தையும், அம்மணம் உறுதிபெறவேண்டுமாயின் பெற்றோர் இசைந்து தலைவியைக் கரம்பிடித்துத் தந்து நாடறி நன்மணம் செய்விக்க வேண்டும் என்பதையும் உய்த்துணர வைக்கிறது. இக்கருத்தை மையப்படுத்திச் சிலப்பதிகாரம் பாடியுள்ளது.

நிலையுயர் கடவுள் நின்இணையடி தொழுதேம்
பலரறி மணம் அவர் படுகுவர் எனவே

இப்பாடலடிகள்,[34] குறமகளிர் கடவுளைத் தொழுது, எம் காதலர் பலரும் அறியுமாறு தம்மை மணந்து கொள்ளும் பலரறி மணம்

33. குறி.233–235

34. நிலையுயர் கடவுண் நின்னிணையடி தொழுதேம்
பலரறி மணமவர் படுகுவ ரெனவே (குறி.233,234).

வேண்டும் என்று இறைஞ்சுவதைக் குறிப்பிடுகின்றன. காதலர் களவு மணத்தில் ஈடுபடினும் அது பலரறி மணமாகும் போதுதான் சமூக இசைவினைப் பெறும் எனும் கருத்தை மேல் சான்று விளக்குகின்றது. இங்குச் சுட்டப்பெறும் களவுமணம் புறமண உறவு மணம் அன்று, அகமண உறவு முறையுள் தலைவனும், தலைவியும் பெற்றோர் இன்றி மனமொத்துக் கூடுவதையே குறிக்கும். ஆக அகமண உறவு முறையில் கூடக் களவுமணம் இடம்பெறாதது சிந்தித்தற்குரியது. ‘தொடிபுனைந்த மாதர்கள் தாம் விரும்பிய காதலருடன் மணம் காணும் சிறப்பினை உடையது இவ்வூர்’ என்று கூறப்பெறுவதும்[35] மேல் கருத்தை அரண்செய்யும்.

அயல்மணம் ஒழி அருள் அவர்மணம் எனவே

எனவும்

பெறுக நல்மணம் விடுபிழைமணம் எனவே

எனவும் வரும் பாடலடிகளில்[36] பயின்றுள்ள அயல்மணம், பிழைமணம் எனும் தொடர்கள் பொருள் பொதிந்தன. இவை பெற்றோர் முடிக்கும் திருமணத்தையே குறிக்கும். மகளிர், தாம் விரும்பும் காதலர் அல்லாதாரை மணக்கும் மணவினையையே அயல்மணம் எனவும் பிழைமணம் எனவும் கூறியுள்ளனர். இதன்படி பெற்றோர் விருப்பப்படி மணக்கும் கட்டுப்பாடும் பெண்களுக்கு இருந்தமை தெளிவு. ஆகக் களவுமணம் கடியப்பெற்றாலும் அதன் எச்சங்கள் தமிழ்ச் சமுதாயத்தில் தொடர்ந்து வந்துள்ளன. இன்றும் வந்து கொண்டுதான் இருக்கின்றன. ஆயின் அதனைத் தடுக்க அவ்வக்கால ஆண்வழித் தலைமை கடும்கட்டுப்பாடுகள் விதித்து வந்துள்ளது.

இரண்டாம் கட்ட மணஉறவு முறை

இரட்டைக் காப்பியக் காலத்தில் மூன்று கட்ட மணஉறவு முறைகளில் இரண்டாம் கட்ட, மூன்றாம் கட்ட மணஉறவு முறைகளே வழக்கிலிருந்தன. முதல் கட்ட மணஉறவு முறையாகிய களவுமணம் வழக்கில் இருந்திருப்பினும் நடைமுறையில் ஏற்கப் பெறவில்லை. தவிரக் களவுமணம் நடைமுறைத் தன்மையிலிருந்து மாறி இலக்கிய இன்பமாகப் பாடப்பெறும் நிலைக்கு மாறிவிட்டது எனலாம். இம்மணத்தைப் பாடல்கள் மூலம் பாடித் துய்ப்பது ஒருபுறமும் நடைமுறையில் வாழ்க்கையில் எதிர்ப்பது ஒருபுறமும்

35. பொற்றொடி மாதர் கணவன் மணங்காணப்
பெற்றி யுடையதிவ் வூர் (சிலம்பு.24:25)

36. அயன்மண மொழி யருளவர் மணமெனவே
பலரறி மணமவர் படுகுவ ரெனவே (சிலம்பு 24:16.18).

சமுதாயத்தில் தோன்றிவிட்டன. களவுமணம் நடைமுறையிலிருந்து மாறி இலக்கணமாகவும், இலக்கியமாகவும் ஆகியமை இதற்குக் காரணமாகலாம். இன்றளவும் களவுமணத்தை இலக்கியத்தில் ஏற்கும் சமுதாயம் நடைமுறையில் ஏற்கவில்லை என்பது தெளிவு. என்றாலும் முழுவதும் களவுமணம் அழிந்தது என்று கூற இயலாது. காலந்தோறும் அது கூடாவொழுக்கம் எனச் சமுதாயத்தால் பெயர் சூட்டப்பெற்றுச் சமூக நடைமுறையில் இருந்துதான் வந்திருக்கிறது.

பெற்றோர் இசைவு மணம்

இரண்டாம் கட்ட மணஉறவு முறையின் அடிப்படை, பெற்றோரின் இசைவுஆகும், இரட்டைக் காப்பியக் காலத்தில் பெற்றோர் முடிவு செய்யும் திருமணம் நிலைபெற்றுவிட்டமையைச் சான்றுகள் விளக்குகின்றன.

> இருபெருங் குரவரும் ஒருபெரு நாளால்
> மணஅணி காண மகிழ்ந்தனர்

என்ற பாடலடிகள்[37] கோவலன் கண்ணகி திருமணத்தை அவர்தம் பெற்றோர் முடிவு செய்ததைத் தெரிவிக்கின்றன. கன்னிப் பருவத்திலே பெற்றோரின் காவலும், மனைவியான பின்னர்க் கணவன் காவலும் கணவன் சாவுறின் மக்களின் காவலும் உடைய பெண்டிர், நற்குடிப் பெண்டிர் என மணிமேகலை கூறும்.[38] இச்செய்தியில் 'கன்னிக் காவல்' எனவரும் தொடர் குறிப்பிடத்தக்கது. இளமைப் பருவத்தில் திருமணத்திற்கு முன்னர்ப் பெண்கள், பெற்றோரின் காவலுக்கு உட்பட்டவர் என்பதை இத்தொடர் விளக்குகின்றது. இக்காவல் களவுமணம் நிகழ்வதைத் தடுத்துப் பெற்றோர் இசைவு மணம் நிகழத் துணைசெய்தது எனலாம்.

தொழில்வழி இனத்திற்குள் மணஉறவு

இரண்டாம் கட்ட மணஉறவு முறையுள் இனம் அல்லது சாதிக்குள் உறவு கொள்வது இயல்பு. இந்நிலை இரட்டைக் காப்பியக் காலத்தில் நிலைபெற்றுவிட்டது எனலாம். இனம் அல்லது சாதி அமைப்புகள் தொடக்கத்தில் தொழில் வழியாகப் பிரிந்தன என்பது முன்னர்க் கூறப்பெற்றது. தொழில் வழி இனமாகப்

---

37. இருபெருங் குரவரு மொருபெரு நாளால்
மணவணி காண மகிழ்ந்தனர் (சிலம்பு.1:41,42)

38. கன்னிக் காவலுங் கடியிற் காவலும்
தன்னுறு கணவன் சாவுறிற் காவலும்
நிறையிற் காத்துப் பிறர்பிறக் காணாது
கொண்டோன் அல்லது தெய்வமும் பேணாப்
பெண்டிர்தங் குடியிற் பிறந்தா ளல்லள் (மேகலை 18:98–102)

பிரிந்து நின்ற ஒன்றுதான் வணிக இனம். வணிகர்கள் தம்முள் மணஉறவு கொண்டமையைச் சிலப்பதிகாரம் விளக்குகின்றது. சான்றுகள் வருமாறு:

(அ) கோவலன் கண்ணகி பெற்றோர்தம் இனம் பற்றி இவர்களை அறிமுகப்படுத்தும் பகுதியுள் இளங்கோ அடிகளார் குறிப்பிடவில்லை. 'ஒரு தனிக்குடிகளோடு உயர்ந்தோங்கு செல்வத்தான் வருநிதி பிறர்க் கார்த்தும் மாசாத்துவான் என்பார் இருநிதிக் கிழவன்' என்றும்[39] 'மாகவான் நிகர் வண்கை மாநாய்கன்' என்றும்[40] இவர்கள் குறிக்கப்பெறுகின்றனரே அன்றி இவர்தம் இனம் குறிப்பிடப் பெறவில்லை. இவர்தம் இனம் காப்பிய ஓட்டத்தில் சில இடங்களில் குறிப்பாகவும் இரண்டு இடங்களில் வெளிப்படையாகவும் கூறப்பெற்றுள்ளது. அவை வருமாறு:

(ஆ) 'தொன்னகர் மருங்கின் மன்னர் பின்னோர்க்கு என்னிலை உணர்த்தி யான் வருங்காறும் பாதக் காப்பினள் பைந்தொடி' என்று கோவலன் கூற்றாக வரும் அடிகளில்[41] மன்னர் பின்னோர் என்ற சொல்லாட்சி வணிகர்களைக் குறித்தது என்பர் அடியார்க்கு நல்லார். இவ்வாறே 'அரைசர் பின்னோர்' என்ற சொல்லாட்சியும்[42] வணிகர்களைக் குறிப்பதாகும். கோவலன் மாதரி வீட்டில் கண்ணகி சமைத்த உணவினை உண்ணும் முன்னர் 'அரசர் பின்னோர்க்கு அருமறை மருங்கின் உரிய வெல்லாம் ஒருமுறை கழித்து' உண்டதாக[43] இளங்கோ அடிகளார் குறித்துள்ளார். இச்சான்று கோவலன் அரசர் பின்னோனாகிய வணிகப் பிரிவினன் என்பதை உறுதி செய்கின்றது.

(இ) கண்ணகியை நலம் பாராட்டும் கோவலன், 'அரும்பெறற் பாவாய் ஆருயிர் மருந்தே, பெருங்குடி வாணிகன் பெருமடமகளே'[44] என்று குறிப்பிடுகின்றான். இவ்வடிகளில் வரும் 'பெருங்குடி வாணிகன்' என்ற தொடர், கண்ணகி வணிகக் குடியைச் சேர்ந்தவள் என்பதை உணர்த்துகின்றது.

---

39. பெருநில முழுதாளும் பெருமகன் றலைவைத்த
ஒருதனிக் குடிகளோ டுயர்ந்தோங்கு செல்வத்தான்
வருநிதி பிறர்க்கார்த்து மாசாத்து வானென்பான் (சிலம்பு.1:31–34)

40. மாகவா னிகர்வண்கை மாநாய்கன் குலக்கொம்பர் (சிலம்பு.1:23)

41. தொன்னகர் மருங்கின் மன்னர் பின்னோர் (சிலம்பு.14:21)

42. அரைசர் பின்னோர் அகநகர் மருங்கின் (சிலம்பு.15:109)

43. அரசர் பின்னோர்க் கருமறை மருங்கின் (சிலம்பு.1:44)

44. பெருங்குடி வாணிகன் பெருமட மகளே (சிலம்பு.2:75,76)

பாண்டியன் முன்னர் வழக்குரைக்கும் கண்ணகி, தன்னை அறிமுகப்படுத்திக் கொள்ளும் முகமாகத் தன் கணவனைச் சுட்டும்போது, 'ஏசாச்சிறப்பின் இசைவிளக்கு பெருங்குடி மாசாத்து வாணிகன் மகனை ஆகி'[45] என்று குறிப்பிடுகின்றாள். இத்தொடர்கள் கோவலனை வணிகக் குடியினன் என்று கூறுகின்றன. இவையே யன்றிக் 'கோவலன் என்பான் ஓர் வாணிகன்' என்று சிலப்பதிகாரப் பதிகம் கூறுகின்றது.[46]

மேல்காட்டப்பெற்ற சான்றுகள் யாவும் மணஉறவு கொண்டோர் வணிகப் பிரிவைச் சேர்ந்தவர் என்பதை உறுதி செய்கின்றன. வணிக இனத்தைக் குறிக்கக் குடி, குலம் எனும் சொல்லாட்சிகள் பயன்படுத்தப்பெற்றுள்ளன. 'உருவும் குலனும் உயர் பேரொழுக்கமும்' எனவும்[47] 'தன்குலம் அறியும் தகுதி அன்றாதலின்' எனவும்[48] 'மாகவான் நிகர் வண்கை மாநாய்கன் குலக் கொம்பர்' எனவும்[49] 'தாதையைக் கேட்கின் தன்குல வாணர் அரும்பொருள் பெறுநரின் விருந்தெதிர் கொண்டு' எனவும்[50] பெருங்குடி வணிகன் எனவும்[51] 'பெருங்குடி மாசாத்து வணிகன்' எனவும்[52] வரும் தொடர்கள் வணிக இனத்தை குலம் என்றும் குடியென்றும் குறித்துள்ளன. இச்சொற்கள் வணிக இனம் ஒரு பிரிவாக உருப்பெற்றுவிட்டதை உணர்த்துவன ஆகலாம்.

மூன்றாம் கட்ட மணஉறவு முறை

மூன்றாம் கட்ட மணஉறவு முறையாகிய மிக நெருங்கிய உறவுக்குள் மணஉறவு கொள்ளுதலை மணிமேகலை விளக்கியுள்ளது. தருமதத்தன் மணம் புரிந்துகொள்ள இருந்த விசாகை அவனுக்கு மாமன் மகள் ஆவாள். இவர்களுக்குள் மணஉறவு கொள்ளுதலைச் சமூகம் ஏற்றிருந்தது[53].

---

45. மாசாத்து வாணிகன் மகனை யாகி (சிலம்பு.56,57)
46. கோவல னென்பானோர் வணிகன் (சிலம்பு.பதி.14)
47. உருவும் குலனு முயர்பே ரொழுக்கமும் (சிலம்பு.10:46)
48. தன்குல மறியுந் தகுதியன் றாதலின் (சிலம்பு.16:101)
49. மாகவா னிகர்வண்கை மாநாய்கன் குலக்கொம்பர் (சிலம்பு1:28)
50. தாதையைக் கேட்கிற் தன்குல வாணர் (சிலம்பு.15:126)
51. பெருங்குடி வாணிகன் பெருமட மகளே (சிலம்பு.20:56)
52. ஏசாச் சிறப்பின் இசைவிளங்கு பெருங்குடி (சிலம்பு.2.76)
53. தரும தத்தனுந் தன்மா மன்மகள்
    பெருமதர் மழைக்கண் விசாகையும் ...
    மைத்துனன் முறைமையால் யாழோர் மணவினைக்கு
    ஒத்தன ளென்றே யூர்முழு தலரெழ (மேகலை.22:82–87)

மைத்துனன் முறைமையால் யாழோர் மணவினைக்கு
ஒத்தனள் ...

என்ற அடிகளில்[54] வரும் மைத்துனன் முறைமை என்ற சொல்லாட்சி மணஉறவு முறையைக் குறிப்பதாகும். தம்முள் மணம்புரிந்து கொள்ள இசைவளித்த உறவுகளைக் குறிக்கும் சொற்களில் 'மைத்துனன்' என்பதும் 'மாமன் மகள்' என்பதும் சிலவாதல் வேண்டும். இச்சொல் வழக்குகளும் விசாகை வரலாறும் இரட்டைக் காப்பியக் காலத்தில் மாமன், அத்தை உறவில் மணம் புரிந்து கொள்ளுதல் வழக்கமாகிவிட்டதை விளக்குகின்றன.

வேறுசில மணஉறவு முறைகள்

ஆரிய மணம் எட்டனுள்[55] அசுரம், கந்தர்வம் ஆகியவற்றை இரட்டைக் காப்பியங்கள் பதிவு செய்துள்ளன.

அசுரம் என்பதற்கு 'வில்லேற்றினாதல், திரிபன்றியெய்தானாதல் கோடற் குரியனெனக் கூறியவழி அது செய்தார்க்குக் கொடுத்தல்' என இளம்பூரணர் உரை எழுதுவர். நச்சினார்க்கினியர் ஏறுதழுவி மணத்தலையும் இம்மணத்துள் அடக்குவர். மணவினைக்காகப் பெண்கள் ஏற்றினை வளர்த்து வந்ததைச் சிலப்பதிகாரம் குறிப்பிட்டுள்ளது. இதனைத் 'தொழுவிடை ஏறுகுறித்து வளர்த்தார் எழுவர் இளங்கோதையார்' என்ற பாடலடிகள்[56] விளக்கும். நெற்றிச் செகிலை அடர்த்தாற்குப் பொற்றொடி மாதராளும், மல்லல் மழவிடையை ஊர்ந்தாற்கு முல்லையம் பூங்குழலாளும், நுண்பொறி வெள்ளை அடர்த்தாற்குப் பெண்கொடி மாதரும், பொற்பொறி வெள்ளை அடர்த்தாற்கு நற்கொடியாளும், வென்றி மழவிடை ஊர்ந்தாற்குக் கொன்றையம் பூங்குழலாளும், வெள்ளை அடர்த்தாற்குப் பூவை புது மலராளும் உரியவராவார்[57] என்று இன்னின்ன காளைகளை அடக்குவோர் இவரிவரை அடைவர் என ஆயர் அறிவித்தனர். இத்தகு மணவினைகள் ஆயர் குலத்தில் சிறப்பாக நடைபெற்றன.

---

54. மேலது.

55. தொல்.பொருள்.89

56. தொழுவிடை யேறு குறித்து வளர்த்தார்
எழுவ ரிளங் கோதை யார்
என்றுதன் மகளை நோக்கித்
தொன்றுபடு முறையா னிறுத்தி (சிலம்பு.17:13)

57. காரி கதனஞ்சான் பாய்ந்தானைக் காமுறுமிவ்
வேரி மலர்க் கோதை யாள் ...
தூநிற வெள்ளை யடர்த்தாற் குரியளிப்
பூவைப் புது மலராள் (சிலம்பு.17:26–40)

கந்தர்வ மணத்தைப் பற்றி மணிமேகலை குறிப்பிடுகின்றது. சண்பைப் பதியிற் வாழ்ந்து வரும் கௌசிகன் மகள் சுதமதி. மலர் கொய்ய மலர்வனம் சென்றாளை மாருத வேகன் விஞ்சையன் கவர்ந்து சென்று மணந்தான்.[58] இது பிழைமணம் எனக் கருதப்பெற்றமை முன்னர் விளக்கப்பெற்றது.

நச்சினார்க்கினியர் தொல்காப்பியக் களவியல் முதல் நூற்பாவிற்கு உரையெழுதும் காலத்து, 'களவொழுக்கம் பொதுவாதலின் நான்கு வருணத்தார்க்கும், ஆயர் முதலியோர்க்கும் உரித்து, மாலை சூட்டுதலும் இதன்பாற்படும்' என்று விளக்கம் கூறியுள்ளார். இவ்வுரையில் வரும் மாலை சூட்டுதல் களவுமணமாகும் என்பது நச்சினார்க்கினியர் கருத்தாகும். இவ்வாறு மாலை சூடி மணம் புரிந்து கொள்ளுதலைப் பற்றி மணிமேகலை குறிப்பிடுகின்றது. அதுவருமாறு:

> மருதி என்பாளின் கற்புக் காரணமாக இறந்தவனின்
> அண்ணன் ஒருவன் காமம் காழ் கொண்ட
> நெஞ்சினனாய்க் கொடி சூழ்ந்த வீதியில் வருவோளை
> அடையும் விருப்பினனாய் அவள் கூந்தல் மேல் தான்
> அணிந்திருந்த மாலையை இடுவான் வேண்டிக் கையில்
> மாலையை ஏந்தித் 'தொல்லோர் கூறிய மணம் இதுவாகும்'

என்று எறிய முற்பட்டான்.[59]

இச்செய்தி, தாம் விரும்பிய பெண்ணின் கூந்தலில் தமது மாலையைச் சூடினாலே அவளை அடையலாம் என்ற மணமுறையைக் கூறுகின்றது. 'தொல்லோர் கூறிய மணம்' என்ற தொடராட்சியிலிருந்து இம்மணம் பழைய மணமுறையைச் சேர்ந்தது என்பதையும் அறிய முடிகின்றது. இவ்வாறு மணம்புரிய முற்பட்டவனுக்குத் தண்டனை கொடுத்ததிலிருந்து இம்மணமுறை மணிமேகலைக் காலத்தில் தடைசெய்யப்பெற்றிருந்ததும் தெளிவு.

---

58. சண்பையிற் கௌசிக னென்போன்
இருபிறப் பாள னொருமக ளுள்ளேன்
ஒருதனி யஞ்சே னோரா நெஞ்சமோ
டாரா மத்திடை யலர்கொய் வேன்றனை
மாருத வேகனென் பானோர் விஞ்சையன் ...
எடுத்தனன் ஏற்கொண் டெழுந்தனன் விசும்பிற்
படுத்தன னாங்கவன் பான்மையே னாயினேன் (மேகலை.3.26–31)

59. குமரி மூத்தவக் கொடுங்குழை நல்லாள் ...
கொடிமிடை வீதியின் வருவோள் குழன்மேல்
மருதி பொருட்டான் மடிந்தோன் றம்முன் ...
விரிபூ மாலை விரும்பினன் வாங்கித்
தொல்லோர் கூறிய மணமீ தாமென ...
மாலை வாங்க ஏறிய செங்கை
நீலக் குஞ்சி நீங்க தாகலின்
ஏறிய செங்கை யிழிந்தில (மேகலை.22:144–160)

மணச்சடங்குகள்

முகப்புரை

ஒரு குடும்பம் உருப்பெறக் கணவனும் மனைவியும் அடிப்படை ஆவர். இவர்கள் இணைய மணஉறவு முறைகள் இசைவளித்தன; மணச்சடங்குகள் இணைத்து வைத்தன. மணஉறவு முறையுடையோர் மணச்சடங்குகள் வழியே கணவன் மனைவி ஆயினர். இத்தகு மணச்சடங்கு முறைகளின் தோற்றத்தையும், குறிப்பாகத் தமிழரிடையே தோன்றிய முறையையும், மணச்சடங்கின் வகைகளையும், முறைகளையும், தமிழர் மணச் சடங்கில் நிகழ்ந்த மாற்றங்களுக்குரிய காரணிகளையும் இப்பகுதி விளக்க முற்படுகின்றது.

மணச்சடங்கின் தோற்றம்

திருமணச் சடங்கு என்பது உலக இனங்கள் பலவற்றிலும் உண்டு. என்றாலும் அவ்வினங்கள் தோன்றிய காலத்திலிருந்து அச்சடங்குகள் இருந்தன என்று கூறவியலாது. தந்தைவழித் தலைமை தோன்றும்போது நிகழ்ந்த சமுதாயப் புரட்சிகளுள் ஒன்றாக மணச்சடங்கினைக் கருத இயலும். தனியுடைமை தோற்றங் கொள்ள வாரிசுரிமை உருப்பெற்றது. வாரிசுகளை இனங்காண ஒருத்திக்கு ஒருவன் என்ற தத்துவம் உருவாயிற்று; ஒருதார மணமுறை வற்புறுத்தப்பெற்றது. இதன்படி ஆண்கள் மனைவியர் பலரையும் பெண்கள் கணவன் ஒருவனையும் பெற்றார்கள். ஒருதார மணமுறை ஆணுக்கு ஒருத்தியை மட்டும் உரிமையாக்கவில்லை. பலரை உரிமையாக்கியது என்பது குறிப்பிடத்தக்கது

(எங்கெல்ஸ்.1884). இந்த மணத்தின் மைய நோக்கம் தந்தை முறையிலுள்ள குழந்தைகளைப் பெறுவதுதான். இந்தக் குழந்தைகள் வாரிசுகள் என்ற முறையில் தந்தையின் சொத்தினை/ தாய உரிமையினைப் பெற்றுக் கொண்டார்கள், என்றாலும் தொடக்க காலத்தில் இம்முறை முழுவதும் வெற்றி பெறவில்லை. இனக்குழு வாழ்வில் பலகணவ பலதார மணமுறைக்கு எதிரான ஒருத்திக்கு ஒருவன் என்ற தத்துவம் கால்கொள்ளுதல் எளிதன்று. பல மனைவி வாழ்வில் இருந்த கணவன், தன் மனைவி சோரம் போதலைத் தவிர்க்க முடியவில்லை. இந்த மணமுறையில் மனைவியின் கள்ளக் காதலன் ஒருபக்கமும், மனைவியரால் வஞ்சிக்கப்பெற்ற கணவன் ஒருபக்கமும் நிற்க வேண்டியதாயிற்று. இது ஒருதார மணத்தின் தவிர்க்க இயலாத விளைவு என்பதை அறிஞர்கள் விளக்கியுள்ளனர் (எங்கெல்ஸ். 1884).

எனவே எதற்காக ஒருதார மணம் வேண்டப்பெற்றதோ அதன் நோக்கம் (வாரிசு) சிதைவிற்குள்ளாயிற்று. இந்த நிலையில் வாரிசு என்பது நம்பிக்கை அடிப்படையில் தீர்வு காண வேண்டியதாயிற்று. இதனைக் கருத்திற் கொண்டு நெப்போலியன் 312ஆவது சட்டப்பிரிவு பின்வருமாறு ஆணையிட்டது (எங்கெல்ஸ்.1884).

மணவாழ்க்கையில் கருக்கொண்ட குழந்தைக்குக் கணவனே தகப்பன் ஆகின்றான்

இதன்படி அக்குழந்தை கணவனுக்குப் பிறக்காமல் கூட இருக்கலாம், என்றாலும் அக்குழந்தைக்கு அவனே தந்தையாகக் கருதப்பெறுவான். இவ்வுரிமை குழந்தையின் தாய்க்கு அவன் கணவனாக இருப்பதால் உண்டாயிற்று. இத்தகு மரபு தமிழகத்தின் பழங்குடியாகிய அனுப்பர் இனத்திலும் உண்டு. இவ்வினத்தில் கணவனுக்குப் பிறக்காவிட்டாலும் கூட மனைவியின் குழந்தைக்கு அவனே தகப்பனாகிறான் (எட்கர் தர்சன்.1986).

இந்த முரண்பாடுகளைத் தவிர்க்கத் தந்தை வழிச் சமுதாயம் பெரிதும் முயன்றது. அம்முயற்சியின் விளைவாகக் கீழ்க்காணும் சமூக நிறுவனங்கள் தோற்றம் கொண்டன. அவை: 1.மணச் சடங்குகள், 2.கற்பு, 3.கைம்மை, 4.உடனுயிர் துறத்தல் என்பன ஆகும். ஒருத்திக்கு ஒருவன் என்ற மணமுறையை அரண்செய்யத் தோன்றிய மணச்சடங்குகளும், கற்புக்கோட்பாடும், கைம்மை நோன்பும், உடனுயிர் துறத்தலும் ஒருகாலத்தில் உருப்பெற்றவை அல்ல. படிப்படியாக இந்நிறுவனங்கள் தோன்றின. மணச் சடங்குகள் மூலம் பெண்ணொருத்தி ஒருவனுக்கு மட்டுமே உரிமையாக்கப் பெற்ற செய்தி சமுதாயத்திற்குத் தெரிவிக்கப்பெற்றது. இதனால் ஆடவர் பிறர், அவள் மேல் கொள்ளும் முறையற்ற காதல்

தவிர்க்கப் பெற்றதாகக் கருதப்பட்டது. கற்புக் கோட்பாடு முதலிய மூன்றும்பெண்ணொருத்தி தன் கணவனோடு மட்டுமே வாழவேண்டும் என்ற விதியை வகுத்துத் தந்தன. இதனால் வாரிசுகளை இனங்காண்பது எளிதாயிற்று.

ஆகத் தனியுடைமைச் சொத்தையும் தலைமைப் பதவியையும் விடுத்துச் செல்ல வாரிசும், வாரிசுகளை இனங்காண ஒருத்திக்கு ஒருவன் மணமுறையும் இம்மணமுறையை நிலைபெறுத்த மணச்சடங்குகளும் தேவையாயின.

இந்தியாவில் மணச்சடங்கின் தோற்றம்

இந்தியப் பழங்குடிகள் பலவற்றிலும் மணச்சடங்குகள் இடம்பெற்றில. இடம்பெறும் மணச்சடங்குகளும் மிக எளியன; இயற்கைத் தன்மை மிகுந்தன. இதனை மானுடவியல் அறிஞர்கள் பலர் விளக்கியுள்ளனர் (எட்கர் தர்சன்.1987). ஆயின் ஆரியரின் தொன்மை நூலாகக் கருதப்பெறும் இருக்கு வேதத்துள் திருமணச் சடங்குகள் பற்றிய செய்திகள் காணக்கிடக்கின்றன. சடங்கு செய்முறை பற்றிய செய்திகளும் இடம் பெற்றுள்ளன.[1]

இருக்கு வேதத்தில் மணச்சடங்குகள் இடம்பெற்றாலும் சடங்கு இல்லாத சில உறவுகளையும் இலக்கியங்கள் பதிவு செய்துள்ளன. மகாபாரதத்தில் பராசரர் ஆற்றைப் படகில் கடக்கும்போது படகோட்டியின் மகளான சத்தியவதியுடன் உறவு கொண்ட நிகழ்ச்சி இடம் பெற்றுள்ளது (ராகுல் சாங்கிருத்தியாயன். 1985). சாந்தோக்கிய உபநிடதத்தில் சத்யகாம ஜாபாலரின் கோத்திரம் பற்றி ஹரித்ருமத் கவுதமர் கேட்கும்போது ஜாபாலர், "என் கோத்திரம் எதுவென்று தெரியாது ஐயா, என் அன்னையை விசாரித்தேன். இளமையில் பலருடன் வாழ்ந்திருந்து என்னைப் பெற்றதாகக் கூறினாள்" என்று கூறிய செய்தி இடம்பெற்றுள்ளது (ராகுல் சாங்கிருத்தியான்.1985). இவை யாவும் மணச்சடங்கு இல்லாத உறவுநிலையைக் குறிப்பிடுகின்றன.

இருக்கு வேதத்தில் சடங்குகள் இடம்பெற்றிருந்தாலும் நடைமுறை சிலவற்றில் அவை இடம் பெறாதிருப்பது சடங்கின் இன்றியமையாமையை உணர்த்துவதாக இல்லை. மேலும் சடங்கு இல்லாத மணஉறவுகள், ஒரு காலத்துச் சடங்கு இல்லாச் சமூக நிலையை உணர்த்துவன ஆகலாம்.

---

1. கல்யாணசுந்தரம், பி.சி., வேதநெறித் திருமணச் சடங்கு, இந்நூலில் வேதங்கள் கூறியுள்ள மணச்சடங்கு முறைகள் விரிவாக விளக்கம் பெற்றுள்ளன.

தமிழகத்தில் மணச்சடங்கின் தோற்றம்

தமிழரிடையே சடங்குகள் இடம்பெறாத மணவினைகள் இருந்தனவா என்பது ஆய்விற்குரியது. தமிழர்தம் மணச்சடங்குகளின் பரிணாம வளர்ச்சியைப் பார்க்கும்போது ஒருகாலத்தில் சடங்குகள் இருந்திரா என்று எண்ணத் தோன்றுகின்றது. இதனைத் தொல்காப்பியரின் கூற்று மெய்ப்பிக்கும். பொய்யும் வழுவும் தோன்றிய பின்னர் ஐயர் கரணங்களை யாத்தனர் என்பது தொல்காப்பியரின் கூற்று. ஆயின் இந்நூற்பாவை எதிர்மறையாக நோக்கும்போது 'பொய்யும் வழுவும் தோன்றாத காலத்தில் கரணங்கள் இல்லை' என்ற முடிவிற்கு வரவேண்டியுள்ளது. 'பொய்யும் வழுவும் தோன்றுவது இரண்டாம் ஊழியின் கண்ணாதலின் முதல் ஊழியில் கரணமின்றியே இல்வாழ்க்கை நடந்தது என்பதும் இவை தோன்றிய பின்னர்க் கரணங்கள் தோன்றின என்பதும் கூறியவாறாயிற்று' என்பது இளம்பூரணரின் கூற்று. நச்சினார்க்கினியரும் இக்கருத்தையே விளக்குவர். ஆக ஒரு காலத்தில் தமிழரிடையே மணச்சடங்குகள் இடம்பெறவில்லை என்பது தெளிவு.

மணச்சடங்கின் வகைகள்

மணச்சடங்குகள் தோன்றி வளர்ந்த படிநிலைகளை அடிப்படையாகக் கொண்டு சடங்குகளை மூன்று பிரிவுகளில் அடக்க இயலும். அவை வருமாறு:

(அ) இயற்கைத் தன்மை மிகுந்த மணவினைகள்

(ஆ) இயற்கையான சடங்குகளைப் பெற்ற மணவினைகள்

(இ) இறைமைத் தன்மை ஊட்டப்பெற்ற சடங்குகளையுடைய மணவினைகள்.

இவை இனி விளக்கம் பெறும்.

இயற்கைத் தன்மை மிகுந்த மணவினைகள்

இத்தகு மணவினைகளில் சடங்குகள் பெரிதும் இடம் பெற்றில. இம்மண வினையின் நோக்கம் இவர், இவருக்குக் கணவராவார் அல்லது மனைவியாவார் என்பதைச் சமுதாயத்திற்கு அறிவிப்பதாக அமைந்தது. இத்தகு மணவினைகளுக்குப் பின்வருவன சான்றுகளாகலாம்.

(அ) குறுகிய கால ஒப்புக்கொடுப்பு என்ற மணவடிவத்தை அறிஞர்கள் விளக்கியுள்ளனர். அதுவருமாறு: பெண்கள் பழைய பொதுகணவர்கள் முறையிலிருந்து விடுபட்டுத்

தன்னை ஒருவனுக்கு மட்டுமே ஒப்படைத்துவிட, உரிமை பெறச் செய்யும் சடங்கை மேற்கொண்டனர். இதன்படி பெண்கள் ஆண்டுக்கொருமுறை கோயில்களில் ஆடவரோடு உறவு கொண்டனர். இவ்வாறு கொள்ளும் உறவு, அடுத்த ஆண்டு வரை, அவ்வுறவு கொண்டோரைக் கணவன் மனைவியாகக் கருதச் செய்யும். இக்கணவன் மனைவி ஒப்பந்தம் ஓர் ஆண்டுவரை செல்லுபடியாகும். அடுத்த ஆண்டு உறவு கொள்வது மூலம் அவ்வுறவை நீட்டிக்க இயலும். இதனைப் பாபிலோனியப் பெண்கள் ஆண்டுக்கொரு முறை மிலிட்டா கோயிலில் தம்மை ஒப்புக்கொடுக்கும் நிகழ்ச்சி மூலம் விளக்குவர் (எங்கெல்ஸ்.1884).

(ஆ) நியூ மெக்ஸிகோவிலுள்ள ஸூனி (சூனி) என்ற இனக்குழு மக்களின் திருமணம் குறிப்பிடத்தக்கது. இவ்வினப் பெண்கள் மாலையில் நீர் கொணரச் செல்வர். அதுபோது இளைஞன் ஒருவன் பெண்ணொருத்தியிடம் நீர் கேட்கலாம். அவள் நீர்கொடுத்தால் அவன் அவளிடம் முயல்வேட்டை ஆட எறிகழி ஒன்றைச் செய்து தரும்படி வேண்டுவான். அதனைக் கொண்டு முயலை வேட்டை ஆடி அவளுக்குக் கொடுப்பான். இவை தவிர அவர்களுக்குள் வேறு சந்திப்புகள் இல்லை. அந்த இளைஞன் பெண் கேட்க அவள் வீட்டிற்குச் செல்வான். தந்தை, 'அவளுக்காக நான் பேச முடியாது, அவளே சொல்லட்டும்' என்று கூறி மகளை அழைப்பான். அவள் இணங்கினால் தன் தாயின் பக்கத்து அறையில் ஒரு படுக்கையை ஏற்பாடு செய்வாள். அங்கு அவர்கள் தங்குவர். நான்கு நாட்களுக்குப் பிறகு அவள் சிறந்த ஆடைகளை அணிந்துகொண்டு கணவனுடைய தாயார் வீட்டிற்கு ஒரு பெரிய கூடை நிறைய மாவினைப் பரிசாக எடுத்துச் செல்வாள். வேறு சடங்குகள் இல்லை (ரூத்பெனிடிக்.1964).

(இ) கிழக்கு நியூகினியாவிலுள்ள 'தோபு' என்ற இனக்குழுவினரின் திருமணம் குறிப்பிடத்தக்கது. வயது வந்த ஆடவன், பெண்கள் பலருடன் ஒவ்வோர் இரவையும் கழிப்பான். ஆனால் விடியற்காலையில் யாரும் அறியாமல் எழுந்து சென்றுவிடுவான்.திடீரென்று ஒருநாள் பெண்ணொருத்தியின் தாய் அவன் வெளியே செல்லாதவாறு வாயிற்படியில் வந்து நிற்பாள். அதைக் கவனித்த பெண்ணின் உறவினர்கள் ஒன்று கூடுவர். பின்னர் மணமக்கள் வந்து பாயில் அமர்வர். ஊர் மக்கள் அவர்களைச் சுமார் அரைமணி நேரம் உற்றுப்பார்த்துவிட்டுச் சிறிது சிறிதாகக் கலைந்து

செல்வர். இப்பொழுது அவர்கள் கணவன் மனைவியாகக் கருதப்பெறுவர் (ரூத்பெனிடிக்.1964).

இதுவரையும் கூறப்பெற்ற சான்றுகளிலிருந்து பெறப் படுபவை வருமாறு:

(அ) திருமணத்தில் சடங்குகள் இடம்பெற்றில.

(ஆ) திருமணம் கணவன் மனைவியை ஒன்று சேர்ப்பதை விடவும் அவர்களைச் சமுதாயத்திற்கு அறிமுகப்படுத்துவதாக அமைந்துள்ளது.

(இ) இவை மணச்சடங்கின் தொடக்க கால நிலையை விளக்குவன ஆகலாம்.

இயற்கையான சடங்குகளைப் பெற்ற மணவினைகள்

இயற்கை நிலையிலிருந்து இறைமைத் தன்மையுடைய சடங்கு நிலைக்கு மாறும் இடைக்காலத்தில் தோன்றும் மணவினைச் சடங்குகள் இப்பிரிவில் அடங்கும். இக்காலத்தில் மணவினைகளில் இடம் பெற்ற சடங்குகள் உருவம் பெற்று விளங்கின. அவ்வுருவங்கள் இயற்கைத் தன்மையுடையன. இச்சடங்குகள் கணவன் மனைவி இருவரையும் ஒன்று சேர்ந்து வாழுமாறு செய்தன. ஆயின் அவ்வாறு வாழுமாறு அச்சுறுத்தி வற்புறுத்தவில்லை. நன்னாள் பார்த்தல், திருமணக்குறியீடுகள், விருந்தயர்தல், வாழ்த்துதல் போன்றவை இவ்வகை மணவினைகளில் இடம்பெற்றன. இத்தகு மணச்சடங்குகளைச் சங்க இலக்கியப் பாடல்கள் நன்கு விளக்கும்.

இறைமைத் தன்மை ஊட்டப்பெற்ற சடங்குகளை உடைய மணவினைகள்

தமிழரிடையே சிலப்பதிகாரக் காலம் தொடங்கி இன்று வரை நிலவும் மணவினைச் சடங்குகள் இதில் அடங்கும். இச்சடங்குகள், பழைய இயற்கை மணச் சடங்குகளை அடியொற்றியமைந்து இறைமைத் தன்மை ஊட்டப்பெற்ற நிலையில் சமுதாயத்தில் அறிமுகமாயின. மனைவி, கணவனைத் தெய்வமாகத் தொழுதல் வேண்டும் என்பதும் திருமணம் என்பது இறைச் செயல் அடிப்படையான விதியின் தன்மையால் உருவாகும் என்பதும் இம்மணச் சடங்குகளின் நோக்கங்களாக மாறின. ஆணும், பெண்ணும் மணமானவர் என்பதைச் சமுதாயத்திற்கு அறிவிக்கும் தொடக்க காலச் சடங்குமுறை மாற்றம் பெற்று ஆடவன் ஒருவனுக்குப் பெண்ணை உரிமையாக்கும் சடங்கு முறைக்கு வலிமை சேர்க்கும் மணச்சடங்குகளாக மாற்றம் கொண்டதை இந்த வகைச் சடங்குகள் விளக்குகின்றன.

இரட்டைக் காப்பியக் காலத்து மணச்சடங்குகளை இவ்வகைக்கு எடுத்துக் காட்டுகளாகக் கூறவியலும்.

தமிழரிடை மணச்சடங்கின் வகைகள்

பண்டைத் தமிழரிடையே இருவகையான மணச்சடங்குகள் காணப்பெற்றன.

அவை வருமாறு:

(அ) சங்க காலக் கரணமுறை

(ஆ) சிலப்பதிகாரக் காலக் கரணமுறை

இவ்விரண்டும் வேறுவேறான சடங்குகளைக் கொண்டவை. வேறுவேறான இனத்தார்க்குரியவை. முதலாவது கரணமுறை தமிழர்க்குரியது. அடுத்தது ஆரியர்க்குரியது. இவ்விரு சடங்குகளும் ஒரு காலத்தில் தோன்றித் தமிழரிடையே நிலைத்துவிட்டன எனவும் இவற்றை அந்தணர்கள் தோற்றுவித்தனர் எனவும் கருத்தொன்று நிலவுகின்றது. இக்கருத்தை இனிவரும் பகுதி விளக்கும்.

இருவகைக் கரணங்கள்

மேலோர் மூவர்க்கும் புணர்த்த கரணங்
கீழோர்க் காகிய காலமும் உண்டே

என்ற தொல்காப்பிய நூற்பாவை[2] அடியொற்றித் திருமணச் சடங்கு பரிணமித்த வரலாற்றை மூன்றாகப் பகுப்பர். முதலாவது களவு என்பதாகும். இரண்டாவது நான்கு வருணத்தார்க்கும் ஒரே வகைச் சடங்குகளை மேற்கொண்டது. மூன்றாவது முதல் மூன்று வருணத்தார்க்கு ஒருவகைச் சடங்குகளும் நான்காம் வருணத்தார்க்குப் பிறிதொரு வகைச் சடங்குகளும் ஏற்பட்டுவிட்ட நிலை. இதன்படி மேலோர் கரணம் ஐயர் யாத்தபடி நிகழ்ந்தது என்றும் கீழோர் கரணம் அகநானூற்றுப் பாடல்கள் கூறியவழி நிகழ்ந்தது என்றும் இவ்விரு சடங்குகளும் ஒருகாலத்து நிகழ்ந்தன என்றும் விளக்குவர் அறிஞர் (சுப்பிரமணியன், 1986). இக் கொள்கையாளர் கூற்று, பின்வரும் கருத்துகளைத் தோற்று வித்துள்ளது. அவை வருமாறு:

(அ) கரணங்களை அந்தணர் தோற்றுவித்தனர். இவர்கள் தோற்றுவித்த கரணமே, தீவலம் வருதல் போன்றவற்றை உள்ளடக்கியதாகி மேலோர் கரணம் எனப் போற்றப்பெற்று வழக்கிலிருந்தது. இதுவே சங்ககாலத்தில் நடைமுறையில் இருந்தது. சிலப்பதிகாரம் காட்டுவதும் இச்சடங்குகளையே.

---

2. தொல்.பொருள்.142

(ஆ) கீழோரராகிய வேளாளருக்கு வேறு வகையான மணச்சடங்குகள் இருந்தன. இதனையே தொல்காப்பியர், 'கீழோர்க் காகிய கரணம்' என்று குறிப்பிடுகின்றார். இச்சடங்குகளையே அகநானூற்றுப் பாடல்கள் கூறுகின்றன.

(இ) இவ்விருவகைச் சடங்குகளும் சங்க காலம் தொடங்கி வழக்கில் இருந்தன.

மேல்கூறிய கொள்கையாளர் கூற்று, சமூகவியல் நோக்கில் ஆராயத்தக்கது.

தமிழர் கரணங்களை அந்தணர் தோற்றுவிக்காமை

'ஐயர் யாத்தனர் கரணம் என்ப' என்ற தொல்காப்பிய நூற்பாவில்[3] வரும் 'ஐயர்' என்ற சொல்லிற்கு 'அந்தணர்' எனப் பொருள் கொண்டு அந்தணர் தமிழில் கரணங்களைத் தோற்றுவித்தனர் என்பதும் அவர்தம் சடங்குகளே தொல்காப்பியர் காலம் முதல் தமிழரிடையே வழக்கில் இருந்தன என்பதும் சிந்திப்பதற்குரியன. 'ஐயர்' என்ற சொல் அந்தணர் அல்லது பிராமணர் என்ற பொருளைத் தரும் சொல்லன்று. தலைவர் என்ற பொருளையே இச்சொல் தருகின்றது. இது தூய தமிழ்ச் சொல்லுமாகும். 'ஐ' என்ற தமிழ் அடிச்சொல்லோடு 'அன்' விகுதி சேர்ந்த 'ஐயன்' என்ற சொல்லும் 'அள்' விகுதி சேர்ந்த 'ஐயள்' என்ற சொல்லும் தமிழ்ச் சொற்களாய் இருக்க 'அர்' விகுதி சேர்ந்த 'ஐயர்' என்ற சொல்மட்டும் வடமொழிச் சொல் என்று கூறுவது பொருந்துவதாக இல்லை *(Tamil Lexicon:1982)*. எனவே ஐயர் என்பதற்குத் தலைவர் எனப்பொருள் கொண்டு 'சமூகத் தலைவர்கள் கரணங்களைச் செய்தனர்' என விளக்கம் கூறுவது சரியானதாகும்.

கீழோர் கரணம்

'மேலோர் மூவர்க்கும் புணர்த்த கரணம்' என்ற தொல்காப்பிய நூற்பாவிற்கு[4] உரையெழுதும் இளம்பூரணர், 'மேல் குலத்தவராகிய அந்தணர், அரசர், வணிகர் எனும் மூன்று வருணத்தார்க்கும் புணர்த்த கரணம் கீழோராகிய வேளாண் மாந்தர்க்கும் ஆகிய காலமும் உண்டே' என்று பொருள் கொண்டனர். இவர் தம் உரை சமூகவியல் நோக்கில் ஒரோவழி ஏற்புடைத்து. இதனைப் பின்வருமாறு புரிந்து கொள்ளலாம்.

---

3. பொய்யும் வழூஉம் தோன்றிய பின்னர் ஐயர் யாத்தனர் கரணம் என்ப. (தொல். பொருள்.143)

4. மேலோர் மூவர்க்கும் புணர்த்த கரணம் கீழோர்க்காகிய காலமும் உண்டே (தொல்.பொருள்142)

(அ) நாட்டாண்மை அல்லது ஊராளுவது உரிமையாகித் தலைமுறைச் சொத்தாக ஒரு சிலர் அனுபவிக்க விரும்பியபோது ஆளும் உரிமையைத் தக்க வைத்துக் கொள்வதற்காக ஆளவந்தார் திருமணம் என்ற முறையை முதலில் அறிமுகப் படுத்தியிருத்தல் வேண்டும் (அறவாணன், க.ப.1987).

(ஆ) அரசியலில் தலைமுறைச் சிக்கல் நேராதிருக்க வேண்டும். எனவே நெறியான மணமுறை தேவையானது. அரசுத் தாயப்போட்டியே மணமுறை தோன்றக் காரணமாகியது. முதலில் மணமுறை அரசக் குடும்பத்தில்தான் தோன்றியது (அறவாணன், க.ப.1978)

மேல்கூறிய கருத்துகளிலிருந்து திருமணம் என்பது முதன் முதலில் ஆளவந்தார் / அரசர் போன்றோர் குடும்பங்களில்தான் வாரிசுச் சிக்கலைத் தீர்க்கத் தோன்றியது என்பது தெரிய வருகின்றது. இவ்வாறு மேலோர் குடும்பத்தில் தோன்றிய திருமணச் சடங்குகள் நாளடைவில் குடிமக்களிடமும் பரவி இருத்தல் வேண்டும். இதனையே தொல்காப்பியர் மேலோர் என்றும், கீழோர் என்றும் குறிப்பிட்டுக் கூறியதாகக் கருதலாம்.

அகநானூறு கூறுவது கீழோர் கரணம் ஆகாமை

அகநானூறு காட்டும் கரணமுறைகள் கீழோர்க்குரியன என்பது அடுத்துக் கூறப்பெறும் கருத்தாகும். ஆயின் அகநானூற்றுக் கரண முறைகள், கீழோர் கரணமுறைகள் ஆகும் என்று கூறுதல் பொருந்தாது. இக்கரணங்களை நிகழ்த்துவோரும் கீழோர் ஆகார். ஏனெனில் இக்கரண முறைகளை விவரிக்கும் அகநானூற்றின் இருபாடல்களும் அகப்பாடல்களாகும். அகப்பாடலின் மாந்தர் உயர்மட்டத்தைச் சார்ந்தவராவார். செவிலி, தோழி, பாங்கன் போன்ற பாத்திரப் படைப்புகளும் பிறவும் அகமாந்தரைத் தலைமாந்தராகவே காட்டுகின்றன. எனவே அகநானூற்றுப் பாடல்கள் கூறும் மணச்சடங்குகளில் இடம் பெற்றோரைக் கீழோர் என்று கூறுதல் பொருந்தாது. எனவே இம்மணச் சடங்குகளும் கீழோர் சடங்குகள் ஆகா.

இருவகைக் கரணங்கள் சில முடிவுகள்

மேல் கூறப்பெற்ற செய்திகளிலிருந்து சில கருத்துகள் உருப்பெறுகின்றன. அவை வருமாறு:

(அ) சங்க காலத்தில் இருவகை மணச் சடங்குகள் தமிழரிடையே வழக்கில் இல்லை.

(ஆ) தொல்காப்பியர் கூறிய மணச்சடங்குகள் சமுதாயத்தில் நடைமுறையில் இருந்திருக்கலாம். அது தமிழர்க் குரியதாய் இருந்திருக்கக் கூடும். அதனையே அகநானூற்றுப் பாடல்கள் கூறினவாதல் வேண்டும்.

(இ) சிலப்பதிகாரம் காட்டும் மணச்சடங்கில் ஆரியச் சடங்கின் கலப்பு மிகுதி. இது ஆரியரின் வரவிற்குப் பிறகு வளர்ச்சி பெற்றது. இச்சடங்கு சங்க காலத்தில் தமிழரிடையே வழக்கில் இருந்தமைக்கான சான்றுகள் கிடைத்தில.

சடங்கு முறைகள்

சங்க காலத்தில் தமிழரிடையே இருந்த திருமணச் சடங்கு முறைகள் தமிழர் தம் பண்பாட்டை அடியொற்றி அமைந்தவை. இச்சடங்குகள் தமிழர்க்கே உரியவை என்பது இனிவரும் பகுதியில் விளக்கம் பெற உள்ளது. சங்க காலத்தில் ஆரியரின் வரவு தமிழர் தம் மணச்சடங்கில் சில மாற்றங்களை விளைவித்தது. இம்மாற்றங்கள் படிப்படியாக வளர்ச்சி பெற்று இரட்டைக் காப்பியக் காலத்தில் ஆரியத்தாக்குரவு மிகுதியும் பெற்ற மணச்சடங்காக உருப்பெற்றன. இனிவரும் பகுதி, சங்ககாலச் சடங்கு முறைகளையும் இரட்டைக் காப்பியக் காலச் சடங்கு முறைகளையும் விளக்கி, இதனுள் தமிழர்க்குரிய சடங்குகள் எவையெனச் சுட்டி, மாற்றங்கள் நேர்ந்தமைக்கான காரணங்களையும் விளக்குவதாக அமையும்.

சங்க கால மணச்சடங்கு முறைகள்

சங்க இலக்கியங்கள் தமிழர்தம் மணச்சடங்குகளை ஆங்காங்கே பதிவு செய்துள்ளன. அகநானூற்றின் 86ஆம் பாடலும் 136ஆம் பாடலும் சடங்கு முறைகளை விளக்குவனவாக உள்ளன. வேறுசில பாடல்களும் மணச்சடங்குகளை ஆங்காங்கே சுட்டிச் செல்கின்றன. இப்பாடல்களை அடியொற்றி மணச் சடங்குகளை இருவகையாகப் பிரிக்கலாம். அவை வருமாறு:

(அ) முதன்மைச் சடங்குகள்

(ஆ) துணைமைச் சடங்குகள்

முதன்மைச் சடங்குகள்

இன்றியமையாதனவாகக் கருதப்பெறும் சடங்குகள் முதன்மைச் சடங்குகள் ஆகும். இச்சடங்குகள் மூலமே திருமணம் நடைபெற்றது. பின்வருவன முதன்மைச் சடங்குகளாகக் கருதப்பெறுவன.

அ. மங்கல நீராட்டி மலரும் நெல்லும் சொரிந்து வாழ்த்துதல்

ஆ. சிலம்பு கழித்தல்

இ. கூந்தலில் மலரணிதல்

ஈ. வெண்ணூல் சூட்டுதல்

உ. முன்கை பற்றுதல்

ஊ. புதுச்சோறு சமைத்தல்

மங்கல நீராட்டி மலரும் நெல்லும் சொரிந்து வாழ்த்துதல்

தமிழர்தம் திருமணச் சடங்கின் மையப்பகுதி மங்கல நீராட்டி மலரும் நெல்லும் சொரிந்து வாழ்த்துதல் ஆகும். இதனை அகநானூற்றுப் பாடல் விரித்துக் கூறுகின்றது.

உச்சிக்குடத்தர் புத்தகல் மண்டையர்
பொதுசெய் கம்பலை முதுசெம் பெண்டிர்
முன்னவும் பின்னவும் முறைமுறை தரத்தரப்
புதல்வற் பயந்த திதலை அவ்வயிறு
வாலிழை மகளிர் நால்வர் கூடிக்
கற்பினின் வழாஅ நற்பல உதவிப்
பெற்றோர் பெட்கும் பிணையை ஆகென
நீரொடு சொரிந்த ஈரிதழ் அலரி
பல்லிருங் கதுப்பின் நெல்லொடு தயங்க

எனும் பாடலடிகள்[5] தரும் செய்தி வருமாறு: செம்முது பெண்டிர் உச்சிக்குடத்தராய் நீரினைக் கொண்டு வந்து தர அதனைப் புதல்வற் பயந்த வாலிழைமகளிர் நால்வர் கூடிப் பெற்று அலரியும் நெல்லும் தூவி மணமகளை மங்கல நீராட்டி வாழ்த்துகின்றனர். இந்நிகழ்ச்சியோடு திருமணம் நிறைவுற்றது என்பதை மேல்பாடலில் வரும் 'வதுவை நன்மணம் கழிந்த பின்றை' என்ற தொடராட்சி குறிப்பிடுகின்றது. இச்சடங்கு, தென்னிந்தியப் பழங்குடிகளிடமும் காணப்பெறுவது குறிப்பிடத்தக்கது. இச்செய்தி இச்சடங்கைத் தமிழர்க் குரியதாகக் கருத வைக்கின்றது.

பழங்குடியினர் மணச்சடங்கில் மங்கல நீராட்டல்

மங்கல நீராட்டல் சடங்கு தமிழர்க்குரிய சடங்காகும். இதனைப் பழங்குடிகளிடம் காணலாகும் மணச்சடங்கு முறைகளைக் கொண்டு மெய்ப்பிக்க இயலும். அம்மணச் சடங்குகள் வருமாறு:

(அ) 'உதயர்' என்ற பழங்குடியினர்தம் மணச்சடங்கு குறிப்பிடத்தக்கது. மணமகனுக்கு நெருங்கிய உறவினர்களான மணமான பெண்கள் மூவர் இசைவாணர்களுடன் ஓரி அருவிக்குச் செல்வர். அங்குப் பூசாரி பூசை செய்த பின்னர்த் தும்பை இலைகளால் அணி செய்யப்பெற்ற

5. அகநானூறு . 86

மூன்று பானைகளில் நீர் முகந்து ஊர்வலாமாக மண மேடைக்குக் கொண்டு வருவர். மணமேடையில் வைக்கப் பெற்றிருக்கும் மூன்று பாத்திரங்களில் மும்முறை அம்மூவரும் நீரினை ஊற்றுவர். மணமகன் உடன்பிறந்தானோடு மணப்பந்தலைச் சுற்றி வந்த பின்னர்ப் பந்தலில் நுழைந்து அந்நீரில் குளிப்பான் (எட்கர் தர்சன்.1986).

(ஆ) மிகச் சிதைந்த தமிழைப் பேசும் 'பிளிம்மகார்' என்ற இனத்தவரது சடங்கு வருமாறு: மணநாளன்று காலையில் மணமகளின் தந்தை ஒரு குடத்தில் நீரைச் சுமந்துவர மணமகன் இல்லத்திற்குச் செல்வர். இக்குடத்திலிருந்து பெண்கள் ஐவர் சிறுகலத்தில் நீரினைப் பெறுவர். பின் இந்நீரால் மணமகனை நீராட்டுவர். இச்சடங்கு 'மரியாதை நீரு' என்ற அழைக்கப்பெறும் (எட்கர் தர்சன், 1986).

(இ) 'பாவுரியர்' என்ற இனத்தின் மணமக்கள் மணநாளுக்கு முதல் நாள் மாலை ஊரிலுள்ள தாகுராணி கோயிலுக்குச் சென்று திரும்புவர். திரும்பும்போது தம்சாதி அல்லது உயர்ந்த சாதியைச் சேர்ந்த ஏழு வீடுகளுக்குச் சென்று தண்ணீரைப் பெற்று வந்து மணப்பந்தலில் தொங்க விடுவர். மறுநாள் காலை மணமக்கள் அந்நீரில் குளிப்பர் (எட்கர் தர்சன்,1986).

(ஈ) 'பேடர்' அல்லது 'போயர்' என்ற இனத்து மக்கள், மஞ்சளும் சுண்ணாம்பும் பூசப்பெற்ற நான்கு பானைகளை வைத்து ஒன்பது சுற்றுகள் நூல் சுற்றுவர். இது ஈரணிச் சதுரம் எனப்படும். அவ்வாறு சுற்றப்பெற்ற நூல்களுக்கு நடுவே மணமகனும் சிறுமிகள் இருவரும் அமர்வர். அவர்கள் மீது அரிசி தூவப்பெற்று எண்ணெயும் தலையில் வைக்கப்பெறும். 'பூகூமத்தோரு' எனப்படும் மகளிர் ஐவரால் அவர்கள் நீராட்டப்பெறுவர் (எட்கர் தரசன்,1986).

(உ) 'பில்லவர்' என்ற இனத்து மணப்பெண்ணின் நெருங்கிய உறவினரான மகளிர் சிலர், ஊர்க் குளத்திற்கோ பூதஸ்தானம் அல்லது கரிடியின் அருகே உள்ள கிணற்றுக்கோ சென்று மட்குடங்களில் நீர்கொணர்வர். அந்நீரைக் கொண்டு மணமகளை நீராட்டுவர் (எட்கர் தர்சன்,1986).

இதுவரையும் கூறப்பெற்ற செய்திகளிலிருந்து பழங்குடியினர் தம் திருமணச் சடங்கில் மங்கல நீராட்டல் பெறும் இடத்தினை அறியமுடிகின்றது. இத்தகு நீராட்டலே சங்கச் சமுதாயத்தில் வழக்கில் இருந்திருக்க வேண்டும். அயல் பண்பாட்டுக் கலப்புகளால் மங்கல நீராட்டல் தமிழரிடையே

வழக்கொழிந்திருக்க வேண்டும். பிற பண்பாட்டுக் கலப்பு ஏற்படாத காரணத்தினால் பழங் குடிகளின் பழைய சடங்கு முறைகளில் மாற்றங்கள் நிகழாமல் இருந்திருக்கக்கூடும்.

சிலம்பு கழித்தல்

மகளிர் காலில் அணியும் அணியுள் சிலம்பும் ஒன்று. இவ்வணி, திருமணத்திற்கு முன்பாகக் கழற்றப் பெற்றது. இந்நிகழ்ச்சியைச் 'சிலம்புகழி நோன்பு' எனக் குறித்தனர். இதனை,

நும்மனைச் சிலம்பு கழீஇ யயரினும்
எம்மனை வதுவை நன்மணங் கழிகெனச்
சொல்லி னெவனோ மற்றே

என்ற அகப்பாடல் விளக்குகின்றது.[6] சிலம்பு கழித்தல் எவ்வாறு சடங்காக நடத்தப் பெற்றது என்பது குறித்த சான்றுகள் கிடைக்கவில்லை. ஆயின் அது கழிக்கப் பெற்றமைக்கான சான்றுகள் நிரம்ப உள்ளன. திருமணம் நிகழ்வதற்கு முன்னர்ச் சிலம்பு கழிக்கப்பெற வேண்டும் என்பதால் இதுவும் ஓர் மணச்சடங்காகக் கருதப்பெறுகின்றது.

சிலம்பு – அணிந்தமை கழித்தமைக்குரிய காரணிகள்

சிலம்பு அணிதலும் பின்னர் அது கழற்றப்பெறுதலும் சில காரணங்களுக்காக நடைபெற்றிருக்க வேண்டும். பிற்காலத்தில் இச்சடங்கு வழக்கொழிந்தது மட்டுமின்றி மணமான பின்னரும் மகளிர் சிலம்பு அணிந்திருந்தனர். இத்தகு மாற்றத்தை விளங்கிக் கொள்ளச் சிலம்பு அணிந்தமை, கழித்தமைக்குரிய காரணிகளை ஆராய்வது துணைசெய்யும். அவை வருமாறு:

(அ) சங்க கால மக்கள் தம் வாழ்நாளின் ஒவ்வொரு பருவத்திற்கும் ஒருசில அணிகளுக்கு முதன்மை தந்தனர்; அணிந்து மகிழ்ந்தனர். சான்றாக, ஆண் மக்களுக்குச் சிறுவயதில் அணியப் பெறும் அணியாகக் கிண்கிணி கருதப்பெற்றது. பருவம் அடைந்ததும் கிண்கிணி களையப்பெற்றுக் கழல் அணிவிக்கப் பெற்றது.[7] இதுபோன்றே பெண்களுக்கு இளம்வயதில் அணியப் பெறும் அணியாகச் சிலம்பு இருந்திருக்கவேண்டும். அவள் மணப்பருவம் அடைந்து மணம்புரியுமுன் ஆடவர்க்குக் கிண்கிணி களைந்தது போல் சிலம்பு களையப் பெற்றிருக்க வேண்டும்.

---

6. ஐங்குறுநூறு. 339
7. கிண்கிணி களைந்த கால் ஒண்கழல் தொட்டுக் குடுமி களைந்த நுதல் வேம்பின் ஒண்டளிர் (புறம்.77)

(ஆ) தந்தை வழிச் சமூக அமைப்பில் பெண்களின் களவு மணம் தடை செய்யப்பெற்றது. பெற்றோர் இசைவு மணம் ஏற்கப்பெற்றது. பெண்கள் தன்னிச்சையாக ஆண்களைச் சந்தித்து மணம் புரிந்து கொள்ளாமல் இருக்கப் பல கட்டுப்பாடுகள் விதிக்கப்பெற்றன. இவை இற்செறித்தல், கடுங்காவலிடுதல், தாய் காவலை மேற்கொள்ளுதல் போன்றவையாக விளங்கின. இத்தகு காவலுள் ஒன்றாகச் சிலம்பணிதலும் இருந்திருக்குமோ என்ற ஐயம் எழுகின்றது. இதனை உறுதி செய்யுமாறு பின்வரும் சான்றுகள் அமைந்துள்ளன. அவை வருமாறு: களவுக் காலத்தில் தலைவி, ஊர்துஞ்சும் யாமத்தில் தம் பெற்றோர் அறிதலை அஞ்சிச் சிலம்பு ஒலியினை ஒடுக்கி வந்து தலைவனை முயங்கிச் சென்றாக ஓர் அகப்பாடல் கூறுகின்றது.[8] உடன்போக்கினை மேற்கொள்ளும் தலைவி, தாய் அறிந்து கொள்ளச் சிலம்பு ஏதுவாக அமையும் என நினைத்துக் கழற்றி வைத்துச் சென்றமையைப் பிறிதோர் பாடல் விளக்கும்.[9] இப்பாடல் செய்திகளிலிருந்து சில கருத்துகள் உருப்பெறுகின்றன. அவை வருமாறு:

ஒன்று : பெண்ணின் இயக்கத்தை அறிதற்காகச் சிலம்பு அணிவிக்கப் பெற்றிருக்கலாம். அச்சிலம்பு இரவில் தலைவனைச் சந்திக்க முயலுங்கால் ஒலியெழுப்பி அதனைத் தாய்க்கு அறிவிக்க இத்தகு ஏற்பாடு செய்யப்பெற்றிருக்கலாம்.

இரண்டு: தலைவனைச் சந்திக்க இடையூறு செய்யும் சிலம்பினை மேற்கூறிய காரணத்திற்காகத் தலைவி கழற்றி வைத்திருக்கவேண்டும்.

ஆக, சிலம்பு அணிந்தமைக்கும் கழற்றப் பெற்றமைக்கும் இருகாரணங்கள் இருந்தமை தெளிவாகின்றது. முதல் காரணத்தைவிட இரண்டாவது காரணம் வலுவானதாகத் தெரிகின்றது. சிலம்பு, தலைவியின் திருமணம் வரை களவு வாழ்வில் ஈடுபடாதிருக்க அணிவிக்கப்பெற்றது. திருமணத்திற்குப் பின் அது தேவையில்லையாதலால் நீக்கப்பெற்றது. இச்சடங்கு தற்காலத்தில் நிகழும் ஒருநிகழ்ச்சியோடு ஒப்புநோக்கத் தக்கது. திருமணம் முடிந்த பின்னர் வரும் மணமகளின் முதல் பூப்பு நாளைப் பெற்றோர் சிறப்பாகக் கொண்டாடுவர். இது திருமணத்திற்கு முந்தைய நாட்களில் மணமகள் பெற்றிருந்த

---

8. அஞ்சிலம்பு ஒடுக்கி அஞ்சினள் வந்து துஞ்சூர் யாமத்து முயங்கினள் பெயர்வோள்(அகம்.198)

9. வைகுபுலர் விடியல் மெய்கரந்து தன் கால்
அரியமை சிலம்புகழீஇ பல்மரண்
வரிபுனை பந்தொடு வைஇய செல்வோள் (நற்.12)

தூய கற்பினை விளக்குவதாகக் கருதுவர். இதுபோன்றே திருமணத்திற்கு முன்பு களையப்பெறும் சிலம்பு, இதுவரையும் மணமகள் தூய கற்பினளாக இருந்தாள் என்பதை அறிவிப்பதாகக் கருதப் பெற்றிருக்க வேண்டும்.

சிலம்பும் மணமகளிரும்

பிற்காலத்தில் மணமான மகளிரும் சிலம்பினை அணியும் பெற்றி பெற்றனர். இதனைச் சிலப்பதிகாரம் நன்கு விளக்கும். 'அஞ்செஞ் சீரடி அணிசிலம்பு ஒழிப்ப'[10] என்று கணவனைப் பிரிந்திருந்த காலத்து மனைவியர் சிலம்பினைக் கழித்தனர் எனச் சிலப்பதிகாரம் கூறும். இது உண்மையாயின் முன்பு, கற்புக் காவலுக்காகச் சிலம்பு அணிவிக்கப்பெற்றது எனக் கூறியமை அடிப்பட்டுப் போகின்றது. உண்மையில் கற்புக் காவலுக்குச் சிலம்பு அணிவிக்கப்பெற்றால் அது தலைவன் பிரிந்த காலத்துக் கழற்றப் பெற்றிருக்காது. பருவக் கால அணியாகக் கருதப்பெற்றாலும் திருமணம் ஆன பிறகு அது அணிவிக்கப் பெற்றிருக்காது. இந்த முரண்பட்ட நிலையைப் பின்வருமாறு புரிந்து கொள்ளலாம்.

சிலப்பதிகாரக் காலத்திற்கு முந்தைய தமிழ்ப் பண்பாட்டில் பெரும் மாறுதல்கள் நிகழ்ந்தன. அவை மணச் சடங்கிலும் மாறுதல்களை விளைவித்தன. இதனால் தமிழரின் பண்டைச் சடங்குகள் வழக்கொழிந்தன. ஆரியச் சடங்குகள் கலப்புற்றன. இந்நிலையில் பழைய சடங்காகிய சிலம்பு கழித்தல் மெல்ல வழக்கொழிந்திருத்தல் வேண்டும். சிலம்பு அணிவித்ததன் நோக்கமும் மாறி அழகுக்காக அணியும் நிலை தோன்றியிருக்க வேண்டும். இக்கருத்து இன்னும் விரிவான ஆய்விற்குரியது.

கூந்தலில் மலரணிதல்

திருமணம் ஆகும் மகளிர்க்கு மலரணிவித்தல் ஒரு சடங்காக நிகழ்த்தப்பெற்றது. இதனை

> நன்மனை வதுவை யயர விவள்
> பின்னிருங் கூந்தல் மலரணிந் தோயே

என்ற பாடல்[11] விளக்கும். திருமணத்தின்போது கணவன், மனைவியின் கூந்தலில் மலரணிந்ததை இப்பாடல் விளக்குகின்றது. எதிர்முகமாகக் குமரிப் பெண்கள் மலரணியாமையை இப்பாடல் அரண்செய்கின்றது. தலைவன் தன் கூந்தலில் முடித்த முல்லைப்பூ அன்னையின் முன் வீழ்ந்திட அதனைக் கண்டு தலைவி

10. சிலம்பு.4:47
11. ஐங்குறுநூறு.294

அஞ்சியதைக் கூறும் பாடலும்[12] நள்ளென் கங்குலில் தலைவனை முயங்கிய தலைவி, கூந்தலில் உள்ள மலரினை உதிர்த்துத் தமரை அடைந்தமையைக் கூறும் பாடலும்[13] குமரிப்பெண்கள் மலரணியாமையைத் தெரிவிக்கின்றன. எனவே மலரணிவது மணமான பெண்களுக்கு உரியது என்பதும் குறிப்பாக முல்லை மலர் அணிவது ஒரு மணக்குறியீடாகப் போற்றப்பெற்றது என்பதும் இம்மலரை அணிவது ஒரு சடங்காக நிகழ்த்தப்பெற்றது என்பதும் தெரிய வருகின்றன. பிற்காலத்தில் கைம்பெண்டிர் மலரணியாமல் இருந்தமைக்கு மலரை மணக் குறியீடாகக் கருதியதும் ஒரு காரணமாகலாம்.

குமரியர் மலரணிந்தமை

குமரியர் மலரணிந்தமையைச் சங்கப் பாடல்கள் தெரிவிக்கின்றன. குறிப்பாக முல்லை மலர் அணிந்ததற்குச் சான்றுகள் உள்ளன. தொண்ணூற்றொன்பது மலர்களைப் பறித்து மணமாகாத தலைவியும் தோழியும் சூடியதாகக் குறிஞ்சிப்பாட்டு, குறிப்பிடுகின்றது. இம்மலர்களுள் முல்லையும் ஒன்றாகும். தவளம் எனப்படும் செம்முல்லையும் இம்மலர்களுள் அடங்கும். மணமாகாத தலைவிக்குச் செவிலி கூந்தல் வாரி மலர் முடித்தலை அகப்பாடல் ஒன்று விளக்குகின்றது.[14] ஆக மலரணிதலில் இருவேறு நிலைகள் தோன்றுவதை அறியமுடிகின்றது. இதனால் தோன்றிய மாறுபாடுகளைப் பின்வருமாறு விளங்கிக் கொள்ள முடியும்.

(அ) குமரியர் மலரணிந்தமை பற்றிய பாடல்கள் திருமணக் குறியீடாக மலர்களைப் பயன் படுத்துவதற்கு முந்தைய சமுதாயத்தின் அதாவது மலர்க் குறியீட்டை அறிந்திராத சமுதாயத்தின் எச்சமாகக் கொள்ள இயலும்.

(ஆ) ஆரியச் சடங்குகள் வரவு தமிழ்ச் சடங்குகளை மாற்றி யமைத்தது. சமய அடிப்படையில் அமைந்த ஆரியச் சடங்குகள் இயற்கை அடிப்படையில் அமைந்த தமிழர் சடங்குகளை எளிதில் மாற்றி அமைத்தன. இம் மாற்றங்கள் நிகழ்ந்த பின்னர் அதாவது வேறு வகையான மணக்குறியீடுகள் அறிமுகமான பின்னர்ப் பாடப்பெற்ற

---

12. புல்லினத்து ஆயர்மகன் சூடி வந்தது ஓர்
முல்லை ஒரு காழும் கண்ணியும் மெல்லியால்
கூந்தலுள் பெய்து முடித்தேன்மன் தோழி...

13. நள்ளென் கங்குல் நம்மோ ரன்னள்
கூந்தல் வேய்ந்த விரவுமலர் உதிர்த்து...
தமரோன்னள் வைகறை யானே (குறு.312)

14. சாந்துளர் வணர்குரல் வாரி வகைவகுத்து
யான் போது துணைப்பத் தகரம் மண்ணாள்... (அகம்.117)

பாடல்களாகக் குமரியர் மலரணிந்த பாடல்கள் இருந்திருக்க வேண்டும்.

வெண்ணூல் சூட்டுதல்

திருமணம் ஆகும் மகளிர்க்கு வெண்ணூல் சூட்டப்பெற்றதை ஓர் அகப்பாடல் தெரிவிக்கின்றது.

மென்பூ வாகைப் புன்புறக் கவட்டிலை
பழங்கன்று கறித்த பயம்பமல் அறுகைத்
தழுங்குகுரல் வானின் தலைப்பெயற் கீன்ற
மண்ணு மணியன்ன மாவிதழ்ப் பாவைத்
தண்ணுறு முகையொடு வெண்ணூல் சூட்டி

எனும் இப்பாடல்[15] வாகையிலையினையும் அறுகம் புல்லின் கிழங்கினையும் முகையோடு சேர்த்துக் கட்டிய வெண்ணூல் மணமகளுக்கு அணிவிக்கப் பெற்றதாகக் கூறுகின்றது. இது ஒரோ வழித் தாலியை ஒத்து இருப்பது கருதுதற்குரியது. தாலியின் தோற்றம் வெண்ணூலாக இருந்திருக்கக் கூடும். இதனைப் பின் வருமாறு அறிந்து கொள்ள இயலும்.

வெண்ணூலும் தாலியும்

தமிழரின் பழைய பண்பாட்டில் திருமணம் ஆன மகளிர்க்குத் தாலி அணிவிக்கப் பெற்றமைக்கான தெளிவுச் சான்றுகள் கிடைத்தில. ஒரு காலக் கட்டத்தில் தாலி கட்டப்பெறாமலேயே திருமணம் நடைபெற்றிருக்கவேண்டும். தாலி கட்டாத தமிழகப் பழங்குடியினர் சடங்கும் இங்குச் சுட்டற்பாலது. கோவை மாவட்டத்து 'முதுவர்' இனமக்களிடம் தாலிகட்டும் பழக்கம் இல்லை. மணமான பின்பு கழுத்தில் வெள்ளி வளையங்களும், கையில் பித்தளை மோதிரங்களும், கண்ணாடி வளையல்களும் அணிகின்றனர். இடையில் ஒருகாலத்தில் இவர்களிடையே தாலிகட்டும் பழக்கம் தோன்றியது. ஆயின் தாலி கட்டிக் கொள்ளும் பெண்கள் இளம் வயதிலேயே இறந்துவிடுவர் என்ற நம்பிக்கை தோன்றியதால் இம்முறை கைவிடப் பெற்றது (சண்முகம், ர.1981). தமிழகப் பழங்குடியினரிடம் இருக்கும் தாலி கட்டா மரபே தமிழரின் ஆதி பண்பாடாக இருக்குமோ எனக் கருத வேண்டியுள்ளது. தாலி கட்டும் மரபு கி.10ஆம் நூற்றாண்டு அளவில்தான் தமிழரிடையே தோன்றியது என்பார்தம் கூற்றும்(சசிவல்லி.1985) மேல் கருத்தை அரண்செய்யும்.

ஆயின் 'இழை' என்ற சங்கத் தமிழ்ச் சொல் தாலியைக் குறிக்கும் என்று அறிஞர் கருதுவர் (சசிவல்லி. 1985) 'வாலிழை

---

15. அகநானூறு.136

மகளிர் நால்வர்கூடி' என்ற பாடலடியிலும்[16] 'இழையணி சிறப்பின் பெயர் வியர்ப்பாற்றி' என்ற பாடலடியிலும்[17] வரும் இழை என்ற சொல் மங்கல அணி அல்லது தாலியைக் குறித்ததாக இருக்கலாம் எனவும் கரிகாலன் இறந்தபோது அவன் மகளிர் இழை களைந்தது[18], தாலி களைந்ததோடு ஒக்கும் எனவும் அறிஞர் கருதுவர் (சசிவல்லி. 1985).

ஆயின் இந்த 'இழை' என்ற சொல் மங்கல அணி/தாலியைக் குறித்து என்று கூறுவதற்கு இயலாது. திருமணம் ஆகாத மகளிரும் இழை அணிந்திருந்தமையைச் சங்க இலக்கியங்கள் குறிப்பிடுகின்றன. அவை வருமாறு:[19] ஒள்ளிய இழையினை உடையவர் பரத்தையர் எனவும், பரத்தை மாணிழைக் குறுந்தொடியள் எனவும் பரத்தையர் இழை அணிந்திருந்தமை குறிக்கப்பெற்றுள்ளது. அறத்தொடு நிற்கும் தோழியின் கூற்றாக வரும் பாடல், தலைவி (திருமணம் ஆகாதவள்) திருந்திய இழை அணிந்திருந்ததாகக் கூறுகின்றது. இளையரும் மடவருமான மின்னிழை மகளிர் என இற்செறிக்கப் பெறாத குமரிப்பெண்கள் குறிக்கப்பெறுகின்றனர்.

இச்சான்றுகள் யாவும் குமரியரும் இழை அணிந்திருந்தமையைக் கூறுகின்றன. எனவே இழை என்பது திருமணம் ஆன மகளிர் அணிந்த மங்கல அணியைக் குறித்தது என்று கூறுவதற்கியலாது. கரிகாலன் இறந்த போது அவன் மகளிர் இழை களைந்தனர் என்று கூறப்பெறும் செய்தி[20], முழுஅணிகளையும் களைந்தமையைக் குறித்திருக்கலாம். கைம்பெண்கள் அணி களைதல் அக்காலத்து மரபாகும். இதனைக் 'கழிகல மகளிர்' என்ற சொல்லாட்சி[21] விளக்கும். எனவே இழைகளைதல் என்பது அணிகளைதல் என்று பொருள்படுமே அன்றி மங்கல அணி அல்லது தாலி களைதல் என்று பொருள்படாமை அறியற்பாலது. மேலும் கரிகாலனின் இறப்புச் செய்தி கூறும் அப்பாடலில், 'பூவும் தழையும் நீக்கிய வேங்கை மரம் போல இழை களைந்தனர்' என்ற உவமை கையாளப் பெற்றுள்ளது. இந்த உவமை முழு அணிகளையும் களைந்தமையையே குறிக்கிறது எனலாம்.

---

16. அகநானூறு. 86
17. அகநானூறு.136
18. மெல்லியல் மகளிரும் இழை களைந்தனரே (புறம்.224)
19. ஒள்ளிழை மகளிர் (அகம்.146) மலரேர் உண்கண்
மாணிழை (அகம்.176) திருந்திழை அல்குல் பெருந்தழை உதவி (குறு.214)
மின்னிழை மகளிர் (குறு.246) ஒள்ளிழைக் குறுமகள் (நற்.253)
20. புறநானூறு.224
21. சிறுவெள்ளாம்பல் அல்லி உண்ணும் கழிகல மகளிர் போல (புறம்.280)

ஆயின் மணமான மகளிர் 'மங்கல அணி' என்ற ஒருவகை அணி அணிந்திருந்தமையைச் சிலப்பதிகாரம் காட்டுகின்றது. 'மங்கல அணியிற் பிறிதணி மகிழாள்' எனும் தொடரில் வரும் மங்கல அணி என்ற சொல்லாட்சி சிலப்பதிகாரத்தில் மூன்று இடங்களில் பயின்றுள்ளது.²² ஆக, சங்ககாலத்தில் இல்லாத ஒருவகை மங்கல அணி, சிலப்பதிகாரக் காலத்தில் இடம் பெற்றமையை அறிய முடிகின்றது.

இந்த மங்கல அணியும் வெண்ணூல் சூட்டுதலும் ஒன்றாக இருந்திருக்குமோ என்ற ஐயம் எழுகின்றது. வெண்ணூல் என்பது மங்கல அணி அல்லது தாலி ஆகலாம் என்பதைக் கீழ்வரும் சான்று உறுதி செய்யும்.

மதுரை மாவட்டக் காடுகளில் புலையர் என்ற இனத்தினர் வாழ்ந்து வருகின்றனர். இவ்வினத்தார் தம் திருமணச் சடங்கில் மணமகன், உற்றார் முன்னிலையில் செம்பரஞ்கொஞ்சு அல்லது கற்பூர வல்லிச்செடியை நூலில் இணைத்து மணமகள் கழுத்தில் கட்டுவான். பின்னர்ப் பச்சைத் தழை என்ற பூவை மணமகள் கொண்டையில் வைப்பான் (சண்முகம், ர.1981). இவ்வினத்தார் மரபுப்படி தாலி எனக் கருதப்பெறுவது செடி, கொடி போன்ற தாவரத்தால் ஆனது என்பதை அறியமுடிகின்றது.

தமிழரால் தற்காலத்தில் 'தாலி' என்று கூறப்பெறுவது பொன்னால் செய்யப் பட்டிருப்பினும் அது ஒருகாலத்தில் இயற்கைத் தாவரத்தால் செய்யப் பெற்றிருக்க வேண்டும். இக்கருத்தைத் 'தாலி' என்ற சொல்லின் பொருள் உணர்த்தி நிற்கிறது. இதனைப் பின்வரும் அறிஞர்தம் கருத்து அரண்செய்யும்.

தாலி, தாலம் என்பன பனைமரத்தின் சினைப் பெயர்களாகும். பனையின் ஓலையிலிருந்து செய்யப் பெறுவதால் தாலி என்ற பெயரைப் பெற்றிருக்கலாம். இதனைப் பெரியாழ்வார் 'தாலி கொழுந்தைத் தடங்கழுத்திற் பூண்டு' என்று பாடுவர். நாடார் குல மக்களிடையே மங்கல அணி, 'பனம் பூந்தாலி' என்ற பெயரான் வழங்கப் பெறுகின்றது. ஆதியில் பனம்பூவே தாலியாக அணியப்பட்டு வந்த வழக்கையோ, பின்னாளில் பொன் முதலிய உலோகங்களால் தாலி செய்யப் பெற்றபோது அதும் பனம்பூவின் வடிவில் செய்யப்பெற்ற வழக்கையோ அச்சொல் குறிப்பதாகலாம் (வீரபத்திரன், ஆர்.1968). ஆக, மேல் கூறப்பெற்ற

---

22. மங்கல அணியிற் பிறிதணி மகிழாள் (சிலம்பு.4:50)
மறுவின் மங்கல அணி (சிலம்பு.2:63) அரசு எழுந்தோர்
படியெழுந்தன அகலுண் மங்கல வணி யெழுந்தது (சிலம்பு.1:47)

இரண்டு செய்திகள் மூலம் தொடக்க காலத்தில் மங்கல அணி இயற்கை செடி, கொடி, இலைகளால் ஆகியிருக்க வேண்டும் என்பது தெரிய வருகின்றது.

பண்டைத் தமிழரது வெண்ணூல் என்பதும் வாகையிலை, அறுகம்புல் கிழங்கு இவற்றால் ஆனது என்பதும் நோக்கற்பாலது. வெண்ணூல் சூட்டுதல் திருமணத்தில் ஒரு சடங்காகவும் நிகழ்த்தப் பட்டுள்ளது. எனவே இந்த வெண்ணூல் சூட்டுதல் என்பது சிலப்பதிகாரக் காலத்தில் மங்கல அணி என்ற பெயரிலும், பிற்காலத்தில் தாலி என்ற பெயரிலும் திருமணச் சடங்கில் இடம் பெற்றிருக்க வேண்டும். இவ்விடத்தில் இரண்டு கருத்துகள் சுட்டப்பெறுதல் வேண்டும்.

(அ) 'இழை' என்பது மங்கல அணியாகத் தாலியைக் குறித்த சொல்லன்று. அது பொதுநிலையில் அணிகளைக் குறித்ததாகக் கொள்ள இயலும்.

(ஆ) வெண்ணூல் சூட்டுதல் என்பது மங்கல அணி அல்லது தாலியாகப் பிற்காலத்தில் மாறியிருக்கக்கூடும்.

முன்கை பற்றுதல்

குறிஞ்சிப்பாட்டு முன்கை பற்றும் சடங்கினைக் கூறியுள்ளது.

நேரிறை முன்கை பற்றி நுமர்தர
நாடறி நன்மணம் அயர்கம்

எனும் பாடலடிகள்(குறி.233, 234) தலைவியின் பெற்றோர் அவள் கையைப் பற்றித் தலைவனிடம் தரத் திருமணம் நடைபெற்றமையைக் கூறுகின்றன. இச்சடங்கு, பாணிக் கிரகணம் என்னும் ஆரியச் சடங்காகும் என்று அறிஞர்கள் கருதுவர் (சசிவல்லி.1985). இச்சடங்கு எந்த அளவிற்குத் தமிழரிடையே வழக்கில் இருந்தது என்பது புலனாகவில்லை. தந்தை வழித் தலைமைச் சமுதாயம் களவு மணத்தடைகளை விதித்துப் பெற்றோர் இசைவு மணத்திற்கு வித்திட்டபோது மணச்சடங்கிலும் பெற்றோரின் பங்கினை வலியுறுத்தி இருக்கவேண்டும். பெற்றோர் பங்கேற்பினை இடம் பெறச் செய்ய அற்றைச் சமுதாயத்தில் அந்தணரிடை வழக்கிலிருந்த 'பாணிக்கிரகணம்' துணை செய்வதாய் இருந்தது. எனவே இச்சடங்கினைத் தமிழர்கள் ஏற்றிருக்க வேண்டும். அல்லது குறிஞ்சிப்பாட்டைப் பாடிய கபிலர் அந்தணர் குலத்தவராதலால் தம் குலச் சடங்கைப் பாட்டினுள் குறிப்பிட்டிருக்கக்கூடும்.

புதுச்சோறு சமைத்தல்

மணமகள் முதன்முதலில் கணவன் வீட்டில் புதுச்சோறு சமைத்தலையும் உணவிடுதலையும் ஓர் சடங்காகவும், சிறப்பாகவும் கொண்டாடினர். இன்றளவும் இந்த வழக்கம் தமிழகத்தில் இருப்பது எண்ணுதற்குரியது.

புதுமண மகடூஉ அயினிய கடிநகர்ப்
பல்கோட்டு அடுப்பில் பால்உலை இரீஇ

என்ற அகப்பாடல்[23] புதுமணப்பெண் புதுச்சோறு ஆக்கிய நிகழ்ச்சியை விளக்கும். இச்சடங்கு இன்றளவும் தமிழகப் பழங்குடியாகிய படகர் இனத்தில் காணப்பெறுவது சுட்டத் தக்கது. படகர் இனத்து மணமகள் திருமணம் முடிந்தபிறகு பெண்கள் இருவருடன் கூடி இசை முழங்க நீரோடைக்குச் செல்லுவாள். அங்கிருந்து அலங்கரிக்கப்பெற்ற பானைகளில் புதுச்சோறு சமைக்கத் தண்ணீர் கொணர்வாள். பின்பு சோறு சமைக்கப்பெறும் (எட்கர் தர்சன்.1986). இதுபோன்றதோர் நிகழ்வு சங்க காலத்தில் நிகழ்ந்திருக்கக்கூடும்.

துணைமைச் சடங்குகள்

சடங்கு நிலையாக அமையாது முதன்மைச் சடங்குகளுக்குத் துணையாக அல்லது முதன்மைச் சடங்குகள் நிகழத் துணை செய்வனவாக அமைவன துணைமைச் சடங்குகள் ஆகும். நாளும் நிமித்தமும் பார்த்தல், அணி செய்தல், விளக்கேற்றுதல், இறை வணக்கம், முழவொலித்தல், விருந்தளித்தல் முதலியன துணைமைச் சடங்குகளாகலாம்.

நாளும் நிமித்தமும் பார்த்தல்

நல்லபொழுதும் நன்னிமித்தமும் தமிழர் வாழ்வில் நீங்கா இடத்தைப் பெற்றன. ஆண்டில் வேங்கை மலரும் இளவேனிற் காலத்தையே மணநாளுக்கு உகந்ததாகத் தேர்ந்தெடுத்தனர். இதனை 'வேங்கை தந்த வெற்பணி நன்னாள்' என்ற அகப்பாடல்[24] விளக்கும். மணத்திற்குரிய நன்னாளாகத் திங்கள் உரோகிணியைச் சேர்ந்த விடியற்பொழுதினைக் கருதினர். இதனை,

கனையிருள் அகன்ற கவின்பெறு காலைக்
கோள்கால் நீங்கிய கொடுவெண் டிங்கள்
கேடில் விழுப்புகழ் நாடலை வந்தென

---

23. அகநானூறு.141
24. நற்றிணை.396

என்ற அகப்பாடல்[25] விளக்குகின்றது. ஆக, பெரும் பொழுதாகிய இளவேனிற் காலமும் சிறுபொழுதாகிய திங்கள் உரோகிணியைச் சேர்ந்த விடியலும் மணத்திற்குரிய காலமாகக் கொள்ளலாம். நிமித்தம் பார்த்தலும் நாள் பார்த்தலும் தமிழரது அகவாழ்விலும், புறவாழ்விலும் இடம்பெற்றிருந்தன. 'பாக்கத்து விரிச்சி' என்று தொல்காப்பியம்[26] நிமித்தத்தை விரிச்சி என்ற சொல்லால் குறிப்பிடுகின்றது. திருமணத்தின் போது நன்னிமித்தம் அறிந்தமையை அகநானூற்றின் 86ஆவது பாடல் விளக்குகின்றது.

அணிசெய்தல், விளக்கேற்றல், இறைவணக்கம், முழவொலித்தல்

திருமணச் சடங்குகள் தொடங்குவதற்கு முன்னர்ப் பந்தலில் புதுமணல் பரப்பினர்; விளக்கேற்றி வைத்தனர்; மாலைகளால் அணிசெய்தனர்; கடவுளைப் பேணினர்; மணமுழவு ஒலிசெய்தது.[27]

விருந்தளித்தல்

மணவிழாவிற்கு வந்தோர்க்கு விருந்து படைக்கப் பெற்றது. உழுந்து பெய்யப் பெற்ற கொழுவிய களியும் நெய் கலந்த பெருஞ்சோறும் விருந்தில் பேரிடம் பெற்றன.[28]

இரட்டைக் காப்பியங்கள் காட்டும் மணச்சடங்குகள்

சங்க காலத்தில் ஆரியர் தம் உறவு தமிழரிடையே ஏற்பட்டிருந்தாலும் பெரும் மாற்றங்கள் நிகழவில்லை. ஆயின் அம்மாற்றங்களுக்குரிய வித்துகள் சங்க காலத்திலேயே ஊன்றப் பெற்றன. அயல் பண்பாட்டினை நோக்கிய தமிழர் தமது பண்பாட்டையும் மாற்றியமைக்க முயன்றமைக்கான முயற்சிகள் நடந்துள்ளமை தெளிவு. இதற்குச் சான்றாக மணச்சடங்கினையே கூறஇயலும். மணச் சடங்கினை மாற்றியமைக்க முயன்ற முயற்சியே சில சடங்குகள் வழக்கொழிந்தமைக்கும் வழக்கில் வந்தமைக்கும் காரணமாகும். இம் முயற்சியின் விளைவாகப் பௌராணிகத் தன்மை வாய்ந்த சடங்குகள் தமிழர் வாழ்வில் இடம் பெற்றன. இதனை இரட்டைக் காப்பியங்கள் வழி அறிய இயலும்.

---

25. அகநானூறு.86

26. படை இயங்கு அரவம் பாக்கத்து விரிச்சி (தொல்.பொருள்.61)

27. தண் பெரும் பந்தர்த் தருமணல் ஞெமிரி
மனை விளக்குறுத்து மாலை தொடரி (அகம்.86)
கடிநகர் புனைந்து கடவுள் பேணி (அகம்.136)

28. உழுந்து தலைப்பெய்த கொழுங்களி மிதவை
பெருஞ்சோற்று அமலை (அகம். 86)

மணச்சடங்கு முறைகள்

இரட்டைக் காப்பியங்கள் காட்டும் மணச்சடங்கு முறை பற்றிய செய்திகள் வருமாறு:[29]

கோவலன் கண்ணகி இருவரின் பெற்றோரும் ஒருபெரு நாளில் மணவிழாவைக் காண விரும்பி முடிவு செய்தனர். திருமணம் முடிவு செய்த பின்னர் யானையின் பிடரியிலே மகளிர் இருவரை அமர வைத்து மணவிழாச் செய்தியை மாநகர்க்கு அறிவித்தனர். மணநாளில் முரசுகள் இயம்பின, மத்தளங்கள் அதிர்ந்தன, சங்குகள் முழங்கின, அரசன் ஊர்வலமாக எழுந்தது போல வெண்குடைகளும் ஊர்வலமாக எழுந்தன. புகார் நகரின் தெருவினூடே மங்கல அணி ஊர்வலமாக எழுந்தது. வானிலே தவழ்கின்ற மதியம், உரோகிணியைச் சேருகின்ற வேளை, மணப்பொழுதாகக் கணிக்கப்பெற்றது. மாலைகள் தாழ்ந்த வயிரமணித்தூண்கள் விளங்கிய மண்டபத்தினுள் நீலப் பட்டினால் மேற்கட்டிகள் அமைத்த முத்துப் பந்தரிடத்தே மணச்சடங்குகள் நிகழ்ந்தன. மாமுது பார்ப்பான் மறை வழி காட்டக் கோவலன், அருந்ததி அனையக் கண்ணகியோடு கூடித் தீயினை வலம் வந்தான். நறுமண விரைகளை உடையவராகவும், மலர்களை உடையவராகவும், சாந்தினை ஏந்தியவராகவும், கோதையினை உடையவராகவும், சுண்ணம் கொணர்பவராகவும், கலன்களை ஏந்தியவராகவும், விரிந்த பாலிகையோடு கூடிய முளைக்குடம் உடையவராகவும் பெண்கள் நெருங்கி வந்து

---

29. இருபெருங் குரவரு மொருபெரு நாளான்
மணவணி காண மகிழ்ந்தனர் மகிழ்ந்துழி
யானை யெருத்தத் தணியிழையார் மேலிரீஇ
மாநகர்க் கீந்தார் மணம்
அவ்வழி
முரசியம்பின முருடதிர்ந்தன
முறையெழுந்தன பணிலம் வெண்குடை
அரசெழுந்ததொர் படியெழுந்தன
வகலுண்மங்கல வணியெழுந்தது
மாலைதாழ் சென்னி வயிரமணித் தூணகத்து
நீல விதானத்து நித்திலப் பூம் பந்தர்க்கீழ்
வானூர் மதியஞ் சகடணைய வானத்துச்
சாலி யொருமீன் றகையாளைக் கோவலன்
மாமுது பார்ப்பான் மறைவழி காட்டிடத்
தீவலஞ் செய்வது காண்பார் கணோன்பென்னை ...
போதொடு விரிகூந்தற் போலனறுங் கொடியன்னார்
காதலற் பிரியாமற் கவவுக்கை நெகிழாமல்
தீதறு கெனவேத்திச் சின்மலர் கொடுதூவி
அங்கணுலகி னருந்ததி யன்னாளை
மங்கல நல்லமளி யேற்றினார் (சிலம்பு1:40–64)

மணமக்களை வாழ்த்தினர். உறவினர்கள் ஒன்றுகூடி, 'காதலனைப் பிரியாமலும், அணைத்த கையின் இணைப்பு நெகிழாமலும் தீதற்று வாழ்க' என்று மலர் தூவி மணமக்களை வாழ்த்தினர். அருந்ததி அனையக் கண்ணகியை மங்கல நல் அமளியிலே ஏற்றினர். மேற்கூறப்பெற்ற செய்திகளிலிருந்து பெறப்படுபவை வருமாறு:

(அ) பெற்றோர் முடிவு செய்யும் திருமணம் வழக்கில் இருந்தமை தெரிய வருகின்றது. சங்க காலத்திலேயே இவ்வழக்கம் தோன்றிவிட்டதை முன்இயல் விளக்கிற்று.

(ஆ) சங்கத் திருமணச் சடங்கில் சில மாறாமல் இரட்டைக் காப்பியக் காலச் சடங்குகளிலும் இடம் பெற்றுள்ளமையை அறிய முடிகின்றது. ஒற்றுமையுடைய மணச்செய்திகள் வருமாறு:

திருமணத்தைப் பெற்றோர்கள் முடிவுசெய்தல்,
நல்லநாள் நிமித்தம் முதலியன பார்த்தல்,
அணிசெய்தல், முழவு ஒலிசெய்தல்
மணமக்களை வாழ்த்துதல்.

(இ) சடங்குகளில் ஒற்றுமையின்றிப் பலவேறுபாடுகளும் காணக்கிடக்கின்றன. அவை வருமாறு:

யானைமீதேறி மணச்செய்தியை அறிவித்தல்
மங்கல அணி ஊர்வலமாக எழுதல்
தீவலம் வருதல்
மறைவழித் திருமணம் நடத்தல்

முதலியன சங்க காலத்தில் இடம் பெற்றில.

இவைபோன்று சங்க காலத்தில் இடம்பெற்ற மங்கல நீராட்டல், வெண்ணூல் சூட்டுதல், சிலம்பு கழித்தல், மலர் சூடுதல் போன்றன இரட்டைக் காப்பியக் காலத்தில் இடம் பெற்றில.

இந்த வேறுபாடுகளுக்குரிய காரணங்களைக் கண்டறிதல் வேண்டற்பாலது.

மணச்சடங்கு முறையில் மாற்றங்களுக்குரிய காரணங்கள்

சங்ககாலத்து நிகழ்ந்த மணச்சடங்குகளுக்கும், இரட்டைக் காப்பியக் காலத்து நிகழ்ந்த மணச்சடங்குகளுக்கும் மாறுபாடுகள் காணப்பெறுவது முன் கூறப்பெற்றது. இம்மாறுபாடுகள் காணப்பெறுவதற்குரிய காரணங்களைப் பின்வரும் தலைப்புகளில் கண்டறியலாம்.

அ. இறைமைத் தலையீடு

ஆ. மணக்குறியீட்டில் மாற்றம்

இ. தீயின் வரவும், நீரின் செலவும்

இறைமைத் தலையீடு

தமிழர் இயற்கையோடு இணைந்த வாழ்வினர். எனவே அவர்தம் வாழ்வுச் சடங்குகளும் இயல்பாய் அமைந்தன. திருமணச் சடங்குகளும் இயற்கையோடு ஒன்றி அமைந்தன. மணச்சடங்கை விளக்கும் அகநானூற்றின் 86ஆவது பாடல் மேற்கூறியதன்மைத்து. அதில் நன்னாள் பார்க்கும் வழக்கு இருந்ததே அன்றி எவ்விடத்தும் இறைவனை வழிபடுவது இடம் பெற்றிலது. பேரில்கிழத்தி ஆகுக என வாழ்த்துதல் இடம்பெற்றது. ஆயின் அதனோடு இறைமையை இணைத்து வாழ்த்துதல் இடம் பெற்றிலது. ஆக இறைமை உணர்வு திருமணத்தோடு நெருங்கிய தொடர்பினைக் கொள்ளவில்லை என்பதை இப்பாடல் விளக்குகின்றது எனலாம். ஆயின் அகநானூற்றின் 136ஆவது பாடல் மேற்கூறிய இயற்கைத் தன்மையில் இறைமை ஊடுருவிய நிலையினை விளக்கும். அகநானூற்றின் 86ஆவது பாடலும் 136 ஆவது பாடலும் தமிழர்தம் மணச்சடங்குகளைக் கூறுவதாக இருப்பினும் இருபாடல்களுக்கும் பெரியதொரு வேறுபாடு காணப்பெறுகின்றது.இவ்வேறுபாடு இயல்பாக நிகழ்ந்தது எனக் கூற இயலாது. 136ஆவது பாடலில் வரும்

கடிநகர் புனைந்து கடவுட் பேணி

என்ற பாடலடி மெதுவாக இறைமை, திருமணச் சடங்கிற்குள் நுழைவதை அறிவிக்கின்றது. இந்நுழைவை எளிதாக ஒதுக்கிவிடவும் இயலாது. சமுதாயத்தில் தோன்றிய பெரும் சிந்தனை மாற்றங்களின் விளைவு இந்நுழைவு ஆகலாம். வாழ்வின் ஒவ்வொரு நிலைக்கும் இறைச்செயலே காரணம் எனக் கருதும் சமயப்போக்குச் சமுதாயத்தில் காலூன்றத் தொடங்கிய போது இறைமை இடம் பெறாத வாழ்வியல் கூறுகளே இல்லை யாயின. இக்காலக் கட்டத்தில் தத்துவார்த்தமான ஆரியர்தம் சடங்குகள் தமிழரைப் பெரிதும் கவர்ந்திருக்க வேண்டும். எனவே மறைவழி மணமும் தீ வலம் வருதலும் எளிதாகத் தமிழரிடையே வழக்குப்பெற ஏதுவாயின.

மணக்குறியீட்டில் மாற்றம்

பண்பாட்டுக் கலப்புகள் தோன்றும்போது பழைய சடங்கு முறைகளில் மாற்றம் நேர்வது தவிர்க்க இயலாதது. அகநானூற்றின்

86 ஆவது பாடலில் இடம்பெறாத வெண்ணூல் சூட்டுதல் 136 ஆவது பாடலில் இடம்பெற்றுள்ளது. 86ஆவது பாடலில் மங்கல நீராட்டல் மட்டுமே மையச் சடங்காகப் போற்றப்பெற்றது. ஆயின் 136ஆவது பாடலில் வெண்ணூல் சூட்டுதல் மையச்சடங்காகக் கூறப்பெற்றுள்ளது. சமய, புராண அடிப்படையிலான ஆரியச் சடங்குகளின் வரவு தமிழரைச் சிந்திக்க வைத்திருக்க வேண்டும். எனவே தம்சடங்குகளை நிலைபெறுத்தச் சில திருத்தங்களைச் செய்திருக்கக் கூடும். இதன் விளைவாக இறைமை நுழைவையும், வெண்ணூல் சூட்டுதல் போலும் சில குறியீடுகளையும் இடம்பெற இசைந்தனராதல் வேண்டும். இந்த இசைவே பிற்காலத்தில் தமிழரது மணம் வழக்கொழியக் காரணமாயிற்று எனலாம்.

ஆரியரது சடங்குகள் தமிழரிடையே இடம்பெற்ற பின்னர்த் தமிழரின் பழைய வழக்குகள்/பழைய சடங்குகள் நிலைக்க இடமில்லாமல் போயின. நிலையாமைக்குக் காரணம், அவ்வழக்குகள்/சடங்குகள் தகுந்த இறைமைத் தன்மை ஊட்டப்பெறாமைதான்; இயற்கைத் தன்மையோடு விளங்கியமைதான். தீயினைக் கரியாக (சாட்சியாக) வைத்துச் சடங்குகள் செய்த பின்னர் வேறு கரிகள் தேவை இல்லாமல் போயின. இதற்குக் காரணங்களாகத் தீயின் தூய்மையையும் பௌராணிகத் தன்மையையும் கூறலாம். இக்காரணங்களே தமிழர் நெஞ்சில் தீவலம் வருதல் விரைந்து இடம்பெற ஏதுக்களாயின. இதன் மேல் கொண்ட நம்பிக்கையே பழைய மணக்குறியீடுகளை மறக்கத் துணை செய்திருக்க வேண்டும். இதனால் சிலம்புகழி நோன்பு மறைந்தது.ஆயின் அணி என்ற நிலையில் மகளிரைக் கவர்ந்தது; அணி செய்தது; சிலம்புகழி நோன்பின் ஆதி நோக்கமும் மறைந்தது. இவ்வாறே மலரணியும் குறியீடும் மறைந்தது.

தீயின் வரவும் நீரின் செலவும்

தமிழர் நீரினைத் தூய்மையாகக் கருதினர்; கடவுளாகக் கருதி வழிபடவுஞ் செய்தனர். கங்கை, காவிரி போன்ற ஆறுகளை அன்னையாக அம்மனாக வழிபடுவதும் கருதத்தக்கது. வெம்மை மிகுந்த நாடுகளில் மரங்களும், நீரும் வழிபடு பொருள்களாக இடம்பெறும். குளிரிமிகுந்த நாடுகளில் தீ வழிபடுபொருளாக இடம்பெறும். இது இயற்கை நியதி. குளிர்மிகுந்த நாடுகளிலிருந்து வந்த ஆரியர் 'அக்னியை' வழிபடு கடவுளாகக் கொண்டமைக்கு மேற்கூறியது முதன்மைக் காரணமாகலாம்.

தமிழர் வானம் பார்த்த பூமியினர். தமிழகத்தின் தஞ்சை நாட்டைத் தவிரப் பிறபகுதியின் பெரும்பான்மை நிலங்கள்,

வான்மழையை நோக்கும் தன்மைய. எனவேதான் மாரி வணங்கப் பெற்றது. எனவேதான் சமுதாயத்தின் இன்றியமையாப் பண்பான கற்பினை வலியுறுத்த வந்தோர், சமுதாயத்தின் இன்றியமையாத் தேவையான வான் மழையை உவமைப்படுத்தினர். திருவள்ளுவர், கடவுள் வாழ்த்துப் பகுதியில் வான்சிறப்பினைப் போற்றி இருப்பது நீரின் முதன்மையைத் தெள்ளென விளக்கும். இவ்வாறு தமிழரின் வாழ்வோடு தொடர்புடைய நீர், அதன் அரிய தன்மையால் வணங்கவும் பெற்றது. இதனால்தான் தமிழர் சடங்குகளில் தூய்மையாகிய நீர் இடம் பெற்றது. அகநானூற்றின் 86ஆவது பாடலில் மகளிர், மணமகளை நீராட்டியதாகக் கூறிய செய்தி, மேற்கூறிய நீரின் தூய தன்மையை விளக்கும்.

இத்தகு நீராட்டல் பற்றி அகநானூற்றின் 136ஆவது பாடல் குறிப்பிடவில்லை. அவ்வாறு குறிப்பிடாதது அந்நீராட்டல் வழக்கொழியத் தொடங்கிய நிலையைக் குறிப்பதாகலாம்.

மங்கல நீராட்டல் வழக்கொழியத் தொடங்கியமைக்குரிய காரணங்களுள் அக்னியை ஒன்றாகக் குறிப்பிடவேண்டும். அக்னி பற்றிய பௌராணிகக் கதைகளும், தேவதூதன் எனும் நம்பிக்கையும் மக்களைக் கவர்ந்தன எனலாம். இந்த ‘அக்னிச் சடங்கு’ தமிழகத்திற்குள் நுழைந்துவிட்ட நிலையினைக் கலித்தொகை விளக்குகின்றது. அது வருமாறு:

> காதல்கொள் வதுவைநாள் கலிங்கத்துள் ஒடுங்கிய
> மாதர்கொள் மான்நோக்கின் மடந்தைதன் துணையாக
> ஓதுடை அந்தணன் எரிவலம் செய்வான் போல

எனும் பாடலடிகள்[30] தரும் செய்தி கவனத்திற்குரியது. தீயினை வலம் வரும் மணச்சடங்கு தமிழர்க்கு அறிமுகம் ஆகிவிட்ட நிலையினை இப்பாடல் விளக்குகின்றது. மேலும் இச்சடங்கு ஆரியருக்கு மட்டுமே உரியதாகப் புனையப்பட்டிருப்பதும் நோக்கற்பாலது. ஆகத் தீவலம் வருவது தமிழகத்தில் நுழைந்த நிலையினையும், அது தமிழரிடையே பரவாத, தமிழர் சடங்கில் இடம் பெறாத நிலையினையும் ஆனால் தமிழர்தம் சிந்தனைக்குள் புகுந்துவிட்ட நிலையினையும் இப்பாடல் விளக்குவதாகக் கொள்ளலாம்.

தமிழர் தம் சிந்தனைக்குள் பரவிய தீவலம் வருதல், மெதுவாகத் தமிழர் சடங்குகளிலும் இடம் பெறலாயிற்று. இடம் பெறவே தமிழர்தம் மங்கல நீராட்டல் சடங்கு விடைபெறுவதாயிற்று.

---

30. கலித்தொகை 69:3–5

மங்கல அணி

மங்கல அணி / தாலி பற்றிச் சங்க இலக்கியம் குறிப்பாகக் கூறியிருந்தமை முன்னர் விளக்கப்பெற்றது. மங்கல அணி பற்றிய விளக்கங்களும், தெளிவுகளும் சங்க இலக்கியத்தில் இல்லை. இதுபோன்றே இரட்டைக் காப்பியங்களும் மங்கல அணியைக் குறிப்பாகக் கூறியுள்ளன. இரட்டைக் காப்பியங்கள் கூறும் மங்கல அணிபற்றிய செய்திகள் வருமாறு:

(அ) புகார் நகர வீதியில் மங்கல அணி எழுந்து வலம் வந்தது.[31]

(ஆ) கண்ணகியை நலம் பாராட்டும் கோவலன், 'நினக்கு மறுவில்லாத மங்கல அணியே அன்றிப் பிறிதணியும் அணியப் பெற்றது ஏனோ' என்று வினவுகின்றான்.[32]

(இ) கோவலனைப் பிரிந்திருந்த கண்ணகி மங்கல அணி அன்றிப் பிறிதணி அணிந்திருக்கவில்லை.[33]

இம்மூன்று இடங்களிலும் மங்கல அணி பற்றிய செய்திகள் வருகின்றனவே தவிர அது பற்றிய வடிவ விளக்கமோ பொருள் விளக்கமோ வந்தில. தவிர இரட்டைக் காப்பியக் காலத்துத் திருமண நிகழ்ச்சியில் மங்கல அணி அணிவிக்கும் சடங்கு பற்றிய சான்றுகளும் கிடைத்தில.

மங்கல அணி – தெளிவின்மைக்குரிய காரணிகள்

மங்கல அணிக்கு முதன்மை இருந்தமையை மேல் சான்றுகள் விளக்கின. ஆயின் திருமணச் சடங்கில் மங்கல அணி அணிவித்தல் இடம்பெறவில்லை. இத்தெளிவின்மைக்குரிய காரணிகளைப் பின்வருமாறு புரிந்து கொள்ள முடியும்.

மங்கல அணி, மணமான மகளிர்க்கு ஓர் அடையாள அணியாக அணிவிக்கப் பெற்றிருக்க வேண்டும். அடையாள அணி என்ற காரணத்தில்தான் அவ்வணியை எப்பொழுதும் மங்கல மகளிர் அணிந்தனராதல் வேண்டும். முல்லை மலர் எப்படித் திருமணமான மகளிரைச் சுட்டி நின்றதோ அவ்வாறே மங்கல அணியும் திருமணமான மகளிரை அடையாளம் காட்டியிருக்க வேண்டும். அடையாள அணி என்ற ஒன்றைத் தவிர வேறு புனிதத் தன்மை இவ்வணிக்கு இல்லாமையைச் சடங்கில் இடம்பெறாமை உய்த்துணர வைக்கின்றது. மங்கல

---

31. அரசெழுந்ததொர் படியெழுந்தன
வகலுண்மங்கல வணியெழுந்தது (சிலம்பு.1:47)

32. மறுவின் மங்கல வணியே யன்றியும் (சிலம்பு.2:63)

33. மங்கல வணியிற் பிறிதணி மகிழாள் (சிலம்பு.4:56)

அணிக்குப் புனிதத் தன்மை வந்தது பிற்காலத்தில் ஆகும். அடையாள அணி என்ற ஒரு காரணத்திற்காக அணியப்பெற்றது உண்மையானால் இவ்வணி அணிவித்தலுக்குச் சடங்கில் முதன்மை கொடுப்பது தேவை இல்லாததாயிற்று எனலாம். எனவேதான் இவ்வணி பற்றிய செய்திகளில் தெளிவு இல்லை என்று கருத வேண்டியுள்ளது என்றாலும் வெண்ணூல் சூட்டும் சடங்கை ஒதுக்குவதற்கு இல்லை.

மங்கல அணி வீதியில் எழுந்தது எனச் சிலப்பதிகாரம் கூறுவது ஈண்டு நோக்கற்பாலது என்றாலும் இவ்வணி சடங்கு முறையில் எந்நிலை வகித்தது என்பதை அறிய இயலவில்லை. பாடல்களை இயற்றும் புலவர்கள், திருமணத்தின் அனைத்துச் சடங்குகளையும் பாடினர் எனல் பொருந்தாது. கவிபுனைதலில் முதன்மைச் சடங்குகள் மட்டுமே பாடப்பெற்றிருக்கக்கூடும். எல்லாச் சடங்குகளையும் பாடுதல் கவிதை ஓட்டத்திற்கு, பொருள் இயைபிற்குத் தேவை இல்லாதது எனப்புலவர்கள் கருதி இருக்க வேண்டும். இதனால் சடங்கின் முழுச்செய்திகள் கிடைக்காமல் போக வாய்ப்புண்டு. எனவேதான் மங்கல அணி பற்றிய முழுவிவரங்கள் கிடைக்காமல் போயிருக்க வேண்டும் என எண்ண வேண்டியுள்ளது.

மங்கல அணியும் மணவணியும்

மணவணி எனும் சொற்றொடர் சிலப்பதிகாரத்துள் காணக் கிடைக்கின்றது. அது பயின்றுள்ள இடங்கள் வருமாறு:

(அ) இருபெரும் குரவரும் ஒருபெரு நாளில் மணவணி காண மகிழ்ந்தனர்.[34]

(ஆ) ஆலமர் செல்வன் புதல்வன் வரும், வந்தால் மால்வரை வெற்பன் மணவணி வேண்டுதுமே என்பது குறமகளிர்தம் கூற்று.[35]

(இ) தீ முறை செய்தாளை ஏத்தியாம் பாடுங்கால் மாமலை வெற்பன் மணவனி வேண்டுதுமே என்பதும் குறமகளிர் கூற்றாகும்.[36]

மேல் கூறப்பெற்ற செய்திகளில் வரும் 'மணவணி' என்ற தொடருக்கு அடியார்க்கு நல்லார் மணவணி என்றே பொருள்

---

34. சிலப்பதிகாரம் 1:41,42
35. ஆலமர் செல்வன் புதல்வன் வரும்வந்தால்
    மால்வரை வெற்பன் மணவணி வேண்டுதுமே (சிலம்பு.24:15)
36. தீமுறை செய்தாளை யேத்தியாம் பாடுங்கால்
    மாமலை வெற்பன் மணவணி வேண்டுதுமே (சிலம்பு.24:22)

கொண்டனர். மேலும் அணி என்பதற்கு 'அழகு' என்ற பொருளும் உண்டு(*Tamil Lexicon. 1982*). எனவே மேல் சுட்டப்பெற்ற தொடர், மணத்தின்போது அணிவிக்கப்பெறும் அணி என்ற பொருளையோ அல்லது திருமண அழகு என்ற பொருளையோ சுட்டி இருத்தல் வேண்டும். மணத்தின்போது அணிவிக்கப்பெறும் சிறப்புடைய அணி என்று பொருள் கொள்ளின் மங்கல அணியும் மணவணியும் ஒருபொருளைக் கொண்டனவாதல் வேண்டும்.

முல்லை அணிதல்

திருமணம் ஆன மகளிரைக் காட்டுவதற்கு மலரணிதல் மரபு என்பது முன்னர்க் கூறப்பெற்றது. இம்மலர் முல்லை மலராதலையும் தமிழ்க்காதல் போலும் நூல்கள் விரிவுபட விளக்கியுள்ளன. முல்லை மலரைப் பெண்கள் அணிந்தது அடையாளக் குறியீடாக மட்டும் கருதி அன்று. அது கற்புத் தன்மையை விளக்கும் குறியீடாகக் கருதியமையும் ஒருகாரணமாகும். முல்லை மலர் எவ்வாறு கற்பனைக் குறித்து என்பதைப் பின்வரும் நூற்பகுதியில் விளக்கப் பெற்றுள்ளது (பார்க்கவும்: கற்புக் கோட்பாடுகள்).

முல்லையைக் குறியீடாகக் கருதி அணிந்த மகளிர் பின்னாளைய சமூக மாற்றங்களுக்கு ஏற்பக் குறியீட்டினை மாற்றினராதல் வேண்டும். முல்லைக்குப் பதில் மங்கல அணி இடம்பெற்றது போலும். இரட்டைக் காப்பியங்களில் முல்லை மணக்குறியீடாகச் சுட்டப்பெற்றமைக்குச் சான்றுகள் இல்லை என்றாலும் பின்வரும் பாடலடிகள் சிந்தனைக்குரியவை. அவை வருமாறு:

> இல்வளர் முல்லையொடு மல்லிகை அவிழ்ந்த எனவும்[37]
> இல்வளர் முல்லை மல்லிகை மயிலை எனவும்[38]
> மாதவி மல்லிகை மனைவளர் முல்லை

எனவும்[39] வரும் பாடலடிகளில் பயின்றுள்ள 'இல்வளர்' 'மனைவளர்' எனும் தொடர்கள் சிந்தனைக்குரியன. இவை முல்லை மலர் இல்லத்தில் வளர்க்கப் பெற்றதாகக் கூறுகின்றன. குறிஞ்சிப்பாட்டு 'தில்லை பாலை கல்லிவர் முல்லை'[40] என்று முல்லை, மலையில் வளர்ந்ததாகக் கூறும். குறிஞ்சிப்பாட்டில் மலையில் முல்லை வளர்ந்ததாகக் கூறப்பெற்றது முல்லையின் முதன்மையை வலியுறுத்துவதாக இல்லை. முல்லை மலர்,

---

37 இல்வளர் முல்லையொடு மல்லிகை யவிழ்ந்த (சிலம்பு.4:27)

38 இல்வளர்முல்லை மல்லிகை மயிலை (சிலம்பு.5:191)

39 மாதவி மல்லிகை மனைவளர் முல்லை (சிலம்பு.13:120)

40 குறி.77–80

குறியீடாகப் பயன்படுத்துவதற்கு முந்தைய காலத்துச் சிந்தனை குறிஞ்சிப் பாட்டில் இடம் பெற்றது போலும். சிலப்பதிகாரக் காலத்தில் முல்லை மணக் குறியீட்டினின்றும் மாறிக் கற்புக் குறியீட்டினைக் குறிப்பதாகக் கருதப்பெற்றிருக்க வேண்டும். கற்புடைய மகளிர் ஒவ்வொருவரும் தம் இல்லத்தில் கற்புடைமையைக் குறிக்க முல்லையை வளர்த்து வந்தனர். இதனை, "தேவி முல்லை வளர்த்தற்குக் காரணம் கற்புடைமை என உணர்க" என்ற நச்சினார்க்கினியர் உரையால் உணரலாம்.[41] இல்லத்தில் வளர்க்கப் பெற்றதால்தான் 'இல்வளர்' 'மனைவளர்' எனும் அடைகள் தோன்றின. ஆக, இரட்டைக் காப்பியக் காலத்தில் முல்லை மணக்குறியீட்டினின்றும் மாறிக் கற்புக் குறியீட்டுப் பொருண்மை பெற்று விட்டதை அறிய முடிகின்றது.

41. முல்லை சான்ற கற்பு என்ற சிறுபாணாற்றுப்படை தொடர்க்கு நச்சினார்க்கினியர் தக்க யாகப்பரணியிலிருந்து (75) எடுத்துக்காட்டி விளக்கிய பகுதி.

கற்பு மரபுகள்

முகப்புரை

கணவன், மனைவி இணைப்பை முறையுறுத்த எழுந்தவை கற்புக் கோட்பாடுகள். தமிழரின் கற்புக் கோட்பாடுகள் வேறு, ஆரியரின் கற்புக் கோட்பாடுகள் வேறு. இவ்விரு கோட்பாடுகளும் கலந்த நிலையை இரட்டைக் காப்பியங்கள் வழி அறியலாம். தொன்மைக் காலத் தமிழரின் கற்புக் கோட்பாடு இயற்கைத் தன்மையுடைத்து. ஆரியரின் கற்புக் கோட்பாடு பௌராணிகத் தன்மையுடையது. ஆரியர் தம் தமிழக வரவிற்குப் பிறகு தமிழர் தம் கற்புக் கோட்பாட்டில் பெரும் மாற்றங்கள் விளைந்தன. இம்மாற்றங்களை இரட்டைக் காப்பியங்கள் பதிவு செய்துள்ளன.

கற்பின் தோற்றம்

பலகணவ மணமுறையிலிருந்து ஒருகணவ மணமுறை தனியுடைமைப் போக்கால் வற்புறுத்தப் பெற்றது. பொதுச் சொத்துகள் ஒருவனுக்கு உரிமையாகும்போது அந்த உரிமையைத் தனக்கே வைத்துக் கொள்ளவும், உடைமையைத் தன் வாரிசுக்கு விட்டுச் செல்லவுமான சமூகச்சூழல்கள் உருவாயின. இது பல கணவ அமைப்பு முறையில் ஏலாத ஒன்று. இம் முறையில் ஒருவரின் மகன் இவன் என்று சுட்டிக்கூறும் தன்மை இல்லாமல் போயிற்று. யாருடைய மகன் என்ற வினாவிற்கு எளிதில் விடை கிடைக்காமலும் போயிற்று. இச்சிக்கலைத் தீர்க்கச் சமூகத் தலைவர்கள் ஒருத்திக்கு ஒருவன்

சிலம்பு நா. செல்வராசு

என்ற கோட்பாட்டை உருவாக்கினர். ஒருத்தியை ஒருவனுக்கு உடைமையாக்குவதில் மணச்சடங்குகள் பெரும் பங்காற்றின. ஆயின் ஒருத்திக்கு ஒருவன் கோட்பாட்டை மணச் சடங்கினால் மட்டுமே காக்க முடியவில்லை. கட்டுப்பாடற்ற உறவு நெறிகளும் பலதாரமணமுறைகளும் நிலவிய சமுதாயத்தில் ஒருத்திக்கு ஒருவன் கோட்பாடு சிதைவிற்குள்ளாயிற்று. பலதார மணமுறையும் பரத்தைமையும் உடைய சமூகத்தில் மனைவி சோரம் போதல் என்பது தவிர்க்க இயலாத கூறானது. ஒரு பக்கத்தில் பெண்ணின் கணவனும், மறுபக்கத்தில் அவளின் கள்ளக் காதலனும் சமூகத்தில் உருவாயினர். இதனால் மீண்டும் குழந்தையின் தகப்பன் யார் என்ற வினாவிற்கு விடைகாண்பது சிக்கலாயிற்று. குழுமணம் விட்டுச் சென்ற பாலுறவை நினைந்து மனைவி சோரம் போக நினைத்தால் மிகக் கடுமையாகத் தண்டிக்கப்பெற்றாள் (எங்கெல்ஸ்.1884). இன்னும் சில இடங்களில் ஆடவர் எளிதில் புகமுடியாத இடங்களில் மகளிரை வசிக்கச் செய்தனர். இப்பெண்களை அடைய நினைக்கும் ஆடவரை அச்சுறுத்த வேண்டிக் கடிநாய்கள் வளர்க்கப்பெற்றன. பெண்களின் காவலுக்கென அலிகள் நியமிக்கப் பெற்றனர். இந்த அலிகளை உற்பத்தி செய்ய நிறுவனமே இயங்கியது (எங்கெல்ஸ். 1884).

இவ்வாறு பெண்களின் கற்புக்கெனப் புறக்காவல்கள் தோன்றினாலும் கற்பு முழுமையாக வெற்றி பெற இயலவில்லை. எனவே பெண்களின் அகக் காவலாக, மனத்தினைக் கட்டுப்படுத்தும் காவலாக, உணர்வுகளைக் கட்டுப்படுத்தும் காவலாகத் தத்துவ அடிப்படையில் அமைந்த கற்புக் கோட்பாடுகளைச் சமுதாயம் உருவாக்கியது. இந்தியாவில் உருவான கற்புக் கோட்பாடுகள் மிகப்பெரிய வெற்றியை அடைந்தன. பௌராணிகத் தன்மை வாய்ந்த கதைகள், பத்தினியர் வரலாறு, அவர்தம் மேலுலக வாழ்வு முதலியன இந்தியப் பெண்களைக் கற்புக்கரசிகளாக வாழத் துணை செய்தன.

இந்தியாவில் கற்பின் தோற்றம்

கி.மு.வுக்கு முற்பட்ட வட இந்தியச் சமூகத்தில் பாலுறவு நெறிகள் வரன்முறையற்றுக் காணப்பெற்றன. இப்பாலுறவு நெறிகளை 'மணஉறவு முறை' எனும் பகுதி விளக்கிற்று (பலகணவ மணமுறை, குருவின் மனைவி சீடன் உறவு, சத்யகாம ஜாபாலர் வரலாறு, மத்ர நாட்டில் காணப்பெற்ற தந்தை மகள், தாய் மகன், மாமனார் மருமகள், மாமியார் மருமகன், சகோதரன் சகோதரி, விருந்தாளி அடிமை ஆகியோருடன் கொண்ட உறவு முதலியவை(ராகுல் சாங்கிருத்தியாயன்.1985). வரன்முறையற்ற பாலுறவுகளை விளக்க வல்லன).

ஆயின் இதே சமூகத்தில் தோன்றிய ஆரியப் பெண் ஒருத்தி, பிற்காலத்தில், கி.பி. 3ஆம் நூற்றாண்டு வாக்கில், அடுத்தவன் ஒருவன் தன்னை விரும்பினான் என்ற காரணத்திற்காகத் தனது கற்பில் ஊறு நேர்ந்தது எனக் கருதி உயிர்விடவும் துணிந்தாள்.

இந்த வேறுபட்ட சமூக நிகழ்வுகளுக்கு இடையில் நிகழ்ந்த மாறுதல்கள் கற்புக் கோட்பாட்டை உருவாக்கியிருக்க வேண்டும். இவ்விடைப்பட்ட காலத்தில் மனித நன்னெறிகளுக்காகப் போராடிய சமண பௌத்த சமயங்கள் வாழ்வின் நெறிகளில் வரன்முறையற்ற தன்மைகளைக் கடிந்தன. கற்பின் உருவாக்கத்திற்குப் பௌத்த சமண சமயங்கள் ஒரோவழிக் காரணங்களாயின.

கற்பின் உருவாக்கத்தில் சமயங்களில் பங்களிப்பு

வடஇந்தியாவில் கி.மு. ஆறாம் நூற்றாண்டு வாக்கில் தோன்றிய பௌத்த சமண சமயங்கள் முழுமையான ஒரு சமூக மாறுதலைத் தோற்றுவித்தன. இச்சமூக மாறுதலில் கற்புப் பேரிடம் பெற்றது. பிறன்மனை விழையாமை என்ற தத்துவமும் இச்சமயங்களால் வற்புறுத்தப் பெற்றது. இன்ப நுகர்ச்சிகளுக்குக் கரணிகளாக விளங்கும் மது, இசை, பரத்தைமை போன்றன கண்டிக்கப்பெற்றன. இவற்றால் வரன்முறையற்ற உறவில் ஓர் ஒழுங்கு தோன்றியது.

பௌத்த சமயம்

நாகார்ஜுனர், சாதவாகனப் பேரரசர் கவுதமி புத்திர யக்ஞஸ்ரீ காலத்தவர். சிறந்த பௌத்தத் துறவி. இவர் சாதவாகனப் பேரரசர்க்கு உபதேசங்கள் நிறைந்த கடிதம் ஒன்றை எழுதினார். அக்கடிதத்தின் ஒரு பகுதி வருமாறு (ராகுல் சாங்கிருத்தியாயன். 1985).

> மற்றவர் பெண்களின்மீது பார்வையைச் செலுத்தாதே
> அப்படிப் பார்க்க நேர்ந்தால் அவர்களின் வயதுபடி
> தாயாகவும், சகோதரியாகவும், மகளாகவும் கருது

என்ற பகுதி, பௌத்த சமயம் பெண்கள் மீது கொண்ட மதிப்பினைப் புலப்படுத்துகின்றது. பௌத்தர் கூறிய அட்டாங்க மார்க்கத்தில் விபசாரம் செய்யாமை வலியுறுத்தப் பெற்றது. மனத்தின் முக்திக்குப் பிரம்மச்சரிய வாழ்க்கை சிறப்பானதாகக் கருதப்பெற்றது. சரியான செயல் என்று புத்தர் கூறியவற்றுள் விபசாரம் இல்லாத நற்செயலும் ஒன்றாகும் (ராகுல் சாங்கிருத் தியாயன்.1985). இவ்வாறாகப் பௌத்த மதம், பலரோடு உறவு நிலைகளைக் கண்டித்தது; பிறன்மனை விழைவை வன்மையாகக்

கடிந்தது; பிரம்மச்சரியம் போன்றவற்றை ஆடவர்க்கு அறிவுறுத்தி இருபாலார்க்கும் நன்னெறி முறைகளை விதித்து நெறிப்படுத்த முயன்றது.

சமண சமயம்

ஏறத்தாழப் பௌத்தத்திற்குச் சற்று முன் தோன்றிய சமண சமயமும் இக்கருத்துகளையே வற்புறுத்தியது. இல்லறத்தில் ஒழுகும் சமணர் ஒவ்வொருவரும் பத்து விரதங்களைக் கடைப்பிடித்துத் தவறாது ஒழுகுதல் வேண்டும். இவற்றுள் 'அணுவிரதம்' என்பது குறிப்பிடத்தக்கது. கொல்லாமை, பொய்யாமை, கள்ளாமை, பிறன்மனை விரும்பாமை, பொருள் வரைதல் முதலிய ஐந்தும் அணுவிரதம் எனப்பெற்றன (மயிலை சீனி. வேங்கடசாமி. 1980). சமண முனிவர்களுக்கென ஐந்து மாவிரதங்கள் வலியுறுத்தப் பெற்றன. அகிம்சை, வாய்மை, கள்ளாமை, துறவு, அவாவறுத்தல் என்பவை மாவிரதங்களாகும். இவற்றுள் துறவு என்பது புணர்ச்சி விழையாமை எனப்படும். சிற்றின்பத்தை மனம், வாக்கு, காயங்களால் செய்யாதிருத்தல் வேண்டும் எனக்கூறியது (மயிலை சீனி. வேங்கடசாமி. 1980). இவ்வாறாகச் சமணசமயம் பிறன்மனை நயவாமை, பிரம்மச்சரியம் போன்றவற்றை வலியுறுத்தியது.

இவ்விருசமயங்களின் வளர்ச்சியும் ஆதிக்கமும் சமுதாயத்தில் குறிப்பாகப் பெண்களின் நிலையில் மாற்றங்களை உண்டாக்கின. வரன்முறையற்ற உறவுகளைக் கடிந்து ஆண்களுக்குத் துறவு, பிறன் மனை விழையாமை போன்றவற்றை அறிவுறுத்தின. பரத்தமை ஒழுக்கம் அறவே வெறுக்கப் பெற்றது. கணிகையர் போன்றோர் பௌத்த சமயங்களைச் சார்ந்து துறவு மேற்கொண்டனர். இச்செயல்களின் விளைவாகச் சமுதாயத்தில் கற்புநெறி தானே உருப்பெறத் தொடங்கியது.

வைதிகச் சமயம்

வைதிகச் சமயத்திற்கு எதிராகத் தோன்றிய பௌத்த சமண சமயங்களின் கொள்கைகள் பலவற்றை வைதிகச் சமயம் பெற்று ஒரு புது மறுமலர்ச்சியை ஏற்படுத்திக் கொண்டது. ஒத்துமேவல் அல்லது ஒன்றாதல் என்ற உத்தி, ஆரியச் சமூகத்தில் நிலவிய ஒன்றாகும். எந்த ஒரு நற்கருத்தும் அல்லது சமூக மதிப்பு வாய்ந்த கருத்தும் ஆரியரால் ஏற்கப் பெற்று ஆரியமயமாக்கப் பெற்றது. பல்வேறு திசைகளிலிருந்தும் வந்த நல்ல சிந்தனைகளைப் பெறுவது அவர்தம் மரபாக இருந்தது. இதனடிப்படையில் பௌத்த சமணத் துறவியரால் தோற்றுவிக்கப்பெற்ற நன்னெறிகளை வைதிகச் சமயம் ஏற்றது.

ஒரு சந்ததியிடமிருந்து அவர் வழங்கிய பழக்க வழக்கங்கள், மரபுகள் அடுத்த சந்ததியினரைச் சேர்கின்றன என்றாலும் அவற்றைப் புதிய சந்ததியினர் முழுவதுமாக ஏற்பர் என்று கூறஇயலாது. முழுவதுமாக ஏற்பதற்கும், மறுப்பதற்கும் அந்தத் தலைமுறைக் காலத்துச் சமூக, சமய, பொருளாதார அடிப்படைகள் காரணங்களாக அமையும். ஆரியரின் பழைய தலைமுறை வழங்கிய பண்பாட்டு மரபுகள் புதிய தலைமுறைக் காலத்தில் சமய, பொருளாதார அடிப்படையில் மாற்றியமைக்கப் பெற்றன. பத்தினித் தன்மையும், ஏகதாரவிரதமும், கைம்மை நோன்பும், கணவனுடன் உயிர்விடலும் ஏற்கப் பெற்றன. இவற்றைப் பண்டைக்கால உபநிடதங்கள் விளக்குகின்றன. சாந்தோக்ய உபநிடதம் தருமத்தை நழுவி நடப்பவை என்று சிலவற்றை வரையறை செய்தது. அவற்றுள்,

தங்கத்தைத் திருடுபவன், சாராயம் குடிப்பவன்
குருவின் மனைவியுடன் விபசாரம் செய்பவன்
பிராமணனைக் கொலை செய்பவன் இந்நால்வரும்
இவர்களுடன் தொடர்பு கொள்பவரும் பாவிகளாவார்

எனக் கூறப்பெறுவனவும்(ராகுல் சாங்கிருத்தியாயன்.1985) சிலவாகும். குருவின் மனைவியுடன் உறவுகொள்வது முந்தைய ஆரியச் சமுதாயத்தில் ஏற்கப்பெற்ற ஒன்று. ஆயின் பௌத்த சமண எழுச்சிக்குப் பின்னர் அவ்வழக்கம் கண்டிக்கப் பெற்றது. அஸ்வபதி கைகயர்க்கும் வேதவிற்பன்னர்களுக்கும் இடையே நடந்த உரையாடலில்,

எங்கள் நாட்டில் திருடர்களோ, கருமிகளோ
குடிகாரர்களோ, யாகம் செய்யாதவர்களோ,
கட்டுப்பாடு இல்லாமல் வாழ்பவர்களோ எவரும்
இல்லை. இனி விபசாரிகள் இல்லை என்ற கூறவும்
வேண்டுமோ

என்ற பகுதி (ராகுல் சாங்கிருத்தியாயன்.1985) உடலுறவு நெறியில் கட்டுப்பாடு தோன்றிய நிலையை விளக்குகின்றது. மேல் காட்டப்பெற்ற சான்றுகள், பௌத்த சமணச் சமயங்களால் நிகழ்ந்த பண்பாட்டு மாற்றங்களை வைதிகச் சமயம் தன்மயமாக்கிக் கொண்டதைக் காட்டுகின்றன. இந்தச் சமூக மறுமலர்ச்சியில் விளைந்த ஒன்று, கற்புக் கோட்பாடாக உருவெடுத்தது. ஆரியப் பண்பாட்டில் கற்புக் கோட்பாடு பௌராணிகத் தன்மையோடு சேர்ந்தே வளர்ந்தது. கற்புடைய பெண்களின் சக்திகள் இயற்கையைக் கடந்தவையாகக் கருதப்பெற்றன; கூறப்பெற்றன. அவர்களின் பத்தினி வாழ்க்கையும் அதனால் அவர்கள்பெற்ற பெரும் பேறுகளும் புராணங்கள் வாயிலாக மக்களிடம் பரப்பப்பெற்றன. பஞ்ச கன்னியர் புராண வரலாறு இதனை

மெய்ப்பிக்கும். மேனை, சாவித்திரி[1], அருந்ததி[2], அநசூயை[3], சுநீதி போன்றோரின் கற்புமேன்மையைப் புராணங்கள் போற்றின[4]. பத்தினித் தன்மையுடைய பெண்டிர் இயற்கை இறந்த சக்திகளையுடையவர் என்பதும் கடவுளர்களையும் ஏவல் கொள்ளும் தன்மையர் என்பதும் உலகவாழ்வை நீத்த பின்னர்க் கடவுள் உறையும் உலகில் சிறப்பான இடத்தைப் பெறுவர் என்பதும் புராணங்கள் வழிப் பெறப்படும் கருத்துகளாகும். இவ்வாறாக வட இந்தியாவில் கற்புக் கோட்பாடு உருவாக்கப் பெற்று வளர்ந்து நிலைபெற்றது.

தமிழகத்தில் கற்பின் தோற்றம்

இரட்டைக் காப்பியக் காலக் கற்புக் கோட்பாடுகளை மனத்தில் இறுத்திக் கொண்டு அக்கோட்பாடுகளுக்குரிய மூலவித்துகளைச் சங்க இலக்கியத்தில் தேடும்போது பல இடர்ப்பாடுகள் தோன்றுகின்றன. இரட்டைக் காப்பியங்கள் தரும் 'பிறன் நெஞ்சு புகாமை' போன்ற தத்துவங்களைச் சங்க இலக்கியத்தில் காண முடியவில்லை.

தமிழரின் கற்புத் தோற்றத்தைப் பற்றி அறியும் முன்னர்ச் சில செய்திகளை விளங்கிக் கொள்வது வேண்டற்பாலது. அவை வருமாறு

(அ) கற்பு – சொல்லாட்சி பத்தினித்தன்மை என்ற பொருளில் பயிலாமை

(ஆ) சங்ககாலக் கற்புக் கோட்பாட்டில் புராணக் கலப்புகள்

(இ) நிறை – கற்பு ஆகாமை

---

1. அஸ்வபதி என்பவனுக்கும், மாளவி என்பவளுக்கும் பிறந்தவள் சாவித்திரி மணந்த மறுவருடத்தில் தன் நாயகன் மரணமடைவான் என்று தெரிந்தும் அவனையே மணந்து கௌரி விரதம் அநுட்டித்து யமனிடம் வரம் பெற்றுக் கணவன் உயிரை மீட்டாள் ... அபிதான சிந்தாமணி, ப. 631.
2. *A daughter of Kardama/ Sister of Parvata and Narada (Kasayapa) wife of Vasistha/ had as her Surnam Urja. She had 7 sous. Citraketa and others who became Sages (Kumara) while the other wives of the other six sages did so. Another version relates that she had 100 sons all of whom were destroyed by Visvamitra. She was the mother of Sakti and she became a goddess among the Satis and there is a belief that, of her name is uttered 108 times, the fruits of Yoga can be atained....Saletore, R.N., Encyclopaedia of Indian Culture, Vol.I, Pa. 115,116.*
3. அநசூயை அத்திரி முனிவரின் பத்தினியாவாள். தன் கணவன் சிவபூசை செய்யுங் காலத்து ஐம்பத்து நான்கு ஆண்டுகள் உடனிருந்து உதவி செய்தவள். தவம் முடியுமளவும் கங்கையை நீருக்காக நிறுத்தி வைத்தவள் ... அபிதான சிந்தாமணி, ப. 51
4. அகல்யை, மன்டோதரி, சீதை, தாரை, திரௌபதி இவர்களையும் பஞ்ச கன்னியர் என்று கூறும் மரபு உண்டு ... அபிதான சிந்தாமணி, ப.1007

கற்பு – பத்தினித் தன்மை என்ற பொருளில் பயிலாமை

இரட்டைக் காப்பியக் காலத்தில் கற்பு என்ற சொல் பத்தினித் தன்மை என்ற பொருளைத் தந்துள்ளது. ஆயின் தொல்காப்பியர் காலத்தில் அச்சொல் அப்பொருளைத் தரவில்லை. அவ்வாறு தராமையே தொல்காப்பியர் காலத்தில் பத்தினித் தன்மையைக் குறிக்க வேறு சொல்லாட்சி இருந்திருக்க வேண்டும் என்பதை உணர்த்துகின்றது. இதனைப் பின்வருமாறு புரிந்துகொள்ளலாம்.

தொல்காப்பியர் கற்பு என்ற சொல்லைப்பதினான்கு இடங்களில் கையாண்டு உள்ளார்.[5] இப்பதினான்கு இடங்களையும் ஆழ்ந்து நோக்குகையில் கற்பு என்பதற்குப் பத்தினித் தன்மை என்ற பொருளைத் தொல்காப்பியர் கொள்ளவில்லை என்பது புலனாகும்.

> கற்பெனப் படுவது கரணமொடு புணரக்
> கொளற்குரி மரபிற் கிழவன் கிழத்தியைக்
> கொடைக்குரி மரபினோர் கொடுப்பக் கொள்வதுவே

என்று கற்பிற்குத் தொல்காப்பியர் விளக்கம் கூறியுள்ளார்.[6] கொடுப்பக் கொள்வதே கற்பாகும் என இளம்பூரணர் இதற்குப் பொருள் கூறினார். இந்நூற்பா வழித் தலைவனும் தலைவியும் பெற்றோரால் இணைக்கப் பெற்று இல்லறம் மேற்கொள்ளுதலே கற்பாகும் என்பது தெளிவாகிறது. மேலும் 'கற்பின் ஆக்கத்து நிற்றற் கண்ணும்' எனும் களவியல் நூற்பா அடிக்கு[7] உரையெழுதும் இளம்பூரணர், தம்முரையில் 'தலைவனுடன் போயினாள் என்று அறிந்தவழித்தானும் (செவிலி) தோழியொடு பொருந்தி இல்லறத்தின் கண் நிறுத்தற் கண்ணும்' என்று விளக்கம் கூறியுள்ளார். இவ்வுரைப்பகுதியில் இல்லறம் என்ற பொருளையே கற்பு எனும் சொல் தந்துள்ளமை கருதுதற்குரியது. எனவே இல்லறம் அல்லது மணவாழ்க்கை என்ற பொருளிலே கற்பு என்ற சொல்லைத் தொல்காப்பியர் பயன்படுத்தியிருத்தல் தெளிவு.

கற்பு என்பதற்கு ஒரோவழிப் பத்தினித் தன்மை எனப்பொருள் கொள்ளத் தக்க நூற்பாக்கள் இரண்டு உள்ளன. 'கற்பும் காமமும் நற்பாலொழுக்கமும்' என்ற நூற்பா[8] தலைவியின் மாண்புகளைக்

---

5. தொல். சொல். 73:4; பொருள்.44:5; 111:2; 113:9; 139:1; 140:1; 145:39;150:1; 161:1; 224:2; 229:1; 243:2; 488:4;491:5.
6. தொல். பொருள். 140
7. தொல். பொருள். 113
8. தொல். பொருள். 150

குறிப்பிடுகின்றது. இந்நூற்பா தெளிவாகக் கற்பு என்பதற்குப் பத்தினித் தன்மை என்ற பொருளைத் தரவில்லை. 'இல்லறம் நிகழ்த்துதலும், கிழவோளின் மாண்பாகும்' எனப்பொருள் கொள்ளவும் இயலும். மேலும் 'காட்டலாகாப் பொருள' என்று தொல்காப்பியர் பட்டியலிடுவதில்[9] கற்பும் ஒன்றாகும். இதற்கு நச்சினார்க்கினியர், 'தன் கணவனைத் தெய்வம் என்று உணர்வதோர் மேற்கோள்' என்று விளக்கம் தந்துள்ளார். இவ்விளக்கம், உரையாசிரியர் காலத்து விளக்கம் ஆகுமே தவிரத் தொல்காப்பியர் காலத்து விளக்கம் ஆகாது. 'உயிரினும் சிறந்தது நாணே நாணினும் செயிர்தீர் காட்சி கற்புச் சிறந்தன்று' எனவரும் நூற்பா[10] பத்தினித் தன்மை என்ற பொருளைத் தரக்கூடும். ஆயினும் 'கற்பு' என்பது பத்தினித் தன்மை என்ற பொருளில் பயிலவில்லை என்பதற்கே மிகுந்த சான்றுகள் தொல்காப்பியத்தில் காணக் கிடக்கின்றன.

மகளிர் இயல்புகளுள் கற்பு இடம்பெறாமை

இரட்டைக் காப்பியங்கள் கூறுவது போல் மகளிரின் இன்றியமையாத தன்மையாக, இயல்பாக, மாண்பாகக் கற்பினைத் தொல்காப்பியர் கருதவில்லை என்பதற்கும் சான்றுகள் உள்ளன. பெருமையும் உரனும் ஆடவர்க்குரிய தன்மைகளாகக் கூறிய தொல்காப்பியர், பெண்மைக்குரிய தன்மைகளாக,

> அச்சமும் நாணமும் மடனும் முந்துறுதல்
> நிச்சமும் பெண்பாற் குரிய என்ப[11]

என்று அச்சத்தையும், நாணத்தையும், பேதைமையையும் மட்டுமே கூறியது கருதுதற்குரியது. வான்மழை தரும் தெய்வீகக் கற்பு என்று போற்றப் பெற்ற பெண் இயல்பு, தொல்காப்பியரால் சுட்டப்பெறாமைக்குக் காரணங்கள் இருத்தல் வேண்டும். மேலும்

> உயிரும் நாணும் மடனும் என்றிவை
> செயிர்தீர் சிறப்பின் நால்வர்க்கும் உரிய[12]

என்று தலைமகளுக்கும், தோழிக்கும், செவிலிக்கும் நற்றாய்க்கும் உரிய இயல்புகளை விளக்குமிடத்தும் கற்பு இடம் பெறாமை கருதுதற்குரியது.

---

9. தொல். பொருள். 243
10. தொல். பொருள். 111
11. தொல். பொருள். 96
12. தொல். பொருள். 198

சங்ககாலத்திலும் கற்பு – பத்தினி என்ற பொருளைத் தராமை

சங்க இலக்கியத்துள்ளும் கற்பு என்ற சொல் சில இடங்களில் பத்தினித் தன்மை என்ற பொருளில் பயிலவில்லை. இதனைப் பின்வருமாறு உணரலாம். ‘இகலடு கற்பின் மிஞிலி’ என்று அகநானூற்றிலும்[13] ‘தொலையாக் கற்ப’ என்று பதிற்றுப்பத்திலும்[14] கற்பு என்ற சொல் ஆடவர்க்குரியதாய்ப் பயின்றுள்ளது. இவ் விடங்களில் இதற்குக் ‘கல்வி’ என்ற பொருளை உரையாசிரியர்கள் கூறியுள்ளனர். ‘உலகம் தாங்கிய மேம்படு கற்பின் வில்லோர் மெய்ம்மறை’ என்ற பாடலடியிலும்[15] ‘நல்லிசைத் தொலையாக் கற்ப’ என்ற பாடலடியிலும்[16] வரும் கற்பு என்தற்கும், கல்வி என்ற பொருளே கொள்ளத்தகும். ‘இகலடு கற்பின் மிஞிலி’ என்ற தொடரில் வரும் ‘கற்பு’ என்பது கல்வி என்ற பொருளே அன்றிச் ‘சபதம்’ என்ற பொருளையும் தருகின்றது.

சங்க காலக் கற்புக் கோட்பாட்டில் புராணக்கலப்புகள்

சங்க இலக்கியங்களில் கற்பு என்ற சொல், பத்தினித் தன்மை என்ற பொருளில் ஆட்சி பெற்று வரும் இடங்கள் சிந்தனைக்குரியவை. கடவுள் சான்ற கற்பு,[17] கடவுட் கற்பு[18], அணங்குறு கற்பு[19], அறஞ்சால் கற்பு[20], வான்தரு கற்பு[21] என்று கற்பு, கடவுட்டன்மையோடும், அறத்தோடும் இணைத்துக் கூறப்பெற்ற நிலை சங்க இலக்கியங்களில் உண்டு. இவற்றிற்கு மேலாகக் கற்புக்குப் பௌராணிகத் தன்மை ஊட்டப்பெற்றபோது அதில் ஆரியப் புராணக் கலப்பு ஊடுருவியமையைத் தெளிவாக உணர முடிகின்றது.

> இருண்டு தோன்றும் விசும்பின் உயர்நிலை உலகத்து
> அருந்ததி அனைய கற்பின்
> குரும்பை மணிப்பூண் புதல்வன் தாயே

என்ற பாடலில்[22] தலைவியின் கற்பிற்கு அருந்ததி உவமைப்படுத்தப் பெற்றுள்ளாள்.

---

13. அகம். 396:5
14. பதி. 43 : 32
15. பதி.59: 8,9
16. பதி.80: 17
17. புறம்.198:3
18. அகம். 184:1; 314:15
19. அகம். 73:5
20. அகம். 311
21. கலி. 16:20
22. ஐங். 442

வாழ்நாள் அறியும் வயங்கு சுடர் நோக்கத்து
மீனொடு புரையும் கற்பின்
வாணுதல் அரிவை

என்ற பாடலில்[23] வரும் 'மீன்' என்பதும் அருந்ததியைக் குறித்தது.

விசும்பு வழங்கு மகளிருள்ளும் சிறந்த
செம்மீன் அனையள் நின் தொன்னகர்ச் செல்வி

என்ற பாடலில்[24] உவமிக்கப் பெற்றுள்ள செம்மீன் என்ற சொல்லும் அருந்ததியைக் குறித்தது. பெரும்பாணாற்றுப் படையில்,

பெருநல் வானத்து வடவயின் விளங்கும்
சிறுமீன் புரையும் கற்பின் நறுநுதல்
வளைக்கை மகடூஉ

என்று அருந்ததி உவமிக்கப் பெற்றுள்ளாள்.[25] மேலும், 'வடமீன் போல் தொழுதேத்த வயங்கிய கற்பினாள்' எனவும் அருந்ததி சிறப்பிக்கப் பெற்றுள்ளாள்.[26]

இவ்வாறாகச் சங்க இலக்கியம் முழுமைக்கும் கற்பிற்கு உவமை கூறப்போந்த புலவர்கள் அருந்ததியை உவமித்திருப்பது குறிப்பிடத் தக்கது. இவ்வருந்ததி ஆரியப் புராணத்துள் பேரிடம் பெற்று வடவயின் விளங்கும் உறையெழு மகளிருள் தலைசிறந்தவளாகப் போற்றப்பெற்றுச் சப்தஇருடி மண்டலத்தில் *(Seletore, R.N.1981)* வசிட்டருக்கருகே காணப் பெறுபவளாகக் கூறப் பெற்றுள்ளாள்.

நிறை கற்பு ஆகாமை

நிறை என்ற சொல் கற்பு என்ற பொருளில் பயின்றுள்ளது. 'மகளிர் நிறை காக்கும் காப்பே தலை' எனும் குறட்பாவில்[27] வரும் நிறை எனும் சொல் கற்பு என்ற பொருளைத் தரும். 'மனத்தைக் கற்பு வழியில் நிறுத்துகை' என்று பேரகராதி விளக்கம் கூறும்.[28] மனவடக்கம் என்றும் இதற்குப்பொருளுண்டு. மணிமேகலையில் 'நிறையிற் காத்துப் பிறர் காணாது' எனவரும் பாடலடியில்[29] வரும் நிறை என்பதும் கற்பு எனும் பொருளைத் தரும். கலித்தொகை நவிலும் 'நிறையெனப் படுவது மறை பிறர்

23. பதி. 89:18 – 20
24. பதி. 31 : 27,28
25. பெரு. 303 – 305
26. கலி. 2:21
27 குறள்.25
28. *Tamil Lexicon, Vol-IV, P.2287*
29. மேகலை.18 : 100

அறியாமை' என்ற தொடரும்[30] குறிப்பிடத்தக்கது. இச்சொற்கள் கற்பு என்ற பொருளில் பெரும்பான்மையாகச் சங்க கால இறுதியில் தோன்றிய நூல்களிலும் சங்கம் மருவிய நூல்களிலும், பயின்று வந்துள்ளமை அறியற்பாலது.

சங்க இலக்கியத்தில் 'நிறை' என்ற சொல் முழுவதும் கற்பு என்ற பொருளில் பயிலவில்லை. இதனைப் பின்வரும் சான்று உறுதி செய்யும்.

நெஞ்சாற்றுப் படுத்த நிறைதபு புலம்பொடு
நீடுநினைந் தேற்றியும் ஓடுவளை திருத்தியும்

எனவரும் முல்லைப்பாட்டின் அடிகள்[31] நிறை என்பதற்குக் கற்பு என்ற பொருளைத் தரவில்லை. 'நிறை கெடுதல்' எனும் பொருள்பட இப்பாடல் அமைந்துள்ளது. 'நிறை தபுத்துதல்' என்பதற்குத் 'துயர் ஆற்றியிருக்கும் தன்மை கெடுதல்' என்ற பொருளையே இப்பாடலடிகள் தருகின்றன. ஆக நிறை என்ற சொல்லும் முழுவதும் பத்தினித் தன்மை என்ற பொருளில் பயிலவில்லை என்பது தெளிவு.

பெறப்பட்ட கருத்துகள்

இதுவரையும் கூறப்பெற்ற செய்திகள், கற்புக்கோட்டின் வளர்ச்சியில் ஒரு தொடர்ச்சி இன்மையைத் தெரிவிக்கின்றன. இதனைப் பின்வரும் பெறப்பட்ட கருத்துகள் உறுதி செய்யும்.

(அ) தொல்காப்பியர் 'கற்பு' என்பதற்குப் பத்தினித் தன்மை என்ற பொருளைக் கொள்ளவில்லை. அப்படியானால் பத்தினித் தன்மையைக் குறிப்பிடும் சொல் எது என்ற வினா எழுகின்றது.

(ஆ) மகளிரின் மைய இயல்புகளாகக் கூறப்பெற்றவையுள் பத்தினித் தன்மை இடம்பெறவில்லை. இடம் பெறாமைக்குரிய காரணம் என்ன?

(இ) தமிழ்ப்பெண்களுக்கு உவமை கூறும் சங்கப் புலவர்கள். ஆரியப் புராணங்கள் கூறும் அருந்ததியை உவமித்திருப்பது சிந்தனைக்குரியது. இக்காலக் கட்டத்தில் கற்புடைய தமிழ்ப் பெண்ணொருத்தியை உவமையாகக் கூறும் அளவிற்குக் கற்புக் கோட்பாடுகள் தமிழில் வளரவில்லை என்பதை மறைமுகமாக இச்சான்றுகள் தெரிவிக்கின்றனவா?

(ஈ) கற்பு என்றும், நிறை என்றும், பத்தினி என்றும் பல்வேறு சொல்லாட்சிகள் படிப்படியாகத் தோன்றியது ஏன்?

---

30. கலி. 133
31. முல்லை. 81, 82

இத்தகு சிக்கல்கள் தோன்றுவதற்குரிய காரணங்களை அறிதல் வேண்டற்பாலது. அக்காரணங்கள் பின்வருவனஆகலாம்.

(அ) தமிழரின் கற்பு என்பது வேறொன்றாக இருத்தல் வேண்டும். அந்த வேறொன்றைக் கற்பு என்ற சொல் குறித்திருக்காது.

(ஆ) தமிழரின் கற்பு இயற்கையோடு இயைந்த ஒன்றாக வலியுறுத்தப்பட்டிருக்க வேண்டும். பௌராணிகத் தன்மை வாய்ந்த ஆரியர்தம் கற்புக் கோட்பாட்டின் வருகையால் தமிழர் கற்புக்கோட்பாட்டில் மாறுதல்கள் தோன்றியிருக்க வேண்டும்.

(இ) இம்மாறுதல்களே பொருள் சிக்கல்களையும், சொல்லாட்சிச் சிக்கல்களையும் தோற்றுவித்திருக்க வேண்டும்.

இதுவரையும் கூறப்பெற்ற செய்திகளிலிருந்து பெறப்பட்ட கருத்து வருமாறு: சங்க காலத்திலும், இரட்டைக் காப்பியக் காலத்திலும் வழக்கிலிருந்த கற்புக் கோட்பாடுகள் முழுமையும் தமிழர்க்குரியவை அல்ல. அவற்றில் ஆரியக் கலப்புகள் மிகுதி. இரட்டைக் காப்பியக் காலத்தில் பத்தினித் தன்மை என்ற பொருளைக் குறித்த 'கற்பு' என்ற சொல்லும் தொல்காப்பியர் காலத்தில் அப்பொருளைத் தரவில்லை. எனவே தமிழரின் தொன்மை வாய்ந்த கற்புக் கோட்பாடு என்பது மேலே கூறியவற்றினின்றும் வேறானது. அதனை இனி வரும் பகுதி விளக்கும்.

தொன்மைத் தமிழரின் கற்புக் கோட்பாடு

தொன்மைத் தமிழரின் பண்பாட்டை அறிய உதவும் சான்றுகளுள் பழங்குடி மக்களின் ஆய்வும் ஒன்றாகும். இப்பழங்குடி மக்களின், குறிப்பாகத் தமிழகப் பழங்குடி மக்களின் கற்பு நிலையை ஆராய்வது தொன்மைத் தமிழரின் கற்புக் கோட்பாட்டினை மீட்டுருவாக்கம் செய்யத் துணைபுரியும்.

தமிழகப் பழங்குடிகளிடையே கற்புநிலை

தமிழகப் பழங்குடி மக்களிடையே காணப் பெறும் அகவாழ்வு, உறவுக் கோட்பாடுகள், மணவிலக்குகள் போன்றவற்றை ஆராய்வதன் மூலம் தொன்மைத் தமிழரின் கற்புக் கோட்பாடு எவ்வாறு திகழ்ந்திருக்க முடியும் என்பதை அறிய இயலும். அவ்வாறு அறிந்தன வருமாறு:

மதுரை நெல்லை மாவட்டங்களில் வாழும் 'அனுப்பர்' என்ற இனத்தாரிடையே உள்ள பெண்கள், கணவன் சிறுவனாக

இருப்பானாயின் அவனது நெருங்கிய உறவினரோடு உறவுகொண்டு பிள்ளைகளைப் பெற்றுக் கொள்கின்றனர். அக்குழந்தைகளும் அவள் கணவனது குழந்தைகளாகவே கருதப்பெறுவர். ஆனால் அதே இனத்துப் பெண்கள் அயல் ஆடவரோடு தொடர்பு கொள்வராகில் அவர்தம் தவறான நடத்தையைக் காரணம் காட்டி மணமுறிவு செய்கின்றனர். இவ்விதம் மணமுறிவு பெற்ற பெண்கள், பழைய கணவன் உயிருடன் இருக்கும்வரை மறுமணம் செய்து கொள்ள இயலாது. தவிர, பிறசாதியாரோடு தவறான நடத்தையில் ஈடுபட்ட பெண்களைத் தம் சாதியிலிருந்து விலக்கி வைக்கின்றனர். அவர் தொடர்பு அறுந்ததைக் குறிக்க ஓர் ஆட்டினை உயிரோடு புதைத்து வேறு சில சடங்குகளையும் செய்கின்றனர் (எட்கர் தர்ட்சன்.1986).

படகர் இனத்துத் தலைவன் தன் ஆளுகைக்குட்பட்ட பகுதியிலுள்ள அழகிய பெண்களைத் தன் விருப்பம் போல உறவு கொள்ள அழைக்கும் உரிமை பெற்றிருந்தான். இவ்வினத்துப் பெண்கள் உரிய மண முறிவு நெறியைப் பின்பற்றித் தம் கணவர்களை எத்துனை முறை வேண்டுமானாலும் மாற்றிக் கொள்ளலாம். கணவன் வெளியூர் சென்றிருக்கும் காலங்களில் அவன் உடன்பிறந்தானோடு உறவு கொள்வது நடைமுறையாகக் கருதப்பட்டது (எட்கர் தர்ட்சன்.1986).

கோவை மாவட்டத்தில் வாழும் முதுவரிடம் காணும் பழக்கம் குறிப்பிடத்தக்கது. பெற்றோரால் மணவினைப் பேச்சு நடத்தப்பெற்று முடிவு செய்யப்பெற்ற மணமக்கள் திருமணத்திற்கு முன்னர் வேறு கிராமத்திற்குச் சென்று சிறிது காலம் தனிக்குடிசையில் வாழ்கின்றனர். இக்காலத்தில் மணமக்கள் ஒருவரை ஒருவர் புரிந்துகொண்டால் திருமணம் நடக்கும். மனஒருமை ஏற்படவில்லை எனில் வேறு திருமண முயற்சிகள் நடைபெறும். இவ்வாறு ஆணும் பெண்ணும் திருமணத்திற்கு முன்னர்ப் பலருடன் கூட்டுத் தனிவாழ்க்கை வாழலாம். மணவிலக்கு இவர்களிடம் வழக்கில் உள்ளது (சண்முகம்.1981).

கேரள மலைப்பகுதியில் வாழும் செருமரிடம் மணவிலக்கு வழக்கத்தில் உள்ளது. எத்துனை முறை வேண்டுமானாலும் மண விலக்குப் பெற்று விருப்பப் படி திருமணம் செய்து கொள்ளலாம் (சண்முகம்.1981).

தமிழகத்துப் பழங்குடியான தோடர்களிடையே ஆடவன் ஒருவன் தலைவனாக (பலாலாக) நியமிக்கப்படும்போது அவன் தன் மனைவியை உடன்பிறந்தான் காப்பில் விட்டுச்செல்வான். மீண்டும் அவன் மனைவியைக் கூடப் பத்து ஆண்டுகள் ஆகும் (கோபால கிருஷ்ணன். 1963).

கோவையில் வாழும் மலாசர் என்ற பழங்குடியினர். தவறாக நடக்கும் பெண்களைச் சவுக்கால் அடித்து விலக்கி வைக்கின்றனர். விலக்கப்பட்ட பின்னர் அவள் வேறு ஆடவனை மணக்கலாம் (கோபாலகிருஷ்ணன்.1963).

சேலம், வட தென்னார்க்காடு பகுதியில் வாழும் மலையாளிகளிடம் உள்ள ஒரு வழக்கம் குறிப்பிடத்தக்கது. இவ்வினத்தில் இல்லறத்தில் உள்ள பெண்ணொருத்தி பிறசாதியாருடன் உறவுகொண்டால் உடன் மணவிலக்கு ஏற்படுகின்றது. தம் சாதிக்குள் உள்ள ஆடவன் ஒருவனுடன் உறவு கொண்டால் தண்டத்தொகையுடன் வழக்கு நின்றுவிடுகின்றது (கோபாலகிருஷ்ணன்.1963).

இதுகாறும் கூறப்பெற்ற பழங்குடிகள் பற்றிய செய்திகளிலிருந்து அவர் தம் கற்பு என்ன என்பதை முடிவுசெய்ய இயலும். அதற்கு முன்பாக மணவிலக்கிற்கும், கற்பிற்கும் உள்ள தொடர்பினைப் புரிந்து கொள்ள வேண்டும். மணவிலக்கின் நோக்கினைப் புரிந்து கொள்ளாதவரை பழங்குடியினர்தம் கற்பினையும் புரிந்து கொள்ள இயலாது.

மணவிலக்கும் கற்பும்

மணவிலக்குகளும் மணச்சடங்குகளும் மக்கள் தொகுதிகள், அவற்றின் குடும்ப நிறுவனங்கள் ஆகியவற்றின் வளர்ச்சிக்கும், சூழ்நிலைக்கும் ஏற்றவாறு உருவாயின.

இரட்டைக் காப்பியக் காலத்துக் கற்பின்நோக்கம் என்ன ? ஒருத்தி ஒருவனுடன் மட்டுமே வாழ்தல் என்பதாகும். அவ்வாழ்வில் சிக்கல் தோன்றி அடுத்த ஆடவனை நோக்கும் போது 'கற்பு' சிதைவிற்குள்ளாயிற்று. அவ்வாறு சிதைவிற்குள்ளாவதைத் தடுக்கக் கற்புக்கோட்பாடுகள் வலிமையாக இயற்றப்பட்டன; புராணமுலாங்கள் பூசப்பெற்றன. அக்காலத்துக் கற்பின் மைய நோக்கம், பெண்கள் சோரம் போதலைத் தவிர்த்தலே ஆகும்.

இந்த இல்வாழ்வில் சோரம் போதலைத் தவிர்த்தல் என்ற தத்துவமே மேற்கூறிய பழங்குடி மக்களிடமும் அமைந்திருத்தலைக் காணமுடிகிறது. இவர்கள் சோரம் போதலைத் தவிர்க்க இயலாத காலங்களில்தான் மணவிலக்கு என்ற தத்துவம் உருப்பெற்றிருக்க வேண்டும். இம்மணவிலக்குக் கற்பின் சிதைவினைத் தடுத்தது. இவ்விடத்தில் சமூக இயல் அறிஞர் ஒருவர் கூறுவது நோக்கற்பாலது (இலக்குமிரதன் பாரதி, சோ.1969).

> ஓர் உறவுமுறைத் தொகுதியினுள் பிளவை
> ஏற்படுத்தக் கூடிய புணாச்சிப் போராட்டங்கள்

ஏற்படாமல் தடுப்பதே மணவிலக்கின் வேலையாகும்.

இக்கருத்தின்படி மணவிலக்குப் புணர்ச்சிப் போராட்டங்களைத் தவிர்த்தது. பழங்குடிப் பெண்கள் ஒருவனுடன் வாழும் இல்லறவாழ்வில் சோரம் போதல் இல்லை. சோரம் போகும் போக்குத் தோன்றுமாயின் மணவிலக்குப் பெற்று மீண்டும் ஒருவன் ஒருத்தியாக இல்வாழ்வில் இணைந்தனர். கற்பினைக் காத்துக் கொள்ள இவர்கள் மேற்கொண்ட ஒரு வழிமுறையே மணவிலக்கு.

இப்பழங்குடியினர் கற்பிற்கும் இரட்டைக்காப்பியக் காலத்துக் கற்பிற்கும் ஒரு பெருத்த வேறுபாடு உண்டு. இரட்டைக் காப்பியக் காலத்துத் தலைவி ஓர் ஆடவனோடு மட்டுமே உறவுகொண்டாள். அதவாது கணவனோடு மட்டுமே வாழ்ந்தாள். பழங்குடிப் பெண் கணவனோடு மட்டுமே வாழ்ந்தாலும் அக்கணவன்மார்கள் பலராக வாழ்வின் வெவ்வேறு நிலைகளில் தோன்றினர்.

பெறப்பட்ட கருத்துகள்

இதுவரையும் பழங்குடியினர் பற்றிக் கூறப் பெற்ற செய்திகளிலிருந்து அறிய வருபவை வருமாறு:

(அ) பழங்குடியினரிடம் ‘கற்பு’ என்பது இல்வாழ்வில் மனைவி சோரம் போவாமை ஆகும். இந்தச் சோரம் என்ற சொல்லும் பொருள் பொதிந்தது. கணவனின் சகோதரர்கள், அல்லது அவளின் முறைப் பையன்கள், அல்லது இனத்தலைவர்கள் இவர்களோடு உறவு கொள்வது சோரமாகாது.

(ஆ) இல்வாழ்வில் மனைவி கணவனோடு அல்லது கணவர்களோடு அல்லது கணவர்களாகக் கருதத் தக்கவரோடு மட்டுமே உறவுகொண்டாள்.

(இ) மனைவி, கணவர் அல்லாத பிற ஆடவரை விரும்பும்போது மணவிலக்குச் செய்து, மீண்டும் மறுமணம் செய்து கொண்டாள். இந்நிலையில் அவள் கற்புத் தவறினாள் என்று கூறுதல் இயலாது. ஏனெனில் இல்வாழ்வின் எந்த நிலையிலும் அவள் கணவரைத் தவிர அடுத்தவனோடு வாழ்ந்திலள்; வாழச் சமூகம் அனுமதி தரவில்லை.

(ஈ) கணவன் அன்றி ஆடவர் பிறரோடு உறவு கொள்ளும் பெண்கள் தண்டிக்கப் பெற்றனர். அவ்வுறவுமுறை கடுமையாகக் கண்டிக்கப் பெற்றது. இதற்காக வேண்டி அவளைச் சாதியிலிருந்து விலக்கி வைத்தனர்.

(உ) இத்தண்டனைகளும் பெண்ணொருத்தி தன் சாதிக்கார னோடு உறவு கொண்டவிடத்துத் தண்டத்தொகையாகவும் அடுத்த சாதிக்காரனோடு உறவு கொண்ட விடத்துச் சாதி விலக்காகவும் சவுக்கடி போன்றதாகவும் அமைந்தன.

(ஊ) பெண்ணொருத்தியின் திருமணத்திற்கு முன்னதாகிய புணர்ச்சிகள் விலக்கப்பெறவில்லை. அவை சமூக மதிப்பைப் பெற்றிருந்தன. ஏனெனில் இவர்கள் உடலுறவை அடிப்படையாக வைத்துக் கற்புக் கோட்பாட்டை உருவாக்கவில்லை. இது சிறப்பாகக் கவனத்தில் கொள்ளவேண்டிய ஒன்று.

பழங்குடி மக்களின் வாழ்வை நோக்கியபோது இறுதியாகக் கண்ட ஒன்று 'இல்லற வாழ்வில் சோரம் போவாமை' என்பதாகும். அதாவது கணவனோடு மட்டுமே வாழ்தல் கற்பாகக் கருதப்பெற்றது. கணவன், மனைவி வாழ்வில் கணவனை ஏமாற்றிச் சோரம் போதல் கற்புக்கேடாகக் கருதப் பெற்றது. ஆயின் மணவாழ்விற்கு முன்பின் உறவுகள் கடியப்பெறவில்லை. இந்நிலையை விளங்கிக் கொள்ளச் சமூக இயலார் கூறும் தனியுடைமை, வாரிசுரிமையை இங்கு நினைவுகூர்தல் வேண்டும்.

பழங்குடி மக்களிடமுள்ள கற்புநிலையாகிய 'இல்லற வாழ்வில் சோரம் போவாமை' என்பதைத் தமிழரின் கற்பு நிலையோடு ஒப்பிட்டு நோக்க இயலும். இதனைப் பின்வருமாறு அறிய இயலும்.

தமிழர்தம் கற்பு

தொல்காப்பியர் கூறிய புணர்தல், இருத்தல், ஊடல் முதலிய உரிப்பொருள்கள் தமிழரின் பல்வேறு காலக்கட்ட சமுதாய வாழ்வின் காதல் பாடுபொருள்கள் ஆகும் என்பது முன் பகுதியாகிய 'மண உறவு முறைகள்' எனும் இயலுள் விளக்கப்பெற்றது. ஆதிகால வேட்டைச் சமுதாயம் குறிஞ்சி எனவும், முதல் பிரிவினையைத் தோற்றுவித்த தனியுடைமைச் சமுதாயம் முல்லை எனவும், நிலப்பிரபுத்துவச் சமுதாயம் மருதம் எனவும் அவ்வியலில் விளக்கப்பெற்றது. அவற்றை மீண்டும் இங்கு நினைவுகூர்தல் வேண்டும்.

சுதந்திரமான காதல் புணர்ச்சிகளைக் கொண்டிருந்த குறிஞ்சிச் சமுதாயம் மறைந்து ஆநிரைகள் நிறைந்த சிறு தனியுடைமைச் சமுதாயம் தோன்றுகின்றது. ஆதிகால மனிதன் அநாகரிக நிலையிலிருந்து நாகரிக நிலைக்கு மாறும்போது

அவனின் சொத்து ஆநிரைகளாகவே இருந்தன. ஆநிரைகள் வழியே தனியுடைமை தோன்ற அங்குத் தலைமைப் பதவியும் அதனை விடுத்துச் செல்ல வாரிசும் தோன்றின. வாரிசுரிமையை நிலை நாட்ட ஒருத்திக்கு ஒருவன் மணமுறையும் அதில் தோன்றும் வழுக்களைக் களையக் கற்புக் கோட்பாடுகளும் உருவாயின.

இச்செய்திகள் அனைத்தையும் தொல்காப்பியரின் முல்லைத் திணை விளக்குகின்றது. முல்லையின் செல்வம் ஆநிரை என்பது அறிந்த ஒன்று. அச்சமூகத்து மக்களின் காதல் வாழ்வு உணர்த்துவது எதனை? 'இருத்தல்' என்ற உரிப்பொருளை. இருத்தல் என்பதன் பொருள் பிரிவினை ஆற்றியிருத்தல் என்பதாகும். இதனை வேறுவகையாகக் கூறுவது என்றால், கணவன் ஆநிரைகளை மேய்க்கவும் பிறவற்றிற்காகவும் பிரிந்து சென்றாலும் மனைவி காதல் உணர்வுகளை அடக்க வேண்டுமே ஒழிய அவற்றை வெளிப்படுத்தி உணர்வுகளுக்கு வடிகால்களைத் தேடக்கூடாது என்பதாகும். இது இல்லற வாழ்வில் மனைவி சோரம் போதல்கூடாது என்பதை மறைமுகமாக உணர்த்துகின்றது எனலாம்.

ஆகத் தொன்மைத் தமிழரின் கற்பினை 'இருத்தல்' என்று கூற இயலும். இருத்தல் என்பதற்குத் தலைவன் வருந்துணையும் ஆற்றி இருத்தல் என்று இளம்பூரணர் விளக்கம் தருவர்.[32] கணவனும், மனைவியுமாகிய இல்வாழ்வில் கணவன் பிரிந்திருந்த காலத்து அவன் வருமளவும் தன் உணர்வுகளை அடக்கி ஆற்றியிருத்தலே 'இருத்தல்' என்பதன் விளக்கம். தலைவன் பிரிந்திருந்த காலத்தில் மனைவி சோரம் போதல் கூடாது என்ற கருத்தில் 'இருத்தல்' பொருண்மை, கடுமையாக வலியுறுத்தப்பட்டிருக்க வேண்டும். இதுதான் தமிழ்ச் சமுதாயம் தமிழ்ப்பெண்களின் மேல் விதித்த முதல் கற்புக்கோட்பாடு எனலாம். இருத்தல் என்பது எவ்வாறு இருக்கவேண்டும் என்பதைச் சங்க இலக்கியங்கள் விளக்கியுள்ளன. சான்றாக,

செந்தாரப் பைங்கிளி முன்கை ஏந்தி
இன்றுவரல் உரைமோ சென்றிசினோர் திறத்தென
இல்லவர் அறிதல் அஞ்சி மெல்லென
மழலை இன்சொல் பயிற்றும்

என்ற அகப்பாடல்[33] குறிப்பிடத்தக்கது. இப்பாடலில் தலைவனைப் பிரிந்திருந்த தலைவி, பைங்கிளிக்குத், 'தலைவன் இன்றே வருவான் என்று கூறுக' என மழலைச் சொல்லைப் பயிற்றுவிப்பதாகக் கூறப்பெற்றுள்ளது. இப்பாடலில் வரும் 'இல்லவர் அறிதல் அஞ்சி'

32. தொல். பொருள். 16

33. அகம்.34

என்ற தொடர் கவனிக்கத் தக்கது. பிரிவுத்துயரில் வாடும் தலைவி, தான் பிரிவுத்துயரால் வாடுதலை இல்லத்தவர் அறிந்துவிடுவாரோ என்று அஞ்சி அதனை மறைத்த தன்மையை இப்பாடலடி புலப்படுத்துகின்றது. ஆகத் தான் பிரிவுத்துயரால் வாடுவதைப் பிறர் அறிதல் ஆகாது என்று அஞ்சிய தலைவியின் மனப்பாங்கு அறியத்தக்கது. ஆகத் தலைவன் பிரிந்திருந்த காலத்தில் தலைவி வருந்துவதைச் சமூகம் விரும்பவில்லை என்பதையும் வருந்துவது கூடத்தகாது என்று நினைக்கும் சமூகத்தில் வேறு ஆடவனை நினைப்பது சற்றும் நடவாது என்பதையும் இப்பாடலடிகள் மறைமுகமாக உணர்த்துகின்றன எனலாம்.

வளர்ச்சி நிலையில் இருத்தலும் முல்லையும்

'முல்லை சான்ற கற்பு' எனும் தொடர் சங்க இலக்கியத்தில் பயின்றுள்ளது.[34] இது தமிழர்தம் கற்பு நிலையின் வளர்ச்சியாகும். இருத்தல் என்பது எவ்வாறு முல்லையையும் கற்பினையும் குறித்தது என்பதை விளக்குவது வேண்டற்பாலது. இதனைப் பின்வருமாறு புரிந்து கொள்ள இயலும்.

இருத்தல் என்ற சொல்லும் முல்லை என்ற சொல்லும் ஒன்றையொன்று சார்ந்து இரண்டும் ஒருபொருள் பொதிந்த தன்மையைச் சங்க இலக்கியத்தில் காணமுடிகிறது. தொன்மைக் காலத்தில் ஆநிரைச் சமூகத்தில் விளைந்த காதல் வாழ்வினைக் குறித்த 'இருத்தல்' என்பது அச்சமூகம் மறைந்த பின்னரும் முல்லை என்ற குறியீட்டைப் பெற்று இலக்கணமாக, இலக்கியமாக நடைமுறையில் இருந்து வந்தது.

இருத்தல், எவ்வாறு முல்லையாக மாறியது என்பதைப் பின்வருமாறு உணரலாம். தொன்மைக்கால மனிதன், நிறங்களைக் குறியீடாகக் கொண்டு சில கருத்துகளை, சிந்தனைகளை வெளியிட்டான். இதனை மூலப் படிவங்கள் (Archetypes) என்று கூறுவர். மனிதனின் அச்சத்தையும் வெறுப்பையும் வெளியிடும் குறியீடாகக் கறுப்பு நிறம் கருதப்பட்டது. வெண்மை நிறம் தூய்மையை வெளிப்படுத்தும் எனக் கருதப்பெற்றது. பெண்களுக்குக் கற்பாகிய தூய்மையை வலியுறுத்த வந்த சமுதாயம் கற்பின் குறியீடாக வெண்மையை உணர்த்தியது. சேக்ஸ்பியரின் கற்பு மூலப் படிவம் வெண்பனி (Snow) வழியாக வெளிப்பட முயன்றுள்ளமை எண்ணத்தக்கது (வாணி நலங்கிள்ளி எழுதிய தமிழ் இலக்கியத்தில் மூலப்படிவ மாதிரிகள் எனும் கட்டுரையிலிருந்து; தேடல் ப. 200) இதுபோன்றே தமிழரும் கற்பாகிய தூய்மையை உணர்த்த வெண்மை நிறம் வாய்ந்த

---

34. நற். 142; அகம்.274

முல்லை மலரைக் குறியீடாகப் பயன்படுத்தி இருக்கவேண்டும். 'இருத்தல்' எனும் கற்பின் குறியீடு முல்லையானமையை இதனால் உணரலாம். கற்புக் கடன் பூண்டவர் முல்லை மலர் அணிவதும் நோக்கற்பாலது. பிற்காலத்தில் இருத்தல் எனும் காதல் வாழ்க்கையை வெளிப்படுத்திய சமுதாயம் அதன் குறியீடாகிய 'முல்லை' என்ற பெயரைப் பெற்று முல்லைச் சமுதாயம் என அழைக்கப்பெற்றிருக்க வேண்டும்.

முல்லையும் இருத்தலும் ஒரு பொருண்மைய என்பதைப் பின்வரும் நச்சினார்க்கினியரின் முல்லைப்பாட்டு உரைவிளக்கும்.[35]

> இப்பாட்டிற்கு முல்லை என்று பெயர் கூறினார். முல்லை சான்ற கற்புப் பொருந்தியதனான். இல்லறம் நிகழ்த்துவதற்குப் பிரிந்து வருந்துணையும் ஆற்றியிரு என்று கணவன் கூறிய சொல்லைப் பிழையாது ஆற்றியிருந்து இல்லறம் நிகழ்த்திய இயற்கை முல்லையாம் என்று கருதி இருத்தல் என்னும் பொருள் தர முல்லை என்று பெயர் கூறினார்.

இந்த உரைப்பகுதியில் 'ஆற்றியிருந்து இல்லறம் நிகழ்த்திய இயற்கை முல்லையாகும் என்று கருதி' என்ற உரைவரிகள் முல்லையும் ஆற்றியிருத்தலும் ஒரே பொருளை அதாவது இருத்தல் என்ற பொருளைத் தந்தமையை உணர்த்துகின்றன.

இருத்தல் என்பதைக் குறிக்க முல்லை என்ற சொல் வழக்கில் வந்த பின்னர், முல்லை எவ்வாறு கற்பு என்ற சொல்லோடு தொடர்பு கொண்டது என்பதை அறிதல் இன்றியமையாதது.

முல்லையும் கற்பும்

முல்லை என்பதும் கற்பு என்பதும் ஒன்றை ஒன்று சார்ந்து இருந்தமையைச் சங்கப் பாடல்கள் விளக்குகின்றன. சான்றாக,

> முல்லை சான்ற கற்பின் மெல்லியற் குறுமகள்

எனவும்[36]

> முல்லை சான்ற கற்பின் மெல்லியள்

எனவும் (சிறு.30) வரும் பாடலடிகள் ஆய்விற்குரியன. இப்பாடலடிகளில் வரும் முல்லை என்பதற்கும், கற்பு என்பதற்கும் இதுகாறும் கொண்ட பொருள்கள் முறையே 'முல்லை மலர்' என்பதும் 'பத்தினித் தன்மை' என்பதும் ஆகும். இதனையே, 'தேவி முல்லை வளர்த்தற்குக் காரணம் கற்புடைமை என உணர்க'

35. முல்லைப்பட்டு, நச்சர், உரை.

36. நற்.142; அகம்.274.

எனவும் (தக்கயாகப்பரணி) 'முல்லைச் சூட்டைக் கற்பிற்குத் தலையிலே சூட்டினர் என்க' எனவும்[37] வரும் செய்திகள் விளக்கும். கலித்தொகையில் முல்லை மலர் திருமணமான மகளிரை அடையாளம் காட்டும் குறியீடாகப் பயன்படுத்தப்பெற்றமையை அறிஞர் விளக்குவர்.[38] இவ்விளக்கங்கள் யாவும் பிற்காலத்து விளக்கங்கள் ஆகும். இவ்விளக்கங்களை மறுபார்வைக்கு உட்படுத்துதல் நன்று. முதலில் முல்லை என்பதற்கும் கற்பு என்பதற்கும் பொருள் யாது என்பதை அறிதல் வேண்டும். அது வருமாறு:

(அ) முல்லை என்ற சொல் மலர் என்ற பொருளே அன்றி இருத்தல் என்ற உரிப் பொருளையும் விளக்குவது அறியத்தக்கது.

(ஆ) கற்பு என்ற சொல் பத்தினித் தன்மை என்ற பொருளில் பயின்று வந்தது பிற்கால வழக்கு. தொல்காப்பியர் காலத்தில் கற்பு என்பது இல்லறவாழ்வு அதாவது கரணம் மூலம் இணைந்த மணமக்களின் இல்வாழ்க்கையையே குறித்தது.

இந்த இரு கருத்துகளின் அடிப்படையில் 'முல்லை சான்ற கற்பு' என்ற தொடரை ஆராய்தல் வேண்டும். 'இருத்தல்' பொருந்திய 'இல்லற வாழ்வு' என்பதே இதன் பொருளாதல் வேண்டும். அதாவது அடுத்த ஆடவனுக்கு நெஞ்சில் இடம்கொடாமல் கணவனையே நினைந்து அவன் பிரிவினை ஆற்றியிருக்கும் 'இருத்தலாகிய' 'முல்லை' பொருந்திய 'கற்பாகிய' இல்லறத்தை மேற்கொள்ளும் தலைவியைக் குறிப்பதாக இத்தொடர்கள் விளங்குவதை அறியலாம். இத்தொடரையே இக்காலச் சொல்லாட்சியில் விளக்க வேண்டுமானால் பத்தினித் தன்மை சான்ற இல்வாழ்க்கை என்று கூற இயலும். இவ்விளக்கம் தொடக்க காலத்தில் இருந்திருக்கலாம். பிற்காலத்தில் இருத்தலாகிய முல்லை என்ற சொல் உரிப்பொருளை இழந்து மலர் என்ற பொருளை மட்டும் பெற்றது. பின்னர் அதுவே பண்டைய மரபின் எச்சமாகத் திருமணமான மகளிர் சூடும் மலராகக் கருத்து வளர்ச்சி பெற்றது. இதுபோலவே கற்பு என்பதும் இல்லறம் என்ற பொருளை இழந்து பத்தினித்தன்மை என்ற பொருளைப் பெற்றது போலும்.

---

37. சீவக.2438, நச்சர்.உரை

38. விரிவான விளக்கங்களுக்குக் காண்க:மாணிக்கம், வ.சுப., தமிழ்க்காதல், பக்.169 – 180

தமிழர் கற்பு : பெறப்பட்ட கருத்துகள்

இதுவரையும் தமிழர் கற்பின் தோற்றம் பற்றிக் கூறப்பெற்ற செய்திகளிலிருந்து அறிய வருபவை வருமாறு:

(அ) தமிழகத்துப் பழங்குடிகளிடம் காணப்பெறும் கற்பாகிய 'இல்லற வாழ்வில் சோரம் போவாமை' என்பது தொன்மைக் காலக் கற்பாக இருந்திருக்கக்கூடும்.

(ஆ) இல்லற வாழ்வில் சோரம் போவாமை என்பதே நாகரிகம் பெற்ற தமிழர்களிடையே 'இருத்தல்' என்பதாக உருமாறி யிருக்கவேண்டும்

(இ) நாகரிக வளர்ச்சியின் காரணமாக இல்லற வாழ்விற்கு முன்னதும் பின்னதுமாகிய பாலுறவுகள் கடியப்பட்டன. இதனால் 'இருத்தல்' என்பது வலிமை மிக்கதாக உருமாறியது.

(ஈ) 'இருத்தல்' என்பதன் வளர்ச்சி நிலையில் முல்லை, கற்பு போன்றன இடம்பெற்றன.

(உ) பின்னாளில் ஆரியர்தம் புராண, இறைமைக் கலப்புகளால் கற்பு முறையுறுத்தப்பெற்றது.

ஆகக் கற்பு, தமிழரிடம் எவ்வாறு தோற்றங்கொண்டது? பழங்குடி மக்களிடம் காணப்பெறும் இல்வாழ்வில் சோரம் போவாமை என்பது தொன்மைக் காலத்தில் திருமணத்திற்கு முன் பின்னாகிய பாலுறவுகள் கடியப்பெற்ற நிலையில் நாகரிகம் பெற்ற மக்களிடையே 'இருத்தல்' என்பதாக தோற்றங்கொண்டது; நிலைபெற்றது. பின்னர்ப் பல்வேறு கலப்புகளுக்கு ஏற்ப இரட்டைக் காப்பியக் காலத்தில் 'பிறன்நெஞ்சு புகாமை' எனும் கோட்பாடாக வளர்ச்சியடைந்தது.

இரட்டைக் காப்பியங்கள் காட்டும் கற்புநிலை

சிலப்பதிகாரத்து முதன்மை நோக்கங்கள் மூன்றனுள் கற்பும் ஒன்றாகும், இதனை,

அரைசியல் பிழைத்தோர்க்கு அறம் கூற்றாவதும்
உரைசால் பத்தினிக் குயர்ந்தோர் ஏற்றலும்
ஊழ்வினை உருத்து வந்தூட்டு மென்பதும்

என்று பதிகம்[39] குறிப்பிடுகின்றது. காப்பியத்தின் மையக் கருவாகக் கற்பு விளங்கியது என்பதைப் பிறிதோர் பாடல் காட்டும்.

பொற்பு வழுதியும் தன்பூவையரும் மாளிகையும்
விற்பொலியும் சேனையும் மாவேழமும் கற்புஉண்ண

39. சிலம்பு. பதிக. 55 – 57

எனும் வெண்பா[40], சிலப்பதிகார நிகழ்வுகளுக்கு அடிப்படை கற்பு என்று கூறுகின்றது. அரசியல் பிழைத்தோர்க்கு அறம் கூற்றாக மாறுவதையும் ஊழின் வலியையும் மையுறுத்திப் பாடியிருந்தாலும் இவற்றையும் மீறிக் கற்புநிலை சிறப்பதை உணர இயலும். கண்ணகிக்குத் தீக்கடவுள் ஏவல் கேட்டல், கண்ணகி வானுலகம் செல்லுதல், கண்ணகிக்கு வழிபாடு நிகழ்த்துதல் எனக் காப்பியத்தின் பெரும்பகுதி, கற்பு நிலையைச் சிறப்பித்துப் பேசக் காணலாம்.

இவ்வாறு கற்பினை மையுறுத்திக் காப்பியம் பாட வேண்டிய சூழல் அற்றைச் சமுதாயத்தில் இருந்தது. ஆரியரின் பத்தினிக் கோட்பாடுகள் வெகுவேகமாகத் தமிழகத்தில் புகுந்தன. தமிழில் கற்பிற்கு உவமை கூறப் போந்த புலவர்கள் அருந்ததியை உவமித்தனரே அன்றித் தமிழ்ப் பத்தினி ஒருத்தியை உவமித்தாரில்லை. இவையெல்லாம் தமிழில் கற்புக் காப்பியங்கள் பாடவேண்டிய சூழலைத் தோற்றுவித்திருக்க வேண்டும்.

ஏழுபத்தினி வரலாறு

சிலப்பதிகாரத்திற்கு முன்னர்க் கற்புக் காப்பியங்கள் தமிழில் படைக்கப்பெறவில்லை, என்றாலும் இக்காலக் கட்டத்திற்கு முன்னர்ப் பத்தினி வரலாறுகள் வழக்கில் இருந்தமையை ஏழுபத்தினி வரலாறுகள் தெரிவிக்கின்றன. இவ்வரலாறுகள் தமிழில் சிலப்பதிகாரக் காலத்திற்கு முன்னர்ப் பத்தினி வரலாறு இல்லை என்ற குறையைப் போக்கப் படைக்கப் பெற்றது போலத் தோன்றுகின்றன. இது தமிழில் கற்பிற்குத் தொன்மை வரலாறு ஒன்றைத் தேடித் தருவதன் முயற்சி எனலாம். இவ்வரலாறுகளையும் இவற்றின் மெய்ம்மைத் தன்மைகளையும் நுணுகி ஆராய்ந்தபோது இவ்வரலாறுகளுக்கு ஆழமான அடிப்படை இன்மையை உணர முடிந்தது. இவற்றை இனிவரும் பகுதி விளக்கும்.

ஏழு பத்தினி வரலாற்றின் மெய்ம்மைத் தன்மை

சிலப்பதிகாரத்து வஞ்சின மாலையில் கண்ணகியின் வாயிலாக அக்காலத்திற்கு முன்பு வாழ்ந்த ஏழு பத்தினிகள் வரலாற்றை அறிய முடிகின்றது. அவ்வரலாறுகள் வருமாறு:[41]

---

40. சிலம்பு.21 – வெ.

41. வன்னிமரமு மடைப்பளியுஞ் சான்றாக
முன்னிறுத்திக் காட்டிய மொய்குழலாள் பொன்னிக்
கரையின் மணற்பாவை நின்கணவ னாமென்
றுரைசெய்த மாதரொடும் போகா டிரைவந்
தழியாது சூழ்போக வாங்குந்தி நின்ற
வரியா ரகலல்குன் மாத ருரைசான்ற
மன்னன் கரிகால் வளவன்மகள் வஞ்சிக்கோன்

(அ) பகற்பொழுதில் வன்னிமரமும் மடப்பள்ளியும் சான்றாக வருமாறு முன்னிலைப்படுத்திக் காட்டியவள்.

(ஆ) மணற்பாவையே கணவன் என்று கூறக் கேட்டு வீடு திரும்பாது அப்பாவையைக் காத்து நின்றவள்.

(இ) கடல் கவர்ந்து சென்ற கணவனைக் கற்புத் திறத்தால் மீட்டவள் (ஆதி மந்தி)

(ஈ) கடலில் சென்ற கணவன் வரும்வரையில் கரையிலே கல்லுருவாய் நின்று அவன் வந்ததும் நல்லுருவம் பெற்றவள்

(உ) மாற்றாளின் குழந்தை கிணற்றில் வீழத் தன் குழந்தையையும் கிணற்றில் வீழ்த்தி இருகுழந்தைகளையும் கேடின்றி மீட்டவள்.

(ஊ) மாற்றானின் காமநோக்கினைக் கண்டு தன் முகத்தினைக் குரங்கு முகமாக்கிப் பின்னர்த் தன் கணவன் வரவே நன்முகம் பெற்றவள்.

(எ) 'என் மகளுக்கு நின்மகனே கணவனாவான்' என்று தன் தாய், தோழியிடம் கூறிய சொல்லைப் பிழையாது அவள் கூறியவனையே மணந்தவள்.

என்று ஏழுபத்தினிகள் பற்றிய வரலாறுகள் கூறப் பெற்றுள்ளன. இவற்றின் மெய்ம்மை பற்றிய கருத்துரைகள் வருமாறு:

தன்னைப் புனல்கொள்ளத் தான்புனலின் பின்சென்று
கன்னவி றோளாயோ வென்னக் கடல் வந்து
முன்னிறுத்திக் காட்ட வவனைத் தழீஇக் கொண்டு
பொன்னங் கொடிபோலப் போதந்தாண் மன்னி
மணன்மலி பூங்கானல் வருகலன்க ணோக்கி
கணவன்வரக் கல்லுரு நீத்தா ளிணையாய
மாற்றாள் குழவிவிழத் தன்குழவி யுங்கிணற்று
வீழ்த்தேற்குக் கொண்டெடுத்த வேற்கண்ணாள் வேற்றொருவன்
நீணோக்கம் கண்டு நிறைமதி வாண் முகத்தைத்
தானோர் குரக்குமுக மாகென்று போன
கொழுநன் வரவே குரக்குமுக நீத்த
பழுமணி யல்குற்பூம் பாவை விழுமிய ...
வண்ட லயர்விடத் தியானோர்மகட்பெற்றால்
ஒண்டொடி நீயோர் மகற்பெறிற் கொண்ட
கொழுந னவளுக்கென் றியானுரைத்த மாற்றம்
கெழுமி யவளுரைப்பக் கேட்ட விழுமத்தா
சிந்தைநோய் கூருந் திருவிலேற் கென்றெடுத்துத்
தந்தைக்குத் தாயுரைப்பக் கேட்டாளாய் முந்தியோர்
கோடிக் கலிங்க முடுத்துக் குழல்கட்டி
நீடித் தலையை வணங்கித் தலைசுமந்த
ஆடகப்பூம் பாவையவள் (சிலம்பு.27 :4–32)

(அ) ஏழுபத்தினிகளுள் ஆதிமந்தியைத் தவிர ஏனைய மகளிரின் பெயர்கள் சுட்டப் பெறவில்லை. மொய்குழலாள் எனவும் அகலல்குல் மாதர் எனவும் வேற்கண்ணாள் எனவும் அல்குற்பூம்பாவை எனவும் ஆடகப்பூம்பாவை எனவும் பொது நிலையில் இவர்கள் சுட்டப்பெறுகின்றனரே தவிரச் சிறப்பு நிலையில் இயற்பெயர்கள் சுட்டப்பெறவில்லை. இவ்வாறு சுட்டப்பெறாதது நாட்டுப்புறப் பாடல்களின் தன்மை என்பதும் மறுத்தற்கியலாது. என்றாலும் எழுவரில் ஒருவர் பெயர் சுட்டி, ஏனையோர் பெயர் சுட்டப்பெறாதது மிகவும் சிந்தனைக்குரியது.

(ஆ) இவ்வரலாறுகளுக்குச் சிலப்பதிகாரக் காலத்திற்கு முந்தைய நூல்களில் சான்றுகளில்லை. ஆதிமந்தி பற்றிய குறிப்புகள் சங்க இலக்கியங்களில் காணக்கிடத்தல் குறிப்பிடத்தக்கது. மாபெரும் பத்தினிகளின் பெயர்கள் சுட்டப்பெறாமையும், முந்தைய நூல்களில் சான்றுகள் இல்லாமையும் எளிதாக ஒதுக்குவதற்கில்லை.

(இ) சோழநாட்டில் பிறந்ததாகக் கூறப் பெறும் இப் பத்தினிகள் பற்றிய செய்திகளைச் சோனாட்டுப்புலவர்கள் அறியாமல் இருக்க வாய்ப்பில்லை. சங்கப் புலவர்களில் சோனாட்டைச் சேர்ந்தவர் பலராவர் (சாரங்கபாணி, இரா.1986). இவர்களில் ஒருவரேனும் இப்பத்தினிகளைப் பற்றிக் குறிப்பிடாதது கருதுவதற்குரியது.

(ஈ) சங்க காலம் தொடங்கி இரட்டைக் காப்பியக் காலம் வரையில் எழுதப்பெற்றதாகக் கருதப்பெறும் தமிழ் இலக்கியங்களில் கற்புக்கு உவமை கூறும் புலவர்கள் அருந்ததியையே கூறினர். ஏழுபத்தினிகள் வரலாறு அக்காலத்துப் புகழ் பெற்றிருப்பின் தமிழ்ப்புலவர்கள் இவர்களையும் உவமை யாகக் கூறியிருக்க வேண்டும். ஆனால் அவ்வாறு கூறினாரல்லர்.

(உ) முதலாவதாகக் கூறப்பெறும் பத்தினி வரலாற்றில் பகற்பொழுதில் வன்னிமரமும், மடப்பள்ளியும் தனக்குச் சான்றாகுமாறு முன்னிறுத்திக் காட்டினாள் என்ற குறிப்புக் காணப்படுகின்றது. உரையாசிரியர்கள், 'இவ்விரு பொருளும் அறவோர் முன்னிலையில் சான்றாகுமாறு கொணர்ந்து காட்டினாள்' என உரை வரைந்தனர். மேலும், 'திருப்புறம்பியத்து நடந்ததாக இக்கதை போல்வ தொரு கதையினைத் திருவிளையாடற்புராணத்துள்ளே காணலாம். கணவன் அரவு தீண்டி இறந்தபோது அவனை உயிரோடு

பெற்ற கதை' எனும் குறிப்பினையும் உரையாசிரியர் தந்துள்ளனர். இவ்விளக்கங்கள் யாவும் முழுவரலாற்றினைத் தெரிவிக்கவில்லை. மேலும் முழுவரலாறு இவ்வுரையாசிரியர்களுக்குக் கிடைக்காமையை இவ்விளக்கங்கள் உறுதி செய்கின்றன. பின்னாளில் எழுந்த 'பட்டினத்துப் பிள்ளைப் புராணம்' என்னும் நூலுள் இப்பத்தினியர் வரலாறு பாடப்பெற்றுள்ளது. இங்கும் விளக்கம் இல்லாது, சிலப்பதிகாரத்துள் கூறப்பெற்ற செய்திகளே இடம் பெற்றிருப்பது சிந்தனைக்குரியது. கண்ணகியின் வரலாறு போன்று இவர்தம் வரலாறு நாட்டுப்புற வழக்காற்றில் இடம்பெற்றிருக்கவில்லை. இடம் பெற்றிருப்பின் சுந்தரர் கூறிய அடியார் பற்றிய குறிப்புகளைக் கொண்டு பெரிய புராணம் பாடப்பெற்றது போல, சிலப்பதிகாரக் குறிப்பினைக் கொண்டு பட்டினத்துப் பிள்ளைப் புராணத்துள் பத்தினியர் வரலாறு விரிவாகப் பாடப்பெற்றிருக்கும். ஆயின் அவ்வாறு பாடப்பெறவில்லை.

(ஊ) மூன்றாவதாகக் கூறப்பெற்றது ஆதிமந்தி ஆட்டனத்தி வரலாறாகும். இவ்வரலாற்றில் கூறப்பெறும் செய்தி வருமாறு:

ஆட்டனத்தியைப் புனல் கவர்ந்து செல்லுதல்.
ஆதிமந்தி புனலின் பின்சென்று மலையையொத்த
தோனாயோ என்று கதறுதல்
கடல் ஆட்டனத்தியைக் கொண்டு வந்து காட்டுதல்
ஆதிமந்தி அவனைத் தழுவிக்கொண்டு மீளுதல்.

என நான்கு செய்திகள் இவ்வரலாற்றிற்கு அடிப்படையானவை. இச்செய்திகள் சங்க இலக்கியங்கள் தரும் செய்திகளோடு முரண்படுகின்றன. சங்க இலக்கியங்கள் தரும் செய்திகள் வருமாறு:

'பொருநனைக் கண்டீரோ' என ஆதிமந்தி பேதுற்றுப் புலம்பக் காவிரி (ஆட்டனத்தியை) கவர்ந்து செல்லுதல்.[42]

காதலனை இழந்த சிறுமையோடு நோய்பெற்றுப் பேதுற்று மயங்குதல்.[43]

கழாஅர்ப் பெருந்துறைக்கண் விழாவில் ஆடும் ஆட்டனத்தியின் அழகை விரும்பிக் காவிரி அவனை வவ்வ அதனால்

42. சூரியல் பொருநனைக் கண்டீ ரோவென
ஆதிமந்தி பேதுற்று இனைய (அகம்.76,376,396)

43. ஆதிமந்தி போலப் பேதுற்று அலந்தெனன் (அகம்.45,135)

பேதுற்ற ஆதிமந்திக்கு ஆட்டனத்தியைக் காட்டி மருதி கடலில் புகுதல்.[44]

ஆதிமந்தி, 'ஆட்டனத்தியைக் கண்டீரோ' என்று நாடுதோறும் ஊர்தோறும் சென்று கடல்கொண்டதோ புனல் ஒளித்ததோ என்று புலம்பித் தேடுதல்.[45]

மள்ளர் குழுமிய விழாக்களிலும் மகளிர் ஆடும் துணங்கையிலும் சென்று தேடுதல்.[46]

இவ்வாறாகச் சங்க இலக்கியங்கள் எட்டு இடங்களில் ஆதிமந்தி ஆட்டனத்தி வரலாற்றைக் கூறுகின்றன. சங்க இலக்கியங்கள் தரும் வரலாற்றிற்கும் சிலப்பதிகாரம் காட்டும் வரலாற்றிற்கும் இடையே உள்ள முரண்பாடுகள் வருமாறு:

சங்க இலக்கியங்கள் ஆதிமந்தியைப் பத்தினியாகப் போற்ற வில்லை. ஆயின் சிலப்பதிகாரம் பத்தினியாகப் போற்றுகின்றது.

புனலிலிருந்து ஆட்டனத்தியை மீட்டுவந்து காட்டியது 'மருதி' எனச் சங்க இலக்கியம் கூறுகின்றது. ஆயின் சிலப்பதிகாரம் 'கடலே' அவனை நேரில் தந்ததாகக் கூறுகின்றது.

மருதி ஆட்டனத்தியை உயிரோடு மீட்டு வந்திருப்பானே ஆனால் இவ்வரலாறு புகழ் பெற்றதாகப் பாடப்பெற்றிருக்காது. 'காதலனைக் காட்டி' என்றுதான் சங்க இலக்கியம் கூறுகின்றது. உயிரோடு காட்டியிருக்குமாயின் ஆதிமந்தி ஊர்தோறும் நாடுதோறும் சென்று புலம்பவேண்டிய அவசியம் இருக்காது. ஒருகால் மருதி ஆட்டனத்தியின் உயிரற்ற உடலை மீட்டுவந்திருக்கலாம். இதற்குச் சான்றுகள் இல்லை.

ஊர்தோறும், நாடுதோறும், மள்ளர்குழுமிய விழாக்கள் தோறும், துணங்கையாடும் இடங்கள்தோறும் சென்று தேடியமை, தேடியதாகப் பாடல்கள் புனைந்தமை ஆட்டனத்தி உயிரோடு இருந்திலன் என்பதையே காட்டுகின்றன.

---

44. கழாஅர்ப் பெருந்துறை விழவின் ஆடும்...
ஆட்டன் அத்தி நலன் நயந்து உரைஇ
தாழிருங் கதுப்பின் காவிரி வவ்வலின்
மாதிரம் துழைஇ மதிமருண்டு அலந்த ஆதிமந்தி
காதலற் காட்டிப் படுகடல் புக்க.. மருதி (அகம்.222)

45. ஆட்டன் அத்தியைக் காணீரோவென
நாட்டின் நாட்டின் ஊரின் ஊரின்
கடல் கொண்டன்றென புனல்
ஒளித்தன்றுவென கலுழ்ந்த கண்ணள் (அகம்.236)

46. மள்ளர் குழீஇய விழவி னானும்
மகளிர் தழீஇய துணங்கை யானும்
யாண்டும் காணேன் மாண்தக் கோனை (குறு.31)

கடல் ஆட்டனத்தியைத் தந்துவிட ஆதிமந்தி மகிழ்ச்சியாகத் திரும்பியதாகச் சிலப்பதிகாரம் கூறும். ஆயின் சங்க இலக்கியத்தில் இத்தகு செய்தி ஓரிடத்தேனும் இடம்பெற்றிலது. உயிரோடு பெற்றிருப்பாளாயின் அவனைத் தேடி அலைவதான பாடல்கள் எழுதப்பெற்றிருக்கமாட்டா.

ஆக ஆதிமந்தி வரலாற்றில் பல முரண்பாடுகள் இருப்பது தெளிவு, உண்மையான ஒரு நிகழ்ச்சியின் மேல் பௌராணிகத் தன்மை ஊட்டப்பெற்ற நிலையையே சிலப்பதிகாரம் கூறுகின்றது எனக் கருதலாம்.

இவ்வாறு ஏழுபத்தினிகள் வரலாற்றில் பல சிக்கல்கள் காணப்பெறுகின்றன. இச்சிக்கல்களை விடுவித்தலான்றி இவற்றின் மெய்ம்மைத் தன்மையை உறுதி செய்ய இயலாது. இவ்வரலாறுகள், ஆரியப்பத்தினிகளைப் பார்த்துத் தமிழிலும் பத்தினி வரலாற்றைப் படைக்க முயன்றதன் முயற்சியாகலாம்.

கற்பும் மழையும்

கற்போடு மழையையும் சேர்த்துப் பேசப்பெற்ற நிலையை இரட்டைக் காப்பியங்கள் காட்டுகின்றன. கற்புடை மகளிர் வாழ்வதால்தான் மழைவளம் சிறக்கிறது என நம்பப் பெற்றது. இதனைப் பின்வரும் சான்றுகள் தெளிவுறுத்தும்

(அ) பத்தினிப் பெண்டிர் இருக்கும் நாட்டில் வானம் பொய்யாது; வளம் பிழைப்பறியாது; வேந்தரது கொற்றம் சிதையாது.[47]

(ஆ) கந்திற்பாவை, விசாகையைப் பற்றிப் புகார் நகரத்தார்க்கு, மழைதரும் தன்மையள் இவள் என்று உரைத்தது.[48]

(இ) பெருமலை துஞ்சாது வளம்சுரக்க என ஒரு முலை இழந்தாளைப் பரவுதல்.[49]

(ஈ) கொங்கவிழ் குழலார் கற்புக் குறைபடின் நாடு வறம் கூறும்.[50]

---

47. வானம் பொய்யாது வளம்பிழைப் பறியாது
நீணில வேந்தர் கொற்றஞ் சிதையாது
பத்தினிப் பெண்டிர் இருந்த நாடு (சிலம்பு.15:145–147)

48. மாநக ருள்ளீர் மழைதரு மிவளென (மேகலை.22:93)

49. முலையினால் மாமதுரை கோளிழைத்தாள் காதல்
தலைவனை வானோர் தமரருங் கூடிப்
பலர்தொழு பத்தினிக்குக் காட்டி ...
கோமுறை நீங்கக் கொடிமாடக் கூடலைத்
தீமுறை செய்தாளை யேத்தியாம் பாடுகம் (சிலம்பு.24:21–22)

50. கொங்கவிழ் குழலார் கற்புக்குறைபட்டோ
நலத்தகை நல்லாய் நன்னா டெல்லாம்
அலத்தற் காலை யாகிய தறியேன் (மேகலை.28:189–191)

(உ) ஞாலத்தில் மழைவளம் தரும் பெண்கள், பிறர்நெஞ்சு புகார்.[51]

(ஊ) வான்தரு கற்பின் மனையறம் பட்டேன் என்பது மருதியின் கூற்று.[52]

(எ) பொழிமழை தரும் தன்மையர் பத்தினிப் பெண்டிர்.[53]

(ஏ) கண்ணகிக்குப் பாண்டியன் களவேள்வியால் விழாவொடு சாந்தி செய்ய நாடுமலிய மழை பெய்தது. கொங்கிளம் கோசர் விழா எடுக்க மழை மாறாததாயிற்று. கயவாகு இலங்கையில் விழா எடுக்க மழை வீற்றிருந்து வளம் பல பெருகியது.[54]

மேல் கூறப்பெற்ற சான்றுகள், கற்புடை மகளிர்க்கும், மழைக்கும் உள்ள உறவினைத் தெளிவாக்குகின்றன. இவ்வாறு கற்பொடு மழை சேர்த்துப் பேசப் பெற்றமைக்கு மழையின் இன்றியமையாமையும் அரிய தன்மையும் காரணங்களாகும். உயர்வுடைய ஒருபொருளை உவமித்தல் சான்றோர் மரபு. இவ்வகையில் அக்காலத்து உயர்வுடையதும் அரிய தன்மை வாய்ந்ததும் ஆகிய மழை, கற்போடு இணைக்கப் பெற்றிருக்கவேண்டும்.

கடும் வறட்சியும், பசியும், மழை யின்மையும் இரட்டைக் காப்பியக் காலத்தில் மக்களை வாட்டின. இதனைச் சிலப்பதிகாரம், 'பாண்டிய நாடு மழை வளம் கூர்ந்தது' எனவும்[55] இறையனார் களவியலுரை 'பாண்டிய நாடு பன்னிரு யாண்டு வற்கடம் சென்றது' எனவும்[56] தெரிவிக்கின்றன. வள்ளுவர் கடவுள் வாழ்த்திற்கு அடுத்ததாக வான் சிறப்பினைக் கூறுவதும் கருதத் தக்கது. இச்சான்றுகள் யாவும் வறட்சி, மழையின்மை போன்றவற்றை விளக்குவதோடு மழையின் தேவையை, இன்றியமை யாமையை, சிறப்பினை விளக்குவனவாக உள்ளன, எனவேதான் கற்புடைய

---

51. மண்டிணி ஞாலத்து மழைவளந் தரூஉம்
பெண்டி ராயிற் பிறர்நெஞ்சு புகாஅர் (மேகலை.22:45,46)

52. வான்தரு கற்பின் மனையறம் பட்டேன் (மேகலை.22:54)

53. புண்ணிய முட்டாள் பொழிமழை தரூஉம்
அரும்பெறன் மரபிற் பத்தினிப் பெண்டிர் (மேகலை.16:49,50)

54. நங்கைக்குக் களவேள்வியால் சாந்திசெய்ய
நாடு மலிய மழை பெய்து நோயும் துன்பமும் நீங்கியது
... கொங்கிளங் கோசர் விழவொடு சாந்தி
செய்ய மழைத்தொழில் என்றும் மாறாதாயிற்று ...
இலங்கைக் கயவாகு விழாக்கோள் பன்முறை
யெடுப்ப மழைவீற்றிருந்து வளம்பல பெருகிப்
பிழையா விளையுள் நாடாயிற்று (சிலம்பு.உரைபெறு.1,2,3)

55. சிலம்பு.உரைபெறு–1

56. இறை.கள.உரை.1

மகளிரின் சிறப்பினைக் கூறும்போது சிறப்புடைய ஒன்றாகிய மழைவளம் தருதலை உடன் இணைத்துக் கூறினர் போலும்.

கணவனே தெய்வம்

தெய்வந் தொழாஅள் கொழுநற் றொழுதெழுவாள்
பெய்யெனப் பெய்யு மழை

என்ற குறள்[57], கொழுநனைத் தொழும் கற்புடை மகளிர்க்கு மழையும் ஏவல் கேட்கும் என்று கூறுகின்றது. ஆயின் சிலப்பதிகாரம், 'தெய்வம் தொழாது கொழுநனைத் தொழுவாளைத் தெய்வமும் வணங்கும் தகைமை உறுதியடைத் தாம்' என்று விளக்குகின்றது.[58] கற்புக் கடன்பூண்டார் கணவனன்றிப் பிறதெய்வம் வணங்கார் என்பதைச் சிலப்பதிகாரம் சான்றொன் றால் விளக்கும். அது வருமாறு:

கணவனைப் பிரிந்திருக்கும் கண்ணகியை அணுகித் தேவந்தி, 'முற்பிறவியில் நின் கணவன் பொருட்டுக் காக்க வேண்டிய ஒரு நோன்பு தப்பினாய் அதனால் உண்டாய தீங்கு கெடுவதாக; காவிரிச் சங்கமுகத்து அயலாதாகிய கானலிடத்தே உள்ள சோமகுண்டம், சூரிய குண்டம் எனும் பொய்கைகளுள் மூழ்கிக் காமவேள் கோட்டம் சென்று வணங்கின் தம் கணவரைப் பிரியாது கூடி இன்புறுவர்; கணவனோடு மேலுலகில் கூடுவர்; யாம் ஒரு நாள் ஆடுதும்' என்று கூறுகின்றாள். ஆயின் கண்ணகி அவ்வாறு தெய்வம் தொழுதல் பீடன்று என்று மறுத்து உரைக்கின்றாள்.[59]

பீடன்று என மறுத்துரைக்கும் கண்ணகியின்கூற்று, கற்புடை மகளிர் தெய்வம் தொழுவதால் பெரும் பயன் கிடைப்பதாயினும் கணவனன்றிப் பிற தெய்வங்களைத் தொழார் என்பதை விளக்குகின்றது. கணவனே அன்றிப் பிறதெய்வத்தையும் வணங்குவார் தலைக் கற்பினின்றும் இழிந்தவராவார். இதனை மணிமேகலை விளக்கியுள்ளது. அது வருமாறு: மருதி என்பாள் கணவனன்றி மெய்ப் பொருளோடு சேராத பொய்யுரைகளையும் வெற்றுரைகளையும் பிறர் சொல்லக்கேட்டு நடந்தாள். மேலும் பிற கடவுளைப் பேணுதலையும் கைக்கொண்டாள். எனவே அவள்

---

57. திருக்குறள்.55
58. சிலம்பு.23.வெண்பா
59. சோமகுண்டஞ் சூரிய குண்டந் துறைமூழ்கிக்
 காமவேள் கோட்டந் தொழுதார் கணவரொடு
 தாமின் புறுவ ருலகத்துத் தையலார் ... யாமொருநாள்
 ஆடுது மென்ற வணியிழைக்கவ் வாயிழையாள்
 பீடன் றெனவிருந்த பின்னர் (சிலம்பு.9:55-64)

பிறர் நெஞ்சினைச் சுடும் தன்மையைப் பெற்றிருக்கவில்லை.[60] பிறர் நெஞ்சு புகாக் கற்பினை உடையோரே தலைக்கற்பினர். இவர்கட்கே மழை ஏவல் கேட்கும். இவர் கணவனன்றிப் பிற தெய்வம் வணங்கார். ஆயின் மருதி அவ்வாறு ஒழுகாமையினால் தலைக்கற்பினின்றும் இழிந்தவளானாள்.

கற்பும் அரசமுறையும்

அரசமுறை சிறப்பின் அந்நாட்டில் கற்புச் சிறக்கும் என நம்பப் பெற்றது. இந்நம்பிக்கையை இரட்டைக் காப்பியங்கள் பதிவு செய்துள்ளன. அது வருமாறு:

(அ) அரிய திறலையுடைய அரசர் முறைசெயின் அல்லது பெண்டிற்குக் கற்புச் சிறவாது என்பது பண்டையோரின் நல்லுரையாகும்.[61]

(ஆ) மாதவர் நோன்பும் மடவார் கற்பும் காவலனது காவல் இன்றெனில் இல்லாது போகும்.[62]

மேல் காட்டப்பெற்ற சான்றுகள், காவலனது காவல் முறையாக இல்லையெனில் அந்நாட்டில் கற்புச் சிறக்காது என்பதைக் காட்டுகின்றன. புறத்தொழுகும் ஆடவரை மன்னவன் தகைத்து ஒறுத்தலையே 'முறை செய்தல்' என்ற தொடர் குறிப்பிடுகின்றது என்று உரையாசிரியர் விளக்கம் கூறியுள்ளார்.[63] ஆடவர் நெறிதவறி நடக்கும்போது அவரை நன்னெறிபடுத்துவது மன்னவன் கடமை ஆகும். இவ்வாறு முறைசெயும் நாட்டில் மகளிர் கற்பு இயல்பாகவே செழித்து இருக்கும்.

ஆக, இரட்டைக் காப்பியக் காலத்தில் கற்பு இருவழிகளில் நிலைபெறுத்தப்பட்டது.

(அ) மனத்தளவில் தூய்மை வேண்டி இலக்கியங்கள் ஒருபுறம் வலியுறுத்தின. இதற்கு இறைமைக் கோட்பாடு துணைசெய்தது.

---

60. கடவுள் பேணல் கடவியை யாகலின்
மடவர லேவ மழையும் பெய்யாது
நிறையுடைப் பெண்டிர் தம்மே போலப்
பிறர்நெஞ்சு சுடூஉம் பெற்றியுமில்லை
ஆங்கவை யொழிகுவை யாயி னாயிழை
ஓங்கிரு வானத்து மழையுநின் மொழியது (மேகலை.22:62–67)

61. அருந்திறல் அரசர் முறைசெயி னல்லது
பெரும்பெயர்ப் பெண்டிர்க்குக் கற்புச் சிறவாது (சிலம்பு.22:62–67)

62. மாதவர் நோன்பும் மடவார் கற்பும்
காவலன் காவ லின்றெனி னின்றால் (மேகலை.22:208–209)

63. சிலம்பு.28:207–209

(ஆ) புறத்தளவில், வாழ்க்கை நடைமுறையில், ஒறுத்தல் முதலிய தண்டனைகள் கற்பினை அரண்செய்தன.

கற்பும் வடமீனும்

கற்பிற்கு உவமை கூறப் போந்த சங்கப் புலவர்கள் அருந்ததியை உவமித்திருப்பது பற்றி முன்னர்க் கூறப்பெற்றது. இரட்டைக் காப்பியங்களும் கற்பிற்கு அருந்ததியை உவமித்துள்ளன. 'தீது இல்லாத வடமீனாகிய அருந்ததியின் கற்பு, கண்ணகியின் கற்பை யொக்கும்' என்று கூறப்பெற்றுள்ளது.[64] இப்பாடலடிகளில் வரும் 'தீது' என்பதற்குப் பிறன் நெஞ்சு புகுதல் என்று உரையாசிரியர் உரையெழுதுவர். மேலும் 'அருந்ததி அன்னாள்' என்ற தொடரும்[65] கண்ணகியைக் குறிப்பதாகும். 'வடமீன் கற்பின் மனையுறை மகளிர்' எனும் பாடலடி,[66] இல்லற மகளிர்க்கு அருந்ததியை உவமித்த செய்தியினை வெளிப்படுத்துகின்றது.

கற்பும் இறைமையும்

கற்பில் பௌராணிகத் தன்மை ஊடுருவியமையை இரட்டைக் காப்பியங்கள் விளக்குகின்றன. இயற்கை கடந்த நிகழ்வுகளும், புராணத் தன்மை மிக்க கதைகளும் கற்போடு இணைத்துப் பேசப்பெற்றன. இதனால் கற்பு முறையுறுத்தப் பெற்றது. இரட்டைக் காப்பியங்களில் பயின்றுள்ள இறைமையோடு கூடிய கற்பு நிலைகள் வருமாறு:

(அ) பத்தினிப் பெண்டிர் பக்கம் சென்று அணுகுதலும் நற்றவப் பெண்டிரிடத்து உளம் செலுத்துதலும் உயிருக்கு இறுதிசெய்யும் செயல்களாகும்.[67]

(ஆ) பிறன்மனை நயப்பவரைப் புகார் நகரில் உள்ள பெரும்பூதம் கொல்லும். கொல்லும் முன்னர் அரசன் முறை செய்வதற்குரிய கால வரையறையாக ஏழு நாட்களை ஒதுக்கிவைக்கும். அவன் அதற்குள் முறை செய்யானாயின் பிறன் மனை நயந்தானை ஒறுக்கும்.[68]

---

64. தீதிலா வடமீனின் றிறமிவ டிறமென்றும் (சிலம்பு.1:28)

65. அங்க ணுலகி னருந்ததி யன்னாளை (சிலம்பு.1:63)

66. வடமீன் கற்பின் மனையுறை மகளிர் (சிலம்பு.5:229)

67. பத்தினிப் பெண்டிர் பாற்சென் றணுகியும்
நற்றவப் பெண்டிர் பின்னுளம் போக்கியும்
தீவினை யுருப்ப வுயிரீறு செய்தோர் (மேகலை.22:20–22)

68. மன்முறை யெழுநாள் வைத்தவன் வழூஉம்
பின்முறை யல்ல தென்முறை யில்லை
ஈங்கேழு நாளி லிளங்கொடி நின்பால்
வாங்கா நெஞ்சின் மயரியை வாளாற்
ககந்தன் கேட்டுக் கடிதலு முண்டென (மேகலை.22:72,75)

(இ) விருப்பம் போலக் கற்பிழந்து நடக்கும் பெண்களைப் பூதம், தன் பாசக் கயிற்றால் கட்டித் துன்புறுத்தும்.[69]

(ஈ) விசாகை என்னும் கற்புடையாளைத் தொல்லோர் மணம் மூலம் கூட நினைத்து அவள் கூந்தலில் மாலை இடுவதற்குத் தன் குடுமியிலுள்ள மாலையை எடுக்கக் கைவைத்தான் ஒருவன். அவனது கை, அவளது கற்புக் காரணமாக மீளவும் கீழே இறங்காததாயிற்று.[70]

(உ) பத்தினி ஒருத்தியின் கணவன்பாற் சென்று அவள் பழியடையுமாறு பொய்ம்மை கூறியவனைப் பூதம் புடைத்துவிட்டது.[71]

(ஊ) தீய ஒழுக்கத்திலே மறைந்தொழுகும் பெண்களையும், பிறர்மனை நயப்போரையம் சதுக்கப் பூதம் அறைந் துண்ணும்.[72]

மேல் கூறப்பெற்ற செய்திகள் யாவும் கற்பு நெறிக்குக் களங்கம் நேருமாறு நடப்பவர்கள் அடையும் நிலையை விளக்குகின்றன. மக்கள் அச்சமுற்று நேர் வழியில் நடக்க இவ்வாறான புராணத் தன்மையுடைய செய்திகள் துணை செய்திருக்க வேண்டும். இச்செய்திகளே அன்றி ஆதிரையின் வரலாறு, கற்பில் இறைமைத் தன்மை ஊடுருவியமையின் உச்ச நிலையை விளக்குகின்றது. அதுவருமாறு:

ஆதிரையின் கணவன் நாவாய் கேடுறக் கடற்கண் இறந்தான் என்ற தவறான செய்தியைக் கேள்வியுற்ற ஆதிரை தீப்பாய்கின்றாள். அந்நிலையில் அவள் பூசிய சாந்தம் உலரவில்லை; சூடிய பூவும் வாடவில்லை; தீயும் அவளைச் சுடாது எரிந்தது. ‘நின் கணவன் மீண்டும் வருவான்’ என்ற அசரீரியின் வாக்கினைக் கேட்ட ஆதிரை நல்லாள் பொய்கையாடிப் போதுவாள் போன்று மனைக்கண் புகுந்தாள்.[73]

---

69. சிலம்பு.28:207–209

70. மேகலை.22:144–160

71. பத்தினி யொருத்தி படிற்றுரை யெய்த
மற்றவள் கணவற்கு வறியோ னொருவன்
அறியாக்கரி பொய்த்து அறைந்துணும் பூதத்துக்
கறைகெழு பாசத்துக் கையகப் படலும் (சிலம்பு.15:76–79)

72. அவமறைந் தொழுகு மலவற் பெண்டிர்
அறைபோ கமைச்சர் பிறர்மனை நயப்போர் ...
பூதம் புடைத்துணும் பூத சதுக்கமும் (சிலம்பு.5:128–132)

73. சாதுவன் றானுஞ் சாவுற் றானென
ஆதிரை நல்லா ளாங்கது தான்கேட்
டூரீ ரேயோ வொள்ளழ லீமம்
தாரீரோ எனச் சாற்றினள் கழறிச்

மேல்கூறப் பெற்ற செய்தி, கணவன் இறந்து தீப்புகும் பெண்களை மட்டுமே தீக்கடவுள் மேலுலகில் சேர்க்கும் என்பதையும் கணவன் இருக்கும்போது தவறாகத் தீப்புகும் பெண்களைத் தீ எரிக்காது என்பதையும் இதற்கு அவர்தம் கற்பே காரணமாகும் என்பதையும் உய்த்துணர வைக்கின்றது. இவ்வாறு கற்புடைய மகளிர் கணவன் இறந்துழித் தீப்பாய்ந்தால் அவரைத் தீ மேலுலகம் சேர்க்கும் எனவும் தவறாகத் தீப்பாய்ந்தவழி அவரைத் தீண்டாது எனவும் கூறப்பெற்றமை கற்பின்மீது புனிதத் தன்மை ஏற்றப்பெற்றதன் உச்சநிலை எனலாம். இவை தவிர, வழக்குரைத்து மீண்டு, வஞ்சினம் உரைக்கும் கண்ணகி முன்னர்த் தீக்கடவுள் தோன்றுதலும், மறக் கற்புச் சிறந்து சினந்தணியாத கண்ணகியின் பின்னர் மதுராபதி தெய்வம் தோன்றிச் சினந்தணித்தலும், வானோர் மலர்மாரி பெய்து கண்ணகியை வானுலகிற்கு அழைத்துச் செல்லுதலும், செங்குட்டுவன் கோட்டம் அமைத்து விழாக் கொள்ளும் நாளில் கண்ணகி மின்னுக்கொடி போல விசும்பில் தோன்றுதலும், ஆரிய மன்னரும், கொங்கரும், மாளுவ வேந்தனும் 'எம்நாட்டு வேள்வியில் வந்து அருள்க' என வேண்டக் கண்ணகி, 'தந்தேன் வரம்' என்று கூறுதலும், கண்ணகி இளங்கோ அடிகளின் வரலாற்றைக் கூறுதலும் புராணத் தன்மை மிக்க செய்திகளாகும். இவை யாவும் கற்பின் வன்மையால் விளைந்தமை நோக்குதற்குரியது. இவ்வாறாகக் கற்பினை முறையுறுத்த இறைமைக் கோட்பாடு துணைசெய்துள்ளதை அறிய முடிகின்றது.

சுடலைக் கானிற் றெடுகுழிப் படுத்து
முடலை விறகின்முளியெரி பொத்தி
மிக்கவென் கணவன் வினைப்பயனுய்ப்பப்
புக்குழிப் புகுவே னென்றவள் புகுதலும் ...
ஆதிரை கேளுன் னரும்பெறற் கணவனை
ஊர்திரை கொண்டங்குய்ப்பப் போகி
நக்க சாரணர் நாகர் வாழ்மலைப்
பக்கஞ் சேர்ந்தனன் பல்லியாண் டிராஅன் ...
வந்தனன் தோன்றும்
நின்பெருந் துன்பம் ஒழிவாய் நீயென
அந்தரந் தோன்றி யசரீரி யறைதலும் ...
பொய்கை புக்காடிப் போதுவாள் போன்று (மேகலை.16:16–46)

கணவனுடன் உயிர்விடுதல்

முகப்புரை

கணவனை இழந்த பின்னர் மகளிரின் நிலை மூன்று வகைக்குட்பட்டதாக இருந்தது. கணவனை இழந்த பெண்கள், மறுமணம் செய்து கொள்வதைச் சங்க காலம் முதல் தோன்றிய இலக்கியங்கள் மறுத்தே பேசியுள்ளன. ஆயின் இதற்கு நேர்மாறான கைம்பெண் மறுமணம் தமிழகப் பழங்குடி மக்களிடமும் வேறு சில தமிழக இனமக்களிடமும் காணப்பெறுவது சிந்தனைக் குரியது. மறுமணம் நீங்கலாகக் கணவனுடன் உயிர்விடும் நிலைகளாகிய உடனுயிர் துறத்தல், உடன்கட்டை ஏறுதல் ஆகியவற்றையும் கைம்மை வாழ்வையும் பண்டை இலக்கியங்கள் பதிவு செய்துள்ளன. தாழியில் அடக்கமாதலைச் சங்க இலக்கியம் பதிவு செய்துள்ளது. மறுமணத்தை ஏற்றுப் பாடிய பண்டைய இலக்கியங்கள் எதுவுமே இல்லை.

இரட்டைக் காப்பியக் காலத்தில் கைம்மை வாழ்வை விடக் கணவனுடன் உயிர்விடலே சிறப்பாகப் போற்றப் பெற்றது. இதனைத் தலைக் கற்பு, இடைக்கற்பு, கடைக்கற்பு போன்ற கற்புப் பிரிவு உரைகள் தெளிவுறுத்தும். கைம்மை வாழ்வு கடைக்கற்பு எனக் கூறப்பெற்றதால் கணவனுடன் உயிர்விடுதல் தலைமை பெற்றதை உய்த்துணர இயலும்.

இப்பகுதி கணவனுடன் உயிர்விடும் நிலையை ஆராய முற்படுகின்றது. இந்நிலை தற்கொலையின்

ஒரு கூறாதலின் தற்கொலையின் தோற்றம் பற்றிய செய்திகள் விளக்கம் பெறுகின்றன. தற்கொலையிலிருந்து எவ்வாறு கணவனுடன் உயிர்விடும் நிலை தோன்றியது என்பதையும், தற்கொலையின் வகைகளையும் இவ்வியல் விளக்குகின்றது. இவ்வகைகளுள் ஒன்றான கணவனுடன் உயிர்விடும் இரு நிலைகளையும், கணவனுடன் உயிர்விடுதற்குரிய காரணிகளையும் இக்கட்டுரையின் இறுதிப்பகுதி விளக்குகின்றது.

தற்கொலையின் தோற்றம்

கணவனுடன் உயிர்விடுதல் என்பதற்கு அடிப்படையாகக் கருதப் பெறுவது தற்கொலை எண்ணமாகும். தற்கொலைக்கும், உயிர்ப்பலிக்கும் நெருங்கிய தொடர்பு உண்டு. உயிர்ப் பலியிலிருந்து தற்கொலை தோன்றியிருக்கக் கூடும் என்பதற்குத் தொன்மைப் பழங்குடிச் சமயச் சடங்குகள் சான்று பகர்கின்றன.

உயிர்ப்பலி நிகழ்வதற்குக் கூறப்படும் காரணங்கள் மூன்றனுள் முதலாவது காரணம் கருதத்தக்கது. அதுவருமாறு:

> தாம் வழிபடும் கடவுள் அல்லது ஆவியானது
> மண்ணுலகில் நடத்த விழையும் நற்செயலை
> நடத்துதற்குரிய சத்தியை அளித்தல்

என்ற காரணியின்(வாழ்வியல் களஞ்சியம், தொகுதி.IV, 1986) மையக்கரு உயிர்ப்புச் சத்தியை அளித்தல் என்பதாகும். இதுவே பலியிடலின் மையநோக்கமாக அமைகிறது எனவும் அறிஞர் கருதுவர் (வாழ்வியல் களஞ்சியம்: உயிர்ப்பலி எனும் கட்டுரையின் ஆசிரியர் சி.மகேசுவரன் கருத்து). இந்த உயிர்ப்புச் சத்தியை எதற்கு அளித்திடல்வேண்டும் என்ற வினா எழக்கூடும். இதற்கு விடையைப் பின்வரும் கருத்துக் கூறும். 'இறந்து போனவரை உயிர்ப்பிப்பதற்கும் உயிர்ப்புச் சத்தியை அளிப்பதற்கும் மனிதன் தனது வாழ்நாள் முழுவதும் வழிவகைகளைத் தேடிக் கொண்டே இருந்தான். ஓர் உயிரைப் பலி கொடுப்பதன் மூலம் உயிருடன் இருப்பவருக்கு உயிர்ப்புச் சத்தியை அதிகரிக்கவும், இறந்தவருக்கு உயிர்ப்புச் சத்தியை அளிக்கவும் இயலும் என மனிதன் நம்பினான் (சி.மகேசுவரன்.1987). இந்நிலையில் உணரப்பெற்றதே உயிர்ப்பலி யாகும்.'

இவ்வுயிர்ப்புச் சத்தியை அளித்தற்கு உயிர்ப்பலியை ஏன் மேற்கொள்ள வேண்டும் என்ற வினாவிற்கு உயிர்ப்பொருள் கருதுகோள் *(Conception of Soul Substance)* விடை பகரும். குருதி இழப்பால் விலங்குகளும், மனிதர்களும் உயிரிழப்பதைக் கண்ணுற்ற பழங்கால மனிதன், உயிருக்கும், குருதிக்கும் இடையே உள்ள உறவை உணர்ந்தான். குருதியில் உயிர்ப்புச் சத்தி இருப்பதாக

நம்பினான். குருதி இழப்பு உயிரிழப்பை ஏற்படுத்தும் எனவும் நம்பினான். உயிர்ப்புச் சத்தி குன்றிக் காணப்பெறும் வயது முதிர்ந்தோர் மீது உயிர்ப்புச் சத்தியைத் தெளிப்பதன் வழி உயிர்ப்பிக்க இயலும் என்று கருதத் தலைப்பட்டான். ஆகவே ஈமச் சடங்குகளில் குருதிப் படையல் இடம் பெறலாயிற்று. குருதிப் படையல் படைக்கப் பெற்றபோது இறந்தவன் கனவில் வந்தான். அவ்வாறு வருவதற்குக் காரணமாக அமைந்தது உயிர்ப்புச் சத்தி என நம்பினான். மேலும் அவ்வுயிர்ப்புச் சத்தி குருதியால் விளைந்தது எனவும் நம்பத் தலைப்பட்டான்.

இவ்வாறாக உயிர்ப்பலி தோற்றம் கொண்டு வளரலாயிற்று. இவ்வளர்ச்சி நிலையில் இரண்டு கூறுகள் தற்கொலையின் தோற்றத்திற்கு அடிப்படையாகும்.

(அ) விலங்குகள் பலியிடப் பெறல்

(ஆ) மனிதன் பலியிடப் பெறல்

இரண்டனுள் மனிதப்பலி குறிப்பிடத்தக்கது. இம்மனிதப் பலி இருவகைப்படும்.

இவற்றைப் பின்வருமாறு உணரலாம். ஈமச்சடங்கு களிலும் மூதாதையர் வழிபாட்டுச் சடங்குகளிலும் குருதியானது படையற் பொருளாகப் பல்வேறு சமுதாயங்களில் பயன்படுத்தப்பெற்று வந்துள்ளது.

(அ) ஆஸ்திரேலியாவின் டார்ஜிலிங் ஆற்றுப் பகுதிப் பழங்குடியினர், வளைதடிகளால் (Boomrangs) ஒருவர் தலையை ஒருவர் காயப்படுத்திக் கொள்வர். அக்காயங்களிலிருந்து வெளிப்படும் குருதியைச் சவக்குழியினருகே கிடத்தப்பெற்ற பிணத்தின் மீது படுமாறு செய்வர் (சி.மகேசுவரன். 1987)

(ஆ) ஆஸ்திரேலியாவின் அருண்டா (Arunta) இனக்குழுவினரிடையே சவக்குழியின் மீது பெண்கள் தமது தலையிலிருந்து குருதியைச் சிந்தும் வழக்கத்தைக் காணலாம் (சி.மகேசுவரன்.1987)

(இ) நடு ஆஸ்திரேலியாவின் உண்டியாரோ கங்காரு குலக்குறி யைச் சேர்ந்த (Undiaro Kangaroo Totem) ஆடவர்கள், கங்காருகள் நிரம்பி இருப்பதாகக் கருதப்பெறும் குன்றின் மீது ஒன்று கூடுகின்றனர். அங்கு மூதாதையரான கங்காரு களின் ஆவிகள் உறைவதாகக் கருதப்பெறும் செங்குத்துப் பாறைகளுக்குச் சென்று அனைவரும் குருதி சிந்தும் சடங்கை மேற்கொள்ளுகின்றனர் (சி.மகேசுவரன். 1987).

தொல்தமிழர் திருமணமுறைகள்

(ஈ) ஈழுக் குலக்குறியினர் தமது கையைக் கிழித்துக் குருதியைப் படையலாக்குவது மூலம் ஈமுப் பறவை இனம் அழியாது எனவும் அடுத்த தலைமுறைக்கான கருக்கள் *(Embryos)* உண்டாகும் எனவும் நம்புகின்றனர் *(சி.மகேசுவரன்.1987).*

இந்த எடுத்துக்காட்டுகளிலிருந்து உயிர்ப்பலி என்பது குருதி சிந்துதலாக இருப்பதையும், உயிரைக் கொல்லாமல் இருப்பதையும் அறிதல்வேண்டும். குருதி சிந்துதலே தொல்மனிதனின் முதல் இரத்தப்படையலாகும் என அறிஞர் கருதுவர் (சி.மகேசுவரன். 1987). இந்த வழக்கமே பின்பு மனிதப்பலியாக உருப்பெற்றிருக்க வேண்டும்.

மனிதப்பலி

பயிர்த்தொழிலின் வளமைக்கும், குடிகளின் தலைமைக்கும் பலியிடுதல் மூலம் உயிர்ப்புச்சத்தி ஏற்படுத்தப்பெற்றது. நல்ல விளைச்சலுக்காக மனிதப்பலி கொடுக்கும் வழக்கம் பல பகுதிகளில் நடைபெற்றது. மேற்கு ஆப்பிரிக்காவில் நிலங்களில் விதை இடுவதற்கு முன்பாக ஆடவன் ஒருவனையும், பெண்ணொருத் தியையும் அடித்துக் கொன்று நிலத்தின் நடுவே புதைத்தனர் (வாழ்வியல் களஞ்சியம், 1987). நல்ல விளைச்சல் பெறவும், நோய் நொடி பஞ்சம் வறட்சி ஆகியவற்றினின்று தம்மைக் காத்துக் கொள்ளவும் ஒரிசாவைச் சார்ந்த கொந்தர் *(Khondhs)* பழங்குடியினர், 'மெரியா' எனப்படும் மனிதப்பலியை அளிக்கின்றனர் (வாழ்வியல் களஞ்சியம், 1987) பிலிப்பைன்ஸ் தீவுகளில் வாழும் பொண்டாக்கு *(Bontoc)* மக்கள், விதைப்பின் போதும், நடும்போதும் ஒவ்வொரு பண்ணையும் குறைந்தது ஒரு புதிய மனிதத் தலையைத் தமது கிடங்கில் தவறாது வைத்திருக்க வேண்டுமெனக் கருதுகின்றனர் (வாழ்வியல் களஞ்சியம், 1987) இவ்வாறு நிலத்தின் வளமைக்காக மனிதப்பலி இட்டமையைப் பலசான்றுகள் மெய்ப்பிக்கின்றன. இத்தகு பலிகள் அரசவளமை வேண்டியும் நிகழ்த்தப்பெற்றன.

இறைவனின் மறுபிறப்பாக அரசன் கருதப்பெற்றதால் மூப்படைந்த அரசனைக் கொல்வதன் வழி, இறைத் தன்மையானது மனிதச் சமுதாயத்திற்குத் திரும்பவும் கிடைக்கும் என்று நம்பப் பெற்றது. இதனால் மூப்படைந்த அரசர்கள் பலியிடப் பெற்றனர். இத்தகைய அரசக்கொலை *(Regicide)* நாளடைவில் அரசனுக்கு மாற்றாக வேறு மனிதர்களைப் பயன்படுத்திக் கொள்ளும் மனிதப்பலிக்கு *(Human Sacrifice)* அடிகோலியது (வாழ்வியல் களஞ்சியம், 1987). மேல் கூறப்பெற்ற செய்திகளிலிருந்து சில முடிவுகளைப் பெற இயலும். அவை வருமாறு:

(அ) உயிர்ப்புச் சத்தியை உண்டாக்குவதற்காகக் குருதிப்படையல் தோற்றம் பெற்றது. இவ்வுயிர்ப்புச் சத்தி, மனித வாழ்நாளை நீட்டுவதற்காகவும், அரச வளமைக்காகவும், பயிர் வளத்திற்காகவும் வேண்டப்பெற்றது.

(ஆ) குருதிப் படையலின் வளர்ச்சி நிலையில் உயிர்ப்பலி, மனிதப்பலி தவிர்க்க இயலாததாக இடம்பெற்றது.

(இ) மனிதப்பலியில் தொடக்கத்தில் அடிமைகளையும், அரசனையும் பின்னர் அரசனுக்கு மாறாக வேறொருவனையும் பலியிடுதல் இடம்பெற்றது.

(ஈ) மனிதப்பலி அரசனுடைய வளமை, நிலத்தின் வளமை இவற்றின் உயிர்ப்புக்காக வேண்டப்பெற்றது.

இந்நான்கு கருத்துகளிலிருந்து ஒரு கருத்துப் பெறப்படு கின்றது. அதுவருமாறு: மனிதப்பலி, இறைத்தன்மை, வளமை போன்றவற்றிற்காக இடப்பெற்றது. இந்த மனிதப்பலியின் மேல் சமயக் கட்டுமானங்களும், சடங்குக் கட்டுமானங்களும் இறைமைக் கோட்பாடுகளும் மேலுலகக் கோட்பாடுகளும் கட்டப் பெற்றபின்னர் மனிதப் பலி, தற்கொலையாக மாறியது; மாற்றப்பட்டது; முறையுறுத்தப் பெற்றுச் சமுதாயத்தில் இயல்பாகப் பரவியது. இக்கருத்தைப் பின்வருமாறு புரிந்து கொள்ளலாம்.

மனிதப்பலி தற்கொலையாதல்

நில வளமை, அரசவளமை கருதி உயிர்ப்பலி கொடுக்கப் பெற்றது. அரசனுக்காக, அரசனுடைய உயிர்ப்புச் சத்திக்காக மனிதப்பலி இட்டநிலை ஆதிகாலத்தது. இதற்குத் தொடக்கத்தில் அரசனே பலியிடப்பெற்ற நிலைமாறி அவனுக்கு மாற்றாக வேறோர் ஆள் பலியிடப் பெற்றான். இவ்வெண்ணம் வளர்ச்சி பெறலாயிற்று. அரசவளமை, நாட்டு வளமை, வெற்றி வளமை இவற்றிற்காகப் பலியிடப்பெறும் கருத்து உருப்பெற்றது; வலுப்பெற்றது. அரச வளமை என்பது பின்னர் அரசத் தன்நலமாக மாறியது. இவர்தம் தன்நலத்திற்காகப் பலர் பலியிடப்பெற்றனர். வெற்றி வளமைக்காகப் போருக்கு முன்னர் மனிதப்பலி இட்டால் வெற்றி கிட்டும் என்ற கருத்து முறையுறுத்தப்பெற்றபோது பல்லாயிரக்கணக்கான வீரர்கள் தம் உயிரை வெற்றித்தேவதைக்குக் காணிக்கையாக்க முனைந்தனர்; அல்லது அவ்வாறு முனையுமாறு உணர்வுத் தூண்டல்கள் எழுப்பப்பெற்றன. இவ்வுணர்வுகளைத் தூண்டுவதற்கும், தற்கொலை எண்ணத்தை வளர்ப்பதற்கும் சமயங்கள் பெரும் பங்காற்றின. தற்கொலை எண்ணத்தை

முறையுறுத்துமாறு பின்வரும் தத்துவங்கள் சமயங்களில் இடம்பெற்றன. அவை வருமாறு:

(அ) உயிர்மேல் உள்ள பற்றினை ஒழித்தல்

(ஆ) உயிர்போனபிறகு பரலோகத்தில் வீரர் தம் பேரிடமும் புகழும்.

இவ்வுருவாக்கத்தில் ஆளும் வர்க்கத்தின் பங்கும் குறிப்பிடத்தக்கது. சத்திரியக் கடமை போரில் உயிர்துறத்தலே எனும் ஆளும் வர்க்கத் தத்துவம் வலுப்பெற்றது. இக்கருத்துகளை மக்களிடையே பரப்பச் சமயங்களும், இலக்கியங்களும் பெரும் பங்காற்றின. இதனை நவகண்டம் என்ற பெயரில் பழைய இலக்கியங்கள் பதிவு செய்துள்ளன. மகாபாரதத்தில் வரும் 'அரவான் பலி' வெற்றி வளமைக்காக நிகழ்ந்தது. சிலப்பதிகாரத்தில் வரும் நவகண்டச் செயல் மேல்கூறிய கருத்தை நன்கு விளக்கும். அதுவருமாறு:

மருவூர் மருங்கின் மறங்கொள் வீரரும்
பட்டின மருங்கிற் படைகெழு மாக்களும்
முந்தச் செய்து முழுப்பலி பீடிகை
வெந்திறன் மன்னற் குற்றதை யொழிக்கெனப்
பலிக்கொடை புரிந்தோர் வலிக்கு வரம்பாகெனக்
கல்லுமிழ் கவணினர் கழிப்பிணிக் கறைத்தோற்
பல்வேறு பரப்பினர் மெய்யுறத் தீண்டி
ஆர்த்துக் களங்கொண்டோ ராரம ரழுவத்துச்
சூர்த்துக் கடை சிவந்த சுடுநோக்குக் கருந்தலை
வெற்றி வேந்தன் கொற்றம் கொள்கென
நற்பலி பீடிகை நலங்கொள வைத்தாங்கு

என்ற இப்பாடலடிகளில்[1] மறவர்கள், தம் மன்னனுக்கு உற்ற துன்பத்தைக் களையச் சொல்லியும் அவனுக்கு வெற்றியைத் தரச் சொல்லியும் தம் தலையை அரிந்து கடவுளுக்குப் பலியிட்ட நிகழ்ச்சி குறிக்கப்பெற்றுள்ளது. இந்நிகழ்வு, மன்னனுக்காக வேண்டித் தம் உயிரைத் துறக்கச் செய்யும் உணர்வுத் தூண்டல் போன்றவற்றால் நிகழ்ந்தது எனலாம்.

ஆக, உயிர்ப் பலியினுடைய ஆதிகாரணமும், தற்கொலை யினுடைய ஆதி காரணமும் ஒன்றாய் அமைந்திருந்தன. உயிர்ப் பலியின்போது இயற்கை கடந்த ஒன்றிற்கே அப்பலியின் சத்தி மாற்றப்பெற்றது. இயற்கை கடந்த ஒன்று அச்சத்தியைப் பெற்று நன்மையையும், வளத்தையும் கொடுத்தது. இது போலவே மனிதப்பலியும் மன்னனுக்கு வெற்றியையும், வளத்தையும் பிறவற்றையும் கொடுப்பதாக நம்பப்பெற்றது. இந்நம்பிக்கைகள் ஆழமாக வளர்க்கப் பெற்றன. மன்னனுக்கு மேலும் மேலும் வளமையும், வெற்றியும் வேண்டி ஏராளமான பலியிடலை

1. சிலப்பதிகாரம் 5:76–86

ஆளும் வர்க்கம் வலியுறுத்தியது. இதனைச் சமயங்களும், இலக்கியங்களும் முறையுறுத்தின. எனவே மக்கள் வலுக் கட்டாயமாகப் பலியிடலிலிருந்து மாறித் தாமே தற்கொலை செய்துகொள்ளும் முறைக்கு மாற்றப்பெற்றனர்; மாறினர்.

இவ்வாறு குருதிப்படையலிலிருந்தும் உயிர்ப் பலியிலிருந்தும் தற்கொலை வழக்கம் உருப்பெற்று முறையுறுத்தப் பெற்ற பின்னர் அது பல வகைகளாகப் பிரிந்தது. அப்பல வகைகளுள் ஒன்றே கணவனுடன் உயிர்விடும் தற்கொலை வழக்கமாகும்.

கணவனுடன் உயிர்விடுதலின் தோற்றம்

திருமணம் என்பது வாரிசுரிமை வேண்டி ஏற்பட்டது என்றும் அதற்காகவே ஒருத்திக்கு ஒருவன் என்ற மணமுறை தோற்றுவிக்கப் பெற்றது என்றும் முன்னர்க் கூறப்பெற்றது. இம்மண அமைப்பில் பெண்கள் சோரம் போதல் தவிர்க்க இயலாததாகிவிடவே கற்புக் கோட்பாடுகள் சமூகத்தில் உருவாயின என்பதும் முன்னர் விளக்கப்பெற்றது.

கற்புக் கோட்பாட்டின் வளர்ச்சி நிலையில் ஒருத்தி, ஒருவனுடன் மட்டுமே உறவுகொள்ளவேண்டும் எனவும் அடுத்தவனை நெஞ்சினாலும் நினைத்தல் ஆகாது எனவும் அடுத்தவன் மனத்தில் தம்மைப் பற்றிய சிந்தனைகள் தோன்றினாலே கற்புக்குக் கேடு உண்டாகும் எனவும் விதிமுறைகள் தோன்றி நிலைபெற்றன. பிறன்நெஞ்சு புகாமை போன்றவற்றை முன் இயல் விளக்கிற்று. இந்நிலையில் கணவன் இறந்த பின்னர் மனைவியர் நிலை பெரிதும் சிக்கலுக்கு உள்ளாயிற்று. பழங்குடி மக்கள் இல்வாழ்வில் கற்போடு இருந்து கணவர் இறந்த பின்னர் மறுமணம் செய்யும் உரிமையைப் பெற்றிருந்தனர். மேலும் மணவிலக்குப் பெற்றதும் மறுமணம் செய்யும் உரிமையைப் பெற்றிருந்தனர். இவர்கள் கற்புக் கோட்பாட்டிற்கு உடலை மட்டும் அடிப்படையாகக் கொள்ளாததால் மறுமணம் எளிதானது. ஆனால், உடலுக்கும், உள்ளத்திற்கும் பெரும் கட்டுப்பாடு விதித்த இந்தியர் தம் கற்புக் கோட்பாடு பெண்ணொருத்தியின் வாழ்வில் ஒருவனை மட்டுமே கணவனாக அனுமதித்தது. இந்நாகரிகம் பெற்ற மக்களிடையே கணவன் இறந்த பின்னர் மனைவியின் நிலை வினாவிற்குள்ளாயிற்று. இம்மக்களிடையே மறுமணம் அனுமதிக்கப் பெற்றால் அடுத்தவனை நெஞ்சினாலும் நினைத்தல் கூடாது என்ற கற்புக் கோட்பாடு முரணுறும்; மீண்டும் மனைவி சோரம் போதல் தோன்றும்; கற்புக் கோட்பாடுகள் சிதைவிற்குள்ளாகும். இந்நிலையைத் தவிர்க்கவும், கணவன் இறந்த பின்னர் அவனோடு சேர்ந்த வாழ்வே தொடரவும் இருவழிகள் சமுதாயத்தில் தோன்றின. அவை.

(அ) கணவனுடன் உயிர்விடுதல்

(ஆ) கைம்மை நோன்பு

தற்கொலை எண்ணம் முறையுறுத்தப் பெற்ற ஒரு சமுதாயத்தில் கணவனுடன் உயிர்விடும் நிலை எளிதாக்கப்பெற்றது; 'நாயகன் பாவி ஆயினும் அவனிறந்த காலத்தில் தீக்குளித்து இறப்பவர், அந்நாயகனை நரகத்தினின்றும் மீட்பவராவார்; நாயகனுடன் மரணமடைந்த கற்புடையார் தம் தேகத்தில் எவ்வளவு உரோம வரிசைகள் உண்டோ அவ்வளவு காலம் சொர்க்கத்தில் கணவனுடன் உறைவர்' *(அபிதான சிந்தாமணி.1983)* போன்ற புராணத் தத்துவங்கள் கணவனுடன் உயிர்விடும் நிலையைத் தூண்டின. எனவே தற்கொலை இயல்பாகப் பரவியிருந்த சமுதாயத்தில் மேல்கூறிய புராணக் கதைகள் கணவனுடன் உயிர்விடும் நிலையை முறையுறுத்தின. இதனால் ஏராளமான பெண்கள் கணவனுடன் உயிர்விடத் துணிந்தனராதல் வேண்டும்.

இந்தியாவில் கணவனுடன் உயிர்விடுதலின் தோற்றம்

பழங்கால இந்தியாவில் கணவனுடன் உயிர்விடுதல் என்பது போற்றப்பெறவில்லை. மேலும் கணவனுடன் உயிர்விடுதல், வேதங்களுக்கு எதிரானது என்ற கருத்தும் நிலவியிருந்தது.

வேதங்களும் கணவனுடன் உயிர்விடுதலும்

தொன்மை இந்தியாவில் கைம்பெண்களை மறுமணம் செய்து கொள்வது ஒரு தேசிய வழக்கமாக இருந்ததை இராசேந்திரலால் மித்திரா, 'பழங்கால இந்தியாவில் ஈமச்சடங்குகள்' என்ற தமது நூலில் பலசான்றுகளுடன் நிறுவியுள்ளார். மிகப்பழங்காலத்திலிருந்தே வடமொழியில் 'திதிசுயு' *(Didhishw)* – கைம்பெண்ணை மணந்தவன், 'பரப்புர்வ' *(Parapurvai)* – இரண்டாவது கணவனை மணந்து கொண்டவள், 'புனர்பவ' *(Punarbhava)* – பெண்ணொருத்தியின் இரண்டாவது கணவனுக்குப் பிறந்த மகள் – போன்ற சொல்லாட்சிகள், கைம்பெண் மறுமணத்தை விளக்குகின்றன.[2] வேதங்கள் கணவனுடன் உயிர்விடுதலை உடன்படவில்லை. இதனைச்

> சதி என்னும் உடன்கட்டை ஏறுதலைப் பற்றித் தெளிவான குறிப்புகள் வேதங்களில் காணப்பெறவில்லை.வேத இலக்கியங்களும் இதுபற்றி ஏதும் தெளிவாகக் கூறவில்லை. வேதங்களில் கைம்பெண்டிர்க்குரிய ஒழுகலாறுகள் கூறப்

---

2. இச்செய்தி பின்வரும் நூலில் விரிவாக விளக்கப்பெற்றுள்ளது.
பிராமணீயம், பக்.25,26

பட்டுள்ளன. ஆயினும் அப்பெண்டிர்கள் தாங்களாகவே தீயுனுள் புகவேண்டும் என்பது பற்றிய குறிப்புகள் காணப் பெறவில்லை.

என்ற அறிஞர்தம் கருத்து (Amita Chakravaty. 1985) அரண்செய்யும். வேதங்கள் தற்கொலையை ஒப்புக் கொள்வதில்லை. ஒரு மனிதன் தனக்குக் கொடுக்கப் பெற்ற வாழ் நாட்களுக்கு முன் தன் வாழ்வை முடித்துக்கொள்வது தவறானது என்று வேதங்கள் கூறுகின்றன. எனவே உடன்கட்டை ஏறுதல் வேதங்களுக்கு எதிரானது என்றும் அறிஞர்கள் கருதுகின்றனர் (Aravind Sharma. 1988).

கைம்பெண்ணொருத்தி உயிருடன் வாழ்ந்து தன்னலமற்ற உதவிகளாலும் நற்செய்கைகளாலும் மட்டுந்தான் கணவனுடைய ஆன்மாவிற்கு உகந்தவை செய்ய முடியும் என்றும் கைம்பெண் வாழ்வதனால் அவள் கணவனின் ஆத்ம சாந்தி நிமித்தமாகப் பல நன்மைகளைச் செய்யலாம் என்றும் திதி மூலமாக அவனுக்குச் சேரவேண்டிய காணிக்கைகளைச் செலுத்தலாம் என்றும் இவற்றிற்கு மாறாகக் கணவனுடன் உடன்கட்டை ஏறுவதன் மூலமாகத் தற்கொலை என்ற பாவத்தைச் செய்தவளாகிறாள் என்றும், உடன்கட்டைக்கு, கணவனுடன் உயிர்விடுதலுக்கு எதிரான கருத்துகளை வடஇந்திய இலக்கியங்கள் கூறியுள்ளன என்பர்.[3]

கணவனுடன் உயிர்விடுதலின் ஆதிவரலாற்றை உருவாக்கும் முயற்சி

இருக்கு வேதம், மனுதர்மம், கௌடலீயம் போன்ற நூல்களில் உடன்கட்டை ஏறுதல் பற்றிய குறிப்புகள் இல்லை. என்றாலும் பிற்காலத்தில் உடன் கட்டை ஏறுதலுக்குத் துணை செய்யும் விதிகள், சுலோகங்கள், வடமொழி இலக்கியங்களில் பாடப் பிழை முறையாகவும் இடைச் செருகலாகவும் சேர்க்கப் பெற்றன.

எந்த ஒரு வழக்கமும் மரபாக, சமூக நிறுவனமாக மாறும் காலத்தில் அவ்வழக்கத்திற்கு ஒரு பழைய வரலாற்றைத் தேடுவது மனித இயல்பாகும். அவ்வாறு தேடும்போது பழைய பண்பாட்டில் பாடப்பிழைகள், இடைச்செருகல்கள் ஏற்படுவதும் இயற்கை. இதற்குத் தகக் கணவனுடன் உயிர்விடும் நிலை ஒரு சமூக நிறுவனமாக உருப்பெற்றபோது அதன் தொடக்கத்தில் ஒரு பழைய வரலாற்றை இருக்கு வேதத்தில் காணமுற்பட்டனர். இதனை ஒரு பாடப்பிழை மூலமும் உருவாக்கினர்.

3. மேலது, பக்.15–17

பெண்ணொருத்தி உடன்கட்டையேறுவதற்கு அழைத்துச் செல்லும்போது கூறப்படும் சுலோகம் ஒன்று இருக்கு வேதத்தில் உள்ளது. அதில் உள்ள செய்திகள் வருமாறு:

> கைம்பெண்கள் கைம்மையின் வேதனை காரணமாக வருந்த வேண்டியதில்லை. அவர்கள் தங்கள் கண்ணீரையும், கலக்கத்தையும் கைவிட்டு விலைமதிப்பற்ற அணிகளை அணிந்து கொள்ளலாம். தங்கள் வீட்டிற்கு வருகின்ற நல்ல எண்ணமும் விருப்பமும் கொண்ட ஆடவர்கள் விரும்பும் வண்ணம் எண்ணெய் பூசிக்கொள்ளலாம்; மைதீட்டிக் கொள்ளலாம் *(Ralph T.H. Criffith. 1986).*

இந்தச் சுலோகத்தில் பெண்கள் உடன்கட்டை ஏறுவதைப் பற்றிய செய்திகள் எவையும் குறிக்கப்பெறவில்லை. ஆனால் இது மொழிபெயர்க்கப்பெற்றபோது இதில் உள்ள 'அக்ரி' *(Agre)* என்ற வடமொழிச்சொல் 'அக்னி' என்று மாறாக மொழிபெயர்க்கப் பெற்றது. இச்செயலால் இருக்கு வேதம் உடன்கட்டை ஏறுதலை உடன்பட்டது என்று திரித்துக் கூறப்பெற்றது; பெண்கள் அக்னியில் வீழட்டும் என்று கருதப்பெற்றது. இதனால் ஆயிரக்கணக்கான பெண்கள் கணவனுடன் உயிர்விட வேண்டிய அவலநிலை தோன்றியது. இதனை அறிஞர், பின்வருமாறு விவரிப்பர்:

இச்சொல் *(Agre)* ஒருகால் கடுந்தவம் புரியும் ஒருவரின் மிகக்கடுமையான செயல்களைக் குறிப்பதாக இருக்கலாம். ஆனால் தவறாக மொழியாக்கம் செய்யப்பெற்றுப் பயன்பாட்டிற்கு வந்ததன் காரணமாக ஆயிரக்கணக்கானவர்கள் தங்கள் உயிர்களைத் தியாகம் செய்யவேண்டிய சூழ்நிலையும் மத வைராக்கியத்தின் பெயரால் அஞ்சவேண்டிய கொடிய நிலையும் உண்டாயின என்று குறிப்பிடுகின்றார்.[4] இவ்வறிஞர் குறிப்பிடுவது போல மேற்கூறிய சுலோகத்தில் கணவனுடன் உயிர்விடுதல் பற்றிய செய்திகள் இல்லை என்பதை அதற்கு முன்னும் பின்னும் உள்ள சுலோகங்கள் வழி அறிய இயலும். இச்சுலோகத்திற்கு முன்னுள்ள பகுதியில், 'கைம்பெண்ணொருத்தி தன்னை விரும்பி ஏற்றுக்கொள்ள முன்வரும் ஆடவனை விரும்பிக் கைகொடுக்கலாம்' என்று கூறப்பெற்றுள்ளது *(Ralph T.H. Criffith.1986).* முற்பகுதியில் கைம்பெண் மறுமணத்தை உடன்படும் இருக்குவேதம் அடுத்த பகுதியில் கணவனுடன் உயிர்விடுதலை உடன்பட்டிருக்க முடியாது எனக் கருதத் தோன்றுகிறது. 'அக்ரி' என்ற சொல்லின் பாடப்பிழையாக 'அக்னி' என்ற சொல்லைக் கொண்டதனால்தான் கணவனுடன் உயிர்விடுதல் இருக்கு வேதத்தில் உள்ளது என்ற கருத்து வலுப்பெற்றது போலும்.

---

4. மேலது, பக்.27

உடன்கட்டை ஏறுதல் பற்றிய செய்திகள் கி.பி.400க்குப் பிறகு உள்ள புராணங்களில்தான் இடம் பெற்றுள்ளன எனவும் இவ்வழக்கம் அக்காலக் கட்டத்தில்தான் சமூகமதிப்பைப் பெற்றது எனவும் அறிஞர் கருதுவர் *(Amita Chakravaty.1985).* எனவே கி.மு.வில் உள்ள வடமொழி இலக்கியங்களில் காணப்பெறும் கணவனுடன் உயிர்நீத்தல் பற்றிய செய்திகள் இடைச் செருகல்களாக இருக்கலாம் எனும் கருத்தொன்றும் உள்ளது. சான்றாக, வசுதேவர், கிருட்டினன் ஆகியோரது புராணத்தைக் கூற இயலும். இவர்தம் மனைவியர் உடன்கட்டை ஏறியதாகப் புராணம் கூறுகின்றது. ஆனால் இந்நிகழ்ச்சிகள் யாவும் இடைச்செருகல்களாக அறிஞர் கருதுகின்றனர்.[5]

மேல்கூறப்பெற்ற செய்திகளிலிருந்து தொன்மை இந்தியாவில் கணவனுடன் உயிர்விடுதல் போற்றப் பெறவில்லை என்பது தெளிவாகின்றது. வாழ்வில் கடும் கட்டுப்பாடுகளையும், பெண்களுக்கு ஒழுக்கநெறிகளையும் விதித்த பௌத்த சமண மதங்களின் தோற்றத்திற்குப் பிறகு கணவனுடன் உயிர்விடுதல் சிறப்புப் பெற்றிருக்கவேண்டும். பௌத்த சமண சமயக் கருத்துகளுள் பலவற்றைப் பெற்று மறுமலர்ச்சி எய்திய வைதிகச் சமயம், புதிய கற்புக் கோட்பாடுகளை உருவாக்கியது போன்று கணவனுடன் உயிர் விடுதலையும் உடன்பட்டிருக்க வேண்டும்.

தமிழகத்தில் கணவனுடன் உயிர்விடுதலின் தோற்றம்

தமிழகத்தைப் பொறுத்தமட்டில் கணவனுடன் உயிர்விடும் நிலை, தொல்காப்பியர் காலத்திலேயே வழக்கில் இருந்தமையை உணர முடிகின்றது. தொல்காப்பியர் கணவன் இறந்த பின்னர் மனைவியின் நிலையினை இருபிரிவாகப் பிரித்துள்ளனர். அவை வருமாறு:

(அ) கணவனோடு உடனுயிர் துறத்தல்

(ஆ) கணவன் இறந்தபின்னர்த் தவவாழ்வை

மேற்கொள்ளல். இது தாபத நிலை என்ற பெயரால் சுட்டப்பெறுகின்றது.

கணவனுடன் உயிர்விடும் மனைவியர் நிலை குறித்துத் தொல்காப்பியர் கூறுபவை வருமாறு:[6] இறந்த கணவன்விட்ட வேலினாலே தன்னுயிரை மாய்த்துக் கொள்ளும் மனைவி, கணவன் தலையோடு மார்பையும், முகத்தையும் சேர்த்து

5. மேலது. பக்.62.
6. நீத்த கணவன் தீர்த்த வேலின்
பேஎர்த்த மனைவி ஆஞ்சியானும் (தொல்.பொருள்.77)

இறக்கும் மனைவி, மூதானந்தம் என்று சிறப்பித்துக் கூறப்பெறும் கணவனோடு இறந்த மனைவி, கணவனோடு பெரிய தீயில் புகுந்து உயிர் விட்ட மனைவி ஆகியோர் கணவன் இறக்க உடன் உயிர்விட்ட தன்மையினைத் தொல்காப்பியம் விளக்கும்.

பாடுநர்க் கருகா வாஅ யண்டிரன்
கோடேந்து அல்குற் குறுந்தொடி மகளிரொடு
கால னென்னும் கண்ணிலி உய்ப்ப
மேலோர் உலகம் எய்தினன்

என்ற புறப்பாடல்[7] மூலம் ஆய்அண்டிரனோடு அவனது உரிமைமகளிர் உடனுயிர் துறந்த செய்தி தெரிய வருகின்றது. பூதப்பாண்டியன் தேவி பெருங்கோப் பெண்டு உடன்கட்டை ஏறிய செய்தியைப் புறப்பாடல்கள் அறிவிக்கின்றன.[8]

மேல்கூறப் பெற்ற செய்திகள் யாவும் தமிழகத்தில் கணவனுடன் உயிர் விடும் பெண்களின் நிலையினை விளக்க வல்லன. தொல்காப்பியர் காலந்தொடங்கி இவ்வழக்கம் நடைமுறையில் இருப்பதால் இதன் தோற்றமும் தொல்காப்பியர் காலத்திற்கு முந்தைய சமுதாயத்தில் ஏற்பட்டிருக்க வேண்டும். கற்புக் கோட்பாடுகள் போல்வன தொல்காப்பியருக்கு முந்தைய சமுதாயத்தில் தோன்றி விட்டதை முன் இயல்கள் விளக்கின. இதுபோன்றே கணவனுடன் உயிர்விடும் நிலையும் தொன்மைச் சமுதாயத்தில் தோன்றி நிலை பெற்றிருக்க வேண்டும்.

தற்கொலையின் வகைகள்

தமிழர்தம் தற்கொலையின் வகைகளை இரண்டு அடிப்படைகளைக் கொண்டு பிரிக்க இயலும். அவை வருமாறு:

(அ) வீரம்

(ஆ) இழப்பு

வீரத்தால் விளைந்த தற்கொலைகள்

நவகண்டம், போரில் உயிர்விடல் முதலியன வீரத்தால் விளைந்த தற்கொலைகளாகும். நவகண்டத்தைத் தொல்காப்பியர் குறிப்பிட்டுள்ளார். 'தொல்லுயிர் வழங்கிய அவிப்பலி' என்ற நூற்பா[9] நவகண்டத்தைக் குறிப்பிடுவதாக உள்ளது. இதற்குப்

7. புறநானூறு. 240
8. பெருந்தோட கணவன் மாய்ந்தென
அரும்பற வள்ளிதழ் அவிழ்ந்த தாமரை
நள்ளிரும் பொய்கையும் தீயும் ஓரற்றே (புறம்.246)
9. தொல்.பொருள்.74

'பொருந்தாதார் நாணுமாறு தலைவரைக் குறித்துமுன்பு சொன்ன வஞ்சின மரபின் ஒன்றோடு பொருந்தித் தொன்றுதொட்டு வருகின்ற உயிரை வழங்கிய அவிப்பலியும்' என்று இளம்பூரணர் கூறும் உரையும் நவகண்டத்தையே குறிக்கின்றது. சிலப்பதிகாரம் நவகண்டத்தைத் தெளிவாகக் குறிப்பிட்டமை முன்பே காட்டப்பெற்றது.

போரில் உயிர்விடுதல் என்பது பற்றிச் சங்க இலக்கியங்கள் தரும் செய்திகள் வருமாறு: போரில் உயிர்விடுதல் ஆடவரது கடமையாகக் கூறப்பெற்றது. போரில் உயிர்விடுதலையே சிறந்ததாக வீரர்கள் கருதினர். அங்ஙனமாகாது இயற்கையாக உயிர்விடின் அவர்தம் உடலை வாளால் பிளந்து அடக்கம் செய்தனர்.[10] போரில் வாளால் பிளக்கப்பட்டு உயிர் துறந்த மகனைக் கண்டு தாய் பெரிதும் உவந்தாள்.[11] போர்க் களத்தில் பகைவரது வேலிலிருந்து மன்னனைக் காத்து அவ்வேலினைத் தன் மார்பில் யேற்று உயிர்துறந்த மறவன் புகழ் பெரிதும் போற்றப்பெற்றது[12] இவ்வாறான செய்திகள் போரில் மறவர்கள் தம்முயிரைத் துச்சமென மதித்து மன்னனுக்காக உயிரைவிட முனைந்தமையை விளக்குகின்றன.

இழப்பால் விளைந்த தற்கொலைகள்

இவ்வகைத் தற்கொலைகள் பின்வருவோரை இழப்பதால் நேருகின்றன.அவர் வருமாறு: தலைவன், நண்பன், உறவினர், கணவன், மனைவி முதலியோர்.

மேல்கூறப்பெற்ற காரணங்களுக்காக வடக்கிருந்தும், உண்ணாநோன்பிருந்தும் தீப்பாய்ந்தும் உயிர்விட்டனர். தம் உயிருக்கு இணையாக மதிக்கக்கூடிய பொருளை இழக்கநேரும் போதும் தம்முயிரை இழந்தனர். சான்றாக அராத்தியர் *(Aradhya)* என்ற தென்னிந்திய இனத்தவரைக் குறிப்பிடலாம். இவ்வினத்தவர் தம் கழுத்தில் எப்பொழுதும் ஓர் இலிங்கத்தை அணிந்திருப்பர். ஆண் குழந்தையோ, பெண் குழந்தையோ பிறந்தவுடன் அதற்கு இலிங்கம் அணிவிக்கப்பெற்றது. ஒருவர் எதிர்பாராது தனது இலிங்கத்தை இழக்க நேரிட்டால் அதனைத் திரும்பப் பெறும்வரை உண்ணா நோன்பிருக்கவேண்டும் அதனை

10. குழவி இறப்பினும் ஊன்தடி பிறப்பினும்
ஆளன்று என்று வாளின் தப்பார் (புறம்.74)

11. செங்களம் துழவுவோள் சிதைந்து வேறாகிய
படுமகன் கிடக்கை காணூஉ
ஈன்ற ஞான்றினும் பெரிதுவந்தனளே (புறம்.278)

12. மறப்புகழ் நிறைந்த மைந்தினோன் இவனும்
உறைப்புழி ஓலை போல
மறைக்குவன் பெரும நிற்குறித்து வருவேலே (புறம்.290)

மீட்பதில் வெற்றி பெறவில்லை யானால் அவர் இறத்தல்வேண்டும் இவ்வாறு உயிர்நீத்தவர் இவ்வினத்தில் பலராவர் என்று கூறுவர்.[13] மானம் என்பது தமிழரது பண்பாட்டில் பேரிடம் பெற்ற ஒன்று. தம் மானம் கெட வரும் நேரங்களில் தம் உயிரை இழத்தல் சிறந்ததாகக் கருதப்பெற்றது. மயிர் நீப்பின் வாழாக் கவரிமா னன்னார் உயிர் நீப்பர் மானம் வரின்[14] என்று திருவள்ளுவர் மானம் கருதி உயிர்விடுவோரைப் போற்றுவர். சேரமான் பெருஞ் சேரலாதன், சோழன் கரிகாலனோடு போரிட்டுப் புறப்புண் நாணி வடக்கிருந்ததைப் 'புறப்புண் நாணி மறத்தகை மன்னன் வாள் வடக்கிருந்தனனே' என்ற புறநானூற்று அடிகள்[15] தெளிவுறுத்தும். இது மானம் இழந்ததால் வடக்கிருந்த செயலைக் குறிப்பது. சேரமான் கணைக்கால் இரும்பொறை, சோழன் செங்கணானோடு திருப்போர்ப் புறத்தில் போரிட்டுத் தோற்றுக் குடவாயில் கோட்டத்தில் சிறையிருந்தான். அதுபோது காவலன் காலந்தாழ்த்தித் தந்த தண்ணீரை உண்ணாது இறந்தான் எனப் புறப்பாடல் கூறுகின்றது.[16] இது மான இழப்பால் உண்ணாமல் உயிர்விட்ட செயலுக்குச் சான்றாகலாம். கோப்பெருஞ்சோழன் வரலாற்றைப் புறநானூறு 213ஆம் பாடல் முதல் 223ஆம் பாடல் வரை விளக்குகின்றது. இச்சோழனின் இழப்பைப் பொறுக்காது இவர்தம் நண்பர் வடக்கிருந்து தற்கொலை செய்துகொண்டார் என இப்பாடல்கள் விளக்குகின்றன. 'ஞாங்கர் மாய்ந்தனள் மடந்தை இன்னும் வாழ்வல் என்னிதன் பண்பே' என்ற புறப்பாடல்,[17] மனைவியை இழந்த கணவன் தற்கொலை செய்து கொள்ள நினைக்கும் மனநிலையை விளக்குகின்றது. இத்தகு தற்கொலை வகையுள் ஒன்றே கணவனுடன் உயிர்விடுதல் என்பது. இவ்வழக்கத்தின் வகைகள் இனிவரும் பகுதியில் விளக்கம் பெறும்.

கணவனுடன் உயிர்விடுதலின் வகைகள்

மகளிர் கணவனுடன் உயிர்விடுதலில் மூன்று நிலைகள் உள்ளன. அவை வருமாறு:

(அ) உடனுயிர் விடுதல்

(ஆ) தாழியில் அடக்கமாதல்

(இ) உடன்கட்டை ஏறுதல்

13. எட்கார் தர்சன், தென்னிந்தியக் குலங்களும் குடிகளும். தொகுதி1, பக்.66,67

14. திருக்குறள்.959

15. புறநானூறு.65

16. புறநானூறு.245

17. புறநானூறு.245

கணவனது இழப்பினை உணரும் நிலையில் உயிர்விடுதலை உடனுயிர் விடுதல் எனலாம். கணவன் இறந்தவுடனே அல்லது இறக்கும்போதே உயிர்விடும் மனைவியே புகழ்பெற்றவளாகப் போற்றப்பெற்றாள்; வணங்கப் பெற்றாள். இப்பெண்களது கற்புத் திறத்தைத் தலைக் கற்பு என்று மணிமேகலை சிறப்பிக்கின்றது.[18]

மன்னவன் மயங்கி வீழ்ந் தனனே தென்னவன்
கோப்பெருந் தேவி குலைந்தனள் நடுங்கிக்
கணவனை இழந்தோர்க்குக் காட்டுவ தில்லென்று
இணையடி தொழுதுவீழ்ந் தனளே மடமொழி[19]

என்று இளங்கோவடிகள் பாண்டியன்தேவி உயிர்விடுதலை விளக்குகின்றார். பாண்டியன் இறந்தவுடன் கணவனை இழந்தார்க்குக் காட்டுவது இல் என்று கருதி உயிர்விட்ட கோப்பெருந்தேவியின் கற்புத் தலைக் கற்பாகும். கணவனை இழந்தேம் என்ற வருத்தம், துன்பம் தன் நெஞ்சினை வருத்து முன்னே இறத்தல் இத்தற்கொலையின் பாற்படும்.

காதலன் துன்பம் காணாது கழிந்த
மாதரோ பெருந்திரு வுறுக வானகத்து

என்ற சிலப்பதிகார அடிகள்,[20] கோப்பெருந்தேவி தன் கணவன் இறந்தமையான் உண்டான துன்பம் உணரும் முன்னே இறந்தாள் என்பதைத் தெரிவிக்கின்றன. மேலும் இப்பாடலடிகள், காதலனுற்ற துன்பத்தை அறியாமலேயே உயிர்விட்டாள் என்ற கருத்தையும் புலப்படுத்துகின்றன. இவ்வாறு இறக்கும் நிலையை உடனுயிர் விடுதல் என்று கூறலாம்.

தாழியில் அடக்கமாதல்

இறந்தவர்களின் இறுதிச் சடங்குகளில் எரியூட்டலும், தாழியிலிட்டுப் புதைத்தலும் இடம்பெற்றன. உலக நாகரிக இனங்கள் இம்முறைகளைப் பின்பற்றி வந்துள்ளன. தமிழர் மரபில் இவ்விரண்டும் இடம்பெற்றிருந்தமையை,

இடுக ஒன்றோ சுடுக ஒன்றோ
படுவழிப் படுக இப்புகழ் வெய்யோன் தலையே

என்ற புறப்பாடல் தெளிவுறுத்துகின்றது.[21] கணவன் இறந்த பின்னர் உயிர் விடத்துணியும் பெண்ணொருத்தி அவள் கணவனது உடல்

---

18. காதலர் இறப்பின் கனையெரி பொத்தி
    ஊதுலைக் குருகின் உயிர்த்தகத் தடங்காது
    இன்னுயிர் ஈவர் (மேகலை. 2:43–45)

19. சிலப்பதிகாரம். 20:78–81

20. சிலப்பதிகாரம். 25:111–112

21. புறநானூறு : 239

எரியூட்டும்போது அதில் வீழ்ந்து இறந்தாள். பிணத்தை எரிக்காது தாழியிலிட்டுப் புதைக்கும் வழக்கத்தையுடைய இனங்களில் மனைவி அத்தாழியிலேயே அடக்கமானாள். இதனைப் பின்வரும் சான்றுகள் மெய்ப்பிக்கும்.

(அ) சித்திய அரசர்களின் உடல் புதைக்கப் பெறும்போது அவ்வரசனின் ஆசைக் கிழத்தி ஒருத்தியும், அவனுடைய சமையல்காரர் ஒருவரும், உணவு பரிமாறுவாரும் அவரது மனைவியும், கருவூலக் காப்பாளரும் கழுத்துத் திருகப்பெற்று அவ்வரசன் உடலோடு சேர்த்துப் புதைக்கப்பெற்றனர். ஓராண்டு முடிந்த பின்னர் மேலும் ஐம்பது சிறந்த பணியாளர்களைத் தேர்ந்தெடுத்துக் கழுத்துகளைத் திருகிப் புதைப்பர். (இராகவன்: மெகஸ்தனிஸ் (கி.மு. 302–296): 1978, ஹிராட்டஸ்: (கி.மு. 484–408): 1982).

(ஆ) திரேசிரியர்களுக்கு மனைவியர் பலரை மணக்கும் வழக்கம் இருந்தது. கணவன் இறந்தவுடன் அவனுக்குரிய மனைவியருக்கு ஒரு தேர்வு வைக்கப்பெறும். அத்தேர்வு மூலம் கணவனுடன் மிக்க அன்புடன் வாழ்ந்தவள் எவள் என்பதை அறிவர். அவளை அவள் உறவினர் வெட்டிக் கொன்று கணவனோடு புதைப்பர். மற்ற மனைவியரை வெட்டி வெளியே தூக்கி எறிவர். மெகஸ்தனிஸ் (கி.மு. 302 – 296): 1978, உறிராட்டஸ்: (கி.மு. 484–408): 1982).

இவ்வாறான சான்றுகள் அயல் நாடுகளில் கணவனோடு மனைவியரையும் சேர்த்துப் புதைக்கும் வழக்கம் இருந்தமையைத் தெரிவிக்கின்றன. தமிழ் நாட்டைப் பொறுத்தவரையில் சங்க காலத்தில் இவ்வழக்கம் இருந்ததற்கான தெளிவான சான்றுகள் இல்லை. என்றாலும் குறிப்பாக இவ்வழக்கம் இருந்தமையை உணரமுடியும். பின்வரும் புறநானூற்றுப் பாடல் இக்குறிப்புச் சான்றினைத் தரவல்லது.

கலஞ்செய் கோவே கலஞ்செய் கோவே
அச்சுடைச் சாகாட்டு ஆரம் பொருந்திய
சிறுவெண் பல்லி போலத் தன்னொடு
சுரம்பல வந்த எமக்கும் அருளி
வியன்மலர் அகன் பொழில் ஈமத்தாழி
அகலிதாக வனை மோ
நனந்தலை மூதூர்க் கலஞ்செய் கோவே

என்ற புறநானூற்றுப் பாடல்[22] கணவனை இழந்த பெண்ணொருத்தியின் கூற்றாக அமைந்தது. கணவனை இழந்த இப்பெண், ஈமத்தாழி வனைவோனை விளித்துக் ‘கணவனோடே கூடி

22. புறநானூறு, 256

இருக்கும்படி தனக்கும் சேர்த்துப் பெரிதாக ஈமத்தாழியை வனையுமாறு வேண்டுகின்றாள்'. இப்பாடல் மூலம் கணவனும், மனைவியும் ஒரே தாழியில் அடக்கம் ஆனமை தெரியவருகின்றது. ஆயின் மனைவியரைக் கொன்று புதைத்தனரா என்பதற்குச் சான்றுகளில்லை.

சித்திய திரேசிய மக்களைப் போலத் தமிழர்களும் கழுத்தைத் திருகிக்கொன்று புதைக்கும் பழக்கத்தினர் என்பதற்குச் சான்றுகளில்லை என்றாலும் இந்தியாவில் கழுத்தைத் திருகிக்கொல்லும் வழக்கம் இருந்தமைக்குச் சான்றுகளுண்டு. இந்த வழக்கத்தை ஓர் இனத்து மக்கள் பரம்பரையாகச் செய்து வந்துள்ளனர். ஜெட்டி (Jeeti) என்ற இனமக்கள்; கழுத்தைத் திருகிக்கொல்வதைத் தொழிலாக உடையவர்கள். இவர்கள் குற்றவாளிகளின் கழுத்தைத் திருகித் தண்டனைகளை நிறைவேற்றினர் (எட்கர் தர்சன்.1987)

பிற்காலத்தில் தாழியில் புதைத்தமைக்கான சான்றுகள் உள்ளன. கி.பி.16ஆம் நூற்றாண்டில் விஜயநகரப் பேரரசில் இப்பழக்கம் இருந்ததாக அறிஞர் குறிப்பிடுவர்.[23] "ஒரு பெரிய குழிக்குள் இறந்த கணவனுக்கும் உடனுயிர் துறக்கும் மனைவிக்கும் இரு இருக்கைகள் அமைக்கப்பெறும். மனைவி மகிழ்ச்சியோடு குழியுள் இறங்கப் பின்பு அக்குழி மூடப்பெறும். சில இடங்களில் கணவனை இழந்த பெண்ணைக் கழுத்தளவு குழியில் புதைத்து விடுவர். பின்பு அப்பெண்ணின் தலைமீது ஒரு பெரிய கல்லைத் தூக்கி வைத்துச் சுற்றி மண்சுவர் எழுப்பிச் சில வழிபாடுகளை நிகழ்த்துவர்".

உடன்கட்டை ஏறுதல்

கணவனது சிதைத்தீயில் மனைவியர் வீழ்ந்து தற்கொலை செய்து கோடலை உடன்கட்டை ஏறுதல் என்ற சொல்லாட்சி குறிக்கின்றது. உடன்கட்டை ஏறுதலை வடமொழியில் 'ஸதி' என்ற சொல்லால் குறித்தனர். இவ்வடசொல்லிற்கு நற்குணமுடைய மனைவி என்பது பொருளாகும். என்றாலும் இச்சொல், 'கைம்பெண் கணவனோடு மரித்தற்குத் தற்கொலை செய்து கோடல்' என்று மருவிப் பொருள்படுவதாயிற்று என்பர். தமிழில் உடன் கட்டை ஏறுதல் என்ற சொல்லாட்சி பிற்கால வழக்கில் இடம் பெற்றது. முற்காலத்தில் இதற்கு அழல் புகுதல், தீப்பாய்தல், தீக்குளித்தல் எனும் சொல்லாட்சிகள் பயன்படுத்தப்பெற்றன. இதனைப் பின்வரும் சான்றுகள் தெளிவு செய்யும்:

23. சுப்பிரமணியம், ந. சங்ககால வாழ்வியல் நூல் இதுபற்றிய விரிவான தகவல்களைத் தந்துள்ளது.

‘நல்லோள் கணவனோடு நனியழல் புகீஇ’ எனும் தொல்காப்பிய நூற்பா[24] உடன்கட்டை ஏறுதலை அழல் புகுதல் என்ற சொல்லால் குறிப்பிடுகின்றது. புறநானூற்று 246ஆவது பாடலின் அடிக்குறிப்பில், ‘பூதப் பாண்டியன் தேவி பெருங்கோப் பெண்டு தீப்பாய்வாள் சொல்லியது’ என்ற செய்தி காணப்பெறுகின்றது. மேலும் அதற்கு அடுத்த பாடலில், அவள் தீப்பாய்வாளைக் கண்டு மதுரைப் பேராலவாயார் சொல்லியது என்ற செய்தியும் காணப்பெறுகின்றது. இச்செய்திகளிலிருந்து ‘தீப்பாய்தல்’ என்ற சொல்லாட்சி பயன்பட்டுள்ளமையை அறியமுடிகின்றது. தமிழக நாட்டுப் புற இலக்கியங்கள் தீக்குதித்தல் என்ற சொல்லாட்சியைப் பயன்படுத்தியுள்ளன (இராமநாதன், ஆறு. 1986) தேசிங்குராசன் கதையில் வரும் ‘ராசாவுடனே தீயில் குதித்தாள் ராணியம்மாளும்’ என்ற அடியும், ஐவர் ராசாக்கள் கதையில் வரும், ‘தீக்குழியில் வீழ்ந்திறந்தாள்’ என்ற அடியும், மதுரை வீர சுவாமி கதையில் வரும் ‘பெண்கள் இருவருமே பிரியமாய்த் தீக்குதிக்க’ என்ற அடியும் உடன்கட்டை ஏறுதல் என்பதைத் தீக்குதித்தல் என்ற சொல்லால் குறிப்பிடுகின்றன.

இச்சொல்லாட்சிகள் எவ்வாறு மாறி உடன்கட்டை ஏறுதல் எனும் சொல்லாயிற்று என்பதை அறிதல் நன்று. தீப்பாய்தல் என்ற சொல் பொதுக்குறியீடாக நின்று தீயில்பாய்ந்து தற்கொலை செய்து கொள்ளும் அனைவர்தம் செயலையும் குறித்தது. கணவனுடன் உயிர்விடுதல் என்பதன்றி வேறுபல காரணங்களுக்காகவும் தீக்குளித்தல் நடைபெற்றது. பலவேறு காரணங்களுக்காகத் தீப்பாய்ந்து உயிர் துறந்தோரை வெளிநாட்டார் குறிப்புகளும், கல்வெட்டுகளும், நாட்டுப்புறப் பாடல்களும் காட்டுகின்றன.[25]

இவ்வாறு பல்வேறு காரணங்களுக்காகத் தீக்குளித்த நிகழ்வுகளிலிருந்து கணவனோடு உயிர்விடும் நிகழ்வைத் தனித்து உணர்த்துவதற்காக உடன்கட்டை ஏறல் என்ற சொல்லாட்சி உருப்பெற்றிருக்க வேண்டும். இதனை,

> பலவேறு காரணங்களுக்காகத் தீப்புகுந்து உயிர்விடும் செயல்கள் பெருகியபோது அச்செயல்களிலிருந்து கணவனுடன் தீப்புகுந்து உயிர்விடும் செயலைப் பிரித்துக் காட்டுவதற்காக உடன்கட்டை ஏறல் என்ற சொற்றொடர் உருவாகியிருக்கலாம்

என்ற அறிஞரின் கருத்து (இராமநாதன், ஆறு. 1986) விளக்கும்.

24. தொல்.பொருள்.77

25. மார்க்கபோலோ, சதாசிவ பண்டாரத்தார், ஆறு. இராமநாதன் ஆகியோர் தம் நூலுள் இது பற்றிய குறிப்புகள் விரிவாகக் காணக் கிடக்கின்றன.

உடன்கட்டை ஏறும் முறை

உடன்கட்டை ஏறும் முறை பற்றிய செய்திகள் பழைய இலக்கியங்களில் இடம்பெற்றில. உடன்கட்டை ஏறினர் என்ற செய்திகள் உள்ளன. எவ்வாறு ஏறினர் என்ற செய்திகள் இல்லை. பிற்காலத்தில் இவ்வழக்கம் பற்றிய விரிவான செய்திகள் குறிக்கப்பெற்றுள்ளன.

17ஆம் நூற்றாண்டில் வாழ்ந்த ராபர் டிநொபிலி எனும் அறிஞர் தமது ஆண்டறிக்கையில் உடன்கட்டை ஏறும் முறையைக் குறித்துள்ளார் (சாந்தி,டி.1989). அது வருமாறு: கணவன் வீட்டிலிருந்து சுடுகாட்டிற்குப் பிணத்தை எடுத்து வரும்போது மனைவியும் உடன் வருவாள். மனைவி மகிழ்ச்சி நிறைந்தவளாகக் காணப்பெறுவாள். வரும்போது வலதுகையில் கண்ணாடியும், இடது கையில் எலுமிச்சைப் பழமும் கொண்டு வருதல் வேண்டும். சுடுகாட்டில் பத்து முதல் பன்னிரண்டு அடி ஆழ, நீள, அகலமுள்ள குழியொன்று வெட்டப்பெற்றிருக்கும். அக்குழியில் கட்டைகள் அடுக்கப்பெற்றுக் கணவனது உடல் வைக்கப் பெறும். பின்னர்ச் சிதை தீமூட்டப்பெற்றுக் கொழுந்துவிட்டு எரியத் தொடங்கும்.

இந்நிலையில் மனைவி தூய்மையாக நீராடி ஈரஉடையுடன் வருவாள். அங்குக் கூடியிருப்பவர்களுள் தனக்கு மிக விருப்பமானவர்களுக்குத் தனது நகைகள், பொருள்கள் போன்றவற்றைத் தருவாள். அப்பொருள்கள் நினைவு வழிபாட்டிற்கெனக் காக்கப் பெறும். பின்னர் அச்சிதைக்குழியை ஒருமுறை வலம் வருவாள். அதன்பின்னர்க் குழியில் பாய்ந்து விடுவாள். அவளை வலிந்து தள்ளியதான குறிப்புகள் இல்லை என்று நொபிலி கூறியுள்ளார். மனைவி தீயில் பாய்ந்த நிலையில் கூடியுள்ளவர்கள் விறகுக் கட்டைகளை மேலும் மேலும் போட்டு அவளது உடலை மறைத்துவிடுவர். கட்டையின் மேல் பீப்பாய் பீப்பாயாக நெய் ஊற்றப்பெறும். தீயைக் கொழுந்து விட்டு எரியச் செய்வர். அதன்பின்னர்ச் சிறிது நேரத்திற்குப் பெண்கள் ஒப்பாரி சொல்லி அழுவர். பிறகு வீடு திரும்புவர். உடன்கட்டை ஏறும் இந்த முறை, மன்னரது குலங்களில் ஆடம்பரமாக நடைபெற்றது. நாயக்க மன்னரின் மனைவியர் முந்நூற்றுவர் ஒருநாள் முழுவதும் உடன்கட்டை ஏறியதை நொபிலி குறித்துள்ளார். இவ்வாறாக உடன்கட்டை ஏறிய நிகழ்ச்சி நிகழ்ந்தது தெரிய வருகின்றது.

உடன்கட்டை ஏறலும் நடுகல்லும்

உடன்கட்டை ஏறிய பெண்களுக்கு நடுகல் எடுத்தல் பிற்கால வழக்கமாகும். தொல்காப்பியர் கூறும் நடுகல் முறைமை

போர்வீரர்களுக்குரியதாகும்; ஆடவர்க்குரியதாகும். சங்க இலக்கிய நடுகல் குறிப்புகளும் போர் வீரர்களுக்கு உரியதாய் இருப்பது கருதுவதற்குரியது. புறநானூற்று 223ஆம் பாடல் வடக்கிருந்து உயிர் துறந்த கோப்பெருஞ்சோழனுக்கு நடுகல் எடுத்த செய்தியை விளக்குகின்றது. ஆயின் சங்ககாலத்தில் பெண்களுக்கு நடுகல் எடுத்தமைக்கான சான்றுகள் கிடைத்தில. முதன்முதலில் சிலப்பதிகாரம் பெண்ணுக்கு நடுகல் எடுத்தமையைக் கூறுகின்றது. ஆயின் இந்த நடுகல் அமைப்பிற்கும் பிற்கால நடுகல் அமைப்பிற்கும் வேறுபாடுகள் உள்ளன. சிலப்பதிகாரத்தில் கூறப்பெறுவது நடுகல் என்பதை விடவும் நினைவுக் கோட்டம் என்று கூறலாம். கண்ணகியின் படிமத்தைச் செய்து பின் வழிபாடு செய்யப் பெற்றது என உரைப்பாட்டுமடை கூறும். மேலும்,

    கைவினை முற்றிய தெய்வப்படிமத்து
    வித்தக ரியற்றிய விளங்கிய கோலத்து
    முற்றிழை நன்கலம் முழுவதும் பூட்டி

என்ற சிலப்பதிகார அடிகள்,[26] முழு உருவ வழிபாட்டையே கூறி நிற்கின்றன. மணிமேகலையில் தவமுடையோர், அரசர், ஒருங்குடன் மாய்ந்த பெண்டிர் ஆகியோருக்குச் சுடுமண் கற்களால் கட்டப்பெற்ற நெடுநிலைக்கோட்டம் குறிக்கப்பெற்றுள்ளது.[27] இச்செய்திகள் யாவும் இரட்டைக்காப்பியக் காலத்தில் உடன்கட்டை ஏறிய பெண்களுக்குக் கோட்டம் அமைத்தமையை விளக்குகின்றன. சிலப்பதிகாரத்தில் காட்சி, கால்கோள், நீர்ப்படை எனத் தலைப்புகள் இடம்பெற்றிருந்தாலும் கண்ணகிக்குச் செய்தது நடுகல் அன்று; கோட்டம் என்பதை மேல் செய்திகள் விளக்குகின்றன.

பின்னாளில் உடன்கட்டை ஏறியவர்களுக்கு எடுத்த நடுகற்கள் கண்ணகிக்கு எடுத்த நடுகல்லின் வேறானவை. இவ்வகைக் கற்களை மகாசதிக்கல், மாசதிக்கல், மாஸ்திக்கல், சதிக்கல் என்றழைப்பர். இத்தகு கற்கள் கன்னட நாட்டில் அதிகம். இவை 'ஹாசன தோளு கல்லு' என்றழைக்கப்பெறும். இவ்வகைக் கற்களில் உடன்கட்டை ஏறிய பெண்ணின் கையானது வளையல்களால் அலங்கரிக்கப்பட்டு மேல்தூக்கிய வண்ணமாகக் காட்டப் பெற்றிருக்கும். மேலும் அப்பெண்ணை அவளது கணவன் பூசை செய்வது போலவும் உருவம் காணப்பெறுகின்றது. கையின் இருபுறமும் ஞாயிறும் திங்களும் செதுக்கப் பெற்றுள்ளன. இது, ஞாயிறும், திங்களும் உள்ள அளவும், அந்தப் பெண்ணின் புகழ் அழியாது என்பதைக் குறிப்பிடுகின்றது. கையில் ஒரு

---

26. சிலப்பதிகாரம் 28:228–230
27. மணிமேகலை. 6:54–59

எலுமிச்சம்பழம் வைக்கப் பெற்றுள்ளது.[28] இப்பழம் எதனைக் குறிப்பிடுகின்றது என்பதை அறிய முடியவில்லை. ஆயின் ராபர்டி நொபிலியின் குறிப்புப்படி இந்தப்பழம் உடன்கட்டை ஏறவரும் பெண்கள் வரும்போது கையில் ஏந்தி வருவதைக் குறிப்பதாக இருக்கலாம்.

போரில் போரிட்டு வீரமரணம் எய்திய மறவர்களுக்கு எடுக்கப்பெற்ற நடுகற்கள் பின்னாளில் துணிந்து வீரமரணம் எய்திய (உடன்கட்டை ஏறிய) பெண்களுக்கும் எடுக்கப்பெற்றன போலும்.

இரட்டைக் காப்பியங்கள் காட்டும் கணவனுடன் உயிர்விடுதல்

இரட்டைக் காப்பியக் காலத்தில் தன்னுயிர் நீத்தல் மிக இயல்பாகச் சமுதாயத்தில் ஊடுருவி இருந்தமையை அக்காப்பியங்கள் வழி அறியமுடிகின்றது. கணவனோடு உடனிறத்தல் மட்டுமின்றி வேறு பல காரணங்களுக்காகவும் இத்தற்கொலைகள் நிகழ்ந்துள்ளன. அவற்றைப் பின்வருமாறு வகைப் படுத்த இயலும்.

(அ) நவகண்டம்

(ஆ) அடைக்கலம் இழந்தமைக்காக உயிர்நீத்தல்

(இ) பிறர் சாவிற்குத் தாமே காரணம் எனவெண்ணி உயிர்நீத்தல்.

(ஈ) மகன்/மகள் இறந்தமைக்காக உயிர்நீத்தல்

(உ) பல்வேறு காரணங்களுக்காகக் கையற்று உயிர்நீத்தல்.

தற்கொலைகள்

நவகண்டம் என்ற பெயரில் வீரர்கள் தம்மைப் பலியிட்டுக் கொண்டமையைச் சிலப்பதிகாரம் பதிவு செய்துள்ளது. இச்செய்தி இவ்வியலின் முற்பகுதியில் விளக்கப்பெற்றது. இடையர்குலப் பெண்ணாகிய மாதரி அடைக்கலம் இழந்ததை எண்ணி இடையிருள் யாமத்தே தீ வளர்த்து எரியகம் புகுந்தாள்.[29] மகனை இழந்த கோவலனின் தாயும் மகளை இழந்த கண்ணகியின்

---

28. சென்னை அருங்காட்சியகத்தில் உள்ள மாஸ்திக் கல்லிற்கு எழுதி வைக்கப் பெற்ற குறிப்புகள்.

29. தாதெரு மன்றத்து மாதரி யெழுந்து ...
அடைக்கல மிழந்தே னிடைக் குல மாக்காள்
குடையும் கோலும் பிழைத்த வோவென
இடையிரு ளியாமத் தெரியகம் புக்கலும் (சிலம்பு.27:74–78)

தாயும் பிரிவுத்துயர் தாளாது உயிர்விட்டனர்.[30] தன்னோடு வந்த கோவலன் கண்ணகி அழிவைக் கேட்ட கவுந்தி அடிகள், 'இவர் வினை என்னுடன் வந்து பயன் விளைத்ததோ' என்று எண்ணியவராய் உண்ணா நோன்பிருந்து உயிர்விட்டார்.[31] பசிப்பிணி தீர்க்கச் செல்லும் ஆபுத்திரன் மணிபல்லவத் தீவகத்தே தனியனாகி, 'மன்னுயிர் ஓம்பும் இம்மாபெரும் பாத்திரம் என்னுயிர் ஓம்புதல் யானோ பொறேன்' என்று கூறி உண்ணாநோன்பிருந்து உயிர்விட்டான்.[32] ஆபுத்திரன் மணிபல்லவத் தீவில் தனித்ததொழியப் போன வணிகர்கள் ஒன்பதின்மர் மீண்டும் அங்கு வந்து அவனைக் காணாராகி அவன் இறப்பை அறிந்து உயிர்விட்டனர். அந்தச் செட்டிகள் ஒன்பதின்மர் உணவிட உண்பாராக உடன்வந்த ஏவலர்களும் ஏக்கமுற்று உயிர் நீத்தனர்.[33]

மேல்கூறிய செய்திகள் யாவும் சமுதாயத்தில் தற்கொலைகள் பெற்ற இடத்தினை, மதிப்பினை விளக்க வல்லன. கையற்ற நிலை தோன்றும்போது உயிர்விடுவது நன்றெனப் போற்றப்பெற்றது. இத்தற்கொலைகளை ஊக்குவிக்குமாறு இரட்டைக் காப்பியக் கதைகள் அமைந்துள்ளதும் அறியற்பாலது. அடைக்கலம் இழந்து உயிர் நீத்த மாதரி, குரவை ஆடியதன் காரணமாக அரவணையிலே துயில்பவனாகிய திருமாலுக்குத் தொண்டு செய்யும் சேடக் குடும்பியின் சிறுமகளாகப் பிறக்கின்றாள். கண்ணகியின் தாயும் கோவலனின் தாயும் அரட்டன் செட்டி என்பவனின் மனைவி

---

30. துறந்தோன் மனைவி மகன்றுயர் பொறாஅள்
இறந்ததுய ரெய்தி யிரங்கிமெய் விடவும்
தானம் புரிந்தோன் றன்மனை கிழத்தி
நாள்விடூஉ நல்லுயிர் நீத்துமெய் விடவும். (சிலம்பு.27:96,97; 101,102)

31. தவந்தரு சிறப்பிற் கவுந்தி ...
என்னோ டிவர்வினை யுருத்த தோவென
உண்ணா நோன்போ டுயிர்பதிப் பெயர்த்ததும் (சிலம்பு.27:81–83)

32. வங்கம் போயபின் வருந்து துயரெய்தி
அங்கு வாழ்வோர் யாவரு மின்மையின்
மன்னுயிர் ஓம்புமிம் மாபெரும் பாத்திரம்
என்னுயிர் ஓம்புதல் யானோ பொறேஎன் ...
உண்ணா நோன்போ டுயிர்பதிப் பெயர்ப்புழி (மேகலை.15:85–95)

33. நின்குறி யிருந்து தம்முயிர் நீத்தோர்
ஒன்பது செட்டிக ளுடலென் பிவைகாண்
ஆங்கவ ரிடவுண் டவருடன் வந்தோர்
ஏங்கிமெய் வைத்தோ ரென்பு மிவைகாண் (மேகலை.25:164–167)

வயிற்றில் தோன்றுகின்றனர்.[34] மணிபல்லவத்தில் உயிர் நீத்த ஆபுத்திரன் சாவக நாட்டில் தோன்றுகின்றான்.[35]

இச்செய்திகள் இறந்தவர் பிறப்பர் என்ற தத்துவத்தை நிலை பெறுத்துவனவாக அமைந்துள்ளன. எதிர்முகமாக இறத்தல் என்பது உறக்கம் போன்றது, பிறத்தல் என்பது விழிப்புப் போன்றது என்று கூறி இறத்தல் பற்றிய அச்சத்தை மக்களிடையே இருந்து விரட்டின. விரட்டவே தற்கொலை எண்ணம் எளிதாக மக்களிடையே பரவிற்று. இந்நிலையில் கணவனை இழந்த மகளிர், பின்னுள்ள அவல வாழ்வினை எண்ணி உயிர்விடவும் துணிந்தனராதல் வேண்டும்.

கணவனுடன் உயிர்விடுதல்

இரட்டைக் காப்பியங்கள் காட்டும் கணவனுடன் உயிர் துறத்தல் பற்றிய செய்திகள் வருமாறு:

(அ) தென்னவர் கோமான் தயங்கினர் கோதையின் துயரினைக் காணப் பொறாதவனாகி மயங்கினனோ என்று அவன் மலர்போன்ற திருவடிகளை வருடிய கோப்பெருந்தேவி, கண்ணகியின் நெடுமொழிகளைக் கேளாமலும் கலக்கம் கொள்ளாமலும், கடுந்துயர் பொறாமலும் மன்னன் செல்வழிச் செல்க யான் என்று தன்னுயிர் கொண்டு அவனுயிர் தேடினள்போல உயிர்விடுகின்றாள்.[36]

(ஆ) ஒற்றன் எனக் குற்றஞ் சாட்டப்பெற்றுக் கொலையுண்ட சங்கமன் மனைவி, ‘எம்முறு துயரம் செய்தோர் யாவதும்

34. அற்புளஞ் சிறந்தாங் கரட்டன் செட்டி
மடமொழி நல்லாள் மனமகிழ் சிறப்பின்
உடன்வயிற் றோரா யொருங்குடன் றோன்றினர்
ஆயர் முதுமகளாயிழை தன்மேற்
போய பிறப்பிற் பொருந்திய காதலின்
ஆடிய குரவையி னரவணைக் கிடந்தோன்
சேடக் குடும்பியின் சிறுமக னாயினள் (சிலம்பு.30:120–135)

35. மணிபல் லவத்திடை மன்னுயிர் நீத்தோன்
தணியா வுயிருயச் சாகவத் துதித்தனன் (மேகலை.15:36,37)

36. தயங்கிணர்க் கோதை தன்றுயர் பொறாஅன்
மயங்கினன் கொல்லென மலரடி வருடித்
தலைத்தா ணெடுமொழி தன்செவி கேளாள் ...
மன்னவன் செல்வுழிச் செல்க யானெனத்
தன்னுயிர் கொண்டவ னுயிர்தே டினள்போல்
பெருங்கோப் பெண்டு மொருங்குடன் மாய்ந்தனள் (சிலம்பு.25:79–86)

தம்முறு துயரம் இற்றாகுக' என்று கூறி மலையிலிருந்து விழுந்து உயிர்துறக்கின்றாள்.[37]

(இ) உலகில் வாழும் பத்தினிப் பெண்டிர் தம் காதற்குரிய கணவன் இறப்பின் ஊதுலைக் குருகு போன்று பெருமூச்சு விட்டவராக உயிர் அகத்தடங்காது இன்னுயிரை நீப்பர்.[38]

(ஈ) மேல்கூறியவாறு இன்னுயிரை ஈயாராயின் நன்னீர்ப் பொய்கையிலே குடைந்து ஆடுவார் போன்று ஈமத்தீயிலே புகுந்து உயிரினை விடுவர்.[39]

(உ) இராகுவலனைத் திட்டிவிடம் என்னும் பாம்பு தன் பார்வையாலே உயிரைப் போக்க அவன் மனைவி இலக்குமி தீப்புகுந்து உயிர்விட்டாள்.[40]

(ஊ) முதுகுடிக்கண் பிறந்த பத்தினிப்பெண்டிர், காதலன் இறக்க, மிக்க துன்பத்தை அடைந்து, உடன்போகாத தம்முயிரையும் புலந்து, பொய்கை ஆடுநர் போல மிக்கு எரிகின்ற தீயில் புகுவர்.[41]

(எ) சாதுவன் என்பான் வணிக நிமித்தமாய்க் கடல் வழிச் செல்லுழிப் பெருங்காற்றுக் கலனைச் சிதைத்தது. உடைப்பட்ட அக்கலத்தோடு உயிர்நீத்தார் தம்முடன் சாதுவனும் இறந்தான் என்ற தவறான கூற்றைக் கேட்ட அவன் மனைவி ஆதிரை என்பாள், 'ஊரீரே! ஒள்ளழல் ஈமம்

---

37. கடிபொழி லுடுத்த கலிங்கநன் னாட்டு
வடிவேற் றடக்கை வசுவுங் குமரனும்...
மலைத்தலை யேறியோர் மால்விசும் பேணியில்
கொலைத்தலை மகனைக் கூடுபு நின்றோள்
எம்முறு துயரஞ் செய்தோ ரியாவதும்
தம்முறு துயரமிற் றாகுக வென்றே
விழுவோ ளிட்ட வழுவில் சாபம் (சிலம்பு.23:183–170)

38. காதல ரிறப்பின் கனையெரி பொத்தி
ஊதுலைக் குருகி னுயிர்த்தகத் தடங்கா
தின்னுயிர் ஈவ ரீயாராயின் (மேகலை.2:42–44)

39. நன்னீர்ப் பொய்கையி னளியெரி புகுவர்
நளியெரி புகாஅ ராயின் (மேகலை.2:45–46)

40. எட்டிரு நாளிலிவ் விராகுலன் றன்னைத்
திட்டி விடமுணுஞ் செல்லுயிர் போனால்
தீயழ லவனோடு சேயிழை மூழ்குவை (மேகலை.9:48–50, 11:99–101)

41. காதலன் வீயக் கடுந்துய ரெய்திப்
போதல் செய்யா வுயிரொடு புலந்து
நளியிரும் பொய்கை யாடுநர் போல
முளியெரிப் புகூஉ முதுகுடிப் பிறந்த
பத்தினிப் பெண்டிர் (மேகலை.18:11–14)

தாரீரோ' எனச் சாற்றிக் கழறிச் சுடலைப் புறங்காட்டில் தோண்டப்பெற்ற குழியினில் இட்ட விறகினால் மூண்ட பெருந்தீயில் 'கணவன் புக்குழிப் புகுவேன்' என்று கூறி மூழ்கினாள்.[42]

கணவனுடன் உயிர்நீத்தல் மூலம் அறியலாகும் சமூகச் செய்திகள்

கணவனுடன் உயிர் நீத்தல் நிகழ்ச்சிகள் மனைவியரின் இறப்பினை மட்டும் தெரிவித்தில. சிக்கலான சமூக அமைப்பினையும் படம் பிடித்துக் காட்டுகின்றன. கணவன் இறந்த பின்னர் மனைவி உயிர்வாழ்தல் கூடாது என்ற சமூக நெஞ்சத்தின் உணர்வுகளையும் அதற்காகச் சமுதாயம் எவ்வாறெல்லாம் பெண்களுக்கு உணர்வுத் தூண்டல்களை எழுப்பியது என்பதையும் மேல் நிகழ்ச்சிகள் தெரிவிக்கின்றன. இந்நிகழ்ச்சிகள் மூலம் தெரியவருபவை வருமாறு:

(அ) சங்கமன் மனைவி நீலி, அவன் இறப்பிற்குப் பிறகு மலை மீது ஏறி உயிர்துறக்கின்றாள். இந்நிகழ்ச்சியை வண்ணிக்கும் இளங்கோ அடிகள்,

தொழுநாளிது வெனத் தோன்ற வாழ்த்தி
மலைத்தலை ஏறியோர் மால்விசும் பேணியில்
கொலைத்தலை மகனைக் கூடுபு நின்றோள்[43]

என்று கூறியுள்ளார். இதில் வரும், 'கொலைத் தலை மகனைக் கூடுபு நின்றோள்' என்ற அடி குறிப்பிடத்தக்கது. கொலைவாய்ப்பட்ட கணவனோடு கூடுவாளாய் இறந்தாள் என்பதே இதன் பொருளாகும்.

மதுரையை எரித்த கண்ணகி, நெடுவேள் குன்றத்தின் மீதேறி நின்று 'கணவனைத் தொழுநாள் இது' என்று ஏத்தி நிற்பத் தேவர்கள் வாடா மலர் சொரிந்து அவள் பெயரை வாழ்த்தினர். பின்னர்க் கண்ணகி கணவனுடன் வானவூர்தியிலே ஏறியவளாக வானுலகம் சென்றனள்.[44]

---

42. மேகலை. 16:3–28

43. சிலம்பு. 23:165–167

44. நெடுவேள் குன்ற மடிவைத் தேறிப்
பூத்த வேங்கைப் பொங்கர்க் கீழோர்
தீத்தொழி லாட்டியேன் யானென் றேங்கி...
அமரர்க் கரசன் றமர்வந் தேத்தக்
கோநகர் பிழைத்த கோவலன் றன்னோடு
வானவூர்தி யேறினள் மாதோ
கானமர் புரிகுழற் கண்ணகி தானென் (சிலம்பு. 23:190–200)

மேல்கூறிய இரண்டு செய்திகளிலும், இறந்த கணவனோடு மீண்டும் கூடுதல் என்ற தத்துவம் நிலைபெற்றமையை அறியமுடிகின்றது. கற்புக்கடன் பூண்டு கணவனுடன் இறக்கும் பெண்கள், கடவுள் உலகில் அவனோடு கூடி வாழ்வர் என்ற சமுதாய நம்பிக்கையைத் தெரிவிப்பதோடு அந்நம்பிக்கையை வலுவாக்குவதாகவும் உரமூட்டுவதாகவும் இந்நிகழ்வுகள் அமைந்துள்ளன.

(ஆ) தீப்புகுதலில் பௌராணிகத் தன்மை ஊடுருவியதையும் மேல் செய்திகள் தெரிவிக்கின்றன. சாதுவன் இறந்தான் என்று பிழையாக உணர்ந்த ஆதிரை, தீப்புகுந்தாள். ஆயின் அந்த எரிகுழியில் அவளுக்காக வைத்த பாயற் பள்ளியும் அவள் உடுத்திய ஆடையும் எரிபற்றாது போயின. அவள் மேனியிற் பூசிய சாந்தமும், கூந்தலிற் சூடிய மாலையும் உலராமலும், வாடாமலும் விளங்கின. செந்தாமரையிடத்தே சிறப்புடன் வீற்றிருக்கும் திருமகள் போல ஆதிரை வீற்றிருந்தாள்.[45]

மேல் செய்தி தரும் கருத்து வருமாறு: கணவன் இறந்தபோது மனைவியரை ஏற்ற தீ, அவன் இறக்காத காலத்தில் பிழையாக எரிபுகும் பத்தினிப் பெண்களை அணுகவில்லை என்ற பௌராணிகக் கருத்து விளக்கம் பெற்றுள்ளது. கற்பின் மேன்மையால் தீயையும் ஆட்சி செய்த பத்தினியர் சிறப்புப் போற்றப் பெற்றுள்ளது. இவ்வாறே சீதையின் தீப்புகுதல் நிகழ்வு அமைந்துள்ளதும் குறிப்பிடத்தக்கது. இத்தகு நிகழ்வுகள் எரிபுகும் பெண்களுக்கு உணர்வுத் தூண்டலை எழுப்புவனவாக அமைந்தன. சங்க இலக்கியங்கள் தீப்புகுதலுக்குப் பொய்கையில் நீராடுதலை மட்டுமே உவமித்துக் கூறின. ஆயின் இரட்டைக் காப்பியக் காலத்தில் ஆதிரை வரலாறு, தீப்புகுதலில் இறைமைத் தன்மை செறிவாக ஊடுருவி நின்றமையைத் தெரிவிக்கின்றது.

(இ) கணவனுடன் உயிர்நீத்தல் மூன்று முறைகளில் மேற்கொள்ளப்பெற்றது முன்பு விளக்கப்பெற்றது. மூன்றனுள் தாழியில் அடக்கம் ஆதல் பற்றிய செய்திகள் இரட்டைக் காப்பியங்களில் இடம்பெற்றில. ஆயின் மலைமீது ஏறிநின்று கீழே விழ்ந்து உயிர்துறக்கும் முறை வழக்கில் இருந்தமை தெரிய வருகின்றது.

---

45. படுத்துடன் வைத்த பாயற் பள்ளியும்
உடுத்த கூறையு மொள்ளெரி யுறாஅ
தாடிய சாந்தமு மசைந்த கூந்தலிற்
சூடிய மாலையுந் தொன்னிறம் வழாது ...
திருவின் செய்யோள் போன்றினி திருப்ப (மேகலை.16:29–34)

(ஈ) கணவனுடன் கூடுவதில் மேல்கூறப்பெற்ற மூன்று முறைகளே அன்றி நேரடியாக வானவூர்தி மூலம் மேலுலகம் செல்லுதலைக் கண்ணகி வரலாறு குறிப்பிடுகின்றது. இந்நிகழ்வு புராணத்தன்மை மிக்கது என்பதும் ஈண்டு நோக்கற்பாலது.

சமய எதிர்ப்பு

கணவன் உடனுயிர் விடுதலைச் சமயங்கள் எதிர்த்தனவா என்ற வினாவிற்கு விடைகாண்பது நன்று. சேரன், இமயப் படையெடுப்பை முடித்துப் பத்தினிக்கல்லுக்கு நீர்ப்படை செய்த பின்னர் வந்து தோன்றும் மாடலன் மறையோன், மன்னனிடம் கூறிய செய்திகளுள் சில குறிக்கத்தக்கன. கோவலன் கொலையும், மன்னவன் மரணமும், மாதரி எரி புக்கதும், கவுந்தியடிகள் உயிர் நீத்ததும் மாடலன் மறையோன் மூலம் கேள்வியுற்ற கோவலன் தந்தை கொடுந்துயர் எய்தித் துறவுபூணத் தாய் உயிர் துறக்கின்றாள். கண்ணகியின் தந்தை ஆசீவக மதத்தைச் சேர்ந்து அறங்கொள்ளத் தாய் நல்லுயிர் நீக்கின்றாள். இவ்வாறு மாடலன் மறையோன் வாய்மொழி கேட்டவர்களுள் இறந்தோர் உண்மையின் அத்தீவினையைப் போக்க அவன் கங்கையாடப் போந்ததாக மன்னனிடம் கூறுகின்றான்.[46]

கோவலன் கண்ணகி நிலையெண்ணி அவர்தம் தாயர் தன்னுயிர் நீத்தலுக்கு மாடலன் மறையோன் ஒரோவழிக் காரணமாகின்றான். அவன் வாய்வழிச் செய்தியைக் கேள்வியுற்றே அவர்கள் தன்னுயிர் நீக்குகின்றனர். இந்நிகழ்வால் தன்னைத் தீவினை பற்றியதாக மறையவன் கருதுகின்றான். எனவேதான் தீவினை நீங்கக் கங்கையாடப் போந்ததாகக் கூறுகிறான். இச்செய்தி மறைமுகமாக உடனுயிர் நீத்தலை வைதிகச் சமயம் உடன்படவில்லையோ என்ற ஐயத்தைத் தோற்றுவிக்கின்றது. சமயம் உடன்பட்டிருக்குமாயின் மாடலன் மறையோன் உடனுயிர் நீத்தல் நிகழ்ச்சியைத் தீவினையாகக் கருத வாய்ப்பில்லை கங்கையாடப் போகவும் வாய்ப்பில்லை.

கணவனுடன் உயிர்விடலுக்குரிய காரணங்கள்

மகளிர் தம் கணவருடன் இறந்து விடுவதற்கும், இறந்துவிட வேண்டும் என்று எண்ணுவதற்கும் அவ்வக்கால சமுதாய, சமய, பொருளாதார அமைப்புகள் காரணங்களாக இருந்தன எனலாம். இவ்வமைப்புகளை அடியொற்றிக் கணவனுடன் உயிர்விடுதலுக்குரிய காரணங்களைப் பின்வருமாறு வகைப் படுத்தலாம். அவை வருமாறு:

---

46. சிலம்பு.27 : 50–110

(அ) கைம்மையின் துன்பம்

(ஆ) அன்பின் மிகுதி

(இ) மேலுலகக் கோட்பாடு

(ஈ) தீயின் தூய தன்மை

(உ) மான உணர்வு

(ஊ) தற்கொலை முறையுறுத்தப் பெற்றிருத்தல்

கைம்மையின் துன்பம்

கைம்மை நோன்பு மிகக் கடுமையான விதிகளை உடையதாயிருந்தது. கைம்பெண்கள் அணிகளை ஒழித்துக் கூந்தலைக் கொய்து கொள்வதன் மூலம் தம்மை அழகற்றவராக்கிக் கொண்டனர். காம உணர்வுகளைத் தூண்டும் உணவு வகைகளை ஒழித்து உயிர்வாழ்வதற்குத் தேவையான உணவுகளை மட்டுமே உண்ணவேண்டிய நிலை ஏற்பட்டது. இதனால் உணவில் கடும் கட்டுப்பாடுகள் விதிக்கப்பெற்றன. பஞ்சுபோன்ற மென்மையான படுக்கைகளைத் துறக்க வேண்டியிருந்தது. எல்லாவற்றிற்கும் மேலாக இளம் கைம்பெண்கள் இயற்கை உணர்வுகளைக் கட்டுப்படுத்த வேண்டியிருந்தது. 'கணவனை இழந்தார்க்குக் காட்டுவது இல்' என்ற சிலப்பதிகாரப் பாடலடி, கணவன் இறந்த பின்னர் அவர்களுக்கு இவ்வுலகில் வாழ்வு இல்லை என்பதை மறைமுகமாக உணர்த்தியது. மேலும் கணவனுடன் உயிர்துறக்காத பெண்கள் சமூக இழிவுக்கு ஆளாயினர். இதனை வெளிநாட்டுப் பயணி ஒருவர் குறிப்பிட்டுள்ளார்.

உடன்கட்டை ஏறும் திண்மை வாய்ந்த கற்பினுக்கு எடுத்துக்காட்டாக நிற்கும் பெண்களைச் சமுதாயம் சீரியமுறையில் பாராட்டுகின்றது. ஆனால் அதற்கு மாறாக அத்தகைய மரணத்தை ஏற்க மனமில்லாது வாழும் (கைம்மை நோற்று வாழும்) பெண்களைச் சமுதாயம் அவமானத்திற் குள்ளாக்கி அழியாப் பழிக்கு ஆளாக்கி விடுகின்றது (இராகவன், வி.எஸ்.வி. பெரிப்ளூஸ் (கி.பி. 50 – 80), 1977).

தமிழர் வழக்கத்தைப் பற்றிய மேலே குறிப்பிட்ட கருத்தும் நோக்குதற்குரியது. இத்தகு துன்பங்களிலிருந்து விடுபெற இறத்தல் மேலானது எனக் கைம்பெண்கள் எண்ணியிருக்க வேண்டும்.

அன்பின் மிகுதி

கணவன் மனைவியிடையே நிலவிய அன்புப் பிணைப்பு, பிரிவினைத் தாங்க ஒன்னாதது ஆகும். 'இம்மை மாறி மறுமையாயினும் நீயாகியர் என் கணவனை யானாகியர் நின் நெஞ்சு நேர்பவளே' என்ற அகப்பாடல்[47] மறுமையிலும் காதலர்கள், பிரிவினை ஒப்பவில்லை என்பதைத் தெளிவுறுத்து கின்றது. 'செல்லாமை உண்டேல் எனக்குரை மற்றுநின் வல்வரவு வாழ்வார்க்குரை' என்ற குறட்பா,[48] கணவனின் பொருள்வயிற் பிரிவைக் கூடப் பொறாது மனைவி உயிர்விடும் நிலையைப் புனைந்துரைக்கின்றது. இவ்வாறு அன்புடைய காதலர்கள் இடையே நிலையான பிரிவு ஏற்படும்போது அப்பிரிவை ஒவ்வாத மனநிலையை அன்பு தோற்றுவிக்கின்றது. எனவே கணவர் இறந்தபோது மனைவியர் உயிர்விடத் துணிந்தனராதல் வேண்டும்.

மேலுலகக் கோட்பாடு

வடமொழி இலக்கியங்கள் இவ்வுலக வாழ்வை விட மேலுலக வாழ்வைப் பெரிதும் புனைந்துரைத்தன. தமிழிலும் இந்நிலை விளக்கம் பெற்றது.

> இம்மைச் செய்தது மறுமைக் காமெனும்
> அறவிலை வணிக னாயலன்

என்ற புறப்பாடல்[49] மறுமை வாழ்வைக் குறிப்பிடுகின்றது. நல்ல பல அறங்கள் செய்து வீடுபேறு அடைவதே மானுடத்தின் நோக்கம் என இலக்கியங்கள் மனித வாழ்வை வரையறை செய்தன. கணவனுடன் இறக்கும் மகளிர் வானுலகில் நற்பேறு பெறுவர் எனக் கூறப்பெற்றது. கணவன் இறந்த காலத்தில் உடன் இறப்பவர் அசுவமேத பயனை அடைவர்; கணவனுடன் இறந்த மகளிர், தாம் பிறந்த குலத்தையும் புகுந்த குலத்தையும் சொர்க்கத்தில் சேர்ப்பர் போன்ற புராணக் கதைகள்(அபிதான சிந்தாமணி.1983) மூலம் மேலுலக வாழ்வு பெரிதுப்படுத்தப்பெற்றது. கண்ணகி வானுலகு அடைந்த நிகழ்வு போன்றன தமிழில் மேலுலக வாழ்வை விளக்கி நின்றன.

இவ்வாறாகப் பல பௌராணிகக் கதைகள் சேர்ந்த மேலுலகக் கோட்பாடு கணவனை இழந்த பெண்களுக்குத்

---

47. குறு.49

48. குறள்.1151

49. புறம்.134

தீக்குளித்தற்கும் உடனுயிர்விடுதற்கும் உரிய மூடத்துணிச்சலைத் தந்திருத்தல் வேண்டும்.

தீயின் தூய தன்மை

ஆரியப் பண்பாட்டில் தீயாகிய 'அக்கினி' குறிப்பிடத் தக்க தெய்வமாகக் கருதப்படுகின்றது. மற்ற தெய்வங்களுடன் தொடர்பு கொள்ள அக்கினியே ஒரு பாலமாகக் கருதப்பட்டது. இருக்கு வேதத்தில் 200 சூக்தங்களில் அக்கினி பல்வேறு விதங்களில் வேண்டப்பெறுகின்றது.[50]

அக்கினியே அழியக் கூடிய பிறவியைக்கொண்ட மனிதனுக்கு நாள்தோறும் உணவைக் கொடு. அத்துடன் அழிவற்ற நிலையை அவன் அடைய வழிகாட்டி அருள்செய். இப்பொழுதும், எப்பொழுதும் வளம் குறையாத வாழ்வை அனுபவிக்க அறிவாளி ஆசைப்படுகின்றான். அதை இப்பொழுது அளிப்பாயாக. அதற்குப் பின் உயர்ந்த நிலையை அவனுக்குத் தருவாயாக[51]. இவ்வாறு வேதகாலத்தில் அக்கினி, வாழ்வின் வளமையோடு நெருக்கமாகப் பிணைக்கப்பெற்றுக் கடவுளாகப் போற்றப்பெற்றது. வேள்விகளில் கடவுளர்க்குரிய அவிர்ப் பாகங்களை அக்கினியே பெற்றுக் கொடுத்தாக வேதங்கள் கூறுகின்றன.

வளமை தரும் அக்கினியே தூய்மையையும் தருவதாக நம்பப்பெற்றது. இராமன் சீதையின் கற்பு நெறியில் தோன்றிய ஐயத்தைக் களையத் தீயில் இறங்கச்சொன்னதையும், சீதை தீயில் இறங்கித் தனது கற்பு நெறியை நிலைநாட்டியதையும் இராமாயணம் புனைந்துரைக்கின்றது. இத்தகு இதிகாசக் கதைகள் தீக்குப் புனிதத் தன்மை இருப்பதாகக் கற்பித்தன.

வேள்விகளில் கடவுளர்க்குரிய அவிர்ப்பாகங்களைப் பிறகடவுளர்க்கு அக்கினி கொண்டு சேர்ப்பது போலவே மனிதர்களையும் மேலுலகிற்குக் கொண்டு சேர்க்கும் என நம்பப் பெற்றது. இதனைப் பதிற்றுப்பத்து நன்கு விளக்கும். சேரமான் பல்யானைச் செல்கெழு குட்டுவனைப் பாலைக் கௌதமனார் பத்துப் பாடல்களால் பாடிச் சிறப்புச் செய்தார். அதன்பொருட்டு மன்னன், 'நீர் வேண்டிய பரிசில் கொண்மின்' என்று கூறப் பாலைக் கௌதமனாரும், 'யானும் என் பார்ப்பனியும் சுவர்க்கம் புகல் வேண்டும்' என்றார். மன்னனும் அதற்குடன்பட்டுப்

---

50. லேனா தமிழ்வாணன்(பதிப்பு), இந்துமத வேதங்களுக்கு எளிமை விளக்கங்கள், ப.29.
51. மேலது, ப.29

பார்ப்பாரில் பெரியோரைக் கேட்டு ஒன்பது பெருவேள்விகள் வேட்பிக்கப் பத்தாம் பெருவேள்வியில் பாலைக் கௌதமனாரும் அவர் மனைவியும் மறைந்தனர் என்று பதிற்றுப் பத்தின் மூன்றாம் பத்து அடிக்குறிப்புக் கூறுகின்றது. தில்லையில் நந்தனார் தீயில் இறங்கிச் சிவனடி சேர்ந்ததாகப் பெரியபுராணம் கூறும். இத்தகு கதைகள் தீப்புகுதல் மூலம் மேலுலகம் அடையலாம் என்ற நம்பிக்கையை வளர்த்தன.

தீயின் வெம்மை கற்புடைய மகளிர்க்குத் தண்மையாக மாறும் என்றும் நம்பப் பெற்றது. இந்நம்பிக்கையை இலக்கியங்கள் வளர்த்தன. நாட்டுப்புறப் பாடலொன்றில் உடன்கட்டை ஏறும் பெண்தன்னைத் தடுக்கும் தாயிடம் எரியும் நெருப்புக் குளிர்காற்றைவிடக் குளுமையானது என்று கூறுகின்றாள்.[52] ஆதிரை வரலாறும் ஈண்டுக் கருதுதற்குரியது.[53]

இத்தகு கதைகளும் நம்பிக்கைகளும் பெண்களுக்குத் தீப்புகுந்து, கணவனுடன் உயிர்விடும் மனவலியையும் துணிவையும் தந்திருத்தல் வேண்டும்.

மான உணர்வு

அரசக் குடும்பங்களில் மன்னர் பகைவரிடம் தோற்று இறந்த பின்னர் அவர்தம் மனைவியரது நிலை, மிகவும் துன்பம் தருவதாக இருந்தது. தோற்ற மன்னனின் மனைவியரும் அந்நாட்டு அழகிகளும் வென்ற மன்னன் நாட்டிற்கு அடிமைகளாகக் கொண்டு போகப்பட்டனர். ஹோமரின் காவியத்தில், சிறை செய்யப்பெற்ற பெண்கள், வெற்றி பெற்றவர்களின் காமவெறிக்கு ஆளான செய்தி கூறப்பெற்றுள்ளது. இராணுவத் தலைவர்கள் ஒருவர் பின் ஒருவராகப் பதவி வரிசைப்படி அழகு மிகுந்த பெண்களைத் தெரிந்து கொண்டனர். இப்படிப்பட்ட பெண்ணடிமை ஒருத்திக்காக அகீஸும் அகமெம்னானும் சச்சரவிட்டுக் கொள்வதை இலியத் காவியத்தில் காணலாம் (எங்கெல்ஸ்.1884).

தமிழகத்தில் பகைவரது மகளிருக்குத் தரப்பெறும் தண்டனை வேறுவிதமாக இருந்தது. நன்னன் தன் பகைவரைப் போரில் கொன்று அவர்தம் உரிமை மகளிரைப் பற்றி வந்து அவர்

52. *'O' mother the burning fire may be dread ful for you, but for me, it would be as cool as the winter wind-Krishnadeva, woman in Indkia Folk Lore* - மேற்கோள்: இராமநாதன், ஆறு., நாட்டுப்புறவியல் ஆய்வுகள், ப.116.

53. மேகலை.16:3–28

கூந்தலைக் கொய்து அதனைக் கயிறாகத் திரித்துப் பகைவரது யானைகளைப் பிணித்தான் என்று சங்க இலக்கியம் கூறுகின்றது.[54] இதுபோல் கடல் பிறக்கோட்டிய செங்குட்டுவனும் தன் பகைவனாகிய பழையனுடைய உரிமை மகளிரது கூந்தலைக் கொய்தான் என்று பதிற்றுப்பத்துப் பதிகம் சான்று பகர்கின்றது.[55] பகைவர் தேயத்திலிருந்து கொணரப்பெறும் மகளிரை அடிமைத் தொழிலுக்கு மட்டுமின்றிப் பரத்தைமைத் தொழிலுக்கும் பயன்படுத்தினர். இத்தகு மகளிரைக் கொண்டி மகளிர் என அழைத்தனர் என்பர்.[56]

இவ்வாறு அரசக் குடும்பத்திலும் பிற உயர் குடும்பத்திலும் உள்ள பெண்கள் பல்வேறு இன்னல்களைச் சந்திக்க வேண்டியிருந்தது. இவ்வின்னல்களை விடவும் மானத்தை இழக்கக்கூடிய நிலைமை பெரிதும் வருத்தியது. மானமே உயிரென மதிக்கும் ஒரு சமூகத்தில் அதனை இழப்பதைவிட உயிரை விடுவது மேன்மை எனக் கருதப்பெற்றது. மானம் கெடவரின் உயிர்விடுதல் வேண்டும் என்று இலக்கியங்கள்[57] மானத்தின் மேன்மையைப் போற்றின. தன்னிலையின் கண் தாழாமையும் அந்நிலை தாழ்ந்தக்கால் உயிர் வாழாமையும் மானத்தின் விதியாக்கப்பெற்றது. இழந்த மானத்தை மீட்டுப் பெறுவது எவ்வாறு என்று சிந்திப்பதற்குப் பதிலாக உயிரை விடுவது சிறந்தது எனக் கருதப்பெற்றது; கற்பிக்கப்பெற்றது; எளிதாகவும் இருந்தது. இத்தகு சமுதாயத்தில் தோன்றிய மகளிர் தன்மானத்தை இழக்க எவ்வாறு துணிவர்? எனவே தம் கணவர் இறந்தவுடன் அதனால் நேரும் தன்மான இழப்பைக் கருதி உயிர்விடவும் துணிந்தனராதல் வேண்டும்.

தற்கொலை முறையுறுத்தப் பெற்றிருத்தல்

கணவனுடன் இறத்தல் புனிதமானதாகவும், சமூக மதிப்பு வாய்ந்ததாகவும் முறையுறுத்தப் பெற்றிருந்தது. இது பின்வரும் வழிமுறைகளில் மேற்கொள்ளப் பெற்றது.

மரபு வாயிலாக முறையுறுத்தப்பெறுதல்

பழந்தமிழ் இலக்கியங்கள் கணவனுடன் இறத்தலாகிய உடன்கட்டை ஏறுதலைப் பெருமைப்படுத்திப் பேசின. உடன்கட்டை ஏறும் பெண்ணே, தாம் விரும்பி உடன்கட்டை

---

54. நற்.270 : 9,10
55. பதி.பதிக.5 :13–17
56. விரிவிற்குக் காண்க: கைலாசபதி, க. ஒப்பியல் இலக்கியம், ப. 158
57. குறள்.969

ஏறுவதாகப் பாடிய பாடல்களைப் புறநானூறு காட்டும் 'பூதப்பாண்டியன் தேவி பெருங்கோப்பெண்டு தீப்பாய்வாள் சொல்லியது' என்ற அடிக்குறிப்போடு விளங்கும் பாடல் இதனை மெய்ப்பிக்கும்.[58] இப்பாடலில்,

பெருங்காட்டுப் பண்ணிய கருங்கோட்டு ஈமம்
நுமக்கு அரிதாகுக தில்ல எமக்கெம்
பெருந்தோட் கணவன் மாய்ந்தென அரும்பற
வள்ளிதழ் அவிழ்ந்த தாமரை
நள்ளிரும் பொய்கையும் தீயும் ஓரற்றே

என வரும் அடிகள் குறிக்கத் தக்கன. உடன்கட்டை ஏறவிடாது தடுப்பாரைப் பார்த்து, 'நுமக்கு ஈமம் அரிதாகும்; எமக்குப் பொய்கையும் தீயும் ஒரு தன்மைய' என்று பாடுவதாக இப்பாடல் அமைக்கப்பெற்றுள்ளது. மேலும் தீப்பாய்வாளைக் கண்டு மதுரைப் பேராலவாயர் பாடிய பாடலொன்றும்[59] அவள் தீப்பாயும் நிலையை விளக்கவல்லது. இவ்வாறு உடன்கட்டை ஏறுபவர்களும் அதனைக் கண்டவர்களும் பாடியதாகப் பல பாடல்கள் புனையப் பெற்றன; சமுதாயத்தில் மதிப்பைப் பெற்றன. இவை கணவனுடன் தற்கொலை செய்து கொள்ள எண்ணும் பெண்களுக்கு வழிகாட்டிகளாகவும், உணர்வுத் தூண்டல்களாகவும் விளங்கின.

சமய அடிப்படையில் முறையுறுத்தப் பெறுதல்

கணவனோடு இறத்தல் அல்லது உடன்கட்டை ஏறுதல் என்ற வழக்கம் சமய அடிப்படையில் பரப்பப் பெற்றது. உடன்கட்டை ஏறியவர்கள் கடவுளராகக் கருதப்பெற்றனர். அவர்களுக்குக் கோயில்களும், வழிபாடுகளும் தோற்றுவிக்கப்பெற்றன. இதற்குச் சிறந்த எடுத்துக்காட்டாக விளங்குவது கண்ணகிக் கோட்டமாகும். தீப்புகுந்து உயிர்துறப்பார், தீப்பாய்ந்தாள் அம்மன் என்ற பெயரோடு புகழ்பெற்றனர். தமிழகத்தில் இன்றும் பல கோயில்கள், தீப்பாய்ந்தாள் அம்மன் என்ற பெயரில் விளங்குவது குறிப்பிடத்தக்கது.

இத்தகு கோயில்கள் பின்னாளில் அரசியல், சமயக் காரணங்களால் மாற்றமடைந்தன. இதனை ஓர் எடுத்துக்காட்டு மூலம் அறியலாம். தென்னார்க்காடு மாவட்டக் கடலூர் – குடந்தைச்சாலையில் உள்ள தீப்பாஞ்சாயி அம்மன் கோயில் ஒரு காலத்தில் உடன்கட்டை ஏறிய பெண்ணிற்காகக் கட்டப் பெற்றதாகும். ஆயின் இக்கோயில் சில ஆண்டுகளுக்கு முன்னால்

---

58. புறம்.246
59. புறம்.247

தீப்பாய்ந்த நாச்சியார் என்ற பெயரில் புதிப்பிக்கப்பெற்று வைணவத் தலமாக ஆக்கப்பெற்றதை ஆய்வறிஞர் கண்டுரைத்துள்ளார்.[60]

இன்றைய திரௌபதி அம்மன் கோயில்கள் பண்டைய பத்தினித் தெய்வக் கோயில்களே என்பார் கூற்றும் கருதத்தக்கது. அக்கருத்து வருமாறு: பழங்காலக் கோயில்களில் தீப்புகுந்த வீரப்பெண்டிர் ஓவியங்கள், சிலைகள் உள்ளன. அவற்றைத் தீயிலிருந்து (வேள்வியிலிருந்து) வெளிவரும் பாஞ்சாலியாகக் கொண்டு பத்தினித் தெய்வக் கோயில்களைப் பாஞ்சாலியின் கோயில்களாக மாற்றிவிட்டனர். ஆகவே தீப்பாய்ந்து இறந்த யாரோ ஒரு பெண்ணிற்காகத் தோன்றிய தீப்பாய்ந்தாள் கோயில்களே திரௌபதியம்மன் கோயில்களாக மாறின என்ற கருத்துச்[61] சிந்திக்கத்தக்கது.

மேல்கூறப்பெற்ற செய்திகளிலிருந்து பத்தினித் தெய்வக் கோயில்கள் பல, தமிழகத்தில் இருந்தமையை அறியமுடிகின்றது. இக்கோயில்களும் கோயில் வழிபாடுகளும் கணவனுடன் இறக்க எண்ணுவோர்க்கு வழிகாட்டிகளாகவும், முன்னோடிகளாகவும், ஊக்கந் தருவனவாகவும், மன வலிமையைத் தருவனவாகவும் அமைந்திருந்தன. எனவே மகளிர் கணவனுடன் இறக்கத் துணிந்தனராதல் வேண்டும்.

60. தகவல்: ஆறு. இராமநாதன், விரிவுரையாளர், நாட்டுப்புறவியல் துறை, தமிழ்ப் பல்கலைக்கழகம், தஞ்சாவூர், 11.08.1989

61. மஞ்சரி (மாத இதழ்) அக்டோபர் 1988, பக்.63,64.

கைம்மை வாழ்வு

முகப்புரை

கற்பினை முறையுறுத்தும் பிறிதொரு கூறு, கைம்மை வாழ்வாகும். கணவனை இழந்த மகளிர் உடனுயிர் துறந்தனர்; அல்லது கைம்மை வாழ்வு வாழ்ந்தனர். அடுத்து வரும் பிறவிகளிலும் கணவனைக் கூடவேண்டிக் கைம்மை நோன்பு நோற்றனர். இவற்றைச் சங்க இலக்கியங்களும் இரட்டைக் காப்பியங்களும் பதிவு செய்துள்ளன. இவ்வியல் கைம்மை வாழ்வின் தோற்றம் பற்றிய செய்திகளையும் கைம்மை வாழ்க்கை முறைமை பற்றிய செய்திகளையும் விளக்க முற்படுகின்றது.

கைம்மை வாழ்வின் தோற்றம்

நூலின் முற்பகுதிகளில் வாரிசுரிமைக்காகத் தோற்றம் கொண்ட மணச்சடங்கு முறைகள், கற்புக்கோட்பாடுகள் முதலியன விளக்கம் பெற்றன. கற்புக் கோட்பாட்டின் வளர்ச்சியில் கணவனுடன் உயிர்விடுதலும் கைம்மை வாழ்வும் இடம் பெறலாயின. கணவன் இறந்தவுடன் கற்பின் மேன்மையைக் கூறிப் பெண்கள் உடனுயிர் துறந்தனர். இந்நிலை எல்லா நேரங்களிலும் எல்லாப் பெண்களாலும் கடைப்பிடிக்க இயலவில்லை. சான்றாகக் கருவுற்றிருக்கும் பெண்கள் மகட்பேறு கருதி உடனுயிர்விடாது இருக்க வேண்டிய நிலை தோன்றியது. அரசியல் காரணங்களுக்காக, அரசுக் குடும்பங்களிலும் மகளிர் சிலர் சில கடமைகளை

ஆற்றக் கைம்மை வாழ்வு வாழ வேண்டியிருந்தது. எனவே எல்லாப் பெண்களும் கணவனுடன் உயிர்விடுதலை ஏற்கவில்லை. இந்நிலையில் கைம்மை வாழ்விற்கு இறைமைத் தன்மையும், பௌராணிகத் தன்மையும் ஊட்டப்பெற்றன. கைம்மை நோன்பும் ஒருத்திக்கு மேலுலகத்தைத் தரும்; அடுத்த பிறவியில் அவனையே கணவனாகத் தரும் என்பன போன்ற செய்திகள் கைம்மை வாழ்வை முறையுறுத்தின. பெண்களின் இயற்கை உணர்வுகளைக் கட்டுப்படுத்த உணவுவகையில் கட்டுப்பாடுகள் விதிக்கப்பெற்றன. ஆடவர் பிறர் தம்மைக் காமக்கண்ணால் நோக்காதவாறு கோரமாக்கிக் கொண்டனர். இவ்வாறு கைம்மை வாழ்வு பல்வேறு படிநிலைகளில் வளர்ச்சி பெறுவதாயிற்று.

இந்தியாவில் கைம்மை வாழ்வின் தோற்றம்

ஆரியரின் ஆதிவாழ்வில் கைம்மை வாழ்வு இடம் பெற்றிலது. கணவனை இழந்த மகளிர் மறுமணம் செய்து கொள்ளுதலை இருக்கு வேதம் உடன்பட்டுள்ளது. கைம்பெண்கள் கைம்மையின் வேதனை காரணமாக வருந்த வேண்டியதில்லை எனவும் அவர்கள் கண்ணீரையும், கலக்கத்தையும் விட்டொழித்து விலை மதிப்பற்ற அணிகளை அணிந்து கொள்ளலாம் என்றும் தங்கள் வீட்டிற்கு வருகின்ற நல்ல எண்ணமும் விருப்பமும் கொண்ட ஆடவர்கள் விரும்பும் வண்ணம் எண்ணெய் பூசிக் கொள்ளலாம் என்றும் மைதீட்டிக்கொள்ளலாம் என்றும் தன்னை விரும்பி ஏற்றுக்கொள்ள முன்வரும் ஆடவனை விரும்பிக் கைக் கொடுக்கலாம் என்றும் இருக்குவேதம் கைம்பெண் மறுமணத்தை உடன்பட்டுக் கூறியிருக்கின்றது (Ralph T.H. Criffith.1986).

அர்த்தசாத்திரமும் கைம்பெண் மறுமணமும்

கெடலியர் இயற்றிய அர்த்தசாத்திரம் என்னும் நூலுள் மகளிர் மறுமணம், கைம்பெண் மணம் போன்றன வழக்கில் இருந்தமை குறிக்கப்பெற்றுள்ளது. அவை வருமாறு;

'கணவன் இறந்த பின்னர் அறத்தை விரும்பும் இயல்புடையவள் அப்பொழுதே கழிக்கப் பெற்ற தன் அணிகலன்களையும் எஞ்சிய சீதனத்தையும் அடையக் கடவள். (அங்ஙனம்) அடைந்த பின்னர் அவள் வேறு கணவனை மணந்தாளாயின் அவ்விரு வகைப்பொருளையும் வட்டியுடன் கொடுக்கச் செய்தல் வேண்டும் ... மறுமண காலத்தில் (கைம்பெண் மறுமணம் செய்துகொள்ள விதிக்கப்பெற்ற கால அளவு கடந்த பின்னர்) மாமன், கணவன் ஆகிய இருவராலும் கொடுக்கப்பெற்ற பொருளைப் பெறுவதற்கு உரியளாவாள். மாமனுடைய உடன்பாடின்றி மறுமணம்

செய்து கொள்பவர் மாமன், கணவன் ஆகிய இருவராலும் கொடுக்கப்பெற்ற பொருளுக்கு உரிமை அற்றவளாவாள்'[1] எனக் கௌடல்யம் கூறியுள்ளது. மேலும் கணவனை இழந்தவள் எவ்வளவு காலம் காத்திருக்க வேண்டும், பின்னர் யாரைத் திருமணம் செய்து கொள்ள வேண்டும் என்பதையும் குறிப்பிட்டு உள்ளது. அது வருமாறு:

'தொலைவிற் பிரிந்தவன், துறந்தவன், இறந்தவன் என்னும் இவர் மனைவியர் ஏழு பூப்புக்காறும், மகப்பேறுடையராயின் ஓரியாண்டும் எதிர் பார்த்திருத்தல் வேண்டும். பின்னர்க் கணவனுடன் பிறந்தானை அடையலாம். அவர் பலராய வழி அடுத்தவனையாதல், அறவோனையாதல், புரக்கும் ஆற்றலுடையோனையாதல், இளைஞனையாதல், மனைவி இல்லாதவனையாதல் அடையலாம். உடன்பிறந்தான் இல்லாத வழி ஞாதியையாதல், குலத்திற்றோன்றியவனையாதல், குலத்துள் தோன்றியவருள்ளும் நெருங்கியவனையாதல் அடையலாம். இதுவே முறையாகும் என அர்த்தசாத்திரம் கூறுகின்றது.'[2]

மேல்கூறியவற்றிலிருந்து கைம்பெண்கள் மறுமணம் புரிந்துகொள்ள அனுமதிக்கப் பெற்றதையும் அவர்கள் எவ்வளவு காலம் கழித்து மறுமணம் செய்து கொள்ளலாம், யாரை மறுமணம் செய்துகொள்ளலாம் என்பன பற்றியும் அறிந்து கொள்வதோடு பண்டைச் சமூகத்தில் இவை நடைமுறையில் இருந்தமையும் விளக்கமாகின்றது.

கைம்பெண் மறுமண மறுப்பு

ஒரு காலத்தில் ஆரியரிடையே கைம்பெண் மறுமணம் வழக்கிலிருப்பினும் அது பிறிதொரு காலத்தில் மறுத்தலுக்கு உள்ளாயிற்று. 'விதவா மறுமணம்' கடுமையாக எதிர்க்கப்பெற்றுக் கடுமையான கைம்மை நோன்புகள் வழக்கத்திற்கு வந்தன. 'மதிப்பிற்குரிய மகளிருக்கு மறுமணம் அனுமதிப்பார் எவரும் இலர்' என்று மனுதர்மம் கைம்பெண் மறுமணத்தை மறுக்கின்றது (இராமகிருஷ்ணன்,எஸ்.1982). 'பெண்ணொருத்திக்குச் சிறுவயதில் தந்தையும் பருவத்தில் கணவனும் கைம்மை நோன்பில் மக்களும் காவல் ஆவர். கணவன் இறந்தால் காய்கனி கிழங்காகிய புல்லுணவை உண்டு காலம் கழிக்கவேண்டும். மற்றொருவன் பெயரை நாவாலும் சொல்லக்கூடாது. தூய்மை, பொறுமை, பிறனை விழையாமை, மது புலால் உண்ணாமை, கற்புடைமை இவை கைம்பெண்களுக்கு இலக்கணங்களாகும். கைம்மையில்

1. விரிவிற்குப் பார்க்க: கௌடல்யம், அதி.3. அத்.59
2. மேலது, அதி.3. அத்.61

பிரம்மச்சரியம் காத்தல் வீடுபேற்றைத் தரும். பிள்ளை இல்லாவிடினும் அவளுக்கு மோட்சம் உண்டு. மறுமணம் செய்துகொள்ளாதவளே கற்புடையவள். கணவனை இழந்தவள் சொர்க்கப் பயணத்திற்கென்று கள்ளப் பிள்ளையைப் பெற்றுக் கொள்ளுதல் கூடாது. அப்பிள்ளையால் சொர்க்கம் கிடைக்காது' என்று மனுதர்மம் கைம்மை வாழ்வை வரையறை செய்கின்றது.[3] இச்செய்திகள் யாவும் கைம்பெண் மறுமணத்தை மறுப்பதாக உள்ளமை ஈண்டுச் சுட்டற்பாலது.

கைம்மை அணுகா நலவாழ்வு

ஆரியர்கள் விதவை வாழ்க்கைக்குப் பலவாறு நெறிகளை வகுத்தனர்; கடுமையான நோன்புகளைப் புகுத்தினர். எனவே அவ்வாழ்வின் தன்மை பற்றிய அச்சம் பெரிதும் வளர்ந்திருந்தது. தாம் கைம்பெண் ஆகுதல் கூடாது என்பதற்காகப் பல்வேறு வழிபாடுகளும், சடங்குகளும் செய்ய முற்பட்டனர். இவற்றிற்குச் சான்றாக, மிகுந்த நம்பிக்கைகளும் அவற்றின் வழி மிகுந்த சடங்குகளும் உடைய தெலுங்கு பிராமணரின் பண்பாட்டைக் கூறவியலும். இவர்கள் கைம்மை தம்மை அணுகாதவாறு காத்துக் கொள்ளப் பல்வேறு சடங்குகளைச் செய்தனர். அவை வருமாறு (எட்கர் தர்சன்.1986).

உதய குங்குமம் என்னும் சடங்கில் ஐந்து சுமங்கலிகளுக்குச் சூரியன் உதயமாகும் முன்னே குங்குமம் இடுவதிலிருந்து தம் நெற்றியில் எப்பொழுதும் குங்குமத்தை நிலைக்க வைக்கமுடியும் என நம்பினர். கண்டல கௌரிதேவி என்னும் சடங்கில் தம் கணவர்க்கு வரும் விபத்துகளைத் தவிர்க்க வேண்டி இருபத்தைந்து வகைப் பொருள்களைச் சுமங்கலிகளுக்கு வழங்கினர். நல்ல பூசல கௌரி தேவி சடங்கில் தம்மைக் கைம்மைப்பேறு அடையாது தவிர்க்க வேண்டி நூறு கறுப்புப் பாசி மணியையும் ஒரு தங்கப் பாசி மணியையும் சுமங்கலிகளுக்குக் கொடுத்தனர். வவில்ல கௌரி தேவி எனும் சடங்கு, வருங்காலத் தலைவனுக்கு ஏற்படும் விபத்துகளிலிருந்து அவனைக் காப்பதற்காக மேற்கொள்ளப் பெற்றது. ஆதிவாரம் என்னும் சடங்கு இறந்த பிறகும், கணவனோடு ஒன்று சேர்வதற்காகச் செய்யப் பெற்றது. இதற்காகவே உடைய பத்மம் என்னும் சடங்கும் மேற்கொள்ளப்பெற்றது. பதின்மூன்று இணைப் பணியாரங்களைத் தங்கக் குவளையில் வைத்துப் பிராமணருக்கு வழங்கும் கிருஷ்ணத் துளசிச் சடங்கும், ஒன்றரை வீசை மஞ்சலை வேறு எவர் உதவியுமின்றித் தாமே தூளாக இடித்து நூற்றியொரு சுமங்கலிப் பெண்களுக்கு வழங்கும்

3. விரிவிற்குக் காண்க: மநுதர்மம் (மொ.பெ.தமிழ்நாடன்) பக்.103–105

சைலாச கௌரிதேவி சடங்கும், நாளும் ஒருபிடி தானியத்தைப் பிராமணருக்கு வழங்கும் நித்ய தான்யமு எனும் சடங்கும், நாளும் பதின்மூன்று மலர்களை வழிபட்டுப் பதின்மூன்று மலர்களின் அடையாளமாகப் பொன்னால் செய்யப் பெற்ற பூவினை வட்டவடிவக் காசின்மேல் வைக்கப்பெற்ற இலிங்கத்துடன் பிராமணருக்கு வழங்கும் பாமிடி பூவுலு எனும் சடங்கும் ஏனைய முப்பத்து மூன்று பூர்ணமலு, மககௌரி தேவி போன்ற சடங்குகளும் கைம்மை வாழ்விலிருந்து தம்மைக் காத்துக் கொள்ளச் செய்யும் சடங்குகளாகும்.

மேல் கூறப்பெற்ற செய்திகள், ஆரியப் பண்பாட்டில் கைம்மை வாழ்வு பெருவழக்காக இடம்பெற்றுவிட்டமையும் அது தம்மை அணுகாதவாறு இருக்க மக்கள் சடங்குகள் போன்றவற்றைச் செய்ய முற்பட்டமையையும் தெரிவிக்கின்றன.

கைம்பெண் மறுமணம் X கைம்மை நோன்பு

ஆரியப் பண்பாட்டில் இருக்குவேதம், கௌடல்யம் போன்றன கைம்பெண் மறுமணத்தை உடன்பட, மனுதர்மம் மறுத்துரைக்கின்றது. ஆக இருவேறு சமூகச் சூழல்களை உணரமுடியும். இந்த உடன்படல், மறுத்தல் என்ற இரண்டிற்கும் இடைப்பட்ட காலகட்டத்தில் இந்திய நாட்டில் நிகழ்ந்தது எதுவாக இருக்கும் என்பதை அறிவது, ஒருவாறு கைம்மை வாழ்வின் தோற்றத்தை ஆராய்வதற்கு உறுதுணை செய்யும்.

கைம்மை வாழ்வின் தோற்றத்தில் சமயங்களின் பங்களிப்பு

கற்பு வலியுறுத்தப் பெற்ற இடங்களில் கைம்மை வாழ்வும் கணவனுடன் உயிர்விடுதலும் வலியுறுத்தப்பெற்றன. இந்தியாவைப் பொறுத்த வரையில் முறையற்ற உறவுகளைக் கண்டித்தவை சமண பௌத்த சமயங்களாகும். வாழ்க்கையில் கடுமையான கட்டுப்பாடுகளை விதித்த இம்மதங்கள் மனித உறவுகளை நெறிப்படுத்தின. இவற்றைப் பின்வருமாறு விளங்கிக்கொள்ளலாம்.

பௌத்த சமயம் கூறும் ஐவகைச் சீலங்களில் மூன்றாவதாகக் கருதப்பெறுவது காமமின்மை எனப்படும் அறமாகும். இதனைக்

காமேசு மிச்சா சாரா வெரமணீ

எனப் பாலிமொழியில் பகர்வர் (கந்தசாமி,சோ.ந.1977). மிச்சா சாரம் என்பது தகாத ஒழுக்கம் ஆகும். வெரமணீ என்பது தவிர்தல் எனப்பொருள்படும். காமங்களில் தகாத ஒழுக்கத்தைத் தவிர்த்தல் என்பது மேல் பாலிமொழித்தொடரின் பொருளாகும். பௌத்தர் ஒவ்வொருவரும் 'காமேசு மிச்சா சாரா வெரமணீ

சிக்காபதம் சமாதியாமி' எனச் சூளுரைத்தல் மரபாகும். காமங்களில் தகாச்செயல் தவிர்த்தல் என்னும் சீலத்தினை மேற்கொள்கிறேன் என்பது மேல்காட்டப்பெற்ற தொடரின் பொருளாகும் (கந்தசாமி, சோ.ந.1977).

சமண சமயமும் இழிந்த காமத்தினைப் பெரிதும் கண்டித்தது. சமணசமய நூலாகிய யசோதர காவியம், 'மிகவும் இழிந்ததாகிய காமமானது சீரிய எண்ணத்தைச் சிதைக்கும்; நற்குடிப்பிறப்பின் இயல்பினை அழிக்கும்; புகழினை மாய்க்கும்; மனஉறுதியைத் தகர்த்து எறியும்; ஆண்மையையும், அழகையும் தகர்த்தெறியும்; சிந்தனையைக் கலங்கச்செய்யும்' என்று கூறுகின்றது (ஞானமூர்த்தி, தா.ஏ.1977).

இவ்விரண்டு சமயங்களும் கட்டுப்பாடற்ற காம உணர்வு முறையில் கட்டுப்பாட்டினை வலியுறுத்தின. இல்லறத்தாராகிய சில உபாசகர்க்கு ஒருவன் ஒருத்தி, ஒருத்தி ஒருவன் என்ற எல்லையில் வாழ்க்கை நடத்துதல் நன்றென்று புத்தர் வரையறுத்தார். இவ்வுறவு முறையை வலியுறுத்திய கருத்துகள், சம்யுத்த நிகாயம் (4:110–11) தீக நிகாயகம் (3.190) தசபூமிக சூத்திரம் (23) போன்ற பௌத்த நூல்களில் காணப்பெறுகின்றன என்பர் (கந்தசாமி,சோ.ந. 1977).

குடும்பத்தைப் போலவே சமுதாயம் சீரான முறையில் இயங்குவதற்குப் பெண்ணின் தூய்மையும், ஒத்துழைப்பும் தேவை. எனவே அவர்களுக்குக் கடுமையான ஒழுக்க விதிகளையும், கட்டுப்பாடுகளையும் இச்சமயங்கள் விதித்தன. கணவனை இழந்த பெண்கள் மூன்று நிலைகளை மட்டுமே மேற்கொள்ள முடியும் (கந்தசாமி,சோ.ந.1977).

(அ) உடனே இறத்தல்

(ஆ) உடன்கட்டையேறல்

(இ) மறுமையில் கணவனை அடையக் கைம்மை நோற்றல்

இவ்வாறு சமயங்கள் கைம்மை வாழ்வினை ஒருவாறு வலியுறுத்தின. கட்டுப்பாடற்ற காமத்தில் ஓர் ஒழுங்கு முறையினை ஏற்படுத்திப் பிறன்மனை நயவாமை என்னும் தத்துவத்தை ஆடவர்க்கு உணர்த்திக் கற்பொடு விளங்குதல் என்பதைப் பெண்களுக்கு விதித்துச் சமூக ஒழுக்கத்தை நிலைநாட்டின. பௌத்தசமயம் விதிக்கும் சில நோன்பு முறைகள் கைம்பெண்டிரின் நோன்புக்குப் பொருந்தி வருவது குறிப்பிடத்தக்கது. காமத்தை அறவே கடிதற்கு அங்குத்தர நிகாயம் என்னும் சுத்தப்பிடக பகுதி கூறுவது வருமாறு (கந்தசாமி,சோ.ந. 1977).

புலன்களைக் கண்ணும் கருத்துமாய்க் காத்தல்;
அளவாக உண்ணுதல்; எஞ்ஞான்றும் விழிப்புடனும்
சிந்தனையுடனும் உணர்வுடனும் திகழ்தல் ஆகிய
செயல்களால் காமத்தைக் கடிதல் இயலும்

என்று கூறியுள்ளது. இதில் அளவாக உண்ணுதல் என்பது பத்திய உணவாகும். அளவான உணவைச் சமணர்கள் நின்றுண்ணல் என ஏழு ஒழுக்கங்களுள் ஒன்றாகக் கூறினர். கைம்பெண்களும் தம் காமத்தைக் கடிவதற்குப் பத்திய உணவினையே உண்டனர்; வேளைக்கீரையினையும் அல்லியரிசியினையும் உணவாகக் கொண்டனர். சமணர்கள் கூறும் 'லோசம்' எனப் பெறும் முடிகளைதல், கைம்பெண் வாழ்வில் பெரிதும் இடம் பெறுவது கவனிக்கத் தக்கது. படுக்கையில் படுக்காது தரையில் படுத்துறங்குதலும், சமணத் துறவு வாழ்வின் ஒரு செயலாகும். இவ்வாறாகக் கைம்மை நோன்பில், வாழ்வில் இச்சமயங்களின் பங்கு குறிப்பிடத் தக்கதாக இருப்பது சுட்டுதற்குரியது.

கருத்துகள் சில

மேல் கூறப் பெற்ற செய்திகளிலிருந்து சில கருத்துகள் பெறப்படுகின்றன. அவை வருமாறு:

(அ) ஆரியரின் ஆதிவாழ்வில் கைம்மை வாழ்வு இருந்ததாகத் தெரியவில்லை. கைம்பெண் மறுமணம், சமூக இசைவு பெற்றிருந்தமையையும் உணர முடிகின்றது.

(ஆ) இடைப்பட்ட காலத்தில் ஆரியரிடையே கைம்மை நோன்பு வலியுறுத்தப்பெற்றது.

(இ) மேல் கூறப் பெற்ற இரண்டு நிலைகளுக்கும் இடைப் பட்ட காலத்தில் சமுதாயத்தில் பெரும் மாற்றங்கள் நிகழ்ந்துள்ளன. இம்மாற்றங்களில் சமண, பௌத்த சமயங்களின் பங்களிப்புக் கூடுதலாகும். இம்மாற்றங்களில் ஒன்றாகக் கைம்மை வாழ்வைக் குறிப்பிடலாம்.

(ஈ) கைம்மை நோன்புகள் மேற்கூறிய சமயங்கள் வலியுறுத்திய நோன்புகளோடு ஒத்திருப்பது கவனத்திற்குரியது.

(உ) ஒரே காலத்தில் இரு வேறு மக்கட் பண்பாகக் கைம்பெண் மறுமணமும், கைம்மை வாழ்வும் இருந்திருக்கக்கூடும். எனவே தான் கைம்மை நோன்பு வலியுறுத்திக் கூறப்பெற்றது எனலாம்.

கைம்மை நோன்பு உருப்பெற்ற காலத்திலும், வளர்ச்சியுற்ற காலத்திலும் அது மக்கள் அனைவராலும் பின்பற்றப்பெறவில்லை.

இடைமட்ட, மேல்மட்ட மக்களால் பின்பற்றப்பட்டது. அடிமட்ட மக்களிடத்துக் கைம்பெண் மறுமணம் இயல்பாக வழக்கிலிருந்திருக்க வேண்டும். இதற்கு இன்றைய தமிழ்ச் சமுதாயத்துள் குறிப்பிட்ட சாதியினர் சிலர் கைம்பெண் மறுமணத்தை ஏற்பதும், குறிப்பிட்ட சாதியினர் சிலர் கைம்பெண் மறுமணத்தை ஏற்காததும் கருதத்தக்கது.

தமிழகத்தில் கைம்மை வாழ்வின் தோற்றம்

தமிழரின் தொன்மை நூலாகக் கருதப் பெறும் தொல்காப்பியம் கைம்மை வாழ்வைச் சுட்டியுள்ளது. எனவே தொல்காப்பியர் காலத்திற்கு முன்பே கைம்மை வாழ்வு வழக்கில் இருந்தமை தெளிவு. ஆயின் தமிழகப் பழங்குடி மக்களிடம், தென்னிந்தியப் பழங்குடி மக்களிடம் கைம்மை வாழ்வு பெரும்பான்மை இல்லை என்று கூறவேண்டும். இதனைப் பின்வருமாறு விளங்கிக்கொள்ள இயலும்.

பழங்குடிகளும் கைம்பெண் மறுமணமும்

தென்னகத்துப் பழங்குடியினரிடம் கைம்மை வாழ்க்கை, நோன்பு முறைகள் இருந்ததாகத் தெரியவில்லை. மணவிலக்கு மிக எளிதாக நடைமுறைப்படுத்தப்பெறும் இச்சமூகங்களில் கணவனை மணவிலக்குச் செய்து மறுமணம் செய்து கொள்வது போலவே கணவனை இழந்தவர்களும் மறுமணம் செய்து கொண்டனர். இதற்கு அடிப்படையாகக் கற்பின் நெகிழ்ந்த தன்மையைக் காரணம் காட்ட இயலும். கற்புநெறி எங்கெங்கெல்லாம் கடுமையாக வலியுறுத்தப்பெற்றதோ அங்கெல்லாம் கைம்மை நோன்பும் கணவனுடன் உயிர்விடலும் கடுமையாக கடைப் பிடிக்கப்பெற்றன. கற்பு நெறி எங்கெல்லாம் கடுமையாக வலியுறுத்தப்பெறவில்லையோ அங்கெல்லாம் கைம்மை வாழ்வு என்ற சுவடே தெரிவதில்லை. இனிப் பழங்குடிகளிடம் காணப்பெறும் கைம்பெண் மறுமணம் பற்றிய செய்திகள் வருமாறு:

(அ) முதுவர் என்ற பழங்குடிப் பெண்கள், கணவனை இழந்த பின்னர் மறுமணம் செய்து கொள்கின்றனர். கணவனை இழந்தோர் அவன் சகோதரன் அல்லாதவனையே மணந்து கொள்கின்றனர் (சண்முகம்,ர. 1981).

(ஆ) கேரளப் பழங்குடியினராகிய வயநாடன் செட்டியார் என்ற இனத்து மக்களிடையே கைம்பெண் மணம் வழக்கில் உள்ளது. ஆனால் விதவை மணங்கள் ஆடம்பரமின்றி இரவில் நடைபெறுகின்றன. இந்தப் பொழுது மாறுபாடே

நடைபெறுவது எந்தத் திருமணம் என்பதைக் காட்டும் (சண்முகம்,ர.1981).

(இ) ஆனை மலைப் பகுதியில் வாழும் காடர் என்போர் குறிப்பிடத்தக்கவர். இவர்களிடம் மணவிலக்கு உண்டு. தவறாக நடக்கும் பெண்களை விலக்கி வைக்கின்றனர். பலதாரமணம் உண்டு. கைம்பெண் மறுமணம் வழக்கில் இல்லை. என்றாலும் கைம்பெண்களை வைப்பாட்டிகளாக வைத்துக்கொள்ளும் வழக்கம் நடைமுறையில் உள்ளது (கோபாலகிருஷ்ணன், ம.சு.1963).

(ஈ) படகர் இனத்துப் பெண்கள் மறுமணம் செய்து கொள்வது இயல்பாகும். இவர்கள் கணவன் உடன்பிறந்தவனையே மறுமணம் செய்துகொள்கின்றனர். கணவன் வெளியூர் சென்றகாலத்தில் அவன் உடன்பிறந்தவனே கணவனாக இருப்பதால் கணவன் இறந்த பின்னரும் அவனே கணவனாக மாறுகிறான் எனலாம் (எட்கர் தர்சன்.1986). இதுபோன்று ஒரியப்பகுதியைச் சேர்ந்த பொந்தாரியா இனத்துக் கைம்பெண்களும் தம் கணவரின் இளவல்களையே மணக்கின்றனர் (எட்கர் தர்சன்.1986).

(உ) பேடர் அல்லது போயர் என்ற இனத்தவர் குறிப்பிடத்தக்கவர். இவர்களின் கற்புத் தன்மையும் குறிப்பிடத்தக்கது. மணச்சடங்கைப் பெரிதாக மதிக்கின்றனர். மணச்சடங்கு மூலம் பிறந்த குழந்தையே சமுதாய மதிப்பினைப் பெற்றதாகும். மேலும், மணமுறிவு பெற்று மணந்தவரின் குழந்தைகள், கைம்பெண்களின் குழந்தைகள், வேறு சாதியார்க்குப் பிறந்த குழந்தைகள் என நான்கு பிரிவினர் இவ்வினத்தில் காணப்பெறுகின்றனர். கைம்பெண்கள் மறுமணம் செய்து கொள்வதை அனுமதிப்பதில்லை. ஆயினும் கைம்பெண்ணொருத்தி ஒருவனுக்குச் சமைத்துப் போட்டுக் கொண்டு அவன் வழியாகக் குழந்தைகளைப் பெற்றுக் கொள்ளலாம். அவர்கள் தாம் ஒன்றாக வாழப் போவதைத் தம் சாதியைச் சேர்ந்தார்க்கு விருந்து வைத்து அறிவித்தல் வேண்டும். இந்த நடைமுறை மேற்கொள்ளப் பெறாதவரை அவர்கள் சாதி விலக்கிற்கு உள்ளானவர்களாகவே கருதப்பெறுவர் (எட்கர் தர்சன்.1986).

(ஊ) கோவையில் வாழும் மலாசர் என்பவரிடமும் (கோபால கிருஷ்ணன்,ம.சு.1963) அம்பலக்காரரிடமும் (எட்கர் தர்சன்.1986) மதுரை நெல்லை மாவட்டங்களில் வாழும் அனுப்பரிடமும் (எட்கர் தர்சன்.1986) கைம்பெண் மறுமணம் வழக்கிலுள்ளது.

இதுவரையும் கூறப்பெற்ற செய்திகளிலிருந்து பெறப் படுபவை வருமாறு:

(அ) பழங்குடிகளிடம் குறிப்பாகத் தென்னிந்திய, அதிலும் குறிப்பாகத் தமிழகப் பழங்குடி மக்களிடையே கைம்மை வாழ்வு வழக்கில் இல்லை. ஒருவனுக்காகவே வாழ்தல் என்ற கோட்பாடு இவர்களுக்கு இல்லாமையால் கணவனை இழந்தோர் எளிதாக மறுமணம் செய்துகொள்ள அனுமதிக்கப்பெற்றனர்.

(ஆ) கைம்பெண் மறுமணம் மறுக்கப்பெற்ற இனத்திலும் கூடக் கைம்பெண்ணொருத்தி ஆடவன் ஒருவனைச் சார்ந்து வாழ்தல், அதாவது மனைவிபோல வாழ்தல் மறுக்கப்பெறவில்லை. இவ்வினத்தாரிடையே திருமணச் சடங்குகளே மறுக்கப்பெற்றன.

(இ) கற்புத்தன்மை போற்றப்பெறும் சில பழங்குடியினரிடம் கைம்பெண் மணம் வழக்கில் இல்லை. சான்றாகக் காடர் இனத்துப் பெண்களைக் கூற இயலும். இவர்கள் கற்புக் கெட நடந்து கொள்ளாதாவர்கள். எனவே இவ்வினத்துப் பெண்கள் கைம்பெண் ஆனாலும் மறுமணம் செய்துகொள்ள அனுமதிப்பதில்லை. ஆனால் கைம்பெண்களை வைப்பாட்டிகளாக வைத்துக்கொள்ளும் வழக்கம் நடைமுறையில் உண்டு. கற்பு ஊடுருவிய சமுதாயங்களில் கைம்பெண் மறுமணம் எளிதானதன்று என்பதற்கு இதனைச் சான்றாகக் கூறலாம்.

(ஈ) மேல்கூறப்பெற்ற பழங்குடிகளின் பண்பாடுகளுள் சில தொன்மைத் தமிழரின் பண்பாட்டோடு ஒத்துப்போவதை முன் இயல்கள் விளக்கின (சான்றுக்கு ஒன்று : பார்த்து அறிந்திடுக மணச் சடங்குகள் – மங்கல நீராட்டல்) இச்செய்தியை அடியாகக் கொண்டு பழங்குடிகளிடம் காணப்பெறும் கைம்பெண் மறுமணம் ஒருகாலத்துத் தமிழரின் வழக்கமாக இருந்திருக்கக்கூடும் என்று கருதலாம்.

சங்க காலத்தில் கைம்மை வாழ்வு

தொல்காப்பியர், கணவன் இறந்த பின்னர் மனைவியின் நிலையினை இருபிரிவாகப் பிரித்துள்ளார்.

(அ) கணவனோடு உயிர்துறத்தல்

(ஆ) கைம்மை நோன்பை நோற்று வாழ்தல்

‘காதலன் இழந்த தாபதநிலை’ என்ற நூற்பா அடி[4] தொல்காப்பியர் கால கைம்மை வாழ்வைக் குறிப்பிடுகின்றது. தாபத நிலை என்ற தொடரில் உள்ள தாபதம் என்பதற்குத் துறவு, தவம் என்பன பொருள்களாகும் *(Tamil Lexicon:1982)*. ‘நாலிரு வழக்கின் தாபதப் பக்கமும்’ என்ற நூற்பாவிற்கு[5] உரையெழுதும் இளம்பூரணர் தாபதம் என்பதற்குத் துறவு என்றே பொருள் கொண்டுள்ளனர். எனவே கணவனை இழந்த மனைவி மேற்கொள்ளும் துறவு வாழ்க்கையே தொல்காப்பியரின் ‘தாபதநிலை’ என்ற துறை குறித்திருத்தல் வேண்டும்.

சங்க இலக்கியப் பாடல்கள் கைம்மை வாழ்வைக் குறிப்பிடுகின்றன. தலையாலங்கானத்துச் செருவென்ற நெடுஞ்செழியன் பகைவர்தம் மனைவியர் தம் கணவர் இறந்தவுடன் மார்பம் அழல அறைந்துகொண்டு அறிவு மயங்கிக் கைம்மை மேற்கொண்டு அறலை யொக்கும் அழகிய கூந்தலைக் கொய்தனர்.[6] கணவனை இழந்த பெண்டிர் குளிர்ந்த நீரின்கண் மூழ்குவர்; பசிய இலையினை உண்பர்.[7] நெய் ஊற்றப் பெறாமல் இலையுடன் கூடிய நீர்ச்சோற்றுத் திரளுடன் புளியைக் கூட்டிச் செய்யப் பெற்ற வேளைக் கீரையை உணவாக உண்பர்; பரற்கற்களால் ஆன படுக்கையின்கண் பாயின்றித் துயில்வர்.[8] தம் கணவன் விண்ணுலகத்தே சென்று புக, அவனுக்கு உணவு கொடுத்தல் வேண்டிச் சிறிய இடத்தைத் தமது கண்ணீராலே சாணாகத்தைக் கொண்டு மெழுகுவர்.[9] குறுவளையைக் களைவர்; அல்லியரிசியாகிய உணவினை உண்பர்.[10] தம் அணிகளைக்

4. தொல்.பொருள்.77
5. தொல்.பொருள்.74
6. ஒண்ணுதல் மகளிர் கைம்மை கூர
   அவிர் அறல் கடுக்கும் அம்மென்
   குவை இருங்கூந்தல் கொய்தல் கண்டே (புறம்.25)
7. பெண்டிரும்
   பாசடகு மிசையார் பனிநீர் மூழ்கார்
   மார்பகம் பொருந்தி ஆங்கு அமைந்தனரே (புறம்.62)
8. அணில் வரிக் கொடுங்காய் வாள் போழ்ந்திட்ட
   காழ் போல நல்விளர் நெய் தீண்டாது
   அடை இடைக் கிடந்த கைபிழி பிண்டம்
   வெள்ளெட் சாந்தொடு புளிப்பெய்து அட்ட
   வேளை வெந்தை வல்சியாக
   பரற்பெய் பள்ளிப் பாயின்று வதியும்
   உயவல் பெண்டிரேம் (புறம்.246)
9. அழுதல் ஆனாக் கண்ணள்
   மெழுகும் ஆப்பி கண்கலுழ் நீரானே (புறம்.249)
10. கூந்தல் கொய்து குறுந்தொடி நீக்கி
    அல்லி உணவின் மனைவியொடு (புறம்.280)

கழிப்பர்[11] எனச் சங்க இலக்கியங்கள் கைம்மை வாழ்வை விளக்குகின்றன.

மேல்கூறப் பெற்ற செய்திகள் கைம்மை வாழ்வு, சமுதாயத்தில் நன்கு வளர்ச்சிபெற்ற நிலையைக் காட்டுவனவாக உள்ளன. எனவே சங்க காலத்திற்கு முன்பாகவே தமிழரிடையே கைம்மை வாழ்வு வழக்கில் வந்துவிட்டமை தெளிவு. தொன்மைத் தமிழிலக்கியங்களில் கைம்மை வாழ்வு தெளிவாகக் கூறப் பெற்றுள்ளதால் இலக்கியத்தின் அடிப்படையாகத் தமிழகத்தில் கைம்மை வாழ்வின் தோற்றத்தை அறிதல் இயலாது.

பழங்குடி மக்களிடம் காணப் பெறும் கைம்பெண் மறு மணத்தை மீட்டுருவாக்கம் செய்வதன் மூலம் ஆதிகாலத் தமிழகத்தில் கைம்பெண் மறுமணம் வழக்கில் இருந்திருக்க வேண்டும் என்ற முடிவிற்கு வரமுடியும்.

கைம்மை முறைகள்

கைம்பெண்டிரின் வாழ்க்கை முறைகள் பற்றி இலக்கியங்கள் கூறியுள்ளன. அவ்விலக்கியச் செய்திகளை அடியொற்றிக் கைம்மை முறைகளைப் பின்வருமாறு அறியலாம்.

(அ)   கூந்தலைக் களைந்துவிடுதல்

(ஆ)   உணவில் கட்டுப்பாடு

(இ)   அணிகளைக் களைந்துவிடுதல்

(ஈ)   தரையில் பாயின்றிப் படுத்துறங்குதல்

(உ)   கணவனுக்குப் பிண்டச் சோறளித்தல்

(ஊ)   குளிர்ந்த நீரில் மூழ்குதல்

கூந்தல் களைதல்

கணவனை இழந்த ஒண்ணுதல் மகளிர், கைம்மை நோன்பை நோற்கும்பொருட்டு அறலை யொக்கும் அழகிய மென்மையான குவிந்து இருண்ட கூந்தலைக் கொய்தனர் என்று புறநானூற்றுப் பாடலொன்று குறிப்பிடுகின்றது.[12] தலைவனை இழந்த பெரிய இல்லமானது, கணவனை இழந்து கொய்து மழிக்கப்பெற்ற தலையோடு கைம்மை யுற்றுக் கலங்கிய மகளிர் போலப்

---

11. கொய்ம் மழித் தலையொடு கைம்மையுறக் கலங்கிய
    கழிகல மகடூஉ (புறம்.261)
12. புறநானூறு.25

பொலிவற்றிருந்தமையைப் பிறிதொரு பாடல் சுட்டும்.[13] இச்செய்திகள் யாவும் கைம்பெண்டிர் குறிப்பாகத் தமிழகத்துக் கைம்பெண்டிர் கூந்தல் களைந்தமையை விளக்குகின்றன.

ஆரியப் பண்பாட்டில் கூந்தல் களையாமை

கைம்மை வாழ்வை மனுதர்மம் போன்ற நூல்கள் உடன்பட்டாலும் கைம்பெண் கூந்தல் களைதலை ஆரிய இலக்கியங்கள் உடன்படவில்லை. இதனைப் பின்வருமாறு அறியலாம்.

ஒருத்தி மணம் ஆகாதவளாயினும், கைம் பெண்ணாயினும் தன் தலையை மழித்துக் கொள்வாளாகில் ரௌரவம் எனப்படும் நரகில் ஒரு கோடி கல்பகாலம் கிடத்தல் வேண்டும். அறியாமல் கைம்பெண்ணொருத்தி தலையை மழித்துக் கொள்வாளாகில் தன்மூதாதையரின் ஆவிகளது வாயின் உள்ளும் வெளியும் மயிர் வளரச்செய்கின்றவள் ஆவாள். சுருதிகளிலோ ஸ்மிருதிகளிலோ சொல்லப்பட்டிருக்கின்ற சடங்கினை அவள் தன்தலையை மழித்துக்கொண்டு செய்வாளாகில் அவள் ஒரு சண்டாளியாகவே பிறப்பாள் (எட்கர்தர்சன். 1986).

மேலும் தன் ஆன்மாவின் வீடுபேற்றினையே குறிக்கோளாக உடைய பத்தி நெறிப்பட்ட ஒருத்தி தலையில் முடியோடு இருப்பதால் பாவம் ஏதும் இல்லை எனவும் அவள் தலையை மழிப்பாளாகில் நரகில் சேர்வது உறுதி எனவும் காகேஸ்வர சம்ஹிதை கூறுகின்றது (எட்கர்தர்சன்.1986). கைம்பெண்ணொருத்தியைத் தலையில் மயிரின்றி ஒருவன் காண்பானாகில் அவன்தன் ஆடைகளுடன் நீரில் குதிக்கக் கடவன் என்று ஆனந்த சம்ஹிதை கூறுகின்றது (எட்கர்தர்சன்.1986).

மேல்கூறப்பெற்ற செய்திகளிலிருந்து கைம்பெண் கூந்தல் களைதல் ஆரியவழக்கமன்று என்பதை உணர முடிகின்றது. ஆயின் பிற்காலத்தில் இவ்வழக்கம் ஆரியரிடையே பெருவழக்காக இருந்தமையும் தெளிவு. ஆரிய இலக்கியங்கள் கூந்தல் களைதலைக் கடுமையாகக் கண்டிப்பதிலிருந்து அவ்வழக்கம் அவர்களிடையே தோன்றாமையை உணரமுடிகின்றது. இவ்வழக்கு எவ்வினத்திடை தோன்றியது என்பதை விளக்குதல் நன்று.

கூந்தல் களைதல் தமிழரது வழக்கமானமை

கைம்பெண்கள் கூந்தல் களைதல் தமிழரிடமிருந்து பெறப்பட்ட ஒரு வழக்கமாக இருக்குமோ என்று ஐயுறத் தக்க சான்றுகள் கிடைத்துள்ளன. இதனைச் சங்க இலக்கியங்கள் வாயிலாக

13. புறநானூறு.261

உய்த்தறிய இயலும். இருபத்தெட்டுச் சங்கப் பாடல்களை[14] ஆராய்ந்து அவை தரும் செய்திகளை அடியொற்றிக் கூந்தல் களைதல் தொடர்பாகக் கீழ்வரும் கருத்துகள் பெறப்படுகின்றன.

(அ) கூந்தல் உரிமை தலைவனுக்கு அதாவது கணவனுக்கு மட்டுமே உரியது எனத் தெரியவருகிறது. கூந்தலில் மலரணியும் உரிமையும், துயிலும் உரிமையும் கணவனுக்கு வழங்கப் பெற்றமையை அறியலாம். இவ்வுரிமை கருதியே கணவனைக் கூந்தற்கிழவர் என அழைத்தனராதல் வேண்டும்.

(ஆ) திருமணம் ஆகாத மகளிரின் கூந்தல், எளிதில் தீண்டுவதற்கியலாது என்பதைக் குமரிக்கூந்தல் என்ற சொல்லாட்சி விளக்குகின்றது. இக்கூந்தல் கணவனுக்கு மட்டுமே அல்லது வருங்காலக் கணவனுக்கு மட்டுமே உரியது என்பதை இத்தொடர் உணர்த்துவதாகலாம்.

(இ) கூந்தலில் முல்லைப்பூவினைச் சூடுவது திருமண அடையாளக் குறியாகும். ஒருத்தி திருமணம் ஆனவள் என்பதை முல்லைப் பூவே சுட்டிக்காட்டும். இதனையே வேறுமுறையில் கூறவேண்டுமானால் இம்முல்லை மலர், 'இக்கூந்தல் ஒருவனுக்கு உரிமையுடையது' என்று அறிவிக்கச் சூட்டப்பெற்றதாகவும் இருக்கலாம்.

(ஈ) தலைவனைப் பிரிந்திருந்த காலத்தில் மகளிர் கூந்தலில் நெய் பூசுவதையும், மலரணிவதையும் ஒழித்திருந்தனர் என்பது தெரிய வருகின்றது.

(உ) உரிமை மகளிரின் கூந்தலைக் கொய்வது மன்னன் ஒருவனின் உரிமையைப் பறிப்பது போன்றதாகும். அவனைத் தண்டிப்பது போன்றதாகும்.

மேல் கூறியவற்றிலிருந்து இரண்டு செய்திகள் தெளிவாகின்றன. ஒன்று: கூந்தல் கணவனுக்கு உரியது. இரண்டு: கணவன் பிரிந்தபோது கூந்தலுக்கு ஒப்பனை செய்யாதது. இவ்விரண்டின் அடிப்படையில் ஒரு செய்தியை உய்த்துணரலாம். அதாவது கணவனுக்கு உரிமையுடைய கூந்தல், அவன் இறக்கின்ற காலத்தில் அவ்வுரிமை கருதிக் களையப் பெற்றிருத்தல் வேண்டும். கணவன் பிரிந்த காலத்தில் ஒப்பனை செய்யாது விடப்பட்டிருந்த

14. புறம்.113, 146, 147, 301, பதி.50; பதி.ப.5; நற்.42, 141,270, குறு.192, 225, 270; ஐங்.294, 463, 495, 496, கலி.80, 87, 101, 104, 105; அகம்.92, 223, 231, 233, 276, 308.

கூந்தல், கணவனின் வரவை நோக்கிக் காத்திருந்தது. கணவன் இறந்த பின்னர்க் காத்திருத்தல் தேவை இல்லை; ஒப்பனையும் தேவையில்லை; எனவே கூந்தலும் தேவையில்லாததாயிற்று.

கணவன் உயிரோடு உணர்வோடு ஒன்றிக் கலந்துவிட்ட மனைவி அவன் இறந்தவுடன் தானும் இறத்தலையே விரும்பினாள். இதனை உடன்கட்டையேறுதலைக் குறிப்பிடும் பாடல்கள் விளக்கும். ஆயின் எல்லாப் பெண்களாலும் உடனுயிர் துறத்தலை ஏற்க இயலவில்லை. இந்நிலையில் கணவனுக்கே உரிமையுடைய கூந்தலை இழப்பதன் மூலம் தன் உயிரையே கணவனுக்குத் தியாகம் செய்வதாக நம்பினர். கூந்தல் இழப்பது உயிரை இழப்பதற்கு இணையாகக் கருதப்பெற்றிருக்கவேண்டும். இதனை இன்றைய நாட்டுப்புற முதுமொழிகள் விளக்கும்.

உயிரைக் கொடுத்த சாமிக்கு
மயிரைக் கொடுத்தல்

என்ற முதுமொழியில்[15], உயிரை மீட்டுக்கொடுத்த கடவுளுக்கு நேர்த்திக் கடனாக, உயிருக்கு இணையான மயிரைக் கொடுத்த செய்தி கூறப்பெற்றுள்ளது. கோயில்களில் 'முடி இறக்கும்' இன்றைய நிகழ்ச்சிகளையும் நினைவுகூர்தல் வேண்டும். தொன்மைக் காலத்தில் உயிரைக் கொடுத்த தெய்வத்திற்கு மாற்றுயிரைப் பலியிடுதல் முறை போற்றப்பெற்றது. பின்னர் இதன் வளர்ச்சி நிலையாக முடி இறக்குதல் என்ற சடங்கு உருப் பெற்றிருக்கவேண்டும்.

'மயிர் நீப்பின் உயிர்வாழாக் கவரிமான்' என்ற திருவள்ளுவர் கூற்று[16] எதிர்மறையாக மானத்தையும், முடியையும் பிணைத்துக் காட்டுகின்றது. மயிர் நீக்குவது மானத்தை இழப்பதற்கு இணையாகவும், அதனால் உயிரைத் துறப்பதாகவும் கூறும் வள்ளுவவாக்கு, உயிரையும் மயிரையும் ஒரு வரிசைப்படுத்திக் காட்டுகின்றது.

ஆக, உயிருக்கு இணையாகக் கருதப்பெற்றதும் தன் கணவனுக்கே உரிமையுடையதாகக் கருதப்பெற்றதுமாகிய கூந்தலை இழப்பதன் மூலம் தன் கணவனுக்காகத் தன் உயிரையே தியாகம் செய்வதாக நம்பப் பெற்றிருக்க வேண்டும். இதனடிப்படையில் கைம்பெண்டிர் கூந்தலை மழித்துக் கொண்டிருப்பர் என்று கருதவும் வாய்ப்புள்ளது.

15. தகவல்; முனைவர் சி. மகேசுவரன், அருங்காட்சியகம், சென்னை 15.07.1988.

16. திருக்குறள்.969.

கூந்தல் களைதலில் சமயங்களின் பங்களிப்பு

சமண சமயமும் பௌத்த சமயமும் மயிர் களைதலை ஓர் ஒழுக்கமாக மேற்கொண்டன. பிரம்மச்சரிய வாழ்க்கையை வலியுறுத்தும் இச்சமயங்கள் அவ்வாழ்க்கைக்கு இடையூறாக விளங்கும் வனப்பினைச் சிதைத்துக் கொள்ளுதலை உடன்பட்டன. முடிகளைவது உடலின் மேலுள்ள பற்றின்மையைக் குறிப்பதாகவும் கருதப்பெற்றது (ஞானமூர்த்தி, தா.ஏ. 1977). சமணத் துறவியர், தம் யாக்கை நலத்தை ஒரு சிறிதும் பொருட்படுத்தாமல் ஒழுகும் திறமாக ஏழு ஒழுக்கங்களை மேற்கொண்டனர். அவற்றுள் ஒன்று லோசம் எனப்படும். இது தலைமயிரைத் தாமே களைந்து தீட்சை பெறுவதைக் குறிக்கும் (ஞானமூர்த்தி, தா.ஏ., 1977). பௌத்த சமயத்தில் முடிகளைதல் போற்றப்பெற்றதைச் சிலப்பதிகாரம் விளக்கும்.[17]

சமண பௌத்தத் துறவு போன்ற வாழ்க்கை கைம்பெண் களுக்கும் வற்புறுத்தப்பெற்றது. உணவுக் கட்டுப்பாடு, தரையிற்படுத்தல், முடிகளைதல் போன்றன துறவியர்க்கும் கைம்பெண்டிருக்கும் ஒன்றாக இருப்பதை உணர்தல் வேண்டும். எனவே இச்சமயங்களின் செல்வாக்காலும் கைம்பெண் முடிகளைதல் தோன்றியிருக்க வாய்ப்புண்டு.

கூந்தல் களைதல்: சிலகருத்துகள்

இதுவரையும் கூறப்பெற்ற செய்திகளிலிருந்து பெறலாகும் கருத்துகள் வருமாறு:

(அ) ஆரியரது பண்பாட்டில் கைம்பெண்டிர் கூந்தல் களைதல், ஆதிகாலத்தில் இடம்பெறவில்லை. அதாவது கூந்தல் களைந்தாலும் அதற்குச் சமூக எதிர்ப்பு இருந்தமையை உணரமுடிகின்றது. ஆரியச் சமூகம் கூந்தல் களைதலை உடன்படாமையால் அதன் தோற்றம் ஆரியரிடையே ஏற்பட்டிருக்க வாய்ப்பு இல்லை எனலாம்.

(ஆ) கைம்பெண் கூந்தல் களைதல் தமிழரிடையே தோன்றியிருக்க வேண்டும் என்பதற்குச் சான்றுகள் உள்ளன.

(இ) இதுபோலவே சமண, பௌத்த சமயச் செல்வாக்காலும் அக்கூந்தல் களைதல் தோன்றியிருக்க வேண்டும் எனவும் எண்ணவேண்டியுள்ளது. சமணம் கூறும் லோசம் ஆடவர்க்கு மட்டுமே உரியது என்பதும் கருதத்தக்கது.

---

17. மணிமேகலையை வான்றுய ருறுக்கம்
கணிகையர் கோலம் காணாது ஒழிகெனக்
கோதைத் தாமம் குழலொடு களைந்து
போதித் தானம் புரிந்தறம் கொள்ளவும் (சிலம்பு.27:105–108)

(ஈ) கூந்தல் களைதலை விரிவான ஆய்வுக்கு உட்படுத்தும் போது அது தமிழரிடையேதான் தோன்றியது என்ற கருத்து வலுப்பெறக்கூடும்.

உணவில் கட்டுப்பாடு

கைம்பெண்டிர் உணவு வகைகளில் கடுமையான கட்டுப்பாடுகள் இருந்தன. இக்காட்டுப்பாடுகள் அவர்களது உணர்வுகளை, ஒரு நிலைக்குள் கட்டுப்படுத்தியிருக்க வேண்டும். பசிய இலைகளை உண்டதாகப் பாடலொன்று குறிப்பிடுகின்றது.[18] உணவில் நெய் சேர்க்கப்பெறுதல் இல்லை. கீரையுடன் கூடிய நீர்ச்சோற்றுத் திரளுடன் புளியைக் கூட்டிச் செய்யப்பெற்ற, எள் சாந்து பெய்யப் பெற்ற வேளைக்கீரையை உணவாக உண்டனர்.[19] அல்லி அரிசியும் இவர்கட்கு உணவாகியது.[20]

அணிகளைக் களைந்துவிடுதல்

கைம்பெண்கள் தம் வனப்பினைச் சிதைத்துக் கொள்ளும் வகையில் அணிகளைத் துறந்தனர். இதனைக் கழிகல மகடூஉ என்ற சொல்லாட்சி விளக்கும்.[21] கலன்கள், அணிகலன்கள் கழித்த பெண் என்பது இதன் பொருளாகும். தலைவன் இறந்தபோது அவனது உரிமை மகளிர், பூ முதலிய அனைத்தையும் உதிர்த்து நின்ற வேங்கைமரம் போல அணிகலன்கள் முழுவதையும் துறந்தமையைப் புறப்பாடல் ஒன்று விளக்குகின்றது.[22]

தரையில் பாயின்றிப் படுத்துறங்குதல்

பஞ்சினால் ஆகிய மென்மையான படுக்கை விரிப்புகள் கைம்பெண் களுக்கு ஆகாது என விலக்கப் பெற்றன. சொரசொரப்பு மிகுந்த கற்படுக்கை போன்ற படுக்கைகள் பயன்படுத்தப்பெற்றன. பரற்கற்கள் பெய்யப்பெற்றது போன்ற சொரசொரப்பான படுக்கைகளைக் கைம்பெண்கள் பயன்படுத்தியதைப் புறப்பாடல் ஒன்று கூறுகின்றது.[23]

---

18. புறநானூறு.246.
19. மேலது.
20. புறநானூறு.250
21. புறநானூறு.261.
22. பூவாட் கோவலர் பூவுடன் உதிரக்
கொய்து கட்டழித்த வேங்கையின்
மெல்லியல் மகளிரும் இழை களைந்தனரே (புறம்.224)
23. புறநானூறு.246.

கணவனுக்குப் பிண்டச் சோறளித்தல்

கணவனை இழந்த மகளிர் கைம்மை நோன்பு பூண்டு மேலுலகில் வாழும் கணவனுக்குப் பிண்டச் சோறளித்தனர். இவ்வாறு பிண்டச் சோறளித்தலைக் கணவன் பெற்றுக் கொள்வதாக நம்பப் பெற்றது. ஆய்நுதல் மடந்தை ஒருத்தி தன் கணவன் உயர்நிலை உலகம் புக அவனுக்குப் பிண்டச் சோறளிக்க வேண்டிச் சீறிடத்தைத் தன் கண்ணீரால் மெழுகினாள் என்ற செய்தியை ஒரு புறப்பாடல் கூறுகின்றது.[24] 'உலகம் புகுமாறு திறந்த வாயிலில் பலரோடு உண்ட தலைவன், தன் காதலி புல்மேல் வைத்த சிறுபிண்டத்தை எவ்வாறு உண்டனனோ' என்று புலவர் வருந்துவதாக ஒரு பாடல் அமைந்துள்ளது.[25]

குளிர்ந்த நீரில் மூழ்குதல்

கணவனை இழந்த மகளிர் குளிர்ந்த நீரில் மூழ்கி நோன்பு நோற்றனர். இதனைப் புறப்பாடல் ஒன்று தெரிவிக்கின்றது. போர்க்களத்தில் வீழ்ந்திறந்த மறவர்களின் மார்பகம் பொருந்தி அவர்தம் மகளிர் உயிர்விட்டனர். இவ்வாறு உயிர் விட்டமையால் அவர்கள் இலையுணவை உண்ணாதலிலிருந்தும் குளிர்ந்த நீரில் மூழ்குதலிலிருந்தும் விடுபெற்றனர்,[26] என்ற செய்தி கைம்பெண்டிர் குளிர் நீரில் மூழ்கியதைத் தெரிவிக்கின்றது.

இரட்டைக் காப்பியங்கள் காட்டும் கைம்மை வாழ்வு

இரட்டைக் காப்பியக் காலத்தில் கைம்பெண் மறுமணம் முற்றிலுமாகத் தடைசெய்யப்பெற்றிருந்தது. கணவனை இழந்த மகளிர் உடனுயிர் துறக்க வேண்டும் அல்லது கைம்மை வாழ்வு மேற்கொள்ளுதல் வேண்டும் என்ற விதி வலுவாக்கப் பெற்றது. கைம்மை வாழ்வை விட உடனுயிர் துறத்தலே சிறப்பாகப் போற்றப்பெற்றது.

கைம்மை வாழ்வு பற்றிய செய்திகள்

இரட்டைக் காப்பியங்கள் கூறும் கைம்மை வாழ்வு பற்றிய செய்திகள் வருமாறு:

(அ) இன்புறுதற்குரிய கணவர் நெருப்பிலே மூழ்கத் தம் உடல் துன்புறுவதாய் நோன்புகளைநோற்றுத் துயருறும்

---

24. புறநானூறு.249.

25. தன்னமர் காதலி புல்மேல் வைத்த
இன்சிறு பிண்டம் யாங்கு உண்டனன்கொல் (புறம்.234)

26. புறநானூறு.62.

பெண்களைப் போல அவலம் கொண்டழிவலோ எனக் கண்ணகி கூறுகின்றாள்.[27]

(ஆ) நண்பராகிய கணவரை இழந்து ஏங்கித் துறைபல மூழ்கித் துயர் உறும் மகளிர்போல அவலங் கொள்ளேன் என்பது கண்ணகி கூற்று.[28]

(இ) தம்முடைய பெருங்கணவன் உடல் எரியில் மூழ்கக் கைம்மை கூர்ந்து துறைநீர் மூழ்கும் கவலையுடைய மகளிரைப் போல ஏங்கி அழியேன் எனக் கண்ணகி உரைக்கின்றாள்.[29]

(ஈ) அற்புக் கடன் நில்லாது நற்றவம் படராது கற்புக் கடன் பூண்டு நுங்கடன் முடித்தது வேண்டு மென்று அழுது முன்னிற்ப என்ற பாடலடிகள்,[30] கண்ணகி கோட்டத்தில் நின்று மணிமேகலை கூறிய கூற்றில் அமைந்தவை. 'அன்பாகிய கடமையிலே நிலைபெற்றிராமலும் நல்ல தவநெறியிலே செல்லாமலும் கற்பாகிய கடமையினை மெற்கொண்டு நமது கடனை முடித்தீர், அதனை அருளல் வேண்டும்' என்பது அப்பாடலடிகளின் பொருளாகும். இதிலுள்ள நற்றவம் என்ற சொல் கைம்மை நோன்பைக் குறிப்பதாகும்.

(உ) போர்க்களத்து மருங்கிலே தன் கணவனை இழந்து தன் சுற்றத்தாரின் வீட்டினை நோக்கிப் புகுகின்ற பெண்ணைப் போல அந்திப்பொழுது கதிரவனை இழந்து வந்தது.[31]

(ஊ) உலகிலுள்ள பத்தினிப் பெண்டிர் தம் காதலர் இறப்பைக் கேட்டவுடன் உயிர்விடுவர், அல்லது நன்னீர்ப் பொய்கையில் நீராடுவோர்போன்று தீப்பாய்வர், அல்லது தம் கணவரோடு உடனுறைகின்ற வாழ்க்கைக்காக வேண்டி நோன்பினைப் பூண்டு நலிவர்.[32]

---

27. இன்புறு தங்கணவ ரிடரெரி யகமூழ்கத்
துன்புறு வனநோற்றுத் துயருறு மகளீரைப் போல்
மன்பதை யலர்தூற்ற மன்னவன் றவறிழைப்ப
அன்பனை யிழந்தேன்யா னவலங்கொண் டழிவலோ (சிலம்பு.18:34–37)

28. நறைமலி வியன்மார்பி னண்பனை யிழந்தேங்கித்
துறைபல திறமூழ்கித் துயருறு மகளிரைப்போல் (சிலம்பு.18:38–40)

29. தம்முறு பெருங்கணவன் அழலெரி யகமூழ்கக்
கைம்மைகூர் துறைமூழ்குங் கவலைய மகளிரைப்போல் (சிலம்பு.18:42–45)

30. கற்புக்கட னில்லாது நற்றவம் படராது
கற்புக்கடன் பூண்டு நுங்கடன் முடித்த (சிலம்பு.26:7–9)

31. அமரக மருங்கிற் கணவனை யிழந்து
தமரகம் புகூஉ மொருமகள் போல (மேகலை.5:137–140)

32. காதல ரிறப்பிற் கனையெரி பொத்தி
ஊதுலைக் குருகி னுயிர்த்தகத் தடங்கா
தின்னுயி ரீவ ரீயா ராயின் (மேகலை.2:42–48)

கைம்மைச் செய்திகள் தரும் கருத்துகள்

மேல்கூறப்பெற்ற செய்திகளிலிருந்து பெறப்படும் கருத்துகள் வருமாறு:

(அ) கைம்மை நோன்பை விடவும் உடனுயிர் துறத்தல் சிறப்பாகப் போற்றப் பெற்றமையை உணரமுடிகின்றது. கண்ணகி கூற்றில் அமைந்த பாடல்கள், 'கணவன் இறந்த பின்னர்க் கைம்மை நோன்புறும் பெண்கள் போல யானும் அழிவலோ' என்று கூறுகின்றன. இக்கூற்று எதிர்மறையாகக் கைம்மை நோன்பின் அவலத்தையும், இழிவையும் கூறுவதாகலாம். இந்த அவலத்திலிருந்தும் இழிவிலிருந்தும் மீள வேண்டுமாயின் அதற்கு உடனுயிர் துறத்தலே வழி என்பதையும் இரட்டைக் காப்பியம் விளக்குகின்றது.

காதல னுற்ற கடுந்துயர் கேட்டுப்
போதல் செய்யா உயிரொடு நின்றே
பொற்கொடி மூதூர்ப் பொருளுரை இழந்து
நற்றொடி நங்காய் நாணுத்துறந்தேன்

என்ற மாதவியின் கூற்று[33] மேல்கருத்தை அரண்செய்யும். காதலனுற்ற கடுந்துயரைக் கேட்டு உயிரைத் துறக்காதது நாணத்தைத் தருவது மட்டுமன்று, மூதூர் பழித்துக் கூறும் தரத்தினதும் ஆகும் எனும் கருத்திலிருந்து கைம்மை வாழ்வை விடவும் உடனுயிர் நீத்தல் போற்றப் பெற்றமையை அறிய முடிகிறது. ஆகக் கைம்மை நோன்பு வழக்கில் இருந்தாலும் கைம்பெண்கள் கணவனுடன் உயிர்விடாப் பழிக்கு ஆளாகி நோன்பிருக்க வேண்டிய சூழலும் அற்றைச் சமூகத்தில் இருந்தமை தெளிவு.

(ஆ) கண்ணகி வரலாறு, உடனுயிர் நீத்தல், எரிமூழ்குதல், கைம்மை நோற்றல் என்ற மூன்றிற்கும் மேலாக வேறொரு நிலையையும் கூறியுள்ளது. கணவன் மேலுள்ள அன்பினால் செய்யும் கடமையாகிய உடனுயிர் நீத்தல், எரிமூழ்குதல் போன்றவற்றைச் செய்யாமலும் (அறப்க் கடன் நில்லாமலும், நற்றவமாகிய கைம்மையை மேற்கொள்ளாமலும்) கற்புக் கடன் பூண்டு கண்ணகி தன் கடன் முடித்தாள்.[34] இக்குறிப்பில் வரும் கற்புக் கடன் பூண்டு தன்கடன் முடித்தல் என்பது நான்காவதாகத் தோன்றும் நிலையாகும். இந்நிலையே கண்ணகியைத் தெய்வமாக்கியது எனலாம்.

33. மணிமேகலை.2:38–413

34. மணிமேகலை.26:7–9

(இ) கைம்மை நோன்பை நோற்றல் கடைக்கற்பாகக் கருதப்பெற்றது.

(ஈ) கைம்மை நோன்பு பற்றிய விவரங்களைச் சங்க இலக்கியங்கள் கூறுவதுபோன்று இரட்டைக் காப்பியங்கள் கூறவில்லை. துறையில் மூழ்குதல் என்ற சடங்கு மட்டுமே குறிக்கப்பெற்றுள்ளது. வேறு செய்திகள் குறிக்கப்பெறவில்லை.

(உ) கணவனை இழந்த மகளிர் தமரகம் புகுதல் என்பது அடைக்கலமாக உறவினரைச் சேர்ந்தமையைத் தெரிவிப்பதாகலாம். 'தமர்' என்ற சொல் தன் கணவனைச் சார்ந்தோரைக் குறிக்கின்றதா அல்லது பெற்றோரைச் சார்ந்தவரைக் குறிக்கின்றதா என்பதற்குத் தெளிவில்லை. மனுதர்மம், பெண்ணொருத்திக்குச் சிறுவயதில் தந்தையும், பருவத்தில் கணவனும், கைம்மை நோன்பில் மக்களும் காவலராவார் என்று கூறுகின்றது (இராமகிருஷ்ணன், எஸ். 1982). இக்கூற்றின்படி கைம்பெண் ஒருத்தி தன் கணவன் வழியைச் சார்ந்தவர்களையே சார்ந்து வாழ்ந்திருக்க முடியும் என்று கருத வேண்டியுள்ளது. இதனையே தமரகம் புகுதல் என்ற சொற்றொடர் உணர்த்திற்றுப்போலும்.

கைம்மை நோன்பும் மாற்று நோன்பும்

கைம்மை நோன்பு மிகக் கடினமான விதிமுறைகளைக் கொண்டிருந்தது என்பதை இவ்வியலின் முற்பகுதி விளக்கிற்று. இக்கைம்மைத் துன்பத்திலிருந்து விடுபெற இருவழிமுறைகள் தோற்றுவிக்கப்பெற்றன. அவை வருமாறு:

(அ) தீப்பாய்ந்து உயிர்விடுதல்

(ஆ சமயத்துறவு மேற்கொள்ளுதல்

மாதவி துறவியானதன் மூலம் கைம்மை நோன்பிலிருந்து விடுபெற்றாள். உலகியல் துன்பங்கள் அனைத்தையும் ஒழிப்பது பௌத்த சமயத்தின் தலையாய கொள்கையாகும். போர் என்ற துன்பத்திலிருந்து விடுபெறப் போர் வீரர்கள் துறவியாயினர். கடன் தொல்லையும் அதனால் தோன்றும் அடிமைநிலையும் மக்களை வாட்டிய போது அவற்றிலிருந்து விடுபெற மக்கள் துறவுபூண்டனர்; அவ்வவ் துன்பங்களிலிருந்து மீண்டனர் (ராகுல்சாங்கிருத் தியாயன். 1985). இவ்வாறே கைம்மை என்ற துன்பத்திலிருந்து விடுபெற மாதவி துறவு பூண்டவளாதல் வேண்டும். கைம்பெண்கள் துறவு பூண்டதன் மூலம் இரு நன்மைகள் விளைந்தன.

(அ) கைம்மையின் இழிவு, சமூக ஒதுக்கம் போன்றவற்றிலிருந்து வீடுபேறு.

(ஆ) மாயப்பிறப்பறுத்து உய்திபெறுதல்.

துறவுபூண்ட பெண்கள், ஆண் பிறப்பெடுத்து அறங்கள் செய்து பிறப்பறுத்தனர். இதனை,

உத்தர மகதத் துறுபிறப் பெல்லாம்
ஆண்பிறப் பாகி அருளறம் ஒழியாய்
மாண்பொடு தோன்றி மயக்கங் களைந்து

என்ற பாடலடிகள் விளக்கும்.[35] கைம்பெண்கள் துறவு பூண்பதன் மூலம் மறுபிறப்பில் ஆண்பிறப்பாகி அறங்கள் செய்து அறவே பிறப்பறுக்க இயலும் என்று சமயங்கள் ஓதின. ஆகவே பெண்கள் கைம்மை நோன்பிலிருந்து விடுபெற்று மாற்று நோன்பை நோற்கத் துறவு ஓர் ஏதுவாயிற்று என்று கூறலாம்.

கைம்பெண்டிரும் அணிகளைதலும்

பெண்கள் அணி களைதலில் இருவேறு நிலைகள் காணப் பெறுகின்றன.

(அ) கைம்பெண்டிர் அணிகளைதல்

(ஆ) கணவரைப் பிரிந்த மனைவியர் அணி துறத்தல்

கைம்பெண்டிர் அணிகளைதல் ஒருமரபாகச் சங்க இலக்கியங்களும் பிற்கால இலக்கியங்களும் விளக்குகின்றன. 'கழிகல மகடூஉ' என்ற புறநானூற்றுத் தொடர்[36] அணிகளைந்த கைம்பெண்ணைக் குறிக்கின்றது.

தாலி கழுத்திலிட்டார் சவத்தையொரு கட்டிலிட்டார்
நாலு கைம்பெண்க ளெனை நாய்ப் பிடியாகக் கட்டிலதன்
காலுக் கிடைகிடத்திக் கைகளால் முடக்கி வைத்தே
ஓலமிட்டுத் தாலியினை – என் கண்ணம்மா
ஒட்ட அறுத்தா ரடியோ

எனும் பிற்காலத்துப் பாடல் (யோகீஸ்வரன்.பி) அணி களைதலின், தாலி களைதலின் கொடுமையைச் சித்திரிக்கின்றது. 'என் கருத்திலே நிறைந்த கணவனைக் கண்டபின் அல்லாது இருக்கவும் செய்யேன்; நிற்கவும் செய்யேன்' என்று கூறிய கண்ணகி

---

35. மணிமேகலை:21:175–177
36. புறநானூறு.26

கொற்றவைக் கோயிலின் வாயிலில் தனது பொற்றொடியைத் தகர்க்கின்றாள்.[37]

ஆயின் இவ்வணிகளைதல் தொடக்கத்தில் கைம் பெண்களுக்கு மட்டுமே உரிய ஒன்றாகக் கூறப்பெறவில்லை. தலைவனைப் பிரிந்திருந்த தலைவியரும் அணிகளை அணியாமல் இருந்திருக்கின்றனர். இதனைப் பின்வருமாறு அறியலாம்.

ஆற்றல் நோய் அடுதலும் அணி வாடுதலும் தலைவன் பிரிவில் நிகழும். மார்பிடத்தே நெடிய தாலி நாணொன்று மட்டுமே தொங்க, அரசன் பிரிகையினாலே பின்னாமல் உலறிக் கிடந்த மயிரினையும் மகரக்குழை களைந்த காதினையும் (தாளுருவி அழுத்திய காது) பொற்றொடி கிடந்த கையிலே வலம்புரியை அறுத்துச் செய்த வளையலையும் உடையளாய்ப் புனையா ஓவியம் போன்று தலைவி காணப்பெறுவதாகச் சங்கப் புனைவுகள் காணப்பெறுகின்றன. கோவலனைப் பிரிந்திருந்த கண்ணகியின் தோற்றத்தைப் பின்வருமாறு இளங்கோ அடிகளார் வண்ணித்துள்ளார்.[38]

அஞ்செஞ் சீறடி அணிசிலம் பொழிய
மென்றுகில் அல்குல் மேகலை நீங்கக்
கொங்கை முன்றில் குங்கும மெழுதாள்
மங்கல வணியின் பிறிதணி மகிழாள்
கொடுங்குழை துறந்து வடிந்துவீழ் காதினள்
திங்கள் வாண்முகம் சிறுவியர்பு இரியச்
செங்கயல் நெடுங்கண் அஞ்சனம் மறப்பப்
பவள வாணுதல் திலகம் இழப்பத்
தவள வாணகை கோவலன் இழப்ப
மையிருங் கூந்தல் நெய்யணி மறப்பக்
கையறு நெஞ்சத்துக் கண்ணகி ...

இப்பாடலடிகள் கோவலனைப் பிரிந்திருந்த காலத்துக் கண்ணகி, அணிகள் துறந்திருந்தமையை விளக்குகின்றன.

இச்செய்திகளிலிருந்து அணிகளைதல் தலைவன் இறந்த காலத்தில் மட்டுமின்றிப் பிரிந்த காலத்திலும் நிகழ்ந்திருந்தமை தெளிவாகின்றது. தலைவனுக்கு மட்டுமே உரிமையுடைய உடல் வனப்புகள் அவன் பிரிந்த காலத்தில் தேவை இல்லை என்ற கருத்தில் தொடக்ககாலத்தில் அணிகள் களையப் பெற்றிருக்க வேண்டும். கணவன் விரும்பி நுகரக்கூடிய வனப்புகள், அவன்

37. கருத்துறு கணவர் கண்டபி னல்ல
திருத்தலு மில்லே னிற்றலு மிலனெனக்
கொற்றவை வாயிற் பொற்றொடி
தகர்த்து (சிலம்பு.23:179–187)

38. சிலப்பதிகாரம் 4:47–57

பிரிந்த காலத்தில் நுகர்வோர் இன்மையின் அழகிழந்தன. இதனை அன்றைய சமுதாயம் ஏற்றுக்கொண்டது. தவிர அதனையே பெண்களுக்கு வலியுறுத்தவும் செய்தது. தொடக்கத்தில் கணவன் பிரிந்தவழிக் களையப் பெற்ற அணிகள், பிற்காலத்தில் அவன் இறந்த பிறகு நிலையாகவும், முழுமையாகவும் களையப்பெற்றிருக்க வேண்டும். இதுவே பிற்காலத்தில் கைம்மை வாழ்வின் ஒரு கூறாகவும் உருப்பெற்றது எனலாம்.

திலகம் இழத்தல்

பிற்காலத்தில் தமிழ்ப்பண்பாட்டில் திலகம் இடுதல் சிறப்பாகக் கருதப்பெற்றது; மகளிரின் மங்கலத் தன்மைக்குச் சான்று பகர்ந்து நின்றது. கைம்பெண்ணாக மாறும்போது தாலியோடு திலகம் இடுதலையும் இழத்தல் மரபாக்கப் பெற்றது. ஆயின் இரட்டைக்காப்பியக் காலத்தில் ‘திலகம் இடுதல்’ மங்கலக் குறியீடாகக் கருதப்பெறவில்லை. ‘மங்கல அணி அன்றிப் பிறிதணி மகிழாள்’ என்ற பாடலடி[39] மங்கல அணி கணவன் இறந்தால் அன்றிக் களையல் ஆகாது என்ற கருத்தைக் கூறுகின்றது. பிற்காலத் தமிழ்ப் பண்பாட்டின்படி, திலகம் இடுதல் மங்கல அணிக்கு இணையாகக் கருதப்பெற்றிருக்குமாயின் கண்ணகி கோவலனைப் பிரிந்திருந்த காலத்திலும் திலகம் இட்டிருக்கவேண்டும். ஆயின் அவ்வாறு திலகம் இடவில்லை. இதனைப்,

> பவள வாணுதல் திலகம் இழப்ப

என்ற பாடலடி[40] விளக்குகின்றது. ஆகத் திலகம் ஒருவகை அணி அல்லது ஒப்பனை என்று கருதப்பெற்ற காலத்தில் அதனை இழத்தல் தவறாகக் கருதப்பெறவில்லை. ஆயின் பிற்காலத்தில் திலகம் இடுதல் மங்கல அணிக்கு இணையாகக் கருதப்பெற்று மங்கலக் குறியீடாக ஆக்கப்பெற்றது. இவ்வாறு ஆக்கப்பெற்றதால்தான் கணவன் பிரிந்தபோதும் திலகம் இடுதலைப் பெண்கள் விலக்கவில்லை. பின்னர் மங்கலத் தன்மையை இழக்கும்போது திலகத்தையும் இழந்தனராதல் வேண்டும்.

---

39. சிலப்பதிகாரம் 4:50

40. சிலப்பதிகாரம் 4:54

குடும்பம்

முகப்புரை

சமூக வாழ்க்கையைப் பற்றிய முழுமையான அறிவைப் பெறுவதற்குக் குடும்பம், அரசு, பொருளமைவு, சட்டம், வழக்கம், ஒழுக்கம், சமயம், கல்வி போன்ற நிறுவனங்கள் பற்றி ஆராய்தலும், அவற்றைப் பற்றிய கொள்கைகளை அறிதலும் இன்றியமையாதனவாகும். மேல்கூறிய அனைத்து நிறுவனங்களும் சமூகத்தின் ஒருங்கிணைவிற்கு உறுதுணையாகும் என்றாலும் குடும்பம் என்ற நிறுவனந்தான் சமூகத்தின் அடித்தளமாக, ஆணி வேராக விளங்குகின்றது. குடும்பம் – பெயர்க்காரணம், குடும்பம் – அறிஞர்தம் கருத்துரைகள், குடும்பம் – தோற்றம் பற்றிய கொள்கைகள், குடும்பம் – வகைகள் ஆகிய செய்திகளை இக்கட்டுரை விளக்குகின்றது.

குடும்பம்: பெயர்க்காரணம்

குடும்பம் என்ற சொல்லின் பொருள் விளக்கம் ஆராயத்தக்கது. குடும்பம் என்ற சொல்லிற்குத் தமிழர்கள் கொண்ட பொருள் வேறு, அயலவர் கொண்ட பொருள் வேறு. இதனைப் பின்வருமாறு உணரலாம்.

குடும்பம்: அயலவர் கொண்ட பொருள்

குடும்பம் என்பதை ஆங்கிலத்தில் பேமிலி *(Family)* என்ற சொல்லால் குறிப்பிடுவர். இச்சொல்

பேமுலஸ் (*Famulus*) என்ற சொல்லிலிருந்து உருப்பெற்றது என்பர் (Pascual Gisbert, S.T. 1986). பேமுலஸ் என்பதற்கு வீட்டு அடிமை என்பது பொருள். *Familia* என்றால் ஒருவருக்குச் சொந்தமான அடிமைகளின் மொத்த தொகை என்று பொருள்(எங்கெல்ஸ்.1884). ஒரு புதிய சமுதாய அமைப்பை வண்ணிப்பதற்காக உரோமானியர்கள் இந்தச் சொல்லைத் தோற்றுவித்தார்கள். இந்த அமைப்பின் கீழ், தலைவன் ஒருவன் தன் மனைவியரையும், குழந்தைகளையும் பல அடிமைகளையும் அவர்களின் சாவையோ, வாழ்வையோ நிர்ணயிக்கும் அதிகாரத்துடன் வைத்திருந்தான் (எங்கெல்ஸ்.பி. 1884). ஆக, குடும்பம் என்பதைக் குறிப்பிடும் பேமிலி என்ற சொல், ஆண்டான் அடிமைகள் அடங்கிய ஒரு சிறு குழுவைக் குறித்ததாகத் தெரிய வருகின்றது.

குடும்பம்: தமிழர் கொண்ட பொருள்

கூடு, குடம்பை, குடும்பு போன்ற சொற்களை ஆராய்வதன் மூலம் குடும்பம் என்பதற்குத் தமிழர்கள் கொண்ட பொருளை அறிய இயலும்.

கூடு – குடம்பை

கூடு என்ற சொல் வினையடிச் சொல்லாக நின்று கூடுதல் எனும் தொழிற்பெயரை உணர்த்தி நிற்கிறது. கணவனும், மனைவியும் கூடுதல் அல்லது கூடி வாழ்தல், பெற்றோரும், பிள்ளைகளும் கூடுதல் அல்லது கூடிவாழ்தல், இவர்களோடு உறவினர் கூடுதல் அல்லது கூடிவாழ்தல் என்னும் பொருண்மையைக் கூடு என்ற சொல் தருவதாகக் கருத இயலும்.

பறவைகள் கூடும் இடத்தை அல்லது தங்கும் இடத்தைக் கூடு என்ற சொல்லால் இன்றளவும் அழைப்பது தெளிவு. ஓர் ஆண் பறவையும், ஒரு பெண் பறவையும் சேர்ந்து குஞ்சுகள் பொறித்து இனப்பெருக்கம் செய்யும் இடமாக இந்தக் கூடு விளங்குவது அறிந்த ஒன்று. சங்க இலக்கியத்துள் கூடு என்ற சொல்லுக்கு இணையாகக் குடம்பை என்ற சொல் வழக்கில் இருந்துள்ளது. இச்சொல் பத்தொன்பது இடங்களில்[1] பயின்று கூடு எனும் பொருளை அதாவது அஃறிணை உயிரினங்கள் வாழும் இடத்தைக் குறிப்பிடுகின்றது. ஓரிடத்தில் மட்டும்[2] மனிதர்கள் வசிக்கும் வீடு என்ற பொருளைத் தருகின்றது. அதுவருமாறு:

1. புறம். 318, 397; அகம்.40,13, 270; குறு.301; நற்.91, 123, 152, 180, 181, 199, 303, 338, 366, 382, 384; ஐங்.99.

2. நற். 270 : 1–4

தலைவன் பிரிந்தமையால், தாழைப் புதரினாலே
கட்டப்பெற்ற குடம்பையில் – வீட்டில் – இருத்தலைப்
பொறாது தலைவி வருந்தி அழகிழந்தாள்

எனும் பாடற்செய்தி குடம்பை என்பதற்கு வீடு என்ற பொருளைத் தருகின்றது.

குடும்பு

அன், இ, அம் என்னும் விகுதிகள் இணைந்த குடும்பு எனும் சொல் ஆராயத்தக்கது. அன் விகுதி சேர்ந்த குடும்பன் எனும் சொல்லும் *(Tamil Lexicon. 1982)* இ விகுதி சேர்ந்த குடும்பி எனும் சொல்லும் அம் விகுதி சேர்ந்த குடும்பம் எனும் சொல்லும் குடும்பு எனும் சொல்லிலிருந்து தோன்றியமை சுட்டற்பாலது. குடும்பு என்பதற்குக் 'காய் முதலியவற்றின் குலை' என்பது பொருளாகும் *(Tamil Lexicon. 1982)*. குலையாக இருத்தல், கொத்தாக இருத்தல், சேர்ந்து இருத்தல், கூடி இருத்தல் எனும் பொருள்களையே குடும்பு எனும் சொல் தருவதை உணர்தல் வேண்டும்.

குடும்பம்

கூடு, குடம்பை, குடும்பு எனும் சொற்கள் கூடுதல், கூடி இருத்தல் எனும் பொருள்பட்டமையை மேல் சான்றுகள் விளக்கின. கூடிவாழ்தல் எனும் பொருள் தரும் கூடு என்ற சொல்லின் பழைய சொல்லாகிய குடம்பை என்ற சொல்லும், குலையாகக் கொத்தாக இருக்கும் இருப்பினைக் குறிக்கின்ற குடும்பு என்ற சொல்லும் குடும்பம் என்ற சொல்லோடு நெருங்கிய தொடர்புடையதாய் இருப்பதை அறிய முடிகின்றது. குடம்பை என்ற சொல்லை விடவும் குடும்பு என்ற சொல் குடும்பம் என்பதோடு மிக நெருக்க முடையதாய் இருப்பதை உணர்தல் வேண்டும். ஆகக் குடும்பு எனும் சொல்லோடு அம் விகுதி சேர்ந்த குடும்பம் என்ற சொல்லுக்குக் 'கணவன் மனைவி பிள்ளைகள் கொத்தாகக் கூட்டாகக் குலையாகக் கூடிவாழும் ஓர் அமைப்பு' எனப்பொருள் கொள்ள இயலும்.

குடும்பம்: அறிஞர்தம் கருத்துரைகள்

குடும்பம் எனும் சமூக நிறுவனம் குறித்துச் சமூகவியல் அறிஞர்களும் பிறதுறை அறிஞர்களும் கூறும் கருத்துகள் அறியற்பாலன. அவை வருமாறு:

அ) குடும்பம் என்பது திருமணத்தால் பிணைக்கப்பெற்ற மாந்தர் குழுவாகும். இம்மாந்தர்கள் ஒரே வீட்டில் வாழ்பவர்களாக, உறவுத்தொடர்புடையவர்களாக அல்லது தத்து எடுக்கப்பட்டவர்களாக அமைந்திருப்பர். மதிப்புடைய சமுதாய நிலைகளில் கணவன் – மனைவி, தாய் – தந்தை, மகன் – மகள், சகோதரன் – சகோதரி எனும் உறவுடன் பொதுவான பண்பாட்டைப் பேணுபவர்களாக வாழ்வர் *(The New Encyclopeadia Bitanica. 1986).*

ஆ) சமுதாயத்தில் குடும்பம் என்பது அடிப்படைக் கூறு. தனிமனிதன் பார்வையில் குடும்பம் முதன்மை நிறுவனம் *(Primary Institution)* ஆகும். சமூகப் பார்வையில் அது சமுதாய மதிப்புகளுக்கு நிலைக்களமான அமைகிறது.[3]

இ) குடும்பம் என்பது குறைந்தபட்சம் ஆண் ஒருவனும் பெண்ணொருத்தியும் குழந்தைகளோடு சமுதாயத்தாலோ அல்லது திருமணத்தாலோ அங்கீகரிக்கப்பெற்ற ஏறக்குறைய நிலையான உறவு நிலையில் அமைவது *(Recee Mc Gee.1977).*

ஈ) குடும்பம் கணவன் மனைவியிடையே நிறுவப்பட்ட பாலின உறவும், புணர்ச்சியும் ஏற்பட வழி வகுக்கின்றது. தவிரவும் உறவுமுறைப்பெயர்களை ஏற்படுத்திக் கொள்ளவும் ... குறிப்பிட்ட நெருங்கிய உறவினர்களிடையே மணஉறவு நிகழாமல் தடுக்கவும் வழிவகை செய்கின்றது.[4]

உ) குடும்பம் என்பது கணவன், மனைவி, குழந்தைகள் ஆகியோர் சேர்ந்த ஓர் அமைப்பாகப் பண்பாட்டு வளர்ச்சியின் அனைத்து நிலையிலும் காணப்படுகின்றது. எப்படியும் திருமண நிகழ்ச்சிக்கும் குடும்பத்திற்கும் பெரும் தொடர்பு இருக்கிறது. ஒருவன், ஒருத்தி என்று கணவன் மனைவியாகக் கருத முடியாத எந்த இருவராலும் ஒரு குடும்பம் ஆவதில்லை. மேலும் இது சமூக அமைப்பிற்கு அடிப்படையாகவும் ஒருவனுடைய காம இச்சையைத் தடங்கலின்றி முடித்துவைக்கும் ஒரு களமாகவும் அதன் விளைவாகத் தோன்றும் குழந்தைகளின் மூலம் தன்னினம் அழிந்துவிடாமல் நிலைக்கச் செய்யும் ஓர் ஏற்பாடாகவும் உள்ளது *(கோபாலகிருட்டினன், 1963).*

---

3. *Rose Laub Coser, (Ed), The Family its Structures and Functions, P.XVI.* இம்மேற்கோள், ச. விஷ்ணுதாசன், தனிப்பாடல்களில் சமுதாயக் கூறுகள் – என்ற ஆய்வேட்டிலிருந்து பெறப்பட்டது. (எம்.பில். ஆய்வேடு, அழகப்பா பல்கலைக்கழகம், காரைக்குடி, 1987)

4. *Pascual Gisbert, S.J., Fundamentals of Sociology, p.85 (மேற்கோள்: Helen Bosanquet, The Family)*

ஊ) சமூகம் என்ற பேரமைப்பின் அடித்தளம் குடும்பம். குடும்பம் என்பதன் அடித்தளம் திருமணம் (தாயம்மாள் அறவாணன், 1987).

எ) குடும்பம் என்பது ஆண் உடைமையாலும், பொறாமையாலும் பொருள் வளர்ச்சியாலும், பொருள் நாட்டத்தாலும் பிறந்த ஓர் அமைப்பு (கோபாலகிருட்டினன், 1963).

ஏ) குடும்பம் மந்தை – இவை யிரண்டும் தம்முள் முரண் பட்டவை. எங்கெல்லாம் குடும்பம் நெருக்கமாகப் பிணைக்கப் பட்டிருக்கின்றதோ அங்கெல்லாம் மந்தைகள் அபூர்வம் ... எங்கெல்லாம் சுயேச்சையான புணர்ச்சிகள் நிகழ்கின்றனவோ அங்கெல்லாம் அநேகமாக இயல்பாகவே மந்தை சேர்கிறது. மந்தை உருப்பெற வேண்டுமானால் அதற்குக் குடும்ப உறவுகள் தளர்த்தப்பட்டிருக்க வேண்டும் (எங்கெல்ஸ், 1884).

ஐ) தேவை அதனைத் திருப்தி செய்தல் என்ற இரண்டினூடே வளர்ந்த கலாச்சாரங்களும், பழக்க வழக்கங்களும், பண்பாடுகளுமே மக்களிடையே குடும்பம் என்ற ஆண் பெண் குழவி அடங்கிய ஓர் கூட்டு வாழ்க்கையை அல்லது சங்கத்தைத் தோற்றுவித்தன (இலக்குமிரதன் பாரதி, சோ., 1969).

பெறப்படும் கருத்துகள்

இதுகாறும் கூறிய அறிஞர்களின் கருத்துரைகளிலிருந்து குடும்பம் என்பதற்கு ஒருவாறு விளக்கம் காண இயலும்.

அ) மணஉறவுகளின் இறுக்கமே குடும்பம் உருப்பெறக் காரணமாயிற்று. எங்கெங்கு மணஉறவுகள் தளர்த்தப் பெற்றிருக்கின்றனவோ அங்கெல்லாம் குடும்ப அமைப்பைக் கண்டறிதல் சிக்கலானது.

ஆ) கணவன், மனைவியாக இணையாத எவராலும் ஒரு குடும்பம் உருவாவதில்லை. எனவே குடும்பத்திற்கு அடிப்படை கணவன் மனைவியாகிய உறுப்பினர்கள் ஆவர்.

இ) கணவன், மனைவியாக இருவரைச் சேர்த்து வைப்பது சமூகத்தால் ஏற்கப்பெற்ற திருமணச் சடங்கு முறைகள் ஆகும்.

ஈ) பாலியல் தேவைகளை நிறைவு செய்வதாகவும், அதில் உள்ள சமூகச் சிக்கல்களை விடுவிப்பதாகவும், இனத்தைப் பெருக்கிக் கொள்ள வழிவகுப்பதாகவும் குடும்பம் அமைகின்றது.

ஆகச் சமூகத்தால் மணஉறவு உடையோர் என்று ஏற்கப்பெற்ற ஆண் ஒருவனும், பெண் ஒருத்தியும் மணச்சடங்கினால் கணவன், மனைவி ஆவதன் மூலம் ஒரு குடும்பம் உருப்பெறுகின்றது. இந்தக் கணவன் மனைவி இருவரில் ஒருவர் பிரிந்தாலோ, அல்லது இறந்தாலோ குடும்பம் சிதைந்து விடுகிறது. இதனைப் பின்வரும் அறிஞர்தம் கருத்து அரண் செய்யும்.

மணவிலக்கு, குடும்பத்தைப் புறக்கணித்தல், சாவு போன்ற பலகாரணங்களால் குடும்பங்கள்சின்னா பின்னமடைகின்றன (Pascual Gisbert, S.J.1986).

ஆகக் குடும்பம் என்ற நிறுவனத்தின் அடித்தளம் பின்வரும் கூறுகளை உடையதாக அமைகின்றது. அவை வருமாறு:

அ) மணஉறவு உடையோர் இணைதல்

ஆ) இவ்விணைதலை மணச்சடங்குகள் உறுதிசெய்தல்

இ) கணவன் மனைவியாக வாழ்தல்

ஈ) இவர்களுக்குள் மணவிலக்கு, பிற பிரிவுகள் வாராது இருத்தல்.

மேல் கூறப்பெற்ற நான்கு கூறுகளும் குடும்பம் என்ற அமைப்பைச் சிதையாது கட்டிக் காக்கின்றன. குடும்ப அமைப்பு உருப்பெற்று நிறுவனமாக நிலைத்த பின்னர் அது பின்வரும் கூறுகளை, தன்மைகளை, இயல்புகளை உடையதாக இருக்கும், அவை வருமாறு:

குடும்பத் தலைமை, விரிந்த பாலுறவுத் தடைகள், குடும்பம், குலம் பெயர் அமைவுகள், குலதெய்வம், சிறப்பான வழிபாடுகள், சடங்குகள், நம்பிக்கைகள், சொத்துரிமை போன்ற உரிமைகள், நட்பு, பகைமை போன்ற உறவுகள், விருந்தோம்பல் போன்ற பண்புகள் ஆகியவற்றைக் குடும்பம் பெற்றிருக்கும்.

குடும்பத்தின் தோற்றம்

குடும்பத்தின் தோற்றம் குறித்து இருவேறு கொள்கைகள் அறிஞர்களிடையே நிலவுகின்றன. ஒன்று: குடும்பம் என்ற அமைப்பு இயல்பாகவே மனிதச் சமூகத்தில் அமைந்திருந்தது

என்பதை விளக்கும் கொள்கை. இரண்டு: குடும்பம் என்ற அமைப்புச் சமூக வளர்ச்சியில் ஒரு குறிப்பிட்ட காலக்கட்டத்தில் தோன்றியது என்பதை விளக்கும் கொள்கை.

தோற்றக் கொள்கை ஒன்று

பாஸ்கல் கிஸ்பர்ட், வெஸ்டர்மார்க் போன்ற அறிஞர்கள் குடும்ப அமைப்பு இயல்பாக அமைந்துவிட்ட ஓர் அமைப்பு எனவும் ஒருதாரக் குடும்பமாக இது தோன்றிய போதே இருந்தது எனவும் விளக்கி இருக்கின்றனர். சமூக வளர்ச்சியில் ஒரு குறிப்பிட்ட காலத்தில் குடும்பம் தோன்றியிருக்க வேண்டும் என்பார் கருத்தை இவர்கள் மறுத்துரைத்தனர். மறுப்புரைகளில் சில வருமாறு:

அ) பூவுலகின்கண் எவரிடமும் என்றுமே கட்டுப்பாடற்ற பாலின உறவு, நிலையான நியதியாக இருந்தது உண்மையே என்று நிரூபிக்க முடியாது. ஆஸ்திரேலியாவில் வாழும் தயரிகளிடையும் பிரேஸிலில் வாழும் கைக்கான்களிடையும், ஸைபீரியாவில் வாழும் சுக்சிகளிடையும் குழுமணம் காணப்படினும் கூட அங்கும் ஒருதார மணமுறையும், ஒருதாரக் குடும்பமும்தான் அதிகமாகக் காணப்பெறுகின்றன. அதுதான் நல்ல சமூக உறவுமுறையாக மதிக்கப்பெறுகின்றது *(Pascual Gisbert, S.J.1986:87).*

மேல் மறுப்புரை, வரன்முறையற்ற பாலுறவு நிலையிலிருந்து குடும்பம் தோன்றியது என்பதையும் ஒருதாரக் குடும்பத்திற்கு முன் சில குடும்ப வகைகள் உண்டு என்பதையும் மறுத்துரைக்கின்றது. மேலும் சில மறுப்புரைகளாவன:

ஆ) பழங்குடிகளில் மிகப்பழைய குடியாகிய அந்தமான் தீவினர், பிக்மிகள், தென் ஆஸ்திரேலிய ஆதிவாசிகள் போன்றோர்களிடம் கட்டுப்பாடற்ற உறவு, குழுமணம் ஆகியவற்றின் சாயல் கூடக் காணப்பெறவில்லை *(ibid, P.87).*

கட்டுப்பாடற்ற உறவுகளிலிருந்து குடும்பம் தோன்றியது என்று கூறுவோர், பல பழங்குடிப் பண்பாடுகளை அடியொற்றித் தம் கொள்கைகளை நிறுவியுள்ளனர். இந்தக் கொள்கையை மறுத்துரைப்பதாக மேல் மறுப்புரை அமைந்துள்ளது.

இ) விலங்குகள் பறவைகள் போன்ற அஃறிணை உயிரினங்கள் கூட இயற்கையில் ஓர் ஆண், ஒரு பெண்ணாக வாழ்கின்றன.

எனவே ஒருதாரம் என்பது இயற்கையாக அமைந்த ஒன்றாகும் (கோபாலகிருட்டினன்.1963).

குழுமணம் போன்றவற்றிலிருந்து வளர்ச்சி பெற்றுப் பொருளாதார அடிப்படையினால் ஒருதார மணம் தோன்றியது என்பாரின் கொள்கையை மேல் மறுப்புரை மறுத்துரைக்கின்றது.

தோற்றக் கொள்கை இரண்டு

எல்.எச். மார்கன், ஜே.ஜி.பிரேசர், ஆர். பிரிஃபால்ட் முதலிய அறிஞர்கள் குடும்பம், சமூகவளர்ச்சியில் ஒரு குறிப்பிட்ட காலக் கட்டத்தில் தோன்றியது என்ற கொள்கையை உடையவர்கள். குடும்பம் எல்லாக் காலத்திலும் எல்லா இடங்களிலும் காணப்படுகின்ற ஒரு நிறுவனம் என்பதை இவர்கள் ஏற்கவில்லை. குடும்பம் என்பது இயக்கமுள்ளது என்பதும் மாறுதல்களுக்குட்பட்டது என்பதும் இவர்கள் கொள்கையாகும். இதனைப் பின்வரும் கருத்து விளக்கும்:

குடும்பம் என்பது இயக்கமுள்ள சித்தாந்தத்தையே குறிக்கிறது. அது என்றைக்கும் இயங்காதிருப்பதில்லை. சமுதாயம் கீழ்நிலையிலிருந்து மேல்நிலைக்கு முன்னேற முன்னேற அதுவும் கீழான வடிவத்திலிருந்து மேலான வடிவத்திற்கு முன்னேறிச் செல்கிறது என்பாரின் கூற்று(எங்கெல்ஸ்.1884). மனித சமூகத்தின் தொடக்க காலத்தில் குடும்பமோ, மணமுறையோ இருந்தது கிடையாது எனவும் மனிதர்களிடம் வரன்முறையற்ற புணர்வு நிலைகள் காணப்பெற்றன எனவும் ஓர் ஆடவர் குழு, ஒரு பெண்டிர் குழுவுடன் கட்டுப்பாடற்ற முறையில் உறவு கொண்டது எனவும் அறிஞர்கள் கருதினர். இக்கருத்திற்கு அரணாக எண்ணற்ற பழங்குடி மக்களின் வாழ்க்கை முறைகளைச் சான்றுகாட்டினர். கட்டுப் பாடற்ற புணர்ச்சி உறவு நிலைக்குப் பிறகு தாயினுடைய பொருளாதார, சமூகப் பாதுகாப்புத் தேவைகளின் காரணம் பற்றித் தாய்வழித் தலைமைக் குடும்பம் எழுந்தது என்பர். இதன் பிறகு ஆடவனுடைய கைப்பற்றும் ஆர்வம், சொத்துரிமை ஆதிக்கம், வாரிசுரிமை போன்ற காரணங்களினால் ஆண்வழித் தலைமை தோன்றி ஒருதார மணமுறை வலியுறுத்தப்பெற்றது. ஒருதாரக் குடும்பமுறைக்கு முன்பாகப் பல்வேறு குடும்ப முறைகள் வழக்கிலிருந்தமையை அறிஞர்கள் விளக்கி உள்ளனர். இரத்த உறவுக் குடும்பம் பூனலுவாகுடும்பம் இணைக்குடும்பம் (எங்கெல்ஸ்.1884) முதலிய குடும்ப முறைகளின் வளர்ச்சி நிலையில் ஒருதாரக் குடும்பம் தோன்றியது.

இவ்வாறு குடும்பம் என்பது ஓர் இயக்கமுள்ள நிறுவனம் எனவும் அது சமூக வளர்ச்சியில் ஒரு காலக்கட்டத்தில் தோன்றியது எனவும் பொருளாதார நிலைகளை அடியொற்றியது எனவும் அறிஞர்கள் கருதினர்.

குடும்பம் – வகைமை

குடும்பத்தை அறிஞர்கள் பலவாறு வகைப்படுத்தி உள்ளனர். கூடி வாழும் இயல்பை அடியொற்றித் தனிக்குடும்பம், கூட்டுக்குடும்பம் எனவும், மணத்தை அடியொற்றிப் பலகணவ மணக்குடும்பம், பலதாரமணக் குடும்பம், ஒருதார மணக்குடும்பம் எனவும் உரிமையை அடியொற்றித் தாய்வழித் தலைமைக் குடும்பம் தந்தை வழித்தலைமைக் குடும்பம் எனவும் குடும்ப வகைபாடுகள் அமைந்துள்ளன.

குடும்பம்: கட்டமைப்பும் செயற்பாடும்

முகப்புரை

நிறுவனமாக அமைந்த ஒரு குடும்ப அமைப்பில் பல்வேறு கூறுகள் அடிப்படையாக அமைந்திருக்கும். குடும்பத் தலைமை, தனிக்குடும்ப, கூட்டுக்குடும்ப அமைப்புகள் முதலியன சமூகப் பொருளாதார அமைவுகளுக்கு ஏற்ப அமைந்து வந்துள்ளன. இவ்வாறே ஒருதார, பலதார மணமுறைகளையும் சுட்டுதல் வேண்டும். நூலின் இப்பகுதியில், குடும்பத்தலைமை, ஒருதார, பலதார மணங்கள், தனிக்குடும்ப, கூட்டுக்குடும்ப அமைப்புகள், மக்கட்பேறு ஆகிய செய்திகள் விளக்கம் பெறுகின்றன.

குடும்பத் தலைமை

உலக மக்கள் இனங்களிடையே இருவகையான குடும்பத் தலைமைகள் இடம்பெற்றிருந்தன. தாய்வழித் தலைமைக் குடும்பம், தந்தை வழித் தலைமைக் குடும்பம் என்பன அவை. மார்கன் போன்றோர் ஆதிமக்களின் குடும்பத்தில் தாயே முதன்மை பெற்றிருந்தாள் என்பதை விளக்கி ஆதிக்குடும்பத்தின் தலைமை தாய்வழியைச் சாரும் என விளக்கினர். பால்கல் கிஸ்பர்ட் போன்றோர் ஆதிமக்களினத்தில் தாய்வழித்தலைமை இருந்திருக்க இயலாது என்பதை விளக்கி ஆதிக் குடும்பத்தலைமை தந்தை வழியைச் சாரும் என்று விளக்கினர்.

உலக இனமுறைத் தொகுதிகளை ஆராய்ந்த அறிஞர்கள் *238* சமூகங்கள் தந்தைவழி உடையதாகவும், *77* – சமூகங்கள் தாய்வழி உடையதாகவும், *30* – சமூகங்கள் இருவழி உடையதாகவும் இருந்தமையை விளக்கினர் (இலக்குமிரதன் பாரதி, சோ.*1969*). தாய அடிப்படையிலும் தாய்த்தாயம், தந்தைத்தாயம், சரிசமத் தாயம் எனும் மூன்று நிலைகள் இருந்தன *(Pascual Gisbert, S.J.1986)*.

தாய்வழித்தலைமை

தாய்வழித் தலைமைக் குடும்பத்தில், குடும்பத்தின் தலைமையும், செல்வாக்கும், சொத்தும் தாயிடமிருந்தன. இவை தாயிடமிருந்து பின்னர் மகளை அடைந்தன. வளர்ச்சி அடைந்த சில இனக்குழுக்களில் சமூகத் தலைவர்களை நீக்கவும், பதவியில் அமர்த்தவும் பெண்கள் உரிமை பெற்றிருந்தனர். இதனை இராக்யூவப் பெண்களைச் சான்று காட்டி விளக்குவர் *(Pascual Gisbert, S.J.1986)* . காசி இனப் பெண்கள் மதக் குருமார்களாகவும் விளங்கி இருக்கின்றனர் *(Pascual Gisbert, S.J. 1986)*.

இவ்வாறான தாய்வழித் தலைமைக் குடும்பங்கள், குழுமணங்கள் இருக்கின்ற இடங்களில் கண்டுப்பிடிக்கப் பெற்றன. வரன்முறையற்ற உறவு நிலைச் சமூகங்களில் ஆண்வழியிலான குடும்பத்தைக் கண்டறிதல் இயலாது. எந்தெந்தச் சமூகங்களில் பாலுறவுக் கட்டுப்பாடு இறுக்கம் பெற்றுக் காணப்பெறுகின்றதோ அந்தந்தச் சமூகங்களில் ஆண்வழித் தலைமையைக் கண்டுகொள்ள முடியும். இதனைப் பின்வருமாறு உணரலாம்.

தனிச் சொத்துடைமையும், உழைப்பிலிருந்து மகளிர் ஒதுங்கிய நிலையும்; ஒதுக்கப்பெற்ற நிலையும் ஆண்வழித் தலைமை தோன்றக் காரணங்களாயின. வேட்டைச் சமூகத்திலிருந்து ஆநிரை உடைமைச் சமூகமாக மக்களினம் மலர்ந்தபோது தனியுடைமை தோற்றங்கொண்டு விடுகிறது. ஆடுமாடுகளை மேய்த்தல், அதன்வழி வயல் உழைப்புப் போன்றவற்றிற்கு ஆடவர்கள் பொறுப்பேற்றனர். பெண்களின் குழந்தைப்பேறு, மாதவிடாய் போன்றன இயற்கையாக உழைப்பிலிருந்து பெண்களை விடுவித்துவிட்டன. இவ்வாறாக உழைப்பிலிருந்து பெண்களுக்கு விடுதலையும், தனி யுடைமையும் தோன்றவே ஆண்கள் இயல்பாக வலிமை பெறவும், தலைமை பெறவும் தொடங்கினர்.

இதனைத் தமிழ் இலக்கியங்கள் மூலம் ஒரோவழி உய்த்துணர இயலும். தமிழ்ச் சமூகம் ஆதியில் குறிஞ்சிச் சமூகமாகவும்

(வேட்டை) அடுத்து முல்லைச் சமூகமாகவும் (ஆநிரை) அதற்கடுத்து மருதச் சமூகமாகவும் (வயல்) இருந்தது. குறிஞ்சிச் சமூகத்தில் பெண்கள் உழைப்பில் ஈடுபட்டு இருந்தமையைப் புனங்காத்தல் தொழில் உணர்த்துகின்றது. பல்வேறு உரிமை பெற்றிருந்த தன்மையை, அவர்களின் களவுமணம் உணர்த்துகின்றது. ஆயின், அடுத்த முல்லைச் சமூகத்தில் ஆநிரைகள் செல்வமாயின. ஆநிரை மேய்த்தலை ஆயர் மேற்கொண்டனர்; பொருள்வயிற் பிரிந்து சென்றனர். தலைவியர் இல்லத்திலிருந்து கணவன் நினைவாக உணர்வுகளை ஆற்றியிருக்க முயன்றனர். இவை ஆண், சொத்துக்குத் தலைமை ஏற்றுவிட்டதையும் பெண்கள் உழைப்பிலிருந்து விலகி 'இருத்தல்' என்னும் கற்பினை ஏற்றுக் கணவனுக்கு வாரிசினைப் பெற்றுத்தரும் நிலைக்கு வந்துவிட்டதையும் உய்த்துணர வைக்கின்றன. கற்பினை வலியுறுத்தியதன் மூலம் பாலுறவுக் கட்டுப்பாடு இறுக்கம் பெற்றது. எனவே முற்கூறப் பெற்ற கருத்திற்கு ஏற்ப இங்குத் தந்தை வழித்தலைமை ஏற்பட்டுவிட்டதை அறியலாம். குறிஞ்சிச் சமூகத்தில் தாய்வழித் தலைமையும், முல்லைச் சமூகத்தில் தந்தைவழித் தலைமையும் நிலவியிருந்தமையை மேல்சான்றுகள் ஓரளவு விளக்கும்.

தனியுடைமை, உழைப்பு விலக்கு மட்டுமின்றிக் குழந்தை பிறப்புப் பற்றிய உண்மையான கோட்பாடும் தாய்வழித் தலைமை மறைந்தமைக்குக் காரணமாகும். இதனைப் பின்வரும் அறிஞர் கருத்து அரண் செய்யும்.

ஆண் பெண் சேர்க்கையாலேதான் கரு உண்டாகிறது என்பதையும் ஆண்களுக்குப் பங்கு உண்டு என்பதையும் மனிதன் முதன்முதலில் அறிந்திருக்கவில்லை. இறந்தவர்கள் பெண்கள் வயிற்றில் பிறக்கின்றனர் எனவும், அதனை ஒரு தெய்வீகச் செயல் எனவும் கருதினர். எனவேதான் முதலில் தாய்வழிச் சமூகம் தோன்றியிருந்தது (இலக்குமிரதன் பாரதி, சோ.1969).

மேல் செய்தியிலிருந்து குழந்தைகள் பிறப்பதற்கு ஆண் காரணமானவன் என்பதை அறிந்த பின்னரே தந்தைவழித் தலைமை தோன்றியிருக்கவேண்டும் என்பதை அறிய முடிகின்றது. இதனைப் பின்வரும் கருத்தும் அரண் செய்யும்.

தந்தை மூலமே பிள்ளைப்பேறு ஏற்படுகின்றது என்ற உடல் தத்துவ முறை தெரியவந்ததும் தந்தையின் உணர்வில் ஒரு புது அம்சம் இடம்பெற்றது. அந்த அம்சமே உலகின் எல்லா

இடங்களிலும் தந்தைவழிச் சமூகங்கள் அமைய வழிகோலிற்று *(பெர்ட்ராண்டு ரஸ்ஸல்.1965).*

சிலப்பதிகாரத்தில் தாய்வழித் தலைமையின் எச்சங்கள்

தாய்த்தெய்வ வழிபாடு தாய்வழித் தலைமையின் எச்சமாகும். ஆதியில் தாய்வழித் தலைமை நிலவியதால் தாய்த்தெய்வமே பழந்தெய்வமாக இருத்தல் வேண்டும். இதனைப் பின்வரும் அறிஞர்தம் கருத்தும் அரணசெய்யும்

தாய்வழிச் சமுதாயமே மிகப் பழமையானதால் முதலில் பெண் தெய்வ மதமே தோன்றியது. சிந்து, நைல், தஜலா, புராத் நதிக்கரைகளில் மலர்ந்த பழைய மதங்களில் இதற்கான அதிக சான்றுகளைக் காணலாம். இந்துக்களின் காளியும், துர்க்கையும் தாய்வழிச் சமுதாயத்தின் அடிப்படையில் அமைந்த மதச் சின்னங்களே ஆவர். கிருத்துவர்களின் 'மேரி'; மகாயான புத்தர்களின் 'தாரா', ஜைனர்களின் 'சக்ரேஸ்வரி' எல்லோருமே புராதன அன்னையின் அடையாளச் சின்னங்களே ஆவர் *(ராகுல் சாங்கிருத்தியாயன்.1985).*

மேல்சான்று தாய்த்தெய்வங்கள் தாய்வழிச் சமூகத்தின் எச்சங்கள் என்பதை விளக்குகின்றது. தந்தைவழிச் சமூகம் தோன்றிய பிறகு தாய்த் தெய்வங்கள் தந்தைக் கடவுளர்களோடு இணைக்கப்பெற்றன. உறவுமுறையும் தோற்றுவிக்கப்பெற்றது. சுமேரியா, பாபிலோனியா, அசிரீயா, எகிப்து நாகரிகங்களின் தாய்த்தெய்வக் கடவுளர்களான அஸ்டார்ட், இஷ்டார், சிபீலா, ஐஸிஸ் போன்ற தெய்வங்கள், கிரேக்க, உரோம, இந்திய நாகரிகங்களின் தாய்த் தெய்வக் கடவுளர்களான தெமீடா, செரிஸ், பகவதி போன்ற தெய்வங்கள், தந்தைவழித் தலைமைச் சமூகத் தெய்வங்களோடு இணைக்கப்பெற்றனர் *(இலக்குமி ரதன் பாரதி, சோ.1969).*

இவ்வாறே ஆதி தாய்த் தெய்வமாகக் கருதப்பெறும் கொற்றவையோடு சிவனும், திருமாலும் இணைக்கப்பெற்றனர். இதனைச் சிலப்பதிகாரத்து வேட்டுவ வரி விளக்கும். கொற்றவைக்கு அரவுக் குருளையை நாணாகச் சுற்றுதலும் வெண்கோட்டைத் திங்களாக அணிதலும்[1] சிவபெருமானை நினைவுறுத்துவன. மேலும்

1. சிறுவெள் ளரவின் குருளைநாண் சுற்றிக்
குறுநெறிக் கூந்த னெடுமுடி கட்டி
இளைசூழ் படப்பை யிழுக்கிய வேனத்து
வளைவெண் கோடு பறித்து மற்றது
முளைவெண் டிங்க ளென்னச் சாத்தி (சிலம்பு.12.22–26)

நெற்றிக்கண்ணை உடையவள். நஞ்சுண்டு கறுத்த கழுத்தினள், புலித்தோலைப் போர்த்தவள் எனக் கூறப்பெற்றவையும்[2] சிவபெருமானை நினைவுறுத்துவன. சங்கமும், சக்கரமும் தாமரைக் கையிலேந்திச் சிங்க ஏற்றின் மேல் நின்றவள் என்று கூறப்பெறுவது திருமாலை நினைவுபடுத்துகின்றது.[3] கங்கையை முடிக்கு அணிந்த கண்ணுதலோனாகிய சிவனின் இடபாகத்தே மங்கை உருவாய் மறை ஏத்த நின்றவள்[4] எனக் கூறப்பெறுவது கொற்றவையைச் சிவனின் மனைவியாகக் காட்டுகின்றது. திருமாற்கு இளையாள் திருமுன்றில் என்ற பாடலடி[5] கொற்றவையைத் திருமாலின் இளையாளாகக் கூறுகின்றது. மேற்கூறப்பெற்ற செய்திகள் யாவும் தமிழரின் பழைமைவாய்ந்த தாய்த்தெய்வக் கடவுளான கொற்றவையோடு தந்தை வழித் தலைமைக் கடவுளான சிவன், திருமால் இணைக்கப்பெற்ற நிலையைக் காட்டுகின்றன.

இவையன்றித் தாய்வழித் தலைமையின் எச்சங்களாக வரும் செய்திகள் வருமாறு:

(அ) வேட்டுவ வரியுள், கொற்றவைக் கோலம் கொண்டு நின்ற சாலினியை வாழ்த்தும் பாடலடிகள் கவனத்துக்குரியன. அவை வருமாறு: கொற்றவைக் கோலம் கொண்டு நின்ற பொற்றொடி மாதர் பிறந்த குடியில் பிறந்த விற்றொழில் வேடரது குலமே குலமாகும் எனவும் ஐயையின் அணி கொண்டு நின்றவள் பிறந்த குடிக்கண் பிறந்த எயினரது குலமே குலமாகும் எனவும் பாய்கலைப் பாவையின் அணிகொண்டு நின்ற ஆய்தொடி நல்லாள் பிறந்த குடிக்கண் பிறந்த எயினர் குலமே குலமாகும் எனவும் வரும் பாடற்செய்திகள் நோக்கத்தக்கன.[6] எயினரும்

---

2. மதியின் வெண்டோடு சூடுஞ் சென்னி
நுதல் கிழித்து விழித்த விமையா நாட்டத்துப்
பவள வாய்ச்சி தவளவா ணகைச்சி
நஞ்சுண்டு கறுத்த கண்டி வெஞ்சினத்
தரவு நாண் பூட்டி ...
வளையுடைக் கையில் சூல மேந்திக்
கரியி னுரிவை போர்த்தணங் காகிய
வரியி னுரிவை மேகலை யாட்டி (சிலம்பு.12:54–62)

3. அரியரன்பூ மேலோ னகமலர்மேன் மன்னும்
விரிகதிரஞ் சோதி விளக்காகி யேநிற்பாய் (சிலம்பு.12:9)

4. பொங்கர் வெண்பொரி சிந்தின புன்கிளந்
திங்கள் வாழ்சடை யாடிரு முன்றிலே (சிலம்பு.12:9)

5. திருவ மாற்கிளை யாடிரு முன்றிலே (சிலம்பு:12:3)

6. பொற்றொடி மாதர் பிறந்த குடிப்பிறந்த
விற்றொழில் வேடர் குலனே குலனும்
ஆய்தொடி நல்லாள் பிறந்த குடிப்பிறந்த
வேய்வி லெயினர் குலனே குலனும் (சிலம்பு.12:4,5,6)

வேடுவரும் பிறந்தகுடி, பொற்றொடி மாதரும் ஆய்தொடி நல்லாளும் பிறந்த குடியாகும் எனக் கூறப்பெற்றுள்ளமையும் நோக்கத்தக்கது. இப்பெண்கள் பிறந்தகுடியின் வழித் தோன்றல்களே வேடரும் எயினரும் எனக் கூறப்பெற்றது, ஒருகாலத்துத் தாய்வழியை உணர்த்தி நிற்கிறது எனலாம்.

(ஆ) மறவர் ஆனிரை கவர்தலைக் கொற்றவை விரும்புவாள் ஆயின் பகைவர் நாட்டில் வரும் கேட்டினைக் கரிக்குருவி தன் கடுங்குரலால் இசைத்துக்காட்டும் எனவும் அவ்வாறு ஆநிரைகவரச் செல்லும் மறவர் முன்னர்க் கொடியெடுத்துக் கொற்றவை வில்லின் முனைப்பிலே அமர்ந்துசெல்லும் எனவும் கூறப்பெற்ற செய்திகள்[7] தாய்த் தெய்வத்தின் தலைமையையும் செல்வாக்கையும் காட்டுவன. வெற்றி தருவதும் வெற்றி தரும் போர்க்கு ஒப்புதல் வழங்குவதும் தாய்த்தெய்வமாகும் எனக் கூறப்பெற்றது, பண்டைக் காலத்துத் தாய்வழித் தலைமையின் எச்சமாகலாம்.

(இ) மணிமேகலையில் வரும் செய்தியொன்று சுட்டத் தக்கது. நரைமூதாட்டி ஒருத்தி அரசற்காயினும் திருநிலக் கிழமைத் தேவியர்க்காயினும் பொருள் பொதிந்த சொற்களை விரித்துக் கூறும் தன்மையுடையவள்[8] என்று கூறப்பெற்ற செய்தியுள் 'திருநிலக் கிழமைத் தேவியர்' எனும் செய்தி குறிப்பிடத்தக்கது. நிலக்கிழமை என்பதற்கு உரையாசிரியர்கள் 'அரசாளும் உரிமை' எனப்பொருள் கொண்டுள்ளனர். இச்செய்தியுள் 'திருநிலக்கிழமை' என்பது அரசனுக்கு உடையதாகப் பயின்றிருக்க வேண்டும். அவ்வாறு பயிலாது அரசன் தேவியர்க்கு நிலவுரிமை உடையது என்று கூறப்பெற்றது பழைய தாய்வழித் தலைமையின் எச்சமாகும். இவ்வாறு மகளிரைச் சிறப்பித்துக் கூறுவது ஒருகாலத்தில் மெய்ம் மையில் இருந்து, ஆண்வழித் தலைமை வலுப்பெற்ற பிறகு வெறும் மரபாக ஆக்கப்பெற்றது போலும்.

(ஈ) பாண்டிய மன்னனின் மனைவியாகிய கோப்பெருந் தேவியைக் குலமுதற் றேவி என்ற தொடர் சிறப்பிக்கின்றது.[9] இத்தொடர்க்கு அடியார்க்கு நல்லார் 'குலப்பிறப்பை உடைய தேவி' என்று பொருள் கொண்டார் என்றாலும் இத்தொடர்க்குக் 'குலத்திற்கு முதன்மையுடைய தேவி' எனப் பொருள் கொள்ளலே பொருந்தும். தாய்

---

7. வெட்சி மலர்புனைய வெள்வா ளுழத்தியும் வேண்டின் வேற்றூர்க் கட்சியுட் காரி கடிய குரலிசைத்துக் காட்டும் போலும்(சிலம்பு.16:12,13)

8. திருநிலக் கிழமைத் தேவியர்க் காயினும் (சிலம்பு.23:4)

9. குலமுதற் றேவி கூடா தேக (சிலம்பு.16:12,13)

வழித் தலைமைச் சமூகத்தில் பெண்கள் குலத்திற்கு முதன்மையுடையவர்களாகக் கருதப்பெற்றனர். அதன் எச்சம் பெண்ணுக்கு அடைமொழியாகத் தொடர்ந்து சமுதாயத்தில் வந்திருக்க வேண்டும். இக்கருத்தினை விளக்குவதாக குலமுதற் றேவி எனும் தொடர் அமைந்துள்ளது எனலாம்.

(உ) கண்ணகியை அறிமுகப்படுத்தும் இளங்கோ வடிகளார், 'மாகவான் நிகர் வண்கை மாநாய்கன் குலக்கொம்பர்'[10] என்று கூறியுள்ளார். இப்பாடலடி கண்ணகியைக் குலக்கொம்பர் என்று குறிப்பிடுகின்றது. இதற்குக் 'குலத்திற்றோன்றிய கொம்பும் கொடியும் போல்வாள்' என்று அடியார்க்கு நல்லார் உரை வரைந்தனர். ஆயின், இத்தொடர்க்குக் 'குலம் என்னும் கொடியைத் தழைக்குமாறு உதவும் கொம்பு போன்றவள்' எனவும் பொருள் கொள்ள இயலும். கோவலனது குலம் தழைக்க உதவும் கொம்பு என்றால் அது பிள்ளைப் பேற்றைக் குறிப்பது ஆகும். அதாவது, வாரிசைப் பெற்றுத் தந்து கோவலனது குலம் வளர உதவும் கொம்பு எனப் பொருள்படும். இவ்வாறு கூறாது மாநாய்கன் குலக்கொம்பர் என்று, கண்ணகி பிறந்த குலத்திற்குக் கொம்பர் என்று கூறியிருப்பது சிந்திக்கத் தக்கது. இது பெண்வழியாகக் குலத்தை அடையாளம் பெறச் செய்த தாய்வழித் தலைமையின் எச்சமாகும்.

(ஊ) மதுரையை எரித்த கண்ணகியின் பின்னர் மதுராபதித் தெய்வம் வந்து தோன்றுகிறது.

கொற்கைக் கொண்கண் குமரித் துறைவன்
பொற்கோட்டுவரம்பன் பொதியிற் பொருப்பன்
குலமுதற் கிழத்தி[11]

என இத்தெய்வம் புகழ்ப்பெற்றுள்ளது. 'குலமுதல்' என்பதற்கு 'அடியே தொடங்கி இரட்சித்தற்குரியள்' என அரும்பத உரை விளக்கம் கூறுகின்றது. குலத்திற்கு உரிமையுடையவள் என்பதைக் கிழத்தி என்ற சொல் குறிக்கும். பாண்டியன் குலத்திற்குக் குலதெய்வம் மதுராபதி என்பதும் அவள் தாய்த்தெய்வமாக இருப்பதும், குலத்திற்கு உரிமையுடையவளாக இருப்பதும் கருதுவதற்குரியன.

10. மாகவா னிகர்வண்கை மாநாய்கன் குலக்கொம்பர் (சிலம்பு.1:23)

11. கொற்கைக் கொண்கன் குமரித் துறைவன்
பொற்கோட்டு வரம்பன் பொதியிற் பொருப்பன்
குலமுதற் கிழத்தி யாதலின் (சிலம்பு:11–13)

கோவலனது குலதெய்வம், மணிமேகலை என்பதும்[12] அது தாய்த்தெய்வமாக இருப்பதும் நோக்கற்பாலன. இச்செய்திகள் தாய்வழித் தலைமையின் எச்சங்களாகலாம்.

தந்தைவழித் தலைமை

இதுகாறும் கூறிய செய்திகள், தாய்வழித் தலைமையின் எச்சங்கள் பயின்றுள்ள தன்மையினை விளக்கவல்லன. இவ்வெச்சங்கள் தமிழகத்தில் ஒருகாலத்தில் தாய்வழித் தலைமை நிலவியிருந்திருக்க வேண்டும் என்பதை உறுதி செய்கின்றன. ஆயின் இரட்டைக் காப்பியக் காலத்தில் முழுக்க முழுக்கத் தந்தைவழித் தலைமையே இடம்பெற்றிருந்தது. சமுதாயத்தின் அனைத்துக் கூறுகளிலும் முதன்மை, உரிமை முதலானவற்றை ஆண்மகன் பெற்றிருக்கும் குடும்பத்தைத் தந்தைவழித் தலைமைக் குடும்பம் எனலாம். திருமணத்திற்கு இசைவளிப்பது, குடும்பத்தலைமை, வாணிகத்தை நடத்துவது, சொத்திற்கு உரிமை கொண்டாடுவது, அவற்றைத் தானமளிக்கவும் செலவு செய்யவும் உரிமை பெற்றிருப்பது, மனைவியர் பலரை மணந்துகொள்வது, நாட்டை ஆட்சி புரிவது இன்னோரன்ன பல செய்திகளும், இரட்டைக் காப்பியக் காலத்தில் ஆண்வழித் தலைமை நிலைபேறு அடைந்துவிட்டதை உறுதிசெய்யும்.

தாய்வழித்தலைமையில் ஒருவரின் பெயரைச் சுட்டும்போது, தாயின் பெயரை இணைத்துச் சுட்டுவது மரபாகும். பிரகதாரண்ய உபநிடதத்தில் பயின்றுள்ள பலரின் பெயர்கள், தாயின் பெயர்வழியாக வந்துள்ளமை கவனத்திற்குரியது. காட்டாக, காத்யாயனீபுத்ர, கௌதமீபுத்ர முதலியவற்றைச் சுட்டலாம். இத்தகு போக்குத் தாய்வழி உரிமைச் சமூகத்தவரான திராவிடர் போன்றோரின் தொடர்பால் ஆரியரிடையே ஏற்பட்டிருக்க வேண்டும் என்று கருதுவர் (சிவசாமி, வி.1976).

ஆயின் இரட்டைக்காப்பியக் காலத்தில் தந்தை வழியாகவே பெயர் சுட்டப்பெற்றுள்ளது. பாண்டியனிடம் வழக்குரைக்கும் கண்ணகி, கோவலனைக் கூறும்போது 'மாசாத்து வாணிகன் மகனை ஆகி' எனக் குறிப்பிடுகின்றாள்.[13] இத்தொடர் தந்தைவழித் தலைமையையும், தந்தை வழியாகப் பெயர் சுட்டப்பெறும் மரபையும் குறிப்பிடுவதாகலாம். மேலும், கோவலன் கண்ணகி

---

12. விஞ்சையிற் பெயர்த்து விழுமந் தீர்த்த
    எங்குல தெய்வப் பெயரீங் கிடுகென (சிலம்பு.15:28–39)

13. ஏசாச் சிறப்பின் இசைவிளங்கு பெருங்குடி
    மாசாத்து வணிகன் மகனை யாகி (சிலம்பு.20:57)

அறிமுகப் பகுதியிலும் அவர்கள் தந்தைவழியாக அறிமுகப்படுத்தப் பெற்றது அறியற்பாலது.[14]

தந்தைவழித் தலைமை அமைப்புப் பெண்களின் தூய்மையைப் பெரிதும் கருத்தில் கொண்டது. இது வாரிசு வேண்டி ஏற்படுத்தப்பெற்ற ஒன்று என்பது முன்பே விளக்கப்பெற்றது. இதனையே,

> தந்தைவழிக் குடும்ப அமைப்பு நிலவுவதற்கு வேண்டியே
> பெண்ணின் தூய்மை பற்றிய கருத்தோட்டங்கள் உருவாயின

எனும் அறிஞர் கருத்து அரண் செய்யும் (பெர்ட்ரார்ண்டு ரஸ்ஸல்.1965). களவுமணம் தடைசெய்யப் பெற்றதும், பெற்றோர் இசைவு மணம் வழக்கில் வந்ததும், பெண்களின் தூய்மைக்குக் கற்புக்கோட்பாடுகள் உருவானதும், அது உச்சநிலை பெற்றதும் கைம்மை வாழ்வு, உடன்கட்டை ஏறல் போன்றன வற்புறுத்தப் பெற்றதும் தந்தைவழித் தலைமையை விளக்குகின்றன. இவை யாவும் இரட்டைக் காப்பியங்களில் பயின்றுள்ளதை முன் இயல்கள் விளக்கின. ஆக, இரட்டைக்காப்பியக் காலத்தில்,

அ. தந்தைவழித் தலைமைக் குடும்பமே வழக்கில் இருந்தது.

ஆ. தாய்வழித் தலைமை பற்றிய எச்சங்களை இரட்டைக் காப்பியங்கள் பதிவுசெய்துள்ளன.

என்ற முடிவிற்கு வரமுடிகின்றது.

பலதார ஒருதார நிலைகள்[15]

இருநூற்றைம்பது சமூகக் குழுக்களை ஆராய்ந்த அறிஞர் மர்டோக் *(Murdock)* 195 சமூகக் குழுக்கள் பலரை (பலதாரங்களை) மணம் செய்து கொள்வன என்றும் 43 சமூகக் குழுக்கள் ஒருவன் ஒருத்தி திருமண அமைப்பை உடையன என்றும் குறிப்பிடுகின்றார் (அறவாணன், க.ப.1987). 88 விழுக்காட்டினர் ஆப்பிரிக்கக் கண்டத்தில் பல மனைவியர் மணமுறையினர் என அறிஞர் கருதுவர் (அறவாணன், க.ப.1987). இந்தியரின் பலதார மணம் குறித்து வெளிநாட்டுப் பயணி மெகஸ்தனிஸ் குறிப்பிட்டிருப்பது வருமாறு:

இந்தியர்கள் ஒவ்வொருவரும் பல மனைவியர்களை உடையவர்கள். பெண் ஒருத்தியை மணக்க வேண்டுமானால் அப்பெண்ணின் பெற்றோர்க்கு ஓர் உழும்மாட்டைப் பரிசமாகக் கொடுக்க வேண்டும். பெண்கள் சிலரைத் தம் இல்லத்தில்

---

14. மாகவா னிகர்வண்கை மாநாய்கன் குலக்கொம்பர் ...
வருநிதி பிறர்க்கார்த்து மாசாத்து வானென்பான்
இருநிதிக் கிழவன்மக னீரெட்டாண் டகவையான் (சிலம்பு.1:23–39)

15. இங்குத் தாரம் என்ற சொல் மனைவியைக் குறிக்கும்

பணியாற்றவும் சிலரை இன்பம் துய்க்கவும் சிலரைக் குழந்தைகள் பெற்று வளர்ப்பதற்கும் ஆடவர், திருமணம் செய்து கொள்கின்றனர் (இராகவன், வி.எஸ்.வி. மெகஸ்தனிஸ் (கி.மு.302 – 296) 1978).

பலதார மணம் குறித்து மனுதர்மம் சிலவரையறைகளைச் செய்துள்ளது. பிராமணன் நான்கு பெண்களை மணந்து கொள்ளலாம் என்றும் சத்திரியன் மூன்று பெண்களை மணந்து கொள்ளலாம் என்றும் வைசியன் இரண்டு பெண்களை மணந்து கொள்ளலாம் என்றும் சூத்திரன் ஒருத்தியைத்தான் மணக்க வேண்டும் என்றும் மனுதர்மம் குறிப்பிட்டுள்ளது (தமிழ் மகன், பிராமணீயம்.1987).

இந்தியாவில் இன்று பலதார மணம் தடைசெய்யப்பெற்றது. இருந்தாலும் ஆதிகாலம் தொடங்கி இன்றுவரை பலதார மணம் வழக்கில் இருந்துதான் வந்துள்ளது.

சங்ககாலத்தில் பலதார மணமுறை

சங்ககாலத்தில் பலதார மணமுறையும் அதற்கு எதிராக ஒருதார மணமுறையை வற்புறுத்தியமையும் காணப் பெறுகின்றன. இம்மை மாறி மறுமையாயினும் நீயாகியர் என் கணவனை யானாகியர் நின் நெஞ்சு நேர்பவளே என்பன போன்ற பாடல்கள்[16] ஒருதார மணத்தைப் பற்றிக் கூறினும் நடைமுறையில் பலதார மணமுறை வழக்கில் இருந்தது தெளிவு. இல்லத்திற்கு உரிமையுடையவளாக மணக்கப்பெற்றவள் தொன்முறைக் கிழத்தி ஆவாள். காமம் காரணமாக மணக்கப் பெற்றவள் காமக்கிழத்தி, பரத்தையர் ஆவர். காமக்கிழத்தியையும் பரத்தையரையும் தலைவன் வதுவை வழிக் கூடினான் என்பது குறிப்பிடத்தக்கது. பரத்தையர் விலைமகளிரன்றோ, அவரை எவ்வாறு மணத்தல் இயலும் என்ற வினா எழக்கூடும். பரத்தையர் விலைமகளிர் அல்லர் என்ற கருத்தை விளக்கும் கட்டுரையாளர் சிந்தனை நோக்கத்தக்கது. சங்கப் பரத்தை பற்றி ஆய்ந்து கீழ்வரும் மூன்று முடிவுகள் சுட்டப்பெற்றன. அவை வருமாறு (சிலம்பு நா.செல்வராசு.1988).

(அ) சங்க இலக்கியம் பரத்தையர் என்ற சொல்லை விலைமகள் என்ற பொருளில் குறிப்பிடவில்லை. அயலவர் அதாவது தொன்முறைக் கிழத்திக்கு அயலானவர் என்ற பொருளில்தான் குறிப்பிட்டுள்ளது.

(ஆ) உரையாசிரியர் கூறிய 'பரத்தையர் ஒருவர் மாட்டும் தங்காதவர்' என்ற கூற்றை மெய்ப்பிக்கச் சங்க இலக்கிய மூலப்பாடல்களில் சான்றுகளில்லை.

---

16. குறுந்தொகை.49

(இ) விலைமகளிர் என்ற பொருளில் பரத்தை என்ற சொல்லாட்சியை வகை செய்தது உரையாசிரியர்களே, மூலப்பாடலாசிரியர்கள் அல்லர். இழிந்த பரத்தை, சேரிப்பரத்தை போன்ற சொல்லாட்சிகள் சங்கமூலப் பாடல்களில் பயின்றில.

இம்மூன்று கருத்துகள் வழிச் சங்கப் பரத்தையர் விலைமகளிர் அல்லர் என்பதை அறியமுடிகின்றது. எனவே பரத்தையரை மணத்தல், விலைமகளிரை மணத்தலாகும் எனப் பொருள்படாமை அறிதல் வேண்டும். இனிப் பரத்தையரைத் தலைவன் மணந்து கொண்டமை பற்றிய சான்றுகள் வருமாறு:

ஒருத்தியை நம்மனைத்தந்து வதுவை அயர்ந்தனை எனவும்[17] குறுந்தொடி மடந்தையொடு வதுவை அயர்ந்தனை என்ப எனவும்[18] தலைப்புணைத் தழீஇ வதுவை ஈரணிப் பொலிந்து ஆடியோர் எனவும்[19] ஆயிழை மகளிர் முலை ஆகத்துத் தாரிடை குழைய வதுவை மேவலன் எனவும்[20] நிரைதார் மார்பன் நெருநல் ஒருத்தியொடு வதுவை அயர்தல் வேண்டி எனவும்[21] வரும் பாடலடிகள் தலைவன் பரத்தையரை வதுவை வழிக் கூடினான் என்பதை உறுதி செய்கின்றன. மேலும், பரத்தையைத் தலைவனுக்கு அளித்தலை 'மகட்கொடை நேர்தல்' என்ற தொடரால் அகப்பாடல் குறிப்பிடும்.[22] இத்தொடர் 'கொடைக்குரி மரபினோர்' என்னும் தொல்காப்பிய நூற்பாவோடு[23] இணைத்து எண்ணத்தக்கது. இவ்வாறு தலைவன், மனைவியர் பலரைப் பெற்றிருப்பினும் அவருள் தொன்முறைக் கிழத்திக்கே உரிமையும், அதிகாரமும் வழங்கப்பெற்றன. பிள்ளை பெற்றுத் தரும் கடப்பாடும் அவளதாகும். இதனைச் சங்கப் பாடல்கள் உணர்த்தும்.[24] இச்செய்திகள் யாவும் ஆதிதமிழர் பலதார மணத்தினர் என்பதை மெய்ப்பிக்கின்றன.

இரட்டைக் காப்பியங்களில் பலதார மணம் பற்றிய குறிப்புகள்

இரட்டைக் காப்பியங்களில் பலதார மணம் பற்றிய நேரடிச் சான்றுகள் சிலவும் உய்த்துணர வைக்கும் சான்றுகள் சிலவும் அமைந்துள்ளன.

---

17. அகநானூறு.46
18. மேலது.38
19. மேலது.166
20. மேலது.206
21. மேலது.66
22. நற்றிணை.313
23. தொல்.பொருள்.140
24. நற்றிணை 330; அகநானூறு.176

கோவலன் மனைவி என்று கருதத்தக்கவள் கண்ணகி ஒருத்தியே, இவளையே மறைவழியாகக் கோவலன் மணந்தான் என்பது தெளிவு. மாதவியைக் கோவலன் மணந்தமை குறித்துச் சான்றுகள் இல்லை. என்றாலும் சங்க காலத்துக் காமக்கிழத்தியர், பரத்தையர் உறவு, எவ்வாறு பலதார மணமாகக் கருதப்பெற்றதோ அவ்வாறே மாதவி உறவும் பலதார மணத்தை நினைவுறுத்துவதாகும். சங்ககாலத்தில் பிறதாரங்களுக்கு இல்லாத சில உரிமைகளும் மாதவிக்கு இருந்தமையைப் பின்வரும் சான்றுகள் தெளிவு செய்யும்.

(அ) மாதவி மடந்தை குழுவியீன்று எடுக்க மாமுது கணிகையர், மாதவி மகட்குப் பெயரிட வேண்டும் என்று கூறினர். உடன் கோவலன், முன்பு எம்குல முதல்வனைத் துன்பத்திலிருந்து காத்த எம் குலதெய்வமாகிய மணிமேகலையின் பெயரினை இடுவீர்களாக என்று கூறினான். மேலும் அவன் மாதவியோடு கூடிச் செம்பொன்னை மாரிபோலப் பொழிந்தான்.[25] செம்பொன்னைச் சொரிதல் என்பது தானம் செய்தல் எனப் பொருள்படும். மேல்செய்தியில் குலதெய்வத்தின் பெயரை மாதவி மகளுக்கு இடுவதும், மாதவியோடு கூடித் தானம் செய்வதும் எளிய இயல்பான செயல்கள் அல்ல. இச்செயல்கள் தொன்முறைக் கிழத்தியோடு தொடர்புறுத்திப் பேசப்பெறுதல் வேண்டும். ஆயின் இவை மாதவியோடு தொடர்புப்படுத்திப் பேசப்பெறுவதால் மாதவி, கோவலனின் மனைவி என்ற நிலைக்கு உயர்த்தப் பெறுகின்றாள். இவ்விடத்தில் இன்னுமொரு செய்தி சுட்டப்பெறுதல் நன்று. கிரேக்க நாட்டில் டெலமான் என்பவனின் வைப்பாட்டிக்குப் பிறந்த டியூகுரோஸ் என்பான் தன் தந்தையாகிய டெலமானின் பெயரைச் சேர்த்துக் கொள்ளப் போராட வேண்டி யிருந்தது (எங்கெல்ஸ்.1884). இவ்வரலாறு வைப்பாட்டிக்குப் பிறந்த மகனுக்குத் தந்தையின் பெயரை வைத்துக் கொள்ளக் கூட உரிமை இல்லை என்பதை விளக்குவதாகலாம். ஆயின் கோவலன் தன் குலதெய்வத்தின் பெயரையே மாதவி மகளுக்குச் சூட்டியது மாதவியை மனைவியாக ஏற்றுக்கொண்ட நிலையைக் குறிப்பிடுகின்றது.

(ஆ) கோலவன் மாடலன் மறையோனிடம் தான் கண்ட கனவு பற்றி விவரிக்கும்போது, தான் கோட்டுமா ஊர்ந்ததாகவும் கண்ணகி பெரும்பெற்றி எய்தியதாகவும் மாதவி மணிமேகலையைத் துறவு பூணச் செய்ததாகவும்

---

25. சிலம்பு.15:22–41

குறிப்பிடுகின்றான்.[26] இக்கனவு ஒரு குடும்ப நிலையை உணர்த்தி நிற்பதை அறியலாம். தந்தை, தாய், மகள் என்ற முறையில் ஒரு குடும்பம் முழுவதற்கும் நேர இருக்கும் கேடு பற்றி முன்னுரைப்பதாக இக்கனவு அமைந்துள்ளது. மேலும் கோவலன், மணிமேகலை பற்றிக் கவலை கொள்வது அவளைத் தன் மகளாக ஏற்றுக்கொண்டதை அறிவுறுத்தும். மணிமேகலையை மகளாக ஏற்றுக்கொண்டது மாதவியைக் கோவலனது மனைவி நிலைக்கு உயர்த்துகின்றது. மாதவி கோவலனது முதல் மனைவிக்குரிய உரிமையைப் பெறாவிட்டாலும் காமக்கிழத்தி என்ற முறையில் அவனுக்கு உரிமையுடையவளாகின்றாள். பண்டைச் சீனக் குடும்ப அமைப்பில் (யுனெஸ்கோ கூரியர். 1989) இரண்டாவது மனைவியர் அல்லது காமக்கிழத்தி ஆகியோரும் அவர்களுக்குப் பிறக்கும் குழந்தைகளும் ஒரு குடும்பத்தினராகக் கருதப் பெற்றனர். ஆனால் முதல்மனைவிக்கே முழுஉரிமைகளும் வழங்கப்பெற்றன. இரண்டாம் மனைவிக்குப் பிறக்கும் குழந்தைகளும் முதல் மனைவியின் குழந்தைகளாகக் கருதப்பெற்றன. மாதவி, மணிமேகலையை மாபெரும் பத்தினி மகள் மணிமேகலை எனக் கண்ணகியின் மகளாகக் கூறுவது இங்கு நோக்கத்தக்கது.[27]

(இ) கோவலன் இறந்தபிறகு மாதவி, கணிகை வாழ்வைத் துறந்து துறவு பூண்டதும், காதலனுற்ற கடுந்துயர் கேட்டு உடன் உயிர்விடாது நின்ற தன்நிலை பலரும் இகழ்ந்து கூறும் தன்மையுடையது என்று வருந்துவதும்[28] மாதவியைக் கோவலனது மனைவி நிலைக்கு உயர்த்துகின்றது.

மேல்கூறப்பெற்ற செய்திகளிலிருந்து இரு கருத்துகள் பெறப்படுகின்றன.

---

26. காவல் வேந்தன் கடிநகர் தன்னில்
நாறைங் கூந்தல் நடுங்கு துயரெய்த ...
அணித்தகு புரிகுழ லாயிழை தன்னொடும்
பிணிப் பறுத் தோர்தம் பெற்றி யெய்தவும் ...
அணிதிகழ் போதி யறவோன் றன்முன்
மணிமே கலையை மாதவி யளிப்பவும் (சிலம்பு.15:95–106)

27. மாபெரும் பத்தினி மகண்மணி மேகலை (மேகலை.2:55,56)

28. காதல னுற்ற கடுந்துயர் கேட்டுப்
போதல் செய்யா வுயிரொடு நின்றே
பொற்கொடி மூதூர்ப் பொருளுரை யிழந்து
நற்றொடி நங்காய் நாணுத் துறந்தேன் (மேகலை.2:78–41)

(அ) சங்க காலத் தலைவன் காமக்கிழத்தி, பரத்தையரை மணந்தது போல, அக்காமக்கிழத்தி, பரத்தையர் ஆகியோர்க்கும் தலைவனுக்கும் உள்ள உறவு போல மாதவி கோவலன் உறவு அமைந்திருந்தது. எனவே, இவ்வுறவைப் பலதாரமண உறவு எனலாம்.

(ஆ) சங்க காலத்தில் காமக்கிழத்தி பரத்தையர்க்கு இல்லாத சில உரிமைகள் மாதவிக்கு வழங்கப்பெற்றன. இவ்வாறு வழங்கியமை மாதவியை மனைவி என்ற நிலைக்கு உயர்த்துகின்றது.

இரட்டைக் காப்பியங்கள் பதிவு செய்துள்ள பலதாரம் பற்றிய மற்ற செய்திகள் வருமாறு:

(அ) தாரை, வீரை சகோதரிகள் இருவரும் கச்சயம் எனும் நாட்டை ஆளும் துச்சயன் என்பவனுக்கு மனைவி ஆயினர்.[29]

(ஆ) மாலதி என்பாள் தன் மாற்றாளின் மகவுக்குப் பால் அளிக்க அப்பால் விக்கிப் பாலகன் இறந்தனன். சுடுகாட்டு இடாகினிப் பேயும் குழந்தையைத் தின்றுவிட மாலதி அஞ்சி அரற்றினாள். பின்னர்ப் பாசாண்ட சாத்தன் குழுவியாக வந்து அவள் துயர் தீர்த்தான்.[30]

இவ்விரண்டு செய்திகளும் பலதாரமணம் வழக்கில் இருந்தமையைத் தெரிவிக்கின்றன.

பலதார மணமும் கானல்வரியும்

கானல்வரிப் பாடல்கள் உருவகநிலையில் நின்று பலதார மணத்தை முறையுறுத்துவதாகக் கூற இயலும். கோவலன், காவிரியை நோக்கிப் பாடிய ஆற்றுவரிப்பாடல்கள் இங்குச் சுட்டத்தக்கன. திங்கள் மாலை வெண்குடையானாகிய சோழன், கங்கையைப் புணர்ந்தாலும் காவிரி அது குறித்துப் புலத்தல் கூடாது எனவும், அவ்வாறு புலவாது இருத்தலே மங்கையரின் பெருங்கற்பாகும் எனவும் இரு பாடல்களில் செய்திகள் கூறுப்

---

29. இன்னுங் கேளா யிலக்குமி நீநின்
தவ்வைய ராவோர் தாரையும் வீரையும்
ஆங்கவர் தம்மை யங்கநாட் டகவயிற ...
துச்சய னென்போ னொருவன் கொண்டனன் (மேகலை.10:50–53)

30. சிலம்பு:9;5–28

பெற்றுள்ளன.[31] இப்பாடல்கள் உருவக நிலையில் நின்று பலதார மணத்தை வலியுறுத்துகின்றன எனலாம். கணவன், மனைவியன்றி மற்றொருத்தியை எண்ணினாலும் மனைவி அது பற்றிப் புலத்தல் கூடாது. அவ்வாறு புலவாது இருத்தலே கற்பென்று வலியுறுத்தப்பெற்றது பலதார மணத்தை ஆண்வர்க்கத்தின் சார்பாக நின்று முறையுறுத்தியமைக்குச் சான்றாகலாம்.

ஒருதார மணம்

ஆடவன் ஒருவன் பெண்ஒருத்தியை மட்டுமே மணப்பது ஒருதார மணத்தின் அடிப்படையாகும். ஒருவனுக்கு ஒருத்தி என்ற இக்கோட்பாடு தந்தைவழிச் சமுதாயத்தில் முழுமையாக வெற்றி பெறவில்லை என்றுதான் கூறவேண்டும். சொத்துரிமையும், அதிகார உரிமையும் பிற உரிமைகளும் பெற்ற ஆண்வர்க்கம் ஒருகணவ மணமுறையையே பெரிதும் வலியுறுத்தியது. இதன்படி ஒருத்திக்கு ஒருவன் என்ற கோட்பாடு, கொள்கை அளவில் மட்டுமே வலியுறுத்தப் பெற்றது. நடைமுறையில் ஒருவனுக்கு ஒருத்தி என்ற நிலை வாய்க்கவில்லை. தந்தைவழித் தலைமை ஒருகணவ மணமுறையை வற்புறுத்திப் பெண்களுக்குத் தூய்மையைக் கற்பித்ததன் மாறாக ஆண்களுக்குப் பலதார மணமுறையைக் கட்டுப்படுத்தவில்லை. இது ஆண்வழித் தலைமையின் தன்நல விளைவு எனலாம். இதனால் சமுதாயத்தின் ஒருபுறத்தில் தொன்முறைக் கிழத்தியும் மறுபுறத்தில் காமக்கிழத்தியர் பரத்தையர் போன்றோரும் தோன்றினர். இதன் விளைவாகக் காமக்கிழத்தியர், மனைவியர் சோரம் போதல் என்பது இயல்பாகச் சமுதாயத்தில் தோற்றங்கொண்டது. இத்தகு சமூக அமைப்பில் பெரிதும் இடர்களுக்கு உள்ளானவர்கள் பெண்கள்தாம்.

எனவே, ஒருதாரமணமுறை என்பது பெண் வர்க்கத்திலிருந்து முதன் முதலில் வற்புறுத்தப் பெற்றிருக்க வேண்டும். ஆண்வழித் தலைமைச் சமுதாயத்தில் இவ்வற்புறுத்தல் எடுபடாமல் போயிருக்க வேண்டும் அல்லது அவ்வற்புறுத்தல் வேறு வகையில் பொருள் மாற்றித் திரித்து விடப்பெற்றிருக்க வேண்டும். இந்நிலையைப் பெண்ணியல் நோக்கோடு இலக்கியத்தை அணுகுவது மூலம் உய்த்துணரலாம்.

---

31. கங்கை தன்னைப் புணர்ந்தாலும் புலவாதொழிதல் கயற்கண்ணாய்
மங்கை மாதர் பெருங்கற்பென் றறிந்தேன் வாழி காவேரி ...
கன்னி தன்னைப் புணர்ந்தாலும் புலவாதொழிதல்
கயற்கண்ணாய்
மன்னு மாதர் பெருங்கற்பென் றறிந்தேன் வாழி காவேரி
(சிலம்பு.7:2:3)

தமிழகத்தில் முல்லைச் சமுதாயத்தை அடுத்துத் தோன்றிய மருதச் சமுதாயத்தில் நிலக்கிழார்கள் போலும் உடைமையாளர்கள் தோன்றினர். இவர்களின் செல்வ வளமை ஏராளமான மனைவியரைச் சேர்த்தது. இம்மனைவியர், ஒருகணவ அமைப்பு முறையில் தம் கணவன் ஒருவனையே அனைத்து நிலையிலும் எதிர்நோக்க வேண்டியிருந்தது. கணவன் ஒருவனே அனைத்து நிலைகளிலும் மனைவியரை நிறைவடையச் செய்தல் ஏலாத ஒன்று. எனவே மனைவியருள், போட்டியும் பொறாமையும் தோன்றுதல் தவிர்க்க இயலாதது. இதனைப் பண்டைத் தமிழகம் 'ஊடல்' என்ற உரிப்பொருள் மூலம், அழகிய இன்பந் தரத்தக்க கவிதைகள் மூலம் படைத்து உணர்த்தியது.

உண்மையில் 'ஊடல்' என்ற உரிப்பொருள் உணர்த்துவது எதனை? பெண்ணியல் அணுகுமுறையின்படி 'ஊடல்' என்பது பண்டைச் சமுதாயத்தில் பெண்ணிடமிருந்து வெளிப்பட்ட, பலதார மணத்திற்கு எதிரான முதல் எதிர்ப்புக் குரலாகும். என்னையன்றி வேறொருத்தியிடம் நீ தொடர்பு கொள்ளக் கூடாது என்ற பெண்களின் மென்மையான எதிர்ப்புக் குரலையே 'ஊடல்' என்ற உரிப்பொருள் உணர்த்துகின்றது. ஆயின், ஆளும் வர்க்கத்திற்கு எதிரான எந்த ஒன்றும் எடுபடாமல் போவது போல ஆண்வழித் தலைமைச் சமுதாயத்தில் பெண்களின் எதிர்ப்புக்குரல் எடுபடாமல் போயிருக்க வேண்டும். அவ்வெதிர்ப்புக் குரல், இலக்கிய இன்ப முலாம் பூசப்பெற்றுச் சக்களத்தியர் சண்டையாகத் திரிபுற்றது. 'கங்கை தன்னைப் புணர்ந்தாலும் புலவா தொழிதல் கயற்கண்ணாய் மங்கைமாதர் பெருங்கற்பென்று அறிந்தேன் வாழி காவேரி' என்பன போன்ற பாடல்கள்[32] ஆடவர், பெண்டிர் பிறரை நாடினாலும் மனைவி புலவாது இருத்தலே பெருங் கற்பாகும் என்று கூறித் தொடக்கத்திலேயே பெண்களின் எதிர்ப்புக் குரலை அடக்கி விட்டன.

குன்றக்குரவைப் பகுதியில் மகளிரின் கூற்றாக வரும் சில பாடலடிகள் கவனத்திற்குரியன. 'தலைவி தோழியை நோக்கி அவர் மலைமீதிருந்து இழிந்து வரும் இப்புதுப்புனல் மீது யான் வெறுப்புக் கொண்டு ஊடுவதற்கான தீயதன்மை எதனையும் காணேன். ஆயினும் பொன்னைப் போன்ற பூந்தாதுகளை அளைந்து வரும் இப் புதுப்புனலில் மற்றைப் பெண்கள் நீராடின் என் நெஞ்சம் நோகின்றதே அஃது ஏனடி தோழி' என்று வினவுகின்றாள்.

---

32. சிலம்பு.7:2:3

இக்கருத்தில் மூன்று பாடல்கள் அமைந்துள்ளன.[33] தலைவனுக்கு உரிமை உடைய மலையைத் தீண்டி வந்த புதுப்புனலில் கூட மற்றைப் பெண்கள் நீராடக் கூடாது என்ற தலைவியின் நெஞ்சப்பாங்கு நோக்கற்பாலது. புனலில் கூட நீராடக் கூடாது எனக் கருதும் தலைவி, தலைவனைப் பங்குபோட எவ்வாறு இசைவளிக்க இயலும்? இந்த மென்மையான குரல்கள் அற்றைச் சமுதாயத்தில் ஒருவனுக்கு ஒருத்தி எனும் ஒருதாரமணத்தை வலியுறுத்தினவாதல் வேண்டும்.

தனிக்குடும்ப, கூட்டுக்குடும்ப அமைப்புகள்

கணவன், மனைவி, பிள்ளைகள் அடங்கிய குடும்பம், தனிக்குடும்ப அமைப்பு எனவும், இவர்களோடு அவர்தம் பெற்றோர், சகோதரர்கள் மற்றும் பலர் அடங்கிய குடும்பம் கூட்டுக்குடும்ப அமைப்பு எனவும் குடும்ப அமைப்பு இருவகைப்படும்.

இவற்றைச் சமூகவியல் அறிஞர்கள் பின்வருமாறு விளக்குவர்: தாய், தந்தை, பிள்ளைகள் அடங்கிய குடும்பம் நடுவணுக்குடும்பம் *(Nuclear Family)* அல்லது முதனிலைக் குடும்பம் *(Primary Family)* அல்லது உடனடிக் குடும்பம் *(Immediate Family)* எனப்பெறும். இவர்களோடு உறவினர் சேர்ந்த குடும்பம் விரிந்த குடும்பம் *(Extended Family)* எனப்பெறும். இதுவே மிக நெருங்கிய உறவுகொண்டது, தூரத்து உறவு கொண்டது என இருவகைப்படும் *(கோபாலகிருஷ்ணன், ம.சு.1963)*. இந்தியச் சமூகஅமைப்பில் கூட்டுக்குடும்பம், தனிக்குடும்பம் எனும் இரு அமைப்புகளும் இருந்தன. ஆரியரின் ஆதிகுடும்பம் கூட்டுக் குடும்பமாக இருந்தமையை வேதங்கள் விளக்கியுள்ளன. இருக்கு வேதத்துத் திருமணப் பாடல்களில் *(10.85)* புதிதாக மணமகன் இல்லம் வந்த மணமகள் அவனின் சகோதரர், பெற்றோர்களை மதித்து அவர்களையும் ஆள்கிறாள் எனக் கூறப்பெற்றுள்ளது. மேலும், ஆரியரின் கூட்டுக்குடும்பங்கள் சிலவற்றில் இல்லாளின் தாயும் உடன் இருந்ததாகத் தெரிகின்றது *(சிவசாமி, வி.1976)*. தமிழகப் பழங்குடிகளில் சில தனிக்குடும்ப அமைப்பை உடையன. படகர் இனத்து ஆண்கள் திருமணம் செய்துகொண்டு தனிக்குடும்பம் நடத்த வேறு வீடு கட்டிக்கொண்டு பிரிந்து செல்வர். பெற்றோருடன் இருந்து கடைசிவரை காப்பாற்றும்

33. கற்றீண்டி வந்த புதுப்புனன் மற்றையார்
உற்றாடி னோந்தோழி நெஞ்சன்றே ...

பொன்னாடி வந்த புதுப்புனன் மற்றையார்
முன்னாடி னோந்தோழி நெஞ்சன்றே ...

போதாடி வந்த புதுப்புனன் மற்றையார்
மீதாடி னோந்தோழி நெஞ்சன்றே (சிலம்பு.24:4,5,6)

பொறுப்பு இளைய பிள்ளைக்கே உரியது (எட்கர்தர்சன்.1986). சங்கத் தமிழரின் குடும்பம் தனிக்குடும்ப அமைப்பினை உடையது. இதனைப் பின்வரும் அறிஞர்தம் கருத்து அரண் செய்யும்.

சங்க இலக்கியங்களுள் தாத்தா, பாட்டி, பேரன், பேத்தி ஆகியோருடன் சேர்ந்து வாழும் அப்பா, அம்மா இடம்பெற்ற கூட்டுக்குடும்பக் காட்சிகள் பொதுவாக இடம்பெறவில்லை. தாத்தா, பாட்டி, பேரன், பேத்தி ஆகிய முறைப்பெயர்களும் மிகுதியாகச் சங்க இலக்கியங்களில் இடம்பெறவில்லை. காதலித்த தலைவனும், தலைவியும் பெற்றோர் உடன்பாடு இன்றி உடன்நோக்கி வெளியே சென்று, கணவன் மனைவியாக வாழ்வதற்கு அனுமதிக்கப்பட்டு இருந்தனர். அயலூர் சென்று வாழும் மகளையும் மருமகனையும் செவிலித்தாய் சென்று பார்க்கும் குறிப்புகள் உள்ளன. தாய், தந்தை, உடன்பிறந்தான் ஆகியோர் சென்று பார்ப்பது போன்ற குறிப்புகளோ பேரக்குழந்தைகளுடன் தந்தை தாய் வீட்டிற்கு மகள் வருவது போன்ற குறிப்புளோ சங்க இலக்கியத்தில் காணப்பெற வில்லை (அறவாணன், க.ப.1988).

மேல்கூறப்பெற்ற செய்தி, சங்ககாலத்தில் தனிக்குடும்ப அமைப்புப் பரவலாக இருந்ததை விளக்குகின்றது.

இரட்டைக் காப்பியங்களில் குடும்ப அமைப்பு

இரட்டைக் காப்பியங்கள் தெளிவாகத் தனிக்குடும்ப அமைப்பினைப் படம்பிடித்துக் காட்டுகின்றன. கோவலன், கண்ணகி திருமணம் முடிந்த பின்னர்க் கோவலனது தாய், அறவோர் ஓம்புதல், விருந்தினரைப் பேணுதல் முதலிய சிறப்புடைய கண்ணகியின் இல்வாழ்க்கையையும் பல்வேறு செல்வங்களுடன் சிறப்புப் பெறும் நிலையையும் காண அவர்களைத் தனிக் குடும்பமாக அமர்த்த எண்ணுகின்றாள். உரிமைச் சுற்றம் முதலியவற்றோடு அவர்கள் தனிக்குடும்பம் நடத்த ஏற்பாடுகளையும் செய்கின்றாள்.[34] மேல்கூறப்பெற்ற செய்தி அக்காலத்தில் திருமணம் முடிந்தவுடன் மணமக்கள் தனிக்குடும்பம் நடத்தச் செல்வதைத் தெரிவிக்கின்றது.

அடைக்கலம் பெற்ற மாதரி, கோவலன் கண்ணகி இருவரையும் கோவலர் இருக்கையாகிய தம் இல்லத்தில் இருக்கச் செய்யாது அழகமைந்த செம்மண் பூசிய ஒரு புதுமனையில் தங்கச்

34. வாரொலி கூந்தலைப் பேரியற் கிழத்தி
மறப்பருங் கேண்மையோ டறப்பரி சாரமும்
விருந்து புறந்தரூஉம் பெருந்தண் வாழ்க்கையும்
வேறுபடு திருவின் வீறுபெறக்காண
உரிமைச் சுற்றமோ டொருதனி புணர்க்க (சிலம்பு.2:84–88)

செய்தாள்.[35] புதிதாக வரும் தம்பதியர்க்குக் கூடத் தனிமனை தருதல் அக்கால வழக்கமாக இருந்ததை மேல்சான்று உய்த்துணர வைக்கின்றது.

மனைவியர் பலரை உடைய ஒருவனது குடும்பத்தில் மனைவியர் அனைவரும் ஒன்றாக இருந்தனர்.அவர்தம் பிள்ளைகளும் அக்குடும்பத்தில் இருந்தனர். இதனைச் சிலப்பதிகாரத்தில் வரும் மாலதியின் வரலாறு விளக்குகின்றது.[36] மாலதியும் அவளது மாற்றாளும் அவளது பிள்ளைகளும் கணவனாகிய பார்ப்பானும் ஒன்றாக வாழ்ந்து வந்தனர். இக்குடும்பம் அந்தணர் குடும்பம் என்பதும் கருதுதற்குரியது.

கூட்டுக் குடும்பத்தின் கூறுகள்

இரட்டைக் காப்பியத்தில் தனிக்குடும்ப அமைப்புப் பற்றித் தெளிவான சான்றுகள் இருப்பினும், அதன் இயக்கம் ஒரு கூட்டுக்குடும்ப இயக்கமாக, விரிந்த குடும்ப இயக்கமாக இருந்ததைச் சில சான்றுகள் உய்த்துணர வைக்கின்றன. அவை வருமாறு:

(அ) ஆயச்சேரியில் உணவு சமைத்துப் படைத்த கண்ணகியைப் பார்த்துக் கோவலன், குடிமுதற் சுற்றமும் குற்றிளையோரும் அடியோர் பாங்கும் ஆயமும் நீங்கி என்னொடும் போந்த பூங்கோதாய், சீறடிச் சிலம்பு கொண்டு போய் மாறி வருவேன் என்று கூறுகின்றான்.[37] இச்செய்தி கண்ணகி, தனிக்குடும்பத்தில் இருப்பினும் குடிமுதற் சுற்றத்திலிருந்து முழுவதுமாக விடுபெறவில்லை என்பதைத் தெரிவிக்கின்றது. மேலும், குற்றிளையோர், அடியோர், ஆயத்தார் போன்றோரும் அக்குடும்பத்தில் இருந்தினராதல் வேண்டும். இதனை உறுதி செய்யுமாறு, இவர்கள் தனிக்குடும்பம்செல்லும் போது உரிமைச் சுற்றமும் உடன்சென்ற செய்தி அமைந்துள்ளது. கோவலன் வறுமையுற்றதால் இவர்களைப் புரக்க இயலாது பொருளீட்ட எண்ணுகின்றான். ஆகத் தனிக்குடும்ப அமைப்பாக இருக்கும்பட்சத்தில் இவர்களைப் புரத்தல் வேண்டும் என்பது தேவை இல்லாதது. கோவலன் கண்ணகி, பெற்றோரை விட்டுத் தனியே வாழ வந்தனரே அன்றி அவ்விருவர் மட்டுமே தனியே வாழ்ந்தவர் அல்லர்.

35. கோவல் ரிருக்கை யன்றிப்
பூவ லூட்டிய புனைமாண் பந்தாக்
காவற் சிற்றிற் கடிமனைப் படுத்து (சிலம்பு.16:3–6)

36. சிலம்பு.9:5–30

37. குடிமுதற் சுற்றமுங் குற்றிளை யோரும்
அடியோர் பாங்கு மாயமு நீங்கி (சிலம்பு.16:84–93)

அவரைச் சுற்றி ஒருபெரும் சுற்றமே சூழ்ந்திருந்தது என்பதை மேல்சான்றுகள் உறுதிசெய்யும்.

(ஆ) பத்தினி ஒருத்தி பற்றிப் பொய்யுரைத்த ஒருவனைச் சதுக்கப்பூதம் அறைந்து கொன்றது. அதனான் வருந்திய அவனது தாயைக் கோவலன் ஆற்றுப்படுத்தி, இறந்தானின் சுற்றத்தார்க்கும் தொடர்புடைய கிளைகட்கும் பசிப்பிணி அறுத்துப் பல அறங்கள் புரிந்தான்.[38] இந்தச் செய்தி குடும்பத் தலைவன் ஒருவனை மையமிட்டு அமைந்த விரிந்த குடும்பத்தை ***(Extended Family)*** விளக்குவதாக உள்ளது. குடும்பத்தலைவன் ஒருவனின் புரத்தலின் கீழ்ச் சுற்றமும் கிளைகளும் அமைந்திருக்கும் பாங்கு, ஒரு கூட்டுக்குடும்ப நிலையை உணர்த்துகின்றது.

(இ) 'மாதவி கோவலனுக்கு எழுதிய இரண்டாவது மடங்கலில், குரவர்பணி அன்றியும் குலப்பிறப்பாட்டியோடு இரவிடை கழிதற்கு என் பிழைப்பறியாது கையறு நெஞ்சம் கடிதல் வேண்டும்' எனக் குறிப்பிடுகின்றாள்.[39] மேலும் கோவலன் ஆயச்சேரியில் கண்ணகியிடம், 'எம்முது குரவர் என்னுற்றனர் கொல் ... இருமுதுகுரவர் ஏவலும் பிழைத்தேன், சிறுமுதுக்கு உறைவிக்குச் சிறுமையும் செய்தேன்' என்று கூறுகின்றான்.[40] இச்செய்திகளில் வரும் 'குரவர் பணி', 'இருமுதுகுரவர் ஏவல்' எனும் தொடராட்சிகள் பொருள் பொதிந்தன. பெற்றோர் பணி, ஏவல் என்பன எவை என்று தெளிவாக அறிய இயலாவிடினும் பெற்றோர்க்குப் பணிசெய்தலும் ஏவல் கேட்டலும் அற்றைச் சமூகத்தில் இருந்த நடைமுறைகள் என்பது தெளிவு. ஆகக் கோவலன் தனிக்குடும்பமாக வாழ்க்கை நடத்திய போதும் அவனைச் சுற்றி ஓர் விரிந்த குடும்ப இயக்கம் நடந்திருக்க வேண்டும். பெற்றோரின் ஏவலும் பணியும் தனிக்குடும்ப நிலையிலும் தொடர்ந்திருக்க வேண்டும். இதனையே மேல்சான்றுகள் உய்த்துணர வைக்கின்றன.

மக்கட் பேறு

சங்க காலம் தொட்டுத் தமிழிலக்கியங்கள் மக்கட் பேற்றினைப் பெரிதாகப் பேசுகின்றன. எதனையும் அளந்து பேசும் வள்ளுவர், மக்கட்பேற்றை வற்புறுத்துதற்காகத் தனி அதிகாரமே ஒருக்கி இருப்பது அதன் இன்றியமையாமையை உணர்த்த வல்லது.

---

38. சுற்றத் தோர்க்குந் தொடர்புறு கிளைகட்கும்
பற்றிய கிளைஞரிற் பசிப்பிணி யறுத்து (சிலம்பு.15:77–90)

39. குரவர் பணி யன்றியுங் குலப்பிறப் பாட்டியோடு (சிலம்பு.13:89–9)

40. எம்முது குரவ ரென்னுற் றனர்கொல் ...
இருமுது குரவ ரேவலும் பிழைத்தேன் (சிலம்பு:16:60–68)

சமூக இயலார் பார்வையில் மக்கட்பேறு

மக்கட்பேறு என்ற கொள்கை, சமூகவியல் நோக்கில் பொருளாதாரத்தை அடிப்படையாகக் கொண்டது. பொதுவுடைமைச் சொத்து முறையிலிருந்து தனியுடைமைச் சொத்து முறையிலான மாற்றம் வாரிசுரிமையையும் அதன் வழி ஒருதார மணமுறையையும் தோற்றுவித்தது. பொதுவுடைமைச் சொத்துக் காலத்துச் சமூக அமைப்பில், வரன்முறையற்ற பாலுறவுகள், கணவன் மனைவி அமைப்பை ஏற்படுத்தவில்லை. அங்கு ஆடவரும் பெண்டிரும் பொதுவானவர். இந்நிலை மாறித் தனியுடைமை தோன்றியபோது அதனைப் பரம்பரைச் சொத்தாக வைத்துக் கொள்ளும் எண்ணம் தோற்றங் கொண்டது. இங்குதான் மனிதன் முதன்முதலில் தனக்கொரு வாரிசுத் தேவையை உணர்ந்தான். தன் வாரிசு அல்லது தன்மகன் என்று சுட்டிக் கூற வேண்டுமாயின் மனைவி தனக்கே உரிமையுடையவளாக இருத்தல் வேண்டும். இதனால் மகளிர் கணவனன்றி ஆடவர் பிறரோடு உறவுகொள்வது தடுக்கப்பெற்றது. இக்கருத்தின் வளர்ச்சி ஒருதார மணத்தினைத் தோற்றுவித்தது.

தமிழில் உரிமையுடைய மனைவியரைத் தொன்முறைக் கிழத்தி என்ற பெயரான் அழைத்தனர். தமிழகத்தில் ஆடவன் ஒருவன் பலரை மணந்து கொண்ட போதும் தொன்முறைக் கிழத்தியே இல்லறம் புரிதற்கு உரிமையுடையவளானாள். சங்க காலத்தில் தொன்முறைக் கிழத்தியின் உரிமைகளாகச் சங்கப் பாடல்கள் சுட்டுவது வருமாறு:

'யாண ஊர, நின் மாணிழை மகளிரை எம்மனைத் தந்து நீ தழீஇயினும்' என்ற பாடலில்[41] சிறுவரைப் பயத்தல், கற்பொடு வதிதல் முதலியவை தலைவிக்குரியவை என்பதும் இவ்வுரிமைகள் காமம் காரணமாக வரையப் பெற்ற பிற மகளிர்க்கு இல்லை என்பதும் குறிப்பாகத் தோன்றுகின்றன. 'எம்போல் புல்லுளைக் குடுமிப் புதல்வற் பயந்து' எனும் அகப்பாடல் ஒன்று[42] புதல்வனைப் பெறுவதும், தலைவன் பிரிந்திருந்த காலத்துக் கற்புக் கடன் பூண்டு மனையில் ஆற்றியிருந்தலும் தலைமகளுக்குரியனவாகக் கூறுகின்றது. இந்த உரிமைகள் மற்றை மனைவியர்க்கு அதாவது காமம் காரணமாக வரையப்பெற்றோர்க்கு இல்லை என்பதையும் மேல் அகப்பாடல் விளக்குகின்றது.

மேல் சான்றுகள் வாரிசுகளாகிய பிள்ளைகளைப் பெற்றுத் தருவது தொன்முறைக் கிழத்தியின் உரிமை ஆனமையையும் அவ்வுரிமை ஏனைய மனைவியர்க்கு வழங்கப்பெறவில்லை

---

41. நற்றிணை, 380
42. அகநானூறு, 176

என்பதையும் விளக்குவது தெளிவு. தமிழ் மன்னர்களின் பரம்பரையும் இதற்குச் சான்றாகலாம். மன்னர்க்கு மனைவியர் பலர் இருப்பினும் பட்டத்து மனைவியின் மகனே இளவரசன் பட்டம் ஏற்றது கருதத் தக்கது. கோவை மாவட்டம் மலைப் பகுதியில் வாழும் முதுவர் பழங்குடியினரிடையே இன்றும் தொன்முறைக் கிழத்திக்குச் சிறப்பிடம் தரும் பண்பு காணப் பெறுகின்றது. ஆடவன் ஒருவன் பலரை மணக்கும் வழக்கம் முதுவர்களிடம் உண்டு. மனைவியர் பலர் உள்ள குடும்பத்தில் மூத்த மனைவியின் ஆணைக்குட்பட்டே மற்ற மனைவியர் நடக்க வேண்டும் எனும் விதி வகுக்கப் பெற்றுள்ளதும் சுட்டத்தக்கது (சண்முகம், ர., 1981).

ஆக, வாரிசுரிமை கருதியே ஒருதாரமணம் வலியுறுத்தப் பெற்றது என்பதும், மக்களைப் பெறுதல் தொன்முறைக் கிழத்திக்கே அதாவது தலைமகளுக்கே கடமையாக விதிக்கப்பெற்றிருந்தது என்பதும் இவளின் மகனே வாரிசாகக் கருதப்பெற்றான் என்பதும், வாரிசு தெரிவு செய்யப்பெற்றதால் தலைமைத் தன்மையில் தோன்றிய குழப்பங்களும், கலகங்களும் தோன்றாதொழிந்தன என்பதும் மேல் சான்றுகள் மூலம் தெரியவருகின்றன.

போர் நடவடிக்கைகள் மற்றும் தென்புலத்தார் கடனும் மக்கட்பேறும்

சங்க காலம், வீரயுகக் காலமாகக் கருதப்பெற்றது. போரும், பூசலும் நிறைந்த ஒரு சமூகத்தில் ஆடவரின் உயிரிழப்பு இயல்பானது. சமயங்களும் ஆளுமைப் பிரிவுகளும் போரினை ஆடவரது உயர் கடமையாக அறிவுறுத்தின. போரில் உயிர்கொடுத்தலே சிறந்ததாகப் போற்றப்பெற்றது. இந்நிலையைக் 'களிறு எறிந்து பெயர்தல் காளைக்குக் கடனே' போன்ற சங்கப் பாடலடிகள்[43] தெளிவுறுத்தும். அடிக்கடி நிகழ்ந்த போர்களினால் உண்டான உயிர் இழப்புகளை ஈடுகட்ட ஆடவர் எண்ணிக்கைப் பெருக்கம் தேவையாயிற்று. எனவே மக்கட் பேறு வலியுறுத்திக் கூறப்பெற்றது. இம்மக்கட்பேறும் தென்புலத்தார் கடன் எனும் சமயச்சார்புடைத்ததாக மக்களிடம் பரப்பப் பெற்றது. 'தென் புலம் வாழ்நர்க்கு அருங்கடன் ஈர்க்கும் பொன்போற் புதல்வரைப் பெறாதீரும்' என்ற புறப்பாடல்[44] புதல்வரைப் பெறாதவரைப் போரினின்று விலக்குதல் கவனிக்கத் தக்கது. தென்புலத்தார் கடன் தீர்க்கப் பிள்ளை இல்லாதவர் போரில் ஈடுபடலாகாது என்று கூறியிருப்பினும் நேரடிப் பொருள் அதுவன்று; இது மலட்டு விலக்கும் அன்று. புதிதாக மணமானவர்கள் இளம்

---

43. புறநானூறு, 312
44. மேலது.9

பிள்ளைகளைப் பெற்றெடுத்து அடுத்த போர்க்களத்திற்கு அப்பிள்ளையைத் தயார் செய்த பின்னர்ப் போருக்குச் செல்லுதல் வேண்டும் என்பதே மேற்காட்டிய பாடலின் மறைபொருளாகும். இக்கருத்தையே தமிழறிஞரும்,

> போர்ப்பணிகள் செய்யக் குழந்தைகள் வேண்டும்,
> எனவே குழந்தைகளைப் பெற்றுத்தரும் நிலையிலுள்ள
> மணமக்களுக்குப் போர் விலக்கு அளித்தனர்.
> புதுமணமக்களைப் போரில் கொல்லுதலைத் தவிர்க்கக்
> குறிப்பாக மறுமணம் இல்லாத தமிழகத்தில் பெண்களின்
> துயர்களைக் களையப் போர்விலக்கு அளிக்கப்பெற்றது

என்று கூறுவர் (அறவாணன், க.ப.1987). கணவன் இறந்த பின்னர் மறுமணம் மறுக்கப்பெற்ற தமிழகத்தில் குழந்தைகள் உற்பத்தி தடைபடுதலை அறிந்தே இவ்வாறு செய்தனர் போலும்.

சமயங்கள் கூறிய தென்புலத்தார் கடன் என்பதை ஆளுமைப்பிரிவு பயன்படுத்தி மக்கட்பேற்றின் இன்றியமையாமையை வற்புறுத்தியது. நேரடியாகப் போரில் உயிர் கொடுக்கப் பிள்ளைகளைப் பெற்றிடுக என்று கூற இயலாது. எனவே இதற்குச் சமய அமைப்பிலான காரணம் ஒன்று கற்பிக்கப்பெற்றது. அதனைத் தென்புலத்தார் கடன் என்று கூறி இக்கடனைக் கழிக்கப் பிள்ளைகள் இல்லையாயின் உயர்நிலை உலகில் நலமின்மை காட்டி அச்சுறுத்தப்பெற்றது. இதற்குச் சமய அமைப்புகள் பெருந்துணை புரிந்தன. பரலோகக் கோட்பாடு அரண்செய்தது. ஆயின் சங்ககாலத்தில் மக்கட்பேற்றின் உண்மையான காரணம் வேறாய் இருந்தது. புதல்வனின் கடன், தென்புலத்தார் கடன் கழிப்பதன்று. ஈன்று புறந்தருதல் தாயின் கடனாகும். வீரனாக்குவது தந்தையின் கடனாகும். களிறு எறிந்து பெயர்தல் பிள்ளையின் கடனாகும். ஒருமகனல்லது இல்லோள் கூடத் தன்மகனைச் செருமுகத்திற்கு அனுப்புவதைப் பெரிதெனக் கருதினள். வீரனின் சாவு, போர்க்களத்தில் நிகழ்வதே பெரிதும் வரவேற்கப்பெற்றது. ஆக மகனின் கடமை, தென் புலத்தார் கடன் கழிப்பது மட்டுமன்று. போரில் தோன்றிப் புறமுதுகிடாது போரிட்டுப் பகைவாளால் மடிந்து போவதேயாகும். இவற்றை நேரடியாகச் சொன்னால் சமூகப் புறக்கணிப்பு நிகழும். எனவே சமயஞ்சார்ந்த தென் புலத்தார் கடன் வழி, மக்கட்பேறு வலியுறுத்தப் பெற்றிருக்கலாம்.

இரட்டைக் காப்பியங்கள் காட்டும் மக்கட்பேறு

சங்க காலத்தில் வாரிசுகளைப் பெற்றுத்தரும் கடப்பாடு தலைமகளுக்கு உரியதாக இருந்தமை முன்பு விளக்கப்பெற்றது. ஆயின் இது மாறிவிட்டமையை இரட்டைக் காப்பியங்கள்

விளக்குகின்றன. இதுமட்டுமின்றி வேறு சில மாற்றங்களும் நிகழ்ந்திருக்கின்றன. அவற்றை இனிவரும் பகுதி விளக்கும்.

வாரிசுரிமையில் மாற்றம்

சிலப்பதிகாரம் காட்டும் ஏழுபத்தினிகள் வரலாற்றில் ஐந்தாவதாகக் குறிக்கப் பெறும் வரலாறு எண்ணத்தக்கது. மாற்றாளின் குழந்தை, கிணற்றில் வீழ்ந்துவிடப் பத்தினி ஒருத்தி தன் குழந்தையையும் கிணற்றில் வீழ்த்திப் பின்னர்க் கற்பின் மேன்மையால் இரு குழந்தைகளையும் எவ்விதக் கேடுமின்றி எடுக்கின்றாள் என இவ்வரலாறு கூறுகின்றது.[45] இப்பகுதியில் 'இணையாய மாற்றாள்' என வரும் செய்யுளடி கருதத்தக்கது. தனக்கு இணையானவள் என்பது இதன் பொருளாகும். இக்கருத்துச் சமூகவியலாரின் கூற்றுப்படி வாரிசுரிமையில் நிகழ்ந்த பெரும் மாற்றத்தைக் காட்டுகின்றது எனலாம். தொன்முறைக் கிழத்திக்கே மகட்பேறு உரியது என்ற சங்க காலக் கொள்கையிலிருந்து மாறிப் பிறமனைவியரின் குழந்தைகளும் உரிமை பெற்றதைச் சிலப்பதிகாரம் எடுத்துக் காட்டுகின்றது. ஆயின் சங்க இலக்கியங்கள் தலைமகள் அல்லாத பிற மனைவியர்க்குக் குழந்தை பிறந்ததையோ அவர்கள் உரிமை பெற்றதையோ கூறவில்லை. இரட்டைக் காப்பியத்தில் வரும் மணிமேகலை பற்றிய செய்திகள் சுட்டத் தகுவன. மாமுது கணிகையர் மாதவி மடந்தையின் மகளுக்குப் பெயரிட வேண்டுமென உரைத்ததைக் கேட்ட கோவலன், 'எம் குல முன்னோனைக் கடலிலிருந்து காப்பாற்றிய மணிமேகலா தெய்வத்தின் பெயரினை இடுக' என்று கூறுகின்றான். இம்மணி மேகலா தெய்வம், கோவலனின் குலதெய்வம் என்பது இங்குக் குறிப்பிடத்தக்கது. மணிமேகலையில் மாதவியின் கூற்றாக வரும் பாடலடிகள் சிந்தனைக்குரியன.

> காவலன் பேரூர் கனையெரி யூட்டிய
> மாபெரும் பத்தினி மகள் மணிமேகலை[46]

என்று மாதவி, மணிமேகலையைக் கண்ணகியின் மகளாகக் கூறுகின்றாள். இவ்வாறு மாதவி கூறுவதற்குத் தன் குலத்தொழிலாகிய கணிகை வாழ்க்கை காரணமாக இருப்பினும் வேறொரு காரணமும் ஈண்டுச் சுட்டப்பெறுதல் வேண்டும். மணிமேகலை, கோவலனின் வாரிசாக அல்லது மகளாகக் கருதப்படவேண்டுமாயின் அவள் விதிப்படி கோவலனின் மகளாக இருத்தல் வேண்டும். அதாவது தொன்முறைக் கிழத்தியாகிய

---

45. இணையாய மாற்றாள் குழவி வீழத் தன்குழவி
யுங்கிணற்று வீழ்த்தேற்றுக் கொண்டெடுத்த
வேற்கண்ணாள் (சிலம்பு.21:15–19)

46. சிலம்பு.15:21–40

கண்ணகியின் மகளாக மணிமேகலை பிறந்திருக்க வேண்டும். ஏனெனில் தொன்முறைக் கிழத்தியின் மக்களே விதிப்படி வாரிசாகக் கருதப்பெறுவர். எனவே கோலவனின் மகளாக, அவனின் வாரிசாகக் கூறவந்த மாதவி, அவளைத் தன்மகள் என்று கூறாது கண்ணகியின் மகள் என்று கூறியிருக்கவேண்டும். இக்கருத்தே அன்றி வேறொரு சிந்தனையும் இங்குச் சுட்டப்பெறுதல் வேண்டும். இரண்டாவது மனைவி, காமக்கிழத்தி ஆகியோர்க்குப் பிறந்தாலும் முதல் மனைவியின் குழந்தையாகக் கருதப் பெறும் சீனச் சிந்தனை(யுனெஸ்கோ கூரியர்:*1989*) இங்கு இணைத்து நோக்கத் தக்கது.

பெயரீடு

இரட்டைக் காப்பியக் காலத்தில் குழந்தைகளுக்குப் பெயரிடுவதில் இருமுறைகள் தெளிவாகத் தெரிகின்றன. ஒன்று குலதெய்வத்தின் பெயரை இடுதல். இரண்டு தன்குல முன்னோரின் பெயரை இடுதல். கோவலன், மாதவியின் மகளுக்குத் தன் குலதெய்வமாகிய மணிமேகலையின் பெயர் இட்டமை முன்னர்க் கூறப்பெற்றது. இப்பெயரீட்டில் ஒரு நம்பிக்கை நிலவுவதையும் மணிமேகலை பதிவுசெய்துள்ளது.

> தன்பெயர் மடந்தை துயருறும் ஆயின்
> மன்பெரும் தெய்வம் வருதலும் உண்டென
> அஞ்சினேன் ...

என்ற பாடலடிகள்[47] தனது பெயருடைய மடந்தைக்குத் துயர் வருமெனின் அப்பெயரை உடைய தெய்வமானது துயருக்குக் காரணமானவர்களை வருத்தும் என்பதை விளக்குகின்றன. ஆக, தெய்வத்தின் பெயரினை இடுவதால் அத்தெய்வத்தின் காப்புக் குழந்தைகளுக்குத் தொடர்ந்து இருந்து வரும் என நம்பப் பெற்றது.

குழந்தைகளுக்குப் பாட்டனின் பெயரை இடுவது சங்க கால மரபாகும். இதனைத் 'தந்தைபெயரன்' என்பன போன்ற தொடர்கள் விளக்கவல்லன. இரட்டைக் காப்பியக் காலத்திலும் தந்தை பெயரை மகனுக்கு இடும் வழக்கம் இருந்துள்ளது. கோவலனின் ஒன்பது வழிமுறைக்கு முன்னோனாகிய ஒருவனின் பெயரும் கோவலன் என்பதாகும்.[48] இது தலைமுறை தலைமுறையாகப் பாட்டனின் பெயரைப் பெயரன் பெற்றிருப்பதை உணர்த்துகின்றது.

---

47. தன்பெயர் மடந்தை துயருறு மாயின்
மன்பெருந் தெய்வம் வருதலு முண்டென (சிலம்பு.2:55,56)

48. நின்பெருந் தாதைக் கொன்பது வழிமுறை
முன்னோன் கோவலன் மன்னவன் றனக்கு (மேகலை 28:123,124)

ஈன்றகுழவியை எடுத்து வளர்த்தல்

கோவலனை இழந்த கண்ணகி "சான்றோரும் உண்டுகொல், சான்றோரும் உண்டுகொல் ஈன்ற குழவி எடுத்து வளர்க்குறூஉம் சான்றோரும் உண்டு கொல்" எனச் சான்றோரை விளித்துத் தன்துயர் கூறுகின்றாள்.[49] ஈன்றகுழவியை எடுத்து வளர்த்தல் என்பதற்குப் பிறர் ஈன்று போகட்ட குழவியைத் தம் குழவி போல் பேணி வளர்க்கும் சான்றோர் எனப்பொருள் கொள்ளப்பெற்றுள்ளது. இரட்டைக் காப்பியக் காலத்தில் இத்தகு நிலை இருந்தமையை மேலும் பலசான்றுகள் விளக்குகின்றன. 'தாயொழி குழவி போலக் கூஉம்' எனும் தொடர்[50] தாய் விடுத்துச் சென்ற குழவியைக் குறிப்பதாகலாம். ஆபுத்திரனது தாய் துஞ்சிருள் யாமத்தே ஈன்ற குழவிக்கு இரங்களாகிக் குழவியை விட்டு நீங்குகின்றாள். ஆபுத்திரனது தாய், கற்புநெறியாகிய காவலைக் கடந்து கணவனைப் பிழைத்துப் பெற்றெடுத்த செய்தி கருதத்தக்கது. இவ்வாறு கைவிடப்பெறும் குழந்தைகளை எடுத்து வளர்க்கும் பழக்கத்தை இளம்பூதி முதலானோர் மூலமும் ஈன்ற குழவியை எடுத்து வளர்க்குறூஉம் சான்றோர் எனும் பாடலடி மூலமும் அறியமுடிகின்றது.

புத்தேளுலகம் புதல்வர் தாரார்

தென்புலத்தார்க்குக் கொடுக்கப்படும் சில கடன் மூலம் முன்னோர் புத்தேளுலகம் புகுவர் என்பதும் அக்கடனைக் கழிக்க வல்லவர் புதல்வரே ஆவர் என்பதும் முன்னர்க் கூறப்பெற்றது. 'புத்து' என்றால் நரகம், இந்த நரகத்திலிருந்து மீட்பவர் எனும் பொருள்படப் 'புத்திரர்' எனும் சொல் அமைந்துள்ளதும் ஈண்டுக் கருதற்பாலது *(Tamil Lexicon.1982)*. இது வைதிகச் சமயத்தின் கோட்பாடாகும். ஆயின் மணிமேகலை இக்கோட்பாட்டை மறுத்துரைக்கின்றது.

> புத்தே ளுலகம் புதல்வரும் தாரார்

என்ற பாடலடி[51] மேல் கருத்தை விளக்கும். மேலும் புத்தேளுலகம் புக, மிக்க அறமே விழுத்துணையாகும் எனவும் கூறப்பெற்றுள்ளது. இது பௌத்த சமயக் கோட்பாடு என்பதும் கருதற்பாலது.

---

49. ஈன்ற குழவி யெடுத்து வளர்க்குறூஉம்
    சான்றோரு முண்டுகொல் சான்றோரு முண்டுகொல் (சிலம்பு.19:54–56)
50. தாயொழி குழவி போலக் கூஉம் (மேகலை.13:1–25)
51. புத்தே ளுலகம் புதல்வருந் தாரார்
    மிக்க வறமே விழுத்துணை யாவது (மேகலை.22:138)

மணமுறை, மணச்சடங்குகள் மாற்றத்திற்கான காரணிகள்

முகப்புரை

சமூக நிறுவனங்கள் காலந்தோறும் மாறுதல்களுக்கு உட்பட்டவை. மாறுகின்ற அடிப்படைகளைச் சமூக நிறுவனங்கள் பெற்றுள்ளன என்பது சமூகவியல் அறிஞர்களின் கருத்து.[1] காலந்தோறும் பல்வேறு காரணிகள், சமூக மாற்றத்தை நிகழ்த்தியுள்ளன. சங்க கால இறுதியில் நிகழ்ந்த சமூகமாற்றம், பெரியதொரு புதுச் சமூகத்தைச் சமைத்தது. இப்புதுச் சமூகத்தை இரட்டைக் காப்பியங்கள் பதிவு செய்திருப்பதும் தெளிவு. இம் மாற்றங்களுக்குரிய சமூகப் பின்புலமும் காரணிகளும் இப்பகுதியின்கண் விளக்கம் பெறுகின்றன.

சமூகமாற்றமா? சமூக வளர்ச்சியா?

இரட்டைக் காப்பியக் காலத்துக் குடும்ப அமைப்பில் நிகழ்ந்தது மாற்றமா அல்லது வளர்ச்சியா என்ற வினாவிற்கு விடைதேடுதல் நன்று.

குடும்ப அமைப்பைப் பொறுத்தவரை சங்க காலத்தில் இல்லாத ஒன்று இரட்டைக் காப்பியக் காலத்தில் தோன்றியதாகத் தெரியவில்லை. மணஉறவு

1. விஞ்ஞான லோகாயதவாதிகள் எந்தவொரு நன்னெறியையும் நிலையான தென்றும், அழிவில்லாதது என்றும், இறுதியானது என்றும் ஒப்புக்கொள்வ தில்லை (ராகுல் சாங்கிருத்தியாயன், விஞ்ஞான லோகாயதவாதம், ப.77). மாறுதல் இயற்கையின் நியதி. மாறுதல் இல்லாமல் ஏதும் இருக்கமுடியாது. (சமூகவியல், மேல்நிலை முதலாமாண்டு ப.152)

முறையும் மணச்சடங்கும் இன்னபிறவும் சங்க காலத்தில் இருந்தமை போன்றே இரட்டைக் காப்பியக் காலத்திலும் வழக்கில் இருந்தன. மணச்சடங்கு என்ற ஒன்று முழுவதுமாக மாறி மணச் சடங்கு அல்லாத வேறொன்றாக அமையவில்லை. ஆனால் மணச்சடங்கின் உட்கூறுகள் மாறியிருந்தன. சங்ககால மணச் சடங்குகள் போன்ற சடங்குகள் இரட்டைக் காப்பியக் காலத்தில் இல்லை. ஆக, மணச்சடங்கு என்ற ஒன்றை ஒட்டு மொத்தமாகப் பார்க்கும் போது மாற்றங்கள் இல்லை. உட்கூறுகள் என்று தனித்துப் பார்க்கும்போது மாற்றங்கள் இருந்தன. எனவே முழுமைபெற்ற ஒன்றின் உட்கூறுகளில் தோன்றிய மாற்றங்களால் முழுமைபெற்ற ஒன்று வளர்ச்சியைப் பெற்றது எனக் கருதத் தோன்றுகிறது. ஆக, இரட்டைக் காப்பியக் காலத்தில் குடும்ப நிறுவனத்தின் உட்கூறுகளில் மாற்றங்கள் நிகழ்ந்தன. அதனால் வளர்ச்சியும் நிகழ்ந்தது என்று கருதவேண்டியுள்ளது.

சமூகமாற்றத்தின் சமூகப்பின்புலம்

சங்க கால இறுதியில் தமிழகத்தில் தமிழர்களிடையே ஏற்பட்ட மாற்றம், ஆரிய பௌத்த சமணக் கலப்புகளுக்கு வித்திட்டது. அம்மாற்றத்தை நிலைபெறுத்தவும் முறையுறுத்தவும் ஆரியப் பண்பாடு, சமண பௌத்த வைதிகச் சமயக் கருத்துகள் முதலியன வேண்டப்பெற்றன. இம்மாற்றமும் இனக்குழுச் சமூக அமைப்புச் சிதைந்து அரசு என்ற நிறுவனம் உருப்பெற்றமையால் நேர்ந்தது.

இனக்குழுச் சமுதாயம்

சங்க காலத் தொடக்கத்தில் பல இனக்குழுக்கள் தமிழகத்தில் இருந்தமைக்குச் சான்றுகள் உள்ளன. தலைவன் ஒருவனும் அவனைச் சுற்றிய சிறு கூட்டமொன்றும் அமைந்த இனக்குழுக்கள் தமிழகத்தில் சிதறிக் கிடந்தன. இவ்வினக் குழுக்களைச் சிறுகுடி, சீறூர் எனும் பெயரால் சங்க இலக்கியங்கள் பதிவு செய்துள்ளன. இதனைப் பின்வரும் சான்றுகள் உறுதிசெய்யும்.

(அ) புன்செய் சூழ்ந்துள்ள அழகிய குடிமக்கள் வாழும் சீறூரில், இடையன் கொளுத்திய விளக்கொளியில் பாணர் சூழ்ந்திருக்க நாணுடை நெடுந்தகை வீற்றிருந்தான்.[2]

(ஆ) நெடுந்தகை காக்கும் குடிகள் வாழும் சீறூர், இரவலர்க்கு ஈயும் வளமை உடையது.[3]

---

2. இடையன் பொத்திய சிறுதீ விளக்கத்து
   பாணரொடு இருந்த நாணுடை நெடுந்தொகை (புறம்.324)
3. புரவலர் புண்கண் நோக்காது இரவலர்க்கு
   அருகாது ஈயும் வண்மை
   உரைசால் நெடுந்தொகை ஓம்பும் ஊரே (புறம்.329)

(இ) உவர்நீர் ஊறும் கிணறுகளையும் வில்லைக் கொண்டு வேட்டமாடி வாழும் வாழ்க்கையையும் உடைய சீறூர்க்குரியவன் தலைவன்.[4]

(ஈ) சீறூர் மன்னன் எனும் சொல்லாட்சி, இனக்குழுத் தலைவர்களைக் குறிப்பதாகலாம். இச்சொல்லாட்சி புறநானூற்றில் ஐந்து இடங்களில் பயின்றுள்ளது.[5]

(உ) சிறுகுடி எனும் சொல் இனக்குழு அமைப்புடைய சிறுகூட்டங்களைக் குறித்துள்ளது. சங்க இலக்கியத்தில் நாற்பத்தொன்பது இடங்களில் சிறுகுடி எனும் சொல் பயின்று வந்துள்ளமை நோக்கத் தக்கது.[6]

(ஊ) சிறுகுடிகள், இனக்குழுத் தலைவர்களின் பெயர்களால் அழைக்கப்பெற்றமையைச் சங்க இலக்கியங்கள் விளக்கு கின்றன. சான்றுகளாவன: வாணன் சிறுகுடி,[7] பண்ணன் சிறுகுடி,[8] அருமன் சிறுகுடி.[9]

மேல்காட்டப் பெற்ற சான்றுகள், பண்டைத் தமிழகத்தில் சிறுசிறு இனக்குழுக்கள் இருந்தமையையும் அவற்றுள் சில தலைவன் பெயரால் அழைக்கப் பெற்றமையையும் உணர்த்துகின்றன. இவையே அன்றி அதியர்குடி, ஆய்குடி, வேளிர்குடி போன்ற குறுநில அமைப்புகளும் இருந்தமை தெளிவு.[10]

இனக்குழுவின் சிதைவும் அரசின் தோற்றமும்

சிறுகுடி, சீறூர் முதலிய அமைப்புகள் திட்டுத் திட்டாக இருந்து வந்தன. வேட்டையில் கிடைக்கும் பொருள்களையும், விளைபொருள்களையும் பொதுவாகப் பங்கிட்டு வாழ்ந்து வந்தன. இங்கு மக்கள் கூட்டமும் குறைவு; இடத்தின் பரப்பளவும் குறைவு; தனிப்படை அமைப்பு முறையும் குறைவு. சிலப்பதிகாரத்தில் காணப்பெறும் சேரனது படை அமைப்பைப் போன்ற பெரும் படை அமைப்பு, இனக்குழுக்களில் அமைய வாய்ப்புகள் இல்லை. உடல் வலிமையும், உள்ள வலிமையும், அறிவு வலிமையும் பெற்ற

---

4. கல்லறுத்து இயற்றிய வல்லுவர் கூவல்
   வில்லோர் வாழ்க்கை சீறூர் (புறம்.331)
5. புறநானூறு.197,299,308,319,328
6. முரு.194-197; மலை.151-157; அகம்.7; 75; 103; 110; 192; 229; 232; 250; 284; 300; 312; 315; 318; 320; 351; குறு.95; 100; 108; 145; 184; 228; 232; 355; 373; நற்.4; 33; 45; 82; 85; 87; 91; 114; 122; 156; 168; 191; 204; 213; 222; 239; 254;299; 338; 386; கலி.45; 102; 108.
7. அகம்.117; 204; 269; நற்.340
8. புறம்.70; 173; 388; அகம்.54; 117
9. நற்.367
10. புறம்.91; 132; 24

ஒருவன் இக்குழுக்களுக்குத் தலைவனாக விளங்கினான். மக்கள் கூட்டம் குறைவாக இருந்தமையான் அவர்களை ஆள்வது அவனுக்கு எளிதாக இருந்தது.

இந்த இனக்குழு அமைப்பு ஒருகாலக் கட்டத்தில் சிதையத் தொடங்கியது. இக்குழுக்களுள் வலிமை வாய்ந்த ஒன்று, பிற குழுக்களை வென்று தன்னுடன் இணைத்துக் கொண்டது. இந்நிகழ்வு அரசு உருப்பெறக் காரணமாயிற்று.

இனக்குழுக்கள் அரசு அமைப்பின் கீழ் வந்தமைக்குத் தலையாலங்கானத்துப் போரைச் சான்றாகக் கொள்ளலாம். சேர, சோழ மன்னர்களையும், திதியன், எழினி, எருமையூரன், இருங்கோவேண்மான், பொருநன் ஆகிய குழுத் தலைவர்களையும் தோற்கடித்த பாண்டியன் நெடுஞ்செழியன், இடப்பரப்பு அளவிலும் மக்கள் தொகை அளவிலும் மிகுதி உடைய ஓர் அரசை நிறுவியிருக்கவேண்டும். இப்போர் வெற்றியை நக்கீர்[11], இடைக்குன்றூர் கிழார்[12], குடபுலவியனார்[13], கல்லாடனார்[14], மாங்குடி மருதனார்[15], ஆலம்பேரி சாத்தனார்[16], பொதும்பில் கிழார் மகனார்[17] ஆகிய புலவர் பாடியமையும் நோக்கத் தக்கது. இது இவ்வெற்றியின் முதன்மையையும், சிறப்பினையும் விளக்குவதாக உள்ளது. இப்போர் வெற்றியே பின்னாளில் மதுரையை மையமிட்ட ஒரு விரிந்த அரசு உருவாகக் காரணமாக இருந்திருக்க வேண்டும். தமிழகத்தில் சங்ககால இறுதியில் மதுரையை மையமிட்ட ஒரு விரிந்த அரசு உருப்பெற்றிருந்தமையைப் பின்வரும் சான்றுகள் உறுதி செய்வன ஆகலாம்.[18]

---

11. எழுவர் நல்வலம் அடங்க ஒருபகல்
முரசொடு வெண்குடை அகப்படுத்து உரைசெலக்
கொன்று களம்வேட்ட ஞான்றை (அகம்.36)
12. புனை கழல் எழுவர் நல்வலம் அடங்க
ஒருதான் ஆகிப் பொருது காத் தடலே (புறம்.76,77,78,79)
13. கூற்று கண்ணோடிய வெருவரு பறந்தலை
எழுவர் நல்வலம் கடந்தோய் (புறம்.19)
14. ஆலங்கானத்து அமர்கடந்து அட்ட
காலமுன்ப (புறம்.23)
15. மதுரைக்காஞ்சி
16. காலியல் நெடுந்தேர்க் கைவண் செழியன்
ஆலங்கானத்து அமர்கடந்து உயர்த்திய
வேலினும் பல்லூழ் மின்னி (அகம்.175)
17. ஆலங்கானத்து அஞ்சுவர இறுத்த
வேல்கெழு தானைச் செழியன் பாசறை (நற்.387)
18. செல்வராசு, சிலம்பு.நா., சமூகவில் நோக்கில் தமிழ்மரபுகள், பக்.69, 70; சங்க காலக் கல்வெட்டுகள் 22 இடங்களில் கிடைத்துள்ளன. இவற்றுள் 17 இடங்கள் மதுரையை மையமிட்ட இடங்களாகும். அறவாணன், க.ப., சைனரின் தமிழிலக்கண நன்கொடை, க. 36.

(அ) மதுரையை மையமிட்ட சங்க இலக்கியப் படைப்புகள் – மதுரைக் காஞ்சி, கலித்தொகை, சிலப்பதிகாரம் முதலிய இலக்கியங்கள், மதுரையை அரசுத் தலைநகராக வண்ணிக்கின்றன.

(ஆ) மதுரையைச் சுற்றியுள்ள பகுதியில்தான் கூடுதல் எண்ணிக்கையிலான சங்ககாலக் கல்வெட்டுகள் கிடைத்துள்ளன.

(இ) பாண்டியன் தலையாலங்கானத்துச் செருவென்ற நெடுஞ்செழியன், தலையாலங்கானத்துப் போரில் எழுவரை வென்று விரிந்த அரசொன்று உருவாகக் கால்கோள் செய்திருக்கக் கூடும்.

(ஈ) களப்பிரர்கள் மதுரையைக் கைப்பற்றிய பின்னர்த் தமிழகம் முழுவதும் அவர்தம் ஆட்சிக்கு ஆளாகியது. இது, தமிழகத்தில் மதுரை பெற்றிருந்த முதன்மையையும், மதுரையை மையமிட்ட விரிந்த அரசு இருந்தமையையும் உய்த்துணர வைக்கின்றது.

இச்சான்றுகள் யாவும் மதுரையை மையமிட்ட விரிந்த அரசு ஒன்று சங்க கால இறுதியில் தோற்றங் கொண்டதைப் புலப்படுத்துகின்றன.

எஞ்சிய இனக்குழுக்கள் அரசோடு முட்டி மோதி இணைந்திருக்க வேண்டும். இனக்குழுக்களுக்கும், அரசுக்கும் தொடர்ந்து போர் நடந்து வந்ததைச் சங்க இலக்கியம் பலவாறு பேசுகின்றது. பாரிமன்னன் வீழ்ச்சி தக்க சான்று. சீறூர் மன்னனது குதிரையின் வேகத்தை ஆற்றாது மருத நிலத்தூர்களையுடைய மன்னர்களின் குதிரைகள் பின்னிட்டதைப் புறநானூறு விளக்கும்.[19] சீறூர் மன்னன் எறிந்த வேல் பெருவேந்தன் ஊர்ந்து வந்த யானையின் நுதலிடத்தே அழுந்திக்கிடந்ததைப் பிறிதொரு பாடல் சுட்டும்.[20] இச்சான்றுகள் இனக் குழுக்களுக்கும், அரசுக்கும் இடையே நிகழ்ந்த போர்களைக் குறிப்பிடுகின்றன. மகள் மறுத்து மொழிதல் எனும் புறத்துறை மறைமுகமாக இனக்குழுக்கள் அரசோடு இணைந்தமையை விளக்குகின்றது. இனக்குழுத் தலைவனது மகளை, மன்னர்கள் திருமணம் கொள்வதன் மூலம் அக்குழுக்கள் அரசோடு இணைக்கப்பெற்றன.

---

19. புறநானூறு.299

20. சீறூர் மன்னன் சிறியிலை எஃகம்
வேந்தூர் யானை ஏந்து முகத்ததுவே (புறம்.308)

அரசு உருவாக்கம் சமூக மாற்றத்திற்கு அடிப்படையாதல்

அரசு என்ற சமூக நிறுவனம் பெரிய அளவில் உருப்பெற்றபோது மூன்று பிரிவினர் பெரும் திறனுடன் தமிழகத்தில் தோன்றினர். அரசு உருவாக்கமும் அதனால் தோன்றிய மூன்று பிரிவும் சமூக மாற்றத்திற்கு அடிப்படையாயின. மூன்று பிரிவுகளாவன:

அ. அரசப் பிரிவு

ஆ. வணிகப்பிரிவு

இ. அந்தணப் பிரிவு

அரசப்பிரிவு சமூகமாற்றத்திற்கு அடிப்படையாதல்

இனக்குழு ஆட்சி அமைப்பிற்கும் விரிந்த அரசு ஆட்சி அமைப்பிற்கும் பெரும் வேறுபாடுகள் உண்டு. மக்கள் தொகையின் பெருக்கம், இடப்பரப்பளவின் கூடுதல் முதலியன அரசு அமைப்பில் அடித்தளங்களாக அமைந்தன. அமையவே பலவேறு இனக்குழு மக்கள் அனைவரையும் ஒரு கட்டுக்கோப்புக்குள் கொண்டு வருவது தேவையாயிற்று; கட்டாயமாயிற்று. இம்மக்களினம் தத்தம் தலைமையை விடுத்துக் குறிப்பிட்ட அரசன் ஒருவனைத் தலைவனாக ஏற்கவேண்டிய கட்டாயம் சமூகத்தில் உருவாயிற்று. அனைத்து மக்களும் அரசன் ஒருவனை ஏற்க வேண்டுமாயின் அரசத் தலைமை இறைமையோடு தொடர்புடையதாகக் கற்பிக்கப் பெறுதல் வேண்டும். அப்பொழுதுதான் அரசத் தலைமை மதிக்கப்பெறும்; மக்களால் ஏற்கப்பெறும். இதனால் அரசத் தலைமையோடு பௌராணிகக் கூறுகள் இணைக்கப்பெற்றன.

இதன் மறுவிளைவு, அரசத் தலைமை தலைமுறைச் சொத்தாக ஆக்கப்பெற்றது. தலைமைக்கு இறைமை எப்பொழுது கற்பிக்கப்பெற்றதோ அப்பொழுதே அத்தலைமை ஒரு குறிப்பிட்ட பிரிவினர்க்கென ஒதுக்கப்பட்டு விட்டது. எனவே அரசு அமைப்பில் இளஞ்சிறுவர் கூட அரசுக்கட்டில் ஏற வேண்டிய நிலை தோன்றியது. இதனைத் தலையாலங்கானத்துச் செருவென்ற நெடுஞ்செழியன் வரலாறு மெய்ப்பிக்கும்.

இனக்குழு அமைப்பில் தலைமை எப்பொழுதும் வலிமையும் அறிவுக் கூர்மையும் உடையதாக இருந்தது. அரசு, தலைமுறைச் சொத்தாக்கப் பெற்ற போது வலிமையும், அறிவுக்கூர்மையும் பாரம்பரியம் ஒன்றே ஒருவனுக்குத் தந்துவிட முடியாது.

தந்துவிடவில்லை என்பதைப் புறநானூறு விளக்கும்.[21] தராமல் போகவே வலிமைக்குத் தளபதிகளும் அறிவுக்கூர்மைக்கு அமைச்சர்களும் ஒருபுறம் தோன்றினர். இதனை எண்பேராயம் ஐம்பெருங்குழு ஆகிய அமைப்புகள் விளக்கும். ஆகத் தமிழகத்தில் ஒரு விரிந்த அரசு அமைந்தபோது,

அ. அரசன்

ஆ. அரசு அங்கங்களான அமைச்சுகள் படைப்பிரிவுகள்

ஆகியன உருப்பெற்றன. இந்த அரசு அமைப்பு மக்களைத் தன் கட்டுப்பாட்டுக்குள் வைத்துக் கொள்ள, தம்மை முறையுறுத்திக் கொள்ள முயன்றது. இம்முயற்சியில் சமயங்களும், ஆரியப் பண்பாடும் பங்கெடுத்துக் கொண்டன. பங்கேற்கவே சமய ஆரியப்பண்பாட்டுக் கலப்புத் தோற்றங்கொண்டது.

வணிகப்பிரிவு சமூகமாற்றத்திற்கு அடிப்படையாதல்

அரசு தோற்றத்தால் பொருளாதார உற்பத்தி பெருகியது. பெருகிய உற்பத்திக்கு ஒருசிலர் உரிமையாளராயினர். பொருளாதார ஏற்றத்தாழ்வுகள் உள்ள இனக்குழுக்கள் இணைந்த போது ஏற்றதாழ்வுகள் மறைந்தன. உழைப்புச்சக்தி பெருகியது. மருதநில வருவாய் ஒருபுறம் நிற்க, நாட்டின் விரிந்த பரப்பளவால் வணிகம் செழித்தது. ஓரிடத்திலிருந்து இன்னோர் இடத்திற்கு உற்பத்திப் பொருளைக் கொண்டு செல்வது எளிதாயிற்று. இதற்குப் போக்குவரத்துச் சாலை அமைப்புகள் துணைசெய்தன. இனக்குழு அமைப்பில் உள்ள எல்லைத் தடுப்புகள் உடைக்கப்பெற்றதால் வணிகர்கள் நீண்ட தொலைவு சென்று பொருளீட்ட முற்பட்டனர். கடல் கடந்த வாணிபம் சங்க காலத்தில் நிகழ்ந்ததும் தெளிவு. இவற்றால் செல்வவளம் ஓரிடத்தில் குவியத் தொடங்கியது. அரசனுக்கு இணையான செல்வவளம் படைத்தோர் சமூகத்தில் தோன்றினர். தோன்றவே மேல்மட்ட அரசரும் செல்வந்தர் பிறரும் தம்மை நிலைநிறுத்திக்கொள்ளப் பல்வேறு முயற்சிகளை மேற்கொண்டனர். இம்முயற்சிகளுக்கு உறுதுணையாக நின்றவர்கள் வைதிக சமயத்தாரும், சமண பௌத்தத் துறவியரும் ஆவர்.

அந்தணப் பிரிவு சமூக மாற்றத்திற்கு அடிப்படையாதல்

அரசுத் தோற்றத்தின் போது தோன்றிய அரசப் பிரிவு வணிகப் பிரிவு ஆகியவற்றோடு அந்தணப் பிரிவும் வலிமை

21. மூத்தோர் மூத்தோர்க் கூற்றம் உய்த்தென
பால்தர வந்த பழவிறல் தாயம்...
குடிபுரவு இரக்கும் கூரில் ஆண்மைச்
சிறியோன் பெறின் அது சிறந்தன்று மன்னே (புறம்.75)

பெறுவதாயிற்று. அரசப் பிரிவு, வணிகப்பிரிவு, ஆகியவற்றை முறையுறுத்த முறையே வைதிகச் சமயத்தாரும். சமண பௌத்தத் துறவியரும் உதவினர். இவர்களில் சமண பௌத்தத் துறவியர், துறவு வாழ்வில் ஈடுபட்டதனால் துறவியரைக் காட்டிலும் தத்துவம் சமூகத்தில் பெருஞ் செல்வாக்குற்றது. ஆனால் வைதிகச் சார்புடைய அந்தணர் தனிப்பிரிவினராக வலிமை பெற்றனர். இவர்கள் வலிமை பெறுவதற்குப் புராணக் கதைகளும் வேதநெறிகளும் உதவின.

சமூக மாற்றங்கள்

ஆக, இனக்குழுக்கள் இணைந்து அரசு உருப்பெற்றபோது அரசப் பிரிவு, வணிகப்பிரிவு வலிமைபெற்றதோடு இவற்றை முறையுறுத்த எழுந்த அந்தணப் பிரிவும் நிலைபெற்றது. இதன் விளைவாக அரசன் கடவுளரோடு இணைத்துப் பேசப் பெற்றான். நிலையான படை அமைப்புத் தோன்ற மறவர்களின் தியாக மனப்பான்மை தேவையாயிற்று. இதனால் வீரசொர்க்கம் பற்றிய தத்துவங்கள் கற்பிக்கப்பெற்றன. பொருளாதா ஏற்றத்தாழ்வுகளை நிலைபெறுத்த மறுபிறப்புச் சிந்தனை வேண்டியதாயிற்று. இவை யாவும் வட இந்தியாவில் வளர்ச்சியுற்று இருந்தமையால் தமிழர்கள் அவற்றை அப்படியே ஏற்றுக்கொண்டனர். எல்லாவற்றிற்கும் மேலாக வருணாசிரம முறை தமிழகத்திற்குத் தேவையாயிற்று. அரச இனமும் வணிக இனமும் பிறப்பு வழித் தம் உரிமையை நிலைநாட்ட விரும்பின. எனவே தொழில்வழி இனப்பிரிவுகள் நிலவிய தமிழகத்தில்; பிறப்புவழிப் பிரிவாகிய வருணாசிரம முறை ஏற்கப்பெற்றது. அரசப்பிரிவும் நிலை பெறுவதாயிற்று. அரசர், அந்தணர், வணிகர் ஆகிய வருணாசிரம முறை ஏற்கப் பெற்றமைக்கும் மறுபிறப்பு முதலிய பௌராணிகக் கோட்பாடுகளைப் பரப்புவதற்கும் ஆரியர் காரணிகளாயினர். எனவே ஆரியப் பண்பாடு எளிதாகத் தமிழகத்தில் கலக்கத் தொடங்கியது. ஆரியர்கள் அரசர்க்கும், வணிகர்க்கும் இடையே நின்று கீழ்மட்டச் சமூகத்தைத் துண்டித்தனர். துண்டிக்கவே கீழ்மட்டச் சமூகப் பண்பாட்டிலிருந்து வேறுபட்ட பண்பாடு மேல்மட்டத்தில் பரவத்தொடங்கியது; சமூக மாற்றம் நிகழ்ந்தது. பின்னாளில் கீழ்மட்ட மக்களும் தம் பண்பாட்டை இழந்து மேல்மட்ட பண்பாட்டைப் பின்பற்றலாயினர்.

ஆகத் தமிழகத்தில் சமூக மாற்றங்கள் நிகழத் தமிழ்ச் சமுதாயம் தானே இடம் கொடுத்தது. இடங்கொடுக்கவே ஆரியப் பண்பாடும் வடஇந்தியச் சமயச்சிந்தனைகளும் தமிழகத்தில் கலந்தன. இதன் விளைவாக மணஉறவு முறையிலும் மணச்சடங்கு முறையிலும் கற்புக் கோட்பாடுகளிலும் மாற்றங்கள் நிகழ்ந்தன. கைம்மை நோன்பு, கணவனுடன் உயிர்துறத்தல்

ஆகியவற்றில் வளர்ச்சிக் கூறுகளைக் காணஇயலும். மேல்குறித்த செய்திகளை இந்த நூலின் முந்தைய இயல்கள் விளக்கின. இவை குடும்பம் என்ற நிறுவனத்தில் நிகழ்ந்த சமூக மாற்றங்களை மட்டுமே விளக்கி நிற்கின்றன. ஆயின் இம்மாற்றங்களுக்குரிய காரணிகள், சமூகத்தின் அனைத்து நிறுவனங்களிலும் மாற்றத்தை விளைவித்துள்ளமை தெளிவு. இம் மாற்றத்தின்போது இருவேறு பண்பாட்டுக் கலப்புகள் தோன்றின.

அ) தமிழர் பண்பாடு + ஆரியர் பண்பாடு

ஆ) ஆரியர் பண்பாடு + தமிழர் பண்பாடு

தமிழரிடமிருந்து சில பண்பாட்டுக் கூறுகளை ஆரியர் பெற்றனர். ஆரியரிடமிருந்து சில பண்பாட்டுக் கூறுகளைத் தமிழர் பெற்றனர்.

சமூக மாற்றக் காரணிகள்[22]

சமூக மாற்றத்தை விளைவிக்கும் காரணிகளாகச் சமூகவியல் அறிஞர்கள் சுட்டும் செய்திகள் அடிக்குறிப்பில்

---

22. சமூகமாற்றத்ததை நிகழ்த்தக்கூடிய காரணிகளாகச் சமூகவியல் அறிஞர்கள் சிலவற்றைக் குறிப்பிட்டுள்ளனர். பாரம்பரியம், சூழ்நிலை, இனம், பண்பாடு, நாகரிகம், சமூகத்தரப்பிரிவு ஆகியன சமூக மாற்றக் காரணிகளாகக் கருதத்தகுவன. பெற்றோர்களிடமிருந்து குழந்தைகள் உயிரிப் பண்புகளையும் உள்ளப் பண்புகளையும் பெறுவது இனஉற்பத்திச் செய்கையின் இயல்பான போக்காகும். இவ்வாறு பரம்பரையாகப்பெற்ற பண்புகளின் முழுமையைப் பாரம்பரியம் என்பர். ஒரு பொருளைச் சூழ்ந்திருந்து பாதிக்கின்ற தன்மையைச் சூழ்நிலை என்பர். இது, இயற்கைச் சூழ்நிலை, செயற்கைச் சூழ்நிலை, சமூகச் சூழ்நிலை, உளவியல் சூழ்நிலை என நான்கு வகைப்படும். மார்க்சியக் கொள்கை பொருளாதாரச் சூழ்நிலைக்கும் இடைப்பட்ட ஒரு பிரச்சனையாக இனம் என்பதை அறிஞர் கருதுவர். பாரம்பரியத்தின் மூலம் வழி வழியாகக் கொண்டு செல்லப்படக்கூடிய புலனாகக் கூடிய பொதுவான உடற்கூற்று அமைப்புப் பண்புகளை உடைய மனிதக் குழுவே இனம் எனப்படும். மனிதன் தன்னுடைய குறிக்கோள்களை அடைய உருவாக்கிய பொருள் சார்ந்த, பொருள் சாராத வினைத்திட்டங்கள் ஆகியவை பண்பாடு எனப்பெறும். மனிதன் தன் ஆழ்ந்த விருப்பங்களை நிறைவேற்றிக்கொள்ள உருவாக்கிய தொழில்துறை, பொருளாதாரம், அரசியல், பல்வேறு வினைத்திட்பங்கள் முதலியவற்றின் முழுமையை நாகரிகம் எனலாம். சமூகத் தரப்பிரிவினை வகுப்பு *(Class)* சாதி *(Caste)* அடிமைத் தனம் *(Slavery)* எனப்பாகுபடுத்துவர். பாஸ்கல் கிஸ்பார்ட், (சமூகவியலின் அடிப்படைக் கோட்பாடுகள் என்ற நூலிலிருந்து. பக்.343–475). மேல்கூறப்பெற்ற காரணிகளே அன்றி வேறுசில காரணிகளும் உள்ளன. மக்கள் தொகைக் காரணி: மக்கள் தொகை தொடர்பான பலநிகழ்ச்சிகள் சமூகமாற்றங் களுக்குக் காரணமாக அமைகின்றன. மக்கள் தொகை வளர்ச்சி, வயது அமைப்பு, நகர மக்கள் தொகை விகிதம் ஆகியவற்றில் ஏற்படும் மாற்றங்கள் முதலியன சமூகத்தில் பலமாற்றங்களை ஏற்படுத்துகின்றன. புவியியல் காரணி: சமூகத்தில் தோன்றும் மாறுதல்களுக்குக் காரணம், புவியியல் மாற்றங்கள்தாம் என்று சில அறிஞர்கள் கருதுகின்றனர். புவியியல் அமைப்புகள், பூமியின் மேற்பரப்பில் காணப்பெறும் மாறுதல்கள், மழை, வறட்சி, தட்பவெட்ப மாறுதல்கள், காடு, மலை, பள்ளத்தாக்கு, பாலைவனம், நதியோரப் பகுதிகள் இவை மக்களுடைய வாழ்க்கை முறையைப் பெருமளவிற்குப் பாதிக்கின்றன (சமூகவியல், மேனிலை முதலாண்டு, பக்.152–157).

இடம்பெற்றுள்ளன. பண்டைத் தமிழகத்தில் சமூக மாற்றத்தை விளைவித்த காரணிகளாகப் பின்வருவன கருதத் தகுவன:

அ) ஆரியப் பண்பாட்டுக் கலப்பு

ஆ) சமயங்கள்

இ) பொருளாதாரம்

ஆரியப் பண்பாட்டுக் கலப்பு

ஆரியரின் இந்திய வருகை குறித்த காலத்தைப் பற்றிக் கருத்து வேறுபாடுகள் உண்டு. கி.மு.2000 – 1500 க்குள் ஆரியர் இந்தியாவிற்கு வந்திருக்க வேண்டும் என அறிஞர் கருதுவர்[23] (சிவசாமி, வி. 1976). ஆரியர் சிந்துப் பள்ளத்தாக்கில் வாழ்ந்திருந்த மக்களைத் தோற்கடித்து அங்கே கி.மு.1800 வாக்கில் தமது அதிகாரத்தை நிலைநாட்டினர் என்றும் கூறுவர் (ராகுல் சாங்கிருத்தியாயன்.1985). தொடக்க காலத்தில் ஆரியர் தமிழகத்தை அறிந்திருக்கவில்லை என்பது அறிஞரது துணிவு (அறவாணன், க.ப.1978). விந்திய மலைக்கும், நருமதா ஆற்றிற்கும் தென்பால் உள்ள பகுதியை வேதம் எவ்விடத்தும் குறிக்கவில்லை. (அறவாணன், க.ப.1978) கி.மு. 6இல் வாழ்ந்த பாணினி தென்புல மாநிலங்களைக் குறிக்கவில்லை. கலிங்கத்தையே தெற்கில் உள்ள கடைசி நாடாகக் குறிப்பிடுவர். பாணினியின் உரையாசிரியரான காத்தியாயனார் இமயம் முதல் குமரி வரை உள்ள நாடுகளைக் குறித்துள்ளார். இந்நாடுகளுள் சோழநாடும் ஒன்று. இவரது காலம் கி.மு.4ஆம் நூற்றாண்டாகும். இந்நூற்றாண்டளவில்தான் தென்புல வடபுலத் தொடர்பு விளக்கமாக இருந்திருக்க வேண்டும் என அறிஞர் கருதுவர் (அறவாணன், க.ப. 1978).

கலப்புகள்

ஆரியரிடம் இருந்து சில பண்பாட்டுக் கூறுகளைத் தமிழர்கள் பெற்றது போன்றே தமிழர்களிடமிருந்தும் சில பண்பாட்டுக் கூறுகளை ஆரியர்கள் பெற்றனர். சிவனையும் உமையையும் வணங்குதல், யோக அனுட்டானம், பக்தி மார்க்கம் முதலியன திராவிடர்களிடமிருந்து ஆரியர் பெற்றனர் என்பர் (வேலுப்பிள்ளை, ஆ.1985). குடும்ப அமைப்பைப் பொறுத்தவரையில் கைம்மை வாழ்வின் ஒரு கூறாகிய கூந்தல்களையும் மரபு, தமிழரிடமிருந்து ஆரியரிடம் சென்றிருக்க வேண்டும் (பார்த்தறிக: கைம்மை வாழ்வு) கைம்மை வாழ்வு என்ற கோட்பாடே தமிழரிடமிருந்து தோன்றிப்

---

23. சிவசாமி, வி., ஆரியர் ஆதிவரலாறும் பண்பாடும், பக்.26, 27 (ஏ.பி.கீத், மார்ட்டிமர்வீலர், ரி.பர்ரோ, டி.எச்.கோர்டன், எச்.டி.சங்காலியா ஆகியோர் ஆரியர் வருகை பற்றிக் கூறிய கருத்துகளை இந்நூலாசிரியர் சுட்டிக்காட்டியிருக்கிறார்)

பின்னர் அது ஆரியரிடம் வழக்கில் வந்திருக்கவேண்டும் என்று அறிஞர் கருதுவர்.[24] தமிழரிடம் அகப்பொருள் வாழ்வும் சடங்கும் மிக இறுகிப்போனதன் மறுவிளைவே இது. இவ்வறிஞரின் கூற்று உண்மையாயின் இந்த நூலின்கண் விளக்கப்பெற்ற கற்பு, கணவனுடன் உயிர்விடல் முதலிய மரபுகள் ஓர் இந்திய மரபாக மலர்ந்ததற்குத் தமிழர்களே காரணமானவர்கள் என்ற முடிவிற்கு வரமுடியும். இக்கருத்து மேலும் விரிவான தனி ஆய்விற்கு உரியது.

தமிழர்களும் ஆரியரிடமிருந்து பண்பாட்டுக் கூறுகளைப் பெற்றனர். தமிழர் திருமணச் சடங்குகள் ஆரியச் சடங்குகளாக மாற்றம் பெற்றமை முன்பே விளக்கப்பெற்றது. (பார்த்தறிக : இயல். மணச்சடங்குகள்). இக்கலப்புகளைச் சமஸ்கிருதப் படுத்துதல் அல்லது ஆரிய மயமாக்குதல் என அறிஞர் விளக்குவர் (இலக்குமிரதன் பாரதி, சோ.1969). ஆரியமயமாக்கலின் உட்கூறுகள் வருமாறு:(இலக்குமிரதன் பாரதி, சோ.1969).

(அ) அரசர்களையும் குறுநில மன்னர்களையும் வருணாசிரம முறையை ஏற்கச் செய்தல்.

(ஆ) பின்னர் அவற்றை மெல்ல மற்ற இனத்தாரிடையே பரப்புதல்.

(இ) ஆரியத் தெய்வங்களைப் புகுத்துதல்

(ஈ) சடங்குகளை வளர்த்தல்

(உ) மக்கட்பெயர், ஊர்ப்பெயர், இடப்பெயர் முதலியவற்றைச் சமஸ்கிருதப்படுத்துதல்.

(ஊ) குழந்தைமணம் ஆகிய கட்டுப்பாடுகளைப் புகுத்துதல்

(எ) திராவிட மொழிகளைச் சமஸ்கிருதப்படுத்துதல்

இவ்வாறு ஆரியப் பண்பாடு தமிழகத்தில் கலப்புற்றது.

சமயங்கள்

சமூக மாற்றத்திற்குப் பிறிதொரு காரணமாக அமைவது சமயமாகும். அற்றை இந்தியாவில் மூன்று சமயங்கள் பெருஞ் செல்வாக்கில் இருந்தமையை அறிய முடிகிறது.

(அ) வைதிகம்

(ஆ) சமணம்

(இ) பௌத்தம்

---

24. தகவல். க.ப.அறவாணன்

ஆசீவகச் சமயத்தைப் பற்றிய குறிப்புகளை இரட்டைக் காப்பியங்கள் பதிவு செய்திருப்பதும் கவனத்திற்குரியது.

வைதிக சமயம்

வைதிக சமயத்தின் இருவேறு நிலைகள் குறிக்கத் தக்கன. முதல் நிலை சமண பௌத்தச் சமயங்களின் தோற்றத்திற்கு முன்புள்ள வைதிக சமயநிலை. இரண்டாவது பௌத்த சமணச் சமயங்களின் எழுச்சிக்குப் பின்னர் மறுமலர்ச்சி பெற்ற வைதிக சமயநிலை பக்தி இயக்கமாக மாறிய நிலை. இந்நிலையில் சமண பௌத்த சமயங்களுக்கு ஏற்ப வைதிக சமயம் தன்னை மாற்றியமைத்துக் கொண்டது. புலால் மறுத்தல், மறுபிறப்பு, கர்மம், இன்னா செய்யாமை, கொல்லாமை ஆகிய கொள்கைகள் வைதிக சமயத்தில் பின்பே சேர்க்கப்பெற்றன (நாராயணன், பி.1985). வேள்விகளில் அறநீதிக் கருத்துகளால் கடியப்பெற்ற உயிர்க் கொலை தவிர்க்கப்பெற்றது.வைதிக சமயத்தின் மறுமலர்ச்சி பற்றி அறிஞர் கருதுவது இங்குக் குறிப்பிடத்தக்கது.

குப்தர் கால வடஇந்தியாவில் வைதிக இந்து சமயம், சமண பௌத்த மதங்களை வெற்றிகொள்ளத் தக்கதாகத் தன்னை மாற்றியமைத்துக் கொண்டது. இவர் காலத்து வைதிக நெறி பௌராணிக இந்து சமயம் எனப்பட்டது. தம் அறிவு, ஆற்றல், ஒழுக்கங்களுக்கு ஏற்ப வைதிக சமயத்தார் அமைத்த கடவுளரைப் பற்றிய கற்பனைக் கதைகளை விரித்துரைக்கும் புராணங்களை அடித்தளமாகக் கொண்டு தோன்றியது இச்சமயம்(வேலுப்பிள்ளை, ஆ.1985).

வைதிக சமயத்தின் பௌராணிகக் கூறுகள், தமிழகத்தில் பெரும் விளைவுகளை ஏற்படுத்தின.

பௌராணிகத் தாக்கம்

சங்கத் தமிழர்கள் இயற்கை நெறியில் வாழ்ந்தவர்கள். ஒரு சில இடங்களில் இயற்கையை மிகைப்படுத்திப் பாடி இருப்பினும் பௌராணிகத் தன்மையோடு இணைத்துப்பாடி இருப்பது மிகக் குறைவு. களிறு எறிந்து பெயர்தல் காளைக்குக் கடனே என்று வீரத்தை மிகைப்படுத்திப் பாடப்பெற்ற பாடல்கள் உண்டு. ஆனால் போரில் இறத்தலே சொர்க்கத்தைத் தரும் எனக்கூறும் பௌராணிக ஊடுருவல் மிகக்குறைவு. உடன்கட்டை ஏறும் பெண்கள், தீயும் பொய்கையும் ஒன்று என மொழியும் பாடல்கள் உண்டு. ஆனால், தீயில் புகுந்து உயிரோடு வெளிவரும் நிகழ்ச்சிகளைப் புனையும் பாடல்கள் மிகக்குறைவு.

இயற்கையை மிகைப்படுத்திப் பேசப்பெற்ற காலத்தில் வைதிக சமயத்தின் பௌராணிக நுழைவு, தமிழர்களுக்கு வாய்ப்பாக அமைந்தது. சங்கப் பாடல்கள் சிலவற்றில் பௌராணிகக் கூறுகள் இடம்பெற்றிருந்தாலும் அவை இரட்டைக் காப்பியக் காலத்தில் பெருவழக்காகி நிலைபெற்றன. இக்காலக் கட்டத்தில் திருமணச் சடங்குகள், கற்புக் கோட்பாடுகள், கைம்மை வாழ்வு, உடனுயிர் துறத்தல் முதலிய குடும்பக் கூறுகள் அனைத்திலும் பௌராணிக ஊடுருவல் நிகழ்ந்தது (பார்த்தறிக : முன்னுள்ள இயல்கள்). பௌராணிகக் கருத்துகள் நுழையவே தமிழர் மரபுகள் மாற்றங்கொண்டன; முறையுறுத்தப்பெற்றன; நிலைபெற்றன.

சமண பௌத்த சமயங்கள்

சமணம் பௌத்தம் இரண்டும் வடஇந்தியாவில் கி.மு.ஆறாம் நூற்றாண்டளவில் தோன்றின. அன்றைய சமூகச் சீரழிவுகளுக்கு எதிராகக் குரலெழுப்பின. சமணம் இல்லறத்தார்க்கும் துறவறத்தார்க்கும் நெறிகளை வகுத்துத் தந்தது. கொல்லாமை, பொய்யாமை, கள்ளாமை, பிறன்மனை நயவாமை, அகிம்சை, வாய்மை, துறவு ஆகியன வலியுறுத்தப்பெற்றன (ஞானமூர்த்தி, தா.ஏ.1977). பௌத்த சமயமும் மேல் கொள்கைகளை வலியுறுத்தியது. மேலும் ஆடல் பாடல் கூத்துகளை நாடாமையும், மாலைகள் மணப்பொருள்கள் முதலியவற்றால் ஒப்பனை செய்யாமையும் வற்புறுத்தப்பெற்றன (கந்தசாமி,சோ.ந.1977).

இச்சமயங்கள் கி.மு.விலேயே தமிழகத்திற்கு வந்துவிட்டன. பத்திரபாகு என்ற சமணப் பெரியார் காலத்தில் சமணம் தமிழகத்திற்கு வந்தது என்பர் (அறவாணன்,க.ப.1974). இதற்கும் முன்னாக இராமாயணக் காலத்திலேயே சமணம் தமிழகத்திற்கு வந்துவிட்டமையை (கி.மு.3.4இல்) அறிஞர்கள் விளக்கி உள்ளனர் (அறவாணன், க.ப. 1974). பத்திரபாகு கி.மு.3ஆம் நூற்றாண்டில் சந்திரகுப்த மௌரியனோடு தென்னாடு வந்து சிரவணப் பௌகொளாவில் தங்கி, விசாக முனிவர் என்ற சமணக்குரவர் மூலம் சோழ பாண்டிய நாடுகளில் சமணத்தைப் பரப்பியதாகஅறிஞர் கருதுவர் (அறவாணன்,க.ப.1974).

பௌத்த சமயம் கி.மு.3ஆம் நூற்றாண்டில் அசோக மன்னன் வழியாகத் தமிழகம் வந்தது என்பர் (வேங்கடசாமி, மயிலை. சீனி. 1980). நற்றிணைப் பாடலொன்றைப் பாடிய இளம்போதியார் பௌத்த சமயத்தார், பௌத்தப் பெயரினர் என்பர் (வேங்கடசாமி, மயிலை. சீனி.1980). மதுரைக் காஞ்சியுள் இச்சமயக் குறிப்புகள் காணக்கிடக்கின்றன.[25] எனவே பௌத்த

25. மது.461–467

சமயமும் கி.மு.3 நூற்றாண்டளவில் தமிழகத்திற்கு வந்துவிட்டமை தெளிவாகின்றது.

இச்சமயங்களின் சிந்தனைகள் சங்க இலக்கியத்துள் படிந்திருப்பதைக் காணமுடிகிறது. ஊழ்வினைக் கொள்கையைச் சங்க இலக்கியம் குறித்துள்ளது.[26] இவ்வினைக் கொள்கை பிற சமயங்களிலும் ஊடுருவியமை தெளிவு என்றாலும் இக்கொள்கையில் சமணமே முடிவான கருத்துடையது என்பர் (அறவாணன், க.ப.1974). நிலையாமை பற்றிப் பல பாடல்கள் காணப்பெறுகின்றன.[27] சங்க இலக்கியம் சுட்டும் வடக்கிருத்தல் என்பதைச் சமணர் சல்லேகனை என்று அறிமுகப்படுத்தினர் (அறவாணன், க.ப.1974).

இச்சமயங்களின் எழுச்சியால் அற்றைச் சமூகத்தில் பெரும் சமூக மாற்றங்கள் நிகழ்ந்தன. கள்ளருந்தியும் ஊன் உண்டும் மகிழ்ந்திருந்த மனிதச் சமூகத்தில் உணர்வுகளுக்குக் கட்டுப்பாடு விதிக்கப்பெற்றது. பெண்டிர் பலரோடு வாழ்ந்த ஆடவனின் வரையற்ற காமம் கண்டிக்கப் பெற்றது. இதனால் குடும்ப அமைப்பில் மாற்றங்கள் நிகழ்ந்தன. ஒருதாரமணம் வற்புறுத்தப் பெற்றதால் பரத்தைமை ஒழுக்கம், பிறன்மனை நயத்தல் முதலியன கடியப்பெற்றன. ஒருவனும் ஒருத்தியுமாக நடத்தும் குடும்ப முறை வற்புறுத்தப்பெற்றது. கணவன் மனைவி தொடர்பு, பிறப்புத்தோறும் தொடரும் என்று கூறுவதற்கு இச்சமயங்களின் மறுபிறப்புச் சிந்தனை உதவிற்று. இதனால் கணவன் மனைவி உறவில் புனிதத் தன்மைகூடியது. கைம்மை, கற்புக் கோட்பாடுகள் உருவாக இச்சமயங்களின் பங்களிப்புகள் குறிக்கத் தக்கன.

தமிழர்தம் சமய ஏற்புநிலை

வைதிக சமயமும் சமண சமயமும் பௌத்த சமயமும் கி.மு.வில் தமிழகத்தில் வழக்கில் இருந்தாலும் கூட அவற்றின் முழுமைபெற்ற தரக்குரவு, தொடக்கத்தில் அமையவில்லை என்று கூற இயலும். இச்சமயங்களின் நிலையை இரு வகையாகப் பிரிக்கலாம்.

(அ) அறிமுக நிலை

(ஆ) ஆதிக்கநிலை

மேல்கூறப்பெற்ற சமயங்கள் சங்க காலத்தொடக்கத்திலேயே தமிழகத்திற்கு வந்துவிட்டன என்பது முன்னர்க் கூறப்பெற்றது.

---

26. புறம்.192
27. புறம்.24; 27; 29; 189; 359; 360; 364

இந்தக் காலக்கட்டத்தில் இச்சமயங்கள் பற்றிய குறிப்புகள் சிலவற்றைச் சங்கப்பாடல்கள் கூறுகின்றன. ஆயின் இச்சமயங்கள் தம் ஆதிக்கத்தைச் செலுத்த முயன்றது பிற்காலத்தில்தான். அரசு என்ற நிறுவனம் தோன்றியபோது உண்டான பிரிவுகளாகிய அரசப்பிரிவு, வணிகப்பிரிவு ஆகிய பிரிவுகள் தம்மை நிலைப்படுத்திக் கொள்ள முயன்றபோது தத்துவமுறையிலும் பௌராணிக முறையிலும் துணைசெய்ய இச்சமயங்கள் முன் வந்தன. நிலையான ஏற்றதாழ்வுகளை ஏற்படுத்தும் மறுபிறப்புச் சிந்தனையும் ஊழ்வினைச் சிந்தனையும் உயர்ந்தோரை முறையுறுத்தின. அரசப்பிரிவினரின் ஆதிவரலாற்றைப் புனைவதிலும் இறைமையைக் கற்பிப்பதிலும் வேள்விகள் நடத்துவதிலும் சிறந்திருந்த அந்தணர் பிரிவு அரசப்பிரிவோடு வளர்ந்தது. வணிகப்பிரிவை முறையுறுத்தும் முகமாகச் சமணமும் பௌத்தமும் வளர்ந்தன.

ஆக அரசப்பிரிவு, வணிகப்பிரிவு தோன்றிய காலத்தில்தான் சமயங்கள் முழுவீச்சில் தமிழகத்தில் ஆதிக்கம் செலுத்தியிருக்க வேண்டும். அரசப்பிரிவும் வணிகப்பிரிவும் இச்சமயங்களை ஏற்கெனவே அவர்க்கீழ் இருக்கும் சமூகமும் ஏற்றது. ஏற்கனவே சமூகமாற்றம் நிகழ்ந்தது.

பொருளாதாரம்

பொருளாதார அமைவுகளுக்கு ஏற்பச் சமூகம் மாறுதல்களுக்கு உட்பட்டு வந்துள்ளது. ஆநிரை உடைமைச் சமுதாயமும் நிலவுடைமைச் சமுதாயமும் பொருளாதார அமைவுகளுக்கு ஏற்ப உருப்பெற்றவை. சங்க கால இறுதியிலும் இரட்டைக் காப்பியக் காலத்திலும் வணிகப் பிரிவு வலுப்பெற்றிருந்தது. மருதநில வாழ்க்கையில் தோன்றிய பொருளாதார உற்பத்தி, வணிக வாழ்க்கைக்கு வித்திட்டிருக்க வேண்டும். ஓரிடத்தில் செல்வக் குவிப்பு நிகழும்போது சமூக மேடு பள்ளங்கள் தோன்றுவது தவிர்க்க முடியாதது.

தனியுடைமைச் சொத்தின் தோற்றமே ஆண்வழித் தலைமை உருப்பெறக் காரணமாயிற்று என்பது முன் இயல்களில் விளக்கப்பெற்றது. ஆண்வழித் தலைமையின் தோற்றம், குடும்ப அமைப்பின் வளர்ச்சியிலும், மாற்றத்திலும் பெரும் பங்காற்றியது.

துணைநூற் பட்டியல்

இலக்கியங்கள்

அகநானூறு, நியூசெஞ்சுவரி புக் ஹவுஸ் பிரைவேட் லிமிடெட், சென்னை, இரண்டாம் பதிப்பு, 1981.

இறையனராகப் பொருள், திருநெல்வேலித் தென்னிந்திய சைவ சித்தாந்த நூற்பதிப்புக் கழகம் லிமிடெட், சென்னை, முதற்பதிப்பு, 1953.

ஐங்குறுநூறு, நியூசெஞ்சுவரி புக்ஹவுஸ் பிரைவேட் லிமிடெட், சென்னை, இரண்டாம் பதிப்பு, 1981.

கம்பராமாயணம், யுத்தகாண்டம், வர்த்தமானன் பதிப்பகம், சென்னை, முதற்பதிப்பு, 1985.

கலித்தொகை, நியூசெஞ்சுவரி புக்ஹவுஸ் பிரைவேட் லிமிடெட், சென்னை, இரண்டாம் பதிப்பு, 1981

கலித்தொகை, ஆனந்தராமையர் பதிப்பு, தமிழ்ப்பல்கலைக் கழகம், தஞ்சாவூர், 1984.

குறுந்தொகை, உ.வே. சாமிநாதையர் உரை, அண்ணாமலைப் பல்கலைக் கழகம், அண்ணாமலை நகர், 1983.

சிலப்பதிகாரம், உ.வே. சாமிநாதையர் பதிப்பு, தமிழ்ப் பல்கலைக் கழகம், தஞ்சாவூர், நிழற்படப்பதிப்பு, 1985.

சிலப்பதிகாரம், வேங்கடசாமி நாட்டார், ந.மு., (உரை) திருநெல்வேலித் தென்னிந்திய சைவசித்தாந்த நூற்பதிப்புக் கழகம் லிமிடெட், சென்னை, ஐந்தாம் பதிப்பு, 1956.

சீவகசிந்தாமணி, உ.வே.சாமிநாதையர் பதிப்பு, தமிழ்ப் பல்கலைக் கழகம், தஞ்சாவூர், 1986.

திருக்குறள், பரிமேலழகர் உரை, பூம்புகார் பதிப்பகம், சென்னை, நான்காம் பதிப்பு, 1986.

தொல்காப்பியம், பொருளதிகாரம், திருநெல்வேலி தென்னிந்திய சைவ சித்தாந்த நூற்பதிப்புக் கழகம் லிமிடெட், சென்னை, மறுபதிப்பு, 1974.

நற்றிணை, நியூ செஞ்சுவரி புக் ஹவுஸ் பிரைவேட் லிமிடெட், சென்னை, இரண்டாம் பதிப்பு, 1981.

பத்துப்பாட்டு, உ.வே. சாமிநாதையர் பதிப்பு, தமிழ்ப் பல்கலைக் கழகம், தஞ்சாவூர், 1986.

பதிற்றுப்பத்து, நியூ செஞ்சுவரி புக் ஹவுஸ் பிரைவேட் லிமிடெட், சென்னை, இரண்டாம் பதிப்பு, 1981.

புறநானூறு, உ.வே. சாமிநாதையர் பதிப்பு, தமிழ்ப் பல்கலைக்கழகம், தஞ்சாவூர், 1985.

மணிமேகலை, மகா மகோபாத்தியாய உ.வே. சாமிநாதையர் நூல் நிலையம், சென்னை, ஏழாம் பதிப்பு, 1981.

மணிமேகலை, வேங்கடசாமி நாட்டார், ந.மு., துரைசாமிப் பிள்ளை, ஔவை. சு., உரை, திருநெல்வேலி தென்னிந்திய சைவ சித்தாந்த நூற்பதிப்புக் கழகம் லிமிடெட், சென்னை, முதற்பதிப்பு, 1985.

ஆய்வு நூல்கள்

அகத்தியலிங்கம், ச. 1983. சங்கத்தமிழ். I. அண்ணாமலை நகர்: அனைத்திந்திய மொழியியற் கழகம்.

அரசஞ்சண்முகனார். 1905. தொல்காப்பியச் சண்முக விருத்தி. தஞ்சை: வித்யா விநோதனி முத்ராசாலை.

அருணாசலம், ப. 1975. தொல்காப்பியர். சென்னை: தமிழ்ப் புத்தகாலயம்.

அலெக்சாந்தர் கோந்தரதோவ். 1981. மாக்கடல் மர்மங்கள். (மொ. பெ). சென்னை: என்.சி.பி.எச்.

அறவாணன், க.ப. 1978. அற்றை நாட் காதலும் வீரமும், சென்னை: தமிழ்க்கோட்டம்.

அறவாணன், க.ப. 1974. சைனரின் தமிழிலக்கண நன்கொடை. சென்னை: ஜைன இளைஞர் மன்றம்.

அறவாணன், க.ப. 1987. தமிழரின் தாயகம். சென்னை: உலகத் தமிழாராய்ச்சி நிறுவனம்.

அறவாணன், க.ப. 1987. தமிழர் மேல் நிகழ்ந்த பண்பாட்டுப் படையெடுப்புகள். சென்னை: தமிழ்க்கோட்டம்.

அறவாணன், க.ப. 1988. சங்க இலக்கியத்தில் மானுடவியல் கூறுகள். கருத்தரங்கக் கட்டுரை, தஞ்சாவூர்: தமிழ்ப் பல்கலைக்கழகம்.

அறவாணன், க.ப.1992. தமிழிலக்கியச் சமூகவியல். புதுச்சேரி: தமிழ்க்கோட்டம்.

அறவாணன், க.ப. 1994. தமிழ்ச் சமுதாய வரலாறு. கலப்பியக் காலம். புதுச்சேரி: தமிழ்க்கோட்டம்.

அறவாணன், க.ப. 1994. தமிழ்ச் சமுதாய வரலாறு. சமசுகிருத காலம். புதுச்சேரி: தமிழ்க்கோட்டம்.

அஹமத் ஹசன் டானி. (நடனகாசிநாதன். மொ.பெ.) 1974. சிந்துவெளி எழுத்துப் புதிர். சூரியர்.

இராசமாணிக்கனார், மா. 1963. தமிழ்மொழி இலக்கிய வரலாறு (சங்க காலம்). சென்னை: பாரிநிலையம்.

இராமகிருஷ்ணன், எஸ். 1982. இந்தியப் பண்பாடும் தமிழரும். மதுரை: மீனாட்சி புத்தக நிலையம்.

இராமநாதன், ஆறு. 1986. நாட்டுப்புறவியல் ஆய்வுகள். சிதம்பரம்: மணிவாசகர் பதிப்பகம்.

இலக்குமிரதன் பாரதி, சோ. 1969. நமது சமூகம். பழனியப்பா பிரதர்ஸ்.

கந்தசாமி, சோ.ந. 1977. பௌத்தம்.சென்னை: சென்னைப் பல்கலைக்கழகம்,

கல்யாணசுந்தரம், பி.சி.வேதநெறித் திருமணச் சடங்கு (பதிப்புப் பற்றிய விவரங்களை அறிய முடியவில்லை)

கார்த்திகா கணேசர். 1980. காலந்தோறும் நாட்டியக்கலை. சென்னை: பாரி புத்தகப் பண்ணை,

கிருட்டினசாமி, க. 1983. கூட்டமும் திருமணமும். சென்னை: மக்கள் பதிப்பகம்.

குணா. 1988. வகுப்பும் சாதியும் வரணமும். சென்னை: தமிழ்ப் பாசறை.

கைலாசபதி, க. 1969. ஒப்பியல் இலக்கியம், சென்னை: பாரிநிலையம்.

கைலாசபதி, க. 1966. பண்டைத் தமிழர் வாழ்வும் வழிபாடும். சென்னை: என்.சி.பி.எச்.

கைலாசபதி, க. 1979. சமூகவியலும் இலக்கியமும், சென்னை: என்.சி.பி.எச்.

கோசாம்பி, டி.டி. 1989. பண்டை இந்தியா: வரலாறும் அதன் பண்பாடும். நியுடெல்லி: இந்தியன் கவுன்ஸில் ஆப் ஹிஸ்டாரிகல் ரிசர்ச் சென்னை: என்.சி.பி.எச்.

கோபாலகிருஷ்ணன், ம.சு. 1963. மானிடவியல். தமிழ்நாடு: தமிழ் வெளியீட்டுக் கழகம்,

கோமதிநாயகம், பி. 1984. தென்னிந்திய வரலாறு, மதுரை: ஸ்ரீ நாரணம்மாள் பதிப்பகம்,

சக்திவேல், சு. 1972. இந்தியப் பழங்குடிகள். சென்னை: கலைமகள் காரியாலயம்.

சசிவல்லி. 1985. தமிழர் திருமணம். சென்னை: உலகத் தமிழாராய்ச்சி நிறுவனம்.

சண்முகம், செ.வை. 1989. மொழி வளர்ச்சியும் மொழி உணர்வும். சென்னை: மணிவாசகர் பதிப்பகம்.

சண்முகம், ர. 1981. உலகமக்களின் பழக்க வழக்கங்கள். சென்னை: அருணோதயம்.

சாமி, பி.எல். 1990. சங்க நூல்களில் முருகன். சென்னை: சேகர் பதிப்பகம்.

சாரங்கபாணி, இரா. 1972. பரிபாடல் திறன். சிதம்பரம்: மணிவாசகர் நூலகம்.

சிவசாமி, வி. 1981. உலகமக்களின் பழக்க வழக்கங்கள். சென்னை: அருணோதயம்,

சிவசாமி, வி. 1976. ஆரியரின் ஆதிவரலாறும் பண்பாடும். யாழ்ப்பாணம்: கலைவாணி பிரிண்டிங் வர்க்சு.

சிவசுப்பிரமணியம், ஆ. 1988. மந்திரம் சடங்குகள். சென்னை: என்.சி.பி.எச்.

சிவத்தம்பி, கா. 1983. தமிழிலக்கியத்தில் மதமும் மானுடமும். சென்னை: தமிழ்ப் புத்தகாலயம்.

சிவத்தம்பி, கா. 1988. தமிழில் இலக்கிய வரலாறு. சென்னை: என்.சி.பி.எச்.

சிவத்தம்பி, கா. 2007. தொல்காப்பியமும் கவிதையும். சென்னை: குமரன் புத்தக இல்லம்.

சிவலிங்கனார், ஆ. 1991. அகத்திணை இயல் உரைவளம். சென்னை: உலகத் தமிழாராய்ச்சி நிறுவனம்.

சிவலிங்கனார், ஆ. 1994. களவியல் உரைவளம். சென்னை: உலகத் தமிழாராய்ச்சி நிறுவனம்.

சிவலிங்கனார், ஆ. 1994. கற்பியல் உரைவளம். சென்னை: உலகத் தமிழாராய்ச்சி நிறுவனம்.

சிவலிங்கனார், ஆ. 1996. புறத்திணையியல் உரைவளம். சென்னை: உலகத்தமிழாராய்ச்சி நிறுவனம்.

சுப்பிரமணியப் பிள்ளை, கா. 1968. பழந்தமிழர் நாகரிகம் அல்லது தொல்காப்பியப் பொருளதிகாரக் கருத்து.

சுந்தரம், வை. (பதிப்பாசிரியர் குழுத்தலைவர்) 1986.சமூகவியல் – மேல்நிலை முதலாண்டு. சென்னை: தமிழ்நாட்டுப் பாடநூல் நிறுவனம்.

சுப்ரமண்யன், ந. 1986. சங்க கால வாழ்வியல். சென்னை: என்.சி.பி.எச்.

சுப்பிரமணியன், கா. 1982. சங்ககாலச் சமுதாயம். சென்னை: என்.சி.பி.எச்.

சுப்பிரமணியன், க.நா. 1989. உலக இலக்கியம். புதுச்சேரி: தமிழியல் துறை, புதுவைப் பல்கலைக்கழகம்.

சுவிரா ஜெயஸ்வால். 1961. வைணவத்தின் தோற்றமும் வளர்ச்சியும் (மொ.பெ). சென்னை: என்.சி.பி.எச்.

செல்லப்பெருமாள், ஆ. 1988. உறவு முறையின் அடிப்படை அமைப்புகள். லெவிஸ்ட்ராஸ். நாட்டார் வழக்காற்றியல். தொகுதி 2,3, 4. பாளையங்கோட்டை: நாட்டார் வழக்காற்றியல் ஆய்வுக் கழகம்.

செல்வராசு, சிலம்பு நா. 1988. சமூகவியல் நோக்கில் தமிழ் மரபுகள். சென்னை: பாரிநிலையம் (வி.).

செல்வராசு, சிலம்பு நா. 1989. சங்கக் கற்புக் கோட்பாடுகள். தேடல்2. புதுச்சேரி: தமிழியல்துறை, புதுவைப் பல்கலைக் கழகம்.

செல்வராசு, சிலம்பு நா. 1989. இரட்டைக் காப்பியங்கள் காட்டும் தமிழர் சமுதாயம் (குடும்பம் மட்டும்).(அச்சுரு பெறாத ஆய்வேடு). புதுச்சேரி: புதுவைப் பல்கலைக்கழகம்.

செல்வராசு, சிலம்பு நா. 1990. தொல்காப்பியரின் உரிப் பொருள்கள்: சமூக மானுடவியல் பார்வை. தேடல், புதுச்சேரி: புதுவைப் பல்கலைக்கழகத் தமிழியல்துறை.

செல்வராசு, சிலம்பு நா. 1995. இருபதாம் நூற்றாண்டுச் சிற்றிலக்கியங்கள். சென்னை: மணிவாசகர் பதிப்பகம்.

செல்வராசு, சிலம்பு நா. 1997. இலக்கிய அரசியல். புதுச்சேரி: அனிச்சம்.

செல்வராசு, சிலம்பு நா. 2001. தொல்தமிழர் சமயம் பெங்களூர்: காவ்யா.

செல்வராசு, சிலம்பு நா. 2001. களவியலும் களவுவாழ்க்கையும். சமூகவியல் மானுடவியல் ஆய்வு, தமிழியல் ஆய்வுகள். பெங்களூர்: காவ்யா.

செல்வராசு, சிலம்பு நா. 2004. பேரரசு உருவாக்கமும் சிலப்பதிகாரத்தின் இலக்கிய அரசியலும். வல்லினம். புதுச்சேரி: வல்லினம் சிற்றிதழ்.

செல்வராசு, சிலம்பு நா. 2004. தொல்காப்பியப் பாயிரம் சமூகவியல் ஆய்வு. சென்னை: காவ்யா.

செல்வராசு, சிலம்பு நா. 2005. வேலன் வெறியாட்டு மறுவாசிப்பு, தமிழரின் மரபுச் சமயம், குறிஞ்சிப்பாடி: மணியன் பதிப்பகம்.

சேசையங்கார், டி.ஆர். (மொ.பெ). 1993. தமிழர் இந்தியா. புதுச்சேரி: தமிழ்க் கோட்டம்.

சோமசுந்தர பாரதியார், ச. 1942. தொல்காப்பியப் பொருட்படலம். அகத்திணை இயலும் புதிய உரையும். மதுரை: பசுமலை.

ஞானமூர்த்தி, தா.ஏ. 1977. சமணம், சென்னை: சென்னைப் பல்கலைக்கழகம்,

தமிழ்மகன், 1987. பிராமணீயம். பாவேந்தர் மன்றம்.

தமிழண்ணல். 1978. சங்க இலக்கிய ஒப்பீடுகள் – இலக்கிய வகைகள். மதுரை: சோலை நூலகம்.

தாயம்மாள் அறவாணன், 1987. உறவுமுறைகள். சென்னை: தமிழ்க்கோட்டம்.

துரையரங்கசாமி, மொ.அ. 1969. காமத்துப்பாலா? இன்பத்துப்பாலா? ஆய்வுக்கோவை. இந்தியப் பல்கலைக் கழகத் தமிழாசிரியர் மன்றம்.

தேவநேயப் பாவாணர். 1967. (1991). தமிழ் வரலாறு சென்னை: சைவ சித்தாந்த நூற்பதிப்புக் கழகம்.

நலங்கிள்ளி, ஆ.1988. தமிழிலக்கியத்தில் மூலப் படிவ மாதிரிகள். தேடல்.1. புதுச்சேரி: தமிழியல் துறை, புதுவைப் பல்கலைக்கழகம்.

நாராயணன், பி. 1985. இந்தியச் சரித்திர வரலாற்றுக் குறிப்புகள். சென்னை: புத்தகப் பூங்கா.

நீலகண்ட சாஸ்திர், கே.ஏ. 1989. சோழர்கள். நியுடெல்லி: இந்தியன் கவுன்ஸில் ஆப் ஹிஸ்டாரிகல் ரிசர்ச் சென்னை: என்.சி.பி.எச்.

பக்தவத்சல பாரதி. 2012. மானிடவியல் கோட்பாடுகள். புத்தாநந்தம்: அடையாளம்.

பக்தவத்சல பாரதி. 2013. பாணர் இனவரைவியல். சென்னை: உலகத் தமிழாராய்ச்சி நிறுவனம்.

பத்வத்சல பாரதி. 2015. இலக்கிய மானிடவியல். புத்தாநந்தம்: அடையாளம்.

பகவதி, கே. 1981. தொல்காப்பிய உரைவளம் மரபியல். சென்னை: உலகத்தமிழாராய்ச்சி நிறுவனம்.

மகேசுவரன், சி. 1987. உயிர்ப்பலி. வாழ்வியல் களஞ்சியம் தஞ்சாவூர்: தமிழ்ப்பல்கலைக்கழகம்.

மாணிக்கம், வ.சுப.1980. தமிழ்க்காதல். சென்னை: பாரி நிலையம்.

மாணிக்கம், வ.சுப. 1987. தொல்காப்பியக்கடல். சிதம்பரம்: மணிவாசகர் பதிப்பகம்.

மீனாட்சி சுந்தரன், தெ.பொ. 1982. தமிழிலக்கிய வரலாறு. மதுரை: சர்வோதய இலக்கியப் பண்ணை.

யோகீசுவரன், பி., 1985. தமிழ்க் கவிதைகளில் சமுதாயச் சிக்கல்கள். சென்னை: நீலா பதிப்பகம்.

ரகுநாதன், சிதம்பர. 1984. இளங்கோவடிகள் யார். மதுரை: மீனாட்சி புத்தக நிலையம்.

ரத்னம், க. (மொ.பெ). 2001. எட்கர் தர்ஸ்டனின் தென்னிந்திய மானிட இனவியல். சிதம்பரம்: மெய்யப்பன் தமிழாய்வகம்.

ராகுல் சாங்கிருத்தியாயன். 1985. விஞ்ஞான லோகாயதவாதம். சென்னை: என்.சி.பிஎச்.

ராகுல் சாங்கிருத்தியாயன். 1985. இந்து தத்துவ இயல். சென்னை: என்.சி.பி.எச்.

ராகுல் சாங்கிருத்தியாயன். 1991. ரிக்வேதகால ஆரியர். சென்னை: என்.சி.பி.எச்.

ராகுல் சாங்கிருத்தியாயன். 1993. சிந்து முதல் கங்கை வரை. சென்னை: என்.சி.பி.எச்.

ராஜன், கா. 2004. தொல்லியல் நோக்கில் சங்க காலம். சென்னை: உலகத் தமிழாராய்ச்சி நிறுவனம்.

ரூத்பெனிடிக், 1964. பண்பாட்டுக் கோலங்கள். (மொ.பெ.). சென்னை: தமிழ்வளர்ச்சிக் கழகம்.

லேனா தமிழ்வாணன் (பதிப்பு). 1985. இந்துமத வேதங்களுக்கு எளிமை விளக்கங்கள். சென்னை: மணிமேகலைப் பிரசுரம்.

வரதராசன், மு. 1972. தமிழிலக்கிய வரலாறு. புதுதில்லி: சாகித்ய அகாதெமி.

வானமாமலை, நா. 1990. தமிழர் பண்பாடும் தத்துவமும். சென்னை: என்.சி.பி.எச்.

வானமாமலை, நா. 1980 (1992). பழங்கதைகளும் பழமொழிகளும். சென்னை: என்.சி.பி.எச்.

வித்தியானந்தன், சு. 1954. தமிழர் சால்பு. சென்னை: பாரி புத்தகப்பண்ணை.

வீரபத்திரன், ஆர். 1968. மங்கலவணி. சென்னை: பாரிநிலையம்.

வெள்ளைவாரணன், க. 1957. தமிழிலக்கிய வரலாறு. தொல்காப்பியம். அண்ணாமலை நகர்: அண்ணாமலைப் பல்கலைக் கழகம்.

வெள்ளைவாரணன், க. 1983. களவியல் உரைவளம். மதுரை: காமராசர் பல்கலைக் கழகம்.

வெள்ளைவாரணன், க. 1983. கற்பியல் உரைவளம். மதுரை: காமராசர் பல்கலைக் கழகம்.

வேங்கடசாமி, மயிலை. சீனி. 1980. சமணமும் தமிழும் (முதற்பகுதி). சென்னை: திருநெல்வேலி தென்னிந்திய சைவசித்தாந்த நூற்பதிப்புக் கழகம் லிமிடெட்.

வேங்கடசாமி, மயிலை. சீனி. 1980. பௌத்தமும் தமிழும், சென்னை: திருநெல்வேலி தென்னிந்திய சைவசித்தாந்த நூற்பதிப்புக் கழகம் லிமிடெட்.

வேலுப்பிள்ளை, ஆ. 1985. தமிழர் சமய வரலாறு. சென்னை: பாரி புத்தகப் பண்ணை.

வேலுப்பிள்ளை, ஆ. 1985. தமிழிலக்கியத்தில் காலமும் கருத்தும். சென்னை: என்.சி.பி.எச்.

வையாபுரிப்பிள்ளை, எஸ். 1948. தமிழ்ச் சுடர்மணிகள். சென்னை: பாரி நிலையம்.

வையாபுரிப்பிள்ளை, எஸ். 1989. இலக்கியச் சிந்தனைகள், சென்னை: வையாபுரிப்பிள்ளை நினைவு மன்றம்.

மொழிபெயர்ப்பு முதன்மை நூல்கள்

காதா சப்தசதி. ஜகந்நாதராஜா (மொ.பெ). 1982 இராஜபாளையம்: விசுவசாந்தி பதிப்பகம்.

கௌடலீயம் பொருணூல். 1979. முதற்பகுதி. கதிரேசஞ் செட்டியார், மு. இராமனுஜாச்சாரி, பி.ஸ்ரீ. (மொ.பெ). அண்ணாமலை நகர்: அண்ணாமலைப் பல்கலைக் கழகம்.

கௌடலீயம் பொருணூல். 1979. இரண்டாம் பகுதி. கதிரேசஞ் செட்டியார், மு. இராமனுஜாச்சாரி, பி.ஸ்ரீ. (மொ.பெ). அண்ணாமலை நகர்: அண்ணாமலைப் பல்கலைக் கழகம்.

கௌடலீயம் பொருணூல். 1980. இரண்டாம் பகுதி.கதிரேசஞ் செட்டியார். மு. இராமனுஜாச்சாரி, பி.ஸ்ரீ. (மொ.பெ). அண்ணாமலை நகர்: அண்ணாமலைப் பல்கலைக் கழகம்,.

பெரிப்ளூஸ் (கி.பி.50 – 80). இராகவன், வி.எஸ்.வி. (மொ.பெ). சென்னை: மணிவாசகர் நூலகம்.

மெகஸ்தனிஸ் (கி.மு.302 – 296). 1978. இராகவன், வி.எஸ்.வி. (மொ.பெ). சென்னை: மணிவாசகர் நூலகம்.

ஹிராட்டடஸ், (கி.மு.484 – 408). 1982. இராகவன், வி.எஸ்.வி. (மொ.பெ.). சிதம்பரம்: மணிவாசகர் பதிப்பகம்.

மொழிபெயர்ப்புத் துணைமை நூல்கள்

எங்கெல்ஸ், பி., 1884. குடும்பம் தனிச்சொத்து அரசு ஆகியவற்றின் தோற்றம். மாஸ்கோ: முன்னேற்றப் பதிப்பகம்.

எட்கர் தர்ஸ்டன். 1986. தென்னிந்தியக் குலங்களும் குடிகளும், தொகுதி–I, இரத்தனம், க.(மொ.பெ), தஞ்சாவூர்: தமிழ்ப் பல்கலைக் கழகம்.

எட்கர் தர்ஸ்டன், 1987. தென்னிந்தியக் குலங்களும் குடிகளும், தொகுதி–III, இரத்தனம்,க (மொ.பெ), தஞ்சாவூர்: தமிழ்ப் பல்கலைக் கழகம்.

பாஸ்கல் கிஸ்பர்ட், எஸ்.கே. 1964. சமூகவியலின் அடிப்படைக் கோட்பாடுகள், நாராயணன், ஜெ. (மொ.பெ). சென்னை: தமிழ் வெளியீட்டுக் கழகம்,.

பெர்ட்ராண்டு ரஸ்ஸல். 1965. திருமண முறைகள். மாதவன். கோ. (மொ.பெ). திருச்சி: பழனியப்பா பிரதர்ஸ்.

களஞ்சியங்கள்/அகராதிகள்

அபிதான சிந்தாமணி. சிங்காரவேலு முதலியார். 1988. புதுதில்லி: ஏசியன் எடுகேஷனல் சர்வீஸஸ்.

சங்க இலக்கியப் பொருட்களஞ்சியம். தொகுதி I, 1986. சாரங்கபாணி, இரா. (பதிப்பு). தஞ்சாவூர்: தமிழ்ப் பல்கலைக்கழகம்.

சங்க இலக்கியப் பொருட்களஞ்சியம். 1986. தொகுதி II, சாரங்கபாணி, இரா. (பதிப்பு). தஞ்சாவூர்: தமிழ்ப் பல்கலைக்கழகம்

சங்க இலக்கியப் பொருட்களஞ்சியம். 1988. தொகுதி III, அருணாசலம், ப. தஞ்சாவூர்: தமிழ்ப் பல்கலைக்கழகம்.

வாழ்வியற் களஞ்சியம், தொகுதி IV. 1987. பாலுசாமி, நா. (பதிப்பு). தஞ்சாவூர்: தமிழ்ப் பல்கலைக் கழகம்,

Tamil Lexicon. 1982. Vol. I, University of Madras, Madras.

Tamil Lexicon. 1982. Vol. II, University of Madras, Madras.

Tamil Lexicon. 1982.Vol. V, University of Madras, Madras.

ஆங்கில நூல்கள்

Amita Chakravaty, 1985. Life and Society in Ancient India - A Study in Dandin's Dasakumara Carita, Calcutta: Sanskri Pustak Bhandar.

Arvind Sharma with Ajit Ray, Alaka Hejib, Katherine K. Young, 1988 Sati - Historical and Phenomenological Essays, Delhi: Motilal Banarsidass.

Chelvanayagam, V. 1969. Some Problems in the Study of Tolkappiyam in relation to Sangam Poetry. I.C.S.T. Vol. II.

Elwin, V. 1947. Muria and their Ghotul, London: Oxford University Press.

Frazer, J.G. 1990 (1992). The Golden Bough. The Mac millan Press Ltd.,

Gisbert, Pascual. 1960. Fundamentals of Sociology. Bombay: St. Xaviers College.

Haripada Charkaborty, 1989 Socio Economic Life of India in the Vedic Period, Calcutta: Sanskrit Pustak Bhandar.

Kailasapathi, K. 1968. Tamil Heroic Poetry. Oxford: Oxford University Press.

Marr. J.R. 1958. The Eight Anthologies. Madras: Insititute of Asian Studies.

Meenakshisundram, T.P, 1965. A History of Tamil Language. Poona: Deccan Colloge.

Pillai. K.K. 1969. A Social History of the Tamils, Vol.I. Chennai: Madras University.

Ralph T.H.Griffith, 1986 The Hymns of the Rgveda, Delhi: Motilal Banarsidass.

Recee Mc Gee (Ed), 1977. Sociology An Introduction, The Drydon Press, 1977.

Saletore, R.N.,1981. Encyclopaedia of Indian Culture, Vol. I, NewDelhi: Sterling Publishers.

Setty, E.D, 1990. The Valayar of South India, Vol. I. Society and Religion. New Delhi: Inter-India Publications.

Sivaraja Pillai, K.N. 1932. The Chronology of Early Tamils,Chennai: Madras University.

Srinivasa Iyengar, P.T. 1929. History of Tamils, Madras:C.Coomarasamy Naidu & son's.

The New Encyclopaedia Britannica, 1986. (Micropaedia), Vol.4.

Zvelibil, K.V. 1973. The Smile of Murugan: On Tamil Literature of South India. Leidon: E.J. Brill.